'आकर्षक व मनोरंजक'

– फायनॅन्शिअल टाइम्स

पुन्हा एकदा ड्युनांटनं बाजी मारलीय : सेक्रेड हार्ट्स हा एक लक्षवेधक ऐतिहासिक कल्पनाविलास आहे. तो एकाच वेळेस, वाचकासाठी मनोरंजक आणि त्याबरोबरच उद्‌बोधकही ठरेल, असा आहे.

– द टाइम्स

ड्युनांटच्या (कादंबरीतील) पात्रांमध्ये इतकं मार्दव असतं, की वाचकाचं नुसतं कुतूहलच जागं होत नाही, तर वाचकाला त्या पात्रांबद्दल खरीखुरी आस्था वाटू लागते. ती पात्रं आपल्याप्रमाणेच अभिलाषा धरतात, यातना भोगतात, हसतात आणि रडतात!

– गार्डियन

ड्युनांटच्या कल्पनाविलासाचं सामर्थ्य, तिची प्रगाढ विद्‌वत्ता आणि तिची ओघवती भाषाशैली यामुळे ही कादंबरी जितकी माहितीपूर्ण तेवढीच आनंददायक बनलेली आहे.

– अमँडा क्रेग, टेलेग्राफ

सौंदर्यपूर्ण संतुलन, भाषेचा पोत व विचार प्रवर्तकता यांचा मिलाप असलेलं, साक्षात्कार घडवणारं पुस्तक

– सन डे टाइम्स

कथानक जबरदस्त पकड घेतं आणि ड्युनांटन असलेलं इतिहासाबद्दलचं व धार्मिक जीवनशैलीच्या संभवनीय परिणामांबद्दलचं अंतर्ज्ञान, ह्या पुस्तकात मनमोहक बनवतं.

– मेट्रो लाइफ

सुट्टीसाठी उत्कृष्ठ वाचनीय पुस्तक.

– डेली मेल

ड्युनांट ऐतिहासिक तपशील एखाद्या चित्रकाराच्या नजरेनं टिपते आणि कथानक एखाद्या रहस्यकथा-लेखकाच्या ताकदीनं फुलवत उत्कंठा वाढवत नेते; त्यामुळे हे पुस्तक वाचकाला संमोहित करतं.

– ईझी लिव्हिंग मॅगेझीन

त्या काळात ओढून नेणारं, आणि नाट्यमय घटना, उलट-सुलट दोषारोप, विफल प्रेम आणि टोकाचा धार्मिक संघर्ष यांनी खच्चून भरलेलं!

– मारी क्लेअर

विस्मयजनक कुटिलतेनं भरलेलं.

– रेड

अनेक अडथळ्यांशी झुंझणाऱ्या प्रेमाची उत्कट कहाणी. अत्यंत वाचनीय.

– सेन्सबरीज मॅगझीन्

अनोळखी जगतातली समृद्ध करणारी आणि तल्लीन करणारी मुशाफरी.

– वुमन अँड होम

आपल्या
स्नेहजनांना
पुस्तके
भेट द्या

सेक्रेड हार्ट्स

अखेर तिची सुटका मृत्यूच्या दारातून होते...

लेखक

सारा ड्युनांट

अनुवाद

सुनीति काणे

मेहता पब्लिशिंग हाऊस

Mehta Publishing House Pvt. Ltd.
✆ +91 020-24476924 / 24460313 / Mob. No. 9545000513
Email : production@mehtapublishinghouse.com
Website : www.mehtapublishinghouse.com

- *या पुस्तकातील लेखकाची मते, घटना, वर्णने ही त्या लेखकाची असून त्याच्याशी प्रकाशक सहमत असतीलच असे नाही.*

SACRED HEARTS by SARAH DUNANT
Copyright © Sarah Dunant,2009
Translated into Marathi Language by Suniti Kane

सेक्रेड हार्ट्स / अनुवादित कादंबरी

अनुवाद : सुनीति काणे

Email : author@mehtapublishinghouse.com

मराठी अनुवादाचे व प्रकाशनाचे हक्क : मेहता पब्लिशिंग हाऊस प्रा. लि., पुणे.

संस्थापक : सुनील अनिल मेहता

प्रकाशक : मेहता पब्लिशिंग हाऊस प्रा. लि.,
१९४१, सदाशिव पेठ, माडीवाले कॉलनी, पुणे ४११०३०.

मुद्रक : ट्रिनिटी ॲकॅडमी फॉर कॉर्पोरेट ट्रेनिंग लिमिटेड

मुखपृष्ठ : चंद्रमोहन कुलकर्णी

प्रकाशनकाल : नोव्हेंबर, २०११ / पुनर्मुद्रण : सप्टेंबर, २०२२

किंमत : ₹ ४५०

P Book ISBN 9788184982961

“आमच्यापैकी अनेकजणी इथं सक्तीनं डांबल्या गेलो आहोत आणि बाहेरच्या जगाशी कोणताही संपर्क ठेवण्यास आमच्यावर बंदी लादली गेलेली आहे. सर्वांकडून झिडकारल्या गेलेल्या आणि इतक्या कठोर शिस्तीत राहणाऱ्या आम्हा अभागिनींसाठी हे आयुष्य आणि मृत्यूनंतरचं आयुष्य केवळ नरकप्राय आहे.”

अशा अभागिनींना आणि त्यांच्या आधी आणि नंतर असं आयुष्य कंठणाऱ्या अगणित अभागिनींना मी ही कादंबरी समर्पित करत आहे.

ऐतिहासिक टिप्पणी

सोळाव्या शतकाच्या उत्तरार्धात युरोपमध्ये कॅथलिक संप्रदायामध्ये लग्नाच्यावेळी द्याव्या लागणाऱ्या हुंड्याच्या खर्चात प्रचंड वाढ झाली होती. बऱ्याचशा उच्चकुलीन कुटुंबांना एकाहून अधिक मुलींचा विवाह करून देणं परवडेनासं झालं होतं. त्यामुळे बाकीच्या मुलींना कमी खर्चात कॉन्व्हेन्टमध्ये रवाना करण्यात येई.

इतिहासकारांच्या अंदाजानुसार इटलीतल्या मोठ्या शहरातल्या आणि जहागिरींमधल्या कुलीन घराण्यांमधल्या जवळजवळ अर्ध्या स्त्रिया नन्स झाल्या आहेत.

या साऱ्याजणी काही स्वेच्छेनं तिथं गेलेल्या नव्हत्या...

ही कहाणी घडते १५७० साली; उत्तर इटलीतील 'फेरारा' या शहरातल्या सँटा कॅटेरिना या कॉन्व्हेन्टमध्ये.

लेखिकेने केलेले स्पष्टीकरण

ह्या कादंबरीतील सर्व पात्रे तसेच सँटा कॅटेरिना येथील कॉन्व्हेंट (मठ) ह्या गोष्टी काल्पनिक आहेत; परंतु त्यातील इतिहास आणि स्थापत्य यांची वर्णने फेरारा येथील पॉलेसिनमधील सेंट अँटोनियोवरून उचललेली आहेत आणि ह्या मठात आजसुद्धा बेनेडिक्टीनपंथीय वास्तव्य करीत आहेत.

ह्या कादंबरीची ऐतिहासिक पार्श्वभूमी मात्र खरीखुरी आहे.

प्रोटेस्टंट सुधारकांनी खडं केलेलं जोरदार आव्हान आणि टीका यांना प्रत्युत्तर म्हणून ट्रेंट येथील प्रशासकीय मंडळानं आपला कारभार बंद करण्यापूर्वी, घाईघाईनं जोगिणींच्या मठाबाबत तपशीलवार बदल घडवले. हे बदल मोठ्या प्रमाणावरचे होते. त्यांची कार्यवाही करायला खूप वेळ लागला. स्थानिक मठातील धर्मगुरूंचा त्याबाबतचा उत्साह आणि स्थानिक रहिवाशांचा ह्या बदलांना होणारा विरोध ह्या रस्सीखेचीमुळे कार्यवाहीत अडचण येत होती.

परंतु अखेरीस हे बदल घडवले गेलेच. फेरारा शहरातील डी एस्टे कुटुंबाच्या सत्तेमुळे मठांना काहीकाळ संरक्षण मिळालं. परंतु तृतीय ड्यूक अल्फान्झोच्या तीन पत्नींपैकी एकीलाही वारस जन्माला घालता न आल्यामुळे, १५९७ साली, त्याच्या मृत्यूनंतर त्याची मालमत्ता पोपच्या अधिपत्याखाली गेली. सोळावं शतक संपता संपता हुंड्याच्या रकमेत इतकी प्रचंड वाढ झाली की, इटलीतील शहरांमधील अर्ध्याअधिक उच्चकुलीन स्त्रियांना मठात जोगिणी म्हणून येणं क्रमप्राप्त ठरलं आणि मठातील आयुष्य पूर्णपणे बदलून गेलं.

'तपासणी' किंवा 'पाहाणी'साठी येणाऱ्या अधिकाऱ्यांनी नवे कायदे आणले. बाहेरच्या जगाशी असलेला सारा संपर्क निष्ठुरपणे तोडून टाकला गेला. भिंतीतील गवाक्षे आणि खिडक्या विटांनी बंद करण्यात आल्या. सगळीकडे संरक्षक लोखंडी जाळ्या बसवल्या गेल्या. मठाभोवतीच्या तटबंदीची उंची वाढवण्यात आली.

कधीकधी तर विटांचे वरचे थर चुन्यानं पक्के न करता, नुसतेच एकावर एक रचले जात. त्यावर शिडी टेकवून त्यावरून पलिकडे जाता येऊ नये यासाठीची ही युक्ती होती. चर्चची अंतर्रचना बदलण्यात आली आणि तेथे आलेल्यांना जोगिणीचं नखसुद्धा दृष्टीस पडणार नाही अशी तजवीज केली गेली. भेटीला येणाऱ्यांच्या स्वागतकक्षाचंही लोखंडी जाळ्या आणि पडद्यांनी विभाजन केलं गेलं; त्यामुळे भेटीला आलेल्या कुटुंबियांसमवेत जोगिणींना मुक्तपणे गप्पागोष्टी करणं अशक्य झालं. मठात जोगिणी करत असलेले नाट्यप्रयोग आणि त्यांचं संगीत यावर निर्बंध घातले गेले. काही मठांद्वारे यांना पूर्णपणे मज्जाव केला गेला आणि मठातील वाद्यवृंद बंद करून फक्त एक ऑर्गनला (पायपेटीला) परवानगी ठेवली गेली. तपासणी अधिकारी जोगिणींच्या कोठड्यांची तपासणी करून तेथील सामान, पुस्तकं, विलासासाठीच्या गोष्टी आणि खाजगी वस्तू जप्त करू लागले.

ह्या दंडेलशाहीला विरोध केला जाऊ लागला. तपासणी अधिकारी निघून जाऊन, मठाचे दरवाजे बंद केले गेले की अनेक मठांमध्ये वातावरणात ढिलाई येऊन थोडी सूट दिली जाऊ लागली. ही रस्सीखेच अनेक वर्षे चालू राहिली. काही मठांमध्ये जोगिणींनी अशा बदलांना कडकडून विरोध केला; काहींनी तर स्वातंत्र्य टिकवून धरण्यासाठी शारिरीक प्रतिकारही केला. परंतु सरतेशेवटी त्यांना नमवलं जात असे.

विरोधासाठी पुकारलेल्या बंडाचे काही लेखी अहवाल शिल्लक आहेत. सतराव्या शतकाच्या प्रारंभी आर्चांजेला ताराबोट्टी ह्या स्त्रीनं, सक्तीनं मठात जोगीण म्हणून यावं लागण्याच्या दुर्दैवाबद्दल, कैफियत मांडली. ही स्त्री घरातील सहा बहिणींपैकी सर्वात मोठी होती. ती जन्मत:च अपंग होती. सक्तीपायी जोग घ्यावा लागण्याबद्दलची तिची लेखी कैफियत वीस वर्षांनी प्रसिद्ध केली गेली. १५८६ साली बोलोना येथील सँटी नाबोरे फेलिस ह्या मठातील एका जोगिणीनं थेट पोपला पाठवलेल्या पत्रातील हा उतारा त्याहूनही अधिक संक्षिप्त आणि तेवढाच हृदयद्रावक आहे:

अनुवादिकेचं मनोगत

'सेक्रेड हार्ट्स' (Sacred Hearts) ही कादंबरी पाश्चिमात्य देशांमध्ये अत्यंत लोकप्रिय झाली. 'सेक्रेड' या शब्दाचा शब्दकोशातला अर्थ आहे 'देवतार्पण केलेला' किंवा 'पवित्र'. १५७० सालच्या इटलीतल्या बेनेडिक्टिन पंथाच्या कॅथलिक कॉन्व्हेन्टमध्ये (मठामध्ये) राहाणाऱ्या नन्सच्या (जोगिणींच्या) आयुष्यावर बेतलेली ही कादंबरी असल्यामुळे 'सेक्रेड हार्ट्स' हे नाव देवतार्पण झालेल्या जोगिणींच्या हृदयाचं अचूक वर्णन करतं. ही कहाणी मठातल्या आयुष्याचं समग्र वर्णन तर घडवतेच, पण त्याखेरीज इटलीतल्या तेव्हाच्या सामाजिक, आर्थिक, धार्मिक पार्श्वभूमीचं सखोल संशोधनाच्या पायांवर उभं असलेलं नेटकं चित्र रेखाटते. मठातलं राजकारण, तेथील जोगिणींच्या भावभावना, मठाच्या नियमांवर असलेला धर्मगुरूंचा पगडा आणि या धर्मगुरूंमार्फत होणाऱ्या नियमांच्या अंमलबजावणीवर असलेलं स्थानिक मान्यवरांचं वर्चस्व याचं यथार्थ चित्र वाचकांच्या डोळ्यांपुढे उभं करतानाच कथानकही अत्यंत चित्ताकर्षक रितीनं, पाकळीपाकळीनं उमलत जातं. ही पवित्र हृदयं कसं राजकारण खेळत असतात हे वाचताना वाचक मंत्रमुग्ध होतो – कथानक वाचकाची उत्कंठा वाढवत नेतं आणि कादंबरीला कुठेही अतिरंजिततेचा स्पर्शही न होता, अत्यंत वास्तवाला धरून कथेचा समारोप होतो.

यामध्ये मठाचंच आयुष्य रेखाटलं असल्यामुळे, आपल्या विशेष ओळखीच्या नसलेल्या ख्रिस्ती धर्मातल्या काही संकल्पनांशी वाचकांची ओळख होते. मठातला उपासनेचा व प्रार्थनांचा दिनक्रम आणि काही सूक्तांची झलक तर दिसतेच; पण येशूनं ज्या शारीरिक यातना भोगल्या, तशाच जोगिणींनीही भोगाव्या अशी तेव्हा रूढी असावी हेही कळतं. आपल्या धर्मात आपण देवाकडे 'तू माझी माऊली, मी तुझं पाडस' अशा वृतीनं बघतो. तिथे नन्स (जोगिणी) या येशूच्या वधू म्हणून ओळखल्या जातात. तसंच तेथे वेफर (पातळ, गोड बिस्किट) आणि मदिरा, प्रसाद

म्हणून देताना धर्मगुरू म्हणतात, 'येशूच्या देहाचा आणि रक्ताचा स्वीकार कर.' ही कल्पनाही संपूर्णत: वेगळी वाटते.

गेली अनेक वर्षे अनुवादित साहित्य आपल्याकडे अत्यंत लोकप्रिय झालेलं आहे, कारण त्याद्वारे आपली जगातल्या विविध गोष्टींशी जवळून ओळख होते आणि आपलं क्षितिज रुंदावतं. ही कादंबरी सोळाव्या शतकातल्या इटलीतल्या मठाचं आपल्याला जवळून दर्शन घडवताना मानवी भावभावनांचं अत्यंत हृद्य दर्शन घडवते.

या कादंबरीचा अनुवाद करणं हा अत्यंत श्रीमंत बनवणारा अनुभव होता. त्याबद्दल मेहता पब्लिशिंग हाऊसच्या श्री. सुनील मेहता यांची मी अत्यंत ऋणी आहे.

– सुनीति काणे

सोळाव्या शतकातला, बेनेडिक्टिन कॉन्व्हेन्टमधला प्रार्थनांचा दिनक्रम.
(नेमकी वेळ सूर्यास्त व सूर्योदयाच्या वेळेनुसार बदलली जाई.)

		वेळ
ईशस्तुती (लॉड्स)	सूर्योदयाच्या वेळेस	------
प्रथम (प्राईम)	दिवसाचा पहिला तास नाश्ता	सकाळी ६.००
तृतीय (टर्स)	दिवसाचा तिसरा तास कामकाजाची वेळ	सकाळी ९.००
षष्ठ (सेक्स्ट)	दिवसाचा सहावा तास दिवसाचं मुख्य जेवण	दुपार
नवम (नोन्स)	दिवसाचा नववा तास कामकाजाची वेळ	दुपारी ३.००
सायंप्रार्थना (व्हेस्पर्झ)	सूर्यास्तापूर्वी छोटं जेवण	सायंकाळी ५.००
रात्रीची प्रार्थना (कम्प्लाईन)	झोपण्यापूर्वी	रात्री ७.३०
सकाळची प्रार्थना (मॅटिन्स)	प्रात:प्रार्थना	पहाटे २.००

सोळाव्या शतकातील बेनेडिक्टिन कॉन्व्हेन्ट (मठ) मध्ये दररोज त्या प्रार्थना केल्या जायला हव्यात. त्यांचा समय व त्यामधील कालाचे अंतर याच्या विभागणीला 'ऑफिस' हा शब्द वापरला जातो. लॅटिन भाषेत ऑफिसचा अर्थ आहे 'कर्तव्य'. या विभाजनाप्रमाणे 'Psalms' ऊर्फ 'स्तोत्र' पठणाच्या नेमक्या वेळा दिलेल्या आहेत. कोणत्या वेळेस कोणती स्तोत्रं हेही निश्चित असतं.

भाग एक

सँटा कॅटेरिना, फेरारा येथील कॉन्व्हेन्ट, साल १५७०

१

कॉन्व्हेन्टमध्ये नव्यानंच दाखल झालेल्या मुलीनं, रात्री आक्रस्ताळेपणानं जोरदार रडणं-ओरडणं सुरू केलं आहे. पण त्यापूर्वी कॉन्व्हेन्टमध्ये नांदत असलेल्या शांततेला काही खास असे आवाज चैतन्याचा स्पर्श करून देत असतात.

तळमजल्यावरच्या कोठडीत, लहान अर्भकाप्रमाणं सॅटिनच्या कापडात लपेटलेला सुओरा[१] येस्बेटाचा पाळीव कुत्रा— त्याच्या स्वप्नामध्ये शिकार करत आहे. स्वप्नात प्रत्येक ससा कोंडीत सापडला, की झोपेतच तो खुशीनं चित्कारतो आणि गुरगुरतो आहे. स्वत: येस्बेटादेखील शिकारीत गुंग झालेली आहे. तिच्या चंदेरी ट्रेचा आरशाप्रमाणे वापर करून ती उजव्या हातातल्या चिमट्यानं स्वत:च्या हनुवटीवरच्या हटवादी पांढऱ्या केसावर हल्ला चढवते आहे. ती तो केस जोरात चिमट्यानं खेचते आणि झालेली वेदना आणि केस उपटला गेल्याचं समाधान तिच्या 'आहा' अशा उसाशातून व्यक्त होतंय.

पटांगणाच्या पलीकडल्या बाजूला, बालकांसारख्या गुबगुबीत आणि मृदू गाल असलेल्या दोन तरुणी एकाच चटईवर झोपल्या आहेत. पेटत्या डहाळ्यांप्रमाणं त्या एकमेकींना चिकटलेल्या आहेत. त्यांचे चेहरे एकमेकींच्या इतके जवळ आहेत की त्या एकत्रच श्वास घेताहेत असा भास होतोय. एक श्वास घेतेय – दुसरी सोडतीय; आत-बाहेर, आत-बाहेर. हवेत मंदसा गोडवा आहे. कदाचित अँजेलिका वनस्पतीचा असेल किंवा गोडसर पुदिन्याचाही असू शकेल. त्यांनी एकसारखाच गोड गोड केक खाल्ला असावा किंवा एकाच कपातलं सुगंधी मद्य घेतलं असावं त्याप्रमाणे! त्यांनी जे काही प्राशन केलं आहे, त्यामुळं त्या दोघीही अगदी गाढ झोपेत आहेत. त्यांच्या तृप्तीच्या हुंकारांनी खोलीतली शांतता किणकिणतेय.

त्याच वेळेस, सुओरा बेनेडिक्टाला स्वत:ला आवर घालणं अशक्य झालं आहे. तिच्या डोक्यात इतके विविध स्वर निनादत आहेत! आज तिच्या डोक्यात घुमणारे स्वर हे 'एपिफनी' मेजवानीच्या सांगतेच्या संगीताचे आहेत. विणलेल्या चित्रातले रेशमी धागे – एकमेकांत गुंफले जावेत, त्याप्रमाणे वेगवेगळ्या आवाजांची कंपनं

---

१. नन्स – जोगिणी – आपल्या नावामागे 'सुओरा' ही उपाधी घेत असत.

एकमेकांत गुंफलेली तिला ऐकू येताहेत. कधीकधी ते स्वर इतके जलद धावतात, की तिला त्यांची नोंदच ठेवता येत नाही. जणू तिला काळ्या फळ्यावर या शुभ्र स्वरांचं जंगलच रेखाटावं लागणार आहे! काही काही रात्री अशा असतात, की तिला झोप लागणं अशक्य होतं. जेव्हा ते कल्पनेतले आवाज तिच्यावर आपला घट्ट पगडा बसवतात, तेव्हा तीसुद्धा त्यांच्याबरोबर मोठ्यानं गाऊ लागत असणार, याबद्दल तिला अजिबात संदेह वाटत नाही. तरीही, दुसऱ्या दिवशी तिला त्याबद्दल कोणीही रागावत नाही किंवा मठाच्या भोजनगृहात तिला अचानक डुलकी लागली, तर तिला कुणीही जागं करत नाही. तिच्या रचनांमुळेच मठाला मानसन्मान आणि हितकर्ते लाभतात. त्यामुळे तिच्या विक्षिप्तपणाकडे दुर्लक्ष केलं जातं.

याउलट तरुण, अशी सुओरा पर्सेव्हेरान्झा वेदनांच्या संगीतात बुडून गेली आहे. एकुलती एक टॅलोची (घट्ट चरबीपासून बनवलेली) मेणबत्ती तिच्या कोठडीत सावल्यांचा खेळ करतेय. तिचा झगा इतका पातळ आहे की, दगडी भिंतीला टेकून बसल्यावर तिला हिवाळ्याचा दमट गारवा बोचतोय. ती झग्याचं कापड तिच्या पोटऱ्या आणि मांड्यांच्या वर ओढून घेतेय. नंतर अतिशय काळजीपूर्वक पोटावरून ते कापड ओढून घेतेय. ते कापड उघड्या जखमांना चिकटल्यावर, ती सतत कण्हते आहे. ती थांबते. स्वत:ला शांत करण्यासाठी एक-दोनदा जोरजोरात श्वास घेते आणि कापड जिथं चिकटलंय तेथून जोर लावून ते खेचते. त्या कापडाबरोबर नव्यानं बनू पाहणारी कोवळी कातडी फाटून, त्या कापडाबरोबरच उचलली जाते. मेणबत्तीच्या उजेडात तिच्या कमरेभोवती करकचून बांधलेला कातडी पट्टा दिसतोय. त्या पट्ट्याच्या आतल्या बाजूला अनेक खिळे आहेत. त्यातले काही खिळे त्यांच्या खालच्या मांसात इतके पक्के रुतून बसले आहेत की फक्त पोपडा आलेल्या, सुजलेल्या जखमाच नजरेला पडताहेत. तिथं पट्ट्याचं चामडं आणि तिची कातडी एकत्र चिकटून बसली आहे. हळूहळू, निश्चयपूर्वक ती एका खिळ्यावर जोर देते. तिचा हात अचानक मागे होतो, तिच्या ओठातून अस्फुटशी वेदनेची किंचाळी फुटते. पण त्या आवाजालाही एक आनंदोन्मादाची झालर आहे. तिची बोटं पुन्हा तिथे वळतात, तेव्हा ती निर्धारानं वळतात.

तिची नजर पुढच्या भिंतीवर स्थिरावली आहे. तिथे हलती प्रकाश-शलाका कोरलेल्या लाकडी क्रूसाला उजळून टाकते आहे; तरुण, उमेदीनं भरलेला जिवंत येशू आणि जोखड पेलणारे त्याचे स्नायू, खिळ्यामधून पुढे ओढ घेणारा त्याचा देह, त्याच्या चेहऱ्यावरून ओसंडणारी करुणा. ती त्याच्याकडे टक लावून पाहतेय, तिचा स्वत:चा देह थरथरतोय, गाल अश्रूंनी भिजले आहेत, तिचे डोळे चमकताहेत. लाकूड, लोखंड, चामडं, मांस. तिचं जग या क्षणातच स्थिरावलंय. ती त्याच्या यातना भोगतेय; तो तिच्यात दडलेला आहे. ती एकटीच नाहीये. देहदंडाच्या

यातनाच तिला सुखावताहेत. ती तो खिळा पुन्हा दाबून धरतेय आणि तिच्या निःश्वासात एक समाधानाचा हुंकार झंकारतो. भक्ष्य खाणाऱ्या आणि स्वतः भक्ष्य बनत असलेल्या श्वापदासारखा तो हुंकार भासतो. शेजारच्या कोठडीत सुओरा उमिलिआनाची जपमाळेवरून झरझर फिरणारी बोटे जरा थबकतात. त्या तरुण जोगिणीच्या भक्तीचा निनाद तिला स्वतःच्या मुखीच्या मधासारखा मधुर वाटतो. ती तरुण होती तेव्हा तिनंसुद्धा भळभळत्या जखमांमधून; देवाशी जवळीक साधायचा प्रयत्न केला होता. पण आता नवशिक्या जोगिणींची प्रमुखा या नात्यानं तिला स्वतःच्या आध्यात्मिक उन्नतीपेक्षा इतरांची आध्यात्मिक उन्नती जास्त महत्त्वाची मानायला हवी! ती नतमस्तक होते आणि पुन्हा आपल्या जपमाळेकडे वळते.

रुग्णालयाच्या वर असलेल्या तिच्या कोठडीत, 'सँटा कॅटेरिना मठाच्या' औषधालयाची प्रमुखा असलेली सुओरा झुआना तिच्या स्वतःच्या अशा वेगळ्याच प्रार्थनेत गुंग झालेली आहे. ब्रुनफेलच्या वनस्पतींवरल्या महान ग्रंथावर ओठंगून ती वाचते आहे. एकचित्त झाल्यामुळं तिच्या कपाळावर एक आठी उमटलेली आहे. तिच्या शेजारीच जेरेनियमच्या झाडाचं नुकतंय रेखाटलेलं रेखाचित्र आहे. कापल्यामुळे झालेल्या किंवा त्वचेवर झालेल्या जखमांना बरं करण्यासाठी या झाडाची पानं उपयुक्त ठरतात, असं तिच्या लक्षात आलं आहे. एका तरुण जोगिणींच्या रक्ताच्या गुठळ्या होत आहेत आणि तिच्या शरीराच्या आत असलेली, दृष्टीस न पडणारी जखम बरी करण्यासाठी सुओरा झुआना औषधाच्या शोधात आहे.

पर्सेव्हेरान्झाच्या कण्हण्याचा आवाज मठाच्या वरच्या मजल्यावरच्या गॅलरीत प्रतिध्वनित होतो आहे. गेल्या उन्हाळ्यात उष्ण हवेनं तिच्या जखमांना जंतुसंसर्ग होऊ लागला होता; त्यावेळी प्रार्थनामंदिरात या तरुण जोगिणीजवळ बसणाऱ्या जोगिणी तिच्या जखमांच्या दुर्गंधीबद्दल तक्रार करू लागल्यावर, मठस्वामिनीनं तिला इलाजासाठी औषधालयात पाठवून दिलं होतं. झुआनानं प्रयत्नपूर्वक तिच्या चिघळलेल्या जखमा स्वच्छ करून त्यांना मलमपट्टी केली होती आणि सूज कमी व्हावी, म्हणून तिला मलम दिलं होतं. ती आणखी काहीही करू शकत नाही. पर्सेव्हेरान्झा सरतेशेवटी गंभीर जंतुसंसर्गानं स्वतःला इजा पोहोचवेल, ही शक्यता गृहीत धरली, तरी एरवी ती तंदुरुस्त आहे आणि त्यामुळे शरीराची प्रतिकारशक्ती जाणणाऱ्या झुआनाला अशी शक्यता वाटत नाही. अशा शारीरिक जखमा होऊन वर्षानुवर्षे जगणाऱ्या स्त्री-पुरुषांबद्दलच्या अनेक कथा जगात ठाऊक आहेत. जरी पर्सेव्हेरान्झा मृत्यूबद्दल आतुरतेनं बोलत असली, तरी तिच्या यातनांपासून तिला अत्यंत आनंद मिळतो हे उघड उघड जाणवतं आणि तिला त्या यातनांपासून अकाली मुक्ती हवी असण्याची शक्यता कमीच आहे!

स्वतःच्या देहाला यातना देण्याच्या या वेडाशी स्वतः झुआना अजिबात सहमत

नाही. वैद्यकशास्त्र शिकविणाऱ्या प्राध्यापकांची एकुलती एक मुलगी म्हणून, या मठात येण्यापूर्वी, तिनं अनेक वर्षं व्यतीत केली होती. मानवी शरीर बरं करण्याची ही निसर्गाची किमया अभ्यासणं हे तिच्या वडिलांचं जगण्यामागचं एकमेव उद्दिष्ट होतं; ती स्वत: त्यांच्या या उत्साही साधनेत सहभागी नसल्याचा एक क्षणही तिला आठवत नाही. शक्य झालं असतं, तर ती स्वत: त्यांच्यासारखीच एक उत्कृष्ट डॉक्टर आणि प्राध्यापक झाली असती. ते शक्य नसलं तरीही त्यांच्या मृत्यूनंतर त्यांची कीर्ती आणि त्यांची मालमत्ता यांच्या बळावर या सेंट कॅटेरिनाच्या मठातली एक कोठडी विकत घेता येणं, हे तिचं सुदैवच आहे. इथं ईश्वराच्या संरक्षणाखाली राहून, स्वेच्छेप्रमाणं जगण्याच्या सुविधेचा लाभ 'फेरारा' गावातल्या अनेक कुलीन स्त्रिया घेत आहेत.

तरीसुद्धा, अनिच्छेनं आलेल्या कुणालाही जेव्हा एखादा मठ प्रवेश देतो, तेव्हा तो मठ कितीही सुव्यवस्थित असला, तरी हादरून जातो.

झुआना टेबलावरून दृष्टी वर उचलते. नवागत जोगिणीच्या कोठडीतून ऐकू येणारे हुंदके आता इतके उंच स्वरात येताहेत, की त्यांच्याकडे दुर्लक्ष करणं आता शक्य नाही. सुरुवातीला जे साधेसुधे अश्रू होते, त्यांचं रूपांतर आता चिडखोर किंचाळ्यांमध्ये झालं आहे. जर परिस्थिती हाताबाहेर जाऊ लागली तर नवागतेला झोपेचं औषध देऊन शांत करण्याची जबाबदारी औषधालयाची प्रमुख या नात्यानं झुआनाच्या डोक्यावर आहे. ती वाळूचं घड्याळ उलटं करून ठेवते. झोपेचं औषध मिसळून तयार झालेलंच आहे. आणखी किती वेळ वाट पाहायची, एवढाच प्रश्न आहे.

नवागतेच्या मानसिक दु:खाची खोली पाहता हे मोठं नाजूक काम आहे. एकदा मेजवानी संपली, कुटुंबीय निघून गेले आणि मठाचे प्रचंड दरवाजे कुलूपबंद होऊन बाहेरच्या जगाशी संपर्क तुटला की, काही प्रमाणात अस्वस्थ वाटणं हे स्वाभाविकच आहे. बंद कोठडीतली शांतता आणि एकांतवास समोर आला, की अगदी श्रद्धाळू तरुण मुलींनादेखील धास्तावल्यासारखं वाटतं.

ज्यांचे आप्तदेखील मठातच राहताहेत, त्यांना रुळणं सर्वांत सोपं जातं. अशा अनेकजणींनी मठातल्या केक आणि बिस्किटांचा आस्वाद घेतलेला आहे. वर्षानुवर्षे मठाला भेटी देत असताना त्यांचे लाडकोड झाले आहेत. मठ हे त्यांना स्वत:चं दुसरं घरच वाटतंय. जरी समजा, प्रवेशाच्या दिवशी त्यांना रडू फुटलं, तरी त्यांना उगी करून शांत करणारी मावशी, बहीण किंवा इतर आप्त स्त्री मठात असतेच.

पण ज्यांनी लग्नाची स्वप्नं रंगवली असतील किंवा लाडका भाऊ किंवा प्रेमळ आईला सोडून यावं लागलं असेल, अशांचे अश्रू मागे पडलेल्या आयुष्याबद्दलचं दु:ख आणि अनोळखी भविष्याबद्दल वाटणारी साशंकता या दोहोंमुळे वाहत असणार.

आपले तलम कपडे उतरवून जोगिणीची कफनी चढवत असताना अशा नवागता थंडीपेक्षा भीतीनंच थरथरत असतात. त्यांना मदत करणाऱ्या जोगिणी अशा वेळेस त्यांच्याशी नेहमीच मृदुतेनं वागतात. पण कितीही मार्दवानं वागवलं, तरी गेलेल्या स्वातंत्र्याची त्यानं भरपाई होऊ शकत नाही. काही जणींनी थोड्या अवधीनंतर टिकाऊ सुती कापडाऐवजी रेशमी कापडाचा वापर केला (आणि अशा चैनीच्या उल्लंघनांना परवानगी दिली गेली नाही, तरी त्याकडे कानाडोळा केला जातो.) तरी त्या पहिल्या रात्री, मृदू त्वचा असलेल्या आणि जोग घ्यायची अजिबात इच्छा नसलेल्या या मुली (भरड कापडामुळे) कंड सुटून आणि खाजवून कासावीस होतात. त्यांच्या अश्रूंमध्ये स्वत:बद्दलच कीव वाटण्याचा भाग असतो आणि त्यांना ते अश्रू तेव्हा मुक्तपणे वाहू देणंच श्रेयस्कर असतं. कारण ती आसवं आतल्याआत दाबायचा प्रयत्न केला, तर ती हळूहळू भिनणाऱ्या विषाचं काम करतील.

सरतेशेवटी वादळाला उतार पडेल आणि मठ पुन्हा निद्रेच्या स्वाधीन होईल. पहारा ठेवणारी जोगीण गॅलऱ्यांवर लक्ष ठेवेल, किती वाजले आहेत याकडे प्रात:प्रार्थनेच्या समयापर्यंत म्हणजे पहाटे दोन वाजेपर्यंत नजर ठेवून राहील. त्यानंतर पहाटे दोन वाजता काळोखातून या प्रचंड मठात फिरत प्रत्येक कोठडीच्या दारावर थाप मारेल. फक्त सर्वांत नवीन आलेल्या जोगिणीच्या दारावर थाप मारणार नाही. सँटा कॅटेरिना मठाच्या शिरस्त्याप्रमाणे नवागतेला इथली पहिली रात्र निवांतपणे काढू दिली जाते, म्हणजे दुसऱ्या दिवशी नव्या आयुष्याला सामोरं जायला ती ताजीतवानी आणि सज्ज असू शकते.

पण आज रात्री मात्र कुणीच फारसं झोपू शकणार नाहीये. वाळूच्या घड्याळाच्या खालच्या खणात वाळूचा डोंगर जवळजवळ भरत आला आहे. विलाप आता इतका कर्कश झाला आहे की, झुआनाच्या पोटात आणि डोक्यात तो जाणवतोय. जणूकाही भन्नाट सुटकेच्या सैतानांच्या चमूनं या नवागतेच्या कोठडीत घुसून तिची आतडी आता सळईवर गुंडाळायला सुरुवात केली आहे! आपल्या शयनगृहांमध्ये तरुण जोगिणी घाबरून जाग्या होत असणार. कम्प्लाईन (रात्रीच्या साडेसात वाजताची रात्रीची प्रार्थना) यामधल्या काळात रात्रीची सर्वांत मोठी झोप घेता येते आणि त्यात आता कोणताही व्यत्यय आला की सारा मठ उद्या तारवटलेल्या डोळ्यांनी आणि चिडचिड्या मन:स्थितीत जागा होईल. या कर्कश विलापाच्या अधेमधे झुआनाला रुग्णालयातून येणारा, घोगऱ्या आवाजाचा, भेसूर गाण्याचा चढा ध्वनीसुद्धा लक्षात येतोय. आजारी माणसांना रात्रीच्या तापात अनेक प्रकारचे भास होऊ शकतात. ते सारेच काही मोठे सात्त्विक स्वरुपाचे नसतात आणि या (नवागतेच्या) विलापात चळभरू आणि आजारी लोकांनी आपला स्वर न मिळवलेलच बरा!

झुआना पटकन आपल्या कोठडीबाहेर पडते. ती हातात मेणबत्ती घ्यायचीही

तसदी घेत नाही. तिच्या डोळ्यांहूनही तिच्या पायांना रस्ता जास्त चांगला ठाऊक आहे. ती पायऱ्या उतरून आच्छादलेल्या पदपथावर येते आणि विस्तीर्ण पटांगणात पाऊल टाकण्यापूर्वी नेहमीप्रमाणे त्याच्या सौंदर्यानं भारून जाऊन, तिची पावलं क्षणभर थबकतात. सोळा वर्षांपूर्वी ती जेव्हा पहिल्यांदा इथे उभी राहिली होती आणि सभोवतालच्या भिंती आपल्याला चिरडून टाकतील अशी तिला जेव्हा भीती वाटत होती, तेव्हा याच पटांगणानं तिला शांतीसाठी आणि स्वप्नं रंगवण्यासाठी आसरा दिलेला आहे. दिवसा इथली हवा इतकी स्तब्ध असते की वाटतं, जणूकाही काळच थांबला आहे; तर रात्री तुम्हाला देवदूतांच्या पंखांचा आवाज पाठीमागून ऐकू येतोय असा भास होतो. पण आज रात्री नव्हे! आज मधोमध उभी असलेली दगडी विहीर काळोखाच्या समुद्रात उभ्या असलेल्या जहाजासारखी वाटतेय आणि या मुलीच्या हुंदक्यांचा आवाज त्याभोवती निनादणाऱ्या वाऱ्यासारखा भासतोय. झुआनाचे वडील जहाजातून ईस्ट इंडीजला वनस्पतींचे नमुने गोळा करायला गेले होते तेव्हाचा अनुभव तिला सांगत असत, त्याची तिला याक्षणी आठवण होतेय. त्यांना खवळलेल्या समुद्रात सोडून दिलेली एक व्यापारी बोट सापडली होती आणि त्यावरची जीवनाची एकमेव निशाणी होती त्यावर सोडून दिलेल्या उपाशी पोपटाचा आक्रोश. तिचे वडील म्हणाले होते, "करिसिमा[२], कल्पना कर. जर आम्हाला त्या पक्षाची भाषा उमगत असती, तर त्यानं काय काय गुपितं सांगितली असती?"

पण त्यांच्यासारखा झुआनानं महासागर कधीच पाहिलेला नाही. तिनं ऐकलेली किन्नरगाणी आहेत चॅपेलमध्ये (लहानशा ख्रिस्ती प्रार्थनामंदिरात) तार सप्तकात गाणाऱ्या सोप्रानोंचा किंवा रात्री विलाप करणाऱ्या स्त्रियांचा आवाज किंवा भुंकणाऱ्या भांडखोर कुत्र्याचा. आत्ता सुओरा येस्बेटाच्या कोठडीत भुंकतोय तसा. छोटासा, केसाळ, उग्र दर्प येणारा आणि अणकुचीदार दातांनी त्याच्या तोंडाला बांधून ठेवणारी जाळी कुरतडून टाकेल आणि खालच्या नाटकात भर टाकेल असा तो कुत्रा! हो! झोपेचं औषध देण्याची घटिका आलेलीच आहे!!

रुग्णालयातली हवा चरबीच्या मेणबत्तीच्या धुरानं आणि रुग्णांचा देहगंध झाकून टाकण्यासाठी ती सतत जाळत असलेल्या रोझमेरीच्या धुपाच्या धुरानं धूसर झालीय. आतल्या आत होणाऱ्या रक्तस्त्रावानं पांगळ्या झालेल्या, देह आक्रसून डोळे घट्ट मिटून झोपेऐवजी प्रार्थनेत मग्न असलेल्या, सांघिक उपासना गीत गाणाऱ्या समूहाची सभासद असलेल्या तरुण जोगिणीच्या जवळून ती जाते. उरलेल्या अंथरुणांवरल्या

---

२. Carissima : करिसिमा हे प्रिय व्यक्तीला उद्देशून संबोधन आहे. इथे पिता जेव्हा कन्येशी बोलतो तेव्हा तो शब्द वापरतो आहे, तेव्हा त्याचा अर्थ 'बाळा' असा घेता येईल.

जोगिणी जितक्या वृद्ध तेवढ्याच आजारी आहेत. हिवाळी दमट गारव्यानं त्यांची फुप्फुसं भरून गेल्यामुळे श्वास घेताना त्यांची छाती वाजते आहे. बहुतेकजणी देवदूतांच्या आवाजाखेरीज काहीही ऐकू न येण्याएवढ्या ठार बहिऱ्या आहेत, पण तरीही कोणाचा उपासना गीत गाणारा संघ अधिक सुरेल आहे, याबद्दल त्यांची स्पर्धा चालूच असते.

'हे देवा! ते आलंच! आम्हा सर्वांना वाचव.'

जरी सुओरा क्लेमेंशियाचे कान मांजरपावलांची देखील चाहूल लागण्याएवढे तीक्ष्ण असेल, तरी तिचे मन इतकं झाकोळलेलं आहे की तिला मांजरपावलं ही सैतानाच्या दूतांचा पदरव किंवा दुसऱ्या अशुभाचं पूर्वचिन्ह वाटू शकणं अगदी सहज शक्य आहे.

'शूऽऽ!!'

'त्या किंचाळ्या ऐका! त्या किंचाळ्या ऐका!' ती वृद्धा अंथरुणात उठून बसली आहे आणि अदृश्य शक्तींना दूर ठेवण्यासाठी तिचे हात हलत आहेत. 'थडग्यांची झाकणं बाजूला होताहेत. आपल्या सर्वांचा फन्ना उडणार आहे.'

झुआना तिचे हात धरते आणि पलंगपोसावर आणून दाबून धरते. आपलं अस्तित्व त्या जोगिणीला जाणवण्याची ती वाट पाहते.

रात्रीच्या प्रार्थनेपासून (साडेसात वाजताच्या कम्प्लाईनपासून) दिवस उजाडेपर्यंत जे मौन पाळायचं असतं, त्यात भंग केल्याबद्दल आजारी किंवा वेड्यांना माफी मिळेल; पण इतरांना शब्द वाया घालवल्याबद्दल कठोर प्रायश्चित्त घ्यावं लागेल.

'शूऽऽ!'

पटांगणाच्या समोरच्या बाजूला दुसरा कल्लोळ ऐकू येतोय. पाठोपाठ काहीतरी आदळून लाकूड तुटल्यासारखा आवाज येतोय. ती त्या वृद्ध जोगिणीला हळूच अंथरुणावर आडवं करून शक्य तेवढं नीट झोपवते. नव्यानं झालेल्या लघवीचा दर्प चादरीतून बाहेर येतोय. सकाळपर्यंत थांबायला हवं. सफाई करणाऱ्या जोगिणींना रात्रीची थोडी झोप मिळाली, तर त्या सकाळी अधिक मार्दवानं वागतील.

हातात दिवा घेऊन ती रुग्णालयाच्या दुसऱ्या टोकाला असलेल्या दरवाज्यामागच्या औषधालयात शिरते. हलत्या ज्योतीच्या तालावर नाचणाऱ्या बरण्या, नळ्या आणि बाटल्यांची भिंतच्या भिंत तिच्यासमोर उभी आहे. त्यातली प्रत्येक कुपी तिच्या परिचयाची आहे. ही खोली तिचं घरच आहे. तिच्या कोठडीहूनही तिच्या अधिक परिचयाचं. ती काचेची कुपी खणातून काढते आणि क्षणभर घुटमळून दुसऱ्या फळीवरची बाटली हातात घेते, त्याचं बूच काढून त्या कुपीत त्यातल्या द्रवाचे आणखी थेंब टाकते. जी कोणी नवागता फर्निचरची तोडफोड आणि शांततेचा भंग करत असेल तिला जरा जालीमच झोपेचं औषध द्यायला हवं.

मुख्य आच्छादित पदपथावर आल्यावर झुआनाला ॲबेस[3]च्या बाहेरच्या खोलीच्या दाराखालून उजेडाची तिरीप बाहेर आलेली दिसते. मॅडोना[4] चिआरा, उठून, पोशाख करून तिच्या कोरीवकाम केलेल्या अक्रोडाच्या लाकडाच्या टेबलाजवळ बसलेली असणार. ताठ मानेनं, चंदेरी क्रूसाखाली तिचं प्रार्थनांचं पुस्तक पूर्ण उघडून, खांद्याभोवती बिनबाह्यांचा सैल कोट लपेटून– रात्रीचे बोचरे वारे झोंबू नयेत म्हणून! झुआनाची मध्यस्थी काही कारणानं असफल ठरेपर्यंत ती मधे पडणार नाही. त्या दोघींमध्ये याबाबत असा अलिखित करार आहे.

झुआना गॅलरीतून भरभर चालत पुढे जाते. सुओरा मॅगडालेनाच्या दरवाजापुढे ती क्षणभर थांबते. ती मठातली सर्वांत वयोवृद्ध जोगीण आहे. इतकी वृद्ध की तिचं वय जाणणारं आता कुणीही हयात नाही. ती इतकी जराग्रस्त आहे, की खूप पूर्वीच तिनं रुग्णालयात दाखल व्हायला हवं होतं. पण तिची इच्छाशक्ती आणि तिची भक्ती या इतक्या एकरूप झाल्या आहेत; की तिला प्रार्थनेखेरीज इतर कोणताही इलाज मंजूर नाही. ती कुणाशीही बोलत नाही आणि तिची कोठडी कधीही सोडत नाही. 'सँटा कॅटेरिना' मठातल्या सर्व आत्म्यांपेक्षा देवाला तिचा आत्मा नक्कीच सर्वाधिक हवासा वाटत असणार. पण तरीही देवानं तिला अजून हातभर दूरच ठेवलं आहे. रात्री कधीकधी तिच्या कोठडीवरून जात असताना झुआनाला तिच्या ओठांची पुटपुट ऐकू आल्याची खात्री वाटते. प्रत्येक शब्द तिला स्वर्गाच्या आणखी जवळजवळ नेत असणार.

'पण देव दयाळू आहे आणि त्याची दया अपार आहे. त्याचे आभार माना आणि त्याचं पवित्र नाव जपा.' गॅलरीतून जात असताना या सूक्ताचे शब्द अनाहूतपणे झुआनाच्या मस्तकात निनादतात.

कोपऱ्यातल्या दुहेरी खोलीतल्या कोठडीत एक नवीन मुलगी आहे. कुणाला वाटेल की ही दुर्दैवी निवड आहे. अजून महिनाही उलटला नसेल; गोड गळ्याची सुओरा टोमासा इथे नवनवी प्रेमगीतं गात असे. राजदरबारातून शिकून घेणाऱ्या तिच्या बहिणीच्या सहज गुणगुण्यातून ही गीतं ती शिकली होती. पण तिच्या मेंदूत अतिशय घातक प्रकारची गाठ फुटली आणि ती बेशुद्ध होऊन जी कोसळली; ती कधीच त्यातून जागी झाली नाही. या नवागतेचा अर्ज मंजूर होईपर्यंत त्यांनी त्या कोठडीतल्या वांतीच्या खुणा जेमतेम स्वच्छ केल्या होत्या. झुआनाला वाटून गेलं, की कदाचित त्यांनी नीटपणे स्वच्छ केलं नसणार. गेली अनेक वर्षं तिला अशी

---

३. ॲबेस – नन्सच्या ॲबीची (जोगिणींच्या मठाची) निवडून आलेली प्रमुखा ऊर्फ मठस्वामिनी.

४. मॅडोना – मठस्वामिनीच्या नावामागची उपाधी.

शंका येतेय, की इतर जागांहून मठाच्या भिंती आपल्या भूतकाळाला अधिक चिकटून राहतात. आजूबाजूच्या भिंतींमधून आनंदोन्माद किंवा घातक सैतानी जहराच्या लाटा निघत आहेत; असा भास होणारी ही काही पहिलीच नवागता नसणार!

बाहेरची कडी सरकवून तिनं दरवाजा ढकलल्याबरोबर हुंदके जास्त जोरानं ऐकू येऊ लागले. हट्टी, आक्रस्ताळेपणा करत पलंगावर हात-पाय आपटत असलेल्या किंवा पाय पोटाशी धरून बसलेल्या, तावडीत सापडलेल्या प्राण्यासारख्या, लहान बालकाची प्रतिमा क्षणभर तिच्या अंतश्चक्षूंपुढे तरळली; पण प्रत्यक्षात तिच्या मेणबत्तीच्या उजेडात तिला भिंतीला चिकटून बसलेली मूर्तीच दिसली. तिची कफनी घामानं तिच्या कातडीला घट्ट चिकटून बसली होती. केस तिच्या चेहऱ्याभोवती चिकटून बसले होते. तिनं जेव्हा चर्चच्या जाळीतून या मुलीवर नजर टाकली होती, तेव्हा ती इतकी नाजूक भासली होती, की ती एवढा प्रचंड कोलाहल करू शकेल असं अजिबात वाटलं नव्हतं. पण प्रत्यक्षात ती चांगलीच जोरदार होती; हवा भरून घेऊन तिची फुप्फुसं प्रत्येक हुंदका जोरानं ढकलत होती. आता ती जो हुंदका देणार होती तो तिच्या घशातच अडकतो. तिला तिच्या पुढ्यात काय दिसतंय? कैद ठोठावणारा की त्राता? झुआनाला तिच्या प्रारंभीच्या काळात ग्रासणारी भीती आठवते; तेव्हा कोणतीही जोगीण अगदी एकसारखीच दिसत असे. कफनीखालचे देह वेगळे असल्याचं तिला केव्हा जाणवू लागलं होतं? जी गोष्ट आपण कधीच विसरू शकणार नाही असं तिला वाटत असे, तीच गोष्ट आता तिला आठवू नये हे किती विस्मयकारक आहे!

"बेनेडिक्टस[५] देव दयाळू आहे," ती शांतपणे म्हणते. या शब्दाद्वारे ती 'दीर्घ मौनाचा' भंग करणार असल्याचं सूचित करते. तिच्या मस्तकात तिला मठस्वामिनीचा आवाज क्षमा करताना 'डिओ ग्रासियास[६] – देवाची कृपा आहे,' म्हणतोय असा भास होतो. तिच्या तपश्चर्येत याची दखल घेतली जाईल की ती मठाचं कर्तव्य करते आहे.

"देव तुझं भलं करो, सेराफिना." स्वत:च्या डोळ्यांत काहीही शत्रुत्व नाही हे त्या मुलीला दिसावं म्हणून ती मेणबत्ती उंच धरते.

"आऽऽऽ हा!" त्या मुलीनं रोखून धरलेला श्वास एका चिडखोर चित्काराच्या रूपात बाहेर पडतो. "मी सेराफिना नाही. ते माझं नाव नाहीये."

कुणीतरी तोंडावर थुंकावं तसे ते शब्द झुआनावर येऊन कोसळतात.

---

५. बेनेडिक्टस – आपला मुलगा जॉन द बॉप्टिस्ट याच्या जन्माच्या वेळेस त्याचा पिता झकारिया याने केलेल्या ईशस्तुतीचा अर्थ : देव दयाळू आहे.

६. डिओ ग्रासियास – देवाची कृपा आहे – Thank God हे काळजी दूर झाल्याच्या भावनेने म्हटलेले शब्द.

"तुला थोडी झोप मिळाली की तुला बरं वाटेल."

"हा! हा!... मी मेले कीच मला बरं वाटेल."

हिचं वय काय आहे? पंधरा? की सोळा? पुढल्या आयुष्याची स्वप्नं रेखाटण्याएवढी तरुण आहे ही. ते आयुष्य अर्ध्यातच खुडलं जातंय, हे कळण्याएवढी मोठी! तिला प्रवेश द्यायला त्यांनी संमती दिली होती, तेव्हा मठस्वामिनीनं काय बरं म्हटलं होतं? मठस्वामिनी म्हणाली होती, की ही मिलानच्या कुलीन घराण्यातली आहे. हिच्या कुटुंबाचे 'फेरारा' गावात महत्त्वाचे व्यापारी संबंध आहेत. आपली मुलगी 'फेरारा'मधल्या उत्कृष्ट मठाकडे सोपवून त्यांना या शहराबद्दल वाटणारी कृतज्ञता व्यक्त करायची आहे: हे अगदी निष्पाप मूल आहे, देवाच्या कृपादृष्टीखाली वाढलेलं, कोकिळेसारखा मंजूळ स्वर असलेलं, दुर्दैवानं कुणीच तिच्या लांडग्यासारख्या किंचाळ्यांबद्दल सांगितलं नव्हतं.

"कदाचित मी आधीच मरून गेले असणार. याऽ या, कुबट थडग्यात पुरून टाकलेली!" ती चिडून जमिनीवर पाय आपटते. (गादीतल्या) घोड्यांच्या केसांचा पुंजका जमिनीवर दूरवर फेकला जातो.

झुआना मेणबत्ती उंच उलचून धरते आणि खोलीतला विध्वंस नजरेनं टिपते. पलंग ढकलून बाजूवर उभा केलेला, गादी आणि लोड फाडून उघडे केलेले, आत भरलेलं ते सारं सर्वत्र पसरलेलं. हा विध्वंस लक्षणीय तर खरा.

मी मुलगी हाताच्या पंजानं नाक जोरात चोळते आणि अश्रू आणि वाहतं नाक थोपवू पाहते. "तुम्हाला काही ठाऊकच नाहीये." तिच्या आवाजात आता जोरदार काकुळती जाणवतेय. "मी इथं असायलाच नकोय. मला इथं माझ्या इच्छेविरुद्ध ठेवलं गेलंय."

झुआनाला ती आठवतेय– मखमलीच्या, वेदीपुढल्या वर्तुळात गुडघे टेकून, मान लववून बसलेली, धर्मगुरू तिच्याकडून होकाराचे मंत्रोच्चारण करून घेत असताना...

ती हळुवारपणे तिला प्रश्न विचारते, "तू धर्ममंदिरात शपथा घेतल्यास, त्याचं काय?"

"ते शब्द होते. मी फक्त शब्द उच्चारले, इतकंच. ते माझ्या तोंडातून आले, हृदयातून नाही."

हो, आता हे स्पष्ट झालं. हे वाक्य एखाद्या सामूहिक प्रार्थनेएवढंच परिचयाचं आहे. तोंडून आलेले शब्द, हृदयातून नव्हेत. जबरदस्तीबद्दलची कायदेशीर भाषा. अत्यंत वाईट अशा विवाहबंधनातून सुटका करून घेऊ पाहणारी एखादी पत्नी हे बचावाचं वाक्य योग्य अशा न्यायायलात, सहानुभूतीनं पाहणाऱ्या न्यायाधीशासमोर उच्चारून पाहील किंवा एखादी नवागत जोगीण तिच्या धर्मगुरूंपुढे असं बोलून

तिच्या शपथा रद्दबातल करू पाहील. पण या दोघी कोणत्याही न्यायालयांपासून खूपच दूर होत्या आणि या प्रश्नावर चर्चा करत रात्रभर जागं राहणं त्या मुलीच्या किंवा मठाच्या दृष्टीनं अजिबात श्रेयस्कर नव्हतं.

"तर मग तू हे मठस्वामिनीला सांगायला हवंस. ती अत्यंत सूज्ञ स्त्री आहे आणि ती तुला मार्ग दाखवेल."

"तर मग ती आत्ता आहे कुठे?"

झुआना हसते, "आम्हा सगळ्यांप्रमाणेच ती झोपण्याचा प्रयत्न करत आहे."

"मला तुम्ही मूर्ख समजलात काय?" आणि तिचा आवाज परत चढतो. "तिला माझी अजिबात फिकीर पडलेली नाही. मी म्हणजे तिच्या लेखी आणखी एक हुंड्याची देणगी आहे. हो! मला इथे दडवून ठेवण्यासाठी माझ्या वडिलांनी भक्कम रक्कम मोजलीय, याबद्दल मला अजिबात शंका नाही."

दीर्घ मौनाचा भंग करणारा प्रत्येक शब्द जितका ईश्वराला दुःखदायक, तेवढाच तो उच्चारणाऱ्या जोगिणीलाही दुःखदायक असायला हवा. पण दया आणि क्षमा हेसुद्धा या भिंतींच्या आतले सद्गुण आहेत; आणि काहीही झालं तरी झुआना आता वचनबद्ध झाली आहे. "भक्कम हुंड्याची देणगीदेखील आत्म्यांसोबत येते." ती हळूवारपणे म्हणते, "तुला हे लवकरच उमगेल."

"नाही! छे!" आणि ती मुलगी तिचं डोकं भिंतीवर आदळते. इतक्या जोरात की त्याचा आवाज दोघींनाही ऐकू जातो, "नाही. नाही. नाही."

पण आता तिचे अश्रू येतात, ते जेवढे रागाचे किंवा दुःखाचे असतात, तेवढेच ते निराशेचेही असतात. जणूकाही तिला आतून जाणवतंय की अर्धी लढाई ती आधीच हरली आहे– आणि तिच्या हाती केवळ त्याबद्दल शोक करणं उरलं आहे. 'सँटा कॅटेरिना'मध्ये काही अत्यंत श्रद्धाळू आणि दयाळू जोगिणी आहेत. त्यांना वाटतं की हाच तो क्षण आहे, जेव्हा येशू खरोखरच प्रथमच तरुण स्त्रीच्या आत्म्यात प्रवेश करतो. त्याची कृपा या निराशेच्या मातीत आशेची आणि आज्ञापालनाची बीजं रुजवते. झुआनाला याची प्रचीती यायला खूप वेळ लागला आणि वर्षं उलटली तसं तिला जाणवू लागलं की तुम्हाला स्वतःला ज्याची जेवढी जाणीव होऊ शकते, तेवढी सांत्वन तुम्हाला कुणीही देऊ शकतं. जरी तिला या गोष्टीचा अभिमान वाटण्याजोगा नसला, तरी आतासारख्या प्रसंगी इतर काही ढोंग करणं अशक्य असतं.

"माझं ऐक," ती शांतपणे म्हणते. तिच्याजवळ सरकते, "मी तुझ्यासाठी दरवाजे उघडू शकत नाही. पण तू मला तसं करू दिलंस, तर मी आजची रात्र तुझ्यासाठी सुखावह करू शकते. त्यामुळे उद्या तुला गोष्टी सोप्या पडतील याची मला अगदी खात्री वाटते."

आता ही मुलगी लक्षपूर्वक ऐकतेय. तिला ते जाणवतंय. तिचा देह थरथरतोय आणि तिची नजर चौफेर नाचतेय. तिच्या डोक्यात कोणते विचार आहेत? सुटकेचे? या कोठडीला कुलूप घातलेलं नाही आणि तिला अडवून धरणारंही इथे कुणी नाही. तिला वाटलं तर ती तिच्या बाजूनं जाऊन नक्कीच दरवाजाबाहेर पडू शकेल, आच्छादलेले मार्ग पार करून, गॅलऱ्यांमधून ती मुख्य दरवाज्यापर्यंत पोहोचेल– पण तेथे पोहोचल्यावरच तिला कळेल की मुख्य दरवाजाची किल्ली रात्री रखवालदाराकडे नसते तर मठस्वामिनीच्या स्वत:च्या ताब्यात असते. किंवा बाहेरच्या बागांमधून, फळबागांमधून ती सरतेशेवटी बाहेरच्या भिंतीपर्यंत पोहोचेल. फक्त त्या इतक्या गुळगुळीत आणि उंच आहेत की, त्यावरून चढून जाणं हे बर्फाची गुळगुळीत चादर चढून जाण्याएवढंच दुरापास्त आहे. अर्थात हे सारं आत राहणाऱ्यांना ठाऊक आहे आणि काहीजणांना खरी भयानकता कुरतडायला लागते, जेव्हा ते बाहेरच्या जगात उभे असल्याची कल्पना करू लागतात तेव्हा!

"नाही... नाही..." पण आता हे शब्द तक्रारींच्या रूपात नसून केवळ एक आर्त स्वर आहेत. ती आपला चेहरा हातांनी झाकून घेते आणि भिंतीला टेकून खाली खाली सरकत जाते. तिची पाठ दगडांवर घासत जाते. सरतेशेवटी दु:खानं शिणून जाऊन ती पाय पोटाशी धरून उकिडवी बसते!

झुआना तिच्याजवळच जमिनीवर गुडघे टेकून बसते.

ती अंग आक्रसून तिच्यापासून दूर सरकते. "तू माझ्याजवळ येऊ नकोस. मला तुझ्या प्रार्थना नको आहेत."

"हे तर ठीकच होईल." झुआना नर्म विनोदानं म्हणते. ती घोड्याचे केस बाजूला सारून हातातली मेणबत्ती जमिनीवर ठेवण्यापुरती जागा शोधते. "कारण आपला देवही आतापर्यंत तात्पुरता बहिरा झाला असेल." हे शब्द आपण प्रेमानं उच्चारले आहेत हे त्या मुलीला कळावं म्हणून ती स्मित करते. मेणबत्तीच्या प्रकाशात जवळून पाहिल्यावर लक्षात येतंय, की तिचा चेहरा गोड आहे; आता संतापानं थोडा सुजलेला आणि डागाळलेला असला तरी! झुआनाच्या अंतश्चक्षूंपुढे अर्धा डझन खिदळणाऱ्या तरुण नवागता येतात. त्या मोठ्या आनंदानं हिला पूर्ववत सुंदर करून देतील.

ती आपल्या कफनीखालची कुपी बाहेर काढते आणि तिचं बूच बाजूला सारते.

"रडणं थांबव," आता तिचा आवाज खंबीरपणे येतोय. "तुला आत्ता जी भीती वाटतेय, ती दूर होणार आहे आणि तू रात्रभर मठाला जागं ठेवलंस तर त्यानं तुला किंवा तुझ्या ईप्सिताला कोणतीही मदत होणार नाही. मी काय म्हणतेय ते तुला कळतंय का?"

त्या कुपीवरून त्यांची नजरानजर होते.

“हे घे.”

“ते काय आहे?”

“तुला विश्रांती मिळेल असं काहीतरी.”

“काय?” ती त्याला स्पर्शही करत नाही. “मी तरीही झोपणार नाही.”

“तू हे प्यायलीस, तर तू नक्की झोपी जाशील. मी ग्वाही देते. यातली द्रव्यं गाडीतून वधस्तंभाकडे जाणाऱ्या कैद्यांना दिली जातात. त्यामुळे त्यांना झोप येते आणि मृत्युवेळच्या यातना पुरेसा काळ बोथट व्हायला मदत होते. ज्यांच्या यातना इतक्या नाहीत, त्यांना यामुळे चटकन् छानसा आराम पडतो.”

“वधस्तंभ!...” ती कडवटपणे हसते. “तर मग तू माझी मारेकरी आहेस.”

तर मग ती तुरुंगाची जेलर आहे, झुआना स्वत:शीच म्हणते. ठीक आहे. असू दे. बंड करायला केवढी शक्ती खर्ची पडते आणि ते करताना तुम्ही एकट्याच असलात तर ते किती अवघड काम असतं! ती हातातली कुपी आणखी पुढे धरते; कोणत्याही क्षणी पळ काढू पाहील अशा जंगली श्वापदाला लालूच दाखवावी त्याप्रमाणे.

हळूहळू त्या मुलीची बोटं ती कुपी घेण्यासाठी पुढे येतात. “यामुळे मी काही नमतं घेणार नाहीये.”

औषध गिळत असताना त्या मुलीची नजर झुआनावर खिळलेली असते. त्याची चव उग्र आहे आणि तिला ठसका लागतोय. ओरडून ओरडून तिचा घसा आधीच सोलवटलाय. जर ती कोकिळकंठी आहे ही शुद्ध थाप नसली; तर तिचा आवाज पूर्ववत गाता व्हावा, म्हणून औषध घेण्यासाठी तिचं मन वळविणे आवश्यक आहे.

ती औषध संपवते आणि आपलं डोकं मागच्या भिंतीवर टेकवते. तिचे अश्रू अजून वाहताहेत, पण आवाज येत नाहीये. झुआना काळजीपूर्वक लक्ष ठेवते. तिच्यातला वैद्य आता औषधांच्या परिणामाबाबत सजगतेने नजर ठेवतोय.

‘देवा, माझ्या प्रार्थनेला धावून ये आणि माझे रुदन तुझ्या कानी पोहोचू दे.’

इतक्या कडक मात्रेत हे औषध देण्याची यापूर्वी तिच्यावर केव्हा बरं वेळ आली होती? दोन, नव्हे तीन वर्षांपूर्वी. इतकीच लठ्ठ देणगी घेऊन आलेल्या, परंतु फेफरं येण्याचा इतिहास लपवून ठेवलेल्या मुलीवर. पहिल्या रात्री तिला वाटलेल्या धास्तीमुळे तिला जी काही जोराची आकडी आली की, तिला दाबून धरण्यासाठी तीन जोगिणींना शक्तीपणाला लावावी लागली. तिचे कुटुंबीय आणखी बलदंड असते, तर मठाला तिला ठेवावंच लागलं असतं. कारण (एपिलेप्सी)– फेफरं येणं– हे जोगिणीनं घेतलेल्या शपथा रद्दबातल करण्यासाठीच्या मोजक्या कारणांपैकी एक असलं, तरी ते कुटुंबीयांच्या सामाजिक वजनावर अवलंबून असतं. असं असलं तरी मॅडोना चिआरानं यशस्वी वाटाघाटीनंतर तिला परत पाठवणं जमवलं होतं आणि

त्यांना झालेल्या त्रासाबद्दल तिनं आणलेली देणगी परत करताना त्यातून पैसेही कापून घेतले होते. 'सँटा कॅटेरिना' मठाच्या आत्ताच्या मठस्वामिनीचं व्यावहारिक कौशल्य असं असाधारण होतं! पण या बंडखोर तरुण मनाला ती कसं काय हाताळणार हे अजून कळायचं होतं.

'माझ्या दुःखाच्या क्षणी माझ्याकडे पाठ फिरवू नकोस.'

झुआनाच्या मस्तकातला हा आवाज कुजबुजण्याएवढा हळू होतो.

'माझ्या कण्हण्याच्या आवाजामुळे माझी हाडं माझ्या स्नायूंना चिकटून राहणं कठीण होणार आहे.'

याबद्दल यानंतर विचार केला असता हे विशिष्ट सूक्त तिनं का निवडलं असावं हे तिला आठवत नाही. कारण ते एकदा चालू केल्यावर त्याचे शब्द पहिल्याच्या विरुद्ध अर्थाचे आहेत हे जाणवतंय.

''जंगलात असलेल्या पेलिकनप्रमाणे माझी अवस्था आहे. मी आहे वाळवंटातलं घुबड. मी बघतेय. घराच्या टोकावर एकट्यानंच बसलेल्या चिमणीगत माझी स्थिती आहे.''

''याचा (औषधाचा) काही परिणाम होत नाहीये.'' ती मुलगी ताठ होऊन, हात-पाय झाडत पुन्हा चिडते.

''हो. हो. होतेय. झगडा थांबव आणि फक्त श्वास घे.''

झुआनाच्या मस्तकात शब्द घुमतात, *'ती भाकरी असावी, अशा समजुतीनं मी राख गिळलीय आणि पाण्यात माझे अश्रू मिसळलेत.'*

नवागता किंचितसं कण्हते आणि पुन्हा गडगडत खाली कोसळते.

'तूच मला उभारी दिलीस आणि तूच मला बाजूला सारलंस. सावल्यांसारखे माझे दिवस झाकोळून जाताहेत, आणि मी गवताच्या पात्याप्रमाणे सुकून जातेय.'

ती कण्हते आणि आपले डोळे मिटून घेते.

आता फार वेळ लागणार नाहीये. ती घसरू लागल्यावर तिला आधार देता यावा म्हणून झुआना तिच्याजवळ जाते. ती मुलगी आपले हात गुडघ्यांभोवती घट्ट वेढून धरते आणि थोड्या वेळानंतर त्यावर आपलं डोकं टेकते. ही पराजयाएवढीच थकव्याचीही निशाणी आहे.

'पण हे देवा, तू चिरंतन काळ राहा : तुझं स्मरण येत्या साऱ्या पिढ्यांमध्ये अखंड राहो.'

बाहेर रात्रीची शांतता परत आपला अंमल बसवते. आच्छादित पदपथ, पटांगण, कोठड्यांचे दरवाजे– सर्वत्र ती प्रविष्ट होते. रोखून धरलेला श्वास सारा मठ मोकळा सोडतो आणि झोपेकडे वळतो. त्या मुलीचा देह झुआनाच्या बाजूला कलंडू लागतो.

'गरीब बिचाऱ्या अनाथांचा धावा त्यानं ऐकावा आणि त्यांच्या आक्रोशाकडे पाठ

फिरवू नये.'

ते सारं संपलंय, बंड शांत झालंय. त्या क्षणी झुआनाला सुटकेच्या भावनेतच थोडं दु:ख मिसळलेलं जाणवतंय.

जणूकाही सूक्ताचे शब्द सरतेशेवटी शांतवायला अपुरे पडले असावेत, याचा खेद. हा पापी विचार मनात आणल्याबद्दल ती स्वत:लाच दूषण देते. प्रश्न उपस्थित करणं हे तिचं काम नव्हे. तिचं काम आहे स्थिरस्थावर करणं.

आणि ते घडतंय. लवकरच ही मुलगी बेशुद्धावस्थेत जाणार आहे. झुआना कोठडीत नजर टाकते.

दुसऱ्या खोलीच्या दरवाजापाशी एक जाडजूड पेटारा आहे. ठासून सामान भरलं तर जोगीण त्यात अर्ध जग माववू शकेल. नक्कीच त्यात तिचे स्वत:चे पलंगपोस असणार; दुहेरी कोठडी परवडण्याएवढा हुंडा घेऊन आलेल्या मुली सॅटिनच्या चादरीवर झोपतात आणि हंसाच्या पिसांनी भरलेल्या उशांवर डोकं टेकतात. तिचा पलंग मदतीशिवाय सरळ करता येईल, पण शिल्लक असलेली गादी त्यावर घातली तरी त्यावर जाडजूड चादर घालावी लागेल. संतापानं आता तिचा देह तापलेला नसल्यामुळे लवकरच तिला घाम येईल आणि संतापाचं परिवर्तन तापात होईल.

'सागर शांत व्हावा म्हणून 'तो' वादळ शांतवतो.'

झुआना तिला हळुवारपणे भिंतीला टेकवून बसवते आणि त्या पेटाऱ्याकडे जाते. झाकण उघडताच मेण आणि कापराचा गंध दरवळतो. कपड्यांच्या ढिगावर चंदेरी मेणबत्तीचं घर विसावलंय. बाल-येशूच्या लाकडी मूर्तीजवळ मखमली कोट आणि तलम झगे ठेवलेले आहेत. आणखी खाली गालिचा आहे, घट्ट इराणी विणीचा. त्याच्या शेजारीस सुरेखसं वेगवेगळ्या वेळी म्हणायच्या सूक्तांचं पुस्तक आहे. त्याच्या मुखपृष्ठावर नाजूक नक्षी काढलीय. तिच्या प्रवेशासाठी ते नक्कीच नव्यानं बनवून घेतलेलं आहे. प्रार्थना मंदिरात हे पुस्तक नजरेला पडलं की काही जोगिणींना मत्सरावर काबू ठेवणं किती कठीण पडणार आहे हे तिला लख्ख दिसतंय. तिनं ते उचलून घेतल्यावर ते नेमकं उघडतंय 'मॅग्निफिकाट'[७]च्या सचित्र लेखापाशी : गुंतागुंतीच्या आकृत्या आणि सोनेरी पानांच्या तंतूंच्या विळख्याने प्राणी मेणबत्तीच्या प्रकाशात झळाळून निघताहेत आणि आतमध्ये खुणेचा कागद म्हणून

७. मॅग्निफिकाट – हे पाच आवाजात गायलं जाणारं सांघिक उपासना गीत आहे. D major ह्या पट्टीत गायली जाणारी ही योहान बाख ह्या संगीतकाराची सुप्रसिद्ध रचना आहे. ह्या गीताचे शब्द आहेत, लूक ह्या येशूच्या अनुयायानं निरूपण केलेली मेरीची (येशूच्या आईची) प्रार्थना.

घातल्यासारखे, हस्तलिखित कागद आहेत. ते वाचून 'ठीक आहेत' म्हणून संमत झाले आहेत? की दारापाशी तपास घेणाऱ्या जोगिणींच्या नजरेतून हा खजिना तपासताना ते सुटले आहेत? हे असं काही प्रथमच घडत नाहीये.

"तू काय करते आहेस?" ती पुन्हा सावध झालीय. औषधाचा अंमल असूनही तिनं डोकं वर उचललं आहे. "ते माझे आहेत."

माझे! येत्या महिन्यात हा शब्द कमी कमी वापरणं तिला शिकावं लागणार आहे. त्या मुलीची घाबरगुंडीच झुआनाच्या प्रश्नाचं उत्तर देते. या नक्कीच प्रार्थना नाहीत. कविता असतील? किंवा प्रेमाच्या माणसाची पत्रं... कोणत्याही प्रार्थनेएवढीच मौल्यवान. शब्द कळण्यासाठी उजेड फारच अंधूक आहे. असा अंधूक आहे तेच बरं आहे. जे तिला वाचता येत नाही, त्याला तिनं शिक्षा करणंही अपेक्षित नाही.

तिला तिनं स्वत: आणलेली पेटी आठवते आणि इतक्या वर्षांपूर्वी त्यातल्या पुस्तकांनी तिचं आयुष्य कसं तारून नेलं ते तिला स्मरतं. जर कुणीतरी ती जप्त करायचं ठरवलं असतं तर? त्या वेदना हलक्या करण्यासाठी तिला झोपेच्या औषधाहूनही काहीतरी जास्त जालीम गोष्टीची आवश्यकता भासली असती.

ती ते पुस्तक बंद करून त्या पेटाऱ्यात परत टाकते आणि म्हणते, "तुझं हे सुखासीन आयुष्य आहे आणि या खोल्या मिळणं हे तुझं सुदैव आहे." ती जाडजूड मखमली कापड बाहेर खेचून काढते. "तुझ्या आधीची जोगीण इथे रात्रीचं जेवण व झोपण्यापूर्वीच्या कालावधीत कधीमधी मैफली जमवत असे. मद्य आणि केक्स देत असे आणि वाद्यं वाजवत राजदरबारातली प्रेमगीतंसुद्धा गात असे." ती पलंग सरळ करते आणि त्यावर उरलासुरला गादीचा अवशेष पसरते.

"बाहेरून पाहिल्या की, भिंती भीतिदायक वाटतात हे मला ठाऊक आहे. पण एकदा त्याची सवय झाली, की तुला भय वाटतंय तसं इथलं आयुष्य वैराण नसेल."

"माझ्या देहाची काळजी वाहणं हे तुझं काम आहे. माझ्या आत्म्याची नव्हे!" जरी ती भिंतीला टेकून बसली असली, तरी तिचे डोळे अर्धवट मिटलेले आहेत आणि तिच्या शब्दांची एकमेकात सरमिसळ होतेय. जरी मन राजी नसलं तरी शरीर तरी आता थकलंय.

'आणि ते आता आनंदात आहेत कारण ते आता विसावा घेताहेत आणि 'तो' त्यांना स्वर्गात नेतोय जिथं ते राहणार आहेत.'

फाटलेल्या गादीवर झुआना काळजीपूर्वक पलंगपोस घालते. म्हणजे घोड्याचे खरखरीत केस मुलीच्या कातडीला टोचणार नाहीत. तिचं काम संपतं तोवर मुलीचे डोळे मिटलेले आहेत.

ती तिच्या काखेत हात घालून तिला उभं करते, तिचा हात आपल्या खांद्याभोवती

ठेवते आणि तिच्या कंबरेला आधार देते, म्हणजे चालताना ती अडखळणार नाही. तिचा देह कबुतरांसारखा गुबगुबीत आहे आणि आता औषधामुळे जडावला आहे. त्या सकाळी जे सुगंधी तेल तिनं वापरलं असणार त्याचा सुवास आता तिच्या घामाच्या दर्पात मिसळला आहे. खसखशीच्या गोड पाकाचा सुगंध येणारा तिचा श्वास झुआनाला आपल्या गालांवर जाणवतो. हो! फेंगड्या, खुरट्या पायांच्या आणि तिरळ्या डोळ्यांच्या स्त्रियांबरोबरच आपला देव अत्यंत सुंदर तरुणींनाही आपल्या संरक्षणाखाली घेऊन बाहेरच्या जगापासून सुरक्षित ठेवतो. ती स्वत: इतकी आकर्षक कधीच नव्हती आणि अशा गोष्टी नाहीतरी तिच्या दृष्टीनं कधीच महत्त्वाच्या नव्हत्या.

"मी... झोपणार नाहीऽ..ये," ती बंडखोर, अडखळत बरळते आणि अंथरुणावर पडते.

"शू!!" ती तिला पांघरुणात घट्ट लपटते. ते आत घट्ट खोचते. *'देवाचे आभार माना. कारण, तो दयाळू आहे आणि त्याची दया चिरंतन आहे.'*

पण आता तिचे शब्द ऐकणारं कुणीच नाही. ती आता मुलीचा देह कुशीवर वळवते म्हणजे तिचं डोकं गादीवर टेकेल. अनुभवानं हे तिला शिकवलं आहे. तिच्या वडिलांनी एकदा एका बेफाम झालेल्या रुग्णावर उपचार केले होते. त्यानं औषधापूर्वी भरपूर मद्य घेतलं होतं हे त्यांना ठाऊक नव्हतं. अर्ध्या रात्री त्यानं त्यातली थोडी दारू ओकून टाकली होती आणि उताण्या स्थितीत बेशुद्ध अवस्थेत असताना तो स्वत:च्या वांतीमुळे जवळजवळ गुदमरून गेला होता. प्रयोग आणि निरीक्षण. ज्ञानाचा खरा मार्ग.

"बाळा, निसर्गाची किमया कशी काम करते, ते पाहिलसं? जे औषध एकटंच घेतलं तर विषवत ठरेल, तेच इतर गोष्टींबरोबर मिसळल्यावर कसं काम करेल आणि बरं करेल ते पाहा."

त्यांचा आवाज तिच्या मनाच्या कडेपाशी नेहमीच सज्ज असतो. प्रार्थना संपून तिच्या स्वत:च्या विचारांना मोकळी जागा केव्हा मिळते याच्या प्रतीक्षेत.

प्रारंभी असा एक काळ होता– तो काळ किती दिवस होता ते तिला आता स्मरत नाहीये– जेव्हा त्यांची जवळीक तिला जवळजवळ असह्य वाटत असे, कारण त्यामुळे तिला ज्या गोष्टी गमवाव्या लागल्या होत्या त्यांची तिला फार प्रखर जाणीव होत असे. पण त्यांच्याशिवाय आयुष्य जगण्याची कल्पना आणखीच दु:सह वाटे आणि अखेरीस दु:खाची तीव्रता बोथट होऊ लागली आणि त्यांचं अस्तित्व आसपास असल्याची जाणीव सुखावह वाटू लागली; मृत वडील पण जिवंत गुरू. अर्थात तिला पूर्णपणे जाणीव आहे, की जोगिणीनं मठाच्या वर्तमानकाळाऐवजी आपल्या भूतकाळात वावरणं हे नियमांचं उल्लंघन करणं आहे. पण वडिलांचं साहचर्य तिला इतकं सवयीचं झालं आहे, की त्याबद्दल ती कबुलीजबाब देईनाशी

झाली आहे. जे पाप करणं आपण थांबवू शकत नाही किंवा कधी थांबवणारही नाही त्याबद्दल किती प्रायश्चित्त घ्यायचं यालाही मर्यादा आहे.

झोपी गेलेल्या तरुणीकडे नजर ठेवताना ती पुन्हा त्यांना साद घालते.

"तुझ्या नोंदवहीत जादा दिलेल्या मात्रेची नोंद कर. मला ठाऊक आहे– ठाऊक आहे– थोडेसे थेंब थोडेच वाटतात, पण प्रत्यक्षात ते खूप ठरू शकतात. बाळा, मोजण्यात समतोल केवढा महत्त्वाचा असतो! ग्रंथाधार आणि वस्तुस्थिती, प्रयोग आणि निरीक्षण. प्राचीन ज्ञानाचा अर्वाचीन जगात वापर. अर्थात आपण ग्रीक लोकांप्रमाणे वागून आपली औषधं गुन्हेगारांवर वापरून पाहू शकत नाही. ते शक्य असतं तर आपण थेरियाक[८]चं गूढ आतापर्यंत उकललं असतं आणि साऱ्या विषयांवरील आपलं प्रभुत्व सुरक्षित झालं असतं, याचा विचार कर! तरीसुद्धा विस्मृतीत लयाला गेलेलं बरंचसं आपण शोधून काढलं आहे आणि जेव्हा तुम्हाला खात्री नसते किंवा नवीन संयुगं किंवा मिश्रण यांचे प्रयोग करून पाहण्यासाठी रुग्ण नसतात तेव्हा तुम्ही त्यांचा प्रयोग स्वत:वर केव्हाही करू शकता. परंतु जी औषधं मज्जासंस्थेला बधिर करतात; ती घेताना तुम्ही सर्वतोपरी काळजी घेतली पाहिजे आणि शुद्ध हरपण्यापूर्वीच्या क्षणांची नोंद ठेवली पाहिजे. याप्रकारे तुम्ही शुद्धीवर याल तेव्हा तुम्हाला बरीचशी कल्पना असेल."

तिला हसू येतं. फेराराच्या धुक्यानं भरलेल्या हिवाळ्यात त्यांच्या भाषणांसाठी आणि विच्छेदनासाठी अनेक तास रांग लावून प्रतीक्षा करत उभ्या असलेल्या साऱ्या विश्वविद्यालयीन विद्यार्थ्यांसाठी हा उत्कृष्ट सल्ला होता. काही काळ, त्यांच्यापैकी काहींशी तिची भेटही झाली होती. देवाच्या चमत्कृतीपूर्ण विश्वाची रहस्यं उलगडणाऱ्या कामाला ज्यांनी स्वत:ला वाहून घेतलं आहे अशी ती उत्सुक, तरुण पंडितांची आणि वैद्यकशास्त्रज्ञांची त्यांची सेनाच होती आणि त्यांच्याबरोबर वडिलांच्या ज्ञानाचा लाभ करून ती स्वत:देखील समृद्ध झाली होती; अर्थातच चार चौघांपुढे ती हे कधीच उघड होऊ देत नसे. तिच्या वडिलांचे शिष्य आपलं ज्ञान समवेत घेऊन राजदरबारांमध्ये आणि विश्वविद्यालयांमध्ये गेले तर तिनं एका वेगळ्या प्रकारच्या देवाच्या उपासनेला स्वत:ला वाहून घेतलं; इथं दिवसागणिक आठवेळा, आठवड्याचे साती दिवस, आजन्म केल्या जाणाऱ्या उपासनेहून ज्ञानाच्या अविरत शोधाला दुय्यम महत्त्व होतं. स्वाभाविकत: याचं प्रारंभी तिला फार दु:ख वाटलं होतं. या भिंतींआड प्रयोग करायला फारच कमी वाव होता. जोगिणीला स्वत:वरच औषधांचे प्रयोग करून

---

८. थेरियाक (Theriac) – इसवी सनाच्या पहिल्या शतकात ग्रीक लोकांनी तयार केलेले हे औषध सर्व व्याधींवरला रामबाण उतारा म्हणून सुप्रसिद्ध होते. व्यापारमार्गे हे चीन व भारत अशा दूरच्या देशांमध्येही माहीत झाले होते.

पाहण्यासाठी इथं अजिबात फुरसतच नव्हती.

तरीसुद्धा, पायऱ्या चढत औषधालयाची प्रमुख जोगीण या पदाला पोहोचून ती आता तिच्या वडिलांनी जे केलं असतं, तेच करतेय: आपल्या (औषधी) वनस्पती वाढवणं, त्यांचे अर्क तयार करणं आणि त्यांच्या परिणामांची नोंद ठेवणं. जरी एका वेळेस लहान लहान पावलंच उचलता येत असली, तरी ती प्रगती करते आहे. मठाबाहेर राहून वडील नसताना ती जे करू शकली असती त्याहून हे जास्तच आहे.

ती हात ठेवून मुलीची नाडी तपासते. ठोके थोडे कमी वेगानं होत असले तरी स्थिर गतीनं होताहेत. ती किती वेळ झोपेल? आधीच खूप उशीर झाला आहे. ते तिला सूर्योदयाच्या लॉड्ससाठी– (ईशस्तुतीसाठी–) उठवणार नाहीत. कदाचित सकाळच्या सहा वाजताच्या प्राईम– प्रथम प्रार्थनेसाठी– किंवा नऊ वाजायच्या 'टर्स'साठी सुद्धा– (तृतीय घटिका) जागं करणार नाहीत. अर्थात जरी त्यांनी तिला जागं केलं, तरी विरोध करण्याएवढं तिच्या ठायी त्राण नसेलच. तिचं मनोबल केवढंही असलं तरी तूर्तास ते तिच्या शारीरिक दुर्बलतेमुळं खच्ची झालं आहे. मुलीला त्याबद्दल कृतज्ञता वाटणार नसली तरी झुआना सर्वांपेक्षा जाणून आहे की हे एक प्रकारचे उपकारच आहेत. जरी खरी कृपा फक्त देवच करू शकतो, तरी लोटणारा काळ एक प्रकारची सांत्वना देतो. तासांमागून तास, दिवसांमागून दिवस, हिमकणांसारखा वर्षाव करणारा काळ आधीच्या क्षणांवर, क्षणांचे थरचे थर रचत जातो. अखेरीस आधीचं ठुसठुसतं शल्य झाकलं जातं. त्याचं आधीचं रंगरूप वर्तमानाच्या रजईखाली झाकलं जातं.

अखेरी मॅटिन्सची– पहाटेच्या दोन वाजताच्या प्रात:प्रार्थनेची– घंटा छोट्या प्रार्थनामंदिरात घणघणते. पहाऱ्यावर असलेल्या जोगिणीचा पदरव तिला दगडी फरशीवर होताना ऐकू येतो. ती आच्छादित पदपथावरून फेरीला प्रारंभ करते आहे. आज दरवाजांवर ती मारत असलेली थाप रोजच्यापेक्षा जोरदार आहे. सवयीमुळे (हॅबिट म्हणजे सवय व जोगिणीची कफनी असे दोन्ही अर्थ असल्यामुळे या शब्दांवर इथे श्लेष करून म्हटलं आहे की जी गोष्ट त्यांना त्यांच्या आत्म्यांवर परिधान करावी लागते तीच अंगावरही वागवावी लागते हे उचितच आहे.) त्यातल्या काहीजणांना त्या जाग्या झाल्याची जाणीव होण्यापूर्वीच त्या उठून हालचाल करू लागतील. पण इतर काहीजणांचा नुकताच डोळा लागला असेल आणि त्यांना झोपेच्या पांघरुणातून बाहेर पडावेसे वाटत नसेल. अशा परिस्थितीत पहाऱ्यावरची जोगीण आत शिरून झोपलेल्या जोगिणीला एकदा खांदा धरून हलवू शकते. तरीही ज्या उठणार नाहीत, त्या स्वत:च्या मर्यादा उल्लंघनाबद्दल दिवसा मठस्वामिनीपुढे कबुलीजबाब देतील.

कोठड्यांचे दरवाजे उघडायला सुरुवात होते. पाठोपाठ पावलं वाजू लागतात. जोगिणी एकत्र होऊन पहाऱ्यावरच्या जोगिणीच्या पाठोपाठ जाऊ लागतात. काळोखात

काजळ सावल्यांची यात्रा सुरू होते. अंधारात त्यांच्या हातीच्या मेणबत्त्या काजव्यांप्रमाणे चमकतात. नवागतेच्या दारापुढून जाताना कुणीतरी जांभई दाबून टाकतं.

झुआना वाट पाहते. जरी मठस्वामिनीला तिच्या रात्रीच्या हालचालींबद्दल माहिती असली, तरी तिनं मठाची शिस्त शक्यतेवढी कमी विस्कळीत करायला हवी. छोट्या प्रार्थनामंदिराचा दरवाजा जाडजूड बिजागऱ्यांची करकर करत उघडतो आणि सारी रांग आत शिरल्यावर पुन्हा बंद होतो. लाकडाची पुढली करकर उशिरा येणाऱ्या पहिल्या आणि दुसऱ्या जोगिणीची नोंद ठेवते. ती त्या कोठडीच्या बाहेर पडून पटांगण ओलांडत असताना, मंत्रोच्चारणांचा ध्वनी दाराखालून आधीच बाहेर पडू लागला आहे. वरच्या मजल्यावरच्या आच्छादित गॅलरीतून किंचित लंगडत पटांगणात शिरणारी लहानशी आकृती तिला तिच्या पुढे नजरेस पडते. रात्रीची भटकंती कुणीतरी दडवून ठेवू पाहतंय. ती ते दृश्य मन:पटलावरून पुसून टाकते. आज रात्री आधीच भावनांचा भरपूर कल्लोळ उठलेला आहे. त्यात भर टाकण्यात शहाणपण नाही.

प्रार्थना मंदिरांचा दरवाजा पुन्हा बंद होईपर्यंत ती वाट पाहते आणि त्यानंतर खाली मान घालून पटकन आत शिरते. सामूहिक प्रार्थना गाणाऱ्यांच्या बाकांमधून वाट काढत, जोगिणींना बाहेरच्या सार्वजनिक चर्चपासून अलग करणाऱ्या जाळीपुढे टांगलेल्या मोठ्या क्रूसापाशी ती पोहोचते. त्याच्यापुढे ती साष्टांग लोटांगण घालते. तिच्या कपड्यातून जाणवणारा खालच्या थंडगार फरशीचा गारवा तिला क्षणभर शिरशिरी आणतोय याची तिला जाणीव होते. ती प्रार्थनागीतं गाणाऱ्यांच्या बाकांवरच्या, दुसऱ्या रांगेतल्या टोकाच्या तिच्या नेहमीच्या जागी जाऊन टेकते. दिवसाच्या प्रहरानुसार म्हणायच्या प्रार्थना ओळीनं लिहिलेलं तिचं प्रार्थनांचं पुस्तक तिच्यापाशी नाहीये. ते तिच्या कोठडीतल्या टेबलावर उघडून ठेवलेलं, तसंच राहिलंय. जरी त्यातली प्रकरणं आणि सूक्तं तिला तोंडपाठ असली, तरी ते जवळ नसणं हा अपराध आहे. मठस्वामिनीची दृष्टी पटकन तिच्यावरून फिरते. झुआना तोंड उघडून गाऊ लागते.

मठ आज नेहमीसारखा उत्तम परिस्थितीत नाही. हिवाळ्यानं अनेक घसे जायबंदी केले आहेत; जोरदार खोकण्यामुळं आणि शिंकांमुळं मंत्रपठणात व्यत्यय येतोय. रात्रीच्या वेळेस मठ अतिशय थंडगार असतो आणि प्रार्थनांच्या बाकांवर बाराएक नवागता धडपडताहेत. गुबगुबीत गालांच्या आणि पक्षांच्या मृदू लव असलेल्या पिसांसारखी त्वचा असलेल्या त्या मुली इतक्या रात्री किंवा इतक्या पहाटे उठण्याच्या दृष्टीनं फारच लहान वयाच्या वाटताहेत. झुआनाच्या लक्षात आलंय की दमल्यावर त्यातल्या काहीजणी लहान मुलांप्रमाणे मुठींनी आपले डोळे चोळतात. कधीही न थकणारी, मठाची नवागतांवर नजर ठेवणारी प्रमुख जोगीण, सुओरा उमिलिआना म्हणते की नवागता जोगिणींची प्रत्येक नवी तुकडी आधीच्या तुकडीहून

आणखी निकृष्ट असते. त्या जास्तजास्तच स्वार्थी आणि सुखलोलुप असतात. सत्य हे जास्त गुंतागुंतीचं असणार. कारण, उमिलिआना स्वत:चं वय झाल्यामुळे जास्तजास्त कडक आणि कठोर होत चालली आहे, तर येणाऱ्या मुली कोवळ्या वयाच्याच आहेत. काहीही असो. झुआनाला त्यांच्याबद्दल सहानुभूती वाटते. त्यांच्या वयाच्या मुली झोपेसाठी अधाशी असतात. मॅटिन्स, (पहाटेच्या दोन वाजताची प्रात:प्रार्थना) हे अर्ध्या रात्री झोपमोड करणारं मठाचं सर्वांत अवघड आन्हिक आहे.

तरीही एका दृष्टीनं त्याची निर्दयता हेच त्याचं मोठं बलस्थान आहे, कारण मॅटिन्सचा मुख्य हेतू आहे. विरोध करणाऱ्या देहातून आत्म्याला आकृष्ट करून घेणं आणि जेव्हा माणूस झोपेतून प्रार्थनेकडे वळतो, तेव्हा मनाच्या गोंगाटाच्या आणि बडबडीच्या व्यत्ययाची सर्वांत कमी शक्यता असते. जसजसं वय होईल, तसतशी ही प्रात:प्रार्थना इतर साऱ्या प्रार्थनांपेक्षा प्रिय वाटणाऱ्या जोगिणी झुआनाला ठाऊक आहेत. त्यांना ही प्रात:प्रार्थना अमृतप्राशनासारखी वाटते, कारण एकदा तुम्ही थकव्यावर मात करण्यासाठी शिस्त अंगी बाणवलीत, की सारं जग निद्राधीन असताना देवाच्या सहवासात राहण्याचं भाग्य हे अमोल ठेवाच वाटू लागतं; निरंकारी सन्मान, अधाशीपणा न करता चाखलेली मेजवानी असावी तद्वतच!

अशा क्षणी त्यातल्या काहीजणी देवाशी इतक्या तादात्म्य पावतात की त्यांना त्यांच्या डोक्यावर देवदूत फिरताहेत असं वाटतं. एकीला तर येशूनं मोठ्या लाकडी क्रूसावरचे त्याचे हात उचलून आपल्याकडे लांबवले असल्याचासुद्धा भास झाला. आत्म्याला असे आभास इतर कोणत्याही प्रार्थनेपेक्षा मॅटिन्सच्या (प्रात:प्रार्थनेच्या) वेळेस जास्त वेळा होतात. नवागत तरुणींच्या दृष्टीनं ही गोष्ट चांगलीच असते कारण कधीमधी घडणाऱ्या या हृदय धडधडणं किंवा बेशुद्ध होऊन पडणं अशासारख्या खळबळजनक घटना त्यांना तन्मयावस्थेच्या शक्यतेची जाणीव करून देतात. झुआनाला स्वत:ला कधीही दैवी दृष्टान्त झाले नसले, तरी तिलाही क्षणभर याबद्दल कुतूहल वाटून गेलं आहे : रात्रीच्या शांततेत आवाज अधिक सुरेल कसे भासतात किंवा त्यांच्या श्वासामुळे अंधारात मेणबत्त्यांची ज्योत कधी मोठी का होते आणि ज्योतींच्या प्रकाशात दगडी पुतळे कसे वितळल्यासारखे वाटतात आणि नाचऱ्या, द्रवरूप सावल्या भिंतींवर कसे पसरवतात.

अशा चमत्काराची आज फारच थोडी शक्यता आहे. म्हाताऱ्या सुओरा ॲग्नेशियाला भक्तीचा कैफ चढला आहे, तिचं डोकं एका बाजूला कललं आहे, मानवी आवाजात दैवी स्वर ऐकू येतोय का याचा ती सजगतेनं शोध घेतेय. पण मागच्या रांगेत सुओरा येस्बेटा आधीच झोपी गेलीय. तिच्या दुर्गंधी फैलावणाऱ्या छोट्या कुत्र्याप्रमाणेच तिच्या घोरण्याचा आवाज येतोय. इतरांच्या दृष्टीनं प्रार्थनांच्या ओळींवर मन एकाग्र करणं हेच एक महत्कृत्य आहे.

आपला थकवा बाजूला सारण्यासाठी झुआना तिचे खांदे खुर्चीच्या पाठीला टेकतील इतकी ताठ होऊन बसते. बऱ्याचशा समूह-प्रार्थनांच्या बाकांवर बसणाऱ्या जोगिणी त्यांची पाठ साध्या लाकडावर टेकवतात. वर्षानुवर्षं त्यावर कपडे घासल्यामुळे ते लाकूड गुळगुळीत झालेलं असतं. पण सँटा कॅटेरिनाची गोष्ट वेगळीच आहे. कारण इथं बाकं कोरीवकामानं नटवली आहेत. वेगवेगळ्या रंगांच्या लाकडांचे शेकडो तुकडे आत जडवून आणि चिकटवून अनेक देखावे आणि चित्रं निर्माण केलेली आहेत. ही बाकं, या मठाला देणगी देणाऱ्या एका स्त्रीकडून शंभर वर्षांहूनही पूर्वी, महान बॉर्सो द एस्टेच्या कारकीर्दीच्या वेळेस दिली गेली होती. ती बनवायला पिता-पुत्रांच्या जोडीला विसाहूनही अधिक वर्षं लागली होती अशी वदंता आहे. आता, जेव्हा सँटा कॅटेरिना मठातल्या जोगिणी देवाची प्रार्थना करतात, तेव्हा त्यातल्या प्रत्येकीचा कणा त्यांच्या लाडक्या शहराच्या एका वेगळ्या दृश्यावर टेकतो : रस्ते, घरांची छपरं, धुराडी, कळस, यापासून ते धक्क्याची कड दर्शवणाऱ्या चेरीच्या किंवा चेस्टनस्टच्या लाकडाचे ढलपे आणि अक्रोडाच्या लाकडाच्या काळ्या नागमोडी रेषांनी दर्शवलेली 'पो' नदी. अशा प्रकारे त्यांचं जन्मस्थान असलेल्या फ़ेरारा गावापासून त्या अलग राहत असल्या तरी त्यांचं प्रिय फेरारा गाव त्यांच्यासाठी सजीव केलं गेलं आहे.

जेव्हा झुआनाचं एकचित्त होत नसतं, आणि आज रात्री ते तसं होत नाहीये, तेव्हा ती या सुंदर दृश्यचित्रांची रत्नं वापरून देवाशी तद्रूप होऊ पाहते. ती कल्पना करते की त्यांच्या आवाजाचा ध्वनी ढगांप्रमाणे तरंगत वर वर जातो आहे, चर्चच्या छताबाहेर पडून तो बाहेरच्या हवेत पोहचतो आहे, मग धुराच्या पिसाऱ्यांप्रमाणे तो या शहरावरून तरंगत पुढे सरकतो आहे. गोदामं आणि राजवाडे याभोवती विळखे घालून तो चर्चच्या बाजूनं पुढे सरकत, डी'एस्ट राजवाड्याभोवतीच्या कुबट खंदकावरून तरंगत, तो ध्वनी मोठाल्या खोल्यांमधून मधुर प्रतिध्वनी निर्माण करत पुढे सरकत नदीकिनारी पोहचतो आणि तेथून तो उंच चढत रात्रीच्या ताऱ्यांपाशी आणि ताऱ्यांमागच्या स्वर्गापाशी पोहचतो.

ह्या कल्पनेचं सौंदर्य आणि निर्मळपणा तिचा थकवा दूर करतात आणि तिला देखील मुक्त होऊन कोणत्या तरी अद्‌भुताकडे खेचलं जात असल्याची भावना होऊ लागते. अर्थात तिच्या बाबतीत ही भावना देवदूतांचे फडफडते पंख आणि रात्री तिला लपेटून घेणाऱ्या येशूच्या हातांची ऊब हे रूप घेत नाही.

पटांगणासमोरच्या कोठडीत चिडलेली नवागता झोपेत जडपणे अंग हलवते. औषधाच्या अंमलाखाली ती वेड्यासारखी विस्मयजनक स्वप्नं पाहते आहे.

२

"ती किती चटकन शांत झाली?"

"औषध पाजल्यानंतर, लगेचच. मी तेथून निघाले, तेव्हा ती गाढ झोपी गेली होती."

"फारच गाढ! मी तिला प्रथम किंवा तृतीय (प्राइम व टर्स) घटकेसाठीसुद्धा उठवू शकले नाही." सुओरा उमिलिआनाचा स्वर तीव्र येतो. "मला भीती वाटली की देवानं रात्री तिला आपल्यापाशी नेलं की काय!"

"तिला शांत करणं हे माझं कर्तव्य होतं. माझ्या अनुभवाप्रमाणे जेव्हा देहात ऊब असते आणि श्वास असतो, तेव्हा जीवन-मृत्यूतला फरक ओळखणं पुरेसं सोपं असतं."

"ओ! मी तुमच्या वैद्यकाच्या ज्ञानाबद्दल शंका घेत नाहीये, सुओरा झुआना. पण मला चिंता आहे तिच्या आत्म्याची... आणि जी तरुणी गुडघे टेकून तर राहोच, पण साधं उठूनही बसू शकत नाही; तिला ईश्वरी सांत्वना पोहोचवणं अशक्य असतं."

"भगिनींनो! भगिनींनो! आपण सारे थकून गेलो आहोत आणि एकमेकींचं छिद्रान्वेषण करण्यात कुणाचाच फायदा नाही. सुओरा झुआना– तिला शांत केल्याबद्दल तुमचे आभार मानायला हवेत. मठाला त्याच्या विश्रांतीची आवश्यकता होती आणि सुओरा उमिलिआना, नवागतांची प्रमुखा या नात्यानं, नेहमीप्रमाणंच तुम्ही करण्याजोगं सारं काही केलेलं आहे. ही नवागता म्हणजे आपल्याला दिलं गेलेलं एक आव्हान आहे आणि तिच्यासाठी करण्याजोगं सारं काही आपण करायला हवं."

दोघी जोगिणी मठस्वामिनीच्या आवाजापुढे आदरानं नतमस्तक होतात. नुकतीच दुपार होतेय आणि त्या तिच्या बाहेरच्या कक्षात बसल्या आहेत. खोलीत लाकडांचा जाळ केलेला आहे. पण त्याच्या जवळचं वर्तुळ सोडलं सोडलं, तर हवा अगदी थंडगार आहे. मठस्वामिनी स्वत: खांद्याभोवती सशाच्या कातडीची केप लपेटून, चामड्याचे बूट घालून बसली आहे. बूट नव्यानं बनवलेले आहेत आणि तिच्या पसरलेल्या झग्याखालून बाहेर डोकावत आहेत. ती त्रेचाळीस वर्षांची आहे; पण त्याहून तरुण दिसतेय. अलीकडेच झुआनाच्या लक्षात आलंय की, ती थोड्या

कुरळ्या बटा तिच्या विंपल[१]मधून बाहेर निसटू देते आणि तिच्या चेहऱ्याला त्यामुळे मार्दव येतं. काहींना अशा दिखाऊ गोष्टींकडे दिलेलं लक्ष हा पोकळ डौल वाटू शकेल, पण झुआनाला त्यावरून मठस्वामिनीच्या चिकित्सक वृत्तीचं दर्शन घडतं. ही चिकित्सा, मठात विक्रीसाठी बनवत असलेल्या प्लॅस्टर ऑफ पॅरिसच्या धार्मिक मूर्तींना दिल्या जाणाऱ्या रंगांच्या तकाकीपासून ते मठाच्या मेंढरांच्या देखभालीपर्यंत सर्वत्र दिसून येते. शिवाय देव आणि टापटिपीची नेटकी राहणी यांचं बाहेरच्यांना वाटेल, त्याहून अधिक जवळिकीचं नातं आहे आणि सँटा कॅटेरिना मठातल्या जोगिणी ज्या आतुरतेनं सांघिक प्रार्थनागानात नवनवीन स्वररचनांचा समावेश करतील, तेवढ्याच उत्साहानं त्या पोशाखाच्या नवनवीन प्रथा स्वीकारतात. अशा प्रकारे चर्चमध्ये राहिल्या, तरी त्या त्यांच्या उच्चभ्रू राहणीच्या, संगीतप्रेमी शहराला शोभणाऱ्या सुयोग्य कन्यका ठरतात.

"तर! आपल्याला ज्याला हाताळायचंय, त्या तरुण जीवांबद्दल विचार करूयात. तुमचं मत आधी सांगा, सुओरा झुआना, तुम्हाला ती कशी वाटली?"

"संतापलेली."

"अर्थात. तेवढं तर आपल्या सर्वांच्याच कानी पडलं. इतर काय?"

"घाबरून गेलेली, दुःखीकष्टी झालेली, सात्त्विक संतापानं फुललेली, तिच्यात खूप बंडखोरी आहे."

"नाही. मी प्रामाणिकपणे म्हणू शकते, की ती इकडे मनापासून वळलेली नाही."

"आहा! झुआना, शब्दांच्या वापरात तुम्ही नेहमी मुत्सद्देगिरी दाखवता." ती हसते आणि तिची एक बट तिच्या कपाळावर नाचते. तरुण तशाच वृद्ध जोगिणीसुद्धा तिची प्रशंसा करतात; यात काहीच आश्चर्य नाही, कारण तिच्या वागणुकीत प्रेमळ, मोठी बहीण दडलेली वाटते तशीच एक कडक आईसुद्धा! "तिनं या विषयाबद्दल काही सांगितलं का?"

"ती म्हणाली की, त्या शपथा तिच्या मुखातून आल्या, हृदयातून नाही."

"हं!" मठस्वामिनी क्षणभर थांबते, "तिनं नेमके हेच शब्द वापरले?"

"हो."

झुआनाच्या बाजूला असलेली सुओरा उमिलिआना एक दीर्घ सुस्कारा सोडते. जणूकाही हे ओझं ती आधीपासून पेलते आहे. "शपथविधींच्या वेळी मला हीच भीती वाटत होती. ती तिचं तोंड उघडत होती, पण मला शब्द ऐकू येत नव्हते."

---

१. विंपल (Wimple) – नन्स (चर्चमधल्या जोगिणी) ज्या सुती कापडानं डोकं, गाल, हनुवटी आणि मान लपेटून घेतात त्याला विंपल म्हणतात.

"अर्थात तिच्यावर बळजबरी झाली असली, तरी मी तिला तिच्या वडिलांसमवेत भेटले; तेव्हा तिनं त्याची कोणतीही निशाणी दर्शवली नाही. झुआना, तिला मारहाण झाली होती असं तुम्हाला वाटतंय का?"

झुआनाला तिच्या हातातला तो मऊ आणि जड देह पुन्हा आठवतो. त्यात जखमांची कोणतीही निशाणी नव्हती किंवा मुलीलाही कोणत्याच जखमांची जाणीव झालेली दिसली नव्हती. "मी... मी खात्रीनं म्हणू शकत नाही, पण मला तसं वाटत नाहीये."

"सुओरा उमिलिआना, तुम्हाला काय वाटतं?"

जणूकाही ती बोलण्यापूर्वी धीर गोळा करत असावी, अशा प्रकारे नवागतांची प्रमुख जोगीण आपले हात एकमेकांत घट्ट दाबून धरते. मठस्वामिनीच्या अगदी विरुद्ध चणीची ती गुबगुबीत स्त्री आहे. तिनं विंपल इतकं घट्ट गुंडाळलेलं आहे, की ते तिच्या अवयवांमध्ये रुतून बसल्यासारखं वाटतंय. त्यामुळे तिचे नाकडोळे आणखी जवळ दाबून धरल्यासारखे वाटताहेत. तिचे गुबगुबीत गाल, लहानसं, सुरकुतलेलं तोंड, तिच्या वरच्या ओठांवर आणि हनुवटीवर पांढरे, भुरभुरणारे केस. कोणे एकेकाळी ती तरुण असणार; पण झुआनाला ती याहून केव्हाच वेगळी दिसत असलेली स्मरत नाही. ती तिच्या नवागतांच्या तुकडीची कडक स्वामिनी असली, तरी तिच्या हाताखालून जाऊन येशूच्या महानतेची थोडीशी तरी कल्पना न येता बाहेर पडणाऱ्या फारच कमी आणि आध्यात्मिक मदतीसाठी तिच्यापाशी जाणाऱ्या वृद्ध जोगिणी सांगतात की, तिच्या ओबडधोबड बहिरंगाखालील तिचा आत्मा रेशमी ताग्याएवढाच मृदू मुलायम आहे. कधीकधी झुआनाला तिच्या ठाम, सरळसाध्या श्रद्धेबाबत जवळजवळ मत्सरासदृश काहीतरी वाटून जातं, पण अशा छोट्याशा समूहात आपल्यापाशी जे नाही त्याबद्दल खंतावणं योग्य नाही.

"सुओरा झुआनाशी मी सहमत आहे. तिच्यात एक मोठं वादळ दडलेलं आहे. विधीनंतर आम्ही तिचे कपडे उतरवले, तेव्हा तिचा चेहरा काळ्या मुखवट्यासारखा भावनारहित होता. तिच्या शिक्षणानं तिला आत्मिक उन्नतीपेक्षा दिमाखाकडे वळवलं असलं, तर मला आश्चर्य वाटणार नाही!"

"असं असेल, तर ते तिच्या कुटुंबीयांच्या दृष्टीनं मोठं आश्चर्यच ठरेल," तिच्या निवडीला मारलेला गर्भित टोमणा हळूवारपणे परतवत मठस्वामिनी पुढे म्हणते, "मिलानमध्ये त्यांची सत्कीर्ती आहे. फार थोड्या नामवंतांपैकी ते एक आहेत."

"कम्प्लाईनच्या वेळेस (झोपण्यापूर्वी रात्री साडेसातच्या प्रार्थनेच्यावेळेस) ती गायली नाही– किंवा तिनं तिचं तोंडही उघडलं नाही."

झुआना हळूच म्हणते, "कदाचित तिला शब्द ठाऊक नसतील. इथे येताना सर्वांनाच ते परिचयाचे असतात असं नाही." उमिलिआना फटकळपणे म्हणते,

"गोड गळा नसलेलेसुद्धा ते शब्द मोठ्यानं वाचू शकतात!" यात झुआनालाही टोमणा असू शकेल. कारण, सर्वांना ठाऊक आहे की झुआना इथं आली, तेव्हा तिला शून्य स्वरज्ञान होतं आणि औषधं सोडून बाकी सर्वाबद्दल अज्ञान होतं. "आम्हाला सांगण्यात आलं होतं, की तिचं गायन हा एक चमत्कार आहे. सुओरा बेनेडिक्टा तिच्या येण्याकडे डोळे लावून बसलेली आहे."

"हो. डोळे लावून बसलीय खरी," मठस्वामिनी स्मित करते. "पण देवाची कृपा की अशी अस्थिर मनोवृत्ती तिनं पूर्वीही पाहिली आहे आणि मठाची सुव्यवस्था तिला फार महत्त्वाची वाटते. ड्यूक[१०]च्या बहिणीच्या लग्नामुळे कुलीन श्रोते आधीच आपल्या मठात येऊ लागले आहेत आणि या नव्या, तरुण सुरेल गायिकेचा आवाज, ॲग्नेसच्या मेजवानीपूर्वी आणि कार्निव्हलपूर्वी, पूर्ववत झाला तर त्यासारखी आनंदाची गोष्ट नाही." नवागतांच्या प्रमुखेचा आवाज जितका क्षुब्ध आहे, तेवढाच मठस्वामिनीनं आपला आवाज प्रयत्नपूर्वक मृदू ठेवला आहे. "आपण असा खवळलेला सागर यापूर्वीही पार केलेला आहे. फक्त दोन उन्हाळ्यांपूर्वीच, तरुण कॅरिटानं तिचे प्रारंभीचे आठवडे अश्रूंमधे बुडविले आणि तिच्याकडे आता बघा! ती मठातली सर्वांत उत्साही शिवणकाम करणारी स्त्री आहे."

उमिलिआना आठी घालते आणि तिचा चेहरा आणखीच उतरतो. तिच्या दृष्टीनं सरदारदरकदारांच्या विवाहांमुळे फक्त चित्त विचलित होतं आणि सुओरा कॅरिटाच्या भरतकामाच्या उत्साहाचं मूळ प्रार्थनेच्या शांतीपेक्षा नवनवीन फॅशन हाताळण्यात आहे. अर्थात अशा गोष्टींची वाच्यता करण्याची ही वेळ नव्हे.

"मॅडोना ॲबेस? मी एक सुचवू...?" आणि ती आपली दृष्टी जमिनीवर खिळवून ठेवते. म्हणजे ॲबेसनं मध्येच थांबवलं नाही, तर ती बोलतच राहू शकेल.

"मी तिला काही काळ इतर नवागतांपासून अलग ठेवू इच्छिते. यामुळे तिला तिच्या बंडाबाबत विचार करायला अवधी लाभेल आणि तिच्या आडमुठ्या वृत्तीची इतरांना लागण होणं टळेल."

"सुओरा उमिलिआना, तुमच्या या धोरणाबाबत मी तुमची आभारी आहे." मठस्वामिनी ताबडतोब, मन:पूर्वक स्मित करते. "अर्थात, माझी खात्री आहे की तुमच्या शिकवणीखाली असं काही घडणार नाही आणि अशा वेळेस तिला एकटं ठेवलं, तर ती शांत होण्याऐवजी दु:खीकष्टी होईल."

ती थांबते. झुआना आपली दृष्टी खाली वळवते. तिनं हे यापूर्वी पाहिलं आहे; या दोन स्त्रियांमधली अधिकारांबाबतची रस्सीखेच. मठस्वामिनी पुढे म्हणते, "अर्थात

---

१०. ड्यूक (duke) – राजा खालोखालच्या उच्च दर्जाचा उमराव. आपल्याकडील जहागिरींवरल्या जहागिरदाराप्रमाणे ड्यूक हा त्याच्या डचीचा मालक असे. डची म्हणजे जहागीर.

मला असं वाटतं की सुओरा झुआनाच्या औषधाच्या प्रभावातून ती बाहेर पडेपर्यंत आपण तिला आणखी प्रबोधन देणं थांबवलेलं बरं.''

झुआनाला जाणवतं की, उमिलिआनाने तिचा चेहरा भावनारहित ठेवला असला तरी उमिलिआना ताठरली आहे. सेंट बेनेडिक्टच्या नियमांनुसार विनयाचा पहिला नियम आहे त्वरित आज्ञापालन. ''जशी आपली इच्छा, मॅडोना चिआरा.'' ती म्हणते.

''मला वाटतं, तूर्तास काल रात्री काय घडलं ते या चार भिंतींबाहेर जाण्याची आवश्यकता नाही. ट्रेंट येथे झालेल्या धर्मगुरूंच्या आधीच्या बैठकीनंतर सुटलेल्या फर्मानांमुळे आणि सूचनांमुळे आपले पूज्य बिशप आधीच खूप महत्त्वाच्या गोष्टींमध्ये व्यग्र आहेत. बंडखोर नवागतेबद्दल त्यांना त्रास देणं उचित होणार नाही. सुओरा उमिलिआना, कोणत्याही नवागतेचे आप्त भेटायला आले, तर तुम्ही ही गोष्ट स्पष्टपणे सांगावी असं मला वाटतं.''

नवागतांची प्रमुखा आपलं मस्तक लववते आणि क्षणभर घुटमळते. दोघींनी एकत्रच खोलीबाहेर पडावं अशी झुआनाकडून खूण येण्याची ती वाट बघतेय.

''ओ! आणि सुओरा झुआना, तुम्ही क्षणभर थांबू शकाल का? मला औषधालयाबाबतच्या कामकाजाबद्दल तुमच्याशी बोलायचं आहे.''

दरवाजा बंद होईपर्यंत झुआना आपलं मस्तक लवलेलं ठेवते. ती वर बघते, तेव्हा मठस्वामिनी तिच्या स्कर्टच्या चुण्या नीट करत तिची केप आणखी घट्ट गुंडाळून घेते आहे. ''तुम्हाला गारठा जाणवतोय का? तुम्ही विस्तवाजवळ सरका ना.''

झुआना नकारार्थी मान हलवते. अपुरी झोप तिला ग्रासते आहे आणि मन जागृत राहण्यासाठी तिला गारठ्याचीच आवश्यकता आहे.

''मला वाटतं, तुम्ही मला त्या औषधाबाबत सांगावं.''

''अशी शक्यता आहे, की मी त्यात जास्तच खसखशीचा पाक टाकला असावा,'' तिला तिच्या वडिलांचे शब्द आठवतात 'थोडेसे जास्त थेंब थोडे वाटतील, पण ते खूप जास्त ठरू शकतील.'

''ठीक आहे. स्वत:ला वाजीवेपक्षा जास्त दोष देऊ नका. ती मोठ्यांदा कोलाहल माजवत होती आणि सुओरा उमिलिआनांच्या प्रार्थनांनीसुद्धा ती आपोआप शांत झाली असती असं मला वाटत नाही.''

''औषधाचा परिणाम होईपर्यंत मी सूक्तं म्हणत होते.''

''तुम्ही म्हणालात? कोणती?''

'आणि संकटात असताना ते देवाचा धावा करतात: जो त्यांना त्यांच्या

दुःखातून मुक्त करतो...'

'...कारण तोच वादळ शमवितो : म्हणजे त्याच्या लाटा स्थिर होतील: आणि तो त्यांना स्वर्गात आणतो.' तिचा मधुर आणि मृदू स्वर झुआनाच्या आवाजात मिसळतो.

"एकशे सातवं (सूक्त). मोठंच सांत्वन देणारं आणि अगदी योग्य. तुम्हाला नक्की थंडी वाजत नाहीये? तुम्ही विश्रांती घेतलीत का?"

"प्राईमपूर्वी (सकाळच्या सहापूर्वी) काही तास. पुरेशी."

मठस्वामिनी तिच्याकडे थोडा वेळ पाहत राहते, "तर मग! आपल्यापुढे समस्या उभी आहे असं दिसतंय. तुम्हाला असं वाटतंय का की हा यौवनज्वर (qreen sickness) आहे?"

झुआनाच्या कपाळावर आठी उमटते. हा यौवनज्वर हा चंचल आजार आहे. कारण तो रजोदर्शनाबरोबर आला तरी त्याची संताप, निराशा, उन्माद अशी लक्षणं तरुणींमध्ये स्वाभाविकत:च दिसतात आणि कोणत्याही उपचारांशिवायच बरी होतात. "नाही. मला वाटतं ती केवळ रागावली आणि घाबरली आहे."

"मी जाणण्याजोगं आणखी काही आहे का?"

"तिला वाटतंय की, तिनं आणलेला हुंडा हा आपण तिला स्वीकारावं, म्हणून दिली गेलेली लाच आहे."

"ओ! या दिवसात कुणीही नवरदेव असला, तरी लाच नाही असा हुंडाच नसतो. हे ठाऊक नसायला ती दूधखुळीच असायला हवी. तरीही हुंड्याच्या आकाराबद्दल तिचं म्हणणं खरं आहे. शहरातला दलाल म्हणतोय की व्यापारी जागांवर मिळणारं भाडंच वर्षाला जास्तीच्या शंभर, ड्युकाट (सुवर्णमोहरा) आणेल. ही भक्कम रक्कमच होईल."

मठस्वामिनीनं याचा उच्चार करताच मंडळात ठराव एकमतानं स्वीकारला जाण्याएवढी भक्कम! कीर्ती, सुसंस्कारित लालन-पालन, लठ्ठ हुंडा आणि सामूहिक उपासना गीतांसाठी उत्कृष्ट असा आवाज. तिला नाकारण्याजोगं कारण तरी काय होतं? त्या सर्वांचीच थोडीफार मनं वळवावी लागली नव्हती का? हे मान्य करणं त्यांच्या इभ्रतीला लांच्छनास्पद असलं, तरी इतरांना त्याच वणव्यातून जाताना पाहण्यात एक वेगळंच समाधान होतं.

झुआना वाट बघते. शांतता आणखी गडद होते. उमिलिआना निघून गेल्यावर या दोघी येशूच्या नवऱ्या, एकमेकींच्या सान्निध्यात आश्वस्त मन:स्थितीत आहेत. त्या एकमेकींना अनेक वर्षे ओळखत आहेत आणि पहिल्या दृष्टिक्षेपात जाणवेल, त्याहून त्यांच्यात खूपच साधर्म्य आहे. जरी एकजण जन्मानंच जोगीण होती आणि मठातल्या आयुष्यात अनुभवाला येणारं राजकारण आणि कुचाळकक्यांची तिला

भरपूर भूक होती आणि दुसरी मनाविरुद्ध आली होती, तरीही त्या दोघींचाही मानसिक आणि त्याचप्रमाणे आत्मिक जीवनाकडे आणि त्यासोबत येणारी आव्हानं पेलण्याच्या आनंदाकडे कल होता. हा स्नेह सुरुवातीलाच जुळला होता; तेव्हा नव्यानंच नेमली गेलेली नवागतांची उपप्रमुखा, चिडलेल्या दु:खीकष्टी नवागतेशी स्नेह जोडू शकली होती आणि तिनं तिला मठप्रवेशाच्या वादळातून सुरक्षितपणे पार केलं होतं.

सुओरा चिआराच्या पदोन्नतीनंतर त्यांच्या अनुबंधाचा जोर ढिला पडला आहे; आणि त्यांच्या प्रतिष्ठेच्या पातळीच्या तफावतीनुसार तो तसा पडायलाच हवा. तिच्या अनुयायांची देखभाल नीटपणे करणारी कोणीही मठस्वामिनी पक्षपात करू शकत नाही आणि मठात तिच्या कुटुंबाची मुख्य या नात्यानं तिला सल्ल्याची गरज पडली, तर पुरेशी मदत मिळू शकते. तरीही झुआनाला अशी शंका येते की, या जबाबदारीचं ओझं येऊन पडण्यापूर्वीच स्वातंत्र्य गमावल्याची चिआराला कधीकधी खंत वाटते आणि स्वत: झुआनाला त्यांच्यातली एकेकाळची अनौपचारिकता आणि साहचर्य यांची उणीव जाणवते आणि मठस्वामिनीनं आता काहीही म्हटलं असलं तरी त्या दोघींना ठाऊक आहे की, झुआना तिचं तोंड बंदच ठेवेल. वनस्पती आणि रुग्ण हेच तिचे जवळचे सोबती असताना ती सांगणार तरी कुणाला?

''तिच्या वडिलांनी ठासून सांगितलं की जोगीण बनण्याच्या दृष्टीनंच तिला वाढवलं होतं,'' ती जिभेनं चुकचुकता आवाज करते. ही लकब झुआनाच्या चांगलीच ओळखीची आहे. स्वत:बद्दलच विफलता वाटली की, ती अशी चुकचुकते. ''तिच्या दृष्टीनं मिलानपेक्षा 'फेरारा' हे जास्त योग्य घर ठरेल, हे त्यांनी मोठ्या चातुर्यानं पटवून दिलं. अर्थात तिचा आवाज इथे जास्त सत्कारणी लागेल. कार्डिनल बोरोमिओ हा प्रत्यक्ष पोपपेक्षाही जास्त कडवा सुधारक बनतोय असं दिसतंय. मी जे ऐकते, त्यानुसार त्याच्या मतानं त्याला वागता आलं, तर मिलानमधल्या साऱ्या जोगिणी एका सुरात आणि साथीला केवळ थोड्या ऑर्गनच्या स्वरांवर- साधं सूक्तपठण करतील.'' ती हसते, ''कल्पना कर, यावर आपल्या शहराची काय प्रतिक्रिया होईल ते! आपले अर्धे दाते आपल्याकडे ताबडतोब पाठ फिरवतील. पण तुला हा बदल बरा वाटू शकेल.'' ती शेवटचं वाक्य खोडसाळपणे म्हणते.

झुआना स्मित करते. संगीताच्या रसग्रहणाच्या बाबतीत बहिरे कान असल्याची तिची ख्याती सर्वश्रुत आहे आणि अनेक वर्षं याबाबत केल्या जाणाऱ्या थट्टेची तिला सवय झाली आहे. ''मला अजूनही कळत नाहीये. तिचे वडील सत्य दडवत होते का? तिला खरोखरच विवाहाची अपेक्षा होती आणि मठाची नव्हती का?''

''तसं असलं, तरी मी याबाबत काहीही ऐकलेलं नाही.'' मठस्वामिनी जोराचा उसासा सोडते. जरी चर्चच्या संदर्भात तिला विस्तृत माहिती मिळत असली, तरी कौटुंबिक बातम्या लागण्याच्या दृष्टीनं मिलान खूप दूर आहे आणि तिला खरोखरच

चिंता वाटतेय की, तिच्या नजरेतून काहीतरी सुटलं तर नाही ना! "त्यांची आणखी एक मुलगी आहे, हिच्यापाठची. त्या दोघींची लग्न करून द्यायला त्यांच्यापाशी खजिनाच असायला हवा. आठशे हा जोगिणीसाठी चांगला हुंडा आहे, पण तेवढ्यात मिलानच्या लग्नाच्या बाजारात फारसं काही विकत घेता येणार नाही. हे काय? तुला आश्चर्य वाटलेलं दिसतंय."

"नाही. मी... मी... विचार करत होते की, माझ्या वडिलांच्या इस्टेटीतून काय देता आलं."

"ओ! त्याला खूप वर्षं झाली आणि तू स्वस्तात आलीस," मठस्वामिनी फटकळपणे म्हणाली, पण सद्भावानं म्हणाली, " 'वाईट दिवस आलेलं चांगलं कुटुंब.' मला वाटतं की हाच वाक्प्रचार होता." आता ती मोकळं हसू लागली. "पण मला आठवतंय की, तू प्रथम आलीस, तेव्हा तुला खूप शंका होत्या."

शंका... मठाची भाषा मोठी चतुराईची असते. गोड वाटावं म्हणून लपवू बघणारे शब्द भरपूर वापरणारी. झुआनाला तिच्या वडिलांची नेमक्या समर्पक शब्दांची सवय होती आणि तिला अशी भाषा कधीच आत्मसात करता आली नाही. "हो, थोड्याशा."

त्या दोघींना नक्कीच तो एकच प्रसंग आठवत असणार: मठाच्या मुख्य दरवजाबाहेर ठेवलेला भलामोठा पेटारा. तिच्या सुप्रसिद्ध पित्याच्या पुस्तकांनी इतका खच्चून भरलेला, की कामकरी जोगिणींना शहरातल्या हमालांच्या मदतीशिवाय तो आत नेता येईना. पण त्या हमालांना प्रवेशद्वारातून आत यायला मज्जाव होता आणि त्या पेटाऱ्याच्याच बाजूला त्या पित्याची, दुःखानं चेहरा काळवंडलेली एकुलती एक मुलगी, तो पेटारा घेतल्याशिवाय एक पाऊलही आत टाकायला तयार नव्हती. आता पेच उभा राहिला होता आणि बघ्यांची गर्दी जमली होती. चैतन्यानं रसरसलेल्या, नव्यानंच 'नवागतांची उपप्रमुखा' म्हणून नियुक्त झालेल्या सुओरा चिआरानं लक्ष घातल्यावरच हे नाटक आटोपलं होतं. तिनं सुचवलं होतं, की त्यांनी ती पेटी प्रवेशद्वारातून अर्धवट आत ढकलावी आणि मग बागेतून आणलेल्या ढकलगाडीत त्यातली सर्वांत जड पुस्तकं टाकावी.

ही कुणाचीच चूक नव्हती. सत्य हे होतं की, कसलीही व्यवस्था लावण्याएवढा वेळच मिळालेला नव्हता. वडिलांना जेमतेम मूठमाती दिल्याक्षणी, त्यांचं घर आवरण्यात आलं होतं आणि त्यांच्या मालमत्तेचा भाग असलेली त्यांची कन्या तिच्याच संरक्षणासाठी चर्चच्या भिंतींआड रवाना केली गेली होती. आणखी पर्याय तरी काय होता? अविवाहित मुलगी, सोबत कुणी कुटुंबीय नसताना घरात एकटीनं राहणार? अशक्य. विवाह? कोण शहाणासुरता माणूस हुंडा म्हणून अगम्य ज्ञान आणि औषधांचा वास घेऊन येणाऱ्या, तेवीस वर्षांच्या कुमारिकेला स्वीकारणार

होता! कुणीही जरी राजी झाला असता, तरी तिनं त्याला नाकारला असता. नाही. या तरुणीला अप्राप्य गोष्टच हवी होती : तिला तिचं पूर्वीचं आयुष्य परत हवं होतं, तिच्या वडिलांच्या घरातलं स्वातंत्र्य, त्यांच्या कामापासून लाभणारं समाधान आणि त्यांच्या सहवासामुळे आणि ज्ञानामुळे मिळणारं सौख्य.

''फॉस्टिना,[११] अळ्या आणि किड्यांना माझा देह संपवायला किती वेळ लागेल असा तुझा अंदाज आहे? मला हे जाणून घ्यायला फार फार आवडेल. मी तुला थडगी खोदायचं शिक्षण का बरं दिलं नाही? तू चोरून ही प्रक्रिया पाहू शकली असतीस.''

पुढल्या 'सर्व संतां'च्या दिवशी सोळा वर्षं होतील. आतापर्यंत त्यांच्या देहावर किड्यांची सेना पोसली गेली असेल.

''पण तरीही आता तू चांगलीच रुळली आहेस.''

ती हा प्रश्न म्हणून विचारत नाही, तर ती असं विधान करते. विस्तवामुळं शेकोटीतला लाकडाचा एक ढलपा फुटतो आणि हवेत ठिणग्यांचा वर्षाव होतो.

''खरं तर...'' मठस्वामिनी क्षणभर थांबते, ''...काहीजणांना तुझा जवळजवळ मत्सर वाटू शकेल. तू आयुष्यात करत असलेल्या गोष्टी या भिंतींबाहेरच्या जगात इतक्या, सहजसाध्य होण्याजोग्या नाहीत असं त्यांना वाटू शकेल.''

त्या दोघींनी काही काळ त्याचा उल्लेख केलेला नाही : चर्चच्या सुधारणांचे वारे जेव्हा 'फेरारा' शहरात वाहू लागले होते, तेव्हा विश्वविद्यालयातले लोकही पेचात सापडले होते. जे पंडित, विद्वत्जन तिच्या वडिलांच्या खुर्चीवर बसले होते किंवा जे त्यांच्यावेळेस शिकवत होते, त्यांना काही विशिष्ट ग्रंथ आणि त्यांच्या श्रद्धेची शुचिता यांच्यामध्ये निवड करावी लागली होती. झुआनाला खूप वेळा प्रश्न पडत असे की तिच्या वडिलांनी अशा प्रसंगी काय केलं असतं? त्यांनी अगणित प्रकारे त्यांची समजूत पटवायचा प्रयत्न केला असता, कारण त्यांच्या विश्वात निसर्गातली अशी एकही गोष्ट नव्हती, की जी देवाच्या पावित्र्याचा भाग नव्हती आणि या श्रद्धेला तडा जाईल असं किंवा विवाद उभा राहील, असं त्यांनी कधीही काहीच केलं नव्हतं. अर्थात या दिव्यातून जाण्याची त्यांच्यावर वेळ आली नाही. समृद्ध आयुष्य आणि योग्य वेळेस मृत्यू. कुणीही अशाच मरणाची इच्छा केली असती.

''मॅडोना चिआरा, तुम्ही अगदी खरं बोललात. मी जितकी भाग्यवान आहे तेवढीच समाधानी आहे.'' ती थांबते. राजदरबारातलं वातावरण आता सौम्य झालं आहे. तरीही तिच्या पलंगाखाली ठेवलेला पेटारा, पसरलेल्या वदंता खऱ्या करायला

११. फॉस्टिना (Faustina) – हे मुलीचं नाव असतं. त्याचा अर्थ असतो 'भाग्यवान'. फॉस्टिना म्हणजे अर्थाप्रमाणे आपल्याकडलं नाव 'शुभदा'.

अजूनही चांगला जडच आहे आणि त्यात अशीही काही पुस्तकं आहेत जी इतर झोपी गेलेले असतानाच ती बाहेर काढून वाचते. 'आणि तेवढीच दक्ष.' ज्याबद्दल कुणाला काही माहीत नाही, ते काढून घेतलं जाणार नाही किंवा त्याला मनाई करणं हे ज्यांचं कर्तव्य आहे, त्यांना त्यामुळे दु:खही पोहोचणार नाही.

"मला हे ऐकून आनंद वाटला," मठस्वामिनी हसते. ताठ बसते आणि तिचा स्कर्ट सारखा करते. तिची ही लकबसुद्धा झुआनाच्या परिचयाची झाली आहे. आपल्या अधिकाराकडे ती लक्ष वेधून घेत असते. "तर मग, उरलेला मठ काल रात्री कसा काय होता?" तिचा आवाजही आता बदलला आहे. त्यांच्यात जी जवळीक जाणवत होती, ती आता थांबलीय.

"सुओरा क्लेमेंशियाचा आवाज जोरदार येत होता, असं माझ्या कानांवर आलंय."

"ती... ती देवाची वाट पाहतेय, आणि तिची अशी खात्री दिसतेय की तो अंधारातच येणार."

"हो. असं असावं. गेल्या आठवड्यात रात्रीच्या पहाऱ्यावरची सिस्टर म्हणाली, की तिला ती दुसऱ्या गॅलरीत भटकत, सूक्तं गात असताना सापडली. कदाचित आपण तिला रात्री आणखी आवर घालायला हवा."

"मला भीती वाटतेय की, त्यामुळे गोष्टी आणखीच बिघडतील. तुम्ही परवानगी दिलीत, तर मी तिच्यावर बारीक नजर ठेवेन."

"जोवर तू रात्रीच्या पहाऱ्यावाल्या सिस्टरच्या मधे पडत नाहीस, तोवरच! अधिकाराबाबतचे तंटे सोडवण्यापेक्षा माझ्यापुढं खूप महत्त्वाची कामं पडलीत."

"आणि... मी सुओरा मॅगडालेनाच्या कोठडीपाशी थांबले होते." आता त्या दोघी मठाच्या कामकाजाकडे वळल्या आहेत, तेव्हा झुआनाला आपल्या कळपाकडे बघायला हवं. "मला वाटतंय, की तिची आताची परिस्थिती पाहता ती रुग्णालयातच जास्त आरामात राहू शकेल."

"तुझा सेवाभाव अनुकरणीय आहे. पण तुला ठाऊक आहेच की, सुओरा मॅगडालेनानं तिची इच्छा काही काळापूर्वीच स्पष्टपणे व्यक्त केली होती. तिला हलण्याची अजिबात इच्छा नाही आणि तिच्या इच्छेचा मान राखणं हे आपलं कर्तव्य आहे." तिचा स्वर आता थोडा करडा होतो, "मी जाणून घेण्याजोगं आणखी काही आहे का?"

झुआनाला नवागतेनं प्रार्थनेच्या पुस्तकात दडवलेले कागद आठवतात : दुसऱ्या कुणाच्यातरी कोठडीतून लंगडत बाहेर पडणारी आकृतीसुद्धा तिला आठवते. ती घुटमळते. गावगप्पा आणि महत्त्वाची माहिती यातली सीमारेषा तिला कधीच समजलेली नाही.

"मी मौनाचा भंग केला आणि शब्द बोलले," ती इतरांच्या गोष्टी सांगण्याऐवजी स्वत:चाच कबुलीजबाब द्यायचं ठरवते.

"समाधानासाठी आवश्यक होते त्याहून जास्त?"

"मी... कदाचित थोडेसे."

"मग तू ईश्वराची सेवा करत होतीस, असं म्हणूयात."

"मी माझ्या प्रार्थनांच्या पुस्तकाशिवाय प्रार्थना मंदिरात आले."

"असं?" तिच्या स्वरातलं आश्चर्य खरंखुरं वाटतं. पण त्या दोघीही जाणून आहेत, की मठस्वामिनीनं ते त्यावेळेस नजरेनं टिपलं होतं. एक क्षण शांततेत जातो. "आणखी काही?"

झुआना घुटमळते, "फक्त नेहमीचंच."

"तू अजूनही देवाशी बोलतेस, तेवढाच वेळ तुझ्या वडिलांशी बोलतेस?"

जरी तिचा स्वर मृदू असला, तरी झुआनाला तो प्रश्न आगंतुक वाटतो. जेव्हा त्या दोघी मठस्वामिनी आणि विभाग प्रमुख नसून बरोबरीच्या सिस्टर्स होत्या तेव्हा असे कबुलीजबाब देणं सोपं वाटत असे. "पहिल्याहून कदाचित कमी वेळ असेल. ते... ते मला माझ्या कामात मार्गदर्शन करतात."

मठस्वामिनी सुस्कारा सोडते. जणूकाही काय किंवा आणखी किती बोलायचं याबद्दल ती विचार करतेय.

"कुणीही मूल आपल्या पालकाचा आदर करेल अशा प्रकारे त्यांचा मान राखणं हे अर्थातचं तुझं कर्तव्य आहे. तुझ्याबाबतीत तर आणखीच. खरोखर तेच तुझे माता आणि पिता, दोन्हीही होते; पण देवाचा सन्मान ठेवणं हे इतर कशाहूनही तुझं प्रथम कर्तव्य आहे. तुझी माणसं आणि तुझ्या वडिलांचं घर विसर. तू घेतलेली शपथ तुला आठवतेय ना? कारण फक्त 'तो'च या पृथ्वीवरल्या आणि यापुढल्या आयुष्याचा जनक आहे आणि फक्त 'त्या'च्यामुळेच तुला तुझं योग्य असं अढळ स्थान 'त्या'च्या अमर्याद प्रेमात लाभेल."

प्रथमच त्यांच्यातल्या शांततेला एक धार असलेली जाणवतंय. ती कधीकधी असं कसं बोलू शकते याचं झुआनाला मोठं आश्चर्य वाटतंय. मठस्वामिनी या नात्यानं तिच्या अखत्यारीतल्या जोगिणींची काळजी घेणं हे जरी तिचं कर्तव्य असलं तरी आजकाल तिच्या वागुणकीत असं जाणवतंय की देवाचा उपदेश देणं हा तिच्या स्थानामुळे तिला स्वाभाविकत: विनासायास लाभलेला विशेष धर्मच आहे; वाढतं रोप सूर्याकडे वळावं त्याप्रमाणे! जरी प्रत्येकजण जाणून आहे की मठस्वामिनी या पदावर झालेली तिची पदोन्नती ही तिच्या आत्मिक उन्नतीहून तिच्या कुटुंबीयांच्या प्रभावामुळे घडलेली आहे, तरी आजकाल तिचे विरोधकही तिच्यात अधिकाधिक नम्रता दिसत असल्याची कबुली देतात. ती तिला जवळून ओळखत असल्यामुळे

झुआनानं गृहीत धरलंय, की यात फक्त तिच्या अनुयायांकडूनच नव्हे, तर पूर्ण मठाकडून स्वीकृती मिळवण्याच्या गरजेची राजनीती आहे. पण आजकाल असे क्षण उभे राहतात की जेव्हा झुआनाचीसुद्धा याबाबत खात्री नसते.

"तू वर्तमानकाळात जास्त आणि भूतकाळात कमी जगायला हवंस, झुआना. ते तुझ्या स्वत:च्याच भल्यासाठी आहे. त्यामुळे तू अधिक चांगली, अधिक समाधानी जोगीण बनशील आणि त्यामुळे देवाच्या अधिक जवळ जाशील आणि त्याचाच आपण सर्वांनी जोरदार प्रयत्न करायला हवा."

"मी प्रयत्न करीन आणि माझे दोष फादर रोमेरोंपुढे मांडेन." झुआना म्हणते. आलेली चीड लपवण्यासाठी तिनं दृष्टी खाली वळवलेली आहे.

"ओ! फादर रोमेरो. ठीक आहे. माझी... माझी खात्री आहे की ते तुला योग्य मार्गदर्शन करतील," मठस्वामिनी शांतपणे म्हणते.

त्या दोघीही जाणून आहेत, की फादर रोमेरोंना मद्याच्या पेल्यातल्या उंदरालाही मार्ग दाखवता येणं शक्य नाही.

कामातुर पुरोहित आणि जोगिणी (पाद्री आणि नन्स) यांच्याबद्दलच्या पाखंडी मतप्रचारामुळे उठलेल्या वादाळांमुळे वातावरण दूषित होऊन आजकाल कबुलीजबाब घेणारे असे (म्हातारे) पाद्री फारच लोकप्रिय झाले होते : काळजीपूर्वक पावलं उचलणारे बिशप चर्चच्या सेवेसाठी जख्खड वृद्धांचीच नेमणूक करू लागले होते; अशा विकलांग स्थितीतले वृद्ध की त्यांना स्वत:ची त्याचप्रमाणे इतर जोगिणींची कामेच्छा ओळखू येणं अशक्य असावं! काही जोगिणींना पुरुषांचं लक्ष वेधून घ्यायची इच्छा असली तरीही!

फादर रोमेरो बराच वेळ झोपेत राहून असले मोह टाळतात. त्यांचं एखाद्या खंगलेल्या वटवाघळाशी इतकं साम्य वाटतं, की नवागतांमधला आजकालचा विनोद आहे की जेव्हा ते कन्फेशन बॉक्समध्ये टेकून बसवले गेलेले नसतात, तेव्हा ते चर्चच्या तुळईत पाय अडकवून उलटे लोंबकळत असतात!

"मला वाटतं, सकाळी लवकर ते ताजेतवाने असतात," मठस्वामिनी म्हणते. हा विनोद तिच्यापर्यंत पोहोचलेला असावा.

झुआना आपलं मस्तक लववते. "तर मग मी नक्कीच अशा वेळेस जायचं लक्षात ठेवीन. आपली आभारी आहे मी, मॅडोना ॲबेस."

संभाषण संपलं. ती दरवाजाच्या अर्ध्या वाटत असताना चिआरा तिला परत हाक मारते. ती वळते.

"तू मठाची काल उत्तम सेवा केली. तुझी औषधं म्हणजे एक प्रकारची प्रार्थनाच आहे. माझी खात्री आहे की, माझ्याहूनही आपल्या ईश्वराला त्याची अधिक जाणीव असणार." पुढे काय बोलावं अशा संभ्रमात असल्याप्रमाणे ती थांबते, "ओ! आणि

औषधाबद्दल बोलताना... आपल्या बिशपनी गोळ्या आणि मलमांची मागणी केली आहे. विवाह-सोहळ्याच्या मेजवान्यांमुळे त्यांच्या आवाजावर परिणाम झाला आहे आणि त्यांच्या पचनावरही. येत्या काही आठवड्यात आपण त्यांना थोडी पाठवू शकू का?''

''माझी... माझी खात्री नाही.'' झुआना मान हलवत म्हणते, ''हिवाळी कफात मठ बुडून चालला आहे आणि काळ्या पित्ताच्या व्याधीतही. असं करणं म्हणजे आपल्याआधी त्यांच्याकडे लक्ष पुरवण्यासारखं होईल.''

''आणि येते काही आठवडे तुला दैनिक आन्हिकांची सूट दिली तर?''

झुआना त्यावर विचार करते. आध्यात्मिक निर्णयांबाबत मठस्वामिनीच्या विरोधात फक्त एखादी बंडखोर जोगीणच जाऊ शकत असली, तरी मठाच्या प्रत्येक विभागाची प्रमुखा, योग्य वाटेल तेव्हा तिच्या विभागाच्या हितासाठी लढेल आणि तिच्या विशेष कौशल्यांचा एक वेगळा विभाग असणार हे सर्वजण गृहीत धरतात. प्रत्यक्षात अशा वाटाघाटी ही उभयपक्षांची कर्तव्यंच असतात. याखेरीज, चांगली मठस्वामिनी शंभर स्त्रियांचा समूह सुखशांतीत नांदवण्यासाठी लागणारी कौशल्यं कशी परजणार? चार वर्षांच्या तिच्या कारकीर्दीत मॅडोना चिआरानं या वाटाघाटींच्या (तडजोडींच्या) क्षेत्रात खूपच अनुभव कमावला आहे.

''असं असेल तर ठीक आहे. मला वाटतं मग ते जमेल.''

''छान. तुला हवा तेवढा वेळ घे, पण तू चॅपेलमध्ये नसशील तेव्हा तसं सांग म्हणजे तुझ्या खात्यावर त्रुटी म्हणून धरली जाणार नाही. मी विचार करतेय, *'तिची'* तुला यासाठी मदत होईल का?''

''कोणाची?''

''आपल्या त्रासदायक नवागतेची.'' झुआनानं दाखवलेल्या सावधपणाकडे दुर्लक्ष करत मॅडोना उत्तर देते.

''मला... मला मदतीची गरज नाही. माझं मी काम करण्याऐवजी इतर कुणाला शिकवलं, तर माझा खूप वेळ वाया जाईल.''

''असं असलं तरी, तिला कोणत्या तरी कामात गुंतवून ठेवणं आवश्यक आहे आणि तुझा आणि तिचा आधीच थोडा संपर्क झाला आहे.'' मठस्वामिनी थोडी घुटमळते. जणूकाही ही कल्पना नुकतीच तिच्या डोक्यात आली असावी आणि बोलत असतानाच त्यावर ती पुढला विचार करत असावी. ''मी एकदा तिला भेटले की, मी तिला तुझ्याकडे पाठवेन. तू तिला मठात फिरवून आण आणि मग औषधालयात करण्याजोगं काहीतरी सांग. ती चांगली हुशार तरुणी आहे आणि शिकण्यात तिला थोडा आनंदही मिळू शकेल.'' आणि आता तिच्या ओठांवर पुसटसं स्मित येतं. ''किंवा शिकवण्यात तुला आनंद मिळेल.''

झुआना क्षणभर तिच्या डेस्कवरच्या रेखाचित्रांचा आणि औषधांच्या वेगवेगळ्या पातळीच्या कडकपणावरच्या नोंदींच्या आवश्यकतेचा विचार करते. तिला असोशीनं हवा असलेला आणि तिला तिच्या वडिलांचा आवाज मूक सोबती म्हणून मिळवून देणारा एकान्त तर वेगळाच! देवच देतो आणि देवच काढून घेतो! ''हे माझं प्रायश्चित्त आहे का?''

''छे! अजिबात नाही. हे प्रायश्चित्त नसून बक्षीस आहे. तुम्हा दोघींसाठी. प्रायश्चित्त म्हणून तू आज रात्री जेवू नकोस आणि टेबलावरचं उरलंसुरलं खा. हा विषय आता पूर्ण झाला.''

त्यांची क्षणभर नजरानजर होते आणि मग मठस्वामिनी पुन्हा तिचा गाऊन झटकण्यात मग्न होते.

३

हे दयावान दयाळू येशू!... हे असंच सारं असणार आहे? दिवसांमागून, दिवसांमागून दररोज हे असंच असणार आहे? कारण हे जर असंच राहणार असलं तर ती नक्कीच मरून जाईल. असा एकही क्षण गेला नसेल की जेव्हा कुणीतरी तिला ढोसलं नसेल किंवा तिच्यावर नजर ठेवली नसेल. त्या सकाळी त्यांनी तिला हलवून जागं केलं, तेव्हापासून सुरुवात झाली. तिला इतकं मळमळत होतं आणि इतकी चक्कर येत होती, की तिच्यानं डोळेही उघडवत नव्हते. तिचं डोकं दुःस्वप्नांनी भणाणत होतं आणि डोळे उघडताच या लठ्ठ, दाढीवाल्या बाईचा चेहरा तिच्या चेहऱ्याजवळ आलेला दिसला. ती तिला रात्रीतून सुखरूप बाहेर निघाल्याबद्दल देवाचे आभार मानायला सांगत होती. तिच्या सँटा कॅटेरिनाच्या मठातल्या पहिल्या दिवसासाठी त्याला धन्यवाद द्यायला सांगत होती.

आणि हे शब्द ऐकताक्षणीच ती परत भूतकाळात गेली : हीच तुरुंगाची काळी कोठडी, फक्त काळोखी असलेली. सर्वत्र भग्नावशेष आणि काड्या पसरलेली आणि वेगळाच, वेडपट, काळ्या-पांढऱ्या पोशाखातला बडबड्या नीळकंठ पक्षी! पण हिचा आवाज मखमली वस्त्रासाखा मृदू मुलायम होता. ती तिला विषारी कुपीतून काहीतरी पाजू बघत होती. तिनं ते घ्यायला नको होतं हे तिला जाणवलं होतं. ते घेणं म्हणजे नमतं घेणं आणि त्यामुळे मदत होणार नव्हती, झाली नव्हती! तिच्या दयाळूपणामुळे– कारण ती इतरांहून, जास्त दयाळू होती– तिला ओरडावं, किंचाळावं, आणखी ओरडावं आणि मठाचे खांब ओरडण्यामुळे हलवून टाकून सगळ्या मठाचं तुकडेतुकडे करावं असं वाटत होतं. फक्त तोवर ती एवढी थकून गेली होती, की एकाएकी तिला आणखी रडणं अशक्य झालं. गेले काही आठवडे तिनं इतकं दुःख केलं होतं, इतके अश्रू गाळले होते की; ती आतून अगदी रिकामी होऊन गेली होती आणि काहीही शिल्लक राहिलेलं नव्हतं. त्या औषधानं तिला शांत केल्याबद्दल तिला जवळजवळ कृतज्ञता वाटत होती. जणूकाही तिच्या आजूबाजूला घडणारं सारं काही पारदर्शक पडद्याआड घडत होतं. दगडी भिंतीदेखील आता कडक वाटत नव्हत्या आणि मग त्या काळ्या-पांढऱ्या नीलकंठ पक्षिणीने तिचा पेटारा उघडल्यावर

त्यातून जांभळे-सोनेरी उजेड बाहेर पडल्याचा भास झाला होता.

आणि ती स्त्री खूप सभ्यतेने वागली होती : ती तिच्याजवळ बसून तिच्याशी बोलली होती, तिनं तिला उचलून आधार दिला होता– हो! तिनं तसं केलं होतं; तिनं तिला जवळ धरलं होतं– आणि त्यामुळे तिला वस्त्रांमधून दुसऱ्या मानवी देहाची ऊब जाणवत होती आणि त्यामुळे तिला त्याची आठवण झाली होती... आणि मग तिला पुन्हा रडावंसं वाटू लागलं होतं. फक्त ती अतिशय गोंधळून आणि थकून गेली होती.

त्यानंतर काहीच घडलं नाही, आणि मग खूपच घडलं. भयानक, भयंकर स्वप्नांचा पूरच लोटला. इतकी सुस्पष्ट दिसणारी की सत्याहूनही खरी वाटावीत. शेवटलं स्वप्न होतं त्यात ती वितळलेल्या दगडांच्या तळ्यात अर्धी बुडून गेलेली होती, आणि दर वेळेस तिनं गाण्यासाठी तोंड उघडलं की वितळलेला दगड आत शिरत होता. ती इतकी घाबरून गेली होती की ती किंचाळू लागली. पण त्यानंतर तो वितळलेला दगड आणखी वेगानं आत शिरू लागला आणि सरतेशेवटी ती गुदमरून गेली.

याच वेळेस त्या चपट्या थोबाडाच्या थेरडीनं तिला हलवून जागं केलं होतं आणि टेकून बसवताना, तिची देवाच्या दयाळूपणाची बडबड चालूच होती आणि जरी ती सकाळ होती आणि ती आता बुडत नव्हती, तरी ती अजूनही 'फेरारा' शहरातल्या 'सँटा कॅटेरिना' मठाच्या कोठडीतच होती आणि तिच्या प्रेमाची सारी माणसं खूप दूर होती. तिला त्यांनी विद्रूप तोंडाच्या स्त्री सैन्याच्या उग्र कृपेच्या हवाली केलं होतं. त्या साऱ्या पावित्र्यानं इतक्या ओतप्रोत भरलेल्या होत्या की जिवंत, श्वास घेणारी स्त्री असणं म्हणजे काय हेच त्या विसरल्या होत्या.

अर्थात ती हे त्यांना सांगू शकत नाही. तसं दर्शवू शकत नाही किंवा त्याबद्दल विचारही करू शकत नाही. कारण या पवित्र, चोची मारणाऱ्या पक्षिणी धूर्त आहेत. हो! आधीच त्या तिच्या मनात शिरू पाहताहेत. साऱ्याच नव्हेत. ती जाडी, मस असलेली, तिला आज सकाळी कपडे चढवणारी नोकराणी नव्हे. ती इतकी तिरसट आणि वेंधळी होती की, तिनं तिच्या डोक्याभोवती गुंडाळून पिनेनं करकचून घट्ट बांधलेल्या हेड-स्कार्फमुळे तिचा चेहरा आता ठणकतोय. पण केसाळ तोंडाची नवागतांची प्रमुख जोगीण आणि मठस्वामिनी– विशेषतः मठस्वामिनी. मुलीसारख्या कुरळ्या बटांची आणि प्रेमळ पण तरीही कडक वर्तणुकीची! तिचे सारे समजुतीचे शब्द ऐका : इतकं तरुण आणि सुंदर असताना जगातून खुडलं जाणं, किती कठीण वाटत असणार (आणि तिला याबद्दल काय ठाऊक असणार?), किंवा तिला हे सोपं वाटेल ही आपल्या ईश्वराचीही अपेक्षा नसणार पण त्याच्या प्रेमळ कृपेनं तो साऱ्यांना, तिला सावरून घेण्याबाबत, मार्गदर्शन करेल... पण या साऱ्या

चुचकारण्यातूनही तिचे प्रश्न अव्याहतपणे येत होते : 'तुझ्या बहिणीचं वय काय?', 'तिचं लग्न ठरलंय का?', 'तुला पाळी आल्याला किती दिवस झाले?', 'तू किती वेळा कबुलीजबाब (कन्फेशन) दिलंस?', 'तुम्ही दोघीही गायन आणि नृत्याचे धडे घेत होता का?'

अर्थात तिनं तिला काहीही उत्तर दिलं नव्हतं. एका दृष्टीनं या चाचपणीबद्दल तिला काहीच वाटत नव्हतं, कारण त्याचा अर्थ होता की आदल्या रात्रीची तिची वेड्यासारखी वागणूक परिणाम साधून गेली होती आणि मठस्वामिनीला नक्कीच काळजी पडली होती की, तिच्या माथी बनावट माल मारला गेला असावा. खरं तर उत्तर न देण्यात तिला आसुरी आनंद लाभत होता. किंवा जरी ती बोलली, तरी ती एकच वाक्य उगाळत होती, आदल्या रात्री ओरडून खरखरीत झालेल्या घशानं तिनं औषधालयाच्या प्रमुख जोगिणीपुढे उच्चारले शब्दच : 'ते शब्द माझ्या तोंडातून आले, माझ्या हृदयातून नव्हेत.'

तिच्या न बोलण्यामुळे मठस्वामिनीला राग आला होता. तिनं तो दर्शवला असं नाही, किंवा उघडपणे नाही. त्याऐवजी तिनं चेहरा सात्त्विक ठेवला होता आणि ठासून सांगितलं होतं की, बिशप हा किती व्यग्र आणि महत्त्वाचा माणूस आहे, नाचक्कीमुळे किती नामुष्की होईल, कुटुंबाचा कसा विनाश होईल... थोड्या वेळानं तिनं ऐकणं बंद केलं होतं आणि मनातल्यामनात गाणी म्हणायला सुरुवात केली होती. अखेरीस मठस्वामिनीची सहनशक्ती संपली आणि तिनं ही मुलाखत अर्ध्यातच थांबवली आणि लक्ष देण्यामुळे किंवा हेतुपुरस्सर न देण्यामुळे जरी तिचं डोकं दुखू लागलं होतं, तरी ती स्वत:वरच खूश होती. कारण ती या गलिच्छ तुरुंगात पूर्ण चोवीस तास होती आणि त्यामुळे तिच्या निश्चयाला इवलाही तडा गेलेला नव्हता.

आज, ती प्रथमच या पदपथावरून चाललेली आहे. आजूबाजूचे दगड थडग्यासारखे थंडगार आहेत. ती कालच्या रात्रीच्या त्या नीलकंठीला भेटण्यासाठी निघाली आहे. तिनं स्वत:लाच वचन दिलं आहे की, ती आता चिडणार किंवा घाबरणार नाही. त्याऐवजी तिच्या धास्तीइतकाच ती तिच्या अकलेचाही वापर करेल. पण असा विचार करत असतानाच; तिला आत खदखदणारा संताप जाणवतो, त्वेष आणि धास्तीच्या मिश्रणाचा असा भडका उडाला आहे की, तो भडका बाहेरच्या जगाला दिसायच्या आधीच तिचं भस्म करून टाकेल.

नाही! नाही! ती इथं थांबू शकत नाही. एक वर्षभर कुणी तिचं काही ऐकूनही घेणार नाही! आणखी तीनशे चौसष्ट दिवस इतरांचं चिडवणं आणि चौकशा आणि कधीही न संपणाऱ्या वेळकाढू प्रार्थना सहन करत राहायचं? जरी तिनं निग्रह केला तरी ती मरून जाईल. नाही! तिला बाहेर पडायलाच हवं. असं केल्यामुळे तिच्या वडिलांच्या कुटुंबावर नाचक्कीचा डोंगर कोसळला तरीही ती ते करेलच आणि

तेसुद्धा निर्दोष नाहीतच. ते तिच्याशी खोटं बोलले. त्यांनी तिला कोंडून ठेवलं, तिला फसवलं. अशा वेळेस वडील हे खरे वडील नव्हेत आणि ती आता त्यांची मुलगी नव्हे! फक्त आता धास्तीची ज्योत इतकी भडकते की, तिला उमळून येतं आणि चालताना वाटेत थांबून तिला तोंडापर्यंत उसळून आलेलं पित्त थुंकून टाकावं लागतं.

आणि काहीही झालं तरी *'तो'* तिला इथं सडत पडू देणार नाही. नक्कीच नाही. तिला तशी खात्री आहे. उद्या सूर्य उगवणार याबद्दल तिला जेवढी खात्री वाटतेय, तेवढीच तिला त्याच्याबद्दलही खात्री वाटतेय. फक्त या गचाळ शहरात कायम धुकं आणि अंधार असतो आणि प्रत्यक्ष सूर्य उगवताना कुणाला दिसत नाही. नाही! तो तिला विसरणार नाही. कोणत्या तरी प्रकारे तो तिला कबूल केल्याप्रमाणे शोधून काढेल. तोवर ती तयारीत राहील आणि आला दिवस कंठेल आणि काहीही झालं तरी ती आतल्या दबावापुढे नमणार नाही.

४

जरी झुआना आज्ञापालनासाठी वचनबद्ध असली, तरी तिच्या सुरुवातीच्या दिवसांमध्ये तिला झालेल्या दुःखाची आठवण आल्यामुळे, त्या दुपारी ही मुलगी तिच्यापाशी येते, तेव्हा ती तिच्याशी सहनशीलतेनं आणि सौजन्यानं वागते.

औषधाचा रेंगाळता परिणाम अजूनही स्पष्ट दिसतोय. काल रात्री ती चवताळून ओरडत होती, तर आज ती दुर्मुखलेली आणि मंद आहे. ज्या कुणी आज सकाळी तिला कपडे चढवून दिले आहेत, तिनं नवागतेचा हेडस्कार्फ इतका करकचून आवळला आहे की, ते स्टार्चनं कडक केलेलं कापड तिच्या कपाळावरल्या आणि गालांवरल्या मृदू कातडीला टोचून तिथे वळ उमटले आहेत. औषधाचा परिणाम ओसरू लागला, की तिचं मस्तक आणि हृदय या दोहोंत तिला वेदना जाणवेल.

तिचे डोळे इतके निस्तेज दिसताहेत की, क्षणभर झुआनाला शंका येते की तिनं झुआनाला ओळखलं नसावं.

"देव तुझं रक्षण करो, नवागता सेराफिना."

"आणि तुमचंही सुओरा जेलर."

हो. तिनं ओळखलेलं आहे. जेलर. तो शब्द तिचाच होता आणि आता नवागतेच्या तोंडी तो धक्कादायक वाटतोय. पण मुलीला याची जाणीव आहे.

"आज तुला कसं वाटतंय?"

"वाईट मांसानं विषबाधा झालेल्या कुत्र्याप्रमाणे," ती म्हणते. तिचा आवाज घोगरा आणि खरखरीत येतोय.

"ओ! ही भावना लवकरच दूर होईल. मॅडोना चिआरांची इच्छा आहे की मी तुला मठात फिरवून आणावं. चालता येण्याइतपत तू बरी आहेस का? मोकळ्या हवेनं बरं वाटू शकेल."

ती खांदे उडवते.

"छान. हे घे," ती तिला कोट देते, "हवा आज वाईट आहे."

बाहेर धुक्याच्या करड्या आवरणात पदपथ वेढला गेला आहे. त्या चालत असताना त्यांच्या तोंडातून थिजलेल्या वाफेचे ढग बाहेर पडताहेत. झुआनाला

अनेकदा वाटलेलं आहे की, जर वडिलांनी नाखुश मुलींना मठात देवाच्या स्वाधीन करायचं ठरवलंच, तर त्यांनी सुपूर्द करताना ऊबदार ऋतू तरी निवडावेत. आत्ता जर उन्हाळा असता, तर त्या फळबागेत थांबू शकल्या असत्या आणि त्यांनी एक-दोन पिकलेली डाळिंबं फोडून खाल्ली असती किंवा माशांच्या तळ्यापाशी रेंगाळून उड्या मारणाऱ्या कार्प माशांच्या खवल्यांवर चकाकणारे उन्हाचे कवडसे बघितले असते. पण 'फेरारा' शहरात जन्मलेल्या आणि वाढलेल्या प्रत्येक व्यक्तीला हाडांपर्यंत थंडी पोहोचवणारं इथलं हिवाळी धुकं ठाऊक असतं आणि झुआनाला भरभर आणि कमी वेळेत चाललं पाहिजे.

भव्य, मुख्य पदपथावरून त्या एका छोट्या पॅसेजमधून दुसऱ्या लहान पदपथावर येतात. बदकाच्या पिलांप्रमाणे एक वृद्ध जोगिणीमागून जाणाऱ्या आठ-नऊ वर्षांच्या लहान मुलींची मिरवणूक त्यांना वाटेत दिसते. त्यातली एक स्पष्टपणे जाणवणाऱ्या कुतूहलानं या नवागतेकडे बघते आणि झुआनाशी नजरानजर झाल्यावर नजर खाली वळवते. सँटा कॅटेरिना मठात राहणाऱ्यांपैकी काहीजणी विवाहापर्यंत सुरक्षित राहण्यासाठी ठेवल्या गेलेल्या असतात, तर काहींचं प्राक्तन असतं जोगिणी बनणं. यातली कोणती कशासाठी आलीय हे नुसतं पाहून समजत नाही असं झुआनाला वाटतं. पण ही नवागता जर फेरारा शहरात जन्माला आली असती, तर बहुदा बाल्यावस्थेत असताना तिनं इथं लिहिणं आणि धर्मनिष्ठा या दोहोंचं शिक्षण घेतलं असतं आणि त्यांचा आजचा बराचसा त्रास वाचला असता.

हा दुसरा पदपथ साधासुधा, जुना आहे. इथल्या पटांगणाच्या फरशांमधून तण माजलंय, त्याचे विटांचे खांब काही जागी ढासळू लागलेत. पण तरीही इथे अधिक चैतन्य दिसतं. दोहों बाजूला भटारखाना, बेकरी, लाँड्रीरूम यांच्यावरच्या मजल्यावर वसतिगृहं आहेत. त्यात कॉन्व्हर्स म्हणजेच नोकराण्यांचं काम करणाऱ्या जोगिणी राहतात. त्याच्याविरुद्ध बाजूच्या थोड्याशा कोठड्यांमध्ये कमी हुंडा घेऊन आलेल्या गरीब जोगिणी राहतात. बाजूनं चालणाऱ्या मुलीचं कुतूहल जागं होऊन तिचे डोळे इकडेतिकडे बघताना पाहून झुआनाला मौज वाटते. खरपूस भाजल्या जाणाऱ्या मांसाच्या रश्शाचा आणि उकडल्या जाणाऱ्या कोबीचा सुवास हवेत दरवळतोय. पातेल्या-सतेल्यांची खुडबुडही ऐकू येतेय. हिवाळ्यात या कामांसाठी लागणाऱ्या विस्तवामुळे इथलं काम फार आकर्षक वाटू लागतं. पण उन्हाळ्याची सुरुवात होताच इथं भट्टीसारखी उष्णता पसरते, आणि रात्रीदेखील दिवसांएवढ्याच गरम असतात. बेकरीच्या दरवाज्यातच एक सुकडी, रंगीबेरंगी चट्टे अंगावर असलेली मांजर कुशीवर वळून पसरली आहे आणि अर्धा डझन आंधळी पिल्लं आवाज करत एकमेकांवर चढत तिला लुचण्याच्या प्रयत्नात आहेत. स्वयंपाकघराकडे बघणारी सुओरा फेडेरिका कुणाच्याही थाळीत जास्तीचं चमचाभर अन्न वाढणं म्हणजे देवाचा

केलेला गुन्हा मानत असली, तरी पाजणाऱ्या आयांच्या बाबतीत– निदान ज्यांनी पावित्र्याची शपथ घेतलेली नाही, अशा पाजणाऱ्या आयांच्या बाबतीत– तिचं काळीज लोण्यासारखं मऊ असतं.

पटांगण ओलांडण्यावर त्या औषधी वनस्पतींच्या बागेत थोडा वेळ थांबतात कारण झुआनाला बघायचं आहे, की थंडीनं कुठल्या झाडांना इजा पोहोचली आहे की काय. त्यानंतर त्या स्वयंपाकघरासाठी लागणाऱ्या मसाल्यांच्या बागेजवळून, मग खाटीकखान्याच्या आणि मारलेली जनावरं टांगतात त्या जागेच्या मागून– मरणाऱ्या जनावरांचा आवाज कानी पडणार नाही इतक्या दुरून नव्हे– आणि जनावरांच्या खुराड्यांमागून जातात.

उघड्यावर, इमारतीच्या छताबाहेर आल्यावर हवा खूपच गार वाटते. झुआनाला ती मुलगी कुडकुडताना दिसते.

"उरलेलं आपण पुन्हा केव्हा तरी पाहूयात का?"

"नको." मुलगी जोरानं मान हलवत म्हणते, "नको. नको. मला आजच बघायचंय."

"तुला थंडी वाजत नाहीये?"

"मी परत कोठडीत जाणार नाहीये." ती पुन्हा चिरक्या आवाजात म्हणते, "मी जर जिवंत पुरलीच जाणार असेन, तर मला निदान माझ्या थडग्याचा आकार तरी बघायचाय."

"असं असेल, तर तुझं कफन घट्ट गुंडाळून घे," झुआना शांतपणे म्हणते, "फिरणं संपण्यापूर्वीच वर जायची तुझी इच्छा नसणार."

ऊब राहावी म्हणून ती चालण्याचा वेग वाढवते.

वाईट हवेमुळे समुद्रावरून जमिनीकडे आलेला, भांडणाऱ्या सी-गल् पक्षाच थवा त्यांच्या डोक्यावरून बागडत आणि ओरडत जात धुक्यात लुप्त होतो. उघड्या बागा ओलांडून त्या कार्प माशांच्या तळ्यापाशी येतात; गोठलेल्या बोरूंचे दांडे गोठलेल्या बर्फाच्या तरंगत्या बेटाच्या आत अडकून बसले आहेत. डावीकडे, दूरवर करड्या रंगाच्या कपड्यातल्या काही आकृत्या भाज्यांचे वाफे खणताना धुक्यातून क्षणभर दिसतात आणि पुन्हा धुक्याआड जातात– जणू भटकते आत्मेच!

"त्या कोण आहेत?" ढगाळ हवेतून त्यांच्याकडे बघण्याचा प्रयत्न करत ती मुलगी विचारते.

"कॉन्व्हर्स. जोगिणींची सेवा करणाऱ्या नोकराण्या. त्यातल्या काहीजणी बागांमध्ये तर काही धोबीकामात किंवा भटारकान्यात कामं करतात. तुझी कोठडी झाडणारी आणि तुला पोशाख चढवायला मदत करणारी नोकराणी तुला आजच दिली गेली असेल."

तिचा हात नाखुषीने डोक्यापाशी जातो.

त्यांनी कोणती नोकराणी तिला दिली असेल? झुआनाला कुतूहल वाटतं. ऑगस्टिना की डॅनिएला? दुष्टपणा की खोडसाळपणा आणि त्यासोबत थोडी निष्ठुरता?

"त्यांना इथे ठेवण्यासाठी त्यांच्या वडिलांनी किती पैसे मोजले असतील?" ती मुलगी जवळजवळ स्वत:शीच पुटपुटते.

"तुझ्या वडिलांनी दिले, त्याहून खूपच कमी. तुझं भाग्य आहे की, आपलं दरिद्री क्लेअर कॉन्व्हेन्ट नाही, जिथं साऱ्या जोगिणी स्वत:च ही कष्टाची कामं करण्यात धन्यता मानतात. इथे देव आपल्यापुढे त्याच्या सेवेचे अनेक पर्याय ठेवतो."

"तर मग तुम्हाला दरवाजांना कुलूपं घालावी लागतात याचं मला आश्चर्य वाटायला हवं; की बाहेरच्या साऱ्यांनी आत येऊन गर्दी करू नये, म्हणून ही सावधगिरी आहे?"

ती मुलगी आठ्या घालते, खाली वाकून ओंजळभर खडे उचलते. ती तिरसटपणे ते खडे तळ्यात फेकत असताना झुआना तिच्याकडे पाहत राहते. मोठे खडे ताबडतोब तळाला जातात तर इतर काही गडगडत बर्फावर चमकतात. झुआनाला वाटतं आणि असं वाटण्याची ही काही पहिलीच वेळ नाही, की एकदा तिनं कुढणं थांबवलं की, ती इथे चांगल्या प्रकारे रुळू शकेल; कारण नम्रतेच्या बुरख्याखाली वळवळणाऱ्या तिखट जिभा मठात भरपूर आहेत.

त्या दोघी फळबागेतून वाट काढत पुढे जातात. इथली व्यवस्थित छाटलेली फळझाडं अंधुक प्रकाशात बुटक्या सेनेसारखी वाटताहेत. शेवटी दोघीजणी मठाच्या भिंतींपाशी पोहोचतात. भरून आलेल्या आकाशाला भेटायला निघालेल्या सुळक्यांसारख्या मठाच्या भिंती वाटताहेत. हवा अगदी दमट आणि काळोखी झाली आहे. त्यांनी ओलांडलेल्या इमारती धुक्याच्या विळख्यात अदृश्य झाल्या आहेत.

"ओ! ही जागा किती मोठी आहे?" तिच्या कैदेच्या जोखडामुळे त्या मुलीचा आवाज निरुत्साही आहे.

"ह्या भिंती प्रत्येक बाजूनं तीन बाजूंइतक्या लांबीच्या आहेत. हा शहरातल्या सर्वांत मोठ्या मठांपैकी एक आहे."

इतका मोठा, की कधीकधी खेड्यातल्या कुटुंबांतून आलेल्या मुलींना मोकळी जमीन आणि आकाश पाहूनच विरंगुळा वाटतो. राजदरबारातल्या कथा ऐकत शहरी वातावरणात वाढलेल्या मुलींना यामुळे तेवढासा आनंद वाटला नाही, तरी शहराच्या मध्यवर्ती भागात एखादा श्रीमंत मठ एवढी विस्तीर्ण जागा मिळवू शकतो, याचं त्यांनासुद्धा अप्रूप वाटू शकतं. झुआना स्वत: इथे पहिल्यांदा आली तेव्हा किती चकित झाली होती. आता तिला फक्त एवढंच आठवतंय, की वनस्पतींची बाग फारच लहान आणि वनस्पतींचे कमी प्रकार असलेली होती आणि तिनं पेटाऱ्यात गुंडाळून आणलेली वनस्पतींची रोपं त्या पहिल्या हिवाळ्यात अचानक झालेल्या

हिमवादळात मरून गेली होती. हिवाळा! हो नवागतांना पहिल्या वर्षी सर्वांत दु:खद भासणारा काळ.

"भिंतींच्या आतल्याबाजूनं एक पूर्ण फेरी मारायला अर्धा तास लागतो. अर्थात् ते तुम्ही फक्त आतूनच करू शकता, कारण चौथ्या भिंतीपलीकडे नदी आहे. तुला यातलं काहीच माहीत नव्हतं?"

ती मुलगी खांदे उडवते. जर इथे येऊ घातलेली नवागता इथे पूर्वी राहून गेलेली नसेल, तर जिथे ती उरलेलं आयुष्य घालवणार तिथं तिनं निदान एकदा तरी भेट देऊन जावं हा परिपाठ असतो. पण तिनं एवढंसुद्धा केलेलं नाही. तसं केलं असतं तर तिला रुळायला जास्त सोपं पडलं असतं का? जे श्रीमंत देणगीदार त्यांच्या देणगीचा विनियोग कसा केला जातोय हे बघायला येतात किंवा त्यांच्या मुलीच्या भविष्यकाळाबद्दल खात्री करून घ्यायला येतात, त्यांना हे सारं पाहण्याची उत्सुकता वाटते कारण सँटा कॅटेरिना मठाचा भूतकाळसुद्धा वर्तमानकाळाएवढाच संपन्न होता. शहरातील ही अगदी प्रारंभीची वास्तू, सुरुवातीला नदीतल्या बेटावरचं बेनेडिक्टिन भिक्षूंसाठी बांधलेलं छोटंसं घर होतं. पण वर्षानुवर्षे ओल्या तापामुळे इतकेजण मृत्यूमुखी पडले की, ते घर ओस पडलं. जेव्हा व्यापारातून आलेल्या पैशामुळे पाणथळ जागा कोरड्या केल्या गेल्या, नदीचा प्रवाह बदलला गेला आणि त्याबरोबरच सर्वांत मारक रोगाचं उच्चाटन झालं, तेव्हा इथं पुन्हा बांधकाम केलं गेलं.

प्रत्येक जोगिणीला मठाच्या सध्याच्या यशाचं गाणं तोंडपाठ आहे. सांडपाण्याच्या चांगल्या निचऱ्यामुळं आणि आता धुरी देण्यासाठी वनस्पतींचा आणि त्यांच्या तेलाचा मुख्य खोल्या आणि पॅसेजमध्ये वापर केल्यामुळे (ही गोष्ट झुआनाच्या कामामुळे घडलीय. परंतु विनयांच्या निकषांप्रमाणे एकीलाच ते श्रेय देता येत नाही.) उन्हाळ्यात होणारे गंभीर, संसर्गजन्य रोग दूर ठेवले जातात. त्यामुळे आज सँटा कॅटेरिना मठात साठ जोगिणी, आठ ते नऊ नवागता, थोड्या तरुण विद्यार्थिनी आणि पंचवीस सेविका-जोगिणी राहून एकत्र इतके परिश्रम घेताहेत की, बहुतेक साऱ्या वर्षी लवकर आलेल्या अंजीर आणि डाळिंबांच्या करंड्या भेट म्हणून स्थानिक बिशपकडे (धर्मगुरु) आणि आभार आणि उत्तेजन म्हणून मठाच्या विशेष उदार अशा दात्यांकडे पाठवल्या जातात.

ते दानावर जगतात असं अजिबात नाही. अजिबातच नाही. मठाच्या चौथ्या बाजूनं वाहणारी नदी, हा त्यांचा व्यापारी मार्ग आणि जास्तीचं संरक्षण आहे. नदीमार्गे येणाऱ्या पाहुण्याला बाहेरच्या भिंतीतून कोरून काढलेला धक्का आणि कुलूपबंद दरवाजा दृष्टीस पडतो. त्या दरवाजामागे अनेक साठवणाच्या खोल्या आहेत आणि त्याही आतून कुलूपबंद आहेत. अशा तऱ्हेने जोगिणींशी समोरासमोर भेट न होता घाऊक आणि किरकोळ व्यापारी व्यवहार करू शकतात. या मार्गानं मठाकडे पीठ,

ताजी मासळी, साखर, कापड, दोरे, शाई आणि कागद येतो. हे सामान घेऊन येणारे काही तराफे जाताना जवळजवळ तेवढेच खच्चून भरून जातात. त्यात हस्तलिखित प्रार्थना-पुस्तकं, भरतकाम केलेलं कापड, चर्चची वस्त्रं, औषधं, दारू आणि संतांच्या रंगवलेल्या मूर्ती असतात. मठाची तळघरं मेजवान्यांच्या दिवशी आणि सणांच्या दिवशी लागणाऱ्या उत्कृष्ट मद्यानं भरलेली असतात आणि मठाच्या भटारखान्यात रोजच्या रोज, बाजूला रोझमेरी (एक सुगंधी मसाला) चिकटवलेला ताजा ब्रेड बनतो. तेथे ताजं ऑलिव्ह ऑइलही काढलं जातं. ज्या ऑलिव्हच्या लगद्यापासून ते काढलं जातं, त्याच लगद्याएवढं ते हिरवं आणि सुगंधी असतं. शिवाय प्रवेश करताना जोगिणींनी आणलेला हुंडा, राहणाऱ्या विद्यार्थिनींकडून मिळणारी रक्कम, कायमस्वरुपी दान केल्या गेलेल्या डझनभर इमारतींपासून येणारं भाडं– आणि त्यामुळे काही काही वर्षी सँटा कॅटेरिनाची खातेवही काही प्रचंड जहागिरींच्या तोडीसतोड लठ्ठ रक्कम दाखवते.

भिंतींच्या आतल्या बाजूनं आणि नदीकाठच्या साठवणीच्या खोल्यांच्या बाजूनं चालत असताना झुआना सेराफिनाला या सुंदर चित्राची झलक दाखवते. काही क्षण असेही येतात, की ती तरुणी काही प्रश्न विचारण्याएवढी त्यात गुंगून गेलेली असते. तिला आणखी सांगायची झुआनाला इच्छा आहे, पण त्यातून काही निष्पन्न होणार नाही, हेसुद्धा ती जाणून आहे.

ज्याक्षणी आपण काहीतरी गमावतोय, त्याचक्षणी आपण काय कमावतो आहोत याचं आकलन होणं नेहमीच अवघड असतं. इतक्या तरुण मुलीला कैद आणि स्वातंत्र्य याचे वेगवेगळे अर्थ उमगणंही अवघड काम आहे... कारण या भिंतींबाहेर असलेली 'स्वतंत्र' स्त्री तिचं सारं आयुष्य इतरांच्या निर्णयांनुसार घालवत असेल, तर आत असलेली स्त्री बरंचसं स्वच्छेचं आयुष्य कंठू शकेल. इथे प्रत्येक जोगिणीला स्वत:चा आवाज आणि स्वत:चं मत देण्याचा हक्क असतो. (ख्रिस्ती जगात आणखी इतर कुठं तुम्हाला असं आढळणार आहे?); इथे त्या पुढल्या 'सर्वसंतां'च्या दिवसाच्या मेजवानीच्या मेन्यूपासून नव्या मठस्वामिनीच्या नियुक्तीपर्यंत किंवा इतर विभागप्रमुखांच्या किंवा मठ सुसूत्रपणे चालण्यासाठी आवश्यक अशा डझनभर जागांवरच्या नियुक्तीबद्दल एकत्रितपणे निर्णय घेतात आणि हा व्यापारी आणि आध्यात्मिक आसरा नीटपणे चालवतात.

ह्या 'तुरुंगात' मुलींच्या खर्चिकपणाबद्दल किंवा निरुपयोगितेबद्दल रागावणारे किंवा कोरडे ओढणारे वडीलही नाहीत; गरीब बिचाऱ्या बहिणींना चिडवणारे आणि छळणारे भाऊही नाहीत; सडके-झिंगलेले आणि थकलेल्या किंवा धार्मिक वृत्तीच्या बायकांना सतत पिडणारे नवरेही नाहीत! स्त्रिया इथे जास्त काळ जगतात : प्लेग या भिंतीं ओलांडून आत सहजपणे प्रवेश करू शकत नाही आणि पतीकडून पत्नीकडे येणारे त्वचेचे किंवा पुवानं भरलेले रोगही बायकांना होत नाहीत. अनेक

गर्भारपणं भोगून कुणाचंही गर्भाशय इथे खाली सरकत नाही. कुणीही इथं बाळंतपणात घाम गाळत नाही, मरत नाही, किंवा कुणालाही आपल्या अर्ध्या डझन मुलांना दफनवायचं दु:ख भोगावं लागत नाही आणि जर तुमच्या हृदयाला गोड, निष्पाप बालकांची ओढ वाटत असेल, तर इथं लाड करायला आणि लालनपालन करायला लहान मुलंही आहेत– एकतर लेखन, वाचन शिकण्यासाठी पाठवलेल्या लहान मुली किंवा टकमक बघणारी, कुटुंबीयांबरोबर येऊन भेटकक्षामधून जाणारी अर्भकं. चिडलेल्या नवागता साऱ्या जगासाठी दरवाजे उघडे टाकण्याच्या कल्पनेला जरी हसल्या तरी वस्तुस्थिती अशी आहे की, रडत-ओरडत प्रवेश करणाऱ्या दर सहा मुलींमागे बरेचदा एखादी नुकतीच विधवा झालेली किंवा विधवा होण्याची इच्छा करणारी प्रौढा स्वेच्छेने इथं प्रवेश करण्यासाठी आतुर झालेली असते.

पण अशी खास समजूत घालण्यासाठी ही योग्य वेळ नाही आणि झुआना आपले विचार आपल्यापाशीच ठेवून मुख्य इमारतीकडे जायचा परतीचा रस्ता चालू लागतेय! तिसऱ्या भिंतीपाशी, जिथं बाहेरचा रस्ता आहे, तेथे अचानक गोंगाट आणि गडबड ऐकू येते : दगडी रस्त्यावर होणारी हातगाड्यांची खडखड, हसण्याचा आवाज, चढलेले आवाज आणि एकांतवासात नसलेल्या आयुष्यांचे रोजचे व्यवहार. झुआनाच्या बाजूनं चाललेली सेराफिना एकदम ताठ होते.

''आपण कुठं आहोत? याच्या पलीकडे काय आहे?''

''बॉर्गो सान्‌बर्नाडिनो,'' झुआना दिशा लक्षात घेत उत्तर देते. लहान असताना, कधीमधी ती वडिलांबरोबर, ते पेशंट तपासायला जात असताना सोबत जात असे आणि त्यामुळे तिला बऱ्याच जणांपेक्षा हे शहर जास्त ओळखीचं आहे– निदान एकेकाळी जास्त ओळखीचं होतं. ''हा रस्ता नदीजवळून सुरू होतो आणि वायव्येला बाजाराचा चौक, कॅथेड्रल आणि राजवाड्याच्या दिशेनं जातो.''

मुलगी गोंधळलेली दिसते.

''तुला सुप्रसिद्ध डी-एस्टे राजवाडा किंवा कॅथेड्रल माहीत नाही? ओ! ती तर या शहराची आश्चर्यं आहेत. ही दोन आणि विश्वविद्यालय. त्याचा वैद्यकशास्त्राचा विभाग पादुआ आणि बलोना यांच्या तोडीचं शिक्षण देतो. पुढल्यावेळेस चॅपेलमध्ये असताना तुझ्यापाशी मोकळा वेळ असेल, तेव्हा समूहगानाच्या बाकांच्या पाठीवर तुझी बोटं फिरव. तिथे लाकडाचे हजारो तुकडे एकत्रित करून, चिकटवून या साऱ्या गोष्टींच्या प्रतिकृती केलेल्या आहेत.''

पण ही मुलगी आता मंद पडू लागली आहे. थंडी आणि या भिंतींमागचं भुतासारखं आयुष्य यामुळे ती एकदम मलूल पडू लागली आहे.

''चल.'' तिच्या हाताला झुआना स्पर्श करते, ''आत जायची वेळ झाली आहे.''

त्या मुख्य मठात शिरतात तेव्हा विश्रांतीची वेळ संपून कामाची वेळ सुरू झाली आहे याची सूचना देणारी घंटा वाजायला सुरुवात होते. त्या कोपऱ्यातला जिना चढू लागतात तेव्हाच 'ल्यूट' या तंतूवाद्याच्या प्रारंभीच्या झंकारांमध्ये झऱ्याच्या पाण्याप्रमाणे निर्मळ असलेला एकच आवाज सप्तक चढत मिसळतो.

प्राण्यानं नव्या गंधाची नोंद घ्यावी, त्याप्रमाणे ती मुलगी आपलं डोकं चटकन वर उचलते.

"ही एपिफनीच्या मेजवानीसाठीची स्वररचना आहे. तुला गायला आवडतं?" झुआना सहज विचारल्यासारखा प्रश्न टाकते आणि उत्तरादाखल मुलीनं चेहऱ्यावर ओढूनताणून आणलेल्या रागाची नोंद घेते.

"माझा आवाज पार गेलाय आता." ती घोगऱ्या आवाजात उत्तर देते.

"तर मग तुझ्याप्रमाणेच आम्हीही तो लवकर परत यावा अशी प्रार्थना करू. मठाच्या सांघिक प्रार्थनांची प्रमुखा– ती मठस्वामिनीची चुलत बहीण लागते– ड्यूकच्या पिताश्रींच्या धर्ममंदिराच्या प्रमुखांएवढ्या प्रथितयश व्यक्तीकडून स्वररचना करायला शिकली होती आणि तिच्या रचना साऱ्या शहरात सुप्रसिद्ध आहेत. ती तुला भेटायला उत्सुक आहे. इतर लोक कामांना जुंपलेले असतात, तेव्हा सुरेल गळ्यांना रियाज करता येतो. खरं तर कोकिळकंठींना इथे इतक्या सवलती दिल्या जातात की, तू तर थक्कच होशील."

संगीतकक्षाकडे जाणारा त्यांचा मार्ग लेखन सदनिकेवरून जातो. इथं दिवसाचा शेवटचा सूर्यकिरण आत येईल, अशा जागी बारा डेस्कं ठेवलेली आहेत आणि त्यावर बारा डोकी टेकून एकाग्रपणे काम करताहेत. इथली शांतता फक्त शाईच्या दौतींवर टकटक करणारे टाक आणि कागदावर लिहिणारी निबं यांच्याच आवाजानं भंग पावतेय. पोडियमजवळ बसलेली, पूर्णचंद्रासारखा वाटोळा आणि तेजस्वी चेहरा असलेली सुओरा स्कोलास्टिका, त्या दरवाजात उभ्या असलेल्या पाहून, त्यांच्याकडे बघून स्मित करते. झुआना प्रत्युत्तरादाखल मान लववते. जेव्हा ती पवित्र शब्दांची नक्कल करत नसते, तेव्हा ती स्वतःचं लेखन करत असते– संत आणि पापी लोकांवरली भाव भरली नाटकं ती यमक-अनुप्रासांच्या सर्गांमध्ये लिहिते आणि त्यातली उत्कृष्ट नाटकं कार्निव्हलमध्ये किंवा 'सर्वसंता'च्या दिवशी सादर होतात. तिच्या समर्पित भावामुळे वातावरण भारलं जातं. इतर कामकाजाच्या खोल्यांमध्ये थोडीशी बेचैनी नेहमीच दिसून येते. पण गेली अनेक वर्षे झुआनाला जाणवलं आहे की जे इतर कष्टांच्या कामांपेक्षा पुस्तकं आणि हस्तलिखिताचं काम जास्त पसंत करतात, ते आपल्या कामात सर्वांहून जास्त गढून गेलेले असतात, कारण जरी आधीच्या लिहिलेल्याचीच नक्कल करण्याचं काम असलं तरी यात खूप कौशल्य आत्मसात करावं लागतं आणि रिकामा कागद लेखनानं भरू लागलेला पाहण्यात

शांतवणारं सौख्य लाभतं. पहिल्या सहा महिन्यात ती वनस्पतींच्या बागेसाठी आणि तिच्या खलबत्त्यासाठी जेव्हा तळमळत होती, तेव्हा तिलाही इथे आनंदाचे काही मधुकण टिपता आले होते. शिवाय तिनं खोडसाळपणे कोपऱ्यातली नक्षी चितारण्यासाठी फक्त औषधी वनस्तपींची चित्रंच काढली होती, साऱ्या रोगांवरले इलाज ओळखू यावेत इतक्या हुबेहूब तिनं ती चित्रं काढली होती. फक्त ती वाचकाला ओळखू येण्याचाच काय तो प्रश्न होता!

त्या वरच्या मजल्यावरच्या आच्छादित पदपथावर पोहोचतात. भरतकाम जिथं केलं जातं, त्या खोलीवरून पुढे जातात. तिथं अधूनमधून थांबणाऱ्या गप्पांचा, मैनांच्या स्वरातला आवाज, दाराखालून बाहेर ऐकू येतोय. इथली पर्यवेक्षिका सिस्टर फ्रान्सेस्का उसळत्या उत्साहाच्या मुलींशी मृदुतेनं वागते. असं करण्यामागे तिची श्रद्धा आहे की हास्य, ही हृदय शुद्ध करण्याची देवाची एक रीत आहे आणि त्यामुळे काही तरुण जोगिणी इथे जमतात आणि तिचा अनेक प्रकारे फायदा घेतात. जरी काहीजणींना हे पसंत नसलं, तरी झुआना अधिक क्षमाशील आहे : तिच्या दृष्टीने अशी लहानसहान उल्लंघनं बरेचदा मोठ्या मर्यादाभंगाला रोखून धरतात.

पण आज मैनांकडे लक्ष द्यायला वेळ नाही. तो एकटा आवाज आता अनेक आवाजांमध्ये नृत्य करतो आहे; वेगानं वाहणाऱ्या ओढ्यात चंदेरी माशांच्या झुंडीतले मासेच जणू एकमेकांच्या वरून आणि खालून सुळकांड्या घेत आहेत, आणि त्याला प्रतिसाद देणारी सेराफिनाची पावलं जलद पडू लागली आहेत. संगीताच्या खोलीजवळ पोहोचल्यावर झुआना हळूच दरवाजा उघडते आणि तिला आत जायला वाट करून देत स्वत: बाजूला उभी राहते.

त्या विविधरंगी संगीताच्या पार्श्वभूमीपुढं ती खोली इतकी एकरंगी असल्याचं पाहून धक्काच बसतो. धूसर उजेडात एक जोगीण तंतुवाद्यावर ओठंगून उभी आहे आणि इतरजणी पाच किंवा सहाजणींच्या गटात उभ्या आहेत. थोड्याजणी संगीतावर माना डोलावत असल्या तरी बऱ्याचजणी पुतळ्याप्रमाणे निश्चल आहेत. त्या साऱ्यांच्या पुढ्यात नोटेशनच्या वह्या आहेत, परंतु त्यांची दृष्टी सतत त्यांच्या पुढल्या लहानशा आकृतीकडे वळते आहे; तिचे हात वर-खाली नाचत आहेत, तिची बोटं वाकवलेली आहेत. जणूकाही ती हवेतल्या स्वत:च्याच अदृश्य तारांवरून प्रत्येक स्वर खुडून घेत आहे. इथलं वातावरण एकाग्रतेनं इतकं भारलं गेलं आहे, की त्या आत आल्याचं कुणाच्याही लक्षात आलेलं नाही. झुआना सेराफिनाकडे नजर टाकते. जरी पुढे आयुष्यभर तिनं ते नाकबूल केलं, तरी आता तिला वाटणारी ओढ स्पष्टपणे जाणवतेय. ओढ आणि त्याचबरोबर विस्मय.

झुआनाचा स्वत:चा आवाज 'लार्क' पक्षासारखा (मंजूळ) नसून 'सीगल' पक्षासारखा (घोगरा) आहे. पण तीदेखील भारावून गेल्याशिवाय राहत नाही. या

खोलीतली प्रत्येक स्त्री तिच्या ओळखीची आहे. तिनं त्या साऱ्यांवर, त्यांचे घसे जायबंदी करणाऱ्या आणि त्यांचा आवाज खरखरीत करणाऱ्या अनेक व्याधींवर उपचार केले आहेत. इतर शेकडो प्रकारची शारीरिक दु:ख, गळवं, पचनाची दुखणी किंवा पोटाचे आजार या मानवी शरीराला पीडा देणाऱ्या दु:खांवरचे इलाज तर वेगळेच. सुओरा बेनेडिक्टाचा अपवाद वळगता, त्या साऱ्याजणी या खोलीबाहेर अगदीअगदी सामान्य वाटतात. येथील कोणत्याही इतर जोगिणीहून त्या अधिक बऱ्याही नाहीत किंवा वाईटही नाहीत किंवा ईश्वराच्या अधिक निकटही नाहीत किंवा अधिक दूरही नाहीत. तरीही इथे तुम्ही फक्त डोळे मिटून त्यांचे चेहरे दृष्टीआड केलेत (आणि असं फेराराचा प्रत्येक नागरिक चर्चमध्ये बसून वेदीपुढल्या जाळीतून त्यांचे फक्त आवाज ऐकत असताना आपोआपच करत असतो) की त्यांच्या आवाजाच्या माधुर्यामुळे तुम्हाला वाटून जाईल की, तुम्ही देवदूतांचाच जलसा ऐकत आहात.

या दृष्टीनं फेरारा गावात स्वर्ग आणि पृथ्वी यांचं अनोखं मिलन झालेलं आहे कारण जितके जोगिणींचे आवाज अधिक मधुर, तेवढं या शहराला स्वर्गाच्या अधिक समीप गेल्याचा भास होतो आणि जितकं स्वर्गाच्या जवळ गेल्यासारखं वाटेल, तेवढीच इथल्या श्रीमंत नागरिकांनी दृश्य रूपात दाखवलेली कृतज्ञता, अशा देवदूतांचं निवासस्थान असलेल्या मठाकडे अधिकाधिक प्रमाणात लोटेल. गाण्याची अगदी कमी कुवत असलेल्या नवागतांच्यादेखील हे ताबडतोब लक्षात येतं. बलोना, सिएना किंवा व्हेनिसमधल्या काही मठांना इतके उच्चभ्रू लोक भेट देतात, की त्यांच्या सर्वोत्कृष्ट गात्या गळ्यांना हिवाळ्यात रात्रीच्या गारठ्याचा त्रास होऊ नये म्हणून त्यांना हिवाळ्यात मॅटिन्सपासून (पहाटे दोन वाजता होणाऱ्या प्रात:प्रार्थनेपासून) सुट्टी दिली जाते, हे देखील सर्वांना ठाऊक आहे. अर्थात अशा पक्षपातामुळे मत्सर जागा होऊ शकतो आणि सँटा कॅटेरिनाची मठस्वामिनी समानता राखून शांतता ठेवण्याची काळजी घेते. तरीही डावं-उजवं अनेक प्रकारे करता येतं.

शेवटली तान प्रत्येक आवाज एकत्र आणते, सप्तक चढते, आवाज अधिक गहिरा, अधिक खोल करते आणि एक डौलदार वेलांटीनंतर स्तब्धतेच्या डोहात विलीन होते आणि जेव्हा ही स्तब्धता अस्तित्वात येते, तेव्हा ती प्रत्यक्ष ध्वनीएवढीच जिवंत भासते. "ओऽऽऽ हो!" बेनेडिक्टा एक वेगळाच, खर्जातला उसासा सोडते. 'क्विया ग्लोरिया डॉमिनी सुपर टे ऑर्टा एस्ट' चा पहिला आणि दुसरा भाग स्पष्टपणे येत नाहीये आणि युजेनिया, सुओरा मार्गारिटाच्या तुलनेत तुझे पहिले दोन 'अलेलुआ' फार किनरे येताहेत आणि पुरेसा वेळ स्वरात जोर राहत नाहीये.

खोलीचं दार वाऱ्यानं किंचित उघडतं आणि त्याच्या बिजागऱ्या किंचित करकरतात आणि त्यांच्या अस्तित्वाकडे लक्ष वेधलं जातं. चिमुकल्या आकाराच्या बेनेडिक्टाच्या कानी तो आवाज पडलेला दिसत नसला, तरी स्वर्गातून पृथ्वीकडे

अतिमानवी वेगानं संचार करायची सवय असलेल्या जोगिणींचं कुतूहल ताबडतोब जागं होतं. कुणीही नवागता, हे कुचाळक्यांना खाद्य पुरवणारं इंधनच असतं. त्यातून जिचा आवाज बंद दाराआडूनही सारा मठ हलवून टाकत असेल तिची तर बातच न्यारी.

"युजेनिया, तू..."

सरतेशेवटी तिला त्या आल्याची जाणीव होते आणि ती वळते.

"सुओरा बेनेडिक्टा," झुआना आपलं मस्तक लववत म्हणते, "मी समूहगीत ऐकण्यासाठी नवागतेला घेऊन आले."

"आहा!" आणि त्या चिमुकल्या स्त्रीचा चेहरा उजळतो. "ओ! हो! हो! मिलानहून आलेला गळा. या. या. या. आम्ही तुमची वाट पाहत होतो."

पण ही मुलगी अजिबात हलत नाही.

"स्वागत आहे तुमचं. ओ! बघा तर! तुमची पूर्ण वाढ झाली आहे. पाळी आधीच आली आहे ना? तुमचा आवाज आता ठीक आहे का?" ती थबकते, पण कोणतंही उत्तर न मिळाल्याचं तिच्या लक्षात येत नाही. "तुम्हाला नोटेशन वाचता येतं का? कदाचित तुम्हाला शिकवलं गेलं नसेल– पण तुम्हाला काळजी करायची गरज नाही. ते दर्शवतात तेवढं काही ते अवघड नाही. तरीही तुमच्या बुद्धीपेक्षा तुमचा गळा ते जास्त चटकन आत्मसात करेल. मी 'ग्रॅज्युअल'मध्ये वरच्या सप्तकासाठी तुला जागा दिली आहे पण तुझ्या आवाजाला आणखी खोली असली तर बदल चटकन करता येईल. स्वर असे आहेत..."

आणि ती तिचं तोंड उघडून स्वर गुणगुणू लागते, ते तिच्या संभाषणापेक्षाही अधिक वेगानं येतात आणि झुआनाचे कान ते स्वर ओळखू शकत नाहीत. पण सेराफिनानं जमिनीवर खिळलेली दृष्टी वर उचललेली नसली, तरी ती ते स्वर ऐकते आहे हे स्पष्टपणे कळतंय.

बेनेडिक्टा थांबते, "हे तुझ्यासाठी फारच वरच्या पट्टीत होईल का?"

यापाठोपाठ जी शांतता पसरते, त्यात गायिकांपैकी कुणीतरी खवचटपणे हसल्याचा आवाज बेनेडिक्टाखेरीज इतर सर्वांना ऐकू जातो.

"काय? काय झालं? तुला बरं वाटत नाहीये का?"

"मी आता गाणं सोडून दिलंय." ती अखेरीस उत्तर देते, झुआनाला ठाऊक आहे त्याहून तिचा आवाज आणखी फुटीर आणि घोगरा येतोय.

"पण का?" ती झुआनाकडे दुर्लक्ष करत तिच्याजवळ येते आणि तिचे हात हातात घेते. "ओ! तुझे हात किती थंडगार आहेत. तू बाहेर गेली होतीस का? तुझा घसा बसलाय, त्यात काहीच आश्चर्य नाही. ते थंडीमुळे आहे. वाऱ्यामुळे अगदी उत्तम आवाजदेखील खराब होतात. किंवा तुझ्या दूरच्या प्रवासाचा शीणही कारणीभूत असेल. तू तुझी काळजी घेऊन सुओरा झुआना सांगेल, तेच करायला हवंस. जरी

देवानं तिला अगदी साधारणसं स्वरयंत्र दिलेलं असलं, तरी त्यानं तिला इतरांची सेवा करण्याची असाधारण कुवत देऊन या गोष्टीची भरपाई केली आहे.'' आणि ती प्रेमानं झुआनाकडे बघते.

''युजेनिया.'' ती गायिकांकडे वळते. ''ये. आपल्या नवागतेसाठी हा भाग गाऊन दाखव, म्हणजे तिचा आवाज सुधारेपर्यंत ती स्वर लक्षात ठेवू शकेल.''

पहिल्या ओळीतल्या तरुण युजेनियाला काल रात्री चॅपेलमध्ये तिचे डोळे उघडे ठेवणं अशक्य झालं होतं, पण आता ती नव्यानं पंख फुटलेल्या पाखरासारखी चिवचिवतेय. ती गाण्याच्या तयारीत राहताना तिच्या शिराच्छादनाखालून एक चुकार बट बाहेर डोकावताना झुआनाला दिसते. नक्कीच हे मठस्वामिनीचं अनुकरण आहे.

''सर्ज, इल्यूमिनेर, जेरुसलेम...''

हे शब्द तिच्या तोंडी लखलखत्या चांदीसारखे चमकताहेत. ती तरुण आहे आणि गायिकांपैकी अत्यंत मधुर आवाज असलेली एक गायिका आहे. तिला मठातल्या गावगप्पा आणि नाट्याची भरपूर भूक आहे. सहा महिन्यांपूर्वी, येशूप्रमाणे देहदंड भोगण्यासाठी, येशूच्या काटेरी मुकुटावरून ती चालत गेली होती. रुतलेल्या काट्याची जखम पिकली होती आणि ती लंगडत झुआनाच्या औषधालयात गेली होती आणि तो काटा तिनं काढून घेतला होता. एकाच आठवड्यानं मोकळ्या वेळात, फळबागेत ती खारकुंड्यांमागे धावत होती. तिच्या अनिच्छेच्या देहदंडापेक्षा तिच्या उत्साहाचं कारंजंच जास्त लोभस आणि संसर्गजन्य होतं. झुआनाला तेव्हापासून तिच्याबद्दल वेगळंच ममत्व वाटतंय.

''...अलेलुआ.''

जाणकारांना वाटू शकेल की, ती शेवटचा स्वर थोडा अधिकवेळच ताणून धरतेय. नव्या प्रतिस्पर्ध्यापासून आपले आसन सुरक्षित ठेवणारी कुणीही कोकिळकंठी असंच करेल. चर्चमध्ये काही तरुण मनं यावरून वेगळेच निष्कर्ष काढू शकतील.

सारे डोळे आता सेराफिनावर खिळले आहेत. ती अंग आक्रसून उभी आहे. तिचा चेहरा ओढलेला आणि निस्तेज दिसतोय. तिची कातडी काळवंडलीय. तिचे डोळे तिच्या पुढे असलेल्या कोणत्यातरी अज्ञाताचा ठाव घेताहेत. हळूहळू पोटावर एक हात दाबत ती पुढे वाकते.

ती जेव्हा डोकं वर उचलते, तेव्हा झुआनाला क्षणभर वाटून जातं, की ती खाली वाकून हसत असावी; ती ज्या प्रकारे श्वास रोखून धरतेय, त्यामुळे तिला असं वाटलं असू शकेल. गायिकांपैकी कुणीतरी घाबरून हसतं. काय घडतंय ते झुआनाच्या फार उशीरा लक्षात येतं.

सेराफिना तिचं तोंड उघडते आणि उलटीच्या आवाजापाठोपाठ पित्ताचं कारंजं बाहेर येतं.

५

"हे पी."

ती मुलगी मान हलवते.

"हे केवळ आलं घातलेलं पाणी आहे."

"असं असेल तर तुम्हीच ते प्या."

झुआना मातीचं भांडं उचलते आणि मोठा घोट घेते.

"कोणत्याही सिस्टरला विचार. माझ्या औषधांपैक्षाही माझी विषंच जास्त लवकर बरं करतात. ज्याअर्थी मी अजूनही माझ्या पायांवरच उभी राहू शकतेय त्याअर्थी तू ते घ्यायला हरकत नसावी." ती आणखी एक घोट घेते आणि ते भांडं त्या मुलीपुढे ठेवते. "तुला मर्जीला येईल ते तू करू शकतेस, पण जर तुला बरं व्हायची इच्छा असेल तर तू हे प्यावंसं असं मला वाटतं."

तिच्या अपेक्षेप्रमाणेच, तिच्या आवाजाला आलेली असहनशीलतेची धार, या नवागतेच्या डोळ्यात स्फुल्लिंग पेटवते. ती ते भांडं उचलते आणि घोट घेऊ लागते. आधी लहानलहान. मग मोठमोठे. त्या गप्पच राहतात. झुआना बाटल्या आणि मापाची भांडी जागेवर ठेवू लागते. ती मागे वळून पाहते तेव्हा मुलीच्या गालांमध्ये थोडा रंग परत आला आहे.

"बरं वाटतंय?"

"त्यात काय होतं?"

"मी सांगितलं की तुला! आलं. पोटासाठी ते चांगलं असतं."

"मी विचारतेय काल रात्रीच्या विषाबद्दल."

"ओ! नाईटशेड, वेल्व्हज्बेन, चुरडलेली पॉपलरची पानं, खसखशीचा पाक."

"आणि त्यातल्या कशामुळे मला आता मळमळतंय?"

"माझ्या अंदाजाप्रमाणे खसखशीमुळं. ती शरीरात जास्तवेळ रेंगाळत राहते."

सेराफिना औषधालयात खिडकीखालच्या फळीवर टेकलेली आहे. बाहेर, काही अंतरावर मठाच्या दफनभूमीचा जमिनीचा तुकडा नजरेला पडतोय. धार्मिकतेचा इतिहास, ओळींनी ठेवलेल्या छोट्या छोट्या लाकडी क्रूसांनी नोंदवला आहे.

झुआनानं चालताना तिथं न जायची काळजी घेतली होती आणि आताही हिचं त्याच्याकडे लक्ष न गेलं, तर चांगलंच.

"तुला स्वप्नं पडली का?"

ती हळूच मान हलवते, किती सांगावं याबद्दल तिला वाटणारा संदेह स्पष्टपणे जाणवतोय. हा अबोलपणा झुआनाच्या चांगलाच लक्षात आहे : प्रारंभीच्या दिवसात बंदिवासाच्या धास्तीमुळे साधी मध्यस्थी किंवा जिव्हाळा यांच्याकडेदेखील शंकेच्या नजरेनं बघितलं जात असे.

"भयंकर स्वप्नं?"

"मी बुडत होते," त्या आठवणीनंसुद्धा मुलीचा आवाज चिडखोर होतो. "पाणी म्हणजे दगड होते, वितळलेले दगड. मी ओरडायचा प्रयत्न करत राहिले, पण दरवेळेस मी माझं तोंड उघडलं की, आणखी पाणी आत शिरत होतं."

अशासारख्या किती गोष्टी झुआनानं ऐकल्या आहेत? तिचे वडील स्वप्नांच्या नोंदी ठेवत असत, कारण आपल्या पूर्वजांनी त्यांचा कसा अभ्यास केला आणि आपण त्यातून काय शिकू शकतो यात त्यांना रस होता. खसखशीमुळे पडणारी स्वप्नं सर्वांत भीषण असत. कारण ते औषध घेणाऱ्या माणसाच्या काळज्या आणि आशंकांना खतपाणी घालत असे.

"त्या औषधानं विचित्र स्वप्नांची मालिका सुरू होऊ शकते. पण ती लवकरच थांबतील."

"मी इथंच राहीन, पण स्वप्नं जातील?" ती मुलगी कडवट आवाजात म्हणते. ती आणखी एक घोट घेते. "मी इथे राहणार नाही, सांगतेय. ते शब्द माझ्या तोंडातून आले होते, हृदयातून नाही."

आणि ती पुन्हा चिडते. मान खाली घालून निग्रह करते.

झुआना शांतपणे तिला न्याहाळते.

नक्कीच त्या दोघींनी मठस्वामिनीच्या खोलीत यावर चर्चा केली असणार. मठात इच्छेविरुद्ध ढकलली गेलेली कोणीही जोगीण, वर्षानंतर तिच्या अंतिम शपथा घ्यायचं कसं नाकारू शकेल आणि सुटकेसाठी बिशपकडे कसा अर्ज करू शकेल. याखेरीज दोघी काय बोलणार होत्या? अर्थात मठस्वामिनीनं अशा कृतीनं लागणाऱ्या कलंकावर भर देणं हे तिचं कर्तव्य मानलं असेल आणि समजावून सांगितलं असेल की मठाला सुरुवातीलाच तिची समजूत घालून शांत करता आलं नाही, तर चर्चचा कोणताही बिशप अशा तक्रारीकडे लक्ष देणार नाही आणि कोणतंही कुटुंब तिला परत न्यायला तयार होणार नाही. त्यामुळे अखेरीस तरुणीसमोर एकच पर्याय शिल्लक राहील. घसा बसेपर्यंत ओरडून गप्प बसायचं किंवा देवकृपेनं अक्कल मिळवून जे टाळता येणार नाही, त्याचा स्वीकार करण्याकडे वळायचं. तिच्यापूर्वी

आलेल्या अनेक जणींनी केलं होतं, त्याप्रमाणेच.

"तुला वाटतंय की, माझं मत बदलेल!"

"तू काय करशील त्याची मला अजिबात कल्पना नाही. पण थंडीमुळं माझी वुल्फसबेनची झाडं खराब झाली आहेत आणि त्याचा आक्रस्ताळेपणावर होतो तेवढाच दातदुखीवरही उपयोग होतो. म्हणून रात्री तू किंचाळण्यात फार वेळ खर्च करू नयेस, एवढीच माझी आशा आहे."

"जरी मी तसं केलं, तरी मी तुझं औषध घेणार नाही... मी... " ती थांबते आणि तिचे हात तिच्या कानांवर ठेवते.

"काय झालं? तुला परत मळमळतंय का?"

ती मान हलवते. "माझ्या डोळ्यांमागे ठणका लागला आहे."

"त्या हेडस्कार्फच्या दाबामुळे तसं होतंय. तुला स्वत:चाच आवाज कानांमध्ये घुमताना ऐकू येतोय का? तू गायला सुरुवात केलीस, की तुला त्याची अधिक स्पष्टपणे जाणीव होईल. तुला आज सकाळी कपडे कोणी चढवले?"

"मला... मला माहीत नाही. तिचं नाक ढबोळं आहे आणि तिच्या हनुवटीवर मस आहे."

"खोडसाळ नव्हे, तर दुष्ट स्त्री. ऑगस्टिना, खाटकाची मुलगी. ती कोंबड्यांच्या मुंड्या मुरगळतच लहानाची मोठी झाली आणि तिला आपलं कौशल्य इतरत्र वापरायची फारच हौस आहे. तू तुझी कोठडी साफ करायला दुसऱ्या कुणाला तरी नेमलंस तर बरं होईल."

"मी ते कसं करायचं?"

"तुझा गळा पूर्ववत झाला की, समूहगानाची प्रमुखा ते तुझ्यासाठी जमवेल, याची मला खात्री आहे."

ती सेराफिनाच्या आठ्यांकडे नजर टाकते आणि मग तिचं मन द्रवतं. ते एवढ्यावरच सोडणं फार निष्ठुरतेचं होईल.

"तुला हवं तर, तो हेड-स्कार्फ मी आत्ताच सैल करून देते."

"हो." काही क्षणाच्या स्तब्धतेनंतर, "कृपा करा."

झुआना जवळ येऊन त्या कापडाखालच्या पिना शोधायला सेराफिनाच्या डोक्याच्या आत हात घालते, तेव्हा ती एखाद्या पुतळ्यासारखी निश्चल बसून राहते. जवळून दिवसाच्या उजेडात बघितल्यावर तिची तरुण कातडी आता सायीसारखी मृदू मुलायम वाटतेय, हट्टी हनुवटीवरली जिवणी मदनाच्या धनुष्यासारखी मादक आणि डोळे खोल आणि काळेभोर– काळे, तपकिरी नव्हेत– इतके काळेभोर की, डोळ्यांच्या बाहुल्या आणि बुब्बुळं वेगळी दिसतच नाहीयेत. हे सौंदर्यखनीचं मृदू सौंदर्य नाही, पण तिचं व्यक्तिमत्त्व खंबीर आणि पकड घेणारं आहे.

ती ते कडक कापड जास्त सैलसर बांधते. ''काळजी करू नकोस. तुला याची लवकरच सवय होईल. लवकरच तुला याच्याशिवाय चुकल्याचुकल्यासारखं वाटू लागेल.''

ती मुलगी डोळ्यांची उघडझाप करते आणि एक टपोरा अश्रू ओघळून बाहेर येतो कारण ही कल्पना तिला आणखीच असह्य वाटतेय. क्षणभर झुआनाला तिला कवेत घ्यायची आणि तिचा विरोध तिला कसं जायबंदी करेल आणि योग्य औषधं आणि मलमं वापरून साऱ्या जखमा कशा बऱ्या करता येतील, हे तिच्या कानात सांगायची तीव्र इच्छा होते. स्वत:च्या भावनांची तीव्रता तिला भयावह वाटते आणि ती आपले हात आपल्या दोन्ही बाजूंना नेते. आत्म्यांना फुंकर घालणं हे तिचं काम कधीच नव्हतं आणि ते आता नव्यानं सुरू करण्याची काहीही गरज नाही. त्याचं एक कारण असंही आहे की काही गोष्टी स्वत:नं स्वत:च शिकायच्या असतात.

ती परत टेबलापाशी येते आणि लाकडाचे ट्रे आणि किसण्या बाहेर काढू लागते. प्रार्थनांना गेलं नाही तरीदेखील त्यांच्यापाशी असलेल्या वेळापेक्षा, बिशपसाठीची औषधं बनवायला जास्त वेळ लागणार आहे! आणि आजचा दिवस तर जवळजवळ संपतच आलाय. ती वळते तेव्हा ती मुलगी तिच्याशेजारी उभी दिसते.

''तू इथे काम करतेस?''

''इथे आणि डिस्टिलरीमध्ये.''

''तुझ्यासोबत कोण काम करतं?''

''रुग्णांसाठी मदत करणारी मदतनीस सिस्टर आहे. पण औषधालयात मी एकटीच काम करते.''

''याला परवानगी आहे?''

''माझा आवाज आणि बोटं दोन्हींना चिरा गेल्या आहेत. त्यामुळे समूहगान किंवा भरतकामापेक्षा मी इथे जास्त उपयुक्त काम करू शकेन, म्हणून याला मान्यता मिळाली आहे.''

आणि हे खरंही आहे. ती जेव्हा इथं नव्यानं आली होती, तेव्हादेखील तिचे हात एखाद्या कुलीन स्त्रीच्या हातांपेक्षा एखाद्या कामकऱ्याच्या हातांसारखे खरखरीत होते आणि वर्षागणिक ते आणखी खरखरीत होत गेले आहेत. बागकामामुळे आणि रसायनांच्या उर्ध्वपातनामुळे कातडी चिरली आणि डागाळली आहे आणि तिच्या गाण्याबद्दलच बोलायचं, तर मठातल्या आवाजांच्या वर्गवारीत, प्रत्येकाला ठाऊक आहे की, तिचा आवाज म्हणजे लठ्ठ कार्प माशाजवळ इवल्या मिनो माशानं पोहोण्यासारखं आहे. त्या विचारानं तिला हसू फुटतं. त्यामुळे तिला काळजी वाटत नाही. काही वेळा तर तिला असंही वाटतं, की इथे ती तिचं वेगळ्या प्रकारचं संगीत निर्माण करू शकेल. कारण तिनं गोळा केलेल्या प्रत्येक घटकाला आपला स्वत:चा

आवाज आहे– मृदू, भसाडा, मंद, तेजस्वी. प्रत्येक आवाज एकेकटा असताना वेगळा ओळखू येतो आणि तरीही इतर घटकांमध्ये मिसळल्यावर वेगवेगळे ध्वनी आणि प्रतिध्वनी निर्माण करू शकतो.

शेवटच्या वेळी मोजलं, तेव्हा इथे जवळजवळ नव्वद बाटल्या होत्या. उपचारांचं समूहगानच. अशा अहंकारी विचाराबद्दल तिनं पूर्वी प्रायश्चित्त घेतलेलं आहे. तरीही ही कल्पना मात्र ठाण मांडून बसलेली आहेच. तिच्या वडिलांना हे समजलं असतं. ते विश्वातून झिरपणाऱ्या निसर्गाच्या संगीताचा अविरत शोध घेत असत. पण चर्चमध्ये तेसुद्धा अजिबात सुरात गाऊ शकत नसत.

"किती साऱ्या बाटल्या आहेत!" ती मुलगी फळ्यांकडे बघत म्हणते, "ह्या साऱ्या जमवायला तुला किती वेळ लागला?"

"कदाचित तुला न कळलेलंच जास्त बरं!" झुआना खेळकरपणे म्हणते. पण त्या मुलीनं रस घ्यावा, याचा तिला आनंद वाटतो.

"आणि यातली प्रत्येक बाटली वेगळ्या रोगांवरलं औषध आहे?"

"काही बाटल्या एकट्यानं काम करतात. त्यांना 'सामान्य' म्हटलं जातं. इतर बाटल्यातली औषधं एकत्रित मिश्रण केलेलं आहे."

"तर मग ते काय आहे?" आत एक छोटंसं वेडंवाकडं मूळ असलेल्या बाटलीकडे बोट दाखवून ती विचारते.

"पांढरं हेलबोअर."

"त्याचा काय उपयोग होतो?"

"ते आपलं शरीर आतून स्वच्छ करतं."

"कशापासून स्वच्छ?"

"आतल्या साऱ्यापासून. त्यामुळे जोराच्या उलट्या होतात."

"मला झाल्या त्याहून जोराच्या?"

"तुम्ही काळजी घेतली नाहीत, तर यामुळे तुमचं अर्ध्याहून जास्त पोट रिकामं होईल."

"खरंच? तुम्ही काय करता? हे आहे तसंच खाता?"

"आहे तसं नाही! ते फारच जालीम आहे."

"तर मग ते कसं उपयोगी पडतं?"

कुतूहल! नियमांविरुद्ध बंड करणाऱ्या नवागतांचा हा स्वभावधर्म नव्हे! पण अर्थातच वनौषधींच्या दुकानामुळे वाटेल ती मुलगी आकृष्ट होणं शक्य नाही– कामोद्दिपक औषधं वगळता आणि अशा मुलींची झुआनाला आपल्या औषधालयात अजिबात गरज नाही. तिचे वडील अशा मुलींचं वर्णन करताना विशेषण वापरतात, 'निरोग्यांना आजारी बनवण्याचा खात्रीचा उपाय!' पण तिच्या आईबद्दल लोकांचे

उद्गार ऐकल्यावर तिला वाटतं की थोडा काळ का होईना, ते स्वत:च अशा प्रकारे एकेकाळी आजारी झाले असणार.

"तुम्ही या मुळाचा तुकडा सफरचंद किंवा पेअरच्या आत ठेवता आणि ते गरम राखेत ठेवून भाजता. ते शिजलं की, आतलं हेलबोअर तुम्ही फेकून देता आणि त्याऐवजी फक्त फळाचा गर खाता."

"आत किती घालायचं ते तुम्ही कसं ठरवता?"

"माणूस किती लठ्ठ किंवा सडपातळ आहे, त्यावर ते अवलंबून असतं. किंवा तुम्हाला शरीरातून काय बाहेर काढायचंय त्यावर ते अवलंबून असतं."

"तुमचं म्हणणं बरोबर आहे, की विषावर विषाचा उतारा देतात?"

"एका अर्थी ते खरं आहे. अनेक घटक असे आहेत की ते कशात मिसळले आहेत त्यावर त्यांचा परिणाम अवलंबून असतो." ती मुलगी पुढच्या आणखी एका बाटलीकडे निर्देश करते, "आणि हे?"

"व्हर्बेनाची पानं."

"त्यांच्यामुळे कोणते रोग बरे होतात?"

"ती ताजी असतात, तेव्हा कातडीलगत त्यांचा रस लावल्यानं डोकेदुखी बरी हाते. त्याचं मूळ शिजवलं, की दातदुखी बरी होते."

"आणि ती अशा स्वरुपात असतात, तेव्हा?"

"सेंट मेरीच्या पुदिन्याबरोबर गोड मद्यात मिसळलेली. ती पाळीच्या वेळच्या पोटदुखीवर उपयुक्त असतात." मठात अशा पोटदुखीमुळे बऱ्याचजणी हैराण होतात. कारण एकत्र जमलेले इतके सारे रिकामे गर्भाशय कायमस्वरुपी आणि बऱ्याच वेळा जोरदार देहपीडा देतात.

"हा! याच्यासाठी ढीगभर पैसे मोजेल असं कुणीतरी मला ठाऊक आहे." आणि तिच्या स्वरात विखार येतो, "नको असलेली मुलं पाडायलासुद्धा तुमच्यापाशी इलाज आहे का?"

"नको असलेली मुलं? मठात?" झुआना हसते. तिच्या मनात येतं की, अर्थात खूप प्रवाद आहेत. चर्चच्या वासना शमवणाऱ्या, जोगिणी या गरीब गाई असतात. 'लूथर'चं विष सर्वत्र पसरलं आहे. तरीसुद्धा जोगिणींशी विवाह करणाऱ्या भिक्षूला स्वत:चा आणि वचनं मोडणाऱ्या त्याच्या पत्नीचा– नरकापासून बचाव करण्यासाठी भलीमोठी पाखंडी भूलथापच रचायला हवी! तरीसुद्धा, सँटा कॅटेरिनामध्येसुद्धा काही गोष्टी तुमच्या कानांवर पडतात... उदाहरणार्थ, व्हेनिसच्या बेटावरल्या मठात जोगिणींची कन्फेशन्स (पापांचे कबुलीजबाब) घेणारा पुरोहित तो मठ कुंटणखान्याप्रमाणे वापरत असे आणि तो मठाचं एकमेव गिऱ्हाईक असे. त्याला जेव्हा जाळून देहदंड दिला गेला, तेव्हा सारं शहर हे दृश्य पाहायला लोटलं होतं...

झुआना सेराफिनाला विचारते, “का? त्याचीदेखील गरज लागेल असं कोणी तुला ठाऊक आहे?”

ती आठ्या घालते. बहिणीच्या धोरणी लालसेमुळे स्वत:चा भविष्यकाळ बदलली गेलेली ती काही पहिलीच मुलगी नसणार! पण ती झुआनाला आपली गुपितं सांगणार नाही. निदान सध्या तरी नाही.

“आणि मला दु:स्वप्नं देणारी खसखस? ती कुठेय?”

“तर इथं आहे. एका फळीवर.” मुलगी तिची दृष्टी तिकडे वळवते. “ही? का ती?” ती हात लांब करते.

“नाही. नाही आणि ते काळजीनं हाताळ.”

“का? हेसुद्धा विष आहे?”

“नाही. ते रक्त आहे.”

“रक्त? कुणाचं?”

“सिस्टर प्रूडेन्झाचं. तिला आकड्या यायला सुरुवात झाली आहे आणि मी त्यावर इलाज करतेय.”

“ते रक्तासारखं दिसत नाहीये.”

“कारण ते कावळ्याच्या अंड्याबरोबर मिसळलं आहे.”

तिच्या झग्यातून सैतान नुकताच बाहेर पडलेला दिसला असावा, अशा नजरेनं ती मुलगी झुआनाकडे बघते. त्यामुळे झुआनाला हसू फुटतं.

“तो सर्वश्रुत इलाज आहे. पोटात, नियमितपणे, लहान मात्रेत घेतल्यावर फार तीव्र नसलेल्या आकडीवर त्याचा उपयोग होतो.”

“आणि आकडी जोरदार असली तर?”

“तर त्यावर मला इलाज करता येणार नाही,” आणि तिच्या अंतश्चक्षूपुढे, पाण्याबाहेर तडफडणाऱ्या माशासारखा ताठरलेला आणि कोठडीच्या जमिनीवर आपटणारा त्या तरुण नवागतेचा देह पुन्हा दिसतो.

ही मुलगी ती बाटली परत फळीवर ठेवून देते. जणूकाही तिच्या स्पर्शाचाच तिला विटाळ होणार आहे! “तुम्हाला ज्यांच्यावर इलाज करता येत नाही, अशा खूपजणी असतात?”

“ते त्यांना झालेल्या व्याधीवर अवलंबून असतं.”

तिच्या डोक्यात काय चाललंय त्याचा झुआनाला अर्थातच अंदाज येतोय. तिची व्याधी फारच गंभीर स्वरुपाची असल्यामुळं ती कधीच बरी होणार नाही.

“त्यांनी तुला हे सारं करायची परवानगी दिली, हे आश्चर्यच म्हणायचं.” आजूबाजूला बघत ती म्हणते.

“का? जोगिणी देवाची भक्ती करतात, म्हणून त्यांनी लवकर मरावं किंवा

जास्त वेदना सहन कराव्यात असं तुला वाटतंय?''

''नाही. मला... मला म्हणायचंय हे करण्यात प्रार्थनेला फारशी जागा नाही.''

''ओ! पण तुझी समजूत चुकीची आहे...'' अर्थात् हे तिनं यापूर्वी ऐकलेलं आहे; वेदना भोगणं किंवा प्रार्थना करणं हे सोडून इतर मार्गानं देव भेटू शकतो याबद्दलचं अज्ञान!

''ही खोली प्रार्थनेनं भरलेली आहे. तुझ्या आजूबाजूला नजर टाक. इथली प्रत्येक गोष्ट, प्रत्येक वनौषधी, प्रत्येक रस, प्रत्येक औषधातला प्रत्येक घटक हा निसर्ग आणि पृथ्वीतून निर्माण झालेला आहे आणि निसर्ग आणि पृथ्वी जगन्नियंत्यानं आपण पुजावी म्हणून स्वर्गाबरोबरच निर्माण केलेली आहे. हे जाणण्याची आपली क्षमतासुद्धा 'त्यानं' आपल्याला दिलेली देणगी आहे!''

''आपल्याला त्याची गरज असते, म्हणून वैद्याचा मान राखा. कारण त्या सर्वाधीशानं (देवानं) त्याला निर्माण केला आहे.'' एक्लेझिआस्टिकस ३८ ओळ पहिली I.

ती मुलगी तिच्याकडे टक लावून बघते आणि घाबरून किंचित हसते. जणूकाही त्यांच्या स्थानांची अदलाबदल झाली आहे आणि आता ती भक्कम स्थानावर आहे आणि झुआनाच्या वेडाकडे बघतेय.

अर्थातच. जेव्हा झुआना नुकतीच येथे आली होती, तेव्हा धर्मग्रंथातल्या उताऱ्यांचा वर्षाव करणाऱ्या ज्या स्त्रिया होत्या, त्यांची संगत तिला सर्वांत असह्य होत असे. त्या श्रद्धेमध्ये ज्या समर्पितभावानं बुडून गेलेल्या असत, ते पाहिलं की तिला जास्तच एकाकी वाटत असे. आता त्यांच्याबरोबर ती जास्त सहजतेनं वावरू शकते. कधीकधी तर त्या धर्मग्रंथांमध्ये वनस्पतींबद्दल सापडलेले उतारेही तिला दाखवायला घेऊन येतात. पण तिला आधीच माहीत नसलेली गोष्ट त्यांच्याकडून अजून मिळवायचीय.

''तुम्हाला खूपच ज्ञान आहे. तुम्ही ते सारं इथे मिळवलंत?''

''नाही. बरंचसं मला माझ्या वडिलांनी शिकवलं. उरलेलं मी पुस्तकांमधून मिळवलं किंवा माझं मी शोधलं.''

''तुमचे वडील? त्यांनीच तुम्हाला आत टाकलं का?''

''नाही. होय.'' ती थांबते. ''ते वारल्यानंतर जाण्याजोगी दुसरी कोणतीही जागा नव्हती.''

''आणि तुमचं काय? तुम्हाला इथे यायचं होतं?''

''मी...'' ती थांबते. कोणतं पाप अधिक मोठं असेल? खोटं बोलणं की निराशेला उत्तेजन देणं?

''मला जाण्याजोगी आणखी कोणतीही जागा नव्हती.''

सेराफिना तिच्याकडे रोखून बघते. "याला किती वर्षं झाली?"

"सोळा वर्षं."

तिनं चमकून आत ओढून घेतलेला श्वास झुआनाच्या लक्षात येतो. तिला वाटणारी दया उघडपणे जाणवतेय. ती स्वत: मात्र कधीही इतकी वृद्ध किंवा इतकी पराजित होणार नाहीये.

ती वळलीय आणि खिडकीबाहेर बघतेय. ताठ उभी राहिल्यामुळे वनस्पतींच्या बागेच्या भिंतीपलीकडली दफनभूमीची कड ती पाहू शकेल. खिळून उभ्या राहिलेल्या तिच्या आकृतीकडे झुआना बघते. मग ती मागे वळते.

" *'त्या'* म्हणतात की, मला तुझ्याबरोबर काम करायला हवं."

"मॅडोना चिआरा?"

"हो. त्या म्हणतात की देव आपल्यापैकी प्रत्येकीला वेगवेगळ्या पद्धतींनी आपल्यापाशी नेतो आणि तुम्ही एक चांगल्या आणि प्रेमळ जोगीण आहात."

"तर मग तू तिचं म्हणणं ऐकायला हवंस. ती मठस्वामिनी आहे आणि तिच्या विनयामुळे आणि विद्वत्तेमुळे तिची निवड झाली आहे."

"खरं की काय! म्हणून ती राजदरबारातल्या स्त्रीप्रमाणे केसांच्या बटा कुरळ्या करून बाहेर काढते?"

पुन्हा एकवार झुआनाला तिच्या तरल बुद्धीचं कौतुक वाटतं. जेव्हा ती अप्राप्य गोष्टीसाठी झुरायचं थांबवेल, तेव्हा अशा हजरजबाबीपणामुळे मठाच्या एकसुरी आयुष्याला रंगत येईल; असं एकसुरी आयुष्य पहिल्या अनुभवात अगदी रुक्ष वाटू शकतं.

"कदाचित तुला घरच्यासारखं वाटावं म्हणून ती तसं करत असेल."

"काय? जुनाट पद्धतीची केश-वेषभूषा?" ती फटकळपणे प्रत्युत्तर करते. "काहीही झालं तरी मला इथे घरच्यासारखं कधीही वाटणार नाहीये."

पण सत्य हे आहे, की तसं वाटण्याची प्रक्रिया आधीच सुरू झाली आहे. फक्त तिला त्याची अजून जाणीव झालेली नाही.

६

ती खिशातले दगड बाहेर काढते. त्यातला एकही पुरेसा मोठा नसला तर? मूठभर दगड तळ्यात फेकत असताना ते तिला बाहीत सहजपणे दडवता आले होते पण जड आणि हलके दगड वेगळे करण्याएवढा वेळ मिळाला नव्हता. ती त्यांची माती चोळून काढून टाकते आणि तिच्या प्रार्थनांच्या पुस्तकातून घेतलेल्या एका कागदावर ते ठेवते. त्या कागदावर काय लिहिलं आहे ते जाणण्यासाठी तिला तो कागद वाचायची गरज भासत नाही.

–ज्या कुणी माझ्या प्रियेच्या नेत्रांमध्ये डोकावून बघितलं
नसेल, किंवा या धरेवर तिचे गोड कटाक्ष गोळा केले नसतील;
त्याला प्रेमांचा नरक किंवा स्वर्ग आकळणार नाही.
ज्यानं कधी झुळुकेसारखा तिचा तरल सुस्कारा ऐकला
नसेल, किंवा तिच्या संभाषणाचं आणि विनोदाचं हळुवार संगीत
ऐकलं नसेल–

ती शांतपणे, मनातल्या मनात गाते. हो. तिचा आवाज अजूनही गोड आहे. देवाचीच कृपा. तिनं आता जर तोंड उघडलं, तर तो सर्वांना ऐकू जाईल. हा! मनात आणलं, तर ती त्या आवाजानं मठाचे दगडही भेदून टाकू शकेल. तसं झालं तर ती वेडपट समूहगान-प्रमुखा जोगीण धावत पळत इथे पोहोचेल; गळक्या नळीतून वाहिल्यासारखं तिचं ते वेडपट संगीत ओघळवत! 'ओ! आपलं हे प्रमुख शहर संगीतप्रेमी लोकांनी भरलेलं आहे,' ठीक आहे. त्यांना वाट पाहू दे. ते सारेजण, अमीर उमराव त्याचप्रमाणे जोगिणीही. त्यांच्यासाठी तिनं तोंड उघडण्यापूर्वी नरकसुद्धा गोठेल.

टेबलावरची चरबीची मेणबत्ती विझू पाहतेय आणि ज्योतीला हातांचं संरक्षण देत तिला ती परत तेवती करावी लागतेय, नाही. नाही. दगड फारच लहान आहेत! ती त्यातला सर्वांत मोठा घेते आणि तो कागद त्याभोवती गुंडाळायचा प्रयत्न करते. तो कागद दगडाभोवती चार वेळा गुंडाळला जातो, पण ताठपणे, आणि जेव्हा ती पलंगाच्या दिशेनं तो हवेत फेकते, तेव्हा तो कागद आधीच निघतो आणि दगड

पडण्यापूर्वीच जमिनीवर पडतो. जड दगड मिळाले तर बरं पडेल. (तिला जड दगड कुठे मिळतील?) पण तिला कडा घट्ट दाबून धरण्यासाठी आणखी कशाची तरी गरज पडेल आणि जरी तिला काय हवंय ते मिळालं– योग्य प्रकारचे दगड आणि– योग्य प्रकारचा गोंद– आणि जरी ती कोणत्या तरी युक्तीनं बागेपर्यंत पोहोचू शकली आणि तिनं तो (कागदात गुंडाळलेला दगड) रस्त्याकडे भिरकावला, तरी तो कुठे फेकायचा हे तिला कसं कळणार?

जेव्हा ते याबद्दल बोलले होते– त्यांच्या भोवतीचं जग कोसळत असताना तिच्या शयनगृहाच्या दरवाजातून जमवलेलं घायकुतीचं संभाषण– तेव्हा तिची समजूत होती की इमारतीला खिडक्या किंवा घंटा असलेला मनोरा असेल; वाईटात वाईट म्हणजे थोडीशी भिंत असेल, म्हणजे कुठे शोधायचं हे त्याला समजू शकेल. पण ही जागा इतकी अफाट मोठी आहे की, तुम्ही तिच्या परिघाबाहेर महिनाभर फेऱ्या घातल्यात तरी तुम्हाला त्यातला फरक कळणार नाही. जर तिला अंतराचा अंदाज आला नाही आणि तिनं तो कागद चुकून नदीतच फेकला तर? किंवा तो एखाद्या खड्ड्यात किंवा गटारात पडून नुसता सडून किंवा हरवून गेला तर? कदाचित गटारं अशा कागदांनी भरून गेलेली असतील. अनेक वर्षांपूर्वी वृद्ध झालेल्या आणि विस्मृतीत गेलेल्या स्त्रियांनी फेकलेली प्रेमपत्रं!

पण तो जेव्हा येईल, तेव्हा ती त्याला इतर कोणत्या प्रकारानं उत्तर देऊ शकेल? ती कोणताही निरोप बाहेर कसा धाडू शकेल? बाहेरच्या भिंतीला तुरुंगापेक्षा जास्त खिडक्या नाहीत आणि ज्या खिडक्या आहेत, त्या इतक्या उंचावर आहेत की त्यांच्यापर्यंत उजेड सोडून दुसरं काहीही पोहोचू शकत नाही आणि देव जाणतो की उजेडाचीही इथे वानवाच आहे! निदान बागेत तुम्ही पाहू आणि श्वास घेऊ शकता. पण हवा इतकी दमट असते की, तुम्ही जणूकाही पाण्यानंच फुप्फुसं भरून घेत असता. पूर्ण शहर सतत काळोखं असतं. शी! त्या जेलर सिस्टरनं काय बरं सांगितलं होतं– दलदलीमुळे फैलावलेल्या व्याधीमुळे सारे वृद्ध भिक्षू मरण पावले होते? यात आश्चर्य ते काय? मिलानमध्ये थंडीमुळे जरी तुम्हाला रडू फुटलं, तरीसुद्धा तुम्ही खिडकीबाहेर दृष्टी टाकू शकता आणि निळंभोर आकाश पाहू शकता. परंतु इथे तर खरंखुरं आकाशही नाही; नुसतं मेल्या उंदराच्या कातडीच्या रंगाचं सुजकट छत– ते देखील दगडासारखं जड!

तिला डोळ्यांच्या मागे आसवांची बोच जाणवू लागते आणि ती निग्रहानं खोल श्वास घेऊ लागते. आज जेव्हा त्यांनी रात्री, प्रथम, तिच्या कोठडीचा दरवाजा बंद करून घेतला; तेव्हा अचानक ताप भरावा तशी तिच्या मनात धास्ती दाटून आली आणि तिनं किंचाळायला सुरुवात केली. पण त्या औषधामुळे अजूनही तिच्या पोटात मळमळत होतं आणि फार वेळ तिला किंचाळणं चालू ठेवता येईना. ओ! तिच्या

अंगी तेवढी शक्ती असती, तर दररोज रात्री, रात्रभर ओरडत, किंचाळत, दरवाजावर मुठी आपटत ती बसली असती आणि तिच्या वेडेपणानं तिनं सर्वांना वेड लागायची वेळ आणली असती. फक्त तिला भीती वाटतेय की, तिनं पुन्हा तसं केलं तर ते पुन्हा तिला औषध पाजतील आणि कदाचित तशी शक्यता आहे की यावेळेस त्या औषधात रक्त आणि कावळ्याचं अंडं असू शकेल आणि त्यामुळं तिला आकडी येऊ शकेल. त्या थापाड्या मठस्वामिनीनं असंच काहीतरी म्हटलं होतं. ही न ऐकण्याचं ढोंग करत असताना ती म्हणाली होती की, मठाला रात्रभर जागं ठेवलं गेलं तर साऱ्यांचं डोकं फिरतं आणि जर एवढाच पर्याय उरला की खूप औषध पाजून, कोणतंही मनोरंजन तिला न मिळू देता नवागतेला कोठडीत कुलुपात बंद ठेवायचं, तर हा पर्याय दुःखप्रद असला तरी...

ती त्यांना हे समाधान लाभू देणार नाही! तिचा ठसा उमटवण्यासाठी इतर मार्ग उपलब्ध असताना तर नक्कीच नाही!

इतका धूर्तपणा अंगी असूनही तिनं असं ठरवलेलं नव्हतं, की ती गायला नकार देईल. त्या दुपारी त्यांनी मठात सराव करणारे आवाज ऐकेपर्यंत आणि औषधालयाच्या प्रमुख सिस्टरनं तिला गायला आवडेल का हा प्रश्न विचारेपर्यंत तिनं यावर खरंतर विचारच केलेला नव्हता. पण त्या दोघी खोलीपाशी पोहोचल्यावर हा पर्याय सर्वोत्तम वाटत होता : जर ती त्यांना तिच्या सुस्वर कंठासाठी हवी असली (आणि त्या सुकड्या जोगिणीचं तार सप्तकात धापा टाकत किनऱ्या स्वरात गायलेलं प्रार्थनागीत ऐकता, त्यांना तिच्या आवाजाची खूपच आवश्यकता होती) आणि जर हे त्यांना इतकं महत्त्वाचं वाटत असेल तर तेच नेमकं ती नाकारेल. जरी तिचा देह त्यांच्या ताब्यात राहिला, तरी तिचा गळा त्यांना कधीच मिळणार नाही. त्याचाच अर्थ असा की ती त्यांच्या अजिबात हाती लागणार नाही. कारण तिचा गळा हेच तर तिचं बलस्थान आहे आणि तिच्या आयुष्यात आलेल्या साऱ्या व्यक्तींपैकी फक्त तोच हे जाणून होता.

...इथं तिनं गोड गाणी गायली होती, इथे ती बसली होती.
इथं तिच्या सुंदर नेत्रांनी तिनं माझ्या काळजाला विंधून टाकलं...
माझा आत्मा आता दुसऱ्या कशाचाच विचार करत नाही,
माझे कान बहिरे झालेत, ऐकायला काहीच शिल्लक नाही,
कारण तिचे गोड शब्द आपल्यातून अंतर्धान पावले आहेत...

नाही! ती त्यांच्यासाठी गाणार नाही. अर्थात तिला कधीमधी बोलावं लागेल, पण जोवर ती आजच्याप्रमाणे तिचा आवाज घोगरा करतेय, तोवर ती बहुतेक सर्वांना बनवू शकेल. औषधालयाच्या प्रमुख सिस्टरला फसवणं सर्वांत अवघड जाईल. ती हुशार आहे, तिच्यात थोडा हजरजबाबीपणाही आहे. पण या सुकल्या मांसाच्या

थडग्यात ती तो जिवंत कसा ठेवू शकेल हे तो ईश्वरच जाणे! सोळा वर्षं! कल्पना करा! सोळा वर्षं त्या कोठडीत बंदिवासात राहणं आणि सोबतीला फक्त पुस्तकं आणि त्या दुर्गंधीयुक्त बाटल्या! आणि स्वर्ग, पृथ्वी, दैवी औषधं याबद्दलचं ते विचित्र काव्य...

तरीसुद्धा, जर तुम्हाला या तुरुंगात कुठेतरी काम करावंच लागणार असेल तर औषधालय ही बरी जागा आहे (हातात टाक घेऊन आणि कुबड काढून आंधळं होईपर्यंत लेखनात आयुष्य कंठण्यापेक्षा नक्कीच बरं– त्या लेखन-सदनिकेतल्या बऱ्याचशा कावळ्या त्या श्रमांनी आत्ताच मृतप्राय वाटत होत्या.) निदान तिच्या फळ्यांवर शिकण्यासारखी आश्चर्य उपस्थित आहेत– फक्त तुम्हाला रक्त आणि खसखशीच्या पाकाच्या घट्टपणातला फरक ओळखू यायला हवा. तुम्हाला योग्य कृती ठाऊक असेल, तर तुम्ही साऱ्या मठाला झोपवून टाकू शकता. प्रसादाच्या मद्याचे मोठाले घोट घेत एकामागोमाग एक कलंडणाऱ्या जोगिणींची ओळच्या ओळ तिच्या अंतश्चक्षूंपुढे दिसते. या विचाराचा दुष्टावाच तिच्या ओठांवर हसू आणतो. फक्त ती तरुण, भीषण फाटक्या ओठांची जोगीण, जिच्या तोंडापासून नाकापर्यंत चर खणलेल्या कालव्यासारखा व्रण जातोय, तीच कदाचित वाचू शकेल. तिला ते सारं पिताच येणार नाही. जेवताना त्या फाटक्या ओठाच्या जोगिणीला डोकं मागं झुकवून तिच्या पेल्यातलं पाणी तिच्या भांड्यात सांडत नाही, याची काळजी घ्यावी लागली होती.

त्या विचारानंही तिला मळमळायला लागलं. कदाचित ही जागा तिच्या वडिलांनी हेतुपुरस्सर निवडली असवी, ती वेड्या-विद्रूपांनी भरलेली आहे याची खात्री झाल्यामुळे : कुबड आलेले, हसण्यासारखं काहीही नसताना हसणारे मूर्ख, जिचा उजवा पाय डाव्या पायामागोमाग सरकायला अर्धा तास लागतो, ते ध्यान आणि सर्वांत भीतीदायक म्हणजे देवीचे व्रण असलेली नवागता. ते व्रण इतके लालभडक दिसतात की, ती कदाचित ते येण्यापूर्वी देखणीही असू शकेल.

तिच्यापासून जवळच राहणाऱ्या डॉमिनिसी कुटुंबातल्या मुलीच्या बाबतीत हीच भीषण गोष्ट घडली होती : एका रविवारी ती चर्चमध्ये, तिच्या बुरख्याआडून मुलांना वेडावून दाखवत होती. सहा आठवड्यांनी ती व्रणांनी भरून इतकी विद्रूप झाली होती की, चर्चमध्ये असताना तिचा बुरखा हिवाळ्यातल्या पडद्याएवढा जाड होता आणि तिच्याजवळ बसलेल्या सर्वांना ती बुरख्याआडून हुंदके देताना ऐकू येत होती. असं कानावर आलं की, देखण्या चेहऱ्यांमध्ये वावरणं अशक्य होऊन तिनं तिला मठात ठेवलं जावं अशी विनंती केली, कारण आता तिच्याशी विवाहाला कोण तयार झालं असतं? देवा! या मुलीच्या अंगात अजून जंतू शिल्लक असले तर? किंवा मठाच्या खिडक्यांमधून दुसऱ्या कोणत्या देवींसारख्या रोगाची लागण झाली तर? ते सारेच

थोड्याच आठवड्यात मरून जातील नाहीतर विद्रूप होतील. नको, देवा नको. असं तिच्या बाबतीत नको घडू दे!

–प्रेमानं, त्याच्या उजव्या हातानं माझी डावी बाजू उघडली
आणि तिथे माझ्या हृदयातच त्यानं लॉरेलचं रोप लावलं,
इतकं चमकदार हिरव्या रंगाचं की, पाचूंचा रंगही फिक्का वाटावा–

तिला गरम अश्रू पुन्हा ओघळताना जाणवताहेत. हा! बाहेर तिला पहाऱ्यावरच्या जोगिणीची पावलं फेरी मारत पॅसेजमध्ये शिरताना ऐकू येताहेत. ती पटकन उठून मेणबत्ती विझवते. इतकी पटकन की, ज्योतीवरलं मेण तिच्या बोटांवर ओघळतं.

ती त्याच्या चटक्यामुळं कण्हते आणि मग ते थिजून तिच्या बोटांना चिकटलेलं तिला जाणवतं; गरम मेण. चिकटवण्यासाठी अगदी योग्य! हो! होयच!

तिला मोठा दगड सापडला की, ती त्याभोवती कागद गुंडाळून बंद करायला मेणबत्तीचं मेण वापरेल. अशा प्रकारे, तो येईल तेव्हा ती तयार असेल, कारण तो येईल यात शंकाच नाही! तिची त्याबद्दल खात्री आहे.

७

ह्या गोष्टी झुआनानं कधीही पाहिलेल्या नाहीत. किंबहुना ती त्या कधी पाहणारही नाही:

महासागर;
पृथ्वीच्या पोटातल्या प्रचंड खाणी,
जिथं बहुमोल खजिनं सापडतात;
लामिआ नामक प्राणी;
एक नवजात बालक;
मृत व्यक्तींच्या आत...

परंतु या शेवटल्या गोष्टीबद्दल अनेक जणांहून तिला जास्त माहिती आहे.

सर्व लोकांसमोर मृतदेहांवर सुरी चालवणारे तिचे वडील हे काही अशी पहिलीच व्यक्ती नव्हते. फेरारा विश्वविद्यालयाच्या लेक्चर हॉलमध्ये, ते खाटीक घालतात तसा एप्रन घालून, सर्वप्रथम जेव्हा उभे राहिले, तोवर, मानवी देहाचं विच्छेदन करणे हा बोलोग्ना आणि पादुआसारख्या शहरांमध्ये वैद्यकीय शिक्षणाचा एक रूढ भाग बनलेला होता. (सुप्रसिद्ध व्हेसॅलियसने, स्वतः पादुआ शहरात अनेक वर्षे काम केले होते आणि तेथेच त्यानं मानवी देहरचनेवरल्या त्याच्या पुस्तकाचा पाया रचला होता. हे सत्य झुआनाला इतका प्रदीर्घ काळ माहीत आहे की, त्याबद्दल तिला प्रथम केव्हा समजलं, हे तिला आता अजिबात आठवत नाही.) पण मॅनकार्डी आणि ब्रासालोलासारख्या विद्वानांमुळे फेरारा शहर फार मागे राहिलं नाही आणि नस आणि स्नायू यातला फरक समजण्याएवढी ती मोठी होईपर्यंत, फेरारा विश्वविद्यालयाच्या कृपाछत्राखाली, दर वर्षाआड, जाहीरपणे प्रेतांच्या विच्छेदनाला प्रारंभी झालेला होता : जाडजूड कोट आणि हॅट्स घातलेले शंभरांहून अधिक वैद्यकशास्त्राचे विद्यार्थी, थोड्या फेराराच्या धीट असलेल्या नागरिकांबरोबर, दाटीवाटीनं उभे राहून उत्सुकतेनं आणि कुतूहलानं (चिरफाड झालेल्या) देहाच्या आत डोकावून पाहत असत.

ही चिरफाड एकतर नेहमीच्या– लेक्चरहॉलमध्ये केली जात असे आणि

टेबलावरला चिरफाडीसाठी ठेवलेला मृतदेह शक्य तेवढ्या लोकांना पाहता यावा, म्हणून तात्पुरती उतरत्या फळ्यांवर बसायची व्यवस्था केली जात असे किंवा काही काळानं गर्दी फारच वाढल्यामुळे, या कामासाठी तयार केलेल्या एखाद्या जवळपासच्या चर्चमध्ये केली जात असे. दोन्हीकडे प्रचंड थंडी असे, देह सडू नये म्हणून वापरल्या गेलेल्या अल्कोहोलचा दर्प हवेत कोंदून जात असे. चिरफाडीला लागणारे मृतदेह दोन-तीन दिवस नीट राहावे, या गरजेपोटी चिरफाड ही हिवाळ्यात करणं अपरिहार्य होतं. (पण जिवंत कुत्रे आणि डुकरं प्रयोगासाठी जेव्हा वापरली जात, तेव्हा त्यांच्या यातना आणि भीती अर्ध्या शहरभर ऐकू जात असत.)

जेव्हा मठातली थंड हवा हाडं फोडून आत घुसतेशी वाटते आणि आत्ता ती तशीच आहे– किंवा औषधालयातल्या कामासाठी त्याच द्रावाची गरज पडते किंवा कोणत्यातरी मेजवानीसाठी एखादं डुक्कर मारावं लागतं आणि त्याचं विव्हळणं मठभर घुमतं, तेव्हा झुआनाचं मन लगेच भूतकाळात पोहोचतं : टेबलाकडे उतू चाललेल्या उत्सुकतेनं बघणारी आपण तरुण स्त्री आहोत आणि वडिलांनी मानेच्या हाडाशी पहिला वार करून बाजूनं खालपर्यंत सुरी नेऊन कातडी सुटी केलीय आणि ती बाजूला केली की छातीच्या बरगड्या, फुप्फुसं आणि सरतेशेवटी त्याखालचं हृदय नजरेला पडणार आहे– असं तिला वाटू लागतं.

दुर्दैवानं हे स्वप्न कधीही सत्यात उतरलं नाही. ओ! संवेदना अगदी खऱ्याखुऱ्या होत्या : वास (तिच्या वडिलांच्या अंगाला, ते त्या रात्री घरी परत येत तेव्हा, ते सारे दर्प येत असत.), थंडी, कुंपणाआड केलेल्या, वाट बघत असलेल्या प्राण्यांचा आक्रोश (त्यांचं भविष्य त्यांना नेहमीच उमगलेलं असे) आणि त्याचबरोबर रस्त्यावर रांग लावून उभ्या असलेल्या विद्यार्थ्यांची वाढती उत्कंठा आणि शेवटी हे अद्भुत दृश्य पाहिल्यावर त्यांची होणारा पांगापांग. पण मुख्य गोष्टी मात्र बंद दाराआड केल्या जात असतं. तिनं प्रयत्न केले नाहीत असं अजिबात नाही! ती चौदा वर्षांची झाली तोपर्यंत, सुरीनं फाडल्यावर दिसले असते. त्यातले जवळजवळ सगळे अवयव ओळखता येण्याएवढं तिचं शास्त्राचं ज्ञान प्रगत झलेलं होतं आणि सोळा वर्षांची होईपर्यंत ती हॅट आणि गाऊन चढवून गर्दीत मिसळून जाण्याएवढी उंच आणि रुंद झालेली होती. पण तिचे वडील निग्रही होते. ती अभ्यासिकेत त्यांच्याजवळ उभी राहून द्रव्यं मोजत आणि मिसळत असे किंवा बागेत त्यांना वनस्पती आणि मुळं एकत्र करायला मदत करत असे. अगदी मॅनड्रेक, जे जमिनीतून खेचून बाहेर काढलं की, चिमुकल्या मानवी देहाप्रमाणेच वाटत असे. तेसुद्धा ती जमिनीतून काढत असे– दोघे मिळून अनेक लाकडी प्रतिकृती पाहून मानवी देहाच्या आतले अवयव शोधत असत. परंतु मांस बाजूला करून आतले अद्भुत अवयव बघताना, देवानं निर्मिलेलं हे अद्भुत शरीर समजावून घेताना, त्यांच्यासारख्या उदार मनालासुद्धा वाटत असे

की हे एका स्त्रीचं काम नव्हे.

एकदा तिनं जवळजवळ त्यांच्या आज्ञेचं उल्लंघन केलं होतं. वेगवेगळ्या पाहुण्यांपैकी एकाची विसरलेली हॅट आणि कोट तिनं लपवून ठेवला होता आणि वडील घराबाहेर पडले की, हळूच निघण्याचा तिनं बेत केला होता. पण तिच्या मनातली खळबळ त्यांच्या लक्षात आली होती आणि शवविच्छेदनाला अगदी सुरुवात होईपर्यंत ते घराबाहेरच पडले नाहीत. त्यामुळे ती घराबाहेर पडेपर्यंत लेक्चर हॉल माणसांनी खचाखच भरून गेला होता आणि शिवाय अर्धा रस्ता भरेल, एवढी बाहेर मोठी रांग लागलेली होती. काही काळानं, त्यांच्या मृत्यूनंतर, तिचं काय करायचं या यक्षप्रश्नाचं उत्तर सारेजण शोधत असताना तिच्या मनात शंका आली होती की, कदाचित त्यांना तोवर प्रश्न पडू लागला असणार की, ज्या तरुण लेकीला त्यांनी मोठ्या प्रेमानं आपलं सारं ज्ञान दिलं होतं; ती त्यांच्यासाठी जरी मौलिक ठेव असली, तरी ते ज्ञान तिच्या स्वत:च्या दृष्टीनं एक जबाबदारीच तर बनली नाही ना!

कदाचित त्यांना वाटलं असेल, की ते नेहमी जिवंतच असतील. तिला तसं नक्कीच वाटलं होतं.

अशा तऱ्हेनं तिच्या वैद्यकीय अनुभवाला मोठीच मर्यादा पडली होती आणि आता मानवी शरीराच्या आतल्या अवयवांबद्दल ज्ञान मिळवण्यासाठी तिला पुस्तकांवर अवलंबून राहणं भाग होतं. स्नायू, आतडी, हाडे, रक्त ही सारी पांढऱ्या कागदावरच्या काळ्या रेघांची चपटी चित्रं बनून राहिली होती. व्हेसॅलियसच्या विख्यात शरीरशास्त्राच्या पुस्तकाची प्रत तिनं सांभाळून ठेवली असती, तर त्याची पानं उघडून ती त्याबद्दल शिकू शकली असती, कारण त्याची सुरी आणि त्याची चौकसबुद्धी जिथे पोहोचलेली नाही, अशी जागाच नव्हती. पण जेव्हा तिच्या वडिलांच्या मृत्यूनंतर लुटारू आत घुसले, तेव्हा त्यांच्या काही मौल्यवान गोष्टी लपवून ठेवायची तिला बुद्धी किंवा वेळ होईपर्यंत, त्या गोष्टी त्यांच्या अभ्यासिकेतून लांबवल्या गेल्या आणि व्हेसॅलियसची लठ्ठ पुस्तकं, हा त्यापैकी सर्वांत बहुमोल ठेवा तिनं गमावला होता. राहता राहिली मानवी शरीरांच्या अभ्यासाची बाब. जरी आलेली सूज तिनं हातानं चाचपून पाहिली असली किंवा मठाच्या स्त्रियांना असह्य वेदना होत असताना तिनं त्यांची वस्त्रं बाजूला करून ती डोळ्यांनी पाहिली असली, तरी पुरुष-देहाची माहिती तिला कधीच होणं शक्य नव्हतं.

अपवाद फक्त एकच होता.

कारण ती, तिच्यासारख्याच प्रत्येक जोगिणीबरोबर, प्रत्येक दिवस एका परिपूर्ण पुरुष देहाच्या अस्तित्वासमवेत कंठत होती. तो देह होता साक्षात स्वत: देवाचा.

आणि हे ऐकून जरी मठातल्या अधिकार स्थानावरील मंडळींना धक्का बसला असला, तरी झुआनाच्या दृष्टीनं मठ ही एक वैद्यकशास्त्र शिकवणारी पाठशालाच

आहे. कारण येशूचा देह सगळीकडे असतो. वेदींवर आणि चर्चच्या मध्यभागी, जेव्हा शहराला तो देह दिसत नसतो, तेव्हा जोगिणींना मात्र दिसत असतो. त्यांना तो त्यांच्या धर्ममंदिरातल्या वेदीवर, दिवसा आणि रात्री आठ वेळा प्रार्थना करताना दिसतो; त्या चालत असतात तिथं मठाच्या भिंतींवर दिसतो; भोजनगृहात जेवताना किंवा आपापल्या कोठडीत झोपताना दिसतो. सगळीकडे दिसतो. जीवन आणि मृत्यूच्या प्रत्येक अवस्थेतला देह दिसतो : आईच्या मांडीवरून हात पुढे करून झेपावणाऱ्या गुलाबी, गुटगुटीत दैवी बालकापासून ते रुंद खांदे आणि सडपातळ पृष्ठभाग असलेल्या कफनीतल्या गंभीर तरुणाच्या देखणेपणापर्यंत आणि त्याच परिपूर्ण देहाच्या, ऐन तारुण्यात केल्या गेलेल्या पद्धतशीर विनाशापर्यंत त्यांना तो देह पाहता येतो.

परंतु त्याच्या विनाशाच्या दृश्याचा सर्वांत गंभीर परिणाम होतो.

अनेक वर्षे, येशूचं नग्न-भग्न शरीर झुआनाला स्वत:च्या शरीरापेक्षासुद्धा अधिक ओळखीचं वाटू लागलं आहे; कारण ते फक्त सर्वत्र दृष्टीस पडतं एवढंच नाही, तर त्याची शरीररचना अगदी वास्तवरूपात, प्रेमानं प्रकट केली गेली आहे. ती मठात बंदिस्त झाल्यावर, सुरुवातीच्या दिवसांमध्येच हे तिच्या लक्षात आलं होतं : सँटा कॅटेरिना मठातले दोन अत्यंत देखणे क्रूस घडवणाऱ्या शिल्पकारांनी– वेदीवर टांगलेला भलामोठा लाकडी क्रूस आणि मुख्य मठाच्या टोकाच्या भिंतीवरला दगडी पुतळा– एखाद्या शरीरशास्त्रज्ञानं घडवावेत अशा बारीकसारीक तपशीलासकट घडवले आहेत आणि हे अपेक्षितच आहे, कारण अनेक वर्षे, कोणीही नेकीचा चित्रकार किंवा शिल्पकार, नेमानं प्रेतगृहात किंवा तिला मज्जाव केल्या गेलेल्या लेक्चर हॉलमध्ये जाऊन आपलं कसब (अवलोकनानं) परजत असतो.

त्यांच्या हातांचा स्पर्श झाला की जड वस्तू रक्त-मांस बनतात. लाकडाचा किंवा दगडाचा पृष्ठभागसुद्धा मृदू मुलायम वाटू लागतो. चाबकाच्या आघातानं कातडीच्या स्तरांवर कसे व्रण पडतात ते तुम्हाला दिसू आणि जाणवू शकतं. कपाळावरल्या (येशूच्या) पातळ कातडीत काटे घुसून कसे अडकले ते तुम्हाल जाणवतं. भलामोठा क्रूस ओढताना त्याच्या ओझ्याखाली वाकलेला कणा आणि खांदे तुम्हाला स्पष्ट दिसतात. लोखंडी खिळे स्नायू आणि हाडांमधून ठोकणारे हातोडीचे घाव, लटकणाऱ्या देहाचं वजन पेलताना आक्रसून आक्रोश करणारे स्नायू आणि एका छिद्रातून झालेला इतका रक्तस्राव की तो रोखला नाही तर त्या एका दुष्ट जखमेतून आयुष्य झिरपून जाईल, हे सारं स्पष्टपणे जाणवतं.

धर्ममंदिरातल्या क्रूसावर येशूच्या एका कुशीत झालेल्या जखमेतून आलेलं रक्त गोठून गेलं आहे, त्यामुळे त्या जखमेच्या कडा लालभडक, जाड ओठांप्रमाणे विलग होऊन रक्ताचा एकच ओघळ दिसतो आहे. पण मठातल्या मूर्तीतून, खोल,

नव्या जखमेमुळे लालभडक रक्ताचा पाट, येशूच्या एका बाजूनं, त्याच्या पायांवरून, ज्या दगडात क्रूस घट्ट बसवला आहे, त्या दगडापर्यंत वाहतो आहे. अगदी गडद धुक्याच्या हिवाळ्यातसुद्धा येशूच्या शुभ्र त्वचेवरलं लालभडक रक्त उठून दिसतं. त्यामुळे तेथून चालत जात असताना अनेक जोगिणींचे डोळे पुढे जाण्यापूर्वी त्या जखमेकडे वळतात.

अर्थात प्रत्येकीला तीच गोष्ट दिसते किंवा जाणवते असं अजिबात नाही, हे तिला मठात आल्याबरोबर लवकरच जाणवलं. ज्या कोणी मठात अगदी लहान वयात आलेल्या असतात किंवा खूप वय होईपर्यंत जगतात, त्यांना अशा दृश्याची दीर्घकाळ सवय होऊन ती त्यांना ओळखीची झालेली असतात किंवा अगदी सर्वसामान्य वाटू लागतात. जणूकाही येशूचं मरण हा एक इतर सामानाचाच भाग आहे आणि प्रार्थनेसाठी उशीर झालेला असताना किंवा नेहमीप्रमाणे एका जागेवरून दुसऱ्या जागेकडे जाताना सहज दृष्टीला पडणारी गोष्ट आहे. इतर कुणाला ती मूर्ती सजावटीसाठी ठेवलेली वाटू शकेल : सुओरा कॅमिलाजवळ सुंदरसा चांदीचा येशूचा क्रूस आहे किंवा मठस्वामिनीपाशी भपकेदार रत्नजडित क्रूस आहे, त्याप्रमाणे.

इतर थोड्याजणी अशा आहेत– आणि त्यातली सुओरा पर्सेव्हेरान्झा सर्वांत कार्यक्षम आहे– ज्यांना त्यांच्या अगदी उलटप्रकारे, येशूच्या यातना नेहमी वेगळ्याच वाटतात आणि त्यामुळे त्या इतक्या विव्हल होतात की, त्यांना त्या यातनांमध्ये सहभागी होण्याची आस लागते. किंवा इतर काहीजणी क्रूसावरल्या येशूची असहायता आणि एकाकीपणा यामुळे इतक्या व्याकूळ होतात की, त्या करुणास्पद दृश्यामुळे त्या सतत कासावीस होत राहण्याची शक्यता असते. रुग्णालयात डांबली जाण्यापूर्वी, सुओरा क्लेमेंशिया दिवसा किंवा रात्रीच्या कोणत्याही वेळी, मठामधल्या क्रूसापाशी वाकून फडक्यानं त्याच्या पायावरलं रक्त पुसायच्या प्रयत्नात आढळत असे. ती येशूबद्दलच्या कळवळ्यानं नेहमीच भारावून गेलेली असे. (तेवढा कळवळा तिनं बरोबरच्या जोगिणींसाठी केव्हाही दाखवलेला नाही.), पण अलीकडे ती रडण्यात इतका वेळ घालवू लागली की, शेवटी मठस्वामिनीनं तिची रवानगी रुग्णालयात केली. झुआना या निर्णयाबाबत साशंक होती; कारण असं दु:ख करताना ती समाधानी दिसत असे आणि इतकी भरकटलेली डोकी एका जागी एकत्र आणल्यामुळं त्यांचं वेड आणखी बळावण्याची शक्यता होती. क्लेमेंशिया आता कमी रडते हे खरं आहे, पण ओळखीच्या वातावरणाबाहेर काढल्यामुळे तिच्या दु:खाबरोबरच तिची उरलीसुरली बुद्धीही नष्ट झाली आहे. त्यामुळे ती दु:खीकष्टी दिसते आणि कधीमधी रात्री भटकत फिरते.

तरीही ज्या जोगिणी 'त्यानं' भोगायला लावलेल्या यातना मिरवत फिरतात त्याहून ही क्लेमेंशिया परवडली! अशांपैकी सर्वांत गुन्हेगार आहे सुओरा एलेना; ती

जे कोणी तावडीत सापडेल, त्याला तिच्या यातनांबद्दलचं रडगाणंच ऐकवत असते. "ओ! माझ्या कुशीत इतकं दुखत होतं, की काल रात्री माझा डोळ्याला डोळा लागला नाही!" किंवा प्रार्थनामंदिरात लंगडत आणि इतकं कण्हत-कुंथत शिरायचं की, तिला काय होतंय असं विचारणं कुणाला तरी भागच पडलं पाहिजे! "ओ! माझ्या जांघेतली जखम चिघळावी, अशीच ईश्वराची इच्छा आहे. मी 'त्याची' ऋणी आहे. पण त्याच्या यातनांपुढे या काहीच नाहीत!" देवानं तिला इतर कुणापेक्षाही अधिक महत्त्वाचं गणलंय, या जाणिवेनं फुशारून जाऊन ती लंगडत पुढे जाते– पण काकदृष्टी असलेल्या चाणाक्षांच्या लक्षात येतं, की कुणीही बघत नाहीये असं वाटलं की तिची चाल सुधारते!

याविरुद्ध झुआनाला असं काही कधीही वाटलेलं नाही.

तिची चूक– आणि ती जाणून आहे की ती तिची चूकच आहे– वेगळीच आहे. तिला 'त्या' ला बरं करायचंय. ती इतकी तिच्या पित्यासारखी आहे, की येशूच्या यातना समजण्याएवढं वय झाल्यावर तिला झालेली अंत:प्रेरणा त्याची प्रार्थना करणं ही नसून, त्याला वाचवणं हीच होती. मठात आल्यावर, सुरुवातीच्या आठवड्यांमध्ये जेव्हा तिला तिचं भवितव्य म्हणजे जन्मठेपेची शिक्षा वाटत होतं, तेव्हा धर्ममंदिरात असंख्य तास घालवताना तिनं स्वत:ला निराशेपासून दूर ठेवण्यासाठी तिथल्या क्रूसावर लटकलेला येशूचा देह अभ्यासला होता आणि तिला तशी संधी मिळाली असती, तर तिनं जखमांवर कशाप्रकारे इलाज केला असता याची आखणी केली होती. कोणत्या प्रकारचे शेक आणि वनस्पती वापरून तिनं रक्त थांबवलं असतं, चाबकांच्या फटकाऱ्यांनी उमटलेल्या वळांना आणि जखमांना तिनं कोणती मलमं लावली असती, जंतुसंसर्ग होऊ नये म्हणून कातरलेल्या मांसाभोवती तिनं कोणतं जंतुनाशक मलम चोळलं असतं, यावर तिनं सखोल विचार केला होता. सर्वांत पाखंडी विचार होता वेदना जाणवू नयेत, म्हणून तिनं येशूला काय प्यायला दिलं असतं हा!

तिच्या वडिलांनाही असंच वाटलं होतं का? तिला कधीकधी प्रश्न पडतो की अशा जगात जगताना त्यांनी काय केलं असतं. त्यांना ते सर्वस्वी अपरिचित नक्कीच नव्हतं. राजदरबाराशी संबंध असलेल्या विश्वविद्यालयातील डॉक्टर असल्यामुळे त्यांना कधीकधी कुलीन जोगिणींवर उपचार करण्यासाठी जावं लागत असे. जोगिणींची प्रकृती गंभीर असली आणि मठस्वामिनीनं तशी परवानगी दिली तर ते जात असत. अशा वेळेस त्यांनी जर तिला त्यांच्यासोबत नेलं असतं, तर तिला मठात रुळायला सोपं पडलं असतं. पण ते जेव्हा उपचारांच्या वहीत अशा रुग्णांबद्दल नोंद करत असत, तेव्हाच या गोष्टी तिला समजत असत आणि अशा गोष्टींपैकी फक्त एकच गोष्ट तिच्या लक्षात राहिली आहे : एकदा शहराबाहेरच्या एका मठातल्या एका

जोगिणीनं स्वत:लाच इजा करून घेतली होती आणि तिच्यावर त्यांनी उपचार केले होते. तिनं रक्त येईपर्यंत तिनं डोकं भिंतीवर आदळलं होतं आणि त्यानंतर मठातल्या लोकांनी तिला कोठडीत बंद केल्यावर तिनं कुठून तरी सुरी मिळवली होती आणि स्वत:लाच डझनभर वेळा भोसकून घेतलं होतं. शेवटी इतरांनी ती सुरी तिच्या हातातून खेचून घेतली होती. तिचे वडील तिथे पोहोचेपर्यंत त्यांनी तिला बांधून ठेवलं होतं आणि ती बेशुद्धीत बरळत होती. त्या डझनभर जखमांतून वाहणारं रक्त जमिनीवर ठिपकत होतं आणि तिची जीवनज्योत मंद करत होतं. इतकं रक्त वाहून गेलं होतं की, तिच्या यातना कमी करण्यासाठी काहीतरी देण्यापलीकडे ते काहीही करू शकणार नव्हते. पण मठस्वामिनीनं त्यांना औषध पाजण्याला मज्जाव केला होता. तिची खात्री पटली होती की, सैतानानं तिचा कब्जा घेतला आहे आणि त्या औषधामुळं ती शांत झाली, तर तो सैतान परत तिच्यावर हल्ला चढवेल. ''मी त्यांना प्रश्न विचारले असता त्यांनी उत्तर दिलं की, त्या सकाळपूर्वी त्यांना तिच्यात काहीच वेगळं दिसलं नव्हतं.'' आपली मान हलवत तिचे वडील म्हणाले होते. त्यांनी आपली मान अविश्वसानं हलवली की, दयेनं हलवली ते त्यांनी सांगितलंच नाही.

ती त्या गोष्टीबद्दल कधीकधी विचार करते : काहीही चिन्ह नसताना इतकी भीषण परिस्थिती एकदम कशी उद्‌भवेल? तिच्या अनुभवाप्रमाणे चांगल्या प्रकारे चालवला गेलेला मठ त्यातल्या जोगिणींच्या दु:खाप्रमाणेच त्यांना प्रमाणाबाहेर झालेल्या आनंदाचीही नोंद घेतो. कारण या दोहोंमुळे शांत आयुष्याचा तोल ढळू शकतो आणि जरी ते सैतानाचं काम होतं असं क्षणभर मानलं (आणि जरी तिनं चेष्टा किंवा क्वचित दुष्टावा बघितला असला, तरी तिला अजून या स्त्री राज्यात सैतान दिसलेला नाही.), तर मठस्वामिनी किंवा नवागतांची प्रमुखा यापैकी कुणालाच त्याचं कोणतंही चिन्हं कसं दिसलं नाही? म्हणून ती देवाचे आभार मानते की, जेव्हा तिनं उरलेलं आयुष्य कुठे कंठायचं या निर्णयाची वेळ आली, तेव्हा तिचा सुमार आवाज आणि प्रार्थना एवढ्याच उपचारांच्या पुस्तकांनी भरलेली तिची पेटी यासकट सँटा कॅटेरिनानं तिला प्रवेश दिला.

८

थकवा आणि विना हरकत अनुमती यातल्या परस्पर संबंधांची थोडी कल्पना असल्यामुळे आणि आणखी औषधांचे घोट किंवा विषाचे उतारे देऊन तिचं बंड मोडून काढण्याची झुआनाची इच्छा नसल्यामुळे त्या तरुणीबरोबर एकत्र काम सुरू करण्यापूर्वी झुआना त्याची काळजीपूर्वक आखणी करतेय.

खसखशीच्या पाकाचा परिणाम कमी होऊ लागल्यावर सुरुवातीचे काही दिवस त्याजागी शारीरिक कष्टांनी आपला पगडा बसवला : रविवारखेरीज दररोज दोनदा, दोन-दोन तास, बाहेरच्या थंडीत वनस्पतींच्या बागेकडे तरी बघायचं किंवा आतलं रुग्णालय आणि औषधालय तरी साफ करायचं; जमिनी झाडा-पुसायच्या, पातेली-सातेली घासून स्वच्छ करायची, कामाची बाकडी घासून-पुसून साफ ठेवायची. आधी वापरलेले घटक पूर्णपणे स्वच्छ करून नव्या औषधात त्यांचा अंश उतरू न देणं हा तिच्या वडिलांच्या शिकवणीचा भाग होता, पण झुआनानं नेहमी हे शारीरिक कष्टाचं काम करणाऱ्या मदतनीस-जोगिणीला रजा देऊन फक्त नव्या सहकारी तरुणीवर ते काम सोपवलं आहे.

प्रारंभी या मुलीचा विरोध स्पष्टपणे दिसतो. तिची मन:स्थिती बाहेरच्या हवेसारखीच वादळी आहे. एके दिवशी गडगडाट करणाऱ्या वादळासारखा त्रागा आणि आदळआपट, तर दुसऱ्या दिवशी खांदे पाडून, दु:खीकष्टी चेहऱ्यानं, थरथरता देह कामाच्या टेबलापुढून उद्दामपणे बाजूला वळवून न थांबणाऱ्या पावसाप्रमाणे अश्रू गाळत बसणं. झुआना अजिबात मधे पडत नाही. तिला घासण्या-पुसण्याच्या कामाद्वारे तिच्या भावनांना मोकळी वाट करून देणंच श्रेयस्कर! निदान त्यायोगे ती सरतेशेवटी पुरेशी थकून जाईल आणि रात्री झोपेल आणि अशा प्रकारे टप्प्याटप्प्याने स्वीकारण्याची प्रक्रिया हळूहळू सुरू होईल.

मठाच्या नियमांनुसार, कामाच्या वेळेस गरजेपुरतं बोलायला जरी परवानगी असली आणि (नवागतेची) भावनिक मन:स्थिती कशीही असली तरी सुरुवातीचे काही दिवस झुआना कटाक्षानं मौन पाळतेय. सुरुवातीच्या स्वत:च्या दु:खद आठवड्यांच्या प्रवासाची स्मृती जागी केल्यावर झुआनाच्या लक्षात येतंय, की मौन हे मलमासारखं

उपयुक्त ठरलं होतं. अर्थात त्याचा उपयोग इतका हळू गतीनं होत होता की, तिच्यातल्या डॉक्टरला त्याच्या प्रगतीची नोंद ठेवणं अवघड जात होतं. आता ती तो परिणाम दुसऱ्या कुणावर तरी होत असताना अवलोकन करतेय.

जेव्हा त्या प्रथम प्रवेश करतात तेव्हा तरुण (आणि विशेषत: बोलक्या किंवा कामात विशेष गती नसलेल्या) जोगिणींना बोलण्याच्या निर्बंधांची सवय होणं फार अवघड वाटतं. संभाषणासाठीची भूक त्यांच्या ठायी इतकी रुजलेली असते; त्या टेबलापाशी किंवा प्रार्थनामंदिरात कुजबुजण्याएवढ्या जवळ येतात, तेव्हा ती भूक त्यांच्या ठायी असतेच पण या दोन्ही जागी त्यांना तसं करण्याची परवानगी नसते. किंवा मौनाच्या काळात त्या पदपथावरून एकमेकींजवळून जात असतात, तेव्हा अनुच्चारित शब्द त्यांच्यादरम्यान कोळ्याच्या चकाकत्या जाळ्याप्रमाणे कातले जात असतात. त्यांना त्यांच्या सुरुवातीच्या काही आठवड्यात पाहताना झुआनाला बरेचदा वाटतं की, बडबड न करण्याची सक्ती ही कौमार्याच्या सक्तीपेक्षाही सहन करायला जास्त अवघड जात असणार, कारण कौमार्यभंगाचा मोह पडण्याजोगं इथं काहीच नसतं, पण मनमोकळ्या गप्पांचा मोह सदासर्वकाळ सर्वत्र पडू शकतो.

पण ही मुलगी काही वेगळीच आहे. इतर नवागतांची तिच्याशी बोलायची नक्कीच तीव्र इच्छा असते, त्यांच्या गप्पांच्या वर्तुळात तिला खेचून घ्यायची त्यांची इच्छा असते. ऑड्रियाना, अँजेलिका, तेरेसा या साऱ्यांना देवाएवढीच आयुष्याच्या उपभोगाची भूक आहे आणि तिच्या प्रवेशाच्या वेळच्या वर्तणुकीमुळे अनेक प्रकारच्या वावड्यांचं पेव फुटलं आहे– मोठ्या बहिणीच्या वाग्दत्त वराबरोबरच्या गैरवर्तनापासून ते नृत्यशिक्षकाबद्दलच्या वेडगळ आकर्षणापर्यंत! आजकाल उच्चभ्रू वर्तुळात जोगिणींबद्दलच्या वदंता चघळणं फार प्रचलित झालंय आणि तिच्याबद्दलच्या जास्त मसालेदार अफवांचा उगम नक्कीच भेटायला येणाऱ्यांच्या गावगप्पांद्वारा झालेला आहे. किंवा या मुली सुप्त इच्छा आणि जुन्या आठवणी एकत्र विणून अशा कहाण्या रचतही असतील. उमिलिआनाला, नवागतांची प्रमुखा या तिच्या भूमिकेतून, अशा कुचाळक्यांमध्ये फक्त सैतानच दिसतो. झुआनाला तेवढी नापसंती वाटत नाही. मठाच्या भिंतींआड तारुण्याचा त्वरित लोप होतो आणि दिवसाचे काही तासच तुम्ही गुडघे टेकून प्रार्थना करू शकता.

परंतु सेराफिनाला या मुलींशी मैत्री करण्यात अजिबात गम्य नाही. वस्तुत: ही संतापानं पेटून उठलेली ही तरुणी क्वचितच कुणाशी तरी बोलते आणि प्रार्थनामंदिरात आठ वेळा होणाऱ्या प्रार्थनांच्या वेळेस, जरी तिचे ओठ आज्ञाधारकपणे तिच्या प्रार्थनेच्या पुस्तकातल्या शब्दांनुरूप हलत असले, तरी तिच्या तोंडाबाहेर आवाज अजिबात निघत नाही आणि त्या किंचाळण्यानं तिच्या गळ्याला जो काही शीण आला होता तो खूप पूर्वीच दूर झाला आहे. कारण दररोज दुपारी झुआना गळा बरा

करणारा डँडेलायनाचा[१२] चहा बनवते आणि उमिलियानाजवळ पुढल्या नवागतांच्या शिकवणीसाठी तिला धाडण्यापूर्वी तो चहा त्या दोघीजणी पितात.

उद्या मात्र बिशपसाठी औषधं बनवायला जोमानं प्रारंभ करण्याचा त्यांचा पहिला दिवस असेल आणि त्यांची कामाची लय उद्यापासून बदलेल.

त्या दिवशी सकाळी, बोचऱ्या वाऱ्यांमध्ये, प्रात:प्रार्थनेनंतर ताबडतोब त्या दोघी वनस्पतींच्या बागेत भेटतात. त्यांच्यापुढलं काम आहे फिगवर्टचं मूळ खणून बाहेर काढणं. पहिल्या कृतीसाठी त्याचा ताजेपणा अत्यंत महत्त्वाचा आहे. जमीन इतकी टणक आहे की, ती खणायला त्यांना लोखंडी तारा वापराव्या लागत आहेत आणि मुलीचा सकाळचा थकवा आणि कडाक्याची थंडी यामुळे त्या आत जाईपर्यंत ती गारठून जवळजवळ निळी पडलीय, तिचे दात कुडकुडल्यामुळे वाजताहेत आणि विरोधही करता येणार नाही इतकी ती गोठलीय. कढई खालच्या जाळाच्या ऊब`चा आणि झुआनानं तिला चोखायला दिलेल्या आलं– काकवीच्या गोळीचा फायदा होतो आणि हळूहळू तिच्या अंगात ऊब येऊ लागते. खरं पाहता कामाच्या वेळेस अशा अल्पोपहाराला बंदी आहे. पण आज त्या तोलणं-मापणं आणि प्रत्यक्ष बनवणं हे अवघड काम हाती घेताहेत आणि त्यासाठी झुआनाला तिचं पूर्णपणे एकाग्रचित्त व्हायला हवं आहे; मग हे ती आनंदानं करो किंवा न करो! त्याचप्रमाणे कामाच्या वेळेस मौन पाळायचा नियम हा हाती असलेल्या कामावर अवलंबून असतो आणि या मुलीचा मदतनीस म्हणून काहीही उपयोग होणार असला, तर त्यासाठी तिला काय चाललंय हे समजणं हे तिच्या आज्ञाधारकपणाएवढंच महत्त्वाचं आहे. आता बोलायला सुरुवात करायची वेळ झाली आहे. कारण पूज्य बिशपला त्रास देणाऱ्या व्याधी जरी जिवावर बेतणाऱ्या नसल्या, तरी त्या थोड्याफार नाजूक स्वरुपाच्या आहेत, कारण त्या त्यांच्या देहाच्या दोन्ही टोकांना पीडा देत आहेत.

खणून काढलेलं फिगवर्टचं मूळ त्या दोघींच्या मधोमध असलेल्या टेबलावर ठेवलेलं आहे. ओबडधोबड, मांसल, गाठी असलेलं. त्याची गरज झुआना शक्य तेवढ्या सोप्या, सरळ भाषेत समजावून सांगते.

"शी! किती गलिच्छ!"

इतक्या प्रदीर्घ मौनानंतर उच्चारलेले ते पहिले शब्द तिच्या तोंडून लोभस चैतन्यानं बाहेर पडतात.

"आणि अत्यंत पीडादायक. ज्यांना (मूळव्याधीचा) त्रास होतो, ते म्हणतात की कधीही बाहेर न पडणारे, खाजरे, पेटते कोळसे (गुदातून) बाहेर टाकू बघत आहोत

१२. डँडेलायन – पिवळी फुलं येणारं एक रानटी फुलझाड.

असं वाटतं. त्यामुळे या व्याधीनं ग्रासलेला माणूस नेहमीच चिडखोर मन:स्थितीत असतो.''

''तुम्हाला हे कसं ठाऊक?''

''त्यांनीच मला हे सांगितलं.''

''काय? बिशप?... स्वत: बिशपनी तुम्हाला सांगितलं, की त्यांना ही व्याधी आहे?''

''हेमोरॉइड्स. मूळव्याध. हो. नक्कीच. त्यांच्या गेल्या भेटीच्या वेळेस त्यांच्यासाठी मुदपाकखान्यात बनवलेली मेजवानी चाखायला त्यांना खाली बसणंदेखील अशक्य झालं आणि ते प्रत्येक गोष्टीबद्दल तक्रार करत होते. जी मोलकरीण त्यांची खोली साफ करत असे, तिला ते शौचालयात कण्हताना ऐकू आले आणि दुसऱ्या दिवशी त्यांच्या चादरीवर रक्ताचे थेंबही दिसले. त्यांच्या कोठडीतल्या लघवीवरून त्यांच्या रोगाचं निदान पक्कं झालं.''

घृणेनं त्या मुलीचा चेहरा आणखी आक्रसलेला झुआनाला दिसतो. वृद्धांच्या व्याधीची तरुणांना नेहमीच किळस वाटते. तिचे वडील काय बरं म्हणत असत? 'फक्त संत किंवा डॉक्टरच कुजलेल्या, पुवानं भरलेल्या घृणास्पद गोष्टींपासून आनंद मिळवू शकेल.' तरीही विकृतीबद्दल एक भीतिदायक आकर्षणही दिसून येतं.

''आणि तुला दिसेलच की, औषध अगदी योग्य ठरेल.''

''शी!'' ती मुलगी पुन्हा फिगवर्टकडे नजर टाकत म्हणते. ''त्या रोगाएवढीच ही मुळंदेखील किळसवाणी आहेत.''

''अगदी खरं!'' झुआना हसली. ''हेच तर गुपित आहे. तू 'चिन्हां'बद्दल कधीच ऐकलं नाहीस? समान स्वरुपाच्या शक्तीबद्दल? देवानं काही वनस्पतींना असे आकार दिले आहेत की, त्यावरून त्या कोणत्या इंद्रियाची व्याधी बरी करण्यासाठी उपयुक्त ठरतील, हे आपल्याला कळावं!''

ती मुलगी आपलं डोकं हलवते.

''ओ! हा निसर्गाचा एक प्रचंड मोठा चमत्कार आहे. तुला त्याबद्दल आणखी अभ्यास करायचा असेल, तर माझ्याजवळ त्यावरची पुस्तकं आहेत. हे अगदी समर्पक उदाहरण आहे. एक गुठळ्यांनी भरलेली गाठ तशाच दुसरीला बरं करते. हे किती सुंदर आणि सोपं आहे! तुम्ही हे मूळ किसून डुकराच्या चरबीबरोबर आणि अळंब्यांबरोबर (मशरूम) साऱ्या गोष्टी विरघळेपर्यंत उकळता आणि मग ते मिश्रण थिजू देता. फिगवर्टमुळे सूज उतरते. अळंब्या मऊ आणि गुळगुळीत असतात; त्यांच्यामुळे कंड कमी होते. डुकराची चरबी वापरल्यामुळे मलम बनतं. ऐनवेळेस त्यात लव्हेंडरचे थेंब टाकून त्याचा दुर्गंध दूर केला जातो. त्याचा प्रकृतीवर आणि स्वभावावर– दोहोंवर– उपयोग होतो. अनेक डॉक्टरांचं असं प्रामाणिक मत आहे की, पाखंडी लूथर इलाज करू शकेल असा डॉक्टर वेळीच सापडला असता, तर

खऱ्या चर्चविरुद्ध बंड करण्याची त्याच्यावर कधीच वेळ आली नसती.''

जरी हे बोलताना झुआनानं चेहरा गंभीर ठेवला होता, तरी त्या चाणाक्ष, काळ्याभोर डोळ्यात उमटणाऱ्या स्फुल्लिंगावर ती नजर ठेवून आहे. जरी त्या मुलीला विनोदाचं वावडं असतं (आणि झुआनाला आधीच कळलंय की, तसं अजिबात नाही), तरीही इतरांप्रमाणेच बिशप हा समतोल बुद्धीचा असणंच आपल्या हिताचं आहे, एवढं तर तिला कळलंच असतं.

''हे घे. जपून कीस.'' ती तिला ते मूळ देते. ''हे चवीला अत्यंत कडू आहे आणि हे पोटात घ्यायचं नसतं आणि ते अगदी बारीक किसून त्यातला प्रत्येक कण वापरायला हवा.''

ती मुलगी ते हातात घेते, हातात वरखाली करून पाहते आणि नाकापाशी आणून त्याचा वास घेते. इतर अनेक गंध आणि चवी तिला देता येतील, असं झुआनाच्या मनात येतं. पण तिला तिच्या गतीनंच जाऊ द्यायला हवं.

त्या शेजारीशेजारी उभ्या राहून काम सुरू करतात आणि थोड्या वेळानं त्यांच्यातली शांतता ही सक्तीची वाटत नाही. ती नैसर्गिक वाटते. त्या खोलीचे स्वत:चेच आवाज आहेत. उकळत्या पाण्याचा बुडबुड आवाज, कापण्याचा आवाज, किसण्याचा आवाज, खलबत्त्याचा कुटण्याचा आवाज आणि त्याच आवाजांच्या पुनरावृत्तीची स्वत:चीच एक लय! विस्तवामुळे खोली ऊबदार बनते आणि कुटलेलं लव्हेंडर आपला सुगंध पसरवू लागतं. बाहेर जर दुसरं कुठलं जग असेल, तर ते खूप दूर आहे असं भासतं; ज्यांना त्या जगात जाण्याची ओढ लागली आहे अशांनासुद्धा!

ती काम करत असताना झुआना तिच्याकडे बघते, कामाच्या टेबलावरचे तिचे हात उजळ आणि नितळ आहेत. ती रात्री वापरत असलेल्या मलमांमुळे आणि सुगंधी हातमोज्यांमुळे ते नक्कीच मृदू मुलायम झाले असणार. जर तिचे कुणी आशिक असले, तर त्यांनी त्या हातांची स्तुती करण्यात नक्कीच आनंद मानला असेल. पण या सौंदर्याखाली त्या बोटांमध्ये कौशल्यसुद्धा आहे.

कारण किसणीची कड धारदार आहे आणि किसणीला कातडी आणि मूळ यातला फरक ओळखता येत नाही. हे काम ती नेटकेपणानं आणि लक्षपूर्वक करतेय आणि त्यात तिचं नैसर्गिक कसब जाणवतंय. अर्थात ती अजूनही दु:खीकष्टी आहे आणि त्यात आश्चर्य ते काय? पण ते दु:ख उगाळण्याएवढी उर्जा आता तिच्यात शिल्लक नाही. झुआनाला ही गोष्ट लखखपणे आठवतेय : जेव्हा इतक्या एकाग्रतेची आवश्यकता असते, तेव्हा सतत दु:ख उगाळत राहणं शक्य होत नाही. प्रार्थनामंदिरात किंवा स्वत:ची स्वत: प्रार्थना करत असताना तुमचं मन आडमुठेपणानं शांत व्हायचं नाकारू शकेल, परंतु कामाच्या वेळेस कधीकधी ते शांत करता येतं.

कामाच्या टेबलावर मॅटॅलियसचा वनस्पतींवरला सचित्र ग्रंथ उघडून ठेवलेला

आहे. ('अखेरीस पूर्वजांनी सांगितलेलंच पुन्हा न रेखाटता स्वत:ला काय दिसतंय ते रेखाटणारा वनस्पती शास्त्रज्ञ निपजला'– कौतुक आणि असूया दर्शवणारा तिच्या वडिलांचा आवाज तिला आजही ऐकू येतोय.) त्याच्या बाजूलाच, वर्षानुवर्षे औषधालयात वापरल्यामुळे डागाळलेल्या आणि चुरगाळलेल्या कागदांचं, त्यांनी स्वत:च्या हस्ताक्षरात लिहिलेलं, औषधांवरचं पुस्तक आहे. झुआनाला बघितल्याशिवाय कृती स्मरत असली, तरी ती त्या मुलीला त्या पुस्तकातून संपूर्ण कृती टप्प्याटप्प्यांनी वाचायला लावते आणि मग हे लक्षात राहावं, म्हणून पुन्हा मोठ्यानं वाचायला सांगते. नंतर, आपल्याकडे लक्ष नाही असं वाटल्यावर, ती मुलगी कागद उलटून, पुढल्या पानांवर जाऊन वाचताना पाहून झुआनाला आश्चर्य वाटतं. कापणं आणि मोजणं संपवून, त्या आता सारे घटक एकत्र करण्याकडे वळल्या आहेत. सेराफिना किसलेलं फिगवर्ट झुआनाजवळ देते आणि ती ते उकळत्या डुकराच्या चरबीत टाकत असताना बघत राहते. अंगावर उकळत्या मिश्रणाचा थेंब उडणार नाही, एवढ्या अंतरावरून काम करण्याची झुआना खबरदारी घेतेय.

"तुम्ही म्हणालात की, या रोगाचं निदान तुम्ही लघवी पाहून केलंत," ती थोड्या वेळानं म्हणते.

"हो. काही अंशी त्यावरून."

"पण फक्त त्याच्याकडे बघून तुम्हाला कसं ओळखता आलं?"

अनेक वर्षांच्या अनुभवावरून तिला ठाऊक झालंय की, जे सर्वांत जास्त विरोध करतात, त्यांचीच बुद्धी बरेचदा अत्यंत चौकस असते आणि याबद्दल जाणीव नसताना ते ती बुद्धी कुठेतरी गुंतवू पाहत असतात. जर तिनं स्वत:ला रस घेण्यापासून रोखलं नाही, तर तिचं चित्त वेधून घ्यायला इथे एक दुनियाच उभी आहे. "माझ्यापाशी एक तक्ता आहे. तो माझ्या वडिलांचा होता. डॉक्टर लोक तो वापरतात. त्यात लघवीचा रंग, वास किंवा गढूळपणा यांची वर्गवारी दिलेली आहे. त्यावरून देहाचा कुठला भाग व्याधीग्रस्त आहे, हे तुम्ही ओळखू शकता."

ती शहारते, "ई! म्हाताऱ्या माणसाच्या लघवीचा अभ्यास करण्याहून आणखी घाणेरडं काहीच नसेल."

"तुझं म्हणणं बरोबर आहे," झुआना हसून म्हणते, "आजारी माणसांना बरं करणं हे किळसवाणं काम आहे. आपल्या देवानं ते करण्यात आपला इतका वेळ का खर्च केला असावा, हे मला समजत नाही."

पण त्या दुपारी विस्तवावर मिश्रण शिजत असताना आणि झुआना तिच्या रक्तस्राव होणाऱ्या रुग्णाची स्थिती बघायला थोडा वेळ रुग्णालयात गेलेली असताना, परत आल्यावर तिला ही तरुणी एक पुस्तक वाचण्यात गढून गेलेली दिसली.

दुसऱ्या दिवशी तिची मन:स्थिती पुन्हा बदललेली असते. ती ओढलेल्या चेहऱ्यानं आणि खोल गेलेल्या डोळ्यांनी येते. देहातून दुर्गंध यावा, त्याप्रमाणे तिच्यातून त्रासिकपणा उसळून येताना दिसतोय.

"तुला नीट झोप लागली नाही का?"

"झोपायला रात्र मिळत नसताना कोण कसं झोपू शकेल?"

"हे अवघड आहे हे मला कळतंय. अशा वेगळ्या वेळा पाळणाऱ्या दिनक्रमाची सवय व्हायला वेळ लागतो, पण तुला कळेल की, तुला–"

"त्याची सवय होईल? कशी? सूप मध्ये तरंगणाऱ्या चरबीच्या गोळ्यांची किंवा दररोज रात्री आपल्या अंगात खिळे खुपसून घेत कण्हणाऱ्या त्या वेडपट बाईची होईल, तशीच? आभारी आहे मी तुमची, सुओरा जेलर! तुमच्या सूज्ञपणामुळे– त्या दाढीवाल्या सिस्टरच्या सूज्ञपणाएवढाच दिलासा मिळतोय..."

झुआना हसू दाबते, "नवागतांच्या प्रमुखेचं प्रवचन ऐकून तू इथे आली आहेस, हे मला कळतंय."

ती आठ्या घालते.

सुओरा उमिलिआनाचं टोपण नाव सर्वांना ठाऊक आहे. मठातल्या जोगिणींमध्ये चर्चाही घडत असते की, नवागतांच्या प्रमुखेनं स्वत:ला कोणत्याही प्रकारच्या आरशात न्याहाळल्याला किती वर्षं झाली असतील. त्यावरून त्या अंदाज बांधतात की, छानछोकीबाबतचे नियम धुडकावले नाहीत, तर त्यातल्या आणखी कितीजणी तिच्यासारख्या दिसू लागतील.

झुआनाला अजूनही तो काळ आठवतोय. त्याला आता अनेक वर्षं झालीत. तेव्हा एका म्हाताऱ्या बिशपनं नवे नियम घालून देताना मठातून, प्रतिबिंब दिसेल असे पृष्ठभाग, पूर्णपणे वर्ज्य करायला लावले होते. नातेवाइकांच्या झग्यातून पहिला चांदीचा ट्रे चोरून आत आणला जायला आठवडाही लागला नाही. तोवर अनेक जोगिणींनी आपला विश्रांतीचा समय नार्सिसप्रमाणे, आपला मुखडा, माशांच्या तळ्यात प्रतिबिंबित झालेला पाहण्यात खर्च केला होता. बिशपनं नेमणूक केलेला, कन्फेशन्स (प्रमादांची कबुली) घेताना फाजील उत्साह दाखवणारा, पुरोहितही फार काळ टिकला नाही. सहा महिने, जोगिणींची रांग, त्याला सकाळपासून संध्याकाळपर्यंत बारीकसारीक आज्ञाभंगांबाबत कबुलीजवाब ऐकवत– व्यग्र ठेवत गेली. हे आज्ञाभंग इतके बारीकसारीक असत की, ते शिक्षापात्रही नसत. शिक्षा फक्त त्याच्या गुडघ्यांतल्या स्नायूंना मिळे. अखेरीस त्यानं दुसऱ्या मठात पाठवावं, अशी विनंती केली. तो तेथून निघण्यापूर्वीच्या दिवशी त्यांनी खास रचलेल्या प्रार्थना म्हटल्या आणि रात्रीच्या जेवणासाठी दोन कोंबड्या कापल्या. हे सारं अर्थातच त्याच्याप्रित्यर्थ.

“हा प्रश्न मोठा मनोरंजक आहे : नितळ हनुवटी आणि नितळ आत्मे यांचा काही परस्परसंबंध आहे का? किती जणींना ताबडतोब हनुवटीखाली हुळहुळतंय अशी भावना होऊ लागते ते ऐकलंस तर तू थक्कच होशील.”

“हो! मी इतर साऱ्यांप्रमाणेच दाढी वाढवणार आहे असं तुला वाटतंय?”

“असंच काही नाही. मला वाटतं देव त्याचे चमत्कार यापेक्षा महत्त्वाच्या गोष्टींसाठी वापरेल.”

ती मुलगी क्षणभर तिच्याकडे रोखून बघते. जणूकाही या शब्दांमधला ध्वनित अर्थ लावायचा ती प्रयत्न करतेय. झुआना स्वत:चं लक्ष कामाच्या टेबलाकडे वळवते आणि ज्या बरण्यांमध्ये त्या कढईतलं मिश्रण थिजवण्यासाठी ओतणार आहेत, त्या बरण्या नीटपणे मांडून ठेवते. अशा गोष्टी, आडवळणानंसुद्धा, नवागतेपुढं बोलणं धोक्याचं आहे. ती ते जाणून आहे. पण स्वत: मठस्वामिनीनं ही मुलगी तिच्यापाशी देऊन तिला तिच्याकडे लक्ष द्यायला सांगितलं आहे आणि जर तिला मदत व्हायला हवी असेल, तर ती तिनं स्वत:ला केली, त्याच प्रकारे होऊ शकेल. वस्तुस्थितीबद्दलचं सत्य सांगून आणि ते इतरांना किती उपयुक्त ठरेल, याबद्दल त्यासोबत भाष्य करून.

कामाला सुरुवात केल्यावर मुलीची चिडचिड लगेच कमी होते. ते मिश्रण बरण्यामध्ये अर्धं ओतून झाल्यावर ती मुलगी इतर औषधांबद्दल प्रश्न विचारते.

“पूज्य बिशपना घसेदुखीचा त्रास होतोय. इतका भीषण की, कधीकधी तर त्यांना घासही गिळता येत नाही. प्रवचनाची तर बातच नको. आम्ही त्यांच्यासाठी गोळ्या आणि सिरप बनवतो. उकळलेली काकवी आणि मध यात दालचिनी, आलं आणि लिंबू मिसळून. शिवाय काही गुह्य असे विशेष घटक.”

“ते कोणते?”

झुआना थबकते.

“जर मी तुमची मदतनीस म्हणून काम करणार असले, तर मला माहीत असायला हवं. मी बाहेर पडल्याबरोबर ते गावभर सांगत फिरेन, असं तुम्हाला वाटत असलं तर प्रश्न वेगळा.” आणि आता तिच्या आवाजात खोडसाळपणाचा भास होतोय.

“ठीक आहे. हे मिश्रण उकळत असताना आपण त्यात अँजेलिका, मिथ्रिडेट, पेनी रॉयल आणि हिसॉप टाकू. त्याचा तुला अर्थ लागत असेल, असं मला वाटत नाही.”

“मग त्यात एवढं गुपित ठेवण्यासारखं काय आहे?”

“कारण जोवर फक्त आपल्यालाच त्याचा वापर उपयुक्त आहे हे माहीत असतं, तोवर बिशपचे डॉक्टर आपल्यावर अवलंबून राहतील. इथे थोड्या धोरणी

चातुर्याची गरज आहे. वस्तुस्थिती अशी आहे की, बिशपना एक तिसरी व्याधीही आहे– त्या व्याधीची त्यांना स्वत:ला अजिबात जाणीव नाही, पण तिचा इतरांना मात्र फार उपद्रव होतो.''

''ती कोणती?''

''त्यांचा श्वास अत्यंत दुर्गंधीयुक्त आहे.''

ती नाक मुरडते, ''ते त्यांच्या लघवीवरूनच तुम्ही ओळखलं?''

''तू हस. पण देवाचं नाव घेणाऱ्याच्या तोंडी ही गंभीर व्याधी आहे. फेरारात सर्वांना ठाऊक आहे की, जेव्हा वृद्ध ड्यूकच्या फ्रेंच पत्नीला, रेनाटाला, तिची खऱ्या धर्मावरली निष्ठा सिद्ध करून दाखवण्यासाठीची कसोटी म्हणून येशूख्रिस्त भोजनोत्सवात सहभागी करण्याची तपासपथकाला गरज वाटत होती, तेव्हा तिचं मन वळवण्यासाठी आणलेल्या पुरोहितात बिशप होते. म्हणजे सरतेशेवटी त्यांचं (दुर्गंधी सोडणारं) तोंड बंद ठेवण्यासाठी तरी ती संमती देईल!''

''खरं की काय?''

''तुझी करमणूक करण्यासाठी मी प्रायश्चित्त घ्यायचा धोका पत्करेन? तुला आणखी माहिती मिळवायची असली, तर पुन्हा तू फावल्या वेळात सुओरा अपोलोनियाशी गप्पा मारशील, तेव्हा तिला विचार. बिशप त्यांच्या पहिल्या तपासणीसाठी आले होते, तेव्हा प्रवेशद्वारापाशी त्यांना भेटणाऱ्या जोगिणींपैकी ती एक होती. त्या अनुभवानं मरण येईल असं तिला वाटलं होतं.''

ती हे सांगत असताना तिला ते पुन्हा दिसतं : अपोलोनिया आणि येस्बेटा , चेहऱ्यावर हात झाकून, वेड्यासारखा वारा घेत, रुग्णालयात अडखळत्या पावलानं शिरताना इतका गोंगाट करत होत्या की, दिवसाची नवागतांची प्रमुखा शेवटी त्यांना गप्प करायला आत आली.

सेराफिनाच्या चेहऱ्यावरला अविश्वास तिला अचानक आनंदित करतो. बंडखोर नवागतांना रुळवताना थोड्याशा गावगप्पा या प्रार्थनेएवढ्याच महत्त्वाच्या असतात हे आता बहुतांशी स्वीकृत झालं आहे– सुओरा उमिलिआनाखेरीज इतरांकडून गावगप्पांची लागण होण्यापासून झुआना मुक्त असते आणि त्यामुळे तिच्या बातम्या दहा वर्षं शिळ्या असतात. औषधालयात एकटी असताना झुआनाच्या बाबतीत असंच घडत असे. पण जरूर पडली, तर ती थोड्या खमंग गप्पागोष्टी शोधून काढू शकते. गेले काही दिवस अशा मसालेदार बातम्या सांगत असताना तिला खूपच मौज वाटत होती आणि याचं तिला मोठं आश्चर्य वाटलं होतं. पण आतापर्यंत औषधालयात तिच्यासमवेत इतक्या तरुण, हुशार मुलीनं कामही केलेलं नव्हतं.

''मी लहान होते, तेव्हा माझ्या वडिलांचा विश्वविद्यालयातील एक सहाध्यायी-प्राध्यापक होता. सर्वजण म्हणत की, तो अत्यंत विद्वान होता. त्याच्या श्वासाला

इतका दुर्गंध येत असे की, त्याच्या विद्यार्थ्यांना त्याच्या तासाला बसणं अशक्य होत असे. माझ्या वडिलांनी त्याचं तोंड तपासलं, तेव्हा त्याच्या हिरड्या सडून पिवळ्या पुवानं अर्ध्याअधिक भरून गेलेल्या दिसल्या. पण इतरदृष्ट्या त्याची प्रकृती कफाची नसून कोरडी होती. तो फक्त गोडपाकात शिजवलेलं मांस आणि कडक मद्य यावर जगत असे. म्हणून माझ्या वडिलांनी त्याला मासे, भाज्या आणि पाणी एवढाच आहार घ्यायला सांगितला. तीन महिन्यांनी त्याच्या हिरड्यांमधून 'पू' येणं पूर्णपणे थांबलं. पण तोवर त्याच्या हिरड्या इतक्या आक्रसून गेल्या होत्या की, त्याचे बरेचसे दात पडून गेले होते; म्हणून आता तो काय बोलतोय, त्यातलं एक अक्षरही विद्यार्थ्यांना कळत नव्हतं. अशा तऱ्हेनं एक नामवंत बुद्धी मूकपणे थडग्यात लुप्त झाली.''

''आणि तुमचे वडील...'' त्या मुलीच्या चेहऱ्यावर भीती वाटणे आणि भुरळ पडणे, या दोन्ही भावांचं मिश्रण पुन्हा एकवार दिसू लागलं. ''मला म्हणायचंय... त्यांना या अशा गोष्टी तुम्हाला शिकवणं योग्य वाटत होतं?''

''त्यांनी याबद्दल विशेष विचार केला होता की नाही, याची मला खात्री नाही. सुरुवातीला, ते शिक्षणाचे धडे असण्याऐवजी त्या जास्त गप्पागोष्टीच असत.'' तिला प्रश्न पडतो की, याची सुरुवात अशीच झाली? ऐकताऐकता ज्ञानाची भूक वाढली? की तिला सुरुवातीपासूनच शिकायची तीव्र इच्छा होती?

''मला असल्या गोष्टी आयुष्यात कुणीही सांगितल्या नाहीत आणि माझ्या वडिलांनी तर नक्कीच नाही.'' ती मुलगी खांदे उडवते. ''पण तुमची श्वासाच्या दुर्गंधीवरली औषधं जर इतकी गुणकारी असली, तर मला प्रार्थना मंदिरात ज्या थेरडीजवळ त्यांनी बसायला लावलं आहे, तिला तुम्ही ती पाजली पाहिजेत. दर वेळेस तिनं तोंड उघडलं की, आत काहीतरी मेलं असावं असा दुर्गंध येतो.''

ओ! मारिया लुसियाचं शस्त्र! दयाळूपणाचा उपयोग होत नाही, तेव्हा त्याची जागा शिक्षा करण्याची भावना घेते.

झुआना मलमावरचा शेवटचा साका बाजूला करते आणि त्या बरण्या थंडीनं थिजाव्यात, म्हणून खिडकीच्या चौकटीच्या बाहेरच्या बाजूला फळीवर ठेवू लागते. आता गावगप्पा थांबवून हातातलं काम संपवायची वेळ आली आहे.

''सुओरा मारिया लुसियासाठी मला काहीही करता येईलसं वाटत नाही. तिच्या हिरड्या माझ्या औषधानं बऱ्या होण्याच्या पलीकडे कुजून गेलेल्या आहेत. पण तू मात्र एक गोष्ट करू शकतेस,'' ती क्षणभर थांबते, ''गायला सुरुवात कर. ज्याक्षणी तू त्याला प्रारंभ करशील, त्याक्षणी तुला मधुर वातावरणात हलवलं जातं की नाही ते बघ!''

९

ती स्थिर हातानं, घडी केलेल्या कागदाच्या कडेपाशी मेणबत्ती आणखी झुकवते. पातळ, गरम मेणाचे थेंब त्यावर ओघळतात आणि ती पटकन दोन्ही कडा एकत्र दाबून धरते. काही सेकंद त्या चिकटलेल्या राहतात आणि मग पुन्हा उकलतात. प्रयोग फसलेला पाहून तिला मोठ्यांदा ओरडावंसं वाटतं, पण त्याऐवजी ती डोळे क्षणभर मिटून घेते आणि पुन्हा प्रयत्न करते, पुन्हा तसंच घडतं. फक्त आतापर्यंत तो कागद तेलकट डाग पडून घाण झालेला आहे. हा प्रश्न त्या मेणामुळे उद्भवतोय. ते जनावरांच्या चरबीपासून बनवलेलं, स्वस्तातलं आणि पातळ आहे. तिची कोठडी त्याच्या आंबटसर चवीच्या वासानं, कुबट धुरानं आधीच कोंदून गेलीय. जनावरांच्या शरीराच्या ज्या भागातून ती चरबी काढली गेलीय, त्याचीच दुर्गंधी इथं जाणवतेय. त्या धुरानं तिच्या डोळ्यांना पाणी येतंय आणि तिचं नाक चोंदतंय.

घरी असताना ती आणि तिची बहीण प्रार्थना करत असत, तेव्हा मधमाशांच्या मेणाच्या सुगंधी मेणबत्त्यांचा सुवास दरवळत असे. पलंगाजवळच्या, चांदीच्या मेणबत्त्यांच्या घरात दोन मेणबत्त्या असत. रेशमी पलंगपोस नेटकेपणाने खाली करून ठेवलेले असत. पायगती बिछाना गरम करण्यासाठी ठेवलेल्या मातीच्या विटा, गरम करून, नीट लपेटून ठेवलेल्या असत. त्यांच्या गुडघ्यांखाली जाडजूड, विणलेला गालिचा असे आणि त्यांची प्रार्थना संपली की मोलकरीण त्यांचे केस विंचरून देत असे. ते चमकदार दिसू लागेपर्यंत एकशेपन्नासवेळा ती ब्रशने विंचरत असे. ते (घर्षणानं) गरम होऊन, त्यांच्या खांद्याभोवती, शाल पसरावी तसे ऊबदार वाटत असत आणि इथे जेव्हा ती दुष्ट ऑगस्टिना पिना काढून तिचा हेड-स्कार्फ काढून घेते, तेव्हा ते उंदराच्या शेपट्यांसारखे लोंबत असतात. गचाळ आणि घाणेरडे. ती ऐकून आहे की, काही नवागता त्यांच्या मोलकरणींना ते धुवून देऊन कंगव्यानं कोरडे करून देण्यासाठी पैसे देतात. पण त्यासाठी तिला दुसरी मोलकरीण शोधायला हवी आणि तसं घडण्यासाठी जे करणं आवश्यक आहे, ते करायची तिची तयारी नाही. त्याचप्रमाणे ती तिच्या पेटीतला गालिचा बाहेर काढून दगडांवर

पसरणार नाही. त्यामुळे जरी गुडघ्यांना खालच्या फरशीचा कमी त्रास झाला, तरी तसं करणं म्हणजे, हे आता तिला तिचं घर वाटतंय, असं एक प्रकारे कबूल करण्यासारखं होईल.

पण तिला थोड्या आरामाची खरोखरच ओढ वाटतेय. देवा! ती इतकी कधीही थकून गेली नव्हती. हे मठात नव्हे, तर एखाद्या ग्रीक पुराणकथेतल्याप्रमाणे कैद होण्यासारखं झालं. त्यापैकी एका कथेतील शिक्षा म्हणजे त्याच भयानकतेची निरंतर पुनरावृत्ती करण्याची पद्धत आहे. गेले अनेक दिवस ती फक्त सर्वांत थकवणारं, क्रूर शारीरिक कष्टांचंच काम करते आहे. अजिबात विसावा नाही; केवळ नवा सफाईचा ब्रश नव्या जागेवर चालवायचा आणि नेहमीच आणखी आणखी काम करत राहायचं. सतत घासून, खरडून, धुवून आणि उचलून तिचं अंग ठणकतं आहे. काही काही वेळा, सकाळी ती इतकी थकून गेलेली असते की तिला फक्त रडू फुटतं, काही काही रात्री तिचा देह इतका बधिर झालेला असतो, की तिच्या अंगी रडण्याएवढंही त्राण नसतं. कामाच्या जागी, कधीकधी भीती आणि संताप यांनी तिला इतकं वेडंपिसं होतं की, फळीवरची प्रत्येक बाटली फोडून टाकायची तीव्र इच्छा रोखण्यासाठी तिला हात एकमेकांत घट्ट दाबून धरावे लागतात. पण जरी त्या झुआना बडबडीला हे लक्षात आलं असलं, तरी ते लक्षात आलंच नाही असं ढोंग करते आणि आपलं काम करतच राहते.

काम करायचं तिनं जवळजवळ नाकारलंही आहे. "ते आणखी स्वच्छ खरडलं जायला हवं असेल, तर तूच ते कर!" तिनं हे शब्द पुटपुटले देखील होते, तिला ऐकू जातील एवढ्या जोरात. पण कोणतंही उत्तर आलं नाही. फक्त दुसरा ब्रश लाकडावर पुढे-मागे घासल्याचा आवाज येत राहिला.

मूर्ख शांतता! मूर्खासारखे नियम! दिलासा देणारी फक्त एकच गोष्ट असते– दररोज दिवस संपतासंपता, घंटा वाजण्यापूर्वी ती– ती बडबडी– तो खास असा चहा बनवते आणि त्या काम थांबवून तो एकत्र बसून पितात. (ह्या जोगिणींच्या अंगी हुशारी भरपूर आहे आणि तिनं स्वत: तो प्यायल्याखेरीज ही त्याला स्पर्शही करणार नाही हे ती जाणून आहे.) आणि तो छानच लागतो. इतका छान! जणू मसाल्यांची नदीच ऊब आणि गोडी तुमच्या देहाच्या प्रत्येक भागाकडे पोहोचवते आहे आणि शेवटी तुम्ही कितीही थकला असला, तरी तुमचा थकवा दूर होतो.

उबदारपणा, गोडी. तलवार आत खुपसावी तसं प्रेम. सफाईपासून प्रार्थनेपर्यंत. 'चांगुलपणाची तलवार तुमच्या देहाच्या मध्यापर्यंत खुपसली जाईल आणि तुम्हाला दया आणि चांगुलपणानं भरून टाकेल.' जणूकाही देहाचे कष्ट पुरेसे नव्हते; म्हणून दररोज तिला केसाळ हनुवटीच्या, चपट्या चेहऱ्याच्या, पेटत्या गारगोट्यांसारख्या डोळ्यांच्या नवागतांच्या प्रमुखेच्या उलटतपासणीला तोंड द्यावं लागतंय. ती देवाची

कृपा तिच्या अंत:करणापर्यंत पोहोचवण्यासाठी तिला कापून उघडं करू पाहतेय. ''त्याच्या'शी संवाद साध. 'तो' तुझ्या प्रतीक्षेत आहे. तू त्याचं अपत्यही आहेस आणि त्याची वाग्दत्त वधूही आहेस आणि तो तुझा आवाज नेहमीच ऐकत असतो. तू बोलण्यापूर्वीच तो ऐकतो. तुला जाणीव होण्यापूर्वीच त्याला जाणीव होते. प्रत्येक प्रार्थना, प्रत्येक मौन, तू करत असलेली प्रत्येक उपासना तुला त्याच्या प्रेमाच्या सौख्याच्या आणि आनंदाच्या अधिकाधिक समीप घेऊन जात असते आणि ती अखेरच्या, मृत्यूच्या सुखकारक आलिंगनाच्याही जवळ घेऊन जात असते.''

ई! ती जेवढं जास्त वेळ बोलेल, तेवढं तुमच्या पोटात जास्त जास्त ढवळू लागतं. पण न ऐकणं तुम्हाला शक्य नाही. तुम्ही रागावलेल्या, दु:खी आणि अगतिक असाल, तुम्हाला तिची भीती वाटत असेल, तुम्ही तिला हसत असाल, किंवा तिचा तिरस्कारही करत असाल, पण तिचं बोलणं ऐकायचं मात्र तुम्हाला टाळता येत नाही. काहीजणींचं मन तिच्याकडे वळू लागलं आहे. तिला ते दिसतंय. इतक्या सौख्याच्या कल्पनेनं त्यांच्या डोळ्यात आनंदाश्रू उभे राहताहेत. पण जेव्हा तुम्ही सतत थकलेल्या असता, तेव्हा शांतवणाऱ्या शब्दांनीसुद्धा तुमचं मन आकृष्ट होऊ शकतं; कारण आणखी विरोध करणं तुमच्या कुवतीच्या बाहेर असतं.

त्यामुळे हे चालूच राहिलं आहे. दिवसामागून दिवस जाताहेत. काही रात्री तर ती अंथरुणावर आडवी होण्यापूर्वीच झोपी जाते आणि काही मिनिटंच उलटली आहेत असं वाटत असतानाच मॅटिन्ससाठी (प्रात:प्रार्थना) तिला जागं करण्यासाठी ते दरवाजा ठोकू लागतात. ती झोपेत चालतच प्रार्थनामंदिरात पोहोचते. बाकड्याच्या लाकडी पाठीला टेकून (त्या पाठीवर जरी साऱ्या शहराचं दृश्य चितारलेलं असलं तरी ती इतकी थकलीय की तेथे बघण्याचं तिच्या अंगी त्राण नाही.) ती ताठ बसते. तिचे ओठ न समजता, न विचार करता शब्द पुटपुटत असतात. तिला पेंगही येते. इतरांना आलेली असते. काल एक नवागता घेरी येऊन पडली. तिनं फक्त एक मोठा सुस्कारा सोडला आणि ती खाली पडली? कशामुळे? तिला काही दिसलं होतं? कोणत्या तरी स्वप्नामुळे किंवा खुणेमुळे ती बेशुद्ध झाली होती? त्यांना एवढंच जाणून घ्यायचं होतं. हा! त्या गरीब बिचारीला बहुधा फक्त पंखांचा बिछाना वेदीजवळ दिसला असावा किंवा मेणबत्तीच्या धुरातून (खमंग) भाजलेल्या डुकराच्या मांसाची थाळी वर येत असल्याचा भास झाला असेल, आणि त्याच्या वासानं ती बेभान झाली असेल. इथलं जेवण इतकं घाणेरडं आहे की, तिनं अनेक आठवडे जवळजवळ काहीही खाल्लेलं नाही. त्या साऱ्याजणी म्हणतात, मेजवानीच्या दिवसांपर्यंत थांब. तेव्हाचं जेवण अमृततुल्य असतं. पण सध्या मात्र इथे फक्त चरबीवालं मांस आणि पाण्यानं पातळ केलेलं मद्य असतं आणि कोबी. देवा! जर तिला आणखी कोबी खावी लागली, तर तिला हिरवे ढाळ होऊ लागणार आहेत.

औषधं देणाऱ्या बडबडीपाशी कदाचित त्याच्यावरही इलाज असेल. तिला त्या दुखण्याचं निदान नक्कीच करता येईल, तिला इतर साऱ्यांचं निदान करून ते बरं करता येतं त्याप्रमाणेच.

ओ! पण ही झुआना बडबडी विचित्रच आहे. काही दृष्टीने ती इतर सर्वांहूनही विचित्र आहे. दयाळू आणि कडक. गोड आणि तुरट आणि हुशार. कधीकधी ती काय म्हणतेय ते लक्षात येणं कठीण पडतं. त्यात इतके गर्भित अर्थ असतात! तिचे स्वत:चेच कायदे आहेत. ती मौन, कर्तव्य आणि विमोहाच्या नियमांचा बडिवार माजवते आणि काही दिवसांनी स्वत:च हे नियम मोडून आलेपाक खाऊ घालते आणि अनेक प्रकारच्या धक्कादायक कहाण्या सांगते. दाढ्या आणि आत्मे, पाखंडी लोक, बिशपची गळवं आणि विषारी श्वास याबाबत भरपूर गप्पा मारते. नवागता, एकट्या एकत्र असतानासुद्धा अशा प्रकारच्या गप्पा करत नाहीत.

अर्थात इतर सर्वांप्रमाणेच तीही तिचं बंड मोडून काढू बघतेय. तिच्या वडिलांप्रमाणेच गोष्टी सांगून (ओ! आपल्या मुलीला असलं सारं शिकवणारे ते ठार वेडेच असले पाहिजेत.) ती तुम्हाला आश्चर्यानं इतकं थक्क करून टाकते की, तुम्हाला जाणीव होण्यापूर्वीच तुम्ही पुढल्या कहाणीची वाट पाहू लागता. इथे प्रेमाच्या तलवारीनं अंत:करण उघडायची भाषा नाही. फक्त वनस्पती आणि पन्नासशेसाठ मुळं वापरण्याची देवाची भव्य योजना आहे. ती या थडग्यात पुरली गेली, यात आश्चर्य ते काय? इतर कोणी तिच्याशी विवाह केला असता?

ती पुन्हा मेणबत्ती तिरकी करते आणि मेण इतकं जोरानं वाहत येतं की, त्यानं ज्योत जवळजवळ विझून जाते. ती आपले हात स्थिर ठेवते. एकदा ज्योत विझली की, रात्रीच्या पहाऱ्यावरली सिस्टर मॅटिन्स (प्रात:प्रार्थनेच्या) वेळेस हातात पेटलेला पलिता घेऊन येईपर्यंत ती परत पेटवता येणार नाही. तेव्हासुद्धा तुम्हाला काळजीपूर्वक वागायला हवं. जर मेणबत्ती पूर्णपणे जळून नाहीशी झाली, तर तुम्ही परवानगीपेक्षा जास्त वेळ जाग्या होता, हे सिद्ध होईल आणि आज्ञाभंगासाठी तुम्हाला प्रायश्चित्त घ्यायची वेळ येईल.

परंतु आज्ञाभंग करणारे सारेच पकडले जातात असं नाही. ते न उमगण्याएवढी काही ती थकून गेलेली नाही. गेल्या काही रात्री तिनं दरवाजा किलकिला करून पाहिलं असताना (रात्रीच्या पहाऱ्यावरल्या सिस्टरच्या फेऱ्या पुरेशा प्रमाणात ठरलेल्या वेळी होत असतात आणि लक्ष ठेवलंत, तर त्या तुम्हाला टाळता येतात.) तिला दोन-तीन इतर दारांखाली दिव्याची तिरीप दिसली होती. एक दरवाजा होता सुओरा झुआनाच्या कोठडीचा. पण तिला उशिरापर्यंत काम करण्याची मुभा होती. (पण तीसुद्धा अगदी थकून जात असणारच. कारण, सफाई करतानाचे सारे दिवस तीसुद्धा कधीही थांबलेली नव्हती), त्याचप्रमाणे कित्ता गिरवण्याच्या खोलीतल्या गुबगुबीत

चेहऱ्याच्या सिस्टरलाही तशीच मुभा होती. कारण ती कार्निव्हलसाठी काहीतरी नाटुकलं लिहित होती. पण सुओरा अपोलोनियाला मात्र अशी कोणतीच परवानगी दिली गेली नव्हती. पण तिच्याकडे पाहिलं, तर ती अजूनही राजदरबारातच आहे असं तुम्हाला वाटलं असतं. त्या साऱ्या लेस लावलेल्या कॉलर्स, रेशमी स्कर्ट आणि प्रसाधनांवर तासन्तास खर्च केलेला वेळ. खरोखरच तिची कातडी अगदी गोरीपान आहे आणि उत्कृष्टपणे कोरलेल्या भुवया आहेत. तिला आणखी जास्तीच्या मेणबत्त्याही मिळवता येत असणार, कारण मॅटिन्सच्या वेळेस तिच्याजवळची मेणबत्ती इतरांच्या मेणबत्तीच्या आकाराची असते. यांचा पुरवठा कोठारघराकडे बघणाऱ्या प्रमुख सेविकेच्या हाती असल्यामुळे यात नक्कीच काळाबाजार चालत असला पाहिजे. यातही तुमची सेविका कोण हेच महत्त्वाचं असणार. त्याचाच अर्थ सध्या याबाबत ती काहीच करू शकत नाही. निष्ठुरपणाच्या जोडीला ऑगस्टिका लाच घेण्याच्या बाबतीत सर्वथा निस्पृह आहे. ती अजिबात बोलत नाही आणि बोललेलं एक तर तिला काही समजत नाही असं वाटतं किंवा ती तसं ढोंग तरी करते.

असो. स्वत:ला दुसरी सेविका मिळेपर्यंत तिला आहे, त्यावरच भागवायला हवं. गोष्टी याहूनही वाईट असू शकल्या असत्या. वाटणाऱ्या धास्तीवर ती प्रयत्नानं काबू मिळवते, तेव्हा हे तिला जाणवतं. हो! ही जागा वर्णनापलीकडे वाईट आहे. पण ती जर मिलानमधल्या मठात असती, तर मठस्वामिनीची तिच्या कुटुंबीयांशी ओळख असती, वावड्या तिच्या कानांपर्यंत नक्कीच गेल्या असत्या आणि ती करत असलेल्या आक्रस्ताळेपणाबद्दल तिनं तिच्या कुटुंबीयांना ताबडतोब सांगितलं असतं. इथे ती अजूनही एक सर्वसामान्य बंडखोर मुलगी आहे आणि तिच्यावर कुलबुडवीचा शिक्का मारला गेलेला नाही. तिला त्यांनी अशा जागी काम दिलं आहे, जिथं तिनं डोकं ताळ्यावर ठेवलं, तर तिला भरपूर शिकता येईल. त्यादृष्टीनं ती नशीबवान आहे, कारण तिची स्मरणशक्ती नेहमीच चांगली होती. 'त्यानं' फक्त एकदाच स्वर गुणगुणले की, ते तिच्या लक्षात राहत असत. इतर कुणालाही त्याचं कौतुक नव्हतं. तिच्या वडिलांना तर नव्हतंच नव्हतं. त्यांना तिच्या हुंड्याला पूरक म्हणूनच केवळ तिला संगीत शिकवायचं होतं. देखण्या चेहऱ्याला शोभेसा गळा! आणि गरीब स्वभाव. तिच्या बहिणीसारखा. तिची बहीण! व्वा! ती इतकी 'लाजरी' होती की, वडिलांखेरीज कुणाही पुरुषानं तिच्याकडे बघितलं की, तिच्या पापण्यांची उघडझाप ताबडतोब सुरू होत असे.

ती उठते, रजईची गुंडाळी दाराच्या फटीत कोंबून प्रकाश बाहेर जाणार नाही अशी तजवीज करते. पहाऱ्यावरची पुढची फेरी लवकरच होईल. ती टेबलाजवळ येते, तेव्हा मेणबत्तीची ज्योत पुन्हा थरथरू लागते, वात वितळलेल्या गरम मेणात

बुडू लागली आहे. ती ज्योत विझू नये, म्हणून वात वर काढायचा प्रयत्न करते. पण एक-दोनदा फडफडून ज्योत विझून जाते. ती वातीवरलं वितळलेलं गरम मेण कागदावर ओतू बघतेय. हात भाजू नयेत, म्हणून ती हे पटपट करायचा प्रयत्न करते. पण अंधारात तिला यश येत नाही. त्या मेणाएवढेच उष्ण आणि चिडखोर अश्रू तिच्या डोळ्यात जमा होऊ लागतात. दमल्यामुळे तिला स्वत:चीच दया येतेय, त्यामुळेच हे अश्रू आले आहेत आणि ती त्यांना शरण जाणार नाही. ती पलंगावर आडवी होते आणि रजई अंगाभोवती लपेटून घेते. एकदा पहाऱ्यावरली जोगीण गेली की ती पुन्हा उठेल.

तिनं स्वत:शीच निश्चय केलाय की आज रात्री, पहाऱ्यांच्या मधल्या वेळात, ती मेणबत्ती असली-नसली, तरी कोठडीच्या बाहेर पडेल. बागेपर्यंत जाऊन परत यायला किती वेळ लागतोय, ते बघेल म्हणजे तिला त्याचा रोज सराव करता येईल.

पण तिच्या दरवाजावरून सिस्टर जाईपर्यंत ती गाढ झोपून गेली आहे.

झुआना पहाऱ्यावरल्या पावलांची नोंद घेते आणि तिच्या पुस्तकातून मान वर उचलते. तिच्या कमरेतली वेदना कमी करण्यासाठी ती पाठीचा कणा ताणते. तिच्या टेबलावरली मेणबत्ती अर्धी जळून गेलीय. झोपायची वेळ उलटून गेली आहे. पण या नवागतेकडे बघण्याच्या व्यग्रतेमुळे तिला इतर कामासाठी वेळच मिळत नाहीये. त्यापैकी सर्वांत महत्त्वाचं काम आहे, सुओरा इंबेरसागाच्या स्थितीकडे लक्ष देणं; त्यासाठी तिनं इतरांपेक्षा काही तास जास्त जागं राहण्याची परवानगी मागितली आहे, आणि ती तिला दिली गेली आहे. जेरेनियम आणि विलोच्या तिनं बनवलेल्या संयुगामुळे रक्तस्राव थोडा वेळ थांबवता आला. पण आज सकाळी त्या तरुणीला आणखी रक्तस्राव होऊन, त्यानंतर ती अशक्त झाली आहे. कम्प्लाईननंतर (रात्री साडेसातनंतर) झुआनानं तिला तपासलं होतं, तेव्हा ती अतिशय निस्तेज दिसत होती. पण तिची नाडी मात्र स्थिर होती.

तिच्या पुढ्यातल्या लाकडातून घडवलेल्या आकृतीमध्ये तिला शरीरातली आतडी दिसताहेत. या आकृतीचा चेहरा कोरा आहे. हात-पाय कसेतरी रेखाटले आहेत. पण पोटापासून खाली संपूर्ण आकृती आहे आणि प्रत्येक भागातून बाण काढलेले आहेत. तिनं केलेल्या तपासणीवरून ही व्याधी गर्भाशयाच्या आतली वाटते आहे. तिच्या अनुभवाप्रमाणे, स्त्रीला पाळीची वेळ सोडून इतर वेळी रक्तस्राव जेव्हा होऊ लागतो तेव्हा प्रश्न लगेचच गंभीर होऊ शकतो. जणूकाही आत मुलं वाढत नसताना गर्भाशय निरोगी राहण्याचं नाकारतो. पण तेथून स्राव होत नसला तर? समजा मूत्रपिंडाच्या आत काही इजा किंवा अडथळा उद्भवला असला तर? त्यामुळेही असं होऊ शकेल. तिचे वडील अनेकदा मूत्राशयातून बाहेर पडणाऱ्या

खड्यांबद्दल सांगत असत. ते खडे मूत्रपिंडातून खाली सरकत असताना, कुणीतरी खिळ्यानं भोसकावं अशा यातना होऊन माणसं कशी कळवळून रडत असत, त्याबद्दल ते सांगत. पण जर असं असेल, तर इथे फक्त द्रवरूप स्त्रावच का व्हावा आणि घनरूप का होऊ नये?

ती पुस्तक मिटून ठेवते आणि तिची शेवटली प्रार्थना करण्यासाठी गुडघे टेकते. जमिनीवर टेकल्यावर तिच्या गुडघ्यांचा कटकट असा आवाज येतो. ती लवकरच चाळीस वर्षांची होईल. इतक्या जमिनी आणि टेबलं घासण्यात दिवसचेदिवस घालवण्याच्या दृष्टीनं खूपच मोठी. पण गेल्या काही दिवसांची आठवण येता आणि नवागतेची नव्यानं दिसलेली चौकसबुद्धी पाहता, तिला त्याचा पश्चात्तापही होत नाही. त्यातून सौख्य लाभण्यापूर्वी देवाच्या सेवेबाबतची शिस्त चांगलीच देहदंड देणारी असायला हवी. याबाबतीत तिचं आणि सुओरा उमिलिआनाचं एकमत असेल, यात शंकाच नाही. ती निरोगी प्रकृती दिल्याबद्दल देवाचे आभार मानते आणि आपलं काम चालू ठेवता येण्यासाठी, त्यानं मदतीची कृपा करावी, अशी प्रार्थना करते. तरुण सिस्टर इंबेरसागाची देखभाल घेऊन, तिची काळजी घेण्याची ती देवाला विनवणी करते. ती रुग्णालयात यातना भोगतेय. त्याचप्रमाणे मठाच्या भिंतीआडच्या निरोगी आणि रुग्ण अशा साऱ्या जोगिणींची काळजी घेण्याबद्दल ती देवाला विनवते. ती तिच्या वडिलांच्या, आईच्या आत्म्यांसाठी आणि वडिलांप्रमाणे इतरांना मदत करणाऱ्या आणि प्रशिक्षण देणाऱ्या सर्वांसाठी, तसंच मठाला देणगी देणाऱ्या सर्वांसाठी देवाची करुणा भाकते. त्यानं त्यांना आपल्या कृपाछत्राखाली ठेवावं, आयुष्याच्या प्रवासात त्यांना जरूर पडेल तेथे दिशा दाखवावी आणि त्यांचा नरकातला नरकवास कमी करावा अशी ती विनवणी करते आणि सरतेशेवटी ती नवागतेच्या प्रवासासाठी प्रार्थना करते; ती जरी अजूनही चिडलेली आणि गोंधळलेली वाटली, तरी त्याच्या अमर्याद प्रेमामुळं आणि कृपेमुळं, स्थिरावण्यासाठी राजी असल्याची चिन्हं दाखवू लागली आहे.

प्रार्थना केल्यावर ती उठून उभी राहते आणि शांतपणे दरवाजापाशी जाते. तो उघडून बाहेरच्या पॅसेजमध्ये पाऊल टाकते. इथून तिला खालच्या रुग्णालयातलं रडणं किंवा यातना समजू शकतील. पण सारं काही निश्चल आणि शांत आहे.

ती क्षणभर उभी राहून तिच्या सभोवार झोपी गेलेल्या मठाचं वातावरण न्याहाळते. बाहेरच्या शांततेत, भिंतीच्या पलीकडल्या बाजूनं एका माणसाच्या गाण्याचा आवाज ऐकू येतोय. नक्कीच कुठल्या तरी दारूच्या गुत्त्यात रात्र घालवून तो लडखडत्या पावलांनी घराकडे निघालेला आहे. तो आवाज सुरेल आहे : तरल पण खुला, त्या आवाजाला असलेली व्याकुळतेची धार चढत जाऊन टिपेला पोहोचते. प्रेमाची भाषा! ते गाणं संपतं आणि पसरलेल्या शांततेत, रागानं आपली

हद्द उपटसुंभांपासून सुरक्षित ठेवत असल्यासारखा, रात्री गाणाऱ्या पक्षाचा सकंप आवाज कानी पडतो. त्याचा आनंदी, चिकाटीचा स्वर ऐकून तिचा थकवा गळून पडतो आणि तिला अचानक ताजंतवानं वाटू लागतं. जणूकाही मानव आणि निसर्ग एकरूप होत आहेत, देवाच्या छत्राखाली शिस्त आणि सौंदर्याचा मिलाफ होत आहे.

आजची मॅटिन्स (प्रात:प्रार्थना) विशेष आनंदाची असणार आहे; त्यासाठी येशूचा देह क्रूसावरून हलताना तिला दिसण्याची आवश्यकता नाही. सुओरा मॅगडालेनावर एक नजर टाकून यावी का, असं तिच्या मनात येतं. लेटिझिया, तिची सेविका, म्हणाली होती की, ती हल्ली अस्वस्थ असते. पण रात्रीच्या पहाऱ्यावर असलेल्या सिस्टरच्या हद्दीत ढवळाढवळ न करण्याची मठस्वामिनीची सूचना तिला आठवते आणि ती पहाऱ्यावरची फेरी मारत असताना तिच्या वाटेत यायची झुआनाची इच्छा नसते.

तिच्या सभोवताली मठ संपूर्ण काळोखात आहे. कुठूनही मेणबत्तीची चुकार तिरीप बाहेर पडत नाहीये. लवकरच मॅटिन्सची वेळ होईल आणि आता तिनं थोडी झोप घ्यायला हवी. ती आपल्या कोठडीचा दरवाजा बंद करत असतानाच, दुसऱ्या एका माणसाचा आवाज हवेत निनादतो. हा आणखी खुला आणि भरीव आहे, पण तितकाच मधुर आहे. त्या पक्षाशी मौजेची स्पर्धा करत असल्याप्रमाणे तो विविध स्वरांनी नटलेली लकेर मारतो. नेहमीच कशातून तरी देवाची अगाध लीला दिसत असते. ती हसते. याच्या आवाजाशी फक्त जाडजूड कावळाच स्पर्धा करू शकेल.

१०

"आपण निदान विचारायचं तरी का नाही, हे मला कळत नाहीये."

"कारण तसं करणं शोभणार नाही, म्हणून!"

सभा सुरू होऊन अर्धा तास झाला आहे आणि मठातले गट आनंदानं एकमेकांच्या नरडीचा घोट घेऊ बघताहेत.

फिकटसा संधिप्रकाश उंचावरल्या खिडक्यांच्या ओळीमधून आत झिरपतो आहे आणि थंडी असूनही इतक्या साऱ्या देहांच्या उष्णतेमुळे आत ऊब जाणवते आहे. एकत्रितपणे ती एक विचित्र जमातच वाटतेय; एका बाजूला नवागता, दुसऱ्या बाजूला सेविका आणि मधोमध मठातल्या जोगिणींचा अफाट समुदाय; एका टोकाला उंचावरल्या स्टेजवर, कडक इस्त्रीच्या कफनीमध्ये बसलेली मठस्वामिनी. झुआना या प्रचंड खोलीभर नजर फिरवते. कधीकधी तिला इथे प्रार्थनामंदिरात वाटते तेवढीच इतरांशी जवळीक वाटते. अनोळखी माणूस आत्ता इथे शिरला, तर त्याला अगदी एकसारख्या दिसणाऱ्या काळ्या-पांढऱ्या पक्षांची आठवण होईल. (नीलकंठ हा नेहमीचा विनोदाचा शब्द आहे.) पण नीटपणे बघू लागल्यावर, त्यांच्यातले फरक चाणाक्ष नजरेने बघू लागल्यावर, हा फरक लगेचच लक्षात येईल.

सर्वांत चटकन दिसणारी गोष्ट म्हणजे शारीरिक विकृती. इतर अनेक शहरांमधल्या लग्नाच्या बाजरांप्रमाणे, फेरारातला लग्नाचा बाजारही अतिशय निष्ठुर आहे; एकवेळ सुईच्या नेढ्यातून उंट जाऊ शकेल, पण लंगडी किंवा कुबडी पहिल्या वैवाहिक रात्रीच्या शय्येवर पोहोचणं, त्याहूनही कठीण आणि नाकारल्या गेलेल्या अनेक जणी सँटा कॅटेरिनामध्ये सापडतील. एकदा त्यांना बघायची सवय झाली तर खरोखरच या इतक्या भयानक वाटतात का? सुओरा लुक्रेझियाकडेच बघा. तिच्या पुढे, दोन ओळी टाकून, ती बसलेली आहे. तिला पहिल्यांदा पाहिलं की कुणालाही धक्का बसेल; कारण जिथे वरचा ओठ असायला हवा होता, तिथे तिच्या तोंडावर आ वासलेलं भगदाड आहे. पण तुम्ही जास्त वेळ तिच्या विद्रूप तोंडाकडे बघत न बसता तुमची दृष्टी वर उचललीत आणि तिच्या डोळ्यांकडे पाहिलंत, तर तुम्ही निळ्याभोर नीलमणी रत्नाच्या डोहात बुडू लागाल. आणखी एक आहे सुओरा स्टेफाना, तिची

मृदू मुलायम पीचच्या रंगाची त्वचा आणि मदन बाणांनी विद्ध करेल, अशी सुरेख जिवणी पाहून कवींनी त्यावर कवनं रचायला आपापसात स्पर्धा लावली असती. पण प्रश्नचिन्हाच्या आकाराच्या तिच्या पाठीच्या कण्यामुळे कुणालाही तिच्या समीप पोहोचणं शक्यच नाही.

पण क्रेडेन्झा आणि ॲफिलिआटा या जुळ्या बहिणी पाहून झुआनाचं हृदय पिळवटून जातं. जणूकाही त्यांचं एकमेकींवरचं प्रेम सुरुवातीपासूनच इतकं प्रगाढ होतं की, आईच्या ओटीत असताना त्या एकमेकींना चिकटलेल्या असत, तशाच त्या जन्मानंतरही राहिल्या. मोठ्या बहिणीला, क्रेडेन्झाला आधी खेचून बाहेर काढावी लागली. नवीन प्रकारचे चिमटे त्यांनी त्यासाठी वापरले. त्यामुळे त्यांना तिचा जीव तर वाचवता आला; पण त्यामुळे तिचा उजवा पाय इतका जायबंदी झाला, की तिला बुडून कलंडलेल्या जहाजाप्रमाणं पावलं टाकावी लागतात. तिच्या पाठोपाठ पाचच मिनिटांनी जन्मलेल्या ॲफिलिआटाला, तिच्या गोड हास्यावर भुलूनच खूप आशिक लाभले असते, पण दुर्दैवानं थोड्याच वेळात त्या स्मितामागच्या रिकाम्या डोक्याची भीतीदायक जाणीव होऊ लागते. तिला बाहेर खेचून काढणाऱ्या चिमट्यांनी तिचं डोकं खूप जोरात दाबून बाहेर खेचलं असल्यामुळे याचं आश्चर्य वाटू नये! एकत्रितपणे त्या एक परिपूर्ण स्त्री आणि एखाद्या उमरावाची चांगली पत्नी बनू शकतील. पण चांगल्या मागण्या न आल्यामुळे त्या देवाला आणि एकमेकींना धरून राहिल्या आहेत. नेहमीप्रमाणेच त्या एकमेकींजवळ बसलेल्या आहेत आणि त्यांचे एकमेकांना चिकटलेले हात दिसू नयेत म्हणून त्यांनी कफनीच्या घोळानं त्यांना झाकून टाकलं आहे.

त्यांच्याकडे बघताना झुआनाच्या चेहऱ्यावर मंद हास्य फुलतं. त्यांचं लक्षच नाहीये. इतरांप्रमाणेच त्या बघण्यात आणि ऐकण्यात अगदी गढून गेल्या आहेत. जेवणघरात प्रत्येकीला आपली नजर फक्त पुढल्या प्लेटवर खिळवावी लागते आणि चॅपेलमध्ये त्यांना फक्त देवाचीच प्रार्थना करायची असते. पण अशा सभेच्या वेळेस, चर्चा चालू असताना, मनात येईल त्याच्याकडे त्या बघू शकतात किंवा कुणाशीही बोलू शकतात आणि असहमती दाखवता येणं हे सर्वांत मोठं स्वातंत्र्य असतं.

''पण त्यात अयोग्य काय आहे? प्रत्येकीला त्याचं गाणं ऐकायची इच्छा आहे आणि कार्निव्हलच्या वेळापत्रकात अशा गोष्टीसाठी पुरेसा वेळही देता येण्यासारखा आहे.''

''खरं की काय, सुओरा अपोलोनिया? तुम्हाला खरंच असं वाटतं की, आपल्या ईश्वराला अशी गोष्ट पसंत पडेल?''

पुढच्या रांगेत बसलेली उमिलिआना खडाजंगीच्या पावित्र्यात सिद्ध आहे.

डी'एस्टेच्या विवाह-सोहळ्यातून अजूनही शहर पुरेसं वर आलेलं नाही आणि सहाच आठवड्यात कार्निव्हल धमाल उडवून देणार आहे, त्यामुळे गैरप्रकार घडायची भरपूर शक्यता आहे आणि तिला काळजी करायला भरपूर कारणं आहेत. थोड्याच दिवसात मौजमस्ती करणाऱ्यांनी रस्ते फुलून जातील आणि त्यांना सामावून घ्यायला मठाच्या नियमांसकट साऱ्या गोष्टी लवचिकपणे थोड्याशा वाकवल्या जातील. सँटा कॅटेरिनाच्या बलिदानाबद्दलचं छोटंसं नाटुकलं प्रत्यक्ष मठाकडूनच सादर केलं जाईल. ते, मठाची लेखनिका आणि लेखिका सुओरा स्कोलास्टिका हिनं स्वत: लिहिलं आहे आणि मठाच्या उपकारकर्त्या स्त्री-देणगीदारांना त्यासाठी विशेष आमंत्रण देऊन, त्यांच्यापुढे हे नाटुकलं सादर केलं जाणार आहे. याशिवाय स्वागतकक्षात, जोगिणींच्या मित्रमैत्रिणी आणि आप्तस्वकीयांसमोर एक खास असा संगीताचा कार्यक्रमही सादर होणार आहे आणि हा ऐकण्यासाठी शहरातले उत्तमोत्तम गायक येऊन जातील किंवा मुख्य प्रवेशद्वारातल्या, जोगिणींसाठीच्या सुंदर ओसरीत उभे राहून ऐकतील.

ड्यूकनं मान्टुआहून आणलेल्या नव्या गायकाबद्दल सारी चर्चा चालली आहे. त्याचा आवाज इतका उच्च स्वरातला आणि मधुर आहे की, त्याचं गाणं ऐकणारी प्रत्येक स्त्री मत्सरानं पेटून उठते. हा आवाज कमावण्यासाठी त्याला आपलं पौरुष गमवावं लागलं होतं, पण ड्यूकच्या खाजगी जलशांना नियमितपणे हजेरी लावणाऱ्या सुओरा अपोलोनियाच्या काकूच्या म्हणण्याप्रमाणं त्याला त्याच्या या शारीरिक स्थितीबद्दल अजिबात खेद नाही. जरी असे लोक यापूर्वी चर्चेत आले असले, तरी शहरात आलेला हा पहिलाच आहे आणि त्याबद्दलच इतकी खळबळ माजली आहे. अशा पौरुष गमावलेल्या माणसाला मठात येऊ देऊन त्याची कला सादर करू द्यावी किंवा नाही याबद्दल मठात वादंग माजलं आहे.

"का येऊ द्यायचं नाही हे मला कळतच नाहीये," आपल्या कातलेल्या, सुरेख भुवया उंचावत, वेड पांघरून, सुओरा अपोलोनिया म्हणते. ती अजूनही मठाएवढीच राजदरबाराची चाहती असल्यामुळं ती स्वत:च्या आणि इतरांच्या सुखासाठी भांडणार हे गृहीतच धरलेलं असतं. "मी म्हणते की, 'तो' खराखुरा 'तो' सुद्धा नाही... आणि तो... किंवा तो जे काही आहे तो... जर एक सच्छील ख्रिस्तीधर्मीय असेल आणि सुओरा स्टॅनडिनीच्या कुटुंबीयांसमवेत येणार असेल, तर त्यामुळे आपल्या कोणत्याही नियमांचा भंग होणार नाही."

गवतातून वाहणाऱ्या वाऱ्याच्या झुळुकीसारखी कुजबूज सुरू होते. स्वागतकक्षात, जननेंद्रिय उडवून टाकलेल्याला प्रवेश? आणखी पुढे काय? या सभेला उपस्थित राहिलेल्या आणि अंगी धैर्य असेल तर आपलं मत मांडायचीही परवानगी असलेल्या, पण ज्यांना अजून मतदानाचा हक्क मिळालेला नाही अशा नवागता हे सारं नाट्य

पाहून, उसळणारा उत्साह काबूत ठेवू शकत नाहीत. त्यांच्यासमवेत बसलेल्या सेराफिनाकडे झुआना बघते. या सभेच्या सुरुवातीला ती नेहमीप्रमाणे मिटल्या मुद्रेनं बसली होती पण आता तिचंही कुतूहल जागं झालेलं स्पष्टपणे जाणवतंय.

"सुओरा अपोलोनिया, माझा याला विरोध आहे आणि तसाच तूही करायला हवास कारण शांतपणे आणि नम्रपणे देवाची सेवा करणं, हाच आपला धर्म आहे. ऐहिक गोष्टींसाठी विचलित होणं आणि प्रत्येक लोकप्रवाद किंवा क्षुद्र नावीन्यामुळे भरकटत जाणं हे त्यात बसत नाही."

सडक्या ओलाव्याप्रमाणे मठाच्या भिंतींमधून झिरपत येऊन दूषित करणाऱ्या मोहांपासून तिच्या नवागतांच्या कळपाला सुरक्षित ठेवणं, हे सुओरा उमिलिआनाच्या आयुष्याचं एकमेव उद्दिष्ट बनलं आहे. खरोखरच तिच्या अनुपस्थितीत ही सभा अगदी अळणी आणि कंटाळवाणीदेखील झाली असती.

"आणि कार्निव्हल हे अशा मोहांचं जिवंत उगमस्थान आहे, हे आपल्या मठाला चांगलंच ठाऊक आहे. असल्या दुर्व्यसनी कार्यक्रमाआधी, फेरारातला प्रत्येक होतकरू गायक, मठाच्या भिंतींभोवती घिरट्या घालत, त्याची गाणी ऐकायची अजिबात इच्छा नसलेल्या निष्कलंक स्त्रियांच्या खिडकीखाली प्रेमगीतं आळवत आपल्याला हैराण करणार आहे!"

"हो, खरंच! खरंच त्याची आधीच सुरुवात झालेली आहे." नवागतांच्या प्रमुखेची री ओढण्यासाठी सुओरा फेलिसिटा नेहमीच सज्ज असते. "काल रात्री त्या आवाजानं काही मी एकटीच जागी राहिली नसणार? ते दोघेजण होते. एकाचा आवाज मठाच्या घंटेसारखा घनगंभीर होता. ते रस्त्यावर पुढे-मागे फेऱ्या घालत प्रेमरोग जडलेल्या कुत्र्यांप्रमाणे भुंकत होते. पण निदान त्यांचे आवाज हे देवानं निर्माण केलेले पुरुषांचे योग्य आवाज तरी होते. ते आवाज न्हाव्याची सुरी चालवून निर्माण केलेले नव्हते! आपली नवागतांची प्रमुखा अगदी खरं तेच बोलतेय. असं अर्धनारी नटेश्वराचं ध्यान ही निसर्गाची विकृतीच म्हणायची. तुम्हाला नाही का असं वाटत, सुओरा बेनेडिक्टा?"

"ओ! मी काहीच बोलू शकत नाही! कारण मी अशा कुणाचं गाणं कधीही ऐकलेलं नाही!" आपलं हसू दाबण्यासाठी झुआनाला नजर खाली वळवावी लागते. सँटा कॅटेरिनाची उपासना-गायिकांची तेजस्वी प्रमुखा कात्रीत सापडलीय. एकीकडे तिला नवे आवाज ऐकण्याचं वेड आहे तर दुसरीकडे राजदरबारात नोकरी मिळवण्यासाठी, आपल्या जननेंद्रियांचं बलिदान देणाऱ्या कुणा परदेशी माणसानं, तिच्या समूहगानाला चुरशीची टक्कर द्यावी, हे तिला मंजूर नाही! ती एक उसासा टाकते... "असे लोक अगदी सहजतेनं उंच पट्टी गाठून त्यात गाऊ शकतात. पण त्यांना सर्व सप्तकात संचार करता येतो की नाही किंवा तार सप्तकात गाणाऱ्या सुस्वर 'सोप्रानो' प्रमाणे चांगल्या

मुरक्या-ताना घेता येतात की नाही, याबद्दल त्यांच्या श्रोत्यांचं दुमत असतं.''

झुआनाची नजर मॅडोना चिआराकडे वळते. पण तिच्या मुद्रेवरून तिच्या भावनांचा थांग लागत नाही. तिच्या भव्य खुर्चीच्या कोरीव काम केलेल्या महोगनी लाकडाच्या हातांवर तिची बोटं वळवून धरून ती बसली आहे. तिची मान चर्चा ऐकताना, एकदा एका बाजूला तर एकदा दुसऱ्या बाजूला वळते आहे. ती जेवढ्या गांभिर्यानं प्रत्येक मताची दखल घेईल, तेवढीच वादात हरलेल्यांना, त्यांचं मत ऐकून घेतलं नाही अशी भावना कमी प्रमाणात होईल.

''आपल्याला आपला आपण निर्णय घेता आला तर किती छान होईल! सरतेशेवटी हा कार्निव्हल आहे. आपण सारा वेळ काही प्रार्थना करत बसू शकत नाही आणि रस्त्यावरचे आवाज ऐकायचंही टाळू शकत नाही.'' सुओरा अपोलोनिया इतकी उत्तेजित झाली आहे की, तिच्या धवल कांतीखाली लालिमा दिसू लागला आहे. ''जर त्याला पाहणं हे एवढं मोठं पाप असेल, तर तो प्रवेशद्वारापाशी येऊन गाऊ शकेल आणि आपण आत उभ्या राहून ऐकू शकू.''

''मला पटतंय,'' भरतकाम करणाऱ्यांपैकी सुओरा फ्रान्सेस्का, इतका निर्मळ आनंद आणि हास्य वाट्याला येणार या कल्पनेनं सुखावली आहे. ''इतर मठ याहूनही पुढे जातात. प्रत्येकाला ठाऊक आहे की, गेल्या वर्षी जेव्हा कॉर्पस डॉमिनीनं त्यांचं कार्निव्हलचं नाटक सादर केलं होतं, तेव्हा त्यांनी 'चुकून' मठाचं मुख्य प्रवेशद्वार थोडंसं उघडं ठेवलं होतं, म्हणजे शहरातल्या अर्ध्याअधिक पुरुषांना ते पाहता यावं!''

''हा!'' असं उमिलिआनाचं गुदमरल्यासारखं ओरडणं ऐकू येतं आणि त्यानंतर निःशब्द शांतता पसरल्यावर, प्रत्येकजण मठस्वामिनीच्या मध्यस्थीची प्रतीक्षा करू लागतं. खोलीत एकमेकींकडे कटाक्ष टाकले जाऊ लागतात. झुआना पुन्हा सेराफिनाकडे नजर टाकते. हो! तिचे डोळे चमकत आहेत. झुआनाला सहजपणे व्यक्त झालेला तिचा हा आनंद मोठा लोभस वाटतोय.

शांतता वाढते. तीन... चार... झुआना आकडे मोजू लागते. त्यांची आध्यात्मिक गुरू केव्हा बोलावं, हे ठरवण्यात मोठी हुशार आहे. पाच, सहा...

''तुमचं म्हणणं अगदी बरोबर आहे, सुओरा फ्रान्सेस्का.'' मठस्वामिनीचा आवाज घनगंभीर आणि अधिकाराचा आहे. ''खरंच त्यांनी असं केलं होतं आणि शेवटी त्यांच्या या कृतीबद्दल बिशपनं त्यांची चांगलीच कान-उघाडणी केली आणि त्यांना प्रायश्चित्तही घ्यायला लावलं. त्याचाच अर्थ की, त्या यावर्षी नाटक सादर करू शकणार नाहीत.''

हे शब्द सर्वांच्या डोक्यात शिरावेत म्हणून ती क्षणभर थांबते.

''आता राहिला संगीताचा प्रश्न. या 'प्राण्याचा' आवाज अतिशय श्रवणीय

असेल याबाबत मला अजिबात शंका वाटत नाही. पण मी जे ऐकते त्यावरून सुओरा बेनेडिक्टाचं म्हणणं अगदी बरोबर आहे आणि त्याचा सर्व सप्तकांमध्ये लीलया संचार होत असला, तरी कलापूर्ण मुरक्या-तानात तो उणा असेल. तरीही याबाबत आपण आपल्या पूज्य नवागतांच्या प्रमुखेच्या मताप्रमाणे वागलेलं बरं. इतक्या संशयास्पद व्यक्तीशी स्पर्धा करण्याएवढी आपल्याला स्तुतीची लालसा वाटतेय, असा आपल्याबद्दल इतरांचा ग्रह आपल्याला करून द्यायचा नाही. अलीकडेच ट्रेंटमधल्या आपल्या उच्च धर्माधिकाऱ्यांनी, पाखंडी मतप्रचारामुळे, मठाकडे नजर वळवून, चर्चच्या शुद्धीकरणाचं प्रचंड कष्टप्रद काम पूर्ण केलं आहे, याची मी तुम्हाला आठवण करून द्यायला नको!'' मग ती थेट सुओरा अपोलोनियाकडे बघते, ''जरी आपल्या बिशपनी कठोर निर्बंधांपासून आपल्याला सुरक्षित ठेवलं असलं, तरी आपण कोणत्या तरी दुराचरणानं, अक्षम्य अपराधाकडे त्यांचं लक्ष वेधून घेण्याचं दुर्दैवी वर्तन करणं अतिशय अयोग्य ठरेल.''

जरी शब्द सौम्य असले, तरी संदेश अगदी स्पष्ट आहे. अपोलोनियाच्या सुरेख भुवया आता एकत्र येऊन तिची पूर्ण नाराजी दर्शवतात. पण ती मान खाली घालते आणि जिभेवरही लगाम घालते. सभेत तुमच्यावर कुरघोडी झाली असली, तर तिचा उमदेपणानं स्वीकार करणंच श्रेयस्कर!

मठस्वामिनी आता जास्त सहज आवाजात म्हणते, ''शिवाय मला खात्रीलायक बातमी मिळाली आहे की, त्याचं कार्निव्हलचं वेळापत्रक आता पूर्णपणे भरलं आहे. मला वाटतं राजदरबाराबाहेरच्या कुणाला त्याचं गाणं ऐकता आलं, तर ते फक्त शिफानोइया राजवाड्याच्या उघड्या खिडक्यांबाहेरून जाणाऱ्यांनाच ऐकता येईल.''

हास्याच्या चुकार लकेरी खोलीतून उमटतात. शिफानोइयाच्या राजवाड्याची दुष्कीर्ती सर्वश्रुत आहे की, त्याच्या दिवाणखान्यात, जगाचा आणि कधीकधी एकमेकांचा आनंद लुटणाऱ्या, मूर्तीपूजकांच्या देवदेवतांच्या तसबिरी लावलेल्या आहेत. चुकार हसण्याच्या हानिकारकतेबद्दल जरी सेंट बेनेडिक्टाचा नियम स्पष्ट असला, तरी निरोगी मठ हा आंबटगोड यांचं मिश्रण असतो, हेसुद्धा तितकंच खरं आहे. हा समतोल साधण्यात मठस्वामिनी वाकबगार आहे, असं झुआनाला वाटतं. ती नाविन्यासाठी तहानलेल्यांनाही खाद्य पुरवते, तसंच त्याबद्दल नापसंती दर्शवणाऱ्यांनाही त्याच वेळेस दुजोरा देते.

याउलट सुओरा उमिलिआना, आपल्या विजयाबद्दल संपूर्ण अलिप्तता दाखवत, दगडी चेहऱ्यानं बसली आहे. हल्ली तिनं मठाच्या चर्चा-सभेबद्दल जाहीरपणे टीका करायला सुरुवात केली आहे. जरी मठस्वामिनीच्या हातात, तिला गप्प करण्याची सत्ता तसंच निर्भीडपणा असला तरी ती तिचं नेहमीपेक्षा अधिक प्रमाणात ऐकून घेते आहे.

झुआना खोलीत नजर फिरवते, हा फरक इतर कितीजणींच्या लक्षात आला असेल? शहरातल्या वजनदार कुटुंबांच्या हाती असलेल्या सत्तेमुळे, गेल्या निवडणुकीत काय होणार हे जरी आधीच ठरल्याप्रमाणे होतं, तरी उमिलिआना स्वत:ही आता मठस्वामिनी बनलेली असणं अशक्य नव्हतं, कारण तिच्याही पाठीशी अनुयायी आहेत. तसं झालं असतं, तर फेलिसिटा ही तिची नवागतांची प्रमुखा झाली असती आणि दोघींनी मिळून त्यांच्या आधिपत्याखालच्या सर्वांना कठोर निर्बंधांखाली ठेवलं असतं. त्यांच्या नेतृत्वाखाली, काहीजणींना, नि:संशयपणे जास्त सुख लाभलं असतं. पण इतर साऱ्यांसाठी, या मठात स्वेच्छेने न आलेल्या साऱ्या कुलीन स्त्रियांसाठी तिचं अधिपत्य दुस्सह ठरलं असतं. पण मॅडोना चिआरा स्पष्ट मताधिक्यानं निवडून आली आणि 'नवागतांची प्रमुखा' हे सुओरा उमिलिआनाला लावलेलं मधाचं बोट होतं. जरी त्यामुळे ती चुपचाप बसेल अशी कुणाचीही अपेक्षा नव्हती, तरी चांगल्या प्रकारे चालवल्या गेलेल्या मठात विरोधकांना गोटाबाहेर ठेवण्याऐवजी गोटातच ठेवणं श्रेयस्कर मानलं जातं. पण मॅडोना चिआरा याच्याशी अजूनही सहमत असेल का, याबद्दल झुआनाला आता प्रश्न पड ूलागला आहे.

"बरं तर. करमणुकीबद्दलची चर्चा संपली असली, तर आपण अल्पोपहाराकडे वळूया. सुओरा फेडेरिका, कोठारघराची प्रमुखा या नात्यानं काय हवं त्याची यादी सांगता? मला वाटतं आपल्याला जास्तीच्या गोष्टी मागवाव्या लागणार आहेत."

"हो. नक्कीच." फेडेरिका ही तांबूस चेहऱ्याची स्त्री, स्वयंपाकघर हे आपलं स्वत:चं मांडलिक राज्य असावं, अशा प्रकारे ते चालवत असते. ती या क्षणाची शांतपणे वाट पाहत होती. "केक आणि पुडिंगसाठी आपल्याला पिठाची दोन पोती लागतील. जास्तीची साखर, व्हॅनिला आणि निदान तीन डझन जास्तीची अंडी लागतील. ज्यांचे आठाहून जास्त पाहुणे येणार असतील त्यांनी आपल्या स्वत:च्या कोंबड्यांची अंडी पुरवावीत, कारण मठाच्या कोंबड्यांची अंडी पुरी पडणार नाहीत." हा शेरा तिनं सुओरा फॉर्च्युनाला उद्देशून मारला आहे. ती तिच्या तळमजल्यावरच्या कोठडीत आणि कोठडीच्या आजूबाजूला सहा एक कोंबड्या ठेवते आणि त्यांची अंडी मठाला देण्याबाबत हात आखडता घेते, असा प्रवाद आहे. "मला मार्झिपान फळांसाठी जास्तीचे रंग लागतील. सुओरा झुआना?"

झुआना आपलं मस्तक लववते. तिची उर्ध्वपतनाची सामग्री ठेवण्यासाठी तिला जास्तीची कोठडी दिली गेली, तेव्हापासून सँटा कॅटेरिनाची, कार्निव्हालमधली फळं, त्यांच्या हुबेहुब चवीसाठी आणि रंगांसाठी शहरात प्रसिद्धी पावली आहेत.

"मी माझ्या साठ्याकडे नजर टाकते."

"मुख्यत्वेकरून लाल रंग. गेल्यावर्षी स्ट्रॉबेरीज लगेचच संपून गेल्या."

झुआना अनुदारपणे विचार करते, 'जेवढ्या पाहुण्यांच्या तेवढ्याच जोगिणींच्याही

त्या तोंडात गेल्या.'

"मी शक्य तेवढा प्रयत्न करते. पण तो रंग बिशपकडून येतो. आपल्या डिस्टिलरीमधून नाही आणि माझ्याजवळचा जवळजवळ संपून गेलेला आहे."

आता झुआनाची नजरानजर सेराफिनाशी होते. औषधालयात त्यांचं यावर आधीच बोलणं झालं आहे. "बाहेरच्या जगात कॉकिनिग्लियाचा रंग हा किती दुर्मीळ समजला जातो– आणि नव्या वसाहतींमधल्या स्पॅनिश लोकांकडून तो किती महाग किंमतीला विकला जातो; तो इतका महाग आहे की, आपला मठ बिशपला औषधं पुरवू लागल्यावरच सँटा कॅटेरिनाला तो राजवाड्यातून, अधूनमधून, भेट म्हणून मिळू लागला आहे. त्याची कीर्ती सुयोग्यच आहे. कारण कार्निव्हलच्या वस्त्रांपासून ते स्त्रियांच्या ओठांपर्यंत, ज्याल्या ज्याला त्याचा स्पर्श होईल, ते ते लाल रंगाच्या विविध छटांनी रंगवता येतं. फेडेरिकाचं डोकं नक्कीच तिच्या चुलखंडात बुडलेलं असलं पाहिजे, नाहीतर मार्झिपान स्ट्रॉबेरीजवर ताव मारून सुरुवातीच्या 'लेंट'[१३]साठी येणाऱ्या जोगिणींचे ओठ, राजदरबारातल्या स्त्रियांप्रमाणेच (लाल चुटुक) आहेत हे तिच्या लक्षात आलं असतं."

असं, नियमांचं उल्लंघन उमिलिआनाच्या नजरेतून सुटत नाही. पण सध्यातरी लढण्याच्या दृष्टीनं, ही तिला फारच क्षुल्लक लढाई वाटते आहे. ती झुआनाकडे आठ्या घालून बघते. तिला ती याबाबतीत आपली शत्रू समजते आणि तिला वाटतंय ते बरोबरच आहे; फक्त ते चुकीच्या कारणांसाठी आहे. झुआना, फेडेरिका एवढ्याच आतुरतेनं त्या रंगाची वाट पाहते आहे, पण त्यामागचं कारण असं आहे, की अगदी अलीकडेच त्याचा वापर करून बनवल्या गेलेल्या औषधांबद्दल तिनं माहिती वाचली आहे. विशेषतः ताप उतरवण्यासाठीचा त्याचा उपयोग! आणि त्यावर प्रयोग करून बघेपर्यंत, तिच्याजवळचा उरलेला साठा, थोड्याशा कार्निव्हलसाठीच्या पक्वान्नांसाठी देऊन टाकायचं तिच्या जिवावर आलं आहे.

"आपल्याला आणखी मिळवता नाही येणार?" स्वयंपाकघराची प्रमुखा हा प्रश्न मठस्वामिनीला उद्देशून विचारते, "त्यासाठी थोडे प्रयत्न पडले, तरी ते सत्कारणीच लागतील."

"हो! स्वागतकक्षात आपण त्यानंतर अनेक महिने त्याबद्दल केवळ गौरवोद्गारच ऐकले."आधीच्या पराजयामुळं अजिबात नाउमेद न झालेली सुओरा अपोलोनिया पुन्हा जोरानं चर्चेच्या रिंगणात उतरते.

मठस्वामिनी सौम्यपणे म्हणते, "शक्य तेवढं आम्ही करू. सुओरा झुआनानं बिशपच्या पुढल्या औषधांववर आधीच काम सुरू केलेलं आहे. त्याबद्दल आभार

---

१३. लेंट – ईस्टर साजरा करण्यापूर्वीचा ४० दिवसांचा उपवास.

व्यक्त करताना बिशप सढळपणानं वागतील असं मला वाटतं. तुमचं औषधांचं काम कसं चाललं आहे?''

''ती पुढल्या आठवड्यापर्यंत तयार होतील,'' झुआना थांबते. ''यात आपल्या नूतन नवागतेची खूप मदत होतेय. तिला या कामात गती आहे आणि ती निष्ठेनं हे काम करतेय.''

साठ नजरा, सेराफिना जिथं बसलीय त्या मधल्या ओळीकडे वळतात. तसं झाल्यावर नवागतांच्या प्रमुखेच्या चेहऱ्यावर उमटलेला राग झुआनाच्या नजरेला पडतो.

''हे ऐकून आनंद वाटला. त्याच्या प्रिय अपत्यांना आपल्याकडे वळवून घेण्याची देवाची लीला अगाध आहे.'' मठस्वामिनीचा आवाज मधासारखा ठिबकतोय, ''तिचा नादुरुस्त झालेला घसा वेळेवर बरा होऊन तिला कार्निव्हलच्या जलशात भाग घेता येईल, अशी आपण आशा करूयात. उरलेला मठ इतका आनंदात असताना एका तरुण मुलीला एकटीनं तिच्या कोठडीत बसायला लागण्यासारखी दुःखद गोष्ट नाही. खरं आहे नं बाळा?''

आणि इतक्या साऱ्यांचं तिच्यावर लक्ष केंद्रित झाल्यामुळे चकित झालेली सेराफिना लाजेनं लाल झालेले गाल दिसू नयेत, म्हणून घाईनं मान खाली घालते.

''अजून ती विनय शिकलेली नसताना नवागतेला इतकं वाखाणणं हे धोक्याचं असतं.''

''मी केवळ सत्य तेच सांगितलं. ती हुशार आहे आणि भरभर शिकते.''

सभेची खोली आता रिकामी झालीय, पण झुआनाला थांबण्याची खूण केली गेली आहे.

''हं. बंडखोर मुली बरेचदा तशा असतात. तरीही मठाच्या दृष्टीनं या साऱ्या 'कुवतीचा आणि निष्ठेचा' ओघ तिच्या गळ्याकडे वळवता आला, तर बरं होईल. तुम्ही दोघी एकमेकींशी बोलता असं मी धरून चालते.''

''जरूर पडली तर बोलतो.''

''फक्त जरूर पडली तरच?''

अक्रोडाच्या लाकडाच्या प्रचंड खुर्चीच्या हातांवरची सिंहाची डोकी झुआनाचं लक्ष वेधून घेतात. शेकडो वर्षं, अस्वस्थ बोटांची त्यांच्यावर हालचाल होऊन त्या सिंहांची आयाळ आता गुळगुळीत झाली आहे. ''जर तिची मला मदत व्हायला हवी असेल– मठाला मदत व्हायला हवी असेल– तर काही गोष्टी तिला समजायला हव्यात, तिनं प्रश्न विचारले पाहिजेत आणि त्यांची उत्तरं मी द्यायला हवीत.''

''आणि?''

ती थांबते, ''आणि ती बोलते तेव्हा तिचा आवाज पुरेसा स्वच्छ असतो.''

मठस्वामिनी मान हलवते, ''हे मोठं मनोरंजकच म्हणायचं. सुओरा उमिलिआनालासुद्धा तिच्यासाठी वेळ काढता येतो. कदाचित हे आव्हान असेल! ती म्हणते (तिच्यात) चैतन्य आहे, पण तिचा आत्मा तिनं घट्ट वळलेल्या मुठीप्रमाणे बंद करून घेतला आहे.''

''जर कुणाला तो उघडता येणार असेल, तर तो आपल्या नवागतांच्या प्रमुखेलाच उघडता येईल.''

''खरंय.'' ती निरसतेने म्हणते.

दुसऱ्या कोणत्यातरी वेळेस त्यांनी कदाचित याबद्दल बोलणी केली असती. उमिलिआनाची नापसंती आणि त्या नापसंतीचा काही जोगिणींवर पडू शकणारा प्रभाव. पण हे स्पष्ट आहे की, मठस्वामिनीच्या मनात इतर कोणत्यातरी गोष्टींचे विचार आहेत.

''मी तिच्या वडिलांना पत्र लिहून तिला होणाऱ्या मानसिक यातनांबद्दल कळवलं आहे आणि विचारलं आहे की, तिच्या घुमेपणावर प्रकाश टाकेल अशी काही माहिती ते देऊ शकतील का. पण तिचे कुटुंबीय घरी नाहीत आणि आणखी काही आठवडे तरी ते परत येणार नाहीत. होऊ घातलेल्या एका लग्नाबद्दल वदंता आहे– धाकटी मुलगी आणि फ्लॉरेन्समधला एक उमराव.'' ती सुस्कारा सोडते; जणूकाही हे ऐकण्याची तिची इच्छा नव्हती, ''मला एक गोष्ट सांग, पहिल्या रात्री तिच्यावर उपचार करताना तिच्या पेटीत तुला काही आढळलं का?''

''कशा प्रकारचं?''

''गाणी, कविता.''

''मी... तिच्या प्रार्थनेच्या पुस्तकात थोडे कागद होते.''

''तू ते वाचलेस?''

''नाही.''

''आणि याचा उल्लेख करण्याचा विचार तू केला नाहीस?''

अर्थातच तिनं तेव्हापासून याबाबतचा विचार केला होता. पण जर तिनं त्याबद्दल सांगितलं असतं आणि त्यामुळे जर ते जप्त केले गेले असते, तर सेराफिनाला लख्खपणे उमगलं असतं की, तिनंच चुगली केली आहे आणि त्यानंतर तिच्याशी जवळीक जोडायची शक्यता अजिबात राहिली नसती, म्हणून तिनं सांगितलं नव्हतं.

''मी... ती आपल्याकडे एक गायिका म्हणून आली आणि मी समजून चालले की, ते गाण्यांचे शब्द असतील. कदाचित प्रेमगीतं असतील. का? आणखी कुणाला ते दिसले का?''

''हं. तसं म्हणता येईल.''

अर्थात! तिला कळायलाच हवं होतं. ऑगस्टिनाचे हात कुशल नसतील पण खरी सत्ता कशात आहे, हे समजण्याएवढं तिचं डोकं नक्कीच तल्लख आहे. ती त्या पेटाऱ्यात डोकं खुपसून इतरांना सांगता येण्याजोग्या वस्तू धांडोळताना झुआनाला दिसू लागते आणि मठस्वामिनी? लपवलेल्या गोष्टी काय ते तिला ठाऊक नसलं तर त्या उजेडात आणायच्या की नाही हे ती कसं ठरवू शकेल? देवभक्तीनं साऱ्या व्यापाराचं जिथं उच्चाटन केलं आहे, असे मठ खरोखरच कुठे अस्तित्वात असतील का असा कधीकधी झुआनाला प्रश्न पडतो आणि तसं असेल, तर ते कसे चालवता येत असतील हे तिला अजिबात समजत नाही.

मठस्वामिनी क्षणभर स्तब्ध राहते, तिची बोटं सिंहाच्या आयाळीभोवती फिरताहेत.

"तुझं म्हणणं कदाचित खरं असेल. ज्यानं ती लिहिली त्यानं त्याचा 'पेट्रार्च'[१४] लक्षपूर्वक वाचला असला पाहिजे, तो पूर्णपणे गिळून आत्मसात केला असला पाहिजे," ती थांबते, "ती गाण्यांसाठी सुंदर पार्श्वभूमी ठरतील."

"तुम्ही त्यांचं काय करणार?"

"मी अजून ठरवू शकले नाही. या टप्प्यावर ती जप्त केली की, ती तिच्या स्मृतीत आणखीच खोलवर रुतून बसतील." ती सुस्कारा सोडते. जणूकाही हा निर्णयही अजून घेतला गेलेला नाही. "सध्या ती तिच्या पेटाऱ्यातच ठेवून दिलेली आहेत."

"आणि सुओरा उमिलिआना?"

तिची बोटं परत खुर्चीच्या हातांवर टकटक करतात.

"ती तिला प्रवचन देण्यात व्यग्र आहे. माझी खात्री आहे की, एकदा तिनं या मुलीच्या आवाजात ईशस्तुती ऐकली की, ती पूर्वी इतर काय गात असे याबद्दल ती विसरून जाईल." ती थांबते, "आपल्या दृष्टीनं या नवागतेचा आवाज पूर्ववत झाला तर फार बरं होईल. सेंट ॲग्नेसच्या मेजवानीच्या दिवशी, फेरारातला अर्धा राजदरबार आपल्या चॅपेलमध्ये लोटेल. कदाचित कोणत्या तरी शिक्षेचा जास्त परिणाम होईल?"

"मी तिला ओळखतेय, त्याप्रमाणे त्यामुळे काही होणार नाही." झुआनाला झालेली पहिली प्रायश्चित्ताची शिक्षा तिच्या जिभेइतकीच तिच्या आत्म्यालाही झोंबली होती. टेबलावर उरलंसुरलं अन्न, कसरीनं खाल्लेल्या लाकडात मिसळून ठेवलेलं आणि त्यानंतर भोजनगृहाच्या दरवाजाशी लोटांगण घातलेल्या स्थितीत तासभर

---

१४. पेट्रार्च – (आयुष्यकाळ जुलै २०-१३०४ ते जुलै १९- १३७४) हा इटालियन पंडित आणि कवी होता आणि रेनिसा काळातला अगदी सुरुवातीचा मानवतावादी माणूस होता.

पडून राहणं. जोगिणी येता-जाताना तिला तुडवून जात असलेल्या. त्यातल्या काही काही कठोर मनाच्या जोगिणी, तर मुद्दाम तसं पाऊल टाकून पायाखालच्या वस्त्रांबरोबर तिचं मांसही चिरडत होत्या. तिचे अश्रू देवाशी नव्यानं वाटलेल्या जवळिकतेएवढेच तिच्या वडिलांनी केलेल्या मलमाच्या आठवणींनंही वाहत होते. ती औषधालयाची प्रमुखा झाल्यापासून, तिनं मलमाची बरणी, त्याची ज्यांना गरज पडेल अशांसाठी तयारच ठेवलेली आहे.

"मला जेवढं शक्य आहे, तेवढं मी करीन," ती शांतपणे म्हणते, "मी ही जोखीम मागून घेतलेली नव्हती."

"नाही. नाही. तू खरोखरच मागितली नव्हतीस. मी ती तुझ्यावर लादली. तुझ्या कल्याणासाठी आणि तिच्याही." ती थांबते, "पण जोखीम म्हणायचं, तर त्याखाली काही तू दबून गेलेली नाहीस. याउलट, मी तर म्हणेन, तुझ्या मनाला उभारीच आली आहे."

आता त्यांची नजरानजर होते, तेव्हा मठस्वामिनी पहिल्यांदा हसते, "आपण उमेद हरणार नाही," ती तिच्या स्कर्टच्या चुण्या सारख्या करते. "निदान स्वागतकक्षात खच्ची केलेल्याचं अतिथ्य करायची आपल्यावर वेळ येत नाहीये. त्यामुळे बिशपना जी पोटदुखी जडली असती, त्यातून त्यांना वर काढायला तुझ्या मलमांपेक्षा आणखी जालीम औषधाची गरज पडली असती. पण एका दृष्टीनं हे दुर्दैव आहे..."

"त्याचा आवाज इतका अलौकिक आहे?"

"असावा. हो. असं म्हणतात, की तो तार-सप्तकातले सूर इतका प्रदीर्घकाळ लावून ठेवू शकतो की, त्यामुळे ड्यूकच्या राजवाड्यातल्या झुंबराचे लोलक थरथरून, त्यांचं स्वतःचंच असं समूहगीत निर्माण होतं. कल्पनाच करता येत नाही! आपल्या ईश्वरानं अशा थोड्यांना स्वर्गात प्रवेश द्यावा, म्हणजे आपल्याला ऐकण्याचं सौख्य..." तिची दृष्टी एका बाजूला वळते. "ओ! सिस्टर फेलिसिटा. तुम्ही दाराशी घुटमळत आहात हे मला कळलंच नाही."

"मला माफ करा, मॅडोना चिआरा," ती जोगीण संकोचत दारातून आत शिरते. "मी आधीच विचारलं होतं की, मी..."

"हो. हो. तुम्ही विचारलं होतंत. पण मला वाटतं की आपण म्हटलं होतं– ठीक आहे. ते सोडा. पुढे या. औषधालयाच्या प्रमुखा आणि माझं काम आता संपलं आहे."

११

तो आलाय! त्यानं तिला शोधून काढलंय! तो इथं काल रात्री, भिंतीपलीकडे येऊन, ती झोपलेली असताना गात होता. तो तोच असणार. तो म्हणाला होता की तो येईल आणि तो आलाय. दोन आवाज. त्यातला एक मंदिरातल्या घंटेसारखा घनगंभीर, असं ती म्हणाली होती. जर दुसरा अगदी हुबेहूब 'आल्टो' (सर्वांत उंच पट्टीतला पुरुषाचा आवाज) असता, तर तिची खात्री पटली असती. कारण फारच थोड्या पुरुषांचा आवाज खर्जातून तार सप्तकापर्यंतच्या बावीस स्वरांवर इतक्या सहजपणे फिरू शकतो. ती किती मूर्खासारखी झोपून गेली होती! तो गात असलेल्या गाण्याचे शब्द जर तिला समजले असते, तर तिनं ताबडतोब ओळखलं असतं. पण त्या थेरड्या चेटकिणीला, फेलिसिटाला तिनं न विचारलेलंच बरं. तिच्याजवळ काहीही बोललेलं नवागतांच्या प्रमुखेपर्यंत काही सेकंदांमध्येच पोहोचेल.

ती इतकी उत्तेजित झालीय की, मेणबत्ती धरताना तिला आपला हात अजिबात स्थिर ठेवता येत नाहीये. ती ज्योत मोठी होतेय आणि फडफडतेय. ती स्वत:वर ताबा मिळवेपर्यंत मी मेणबत्ती टेबलावर ठेवते.

तो तोच असणार. फक्त– फक्त अशा गोष्टी वर्षाच्या या काळात घडत असतात. प्रत्येकीनं हेच म्हटलं : की पुरुष एकेकटे किंवा गटागटानं, या भिंतीभोवती प्रेमगीतं गात फिरत असतात. प्रेमगीतं! तिला त्यांच्या प्रासादाभोवतीच्या रस्त्यांवरचा वेडा उल्हास आठवतो; तिला ती आणि तिची बहीण (वडिलांच्या दृष्टीच्या टप्प्याबाहेर असताना नेहमीच कमी गरीब असणारी), त्यांच्या वरच्या गॅलरीतून वाकून, त्यांच्याकडे फेकलेली हवेतली चुंबनं आणि प्रेमाच्या आणाभाका स्वीकारताना आणि अखेरीस रागावणाऱ्या दाईनं त्यांना त्यांच्या बिछान्यापाशी हाकलताना दिसू लागतात. ती दाईसुद्धा त्यांच्याएवढीच मौज लुटत असे! कार्निव्हल : नियमभंग आणि द्वाडपणाचा विजय.

जेवणानंतरचा मनोरंजनाचा तास आज रात्री कार्निव्हलच्या कथांनी भरून गेला आहे. एक कथा सुओरा अपोलोनियानं सांगितली होती : जलसा थांबवल्याबद्दल उमिलिआनाचं उट्टं फेडण्यासाठीच तिनं ती नि:संशयपणे सांगितली होती. ती

म्हणाली की, अनेक वर्षांपूर्वी काही जोगिणी आणि नवागतांनी सुगंधी द्रव्यांच्या कोठारातून, टोपल्या भरभरून सुकवलेल्या गुलाबाच्या पाकळ्या घेतल्या होत्या आणि बेल-टॉवरवर त्या नेऊन त्यांनी त्या खालच्या जमावावर उधळल्या होत्या. त्यामुळे सारे तरुण त्यांच्याकडे पाहून प्रेमगीतं आळवू लागले होते, आपल्या ईश्वराच्या निष्कलंक आणि शुद्ध भार्यांना व्याकूळ प्रेमगीतांनी साद घालू लागले होते. त्यातल्या काही जोगिणी अजून देवाच्या भार्या नसून, त्यांचा केवळ वाङ्‌निश्चय झालेला होता. त्या तरुणांपैकी काहीजणांनी आपली पैशांची पाकिटं वर फेकली होती आणि एकानं तर त्यांना खाली उतरून येता यावं, म्हणून दोरही वर फेकला होता. यावर इतकी लोकनिंदा झाली की, तेव्हापासून तो टॉवर नेहमी कुलूपबंद ठेवला जातो आणि त्याची किल्ली फक्त मठस्वामिनी आणि पहाऱ्यावरची सिस्टर यांच्याकडेच असते.

ओ! तिला ती किल्ली मिळवता आली तर... त्या टॉवरवरून तिला अर्धं शहर दृष्टीला पडेल. पण दुसरेही मार्ग असले पाहिजेत. त्याच्या आवाजाची ढोबळ दिशा तिला कळली– आणि 'तो' तोच असला पाहिजे– तर ती भिंतीच्या अलीकडच्या बाजूनं त्याच्याकडे पत्र टाकू शकेल. आजसुद्धा येईल. हो! आजच रात्री! जरूर पडली, तर ती सारी रात्र जागी राहील.

झोप येण्याच्या दृष्टीनं ती फारच सैरभैर झालेली आहे. ओ! जेव्हा सुओरा फेलिसिटानं 'मंदिरातल्या घंटेसारखा घनगंभीर आवाज' असे शब्द वापरले होते, तेव्हा जणूकाही एका मोठ्या पंजानं तिच्या छातीत घुसून तिचं हृदय इतकं पिळून काढलं होतं, की तिला वाटलं की ती घेरी येऊन पडणार. कुणाच्या लक्षात आलं असेल? नाही. नाही. तिला नाही वाटत. तोवर प्रत्येकजण बडबड आणि पुटपुट करू लागलं होतं. खच्ची केलेल्याचा ओसरीत जलसा! तुम्हाला वाटेल की जणू सैतानच त्यांच्यापाशी चटईवर झोपणार आहे! खरोखर त्यांच्या साऱ्या उखाळ्यापाखाळ्या! त्या अगदी लहान मुलांसारखं वागतात. चोची असलेल्या जोगिणींचं महान कुटुंब कावळ्यांच्या जमावासारखा कलकलाट करत असेललं!

कावळे! आ! कुणीच पक्षाच्या गाण्याबद्दल बोललं नव्हतं. कदाचित तो, 'तो' नसेलच. कारण तो जर 'तोच' असता, तर त्यानं नक्कीच ते वाद्य त्याच्याबरोबर आणलं असतं. त्यांचं त्याबद्दल बोलणं झालेलं होतं. त्याच्या आवाजानंतर लगेचच पाखराचं गाणं ऐकू आल्यावर तो आलाय, याबद्दल तिची खात्री पटली असती. त्यांचं याबद्दल एकमत झालं होतं, नाही का? फक्त आतापर्यंत तिला नीटसं आठवत नव्हतं. त्यांच्या शेवटच्या काही भेटी आसवांनी इतक्या अंधूक होऊन गेल्या होत्या... ते सारं इतकं भराभर घडलं. इतकं भराभर...

सत्य तर हे होतं की, त्या साऱ्यांच्या आज्ञा धुडकावून लावायचा तिचा कधीही

मानस नव्हता. ती जेव्हा लहान होती, तेव्हा प्रत्येक लहान मुलीप्रमाणंच तिची इच्छा होती की गॅब्रिएल या देवदूतानं तिचं हृदय काबीज करावं. पण त्याऐवजी खिडकीतून मदनानंच प्रवेश केला होता आणि तिच्या वडिलांनीच ती खिडकी मदनासाठी उघडली होती. तोवर त्यांनी तिचा विवाह कुणाशी करून द्यायचा, हे आधीच ठरवून टाकलेलं होतं. त्यांना शंकासुद्धा आली नव्हती की, एक निष्णात संगीतशिक्षक, कोणतंही बिरुद नसताना आत येऊन हा ठेवा आधीच काबीज करेल. ती कुणाचीच चूक नव्हती. किंवा जर दोषच द्यायचा झाला, तर तो देवानं त्याला दिलेल्या अप्रतिम आवाजाला आणि त्यानं सुरात गुंफलेल्या पेट्रार्चच्या कवितांनाच देणं योग्य ठरलं असतं. कारण एका थोर कवीचे शब्द नेहमीच प्रेमाचं बीज रुजवतात.

जोवर नियोजित वर स्वत: तिला भेटायला आला होता, तोवर ती आधीच इतकी प्रेमात बुडून गेली होती की, तिला त्याच्याशी दोन शब्द बोलण्याचंही संकट वाटत होतं, मग त्याला उत्तेजन देणं तर दूरच! त्याला त्याची पर्वा नव्हती. त्याच्या सहवासातल्या एका तासाच्या वेळेस, तिची बहीण तिची पाठराखीण म्हणून उपस्थित होती. ती लाजण्याचे विभ्रम करण्यात अत्यंत कुशल होती. इतकी कुशल की, झोपेशिवाय एक रात्र घालवल्यावर (निदान त्याचा तसा दावा होता) तो परत आला आणि त्यानं जाहीर केलं की, त्याला धाकटी मुलगी अधिक पसंत आहे. त्याचं कुलाचं नाव महत्त्वाचं होतं. (आणि हुंडा कोणत्याही मुलीला देता आला असता), त्यामुळे तिचे वडील शांत राहिले. "आम्ही लहान मुलीला देवाच्या सेवेसाठी द्यायचं ठरवलं होतं. पण जर ती तयार असेल..."

तिच्या बहिणीनं होकार दिल्यानंतरच त्यांनी तिला त्याबद्दल सांगितलं. तोवर ती प्रेमात इतकी आकंठ बुडून गेली होती की, क्षणभर तिला ही सुवार्ताच वाटली. ती आणि जॅकोपो– या होतकरू संगीतकाराला नाव होतं आणि तेही सुरेखसं नाव होतं– कमी हुंडा घेतील आणि त्याबद्दल संतुष्ट राहतील. गाणी ऐकत जगण्यासाठी किती कमी पैसे पुरतात!

तिच्या वडिलांच्या संतापानं भिंतीवरली चित्रं खाली कोसळली. गरीब गायन-मास्तर आणि येशू यात निवड करायची झाली, तर एकच करण्याजोगी होती! जेव्हा तिनं नकार दिला, तेव्हा त्यांनी तिला तिच्या खोलीत कोंडून ठेवली आणि ती ऐकेपर्यंत तिला बाहेर काढण्यासाठी नकार दिला. तिचा मूर्खपणा आणि आज्ञाभंग पाहून त्यांना भीती वाटत होती की, तिचं पाऊल आधीच वाकडं पडलं असावं. जेव्हा त्यांना तो शिक्षक दारापाशी तिच्याशी कुजबुजताना दिसला, तेव्हा त्यांनी त्याला हाकलून काढला आणि वेड लागल्याप्रमाणे तिला बदडून काढलं. तिची आई बिचारी ओरडत राहिली. दहा दिवसातच तिची गठडी फेराराकडे वळली गेली. तिनं एका नोकराला लाच देऊन त्या मठाचं नाव जॅकोपोपर्यंत पोहोचवलं होतं, म्हणजे त्याला

तिच्या पाठोपाठ येता यावं.

आणि तो आला होता... तो तिच्यासाठी आला होता. पण समजा तो 'तो' नसेलच तर? किंवा ती इथे उरलेलं आयुष्यभर जिवंत गाडली जाऊन, रात्री गाणाऱ्या प्रत्येक पक्षाची चाहूल घेत राहिली आणि मनात आणखी आणखी खचत गेली तर?

ती धास्तावलेल्या नजरेनं कोठडीकडे बघते. तिच्या आधी इथं राहणारी जोगीण तिच्या डोक्यातलं काहीतरी फुटून मरण पावली होती. तिच्या मेंदूचा एक भाग तिच्या तोंडाद्वारे उलटीच्या रूपानं बाहेर पडला होता. नवागतांपैकी एकीनं तिला ही बातमी पुरवली होती. तिला कधीकधी वाटतं की, इथं काय घडलं ते भिंतींच्या वासावरून तिला कळतंय. ती जर सुटून बाहेर पडली नाही, तर तिला वेड लागेल. "इतर सारा मठ इतका आनंदात असताना कुणाला कोठडीत एकाकीपणे कोंडून घातलं जाणं किती दु:खद असेल!" हे म्हणत असताना, मठस्वामिनी या कल्पनेनं किती आनंदित झाली होती, हे उघड उघड जाणवत होतं.

तोवर त्या साऱ्याजणी तिच्याकडे रोखून बघू लागल्या होत्या. इतर कुणाएवढंच तिलाही सुओरा झुआनानं केलेल्या कौतुकाबद्दल आश्चर्य वाटलं होतं. तिनं नेमके कोणते शब्द वापरले होते? गती? चिकाटी? नाही. समर्पितता. हाच शब्द. पण तिला तिच्याबद्दल असं काही वाटत नव्हतं! कसं वाटेल? असं असेल, तर तिनं सद्भावनेनं म्हटलं असणार. पण दुष्टाव्यापेक्षा दयाळूपणाचाच तिला जास्त त्रास होऊ शकला असता, कारण आता त्या सर्वांनी तिच्यावर आणखी बारीक नजर ठेवली असती. मठस्वामिनी, नवागतांची प्रमुखा, साऱ्या साऱ्याजणी...

तिचे विचार इतके वेगानं धावताहेत की, तिला जवळजवळ आजारी झाल्यासारखं वाटू लागलं आहे. तिला थांबलं पाहिजे. आतलं हे वेडं धडधडणं शांत केलं पाहिजे. म्हणजे ती नीट विचार करू शकेल. ती आपले दोन्ही हात जुळवून घट्ट दाबून धरते, गुडघ्यांवर बसते आणि पुढे वाकते, तिच्या विचारांचा आणि भावनांचा सारा जोर तिच्या शब्दांकडे वळवते.

"हे ईश्वरा, कृपा करून माझा धावा ऐक. तो 'तोच' असू दे. कृपा करून त्याला पुन्हा गायची बुद्धी दे आणि मला त्याच्याशी संपर्क साधण्याचा मार्ग दाखव."

फक्त आता हा वेडाचा दुसरा प्रकार वाटतोय. या जागी असताना देवाची मदत मागणं! जर देवाला तिच्या बद्दल काहीही आस्था असती, तर त्यानं त्यांना तिला इथे ठेवूच का दिलं असतं? तिनं काहीही पाप केलेलं नव्हतं. जवळजवळ काहीच केलं नव्हतं. एखाद-दोनवेळा चोरटी चुंबनं, त्वचा कुरवाळणाऱ्या हातांचं मार्दव आणि आतूर जिभांचा एकमेकींना स्पर्श. संगीताच्या मार्गानंच त्यांच्या हातून अधिक पाप घडलं होतं. संगीतात त्यांच्या आत्म्यांचं मीलन झाल्यासारखं वाटलं होतं. पण ते कुणालाही समजणं शक्य नव्हतं; देवाखेरीज कुणालाच! आवाजाच्या माध्यमातून

प्रेमात पडणं हा एवढा मोठा अपराध होता का? ही देवानं ठोठावलेली शिक्षा होती का? तो खरंच एवढा दुष्ट होता?

"त्याच्याशी बोल. तो नेहमी खुणेची वाट पाहत असतो. आपण त्याची मुलं आहोत आणि तो ऐकतोय," उमिलिआनाचे ठासून म्हटलेले उद्‌गार तिच्या मनात घुमू लागतात.

"मला क्षमा कर," ती हळूच शब्द उच्चारते, "मला क्षमा कर आणि मला मदत कर. कृपा कर."

ती गुडघ्यांवर बसून वाट पाहते. दगडाच्या कडा तिच्या गुडघ्यांना टोचतात आणि साऱ्या घासण्या-पुसण्यामुळे तिची गात्रं ठणकताना तिला जाणवतात. हळूहळू तिच्या डोक्यात घुमणारा गोंगाट शांत होतो आणि त्याऐवजी तिचं डोकं ठणकू लागतं. ती थोडी शांत आणि एकाग्र होते. "आभारी आहे देवा," ती गुडघ्यांना होणाऱ्या वेदनांचा आस्वाद घेत म्हणते, "आभारी आहे."

ती उठून तिच्या पेटाऱ्यापाशी जाते. उत्तेजित अवस्था आता कार्य साध्य करून घेण्याच्या निश्चयात परिवर्तित झाली आहे. कागदांच्या जुडग्यापाशी, कापडाखाली, सहा दगड आहेत. वनस्पतींच्या बागेतून फिगवर्ट उकरून काढताना तिनं ते उचलले होते. ती सर्वांत मोठा दगड हातात उचलून घेते आणि त्याच्या वजनाचा अंदाज घेते. तो वाटोळा आणि गुळगुळीत आहे. जणूकाही पृथ्वीच्या पोटात कुणीतरी त्याला घासून-पुसून चकचकीत करत होतं. हा! ती अगदी सुओरा झुआनासारखंच बोलतेय. आकाशातलं इंद्रधनुष्य,पृथ्वीतल्या चांदी-सोन्याच्या नद्या, विश्वातली चेतना प्रत्येक गोष्टीला नवजीवन देत असलेली... तिला दगडांमध्येही अशीच अद्‌भुत शक्ती दिसते. किती वेडेपणा!

पण तरीही आजचं काम संपल्यावर जेव्हा झुआनानं लोहचुंबक बाहेर काढला होता आणि तो धातूच्या चमच्याजवळ धरला होता आणि ते उडी मारून एकमेकांजवळ येताना जेव्हा दोघींना दिसले होते... ते अनोखंच दृश्य होतं! हे तिला समजू शकत होतं. आतली आकर्षणशक्ती तिला आणि जॅकोपोला एकमेकांकडे खेचून घेणाऱ्या संगीताच्या आकर्षण शक्तीसारखीच!

ती पेटाऱ्याजवळ जाते आणि जे हवंय ते सापडेपर्यंत धांडोळत राहते : दोन पेटीकोट. दोन्ही रेशमी. एक लाल आणि एक पांढरा. ती ते जमिनीवर शेजारी शेजारी पसरते. रात्री, फरसबंद रस्त्यावर, कुठला रंग उठून दिसेल? पांढरा? ती त्याच्याजवळ मेणबत्ती नेते, पण तो फिकटसा आणि साधासाच दिसतो. तर लाल पेटीकोट, लालभडक रक्ताच्या डबक्यासारखा झळाळून उठतो. याच रंगाबद्दल त्या साऱ्याजणी बोलत होत्या का? ओठ रंगवणारा, ताप उतरवणारा आणि औदासिन्य दूर करणारा लाल रंग? औषधालयाच्या प्रमुखेच्या वडिलांनी लिहिलेल्या पुस्तकात

असंच नव्हतं का लिहिलं? औदासीन्य! शब्दच किती उदासवाणा आहे, स्पर्श करून साऱ्याला गुदमरवून टाकणाऱ्या काळ्या धुक्यासारखा! गेले काही आठवडे, तिला ते औदासिन्याचं धुकं, तिच्या कोठडीतल्या दगडांवरून दबकत येऊन, तिच्या ठायी प्रतिकार करायची शक्ती नसलेल्या क्षणाची वाट पाहत, दबा धरून बसल्याचा भास झालेला आहे. पण आता तो इथं आलेला आहे आणि तिला आता तसं उदास वाटत नाहीये.

"माझ्या प्रियेचे ओठ म्हणजे लालबुंद माणकं
आणि तिचा केशकलाप म्हणजे
उन्हात झळाळून उठणारा सोनेरी मेघ
आणि तिनं माझ्याकडे पाठ फिरवली म्हणजे
दिवस बनतो रात्र आणि गोठून जातो सारा परीघ"

ती तो लाल पेटीकोट घेते आणि दातांनी त्याचं कापड फाडून रुंद पट्ट्या बनवते. हे काम केल्यावर ती दोन कविता बाहेर काढते, त्यांच्या पाठीमागच्या बाजूला लिहू लागते.

१२

जर झुआनाला सेराफिनाकडून कृतज्ञतेची अपेक्षा असली, तर नक्कीच तिच्या पदरी निराशा पडणार आहे. खरं तर सध्या तिला एकटीलाच औषधालयात काम करावं लागतंय, कारण मुलीच्या बाबतीत अडचणी उभ्या राहिल्या आहेत. चर्चासभेनंतरच्या रात्रीच, पहाऱ्यावरल्या सिस्टरला ही नवागता दुसऱ्या पदपथावरून दबकत येत, तिच्या कोठडीत शिरायच्या प्रयत्नात आढळली. तिचे हात गोठून गेलेले होते आणि तिची पादत्राणं चिखलानं माखलेली होती. कार्निव्हलच्या आधीच, गात फिरणारे प्रेमी येऊन पोहोचल्यामुळे, पहाऱ्यावरच्या सिस्टरला तिच्या फेऱ्या वाढवण्याबद्दल गुप्तपणे सूचना केली गेली होती.

नवागतेला, प्रथम नवागतांच्या प्रमुखेनं आणि नंतर मठस्वामिनीनं त्याबाबत विचारलं असता, ती कुठे गेली होती किंवा तिनं काय केलं होतं याबद्दल सांगायला स्पष्टपणे नकार दिला. तिनं गुन्ह्याची कबुली न दिल्यामुळे तिला प्रायश्चित्ताची कठोर शिक्षा केली गेली आहे. तिला फक्त ब्रेड आणि पाणी देऊन, दोन दिवस कोठडीत बंद करून ठेवण्यात आलेलं आहे. ती त्या कोठडीत परतण्यापूर्वी तिच्या खोलीची ऑगस्टिनानं आणि आणखी एका सेविकेनं झडती घेतली आहे आणि तिच्या पेटीतून काही कागद काढून टाकण्यात आले आहेत. त्या रात्री तिच्या रडण्यानं पुन्हा एकवार मठ दणाणून जातो. झुआना स्वत:च्या कोठडीत पुस्तक वाचत बसलेली आहे. तिला हे आक्रंदन ऐकू येतंय, पण ती काहीही करण्यास असमर्थ आहे. इतर प्रत्येक जोगिणीप्रमाणेच, तिलाही सेराफिनाजवळ जाण्याची मनाई करण्यात आली आहे. जेव्हा साऱ्या जोगिणी रांगेनं पदपथावरून प्रात:प्रार्थनेसाठी जात असतात, तेव्हा त्यांना ही मुलगी स्वत:ला तिच्या दरवाज्यावर आदळून घेताना ऐकू येते. ती त्या लाकडावर बुक्क्यांचा असा मारा करते आहे की, त्यामुळे ते लाकूड किंवा ती स्वत: जायबंदी होणार, असं तुम्हाला वाटू लागतं. तिच्या दारावरून जाताना इतर नवागता घाबरलेले कटाक्ष टाकतात आणि त्यातली एक रडू लागते. पण जेव्हा त्या चॅपेलमधून परत येतात, तेव्हा दरवाजावरचं ठोकणं आणि किंचाळणं थांबलेलं आहे. त्यानंतर तेथे पूर्ण शांतता आहे.

दुसऱ्या दिवशी दुपारी सुओरा उमिलिआना सेराफिनाबरोबर तिच्या कोठडीत तासभर घालविते आणि जेवणघरातही तिला सोबत करते. इथे ही मुलगी जमिनीवर बसते. तिच्या ताटात, उरल्यासुरल्या अन्नात राख आणि कडूझार वर्मवूड मिसळलेलं आहे. किंचितशा कापऱ्या आवाजात, सुओरा फ्रान्सेस्कानं वाचून दाखवलेला धडा ही सेंट जॉन क्लिमॅकसनी सांगितलेली बोधपर कहाणी आहे. ते वाळवंटी प्रदेशातले एक धर्मगुरू होते. त्यांच्या शिकवणीनुसार पश्चात्ताप म्हणजे यातना स्वेच्छेनं भोगणं, शुद्ध मन असणं, आशावादी असणं आणि निराशा पूर्णत: त्यागणं. ही कहाणी एका प्रकारे अत्यंत सुंदर आहे आणि अनेक जोगिणींच्या मनांना तिच्यामुळं उभारी येतेय. जेवण संपल्यावर, मठस्वामिनी या मुलीला दरवाज्यात आडवं झोपायची आज्ञा करते, आणि इतर जणी तिच्यावरून चालत जातात. साऱ्याच जणी झुआनाप्रमाणे काळजीपूर्वक चालत नाहीत.

जखमेवर मीठ चोळावं, त्याप्रमाणे दुसरा दिवस नातेवाइकांच्या भेटीचा असतो.

इतरजणी नातेवाइकांचं स्वागत करत असताना सेराफिनाला स्वत:च्या कोठडीत बसून राहावं लागतंय, हे काही प्रथमच घडलेलं नाही. (नवागतांना पहिले तीन महिने बाहेरच्यांशी संपर्क साधण्यात मनाई असते. सर्वसाधारण परिस्थितीत या नियमाच्या निष्ठुरपणात दयाळूपणाही दडलेला आहे, कारण फार लवकर प्रियजनांची भेट घेतल्यामुळं जखमेवर खपली धरण्यापूर्वीच जखम भळभळून वाहू लागण्याची शक्यता असते.) परंतु कार्निव्हलबद्दल वाढती उत्कंठा असताना या भेटीमध्ये एक वेगळाच सळसळता उत्साह असतो. दुसरा दिवस हा सेंट ॲग्नेसच्या मेजवानीचा दिवस आहे. त्यादिवशी खास प्रकारचं भोजन बनवलं जाईल आणि व्हेस्पर्ससाठी सुओरा बेनेडिक्टानं स्वरबद्ध केलेली नवीन कवनं ऐकायला दरबारातले श्रोते उपस्थित राहतील. स्वागतकक्ष खच्चून भरला आहे. जवळजवळ चोवीस जोगिणींनी नातेवाइकांची वेगवेगळी कोंडाळी केली आहेत आणि त्या आई, वडील, भाऊ, बहिणी, भाच्या, मावशा आणि इतर चुलत-आते-मामे-मावस भावंडांचं अतिथ्य करण्यात मग्न झालेल्या आहेत. भेटवस्तूंची आणि गप्पांची देवाण-घेवाण होताना इतका गजबज आवाज उठतो आहे, की रस्त्यावरून जाणाऱ्या कुणाला तो सेंट बेनेडिक्टाच्या पवित्र मठाचा भेटीचा दिवस नसून कोणत्यातरी राजदरबारातला समारंभच चालला आहे, असा भास व्हावा! तिच्या कोठडीत एकटीनं काम करत असलेली झुआना (तिचे उरलेसुरले थोडेसे नातेवाईक व्हेनिसमध्ये आहेत आणि त्यांनी खूप पूर्वीच तिला तिच्या नशिबाच्या हवाली करून टाकलेलं आहे.) प्रत्येकीचं हसणं वेगळं ओळखू शकतेय आणि मठाचे दरवाजे बंद होऊन मठ शांत झाला, तरी ज्या जोगिणींनी बाहेरच्या जगातल्या आप्तांचं आगतस्वागत केलं होतं, त्या इतरांहून अधिक आनंदित आणि उल्हासित मनोवृत्तीत आढळतील.

त्या रात्री भिंतीपलीकडे, कुठेतरी, एकट्यानं उंच पट्टीत अतिशय सुरेलपणे गाणाऱ्या कुणीतरी; सोनेरी मेघांप्रमाणे केस आणि गुलाबपाकळ्यांप्रमाणे गाल असलेल्या स्त्रीबद्दल गाणं गायला प्रारंभ केला. हे प्रेमगीत काही ओळींचंच होतं आणि त्यानंतर नाईटिंगेलचं गाणं ऐकू आलं आणि पुन्हा शांतता पसरली.

ती मुलगी खालमानेनं, थोडीशी लंगडत औषधालयात शिरते तोवर डँडेलायनचा चहा किटलीत मुरून तयार झालेला आहे. झुआना तो कपात ओतते आणि तो कप मसालेदार आलेपाकाजवळ तिच्या कामाच्या टेबलावर ठेवून देते.

"स्वागत आहे," ती प्रसन्नपणे म्हणते, पण तिचा आवाज अगदी शांत ठेवते. "बस आणि ताजीतवानी हो. आज आपल्याला खूप काम उरकायचंय."

मठाचे नियम अशा बाबतीत अगदी स्पष्ट आहेत. एकदा प्रायश्चित्त घेऊन झालं की ते भूतकाळात गेलं आणि त्याची इतर कोणीही दखल घ्यायची नाही. ते केवळ प्रायश्चित्त घेणारी आणि तिची आध्यात्मिक गुरू यांच्याच अखत्यारीत मोडतं आणि अर्थातच देवाच्या! प्रायश्चित्ताचा उल्लेख करायचा नाही आणि त्याबद्दल दया किंवा कीव तर अजिबात दाखवायची नाही.

ती मुलगी आवंढा गिळू पाहत असताना तिच्या जबड्याचा स्नायू ताणला जातो आणि झुआनाच्या लक्षात येतं की, ती अगदी रडायच्या बेतात आलेली आहे. ती रडली नाही, तर बरं आणि ती रडलीच तर झुआनानं त्याकडे दुर्लक्ष केलेलं बरं. "चहा पी आणि आलेपाक खा." ती शांतपणे म्हणते. "मी त्यात जास्तीच्या वनस्पती घातलेल्या आहेत, त्यामुळे तुझ्या पोटात भुकेमुळे पडलेल्या खड्ड्याला आराम पडेल आणि तुझ्यात थोडी शक्तीही येईल."

सेराफिना श्वास घेते आणि आलेपाकाचा तुकडा तोडते. झुआना मधाबरोबर तिच्या तोंडात झिरपणाऱ्या मसाल्यांचा विचार करते आणि त्यामुळे अनेक दिवस रेंगाळणारी वर्मवूडची भीषण चव नाहीशी होईल, अशी आशा करते. जेव्हा तिच्या वडिलांनी तिला पहिल्यांदा ती काटेरी पानं दाखवली होती आणि त्यांची कडवट चव चाखायला तिला थोडी पानं चावायला सांगितलं होतं, तेव्हा त्यांनी तिला एक पुराणकथा सांगितली होती. सूड उगवणाऱ्या देवदूतांपैकी तिसऱ्या देवदूतानं वर्मवूड नावाचा तारा, स्वर्गातून पृथ्वीवर फेकला होता. त्यामुळं नद्या आणि झरे विषारी बनले आणि ते पाणी पिऊन माणसं मरून गेली. असं घातक रसायन एका साध्याशा वनस्पतीतून निघावं, याचं तिला आश्चर्य वाटलं होतं. त्या कहाणीची सेराफिनाला आठवण करून द्यावी, असं तिच्या मनात येतं. पण ती मुलगी स्वतःच्याच दुःखात इतकी बुडून गेली आहे की, तिचं लक्ष वेधणं कठीण आहे.

खात असताना तिचे अश्रू ओघळू लागतात, पण ते तसे ओघळावेत, अशी

तिची अजिबात इच्छा नाही आणि ती रागानं ते अश्रू थोपवू बघते. थोड्या वेळानं ती कप उचलायला हात लांब करते, तेव्हा झुआनाला ती कण्हताना दिसते.

झुआना कामाच्या टेबलामागून एक मातीची बरणी काढून ती सेराफिनाच्या चहाजवळ ठेवते, ''ही घे,'' ती म्हणते.

''ते काय आहे?'' त्या मुलीचा आवाज ओढलेला आणि बारीक येतोय.

''चिमटलेल्या, दाबल्या गेलेल्या कातडीसाठीचं हे मलम आहे. त्यामुळे खरचटलेलं लगेच बरं होईल आणि वेदना कमी होतील.''

''माझी समजूत होती की, प्रायश्चित्ताच्या यातना भोगून संपवायच्या असतात.''

''प्रायश्चित्त हे हितासाठी असतं. प्रारंभी यातना म्हणजेच हित हे उगमत नसतं.''

''हा! हे सुओरा फेलिसिटाला सांगा.''

झुआना दृष्टी खाली वळवते. जरी जोरात तुडवून जाणाऱ्या जोगिणी कोण याचा उल्लेख करायचा नसतो, तरी त्या कोण आहेत, हे प्रत्येकीला ठाऊक असतं.

ती मुलगी चहा संपवते आणि कप बाजूला सारते.

''तू तसं केलंस?''

''मी?''

''तू त्यांना माझ्या कवितांबद्दल सांगितलंस?''

आता त्या मर्यादा ओलांडून धोक्याच्या प्रदेशात प्रवेश करत आहेत. झुआना काहीही उत्तर देत नाही. अगदी कळेन्‌कळेसं डोकं हलवते.

''मग कुणी सांगितलं? ऑगस्टिनाला वाचता येत नाही...''

''नाही, ती वाचू शकत नाही.'' झुआना थांबते, ''परंतु तिला गुपितांचा लगेचच वास लागतो.'' ती गप्प होते.

मुलगी मान हलवते. आणखी काहीही बोलायची गरज उरलेली नाही.

''हे घे,'' झुआना बाजूला ठेवलेला एप्रन उचलते आणि तिला देते. ''तुझा चहा संपव. आपल्याला खूप काम संपवायचंय. मी पाकात घालायच्या गोष्टी तयार ठेवल्या आहेत, पण आज तूच तो एकत्र शिजवायचा आहेस. त्यामुळे, पुढल्या वेळेस तुला एकटीला ते औषध बनवता येईल,'' हे शब्द काय ध्वनित करताहेत हे तिला ठाऊक आहे, पण ती घाबरत नाही. ''मात्र काळजी घे. उकळती काकवी कोणत्याही कातडीला चिकटून बसते आणि ती खेचून काढू पाहिली, तर त्याच्याबरोबर खालची कातडीही निघते.''

मुलगी तिच्याकडे बघते, एका घोटात चहा संपवते आणि एप्रन उचलते.

विस्तवावर, ते मिश्रण उकळू लागल्यावर दाट होऊ लागतं. पण तिला एकदा त्याच्या वजनाची सवय झाल्यावर ती नीटपणे ढवळते. गेले काही आठवडे त्या पूर्णपणे गप्प राहून काम करत असत, तसंच त्या आजही करताहेत आणि त्यामुळे

त्यांना अगदी हलकं वाटतंय. टेबलावर किसलेल्या, चिरलेल्या आणि मापून ठेवलेल्या मसाल्यांच्या वनस्पती आहेत. त्यांच्या बाजूलाच ब्रँडीची छोटीशी बाटली आहे. योग्य वेळेस त्या गोष्टी आत घातल्या जाणार आहेत. या वस्तू काकवीबरोबर मिसळल्यावर साखरेच्या पाकाच्या खमंग वासात दालचिनी आणि लवंगांचा सुवासही मिसळतो. हे सुवास अगदी तरुण असल्यापासून झुआनाच्या इतके ओळखीचे आहेत, की जर तिनं आत्ता डोळे मिटून घेतले तर तिला वडील आजूबाजूला वावरताहेत, खोलीच्या दुसऱ्या टोकाला काम करताना हालचाल आणि आवाज करताहेत असा भास होऊ लागेल.

"झुआना, तू भूतकाळात न वावरता, वर्तमानकाळात जगायला शिकायला हवंस." झुआनाच्या मनात मठस्वामिनीच्या या शब्दांचा आवाज घुमतो. "ते तुझ्या स्वतःच्याच हिताचं ठरेल. त्यामुळं तू अधिक चांगली– सुखी– जोगीण बनशील आणि देवाच्या अधिक निकट पोहोचशील.

ती डोळे उघडते आणि तिला ती मुलगी तिच्याकडे रोखून पाहत असलेली दिसते. ती पुन्हा त्या मिश्रणाकडे आपलं लक्ष वळवते. काही क्षण जातात.

"माझ्याबद्दल तुम्ही सांगितलेल्या गोष्टी. तो तुझा चांगुलपणा होता..." मुलगी पातेल्यावर नजर खिळलेली ठेवून, अगदी शांतपणे, तोंडातल्या तोंडात म्हणते, "मला... मला माफ करा. तू तोंडघशी पडावंस अशी माझी इच्छा नव्हती."

ही माफी ऐकून झुआना आश्चर्यचकित होते. जरी या तरुणीबद्दल मनात राग न आणणं हे तिचं कर्तव्य होतं, तरी ते कर्तव्य पाळणं तिला फारसं अवघड पडलं नाही. किंवा आता त्याबद्दल विचार करता तिला त्यामुळे चीडही आली नाही किंवा अस्वस्थही वाटलं नाही. याउलट, या मुलीच्या गेल्या काही आठवड्यातल्या उपस्थितीमुळे, तिनं मदत स्वीकारणं किंवा कह्यात ठेवलं जाणं या दोहोंना दाखवलेल्या विरोधामुळे– काय झालं? झुआनाला आनंद वाटला? नाही. तो काही योग्य शब्द नव्हे. त्याबद्दल झुआनाला सहानुभूती वाटली? असेल. निदान झुआना ते समजू शकली.

"ऐहिक गोष्टींनी विचलित न होता, देवाची विनयानं आणि शांतपणानं सेवा करणं हेच आपलं कर्तव्य आहे. प्रत्येक लोकनिंदेपुढे किंवा क्षुद्र प्रलोभनामुळे आपण मार्गावरून भरकटणं चुकीचं आहे."

झुआनाच्या डोक्यात, चर्चासत्राच्या वेळचा, उमिलिआनाचा आवाज घुमू लागतो. तिच्या बाबतीत असंच घडत असेल का? या साऱ्या नावीन्याच्या आणि नाट्याच्या मोहात ती गुरफटते आहे का? एक गोष्ट अगदी खरी, की आजकाल दररोज सकाळी जागी झाल्यावर तिच्या मनात विचार येतो की कामाच्या वेळेस काय घडेल. त्यातून उभ्या ठाकू शकणाऱ्या आव्हानाची तिला ओढही वाटते. या जाणिवेनं ती अस्वस्थ

होते. अनेक वर्षांची लढत देऊन तिनं शांतता अंगी बाणवली आहे आणि अजाणता त्या शांततेला ती तडा पडू देणार नाहीये. डोळ्यांच्या कोपऱ्यांमधून तिला दिसतं की, सेराफिना पुन्हा तिच्याकडे बघते आहे. ''हलवत राहा.'' ती किंचितशा चढ्या स्वरात म्हणते, ''ते सतत ढवळलं गेलं पाहिजे.''

मुलगी हातातल्या कामाकडे वळते. पण काही क्षणांनी ती पुन्हा वर बघते, ''मला... मला तुला एक प्रश्न विचारायचा आहे,'' ती थांबते, ''बिशप हा कशा प्रकारचा माणूस आहे?''

''बिशप?'' झुआना मान हलवते, ''तू बिशपबद्दल विचार न केलेलाच बरा. तो तुला मदत करू शकणार नाही.''

ती मुलगी हट्टीपणानं म्हणजे, ''तो मठस्वामिनीचा वरिष्ठ आहे. तो कोण आहे हे माहीत करून घ्यायचा मला हक्क आहे, असं मला वाटतं.''

झुआना निःश्वास साडते. अनेक वर्षांमागे; मॅडोना चिआरा स्वतः मठस्वामिनी नसून केवळ एक जोगीण असताना, बिशपची नियुक्ती झालेली असताना तिचे काय शब्द होते बरं?

''तो जेवढा पवित्र आहे, तेवढाच कुरूप आहे. पण त्याला सहन करण्याखेरीज आपल्यापुढे दुसरा पर्याय नाही! आधीच्या ड्यूकची फ्रेंच पत्नी, रेनाटा, पाखंडी लोकांना सरंक्षण देत असल्याचं उघडकीस आल्यापासून रोमची करडी नजर फेराराकडे वळलेली आहे.''

आता जरी तिनं शब्द वेगळे वापरले, तरी त्यांचा अर्थ तोच असेल.

झुआना शब्दांची निवड काळजीपूर्वक करते, ''संतसज्जन आणि सुधारक अशी त्याची ख्याती आहे.''

ती मुलगी कपाळावर आठ्या घालते. ती स्वतःच्याच दुःखात इतकी बुडून गेलेली आहे, की त्यांच्या सभोवताली घडत असलेल्या बदलांची प्रचंड व्याप्ती तिला जाणवणं शक्य नाही. बाहेरच्या पाखंडी मतप्रचाराला खोडून काढण्यासाठी धर्माच्या अंतर्गतच लढल्या जाणाऱ्या लढाया आणि त्याबरोबरच आलेले अनंत निर्बंध आणि सच्चा धर्म कोणता आणि कोणता नाही याबद्दलच्या व्याख्या! आणि तरीही फेरारातल्या जोगिणी यातल्या बऱ्याचशा जाचक नियमांतून सुटल्या आहेत. (बिशपच्या व्याधींसाठी देवाचेच आभार मानले पाहिजेत.), पण भविष्यकाळ मात्र अनिश्चित आहे. कदाचित तिला सत्य ठाऊक नसलेलंच बरं; कारण नाहीतर तिची वाटचाल आणखी खडतर होईल आणि शांती मिळवायला तिला आणखी वेळ लागेल.

''आणि ते...'' झुआना श्वास घेते. फादर रोमेरो जागे किंवा झोपलेले असताना त्यांच्यापुढं तिनं अपराधाची कबुली देण्याची वेळ केव्हाच उलटून गेलीय... ''अत्यंत

कुरूप आहेत. फेरारानं पाहिलेले ते सर्वांत कुरूप बिशप असावेत. हलवत राहा. सारे मसाले मुरेपर्यंत ते थिजता कामा नये.''

त्या मुलीचे हात हलू लागले, तरी ती रोखून बघतच राहते. त्या नजरेमागे काय दडलंय ते मला ठाऊक आहे, झुआनाला वाटतं. ती अत्यंत गोंधळून गेलीय आणि अतिशय रागावलीय. त्यामुळे जगात मौज वाटेल असं किंवा आनंद देणारं काहीच नाही, असं तिला वाटतंय. पण ती चुकतेय. किती चुकतेय...

''मी थट्टा करतेय असं तुला वाटतंय का? विश्वास ठेव, ही थट्टा नाहीये. फेराराचा बिशप रानडुकरासारखा जाडजूड आहे. त्याचे जबडे म्हणजे कातळाचे तुकडे आणि त्याची कातडी गेंड्याच्या कातडीसारखी जाडजूड!''

''कशासारखी?''

''गेंड्यासारखी. तुला हा प्राणी ठाऊक नाही? ओ! ती एक अफलातून चमत्कृतीच आहे : देह जाडजूड गायीसारखा, कातडी लढवैय्याच्या चिलखतासारखी आणि कवटीतून एकशिंगी घोड्यासारखं शिंग बाहेर आलेलं. तू अजून गेंडा बघितला नाहीस हे एक आश्चर्यच म्हणायचं.''

''तू हा प्राणी... बघितला आहेस?''

''चित्रात. प्रत्यक्ष नव्हे. तो फक्त इंडिजच्या जंगलातच सापडतो. पण मला वाटतं त्यांनी एकदा बोटीत घालून एक आणला होता आणि पोर्तुगालमध्ये दाखवला होता.''

सेराफिनाचे डोळे आश्चर्यानं विस्फारले जातात. झुआनाचे वडील नेहमी म्हणत असत की, कपडे आणि प्रसाधनांनीच डोकं भरून गेलेल्या आणि सभोवतालच्या, देवाच्या अद्‌भुत विश्वाबद्दल संपूर्णत: अज्ञानात असलेल्या तरुण मुलींनी जग भरून गेलंय आणि त्यांना त्यांची मुलगी अशा प्रकारे वाया गेलेली बघायची नाहीये. त्यांनी छानच काम केलं होतं. अशा प्राण्यांबद्दल तिनं सर्वप्रथम केव्हा ऐकलं होतं? ती इतकी लहान होती की, त्यांनी कागदातून अजून ताज्या शाईचा बाहेर पडत असलेला वास हुंगण्यासाठी तिचं नाक कागदाच्या अगदी जवळ नेलं होतं. ''हे पुस्तक व्हेनिसच्या छापखान्यातून कालच बाहेर पडलं आणि एक रात्र-एक दिवसाचा बोटीचा प्रवास पूर्ण करून आपल्यापाशी पोहोचलं आहे. आहे की नाही गंमत, सोने? विचार कर!''

पण तिला ताज्या शाईच्या गंधापेक्षा प्रत्यक्ष चित्रातच जास्त गम्य होतं. पानामागून पाने भरून अत्यंत विलक्षण अशा वनस्पती आणि प्राणिमात्रांची नोंद अशा माणसाकडून घेतली गेली होती, ज्याने देवाच्या निर्मितीची यादी करण्यासाठी जगाच्या टोकापर्यंत प्रवास केला होता. त्याउलट तिच्या वडिलांना अद्‌भुताचं आश्चर्य या दृष्टीनं त्याच्यात गम्य वाटत नव्हतं, तर वनस्पतींच्या आणि प्राण्यांच्या औषधी उपयुक्ततेची माहिती गोळा करण्यात त्यांना रस वाटत होता. एकशिंगी

घोड्याच्या शिंगाप्रमाणेच गेंड्याच्या शिंगात बरं करण्याची अद्भुत शक्ती आहे, अशी वदंता होती. अनेक वर्षांनी तिनं प्रवचनाच्या वेळेस बिशपना एका बाजूनं बघितलं– त्यांच्या भेटीच्या वेळेचं प्रार्थना-प्रवचन संपतच नव्हतं आणि अगदी भक्तिपरायण माणसाचं चित्तदेखील, अधूनमधून भरकत होतं– तेव्हा गेंड्यांशी असलेलं त्यांचं साम्य तिला ताबडतोब जाणवलं होतं. अगदी बिशपच्या उंच टोपीतून बाहेर डोकावणाऱ्या शिंगापर्यंत हुबेहुब साम्य! तिनं ते चित्र त्या रात्री सुओरा चिआराला दाखवलं होतं आणि ते पाहून दोघीजणी खूप हसल्या होत्या. त्यानंतर महिनाभरातच वृद्ध मठस्वामिनी तापानं अंथरुणाला खिळली होती आणि वेगवेगळ्या कुटुंबांचे लोक पुढल्या निवडणुकीच्या अपेक्षेने मोर्चे बांधू लागले होते.

"मला वाटतं की तू लामियाबद्दलही ऐकलं नसणार."

"लामिया? नाही!"

"ओ! जर ते सांगतात ते खरं असेल, तर हा अत्यंत आश्चर्यकारक प्राणी आहे. अर्धा वाघ आणि अर्धी स्त्री. स्त्रीचा चेहरा आणि केसाळ कातडीखाली स्त्रीसारखं वक्ष. त्यामुळे जंगलात तिच्यापाशी येणाऱ्यांना तो वाघ आहे हे वेळ टळून गेल्यावरच कळतं! मोहित होऊन ते तिच्या दिशेनं धावतात आणि ते पुरेसे जवळ आले की ती झाडीतून उडी मारून बाहेर येते आणि पंज्यांच्या नखांनी त्यांना जायबंदी करते. तुला हे खरोखरच ठाऊक नाही? तुझ्या मिलानमधल्या शिक्षकांनी तुला काय शिकवलं?"

"मला छानच शिकवलं. काव्य-संगीत, गाणी." आणि तिचा स्वर एकाएकी कठोर बनतो. "जगातल्या सर्वांत सुंदर गोष्टी."

ज्याचा उगम संताप आणि अगतिकतेतून झालेला नाही, अशा उत्स्फूर्त जबाबाचं पाहिलं दर्शन आज झुआनाला घडलंय. काव्य, संगीत, गाणी! नाही! हिला जोगीण बनण्याचं प्रशिक्षण नक्कीच दिलं गेलेलं नाही.

त्या काही क्षण न बोलता काम करतात. पण झुआनानं तिची उत्कंठा खरोखरच जागी केलेली आहे.

"तू म्हणतेस की हे प्राणी तू पुस्तकात पाहिलेस?"

"हो!"

"तुझ्यापाशी ते पुस्तक अजून आहे? ते तुझ्या पेटीत आहे का?"

"माझ्या पेटीत?"

"हो. तू येताना तुझ्या वडिलांची जी पुस्तकं आणलीस त्यात." ती खांदे उडवते आणि तिच्या नेहमीच्या वापरातली वनस्पती आणि औषधांची पुस्तकं शेल्फवर जिथं ठेवली आहेत तिथं नजर टाकते. "मला म्हणायचं की सर्वांना माहिती आहे की, तू आणलेला हुंडा पुस्तकांच्या स्वरुपातला होता."

जरी ती गप्पागोष्टींच्या वेळेस स्वत:च्या गुपितांची वाच्यता करत नसली, तरी

ती इतरांच्या गुपितांबद्दल लक्षपूर्वक ऐकत असली पाहिजे.

"तू मला ते दाखवशील?"

झुआना आता नक्कीच पेचात सापडली आहे. कारण तिला सत्य सांगतानाच थाप मारावी लागणार आहे. अशी चित्रं कितीही अद्भुत वाटली, तरी ती पुस्तकं औषधालयाची उत्कृष्ट प्रमुखा आपल्या कामाच्या जागी ठेवू शकत नाही.

"जरी माझ्याजवळ असं पुस्तकं असतं, तरी ते बघणं सुओरा उमिलिआनाला पसंत पडलं नसतं."

"ओ! तिला काहीच पसंत पडत नाही. तिला फक्त प्रार्थना आणि मरण पसंत असतात!" स्फोट व्हावा, तसे हे शब्द तिच्या तोंडून बाहेर पडतात. "खरंच सांगतेय, ती फक्त एवढंच बोलते : देह कसा नाशवंत आहे आणि प्रत्येक क्षण प्रार्थनेत घालवून आपण कसं सज्ज राहायला हवं, कारण आपण कधीही देवाघरी जाऊ! मी तुला सांगते, तिला जर यातना देणाऱ्या गाठी झाल्या किंवा तिच्या हिरड्या पुवानं भरल्या, तर ती तुझ्यापाशी (औषधासाठी) न येता त्यांना देवाचे संदेशदूत मानून त्यांचं स्वागत करेल!" तिच्या अंगावर काटा येतो, "किडे आधीच माझी आतडी कुरतडू लागले आहेत, असं तिचं बोलणं ऐकून मला वाटू लागतं."

असे विचार डोक्यात येणारी ही काही पहिलीच नवागता नाही. काही अंशी तिचं वय जबाबदार आहे : वयात येणाऱ्या मुलींची प्रतिक्रिया प्रत्येक बाबतीत जास्त जोराची असते आणि जरी उमिलिआना काव्याला सैतानाचा शब्दखेळ मानून धिक्कारत असली, तरी झुआनाच्या लक्षात आलंय की सोयीचं असेल तेव्हा, विशेषतः शरीरसुखाच्या लालसेचं विष कुठेतरी उफाळून येताना तिला दिसलं तर, ती काव्याचाही शस्त्रासारखा वापर केल्यावाचून राहत नाही. अर्थात मुक्तीसाठीची ही थोर आणि सन्मान्य परंपरा आहे : देहदंडानं आत्मा समृद्ध करणं. जोग घेणाऱ्यांना शिकवण देताना टर्ट्यूलिअननं कोणते शब्द वापरले होते? "तुम्हाला जर एखाद्या स्त्रीबद्दल आसक्ती वाटली, तर ती मृत झाल्यावर तिचा देह कसा दिसेल ते अंतश्चक्षूंपुढे आणा. तिच्या घशातला कफ, तिचं वाहतं नाक आणि तिच्या आतड्यांमधला मळ." तो उच्चप्रतीच्या विद्वानाप्रमाणेच एक चांगला डॉक्टरसुद्धा बनला असता!

आपले शब्द काळजीपूर्वक निवडत झुआना म्हणते, "मला ठाऊक आहे, की सुओरा उमिलिआना कधीकधी खूप कठोरपणे बोलते. पण तरीही तिच्या अंत:करणात श्रद्धेची ज्योत तीव्रपणे पेटलेली आहे आणि त्याची ऊब इतरांपर्यंत पोहोचावी, असं तिला वाटणं अगदी स्वाभाविक आहे. माझी खात्री आहे की तू तिला शरण गेलीस की तुलाही ते जाणवल्याशिवाय राहणार नाही."

पण हे ऐकून घ्यायला ती मुलगी राजी नाही. ती तिच्या पातेल्याकडे वळते आणि त्यांच्यातला जवळिकतेचा क्षण निसटून जातो. थोड्याच वेळात समोरच्या

पटांगणापलीकडून सामूहिक उपासना गीतांचे स्वर निनादू लागतात.

झुआनाच्या पुन्हा एकदा लक्षात येतं की, मुलीला आतून वाटत असलेल्या विरोधाला न जुमानता, तिचं डोकं आणि वरचा अर्धा देह, त्या आवाजाचं स्वाभाविकत: स्वागत करताना, आपोआप ताठ झाले आहेत. पवित्र अनाघ्राता-हुतात्मा संत ॲग्नेसच्या सणाच्या दिवशी, खास मंत्रपठण करायचं असतं आणि त्या दिवशीच्या सायंप्रार्थनेसाठी बेनेडिक्टानं नव्यानं स्वरबद्ध केलेली सूक्तं बिनचूक म्हटली जायला हवीत. या प्रसंगी शहरापुढे तिची नवी गायिका सादर करावी, अशी मठस्वामिनीची इच्छा होती आणि झुआनाच्या स्वरज्ञान नसलेल्या कानालासुद्धा ती स्वररचना अतिशय मधुर वाटते आहे. असे तरुण संत बरेचदा नवागतांना अधिक भावतात; कारण अशा संतांच्या देवता स्वरुपातही बंडखोरीची ठिणगी दिसते आणि सेराफिना सेंट ॲग्नेसच्या बलिदानाच्या वेडाशी सहमत नसली, तरी गीतातलं नाट्य तिला भावलेलं स्पष्टपणे जाणवतंय.

तिच्या वयाची होईपर्यंत झुआना एखाद्या औषधालयातल्या विविध प्रमुख वनस्पतींच्या चवी ओळखू शकत होती आणि त्या प्रत्येक वनस्पतीतल्या वेगवेगळ्या औषधी गुणधर्मांबद्दल तिला ज्ञान होतं. मूकपणे ही मुलगी प्रत्येक स्वर मनातल्या मनात गात असली, तर झुआनाला त्याचं अजिबात आश्चर्य वाटणार नाही. ती नक्कीच लक्षपूर्वक ऐकतेय. मुख्य सुक्तापूर्वी म्हणायच्या ओळींचं एकसुरी पठण संपून आता स्वरबद्ध केलेली सूक्तं म्हटली जाऊ लागली आहेत.

"तू स्वत:लाच स्वेच्छेनं इतकं दु:खी का करते आहेस, याचं कोडं मला उलगडत नाहीये. मधुर गळा असणं, हा आयुष्यातला सर्वोच्च आनंद असला पाहिजे."

मुलगी तिची मान हलवते आणि काकवीवर तिची दृष्टी खिळवून ठेवते. "गाणारी पाखरं अंधारात ठेवली, तर ती गाऊ शकत नाहीत." ती म्हणते.

"हे खरं आहे... अपवाद अशांचा आहे, ज्यांच्या गाण्यांमुळे पहाट उजाडते." ती क्षणभर थांबून पुढे म्हणते, "नुकतंच मी एका नाइटिंगेलचं गाणं ऐकलं. तिच्या आवाजात यातनांचा सागर सुसह्य करायचा जादुई गोडवा होता." पदपथावरचा, जगाशी एकरूप वाटायला लावणारा तो क्षण आठवत, ती म्हणते.

सेराफिना इतक्या तीव्रतेनं तिच्याकडे पाहते की, जणूकाही ते शब्द तिला कोणत्यातरी प्रकारे झोंबले असावेत. त्या हावभावामुळे पातेल्यातला चमचा उसळी घेतो आणि उकळत्या काकवीचा मोठा गोळा तिच्यावर उडतो.

"ओ!" ती आपले हात चटकन मागे खेचून घेते आणि चमचा आत पडतो. तिचा चेहरा वेदनेनं पिळवटून गेला आहे.

झुआना चटकन तिच्याजवळ येते, तिचं मनगट पकडते, गरम काकवी तिच्या कातडीवरून ओढून बाजूला करते आणि तिला पाण्याच्या पिंपाजवळ खेचून नेते.

"तुझा हात आत बुडव!"

ती मुलगी टाळाटाळ करते. त्यामुळे झुआनाच तिचा हात आत बुडवते. ती मुलगी पुन्हा किंचाळते. यावेळेस ती बर्फासारख्या थंडगार पाण्यामुळे ओरडली आहे. "तो हात आतच ठेव. त्यानं वेदना थांबतील आणि भाजल्यामुळे इजा होणार नाही."

झुआना विस्तवाजवळ जाऊन पातलेल्यात बुडलेला लाकडी चमचा बाहेर काढायच्या प्रयत्नाला लागते. ती मुलगी आता रडू लागलीय, हे तिच्या लक्षात येतं. एकदा रडू फुटल्यावर तिला आता ते आवरता येत नाहीये.

झुआनाला, अनेक वर्षांपूर्वी लेखनाच्या खोलीत घालवलेली एक हिवाळी दुपार आठवते. एक तरुण मुलगी आळीपाळीनं चिडत आणि उमेद हारत, ती नक्कल करत असलेल्या कागदावर ठिपकणाऱ्या तिच्या आसवांकडे बघत बसली आहे. त्यांच्यामुळे कागद खराब होऊ नये म्हणून ती ते अश्रू ताबडतोब निपटून टाकते आहे. त्यावेळेस तिचं लक्ष लिखाणाच्या सुरुवातीला असलेल्या चमकदार प्रचंड 'O' (ओ) या अक्षरावर जातं. या अक्षराच्या आत आणि सभोवार, नक्षीच्या सोनेरी पानाच्या वळणानुरूप, प्रत्यत्नपूर्वक लिहिलेले लहान अक्षरातले शब्द आता तिच्या लक्षात येतात. एकदा वाचल्यावर ते तिच्या कायमचे लक्षात राहतात.

माझ्या बहिणीच्या वाटचा हुंडा काढावा
म्हणून माझ्या आईची इच्छा होती की मी घ्यावा जोग
आईची आज्ञा पाळायला
माझ्या नशिबी आला जोगिणीचा भोग

झुआना हेच शब्द, आतल्या अर्थाला उठाव आणत म्हणून दाखवते,

तरीही कोठडीतल्या माझ्या पहिल्या रात्री
मी ऐकला माझ्या प्रेमिकाचा आवाज खालून
आणि खाली धावून; पाहिलं दार उघडून

झुआनाला मागचं रडणं थांबलेलं जाणवतंय.

पण पकडलं मला मठस्वामिनीनं
आणि विचारलं, 'छोट्याशा जोगिणी,
खरंखरं सांग. फणफणली आहेस तापानं
की आहे ही प्रेमज्वराची खूण?'

झुआना मुलीकडे वळते आणि म्हणते, "इतका राग आलेली किंवा आपल्याला टाकून दिलंय असं वाटणारी काही तू पहिलीच मुलगी नव्हेस."

"हो? तू हे काव्य रचलंस?"

तिच्या चेहऱ्यावारचं आश्चर्य पाहून झुआनाला जोराचं हसू येतं.

"नाही. मी नाही. या भिंतींशी माझं भांडण वेगळ्या करणावरून होतं. पण तुझ्याचसारख्या, दुसऱ्या एका नवागतेनं हे रचलंय."

"कोण?"

"मठाबाहेरचं तिचं नाव होतं व्हेरोनिका ग्रँडी."

"होतं? ती मृत्यू पावली?"

"हो. याला खूप वर्षं झाली. जेव्हा मी आले, तेव्हा तुझ्यासारखी नवशिकी नवागता असताना मला लेखनाचं काम देण्यात आलं होतं. सूक्तांच्या एका पुस्तकातल्या चित्रात दडलेले हे शब्द मला सापडले होते. त्यात (लिहिणारीचं) नाव आणि तारीख होती : १४४९, माझ्या पूर्वी शंभर वर्षं.

"तिला काय झालं?"

"तुझा हात कसा आहे?"

"मला काहीच जाणवत नाही.'

"तर मग आत्ता तू तो बाहेर काढ."

तिच्या बोटांवरून पाणी ओघळत असताना झुआनाला कातडीवर एक लाल बुंद चट्टा दिसतो. वर टपोरा फोड येईपर्यंत, बधिर झालेल्या हाताला वेदना जाणवणार नाही.

"त्यानंतर मी मठाच्या दफ्तरखान्यातून तिची माहिती शोधून काढली. तिनं त्यानंतर वर्षभरानं शपथ घेतली आणि ती सुओरा मारिया तेरेसा झाली."

"ओ! तर ती कधीच सोडून गेली नाही."आणि या जाणिवेनं तिचा आवाज एकदम खोल जातो.

"नाही. ती जेव्हा तीस वर्षांनी मरण पावली, तेव्हा ती नऊ वर्षं मठस्वामिनी होती." झुआना थांबून पुढे म्हणते, "मठाच्या तिच्याबद्दलच्या मृत्युलेखात तिच्या उच्च दर्जाच्या नेतृत्वगुणांचं, तिच्या ठायीच्या विनयशीलतेचं वर्णन लिहिलेलं आहे आणि तिनं मृत्यूशय्येवर असताना सुहास्यवदनानं ईशस्तुती कशा प्रकारे केली याबद्दलही लिहिलं आहे. मला वाटतं, तोवर दारापाशी तिची प्रतीक्षा करणाऱ्याचा तिला विसर पडला असावा. तुला नाही असं वाटत?"

ह्या कहाणीची अद्भुतरम्यता आणि भीतीदायकता पचनी पडण्याची त्या मुलीची धडपड झुआनाला कळते. जर दरवाज्याबाहेर कुणी तिची वाट पाहत असलं, तर हिला हे पचनी पडायला किती जास्त वेळ लागेल? मृत पित्याबद्दल

केला जाणारा शोक सर्वमान्य असतो. पित्याबद्दलच्या अवाजवी शोकाला शिक्षा ठोठावणं, अगदी कठोर धर्मगुरूला किंवा नवागतांच्या प्रमुखेलाही शक्य होत नाही. पण ज्यांच्यापाशी अधिक काळ्या संशयास्पद आठवणी असतात, त्यांना त्या गुलदस्त्यात ठेवणंच भाग पडतं. प्रश्न विचारणं हे झुआनाचं काम नव्हे. नवागतेमागे जेव्हा मठाचा दरवाजा बंद होतो, तेव्हा तिचा भूतकाळ बाहेरच राहतो. पण तरीही कधीकधी कुणी ऐकून घेणारं सापडलं, तर मदत होते.

''मला नाही...'' ती मुलगी अडखळते, ''मला म्हणायचंय की, जर तू...''

पण ती जे काही म्हणू पाहतेय, ते दरवाज्यावर थाप पडल्यामुळे अर्धंच राहतं.

''सुओरा झुआना, सुओरा झुआना!''

आत शिरणारी सेविका तरुण आणि गबदूल आहे. तिचा चेहरा घामानं डवरला आहे.

''तुम्हाला यावंच लागेल– कृपा करून लगेच या– आत्ताच. सुओरा मॅगडालेना... मला वाटतं... मला खात्री नाही... मी त्यांना जागं करू शकत नाहीये.''

''काय झालं?''

''मला उमगत नाहीये. मी धुवायचे कपडे घेऊन पटांगणातून चालले होते, तेव्हा मला तिच्या कोठडीतून आवाज ऐकू आले. ती कामाची वेळ होती, पण मला वाटलं... कदाचित कुणीतरी सिस्टर तिच्याजवळ असाव्यात. हसण्याचा आवाज येत होता.'' ती शब्द बोलताना अडखळते, ''मुलींचे आवाज येत होते– हसताना. मग एकाएकी ते आवाज थांबले आणि शांतता पसरली. म्हणून... मी दरवाजा उघडला आणि तिथं कुणीच नव्हतं. कोठडी पूर्णत: रिकामी होती. तिथं फक्त सुओरा मॅगडालेना चटईवर होती.''

झुआना ताबडतोब कापराच्या वड्यांची डबी घ्यायला निघाली आहे.

''मी येतेय– लेटिझिआ,'' ती वळते तेव्हा तिला सेराफिनाचा चेहरा दिसतो. त्यावर कुतूहल फुललं आहे. ''उरलेला कामाचा वेळ तुला सुट्टी देतेय. तुझ्या कोठडीत जा आणि व्हेस्पर्सपर्यंत (सूर्यास्तापूर्वीच्या प्रार्थनेपर्यंत) कोठडीत वाट पाहा.''

''मी तुझ्याबरोबर येऊ नको का?'

''नको.''

''पण, मी तुझी मदतनीस आहे. मठस्वामिनी असंच म्हणाल्या होत्या. त्या म्हणाल्या की, मी तुला मदत करायची आहे.''

''हो आणि मला हवी असलेली मदत आहे की, तू तुझ्या कोठडीत परत जावंस. लेटिझिया एका सेविकेला या द्रावाकडे पाहण्यासाठी पाठवून दे. मी परत येईपर्यंत नजर ठेवू दे.''

''पण हे तर मीसुद्धा करू शकते,'' सेराफिना निषेधाच्या स्वरात म्हणते, ''मी या कृतीचा अभ्यास केला आहे. वनस्पती कशा आणि केव्हा घालायच्या ते मला ठाऊक आहे.''

हे खरंच आहे. फक्त इतर कुणी नसताना, औषधालयात नवागतेला सोडणं नियमांमधे बसत नाही. इतरांना किंवा तिला स्वत:ला घातक ठरतील, अशा अनेक गोष्टी इथे आहेत.

''सेराफिना, तू आज्ञाभंगाचा गुन्हा करते आहेस. तुझ्या कोठडीत जा. आत्ताच्या आत्ता.''

आणि त्यांच्यात जी थोडी जवळीक निर्माण झाली होती ती तिच्या नजरेतल्या संतापानं पुसली गेली आहे. ती सेविकेच्या बाजूनं रागानं निघून जाते आणि तिच्या मागे दरवाजा आदळून बंद करते.

१३

कामकाज अजून जोरात सुरू आहे आणि पदपथ रिकामे असताना झुआना भराभर पटांगण ओलांडून निघते. समूहगान थांबलेलं आहे. फक्त वरच्या भरतकामाच्या खोलीतून थोडे अद्‌भुत आवाज बाहेर पडताहेत. त्यांच्यात नृत्यासारखी लय आहे. झुआनाला वाटतं, हाच हसण्याचा आवाज लेटिझिआच्या कानी पडलेला असावा. हिवाळी धुक्यातून आलेला आवाज वेगळाच वाटतो आणि जरी आज धुकं काही दिवसांएवढं दाट नसलं, तरी आजूबाजूची हवा अजूनही धुक्यानं धूसरच वाटतेय.

सुओरा मॅगडालेनाच्या कोठडीचा दरवाजा अर्धवट उघडा आहे. जणूकाही तो अतिथींची वाट पाहतो आहे. आत पाऊल टाकताना तिच्या मणक्यांमधून एक विचित्र शिरशिरी येते.

ह्या काळोखाला दृष्टी सरावण्यापूर्वी (ह्या कोठडीत दिवसासुद्धा काळोख असतो), झुआनाला तो वास जाणवतो. तिनं आजाराची किंवा मृतगंधाची अपेक्षा केली होती पण हा काही वेगळाच आहे. हलका, सुगंधी, अत्तराच्या लाटेसारखा, गुलाबांचा किंवा चमेलीचा. उन्हाळी वास हिवाळ्यात. पलंगावर दिसणारं दृश्य जेवढं धक्कादायक, तेवढेच हे वासही धक्कादायक!

मॅगडालेनाचा बिछाना मागल्या भिंतीलगतच्या जमिनीवर, पाण्याचा तांब्या आणि तिच्या थाळीजवळ पसरलेला आहे. देहधर्मासाठीची बादली जवळच आहे. अलीकडे, लेटिझिआनं सांगितलं होतं की, त्या बादलीतून रिकामं करण्याजोगं काहीच नसे. पण जेवढा आहार कमी तेवढंच उत्सर्जनही कमीच असणार आणि गेली काही वर्षं, तिच्या देवाच्या अव्याहत शोधात, सुओरा मॅगडालेना तिचा देह सतत झिजवत आलेली आहे. तिनं अगदी थोड्या आहारावर जगायची देहाला सवय लावून घेतलेली आहे.

मॅगडालेना मठात शिरली; तेव्हा नवं शतक नुकतंच सुरू झालं होतं आणि त्याकाळच्या इतर कुणीही जोगिणी आता जिवंत नाहीत तरीही, झुआनासकट प्रत्येकीला, तिची थोडीशी कहाणी माहीत आहे : अगदी गरीब कुटुंबातून आलेली, नम्रशी नवागता असताना ती केवळ देवाचं नाव घेत कशी जिवंत राहू शकत होती,

आणि अशा, ईश्वराला समर्पित अवस्थेत असताना येशूप्रमाणेच तिच्याही हातापायांमधून कसं रक्त ठिपकत असे.

असं देवाला समर्पित असणं, तेव्हा लोकमान्यता पावत असे आणि पवित्र स्त्रियांना पूज्य मानणाऱ्या ड्यूक इर्कोलेनं इतर लोक पुरातन वास्तू जमा करतात, त्याप्रमाणे पुण्य जमा करण्यात धन्यता मानली होती. त्याला मॅगडालेना जवळपासच्या गावात सापडली होती, आणि त्यानं तिला सँटा कॅटेरिनात आणून ठेवलं होतं. तिथं तो आणि त्याचे कुटुंबीय, सोबत दरबारी लोकांना घेऊन, तिची भविष्यवाणी ऐकण्यासाठी येत असत. कधीकधी ती त्यांच्यासाठी तन्मयावस्थेतही जात असे.

वदंता अशी होती की, ती तेव्हाही अत्यंत कृश होती. काहीजण म्हणत की तिचं वजन इतकं कमी होतं की ती जमिनीच्या वर तरंगत राहू शकत असे. यावर विश्वास ठेवणं अवघड वाटू नये! या काळात फ्रान्सची आक्रमणं होत होती. उत्तरेकडे लढाया लढल्या जात होत्या आणि प्रत्येक शहर स्वत:ला सुरक्षित ठेवायचा मार्ग शोधत होतं. अशा गरीब, अशिक्षित स्त्रिया– तेव्हा त्यांना संतस्वरुप समजलं जात असे– ज्या भक्तीच्या आणि भलेपणाच्या माध्यमातून ईश्वरापर्यंत पोहोचू शकत असत, त्यांना पापी जगातून तारून नेणारे पुण्यात्मेच समजलं जात असे. पण लूथर आणि त्याचे धर्मविरोधी चेले पर्वतांपलीकडून पाखंडी विचारांची आग फैलावू लागल्यावर, असा स्वत:हून मिळवलेला मोक्ष, संशयास्पद समजला जाऊ लागला आणि ड्यूक इर्कोले मृत्यू पावल्यावर दरबारी लोकांच्या भेटी बंद झाल्या आणि त्याचबरोबर मॅगडालेनाची दैवी शक्तीही लुप्त झाली.

झुआना मठात आली, तोपर्यंत मॅगडालेना विस्मृतीत गेलेली व्यक्ती बनली होती आणि स्वेच्छेनं केलेल्या विनंतीनुसार, ती तिची कोठडी कधीच सोडत नसे आणि ज्यांना तिच्याप्रमाणेच मोक्षाची आसक्ती होती, त्यासुद्धा तिच्या कीर्तीला घाबरून असत एका मागोमाग एक उपवास करून ती इतकी अशक्त झाली होती की, तिला प्रार्थनामंदिरात जाणं अशक्य होत असे आणि गेली अनेक वर्षं मठाचे, पापांचा कबुलीजबाब घेणारे धर्मगुरू अतिशय थकून गेल्यामुळे किंवा विसरत असल्यामुळे देवाचा प्रसाद थेट तिच्याकडे आणेनासे झाले होते आणि काही काळ ती देवाच्या कृपाप्रसादाशिवायच काळ कंठत होती. तिच्या कोठडीचा दरवाजा बंदच राहत असे आणि हळूहळू स्मृतींच्या स्मृतीसुद्धा अंधूक होऊ लागल्या होत्या. औषधालयाची प्रमुखा झाल्यापासून तिची काळजी घेण्याची जबाबदारी झुआनावर येऊन पडली होती. ते काम ती शक्य तेवढ्या चोखपणे करत होती. तिचं जेवण तिच्याकडे वेळेत पोहोचतंय यावर तिचं लक्ष असे आणि तिच्यासाठी सेविका नेमली जात असताना, झुआनानं मधे पडून, तिच्याशी निष्ठुरतेनं वागणार नाही अशा सेविकेची नियुक्ती केली होती. याहून काहीही जास्त करणं कुणालाच शक्य नव्हतं.

मॅगडालेनानं स्वत:वरच लादून घेतलेल्या एकांतवासाची मठाला सवय झाली होती. ती नित्याचीच बाब होती आणि त्याबद्दल कुणीही प्रश्न विचारत नसे. बाकी सारं देवाच्या हाती होतं.

असो. एकूण असं दिसत होतं की, त्यानं आता तिची दखल घेतली होती.

तिचा देह इतका सुकून गेलेला आहे की, झुआनाला रजईखालच्या देहाचा आकारही लक्षात येत नाहीये. तिच्या डोक्यावरली टोपी तिच्या डोक्यावरून खाली पडलीय आणि पांढऱ्या केसांचे खुंट कडक जमिनीवर जमलेल्या हिमासारखे दिसताहेत. पण तिचा चेहरा... आहा, तिचा तो चेहरा अगदी उत्फुल्ल दिसतोय. तिचे डोळे तारवटून उघडेच राहिलेले आहेत. ते तिच्या सुरकुतलेल्या कातडीत तेजस्वीपणे चकाकत आहेत आणि ती हसतेय! मनस्वी, मन:पूर्वक उमटलेलं हास्य. ओठ विलग झालेले. जणूकाही तिनं काहीतरी इतकं अद्‌भुत पाहिलंय की, हसू येईल या अपेक्षेनं तिनं श्वास आत घेतलाय आणि तो तिच्या घशात अडकून राहिलाय.

झुआना कापराच्या वड्यांच्या डबीचं झाकण काढते आणि ती डबी तिच्या नाकाखाली फिरवते.

ती जशीच्या तशीच राहते. इवलाही प्रतिसाद देत नाही.

दारात लेटिझिआ उभी राहिल्यावर खोलीत पुन्हा अंधार पसरतो, ‘‘ईश्वरा रे! त्यानं तिला नेलीय ना?’’

‘‘ती तुला याच स्थितीत दिसली होती?’’

‘‘हो! पण तुम्ही ते हसणं ऐकायला हवं होतं.’’

‘‘त्या दरवाजातून बाजूला हो. मला आणखी उजेड हवाय.’’

त्या वृद्धेनं उजव्या हातात क्रूस घट्ट धरून ठेवलाय, बोटांच्या सांध्यांची हाडं पांढरीफटक पडलेली आहेत. झुआना ब्लँकेटखाली हात घालून दुसरा हात शोधतेय. तो तिच्या बाजूला लुळेपणानं पडलाय. स्पर्शाला थंडगार लागतोय. ती तो हात उजेडाच्या दिशेला वर उचलते, तेव्हा तिला कातडी इतकी पातळ आणि खरचटलेली आणि शिरा इतक्या टरटरलेल्या दिसताहेत की, प्राण्याच्या पोटावरल्या आवरणाची आठवण यावी. ती तिच्या मनगटाची आतली बाजू शोधून नाडीचे ठोके लागताहेत का हे बघतेय. ‘‘हे येशू, तिचा आत्मा मुक्त कर. येशू, तिचा आत्मा मुक्त कर.’’ झुआनाच्या मागून येणाऱ्या लेटिझिआच्या रडव्या प्रार्थनांनी खोली भरून जाते.

तिच्या बोटांखाली तिला अस्पष्ट, थरथरता ठोका ऐकू येतोय. त्यानंतर दुसरा ठोका हळूहळू पडतोय, पण नक्कीच पडतोय. झुआना त्या वृद्धेच्या मानेखाली हात घालून तिला बसतं करायचा प्रयत्न करते आणि तिच्या बोटांना तिच्या कण्याचे मणके वेगवेगळे जाणवताहेत. जणूकाही दफनभूमीत उभे असलेले– थडग्यांवरले

दगडच! परंतु तिचा देह अगदी कडक झालेला आहे आणि अजिबात हलत नाहीये. मृत्यूनंतर ताठरलेला देह आणि तरीही नाडीचे ठोके चालू? ती पुन्हा तिच्या डोळ्यांकडे बघतेय. ते रोखून दृष्टी लावलेले, पापण्यांची अजिबात उघडझाप न करणारे, तेजस्वी आहेत. त्यांच्यावर अजिबात पटल आलेलं नाही किंवा त्यात मंदपणाही नाही. मृत, पण अजून जिवंत असलेले डोळे? झुआना आपला गाल तिच्या नाकपुडीजवळ नेते. जवळून उघड्या तोंडातून येणारा तो वेगळाच गंध आणखी तीव्र होतो आणि मग नक्कीच एक मंदशी उच्छ्‌वासाची ऊब तिला जाणवतेय.

"ईश्वरा, तिचा आत्मा घेऊन जा."

ती कोठडी पुन्हा उदासवाणी वाटू लागते.

"मी म्हटलं, वाटेतून बाजूला हो! मला आणखी उजेड हवाय."

"तिला काय झालंय?" पण आता तिच्या कानांवर पडणारा आवाज सेराफिनाचा आहे. तो भीतीमुळे कर्कश उमटलाय. "ती मरण पावलीय?"

"तू इथं काय करते आहेस?" झुआना तिची दृष्टी वृद्धेच्या चेहऱ्यावरून अजिबात हलवत नाही.

"मला कुणीतरी पळताना ऐकू आलं आणि हसण्याचा आवाज आला. मला... मला एकटीला कोठडीत भीती वाटली."

हे जरी सत्य असलं, तरी ते तिच्या तोंडी खोटं वाटतंय.

झुआनानं त्याबद्दल सांगायचं ठरवलं, तर अशा आज्ञाभंगासाठी प्रायश्चित्ताची शिक्षा ठोठावली जाईल. पण आता त्याबद्दल विचार करायला अजिबात वेळ नाही. आतून कुठेतरी तिला वाटतंय की, तिनंही असंच केलं असतं. बेचव सूज्ञतेवर झणझणीत कुतूहलानं कुरघोडी केली असती.

मुलीनं आत पाऊल टाकल्यावर पुन्हा उजेड प्राप्त होतो.

"ओ! हा वास... हा काय आहे? हा मरणगंध आहे? ती मरण पावलीय?"

झुआना पथारीजवळचा जग उचलते आणि तो उंच धरून त्या वृद्धेच्या चेहऱ्यावरती पाण्याची बारीकशी धार ओतते. कोणताही प्रतिसाद येत नाही. फक्त यावेळेस उच्छ्‌वासाबरोबर तोंडातून मंदसा "आऽऽ" असा आवाज उमटतो.

"नाही. ती मरण पावलेली नाही."

"मग काय झालंय?" सेराफिनाचा आवाज त्या खोलीसारखाच दबता येतो. "तिला काय झालंय?"

"मला वाटतंय की, ती तन्मयावस्थेत गेलेली आहे."

"ओ! ओ! मला ठाऊक होतं." सेविका नव्यानं विलाप करू लागते.

"तुम्ही ते हसणं ऐकायला हवं होतंत. जणूकाही तिच्या सोबतीला येशूची आई

आणि स्वर्गीचे सारे संत आणि देवदेवता इथे आलेले होते.''

''लेटिझिआ, आता गप्प राहा,'' झुआना कठोरपणे म्हणते. ''जा आणि मठस्वामिनीला घेऊन ये. त्यांना सांग की, मला आत्ता इथं त्यांची गरज आहे.''

लेटिझिआ बाहेर पडल्यावर पसरलेल्या शांततेत झुआनाला तिच्या पाठीशी उभ्या असलेल्या सेराफिनाचा विस्मय जाणवतो. कदाचित या आज्ञाभंगामागे काहीतरी ईश्वरी हेतू असावा. सर्वांत आडमुठी नवागताही ज्योतीच्या गाभ्यातून उसळणाऱ्या शुभ्रतेजामुळे प्रभावित झाल्यावाचून राहत नाही.

''इकडे ये,'' ती तिच्याकडे वळून म्हणते, ''तू इथं आहेस, तर तू स्वतःच पाहा. यात घाबरण्याजोगं काहीही नाही.''

''मी घाबरलेली नाही,'' ती धीटपणे म्हणते.

झुआना बिछान्यापाशी तिला जागा करून देते आणि अर्थातच त्या वृद्धेचा चेहरा पाहताक्षणी सेराफिनाची दृष्टी तिथंच खिळून राहते.

''ओ! ती इतकी आनंदात असल्यासारखी दिसतेय, आणि तो सुगंध...''

''तसं कधीकधी घडतं. तो फुलांचा वास आहे, पण त्याहूनही थोडा वेगळा.''

''ती मरण पावलेली नाही, हे तुला कसं कळलं?''

''इकडे ये. तिचा हात हातात घे. घाबरू नकोस– तिला काहीही जाणवत नाहीये. तिच्या मनगटाखाली जिथं मोठी शीर आहे... जाणवतंय? तो ठोका जाणवतोय? पुन्हा बघ. जाणवला? आता बघ तो किती मंद आहे. ताप आलेल्या सिस्टरच्या नाडीचे ठोके किती जलद पडत होते ते आठव.''

''पण त्याचाच असा अर्थ नाही का, की ती मरणार आहे?''

''नाही. हे जर गेल्या वेळेसारखंच घडत असेल, तर ती अशा स्थितीत अनेक तास राहील.''

''गेल्या वेळेस? तू आधी हे बघितलं आहेस?''

केव्हा बरं घडलं ते? सात, आठ वर्षांपूर्वी? कदाचित आणखीही पूर्वी. उन्हाळा होता. नरकप्राय उकाडा होत त्यावेळेस, सुओरा मॅगडालेना बिछान्यात ताठ बसलेली होती. लहान मुलाला जोजवत असल्याप्रमाणे तिचे हात तिच्या पुढ्यात वाकलेले होते. आनंदानं आकडी आल्याप्रमाणं तिचं डोकं मागं झुकलेलं होतं.

अर्थातच अशा गोष्टींबद्दल झुआनानं ऐकलेलं होतं– कोणी ऐकलं नसेल? पण ते बघण्याची तिची ती पहिलीच वेळ होती. त्यावेळच्या मठस्वामिनीनं, नव्यानंच औषधालयाची प्रमुखा म्हणून नियुक्त झालेल्या झुआनाला हा झटका ओसरेपर्यंत तिच्याजवळ बसून राहायला आणि तिच्यावर नजर ठेवायला सांगितलं होतं. तिथे लक्ष ठेवण्यासारखं फारसं होतं अशातला भाग नाही. फक्त एक माशी तिच्या चेहऱ्यावर घोंगावत होती, तिच्या डोळ्यांवर, ओठांवर, तिच्या तोंडातसुद्धा ती

नाचत होती आणि मॅगडालेनाला त्याबद्दल अजिबात जाणीव होत नव्हती. ती स्थिती किती वेळ राहिली होती? एखादा तास, कदाचित थोडा कमी वेळही असेल. पण त्या वृद्धेच्या दृष्टीनं तो खूप दूरचा प्रवास होता. तिला जगाचं अजिबात भान नव्हतं. त्यामुळे शुद्धीवर आल्यावर तिला ती कुठेय हेच उमगेना. स्थळ, काळ, दिवसाचं तिला अजिबात भान नव्हतं. पण ती कुठे जाऊन आली होती याबद्दलचं आश्चर्य आणि ती तिथे आता नाही, याबद्दलचं दुःख मात्र बघवत नव्हतं. आत्म्याला इतका पौष्टिक खुराक मिळाल्यावर देहाला अन्नाची काय गरज पडणार?

तिच्याजवळ असलेली सेराफिना त्या वृद्धेच्या रोखून पाहणाऱ्या डोळ्यांपुढे हात नेते, पण जवळ हात नेल्यावर घुटमळते.

"काळजी करू नकोस. ती तुला पाहू शकणार नाहीय. किंवा ती तुझं बोलणं ऐकूही शकत नाहीय. तिच्या मांसात आत्ता एक सुई खुपस आणि ती हलणारसुद्धा नाही. ती या जगात नाहीये."

"तर मग ती आहे कुठं?"

"ते मला ठाऊक नाही. फक्त मला वाटतंय की, ती अशा जागी पोहोचलीय, जिथं तिचा आत्मा तिच्या देहाएवढाच बलवान आहे. म्हणून ती एका देहातून दुसऱ्या देहात सध्या तरी हलू शकतेय, देवाशी एकरूप होण्याच्या प्रयत्नात आहे ती!"

"देवाशी!"

देवाशी. अर्थात याचा अर्थ सेराफिनाला कळणार नाही.

पण खरोखरच तो कुणाला कळलाय? देवाशी एकरूप... जेव्हा झुआना इथे नुकतीच आली होती, तेव्हाची नवागतांची प्रमुखा उमिलिआनापेक्षा जास्त दयाळू आणि खूपच सौम्य प्रकृतीची होती. देवाकडे जाण्याच्या प्रवासाच्या मार्गावर कुणालाही वाटचाल करता येईल आणि (अंजिराच्या सेवनानं बद्धकोष्ठ दूर व्हावं तेवढ्याच सहजतेनं) आज्ञापालन आणि प्रार्थना नियमित केल्यानंतर देवाची कृपादृष्टी होईल अशा पद्धतीनं ती बोलत असे.

पण प्रत्यक्षात तसं कधीही घडलं नाही. तिच्याही बाबतीत नाही आणि तिच्या आजूबाजूच्या कुणाच्याही बाबतीत नाही! काही आत्मे, वर्षं उलटल्यावर अधिक सौम्य आणि नम्र झाले. काही आत्मे बंडखोर वाघाच्या रूपात आले होते, ते हळूहळू कोकरासारखे गरीब झाले आणि त्याचबरोबर थोडे संथ प्रकृतीचेही बनले. काहींनी विनातक्रार शिक्षा स्वीकारली आणि जास्त उत्तेजित झालेले, अधूनमधून चॅपेलमध्ये घेरी येऊन पडू लागले. पण अशी तन्मयावस्था फार काळ टिकत नसे आणि निदान झुआनाच्या दृष्टीने तरी कायम स्वरुपी टिकण्याजोगी नसून स्वतःवर लादून घेतल्याजोगी वाटत असे.

काही दिवसांनी असा (देवप्राप्तीचा) प्रयत्न थांबवून तिला सुटल्यासारखं वाटलं होतं. तिची पुस्तकं आणि तिचं काम यांनी तिच्या आयुष्याला एक वेगळीच गती आणली. कधीकधी त्यामुळे तिला स्वत:चाही विसर पडत असे. तरीही या कल्पनेमुळे ती भारावून गेल्याशिवाय राहत नसे : देवाशी इतकं संपूर्णत: एकरूप होऊ शकणं, इतका अनन्य आनंद मिळवू शकणं... ती बाजूला उभ्या असलेल्या सेराफिनाकडे नजर टाकते, मग त्या वृद्धेच्या चेहऱ्याकडे दृष्टी वळवते– आणि– मग तिला जाणवतं की, सेराफिनालासुद्धा खूप औत्सुक्य वाटतं आहे. त्यात काहीही धोके असले तरी सुओरा उमिलिआनानं हीनतेचा स्पर्श आणि विनाश याऐवजी तिच्या नवागतांना तन्मयावस्थेबद्दल सांगणं जास्त सूज्ञपणाचं ठरेल. असे शब्द बंडखोर, तरुण मनावंर जास्त ठसू शकतील.

"काय घडलंय इथं?" दरवाजातून ऐकू आलेला मॅडोना चिआराचा आवाज स्पष्ट आणि रुक्ष आहे. "तिची ब्रह्मानंदी टाळी लागलीय?"

"हो. असं दिसतंय."

मठस्वामिनी एक लहानसा सुस्कारा सोडते. जणूकाही व्यग्रतेच्या दिवशी या आणखी एका अनावश्यक प्रश्नाकडे लक्ष देणं तिला भाग पडलं आहे. "किती वेळ?"

"मला माहीत नाही. सेविकेचं म्हणणं आहे की तिला आवाज ऐकू आले, पण ती इथे आली, तेव्हा ती एकटीच होती."

"ते तुझ्यापाशी कोण उभं आहे?" तिचा स्वर रागीट येतोय.

सेराफिना दचकून तिचं डोकं अर्धवट वळवते.

"नवागता इथे काय करतेय?"

"मी... मी तिला मदतीसाठी बोलावलं," त्यानंतर झुआनाच्या लक्षात येतं की असं सांगायचं तिनं ठरवायच्या आतच तिच्या तोंडून ते शब्द निघून गेले होते.

"काहीही असलं तरी ही तिची जागा नव्हे. भल्या मुली, तुझ्या कोठडीत परत जा."

यानंतर सेराफिना ताबडतोब जायला निघते, "ओऽ!" ती थांबते, "मला... मला माझा हात हलवता येत नाहीये. तिनं तो फारच घट्ट धरून ठेवलेला आहे."

हे खरंच आहे. आता ते झुआनाच्या लक्षात येतंय. मुलीनं मॅगडालेनाचं मनगट हातात धरून नाडी बघायचा प्रयत्न केला होता पण आता अचानक, त्या वृद्धेनं हात वळवून तिचाच हात पकडीत घट्ट धरला आहे. तिच्या सुकड्या बोटांनी तिनं इतकं घट्ट धरून ठेवलं आहे की, ती बोटं या तरुणीच्या मांसल हातात रुतून बसल्यासारखी वाटत आहेत, भाजल्या जागी टरटरून येत असलेल्या फोडावर असा दाब फार दु:सह आहे.

"आऽऽ!"

मठस्वामिनी सेराफिनाच्या रोखानं कोठडीत पावलं टाकून येत असताना, सेराफिनाच्या यातना आणि भीती तिला स्पष्टपणे कळतेय. पण त्याचवेळेस अंथरुणावरला देह हलू लागतो. अचानक ते सारं एकाच वेळेस घडू लागतं, हवेतला गंधही बदलू लागतो, मधुर सुगंधाची जागा आंबुस गंध घेतो आणि त्या वृद्धेचा चेहरा पुन्हा शुद्धीवर आल्यासारखा दिसतो.

"हाऽऽऽऽ हाऽ!" तिचं घशातच इतका वेळ अडकलेलं हास्य आता खळखळून बाहेर पडतंय; उंच स्वरातलं, मुलीसारखं, आनंद आणि विस्मयानं ओतप्रोत भरलेलं आणि अशा सुरकुतलेल्या वाळलेल्या देहाला विसंगत वाटेल एवढं तरुण हास्य!

झुआना तिला चुचकारायचा प्रयत्न करते. "घाबरू नकोस. तू अगदी सुरक्षित आहेस. तू आमच्याजवळ आहेस, सुओरा मॅगडालेना."

पण त्यानंतर बाहेर पडलेल्या प्रदीर्घशा कण्हण्याच्या हुंकारात तिचे शब्द हरवून गेलेत. ती वृद्धा, अनपेक्षितशा शक्तीनं, गादीवरून स्वतःला उचलू पाहतेय आणि त्याच वेळेस तिनं सेराफिनाचा हातही घट्ट धरून ठेवलेला असल्यामुळे ती स्वतःला वर उचलू शकत नाहीये. नैसर्गिक प्रतिक्रियेनं, ती बसती होईपर्यंत झुआना तिला आधार देतेय. वृद्धेचा देह लाकडी काठीसारखा कृश आहे. अंधारात ती पापण्यांची इतक्या जोरात उघडमीट करतेय, जणू ती डोळ्यातला वाळूचा कणच डोळ्याबाहेर टाकू बघतेय. तिच्या ओठांची उघडमीट पाहून माशांची आठवण होतेय. तिचे ओठ कोरडा, फडफडता आवाज करताहेत. झुआना पाण्याचा तांब्या काळजीपूर्वक तिच्या ओठांपाशी नेतेय आणि ती हळूहळू घोट घेतेय. खोकतेय आणि जोरात श्वास घेऊ बघतेय. त्यानंतर ती पुन्हा पाणी पितेय. लाळेची धार जावी, तसा तिच्या ओठांपासून हनुवटीपर्यंत पाण्याचा ओघळ जातोय. तिच्याजवळ उभी असलेली सेराफिना थोडीशी कण्हतेय. पण ते भीतीमुळे आहे की, तिच्या बोटांवर बसलेल्या जोरदार पकडीमुळे आहे हे समजणं कठीण आहे.

"सुओरा मॅगडालेना, माझं बोलणं तुम्हाला ऐकू येतंय?" मठाच्या घंटेसारखा मठस्वामिनीचा आवाज भरीव आणि जोरदार आहे. "तुम्ही कुठे आहात ते तुम्हाला ठाऊक आहे?"

बोलणारीच्या रोखानं ती वृद्धा डोकं वर करू बघतेय पण चिआराच्या चेहेऱ्यापर्यंत ती मान उंचावत नाही, कारण आता सेराफिना तिच्या दृष्टीला पडलीय.

"ओ, ओ, ओ माझ्या लाडके! तू आहेस होय?" आता तिचा आवाज नेहमीप्रमाणे बारीक आणि कापरा झालाय, पण ते शब्द स्पष्टपणे बाहेर पडत आहेत. "ओ! ओ! आणखी जवळ ये पाहू."

सेराफिना झुआनाच्या दिशेनं एक घाबरलेला कटाक्ष टाकते, पण तरीही ती पुढे

सरकते. कदाचित तिच्यापुढे दुसरा काही पर्याय नसेल, कारण काठीवर कातडी लोंबत असल्यासारख्या मॅगडालेनाच्या हातात चांगलाच जोर आहे. जेव्हा सेराफिना पुरेशी जवळ येते तेव्हा, ती वृद्धा तिचा दुसरा हात लांब करून त्या मुलीच्या गालाला कुरवाळल्यासारखा प्रेमाचा स्पर्श करते.

"स्वागत आहे, स्वागत आहे तुझं बाळा! मी तुला रडताना ऐकलंय आणि तू इथे येशील हे मला ठाऊकच होतं. दुःख करू नकोस. तो इथं आलाय. तो तुझी वाट बघतोय."

सेराफिना पुन्हा झुआनाकडे बघते. आता तिच्या डोळ्यात खरंखुरं भय आहे. पण त्याचबरोबर तिथं आणखीही काहीतरी आहे : एक प्रकारचं आश्चर्य. ते असल्यावाचून कसं राहील? झुआना हळूच मान हलवते. ती मुलगी पुन्हा वृद्धेकडे वळते आणि त्या थकल्या-भागल्या चेहऱ्यावर मोठ्ठं हसू फुलतं.

"ओ! घाबरू नकोस. तू घाबरता कामा नयेस."

"सुओरा मॅगडालेना!" मठस्वामिनी उद्‌गारते.

" 'तो' मला म्हणालाय की, काहीही झालं तरी तो इथं असेल आणि तो तुझी छान काळजी घेईल हे मी तुला सांगावं."

"मी मॅडोना चिआरा, तुझी मठस्वामिनी बोलतेय."

"तो आपल्या सर्वांचीच अगदी नीट काळजी घेईल." आणि ती पुन्हा हसते. मोती ओघळल्यासारखा, कोवळा आवाज पुन्हा कोठडीत घुमतो, "कारण त्याचं प्रेम, त्याचं प्रेम अगाध आहे."

"माझं बोलणं तुम्हाला ऐकू येतंय?" मठस्वामिनी विचारते.

मॅगडालेनाला ते बोलणं ऐकू येत नाही, हे स्पष्टच दिसतंय. ती निःश्वास टाकते, तिचे डोळे मिटू लागतात आणि सरतेशेवटी ती हाताची पकड सैल सोडते. झुआना तिला बिछान्यावर झोपवत असताना सेराफिना आपला हात बाजूला करते, पण तिचे डोळे त्या वृद्धेच्या चेहऱ्यावरून अजिबात हलत नाहीत.

त्या दोघींच्या डोक्यावरून, काळोखात झुआना आणि मठस्वामिनी एकमेकींकडे बघतात.

बाहेर सायंप्रार्थनेसाठी घंटा वाजू लागते.

१४

त्या दुपारी नेमक्या ज्या वेळेस या घटना घडल्या, त्या वेळेचं महत्त्व झुआनाच्या पूर्णपणे लक्षात यायला बराच वेळ लागला.

अशी गोष्ट घडायचा सर्वांत सुयोग्य क्षण शोधायचा असता, तर तो व्हेस्पर्सच्या– सायंप्रार्थनेच्याच वेळेचा असायला हवा होता. कारण फक्त यावेळेसच, बाहेरून चर्चमध्ये प्रवेश करणाऱ्याला, सामूहिक प्रार्थनागीतं गाणाऱ्या जोगिणी दिसत नसल्या तरी ऐकू येतात आणि प्रत्येकालाच ठाऊक होतं की, त्यादिवशी त्यांनी गायली ती काही अशीतशी साधारण सायंप्रार्थना नव्हती. हौतात्म्य पावलेल्या पवित्र कुमारिकेच्या स्मरणार्थ ठेवलेल्या मेजवानीच्या दिवशीची सायंप्रार्थनासुद्धा विशेष स्वररचनेत गुंफलेल्या खास सूक्तांनी सादर होणार होती. ज्यांना संतांच्या तिथ्या माहीत असत– आणि शहरात असे लोक खूप होते– त्यांच्या दृष्टीनं सेंट ॲग्नेसचा स्मृतिदिन हा विशेषत: हृदयस्पर्शी दिवस समजला जात असे आणि श्रद्धाळू व्यापारी किंवा सेंट ॲग्नेसच्या वयाच्या तरुण मुली असलेले दरबारातले मान्यवर लोक मुद्दाम चर्चमध्ये येत आणि वेदीमागच्या जाळीतून ऐकू येणाऱ्या स्वर्गीय संगीतानं शुचिर्भूत होण्यासाठी चर्चमध्ये बसत असत.

हवेनंही त्यांना चांगली साथ दिली, कारण दिवसा जरी धुकं होतं, तरी घंटा वाजल्यानंतर जेव्हा जोगिणी पदपथावरून प्रार्थनामंदिराकडे जाऊ लागल्या, तेव्हा चमत्कार झाल्याप्रमाणे आकाश स्वच्छ झालं आणि ढगांना भेदून थोडे सूर्यकिरण चमकू लागले.

आणि त्या दुपारच्या घटनांमुळे स्वत: जोगिणीसुद्धा भारावून गेल्या होत्या.

कोठडीत त्या वृद्धेजवळ लेटिझिआ थांबली आणि प्रार्थना गाणाऱ्या जोगिणी प्रार्थनामंदिरात पोहोचेपर्यंत, बंद दाराआड मठस्वामिनी, औषधालयाची प्रमुखा आणि नवागता या साऱ्या लेटिझिआजवळच थांबल्या. मॅडोना चिआरानं या तिघींना ताबडतोब खडसावून सांगितलं, "आज दुपारी इथं जे काय घडलं, ते फक्त सुओरा मॅगडालेना आणि ईश्वर या दोघांमधलंच गुपित आहे. हे लक्षात येतंय? मी सोडून बाकी कुणाजवळही त्याचा उच्चार केला गेला, तर आज्ञाभंग करणारीला कठोर

प्रायश्चित्त घ्यावं लागेल.''

परंतु ती जाणून होती की, ही बातमी आधीच बाहेर फुटलेली असणार. जरी हे घडलं तेव्हा मठाची कामाची वेळ होती, तरीही काहीजणींनी त्यानंतर दावा केला की त्यांना विचित्र हास्य ऐकू आलं होतं, तर इतर काहीजणी म्हणाल्या की, त्यांना पदपथावरून धावणारी पावलं ऐकू आली होती. एकजण तर खात्रीपूर्वक म्हणत होती की, उंचावरल्या खिडक्यांमधून बघितल्यावर तिला त्या कोठडीचा दरवाजा उघडा दिसला होता.

पण इतकी खात्री खूप उशिरा प्रदर्शित केली जाते.

प्रत्यक्ष त्या वेळेस, शहरभर घंटांचा आवाज घुमत असताना आणि जोगिणी प्रार्थनामंदिरात जमत असताना फक्त काहीतरी वेगळं घडलंय, एवढीच भावना असते; जणूकाही पाण्यावर तरंग उठले असावेत, पण त्याचं कारण कुणाला कळू नये! सांयप्रार्थनेला प्रारंभ करण्याच्या तयारीत, प्रार्थनामंदिराचे दरवाजे बंद केले गेल्यावर जोगिणी आजूबाजूला नजर टाकून मठस्वामिनीखेरीज आणखी कोण गैरहजर आहे ते शोधू लागतात.

याच क्षणी झुआना आणि सेराफिना खाली मान घालून, जमिनीवर दृष्टी खिळवून हळूच प्रवेश करतात. आत शिरत असताना सेराफिना रडणं थोपवत असल्याप्रमाणे श्वास घेते, पण झुआनाला तिचा चेहरा दिसत नाहीये. उपासना गीतसंघाची प्रमुखा, सुओरा बेनेडिक्टा, आधीच एका छोट्या ऑर्गनपाशी (संवादिनी पेटीचा प्रकार) स्थानापन्न झाली आहे. इथून ती ऑर्गन वाजवूही शकेल आणि गाणाऱ्यांना सूचनाही देऊ शकेल. प्रार्थनामंदिर आणि पलीकडलं चर्च यांना विभागणाऱ्या प्रचंड जाळीवरले पडदे बाजूला केलेले आहेत आणि त्यातून बाहेरच्या चर्चमधल्या मेणबत्त्यांचा मंद प्रकाश आत येतो आहे.

काहीकाही मठांमध्ये, चर्चच्या वरच्या पोटमाळ्यावरून जोगिणी प्रार्थनागीतं म्हणतात. त्यामुळे त्यांच्या पायालगतच्या लाकडी तक्तपोशीमधल्या फटीतून तीक्ष्ण नजरांना खालच्या वेगळ्या हालचाली किंवा रंगीबेरंगी तिरीप दिसू शकते. सँटा कॅटेरिनाच्या प्रार्थनागायनाच्या कक्षातून त्यांना जरी फारसं दिसत नसलं, तरी त्यांना सारं काही ऐकू येतं– देहाची हालचाल, साफ केले जाणारे घसे, पुरुषांना येणारा विचित्र, कोरडा खोकला किंवा बोलण्याच्या आवाजाची गुणगुण. त्या संध्याकाळी जोगिणींना बाहेर नेहमीपेक्षा जास्त अस्वस्थता जाणवतेय. सँटा कॅटेरिनाच्या ख्यातीमुळे आणि शहरात अजूनही डी'एस्टे विवाहसोहळा साजरा होत असल्यामुळे चर्च तुडुंब भरलं आहे. चांगल्या जागा मिळाव्यात, म्हणून खूप लोक लवकरच येऊन बसले आहेत आणि सांयप्रार्थनेची सुरुवात होण्याची अधीरतेनं वाट पाहत आहेत.

दुसऱ्या ओळीच्या टोकाला, आपल्या नेहमीच्या जागेवरून झुआना सेराफिनाला

नरजेच्या टप्प्यात ठेवू पाहतेय. ती मुलगी अजूनही हादरलेल्या मानसिक अवस्थेतच आहे. ती अगदी पांढरीफटक पडलीय आणि सुओरा मॅगडालेनाच्या पकडीतून सुटल्यापासून ती एक शब्दही बोललेली नाही. त्या वृद्धेच्या कोठडीत पाऊल टाकण्यापूर्वीसुद्धा तिला भुकेमुळे आणि जागरणामुळे चक्कर येत असणार, पण आता तिचं भांबावलेपण अगदी स्पष्टपणे जाणवतंय. ती अगदी निश्चल बसलेली आहे आणि समोर टक लावून ती पाहत असली तरी तिला कुणीही दिसत नसल्याप्रमाणे तिची नजर रिकामी आहे. तिच्यापाशीच, श्वासाला दुर्गंध येणारी मारिया लुसिया कुबड काढून, तिच्या प्रार्थनांच्या पुस्तकावर डोळे खिळवून बसलेली आहे. उत्सुकतेनं तिची हनुवटी थरथरते आहे.

सरतेशेवटी मठस्वामिनी प्रवेश करते आणि चटकन आपल्या जागेवर स्थानापन्न होते. ती बेनेडिक्टाकडे बघून मान हलवते आणि त्या दोघीही उठून उभ्या राहतात. त्यांच्या पाठोपाठ साऱ्या जोगिणी उठून उभ्या राहतात. त्यांच्या वस्त्रांची सळसळ कानांवर पडल्यावर पलीकडल्या चर्चमधली सारीजणं सावध होतात आणि जाळीपलीकडे बसलेला समुदाय संगीत ऐकण्यासाठी शांत होऊन प्रतीक्षा करतो.

ज्या अगदीच साधारण आहेत किंवा गाण्याच्या दृष्टीनं सुओरा लुक्रेझियासारख्या शारीरिक विकृतीमुळे असमर्थ आहेत अशा थोड्या जोगिणी वगळता जवळजवळ पन्नासजणी देवाची आळवणी करायला (आणि देवाप्रमाणेच स्वत:लाही थोडी कीर्ती प्राप्त करून घ्यायला) गायच्या तयारीत उभ्या राहतात. खूण करायला चिमुकल्या अंगयष्टीची बेनेडिक्टा आपलं डोकं वर उचलते आणि ते पुन्हा खाली लववते आणि त्या खुणेनंतर स्वर हवेत निनादू लागतात, प्रार्थनेचे शब्द स्वच्छ आणि स्पष्ट ऐकू येतात आणि श्रोत्यांना तरुणीच्या हौतात्म्याच्या कहाणीशी एकरूप करून टाकतात.

पवित्र ॲग्नेस, ज्वाळांच्या मधोमध उभी राहून
हात फैलावून प्रार्थना करतेय...

तिच्यासाठी सूचना म्हणून क्षणभर स्तब्धता झाल्यावर, समूहगायिकांपैकी सर्वांत सुरेल आवाजाची कोकिळकंठी, युजेनिया, ताठ मानेनं, श्वास घेऊन, सज्ज राहते, पण तोंड उघडून स्वराबरोबर तो श्वास तिला बाहेर येण्यापूर्वीच, तारुण्याच्या जोमाचा आणि सोनेरी भाल्यासारखा धारदार असा सेंट ॲग्नेसचाच असावा, असा आवाज ज्वाळांमधून हवेत उसळी घेतो आणि जाळीतून बाहेरच्या चर्चपर्यंत पोहोचतो.

'हे थोर ईश्वरा! आदरणीय, पूज्य, जरब वाटेल अशा देवा...'

समूह गायिकांमधून स्वाभाविकत:च डोकी नवागतेकडे वळून बघताहेत. झुआनाच्या पोटात खड्डा पडलाय... पण तो धक्का बसल्यामुळे आहे की आनंदामुळे आहे, हे तिला कळत नाहीये. सेराफिनाचा चेहरा अजून निस्तेज आहे, तिचे डोळे कुठेतरी अर्ध्या अंतरावर खिळलेले आहेत. परंतु ती किंवा इतके दिवस तिच्यासाठी लपून

राहिलेली 'ती' आता इथे उपस्थित झालेली आहे. नवागतेला तिचा आवाज परत मिळालाय.

'तुझ्या थोर पुत्राच्या शक्तीमुळे
मी पवित्र वस्तू बाटवणाऱ्या जुलमी राजाच्या
धमक्यांमधून बचावून निघालेय.
वासनांची दलदल मी ओलांडलीय
आणि पाहा... मी निष्कलंक आहे.'

देवाच्या प्रेमात सर्वजण सारखेच वाटेकरी असतात आणि अनेकांमधून एकीलाच वेगळी वागणूक देणं, विणलेल्या वस्त्रातला एकच धागा वेगळा करणं, हे निरोगी मानलं जात नाही. मठातल्या आयुष्याचं एकमेव उद्दिष्ट असतं, आपलं वेगळं अस्तित्व पुसून टाकून सर्वांच्या ठायी एकरूप होऊ शकणं आणि हे ध्येय प्रार्थनामंदिराएवढं पूर्णत्वानं इतर कुठंही साध्य होत नाही. त्या जागी समूहगायिकांचे आवाज एकच नितळ, एकसंध बनून देवाची आणि त्याची अपार औदार्याची स्तुतिस्तोत्रं गाऊ लागतात.

पण असेही काही क्षण येतात, आणि असेही काही आवाज असतात... आणि या दोहोंची जेव्हा युती होते, तेव्हा तिला विरोध करणं अशक्य आणि अयोग्य ठरतं.

'बघ, मी तुझ्या पायाशी आलेय,'

ही ओळ संपून पुढल्या ओळीला प्रारंभ होण्यापूर्वी, झुआनाला दिसतं की मठस्वामिनीनं एका कटाक्षानं युजेनियाला गप्प केलं आहे; आणि ती गरीब बिचारी मुलगी इतकी गोंधळून गेलीय की, तिनं तिच्या वाटच्या ओळी गायचा प्रयत्न करण्याची शक्यता कमीच होती. ती तिचं अर्धवट उघडलेलं तोंड मिटून घेते– आणि दृष्टी खाली वळवते.

तिचा जो अपमान झाला आहे, त्याची त्याक्षणी कुणालाही पर्वा नाही आणि या जाणिवेमुळे जो धडा ती शिकतेय, तो अधिकच झोंबरा बनला आहे.

'ईश्वरा, मी केवळ तुझ्यावरच प्रेम केलंय,
तुझीच भक्ती केलीय आणि नेहमीच तुझीच आस धरलीय.'

तेथे उपस्थित असलेल्यांपैकी खूपजण या घटनेचा एक छोटासा पण अद्भुत चमत्कार असा यापुढे उल्लेख करतील. त्या जाळीच्या दोन्ही बाजूला उपस्थित असलेले लोक, त्यांनी ऐकलेल्या आवाजाचं वर्णन करण्यासाठी शब्द शोधतील. प्रथम ते त्याची तुलना मधाच्या पोळ्यातून ठिपकणाऱ्या दाट मधाशी करतील किंवा लाकडाच्या आतल्या ऊबदार गाभ्याशी त्या आवाजाची तुलना करतील आणि लगेचच हे म्हणणं खोडून निघेल, अशी पेटत्या धूमकेतूच्या ज्वाळेशी या आवाजाची तुलना करतील. किंवा बर्फाची शुभ्रता किंवा स्वर्गीय देवतांची चकाकती तरलता

याच्याशी तुलना करतील. पण त्या आवाजाचं मोल ज्यांना खरंखुरं उमगलं आहे, ते त्या आवाजाचं वर्णन न करता, तो ऐकून त्यांना काय वाटलं त्याबद्दल बोलतील.

वृद्ध आणि श्रद्धाळू लोक म्हणतील की, त्यांचं हृदय विदीर्ण होऊन त्यांना श्वास घेणं अवघड वाटू लागलं, पण अशा यातनांमधूनही त्यांना प्रेमाचा झरा वाहताना जाणवला. त्याचा वेग, शंभर सैनिकांच्या नेत्यानं येशूच्या देहात भाला खुपसला असताना उसळून बाहेर आलेल्या रक्तासारखा जोरदार होता आणि त्यापासून लाभलेला आनंद देवदूत गॅब्रिएलच्या शब्दांनी पवित्र मॅडोनाला झालेल्या आनंदासाखाच उत्कट होता. याविरुद्ध तरुणांना आतडं पिळवटून निघाल्यासारखी भावना अनुभवाला आली आहे. हा प्रेमाचा एक वेगळाच प्रकार आहे. परंतु त्यांचं म्हणणं आहे की हा बाण त्यांचं हृदय भेदून आत शिरला आणि आपण काय करतोय ते लक्षात न येताच, तरुण आणि वृद्ध, दोघेही, त्या क्षणाची आठवण काढताना हृदयावर हात दाबून धरतील आणि स्तुतीची अतिशयोक्ती करताना एकमेकांशी स्पर्धा करून दमून गेल्यावर ते थकून शांत बसतील आणि मनातून त्यांना विलक्षण आनंद वाटेल, की त्यांचं शहर हा संगीताचा असा स्वर्ग आहे की, त्यातल्या रहिवाशांना मार्गदर्शन करण्यासाठी प्रत्यक्ष ईश्वरच तेथे नवनवीन देवदूत पाठवत असतो.

ह्या साऱ्या स्तुतिसुमनांच्या शब्दांचं सुओरा बेनेडिक्टाच्या लेखी काहीही महत्त्व नाही. जरी स्वररचनांच्या बाबतीत ती स्वप्नाळू असली, तरी ती समूहगायिकांची प्रमुखाही आहे आणि आपल्या क्षेत्रात महत्त्वाचं काय याची तिला पूर्ण जाणीव आहे. तिनं यापूर्वीही आवाजाचा विलक्षण गोडवा ऐकलेला आहे (आणि त्याचा ती उत्कृष्ट वापरही करून घेऊ शकते, कारण मठातल्या सूमहगानात पावित्र्याच अतिरेक करून चालत नाही.), पण इतक्या तरुण देहातून– हा देह अजूनही एका स्त्रीएवढाच एका मुलीचाही आहे– इतक्या व्यापक पल्ल्याचा आणि पूर्णपणे नियंत्रणाखाली असलेला आवाज निघू शकेल, हे भाकीत मात्र तिला कधीही वर्तवता आलं नसतं. एका श्वासातच या फुफ्फुसांना इतका वेळ दम टिकण्याएवढा जोम कसा मिळत असावा! तिला सहजतेनं इतक्या सप्तकांमध्ये कसा संचार करता येतोय किंवा त्यामध्ये तिचा इतक्या सुलभतेनं कसा स्वर लागू शकतोय; असं करताना त्या आवाजात अजिबात ताण जाणवत नाहीये किंवा वयात आल्यावर स्वर कधीकधी थोडा बेसुरा होतो, त्याचं अजिबात चिन्हही नाही! आणि जेव्हा समूहगानात चार किंवा सहा ओळींनंतर सूक्तांची चाल बदलते, तेव्हा ते लक्षात ठेवून हा एकटाच आवाज त्यांच्याबरोबर इतक्या खात्रीपूर्वक कसा काय संचार करू शकतो; हे स्वर तिनं अर्धवट बंद खिडकीतून एकदा, फार तर दोनदाच ऐकलेले होते! त्यामुळे सायंप्रार्थना संपत येते, तोवर बेनेडिक्टानं आधीच पुढल्या कार्यक्रमासाठीची अर्धीअधिक स्वररचना केलेली

आहे. या नव्या आवाजानं तिच्या मनाचा असा ताबा घेतला आहे की, तो आवाज स्वत:च स्वत:साठीची सुरावली निवडतो आहे.

आणि दरम्यान, हे सारं चाललेलं असताना, सुओरा झुआनाची काय अवस्था आहे? झुआनाला अतिशयोक्तीपूर्ण काव्याइतकंच गायकीच्या सूक्ष्म बारकाव्यांबद्दल अज्ञान आहे. झुआनाला निरीक्षण करून, विचार करून आपली बुद्धी आपल्याला काय सांगतेय ते बघण्याचं बाळकडू मिळालेलं आहे. परंतु आता मात्र तिची बुद्धी तिला जे जे सांगतेय, ते सारं सारं चुकीचं वाटतंय. तिच्या पुढ्यात आनंदानं फुलून गेल्यासारखी दिसणारी तरुणी आहे. ईशस्तुती गाताना आणि एका पवित्र कुमारिकेनं हसत दिलेल्या बलिदानाचं वर्णन गाताना तन्मय झालेला आवाज झुआनाच्या कानी पडतोय. पण ही मुलगी आहे तरी कोण? इतकं जमीन-अस्मानाएवढं परिवर्तन कसं घडलं? इतकी हट्टी, शिरजोर, बंडखोर, चिडखोर अशी तिला माहीत असलेली तरुणी– इतकी मनस्वी पण आध्यात्मिकतेकडे अजिबात कल नसलेली मुलगी– एकाएकी पूर्णत: लुप्त होऊन त्याजागी ही नवीच मुलगी कुठून आली? ही नवी मुलगी गायनात इतकी मग्न झालेली आहे, इतकी शुचिता पावली आहे आणि ती गात असलेल्या संगीताशी इतकी एकरूप झालेली आहे की, आपल्यात असा बदल घडला आहे याची तिला जाणीवसुद्धा झालेली नाही!

ती काय करतेय याची कुठेतरी तिला जाणीव होत असली पाहिजे आणि ती जाणीव तिला आधीच झालेली आहे.

सायंप्रार्थनेची यशस्वी सांगता होणार आहे. शेवटचे स्वर शांत होताना– सेराफिनाचा आवाज आता इतर आवाजात गुंफला गेलेला आहे, तो त्या आवाजांमध्ये बुडून गेलेला नाही– मात्र जाळीच्या दोहोबाजूंच्या माणसांपैकी कुणीही हलत नाहीये.

मठस्वामिनी स्वत: उठली की, इतरांना उठायची सूचना मिळेल. पण ती अजूनही आपल्या खुर्चीतच बसून राहिलेली आहे. तिच्या आजूबाजूला, समूहगानात भाग घेणाऱ्या व्यग्र आहेत, काहीजणी सूचनेबरहुकूम खाली दृष्टी खिळवून उभ्या आहेत, इतर काहीजणी खुणेची वाट पाहत आहेत, काहीजणींनी उघडपणे नवागतेवर नजर रोखली आहे. नवागता मात्र हात बाजूला ठेवून, दृष्टी खाली वळवून फक्त जमिनीकडे बघते आहे.

समूहगायिकांच्या कक्षात आणि मुख्य चर्चमध्ये पूर्ण शांतता आहे. जाळीतून आजिबात आवाज ऐकू येत नाहीयेत. घसे साफ करण्याचा नाही, खोकण्याचा नाही किंवा कुजबुजण्याचादेखील नाही. फेराराच्या नागरिकांना हा आनंदानुभव संपल्याचं मान्य करणं शक्य होत नाहीये किंवा तशी इच्छा होत नाहीये.

आणि मग बाहेरच्या शांततेतून एका माणसाचा आवाज अगदी स्पष्टपणे आणि मोठ्यांदा ऐकू येतो. तो एकच शब्द उच्चारतो : "शाब्बास!"

तो ऐकून सारेजणच दचकतात आणि आता मठस्वामिनी जागी झाल्याप्रमाणे उठून उभी राहते आणि तिच्या पाठोपाठ इतरजणही उभे राहतात.

आणि ती मुलगी? क्षणभर ती मुलगी काहीच करत नाही. फक्त जमिनीवर नजर खिळवून उभी राहते. पण तिच्या आजूबाजूच्या मुली हलू लागताच, ती तिचं डोकं वर उचलते आणि क्षणभर तिची झुआनाशी नजरानजर होते. झुआनाला तिच्या डोळ्यांमध्ये काय दिसतं? उल्हास? समाधान? किंवा आनंद? नक्कीच. पण त्याचबरोबर खात्रीनं तिला विजयाचा दृष्टिक्षेप दिसतो.

हा शेवटला विजयाचा दृष्टिक्षेप झुआनाच्या मनात खोलवर रुततो, कारण तिनं पाडलेल्या प्रभावामुळं या मुलीला आनंद वाटणं जरी अगदी स्वाभाविक असलं, तरीही तिला कळायला हवं की, तिनं स्वत:च स्वत:वर जन्मठेपेची शिक्षा ओढवून घेतलेली आहे. कारण आता काहीही झालं तरी ते तिला इथून सोडणं शक्य नाही!

■

भाग दुसरा

१५

बेकरीतून येणारा सुवास जवळजवळ असह्य होतो आहे. तो सुवास गेले काही दिवस आणखी आणखी वाढतोय. नाकाला सुखावणारा गंध सुरू झाला, आलं घातलेल्या बिस्किटांपासून. त्यानंतर केक बनले. मग ताजे मसाले घातलेले ब्रेड बनले. या गोष्टी ओव्हनमध्ये खरपूस भाजल्या जात असताना त्यातून आंबलेला आणि साखरेचा असा वास उफाळून येऊन कमानीने आच्छादिलेल्या वाटेवर पसरला! काही जोगिणींनी कबूल केलंय की, स्वयंपाकघराजवळून जाताना त्यांच्या तोंडाला पाणी सुटतंय (थंडीतली नेहमीची जेवणं बेताचीच आणि तीच ती होऊ लागतात.), पण या कबुलीजबाबामुळे इतर जोगिणींना आपल्याही पापाची तीव्रतेनं जाणीव होऊ लागते आणि अधिरता वाटणं हा अगदी क्षुल्लक प्रकारचा आज्ञाभंग आहे. त्यांना या गोष्टी लवकरच चाखायला मिळणार आहेत.

स्वयंपाकघरात, सुओरा फेडेरिकाला नेहमीच्या जास्त दमणुकीच्या कामातून सूट दिली गेलीय, कारण ती आणि तिच्या मदतनीस जोगिणी आणि सेविका, येणाऱ्या अतिथींच्या ताफ्याला खाऊ घालण्यासाठी मिष्टान्नं बनवण्याच्या जास्तीच्या कामात व्यग्र झालेल्या आहेत. मुख्य दारापाशी दररोज सामान येऊन पडतंय आणि कोठारघराकडे बघणारी प्रमुख सेविका हे सामान आणि जास्तीची रसद आणण्यासाठी नदीकाठच्या कोठारघराकडे फेऱ्या मारून मारून थकून गेलीय. त्या सकाळीच एका नव्या दात्याकडून मद्याची दोन पिंपं येऊन पडलेली आहेत. एक पिंप उघडून बाटल्यांमध्ये मद्य भरायचं आहे आणि दुसरं कोठारघरात ठेवून द्यायचं आहे. मठस्वामिनीनं, सुओरा येस्बेटाच्या खाजगी ग्लासांचा वापर करायला परवानगी दिलेली आहे. एका उच्च कुटुंबातून आलेली जोगीण या नात्यानं तिला 'मुरानो' येथील काचेचे ग्लास आणि पिटुकली कुत्री यांची प्रचंड आवड होती. तिनं बरोबर आणलेल्या पेटाऱ्यांमध्ये भरपूर ग्लास होते. चर्चासत्रात दरवर्षी उहापोह केला जातो की, अशा सुखसोईंचा केवढा वापर हा दिखाऊपणा किंवा पोकळ डौल समजला जावा. परंतु आतिथ्यासाठीची गरज म्हणून या गोष्टींच्या वापराच्या बाजूनं मतं पडतात. पण यावेळेस विरोधी पक्षाची लढत जरा तीव्र होती. नवागतांची प्रमुखा

आणि तिला पाठिंबा देणाऱ्या गटाला चुचकारण्यासाठी असं ठरवलं गेलं आहे की, फक्त मठाला दान करणाऱ्यांसाठीच त्या ग्लासांचा वापर केला जाईल; तसंच फक्त प्रतिष्ठित अतिथींसाठीच त्या ग्लासांचा उपयोग केला जाईल आणि जर काही ग्लास तुटले-फुटले तरी ती भरून देण्याची जबाबदारी मठावर पडणार नाही.

लवकरच सोनेरी नक्षीकाम केलेले मद्यांचे पेले, मद्यानं काठोकाठ भरलेल्या मग्जजवळ, टेबलक्लॉथ घातलेल्या ट्रेसल[१५] टेबलांवर, स्वागतकक्षाच्या एका बाजूला ओळीनं ठेवले जातील. स्वागतकक्षाचं रूप आमूलाग्र पालटलं आहे. एक छोटासा ऑर्गन संगीताच्या खोलीतून इथं, एका कोपऱ्यात आणला गेला आहे. त्याच्या जवळच दोन उंच पाठीच्या खुर्च्या 'ल्यूट' आणि 'हार्प' ही तारवाद्यं वाजवणाऱ्यांसाठी ठेवल्या गेल्या आहेत. गाणाऱ्यांसाठीही जागा ठेवलेली आहे. टोकेरी मांडणीवर, सर्वांत उत्कृष्ट दर्जाच्या मेणाच्या मेणबत्त्या खोचून ठेवलेल्या आहेत. सदाहरितपर्णी वृक्षांच्या फांद्या, हिवाळी बेरीज् (बोराच्या आकाराची लाल-जांभळ्या रंगांची फळं) आणि मसाल्यांच्या वनस्पतींच्या माळा विणून छतावर लटकावल्या आहेत आणि धातूच्या तबकड्यात ठेवलेली सुगंधी द्रव्यं पेटवण्याच्या तयारीनं ठेवली गेलेली आहेत. त्यांच्या गंधानं हवा आधीच सुवासिक झालेली आहे. ही खोली इतकी एखाद्या सुरेखशा घरगुती दिवाणखान्यासारखी दिसतेय की, नव्यानं इथे आलेल्या जोगिणींनी त्यांच्या कुटुंबीयांसमवेत साजऱ्या केलेल्या मेजवान्यांचे दिवस आठवताहेत आणि या खोलीच्या प्रवेशद्वारापाशी कौतुकानं बघत उभ्या असताना त्यांच्या मनात जुन्या आठवणी उफाळून येत आहेत.

भोजनालयाच्या एका टोकाचा भाग बंद करून तेथे स्टेज उभारलं जाणार आहे. तेथे मुद्दाम आमंत्रित केलेल्या, स्त्री-प्रेक्षकांपुढे *'अॅलेक्झांड्रियाच्या सेंट कॅटेरिनाचं हौतात्म्य'* या नाटकाचं सादरीकरण होणार आहे. जवळच्याच कोठारघरात नाटकासाठीचे कपडे आणि इतर सामग्री ठेवण्याची सोय केली गेली आहे. काही कपडे स्वत: जोगिणीच बनवत आहेत. पण बनवायला जास्त कठीण– बंड्या आणि पायमोजे या सम्राटाच्या दरबाऱ्यांसाठीच्या गोष्टी आणि प्रत्यक्ष चाक, जे भक्कम दिसलं पाहिजे आणि सेंट कॅटेरिना त्याला बांधली जाण्यापूर्वी दैवी चमत्कारानं ते भंग पावलं पाहिजे– अशा गोष्टी जोगिणींच्या कुटुंबीयांच्या मदतीनं, बाहेरून मागवल्या जाणार आहेत. नाटकात भाग घेणाऱ्या जोगिणी आणि नवागता, मनोरंजनाच्या वेळेस बागेत किंवा पदपथावर भरभर चालत, त्यांचे नाटकातले शब्द घोकताना दिसतात. त्या

---

१५. ट्रेसल टेबल (Trestle table) – खालील लांब खुरांच्या तीन उभ्या खांबांना एका आडव्या तुळईनं एकत्र घट्ट जोडून त्याच्यावर अरुंद आणि लांबलचक फळी ठेवून बनवलेलं टेबल.

स्वत:शीच त्या वाक्यांची उजळणी करत असतात किंवा एकमेकींपुढे ती बोलून दाखवतात. सँटा कॅटेरिनाचं काम सुओरा पर्सेव्हेरान्झा करणार आहे. देहपीडा करून घ्यायची तिला सवय असली, तरी ती अधूनमधून अभिनयाचा आनंद लुटते आणि सर्वांचं एकमत आहे की, तिच्या अभिनयात एक कोवळा सच्चेपणा असतो. भूतकाळात तिनं साकार केलेल्या अशा तेजस्वी संतांच्या भूमिकांनी, त्या पाहणाऱ्या अनेक दातृत्ववान स्त्रियांच्या डोळ्यांमध्ये, अश्रू उभे केले आहेत आणि त्या पाठोपाठ त्यांच्याकडून सढळ मदत मिळालेली आहे.

खूप काळ कडक थंडी राहून आता शहरातल्या हवेत थोडी ऊब येऊ लागलेली आहे. पण अजून ही ऊब धुकं दूर करण्याएवढी पुरेशी नाही. या बदलाला झुआनाच्या दृष्टीनं फारच वेळ लागला आहे. सकाळभर वनस्पतींच्या बागेत तिच्या नाजूक रोपांभोवती ज्यूटच्या खरखरीत कापडाचं आवरण चढवून तिची बोटं गारठून गेली आहेत. माळा बनवणं आणि वनस्पती गोळा करणं, सजावट करणं आणि सुगंधीद्रव्यं जमवणं ही तिचीसुद्धा जबाबदारी आहे आणि यात तिला थोडी मदत मिळालेली आहे. पण गेल्या काही महिन्यात तिला ज्या दर्जाच्या मदतीची सवय झालेली आहे, त्या तोडीची ही मदत नाही.

सगळी तयारी पूर्ण झाल्यावर सँटा कॅटेरिनाच्या जोगिणी, त्यावर नजर टाकून त्यांच्या कामाबद्दल समाधानी दिसत आहेत. त्यामागचं थोडंसं कारण असंही आहे की, गेले काही आठवडे बऱ्याच दृष्टीनं अवघड होते. त्यात दु:ख, आणीबाणीची वेळ तसंच आनंदाच्या घटना या साऱ्यांनी वर्णी लावलेली होती. अशा घटनांमुळे बऱ्याच जणींपेक्षा झुआनाला जास्त भोगावं लागलं आहे.

ॲग्नेसच्या मेजवानीनंतर काही दिवसातच याला सुरुवात झाली. तरुण जोगीण इंबेरसागाचा रक्तस्राव झुआनाला आटोक्यात आणता आला नव्हता; ती यावेळेस देवाघरी गेली. गेले काही दिवस ती अधिकाधिक अशक्त होत गेली होती. अखेरीस एका दुपारी सायंप्रार्थनेच्या– व्हेस्पर्सच्या– वेळेस ती बेशुद्ध पडली. त्यादिवशी संध्याकाळी कम्प्लाईननंतर (रात्रीच्या साडेसातनंतर) फादर रोमेरोंनी तिला खूपच धीर दिला होता. (त्यांच्या झोपेचे तास पाहिले, तर ही अभूतपूर्व गोष्टच म्हटली पाहिजे.) आणि ती मॅटिन्सच्या (पहाटे दोनची प्रात:प्रार्थना) पूर्वी, मठ अगदी शांत असताना, सुओरा उमिलिआनाच्या जवळ मरण पावली.

तिच्या सहकारी जोगिणीला पुढल्या प्रार्थनेपूर्वी काही तास झोप मिळावी, या हेतूनं तिच्याऐवजी रुग्णालयात इंबेरसागाजवळ बसायला झुआना आली असता, तिला उमिलिआना तिच्याजवळ गुडघे टेकून, हात जोडून बसलेली दिसली. तिच्या गालांवरून आनंदाचे अश्रू ओघळत होते. त्या दोघींना एकमेकींशी बोलायची

परवानगी नव्हती आणि बोलण्याची गरजही वाटत नव्हती. त्या दोघीजणी शेजारी शेजारी बसून प्रार्थना करत होत्या आणि लक्ष देत होत्या. मॅटिन्सची– पहाटेच्या दोन वाजताच्या प्रार्थनेची– घंटा होईपर्यंत त्या तिथेच थांबल्या. नवागतांच्या प्रमुखेच्या मनातली प्रगाढ श्रद्धा पाहून झुआनाला विस्मय वाटल्यावाचून राहिला नाही. कोणत्याही तरुण जोगिणीला, तिच्या मृत्यूपूर्वीच्या पृथ्वीतलावरल्या शेवटचे काही तासात याहून अधिक सश्रद्ध सोबतीण मिळणं शक्य नव्हतं.

दुसऱ्या दिवशी सकाळ होताच तो देह स्वच्छ करून त्यावर नवे कपडे चढवण्यात आले. उरलेल्या सर्व मठवासिनींनी श्रद्धांजली अर्पण केल्यावर त्या देहाला एका साध्याशाच लाकडी शवपेटीत घालून बागेमागच्या छोट्याशा दफनभूमीत मूठमाती देण्यात आली. तिच्यासाठी सूक्तं म्हटली गेली. फादर रोमेरोंनी पुटपुटलेल्या साऱ्या शब्दांपेक्षा सेराफिनाच्या स्वरांद्वारा आळवलेली देवाची थोरवी मनावर अधिक बिंबली आणि मठस्वामिनीनं शब्दांकित केलेला तिचा मृत्युलेख, सुवाच्च अक्षरात सुओरा स्कोलॅस्टिकानं मठाच्या दफ्तरखान्यात ठेवण्यासाठी लिहून काढला. (सुओरा स्कोलॅस्टिकानं लिहिलेलं नाटक आधीच अर्धा डझन उत्साही अभिनेत्रींनी मुखोद्‌गत करून टाकलेलं होतं.) या मृत्युलेखात तिच्या शुद्धतेचा, आज्ञाधारकपणाचा, विनयाचा आणि आजाराबद्दल तिनं दाखवलेल्या सहनशीलतेचा उल्लेख केलेला होता.

या दृष्टीनं तो मृत्युलेख आधीच्या अनेक मृत्युलेखांशी तंतोतंत मिळताजुळता होता आणि जरी त्यातले शब्द खोटे होते, असं कोणी म्हणू शकलं नसतं तरी केवळ बावीस वर्षे वयाची सुओरा इंबेरसागा मोहाला बळी पडण्याएवढं आयुष्य जगलीच नव्हती.

स्वत:च्या नोंदींमध्ये मात्र झुआना स्वत:ला क्षमा करत नाही. कोणकोणती, वेगवेगळी औषधं गुणकारी ठरू शकली नाहीत, याची ती नोंद करते आणि इतरांमध्ये जर हीच आजाराची चिन्हं आढळली, तर उपुयक्त ठरतील अशा थोड्या वेगळ्या औषधांचा उल्लेख करते. जर तिला आणखी थोडा अधिक वेळ मिळाला असता, तर कदाचित... पण तिला तसा वेळ मिळाला नव्हता. गर्भाशयावरच उपचार करत राहणं हा चुकीचा निर्णय होता का, असा तिला प्रश्न पडतो आणि त्या वेदना मूत्राशयात आलेल्या गाठीमुळे किंवा आतड्यात आलेल्या गाठीमुळे होत होत्या का, अशी तिला शंका येते. कारण बोलोना शहरात केल्या गेलेल्या शवविच्छेदनात अशी घटना आढळली आहे. पण आता फार उशीर झालेला आहे. पण तिच्या सीमित अशा अनुभवानुसार अशा गाठी वृद्धांना होतात, तरुणांना नाही आणि कोणतंही कारण असलं, तरी ते तिला आता समजणं शक्य नाही, कारण ते रहस्य आता तिच्याबरोबरच नष्ट झालं आहे. याविरुद्ध, उमिलिआनाचा विजयानंद

ही एक डागण्या देणारी आठवण बनली आहे आणि झुआनाला सतत, दुःखद अस्वस्थता ग्रासते आहे. म्हणून ती दूर करण्यासाठी तिनं स्वत:वर जास्तीच्या प्रार्थनांचं प्रायश्चित्त लादलं आहे.

परंतु थोड्याच दिवसात एक वेगळ्याच प्रकारचं प्रायश्चित्त तिच्या वाट्याला चाल करून येतं. मठात जोराचा जंतुसंसर्ग होऊन खोकला, शिंका आणि चढता ताप व उलट्यांचा आजार साथीसारखा फैलावतो. एकदा आत शिरलेला हा जंतुसंसर्ग पाण्याप्रमाणे वाहू लागतो आणि सहा दिवसातच सहा जोगिणी आणि एक सेविका आजारी पडतात. जरी असे आजार हिवाळ्यात नेहमीच होत असले, तरी त्याची तीव्रता पाहून झुआना थक्क होते आणि इतरांना संसर्ग होऊ नये, म्हणून ती प्रत्येक आजारी जोगिणीला तिच्या स्वत:च्याच कोठडीत राहायला सांगते. फक्त ती स्वत: आणि एक सेविकाच त्यांच्या शुश्रूषेसाठी तेथे जातात आणि ती स्वत: औषधांबाबत विचार करते. ताप उतरवण्यासाठी ती थंड पुदिना आणि व्हिनेगारच्या पट्ट्या ठेवते आणि त्यांची पोटं रिकामी झाल्यावर त्यांना रॅगवर्ट आणि पेनी रॉयलचा मद्यातला पोषक अर्क पाजते. सुरुवातीला आजारी पडलेले हिंडते-फिरते होईपर्यंत आणखी तीन जोगिणी आणि एक नवागता आजारी पडतात आणि सेविका अंग मोडून येऊन ताप चढल्याची तक्रार करते.

झुआनाला तोवर अनेक रात्री अजिबात झोप मिळालेली नाही. ती मठस्वामिनीला भेटण्याची परवानगी घेऊन अधिक मदतनीस मिळावेत, अशी विनंती करते. निदान तिला आधी मदत करणारी नवागता पुन्हा तिच्या मदतीसाठी देता येईल का असं विचारते.

१६

कधीकधी रात्री कोठडीत असताना तिला आनंदानं उड्या मारणं प्रयासानं रोखून धरावं लागतो. तो इथं आहे... तो इथे आलाय... ते मार्ग शोधून काढतील.

जरी तिच्या कवितांचे कागद तिला परत मिळालेले नसले, तरी त्या तिला तोंडपाठ आहेत आणि त्यानं त्या कवितांना लावलेल्या चाली तिच्या लक्षात आहेत. त्या कविता मनातल्या मनात गात असताना जेव्हा तिचा देह त्या संगीतावर गिरक्या घेऊ लागतो, तेव्हा तिला खरखरीत झग्याखालच्या मऊ परकराची गोल हालचाल जाणवते. त्याप्रमाणेच धुवून, विंचरून सैलसर रुमालाखली बांधलेल्या तिच्या रेशमी केसांचा खांद्यांवर ओघळून होणारा स्पर्शही जाणवतो. आता तिनं तिच्या पेटाऱ्यातल्या वस्तू बाहेर काढल्या आहेत. आता दगडी जमीन मृदू झाली आहे आणि तिच्या काळ्या रंगांवर विविध रंगछटांचा विरोधाभास जाणवतोय : गालिचाचं विणकाम; टेबलक्लॉथवरचं जरतारी भरतकाम; मेणबत्त्या खोचायच्या चांदीच्या तबकाची चमचम; दुसऱ्या खोलीतल्या तिच्या छोट्याशा टेबलाच्या वर, लाकडावर रंगवलेलं चित्र टांगलं आहे, त्यातल्या पवित्र मेरीच्या वस्त्रांचे निळे जांभळे रंग आणि तिच्या मांडीवरल्या बाळाचं देवदूतासारखं गुलाबी मांसल शरीर. जरी ही जागा लहानशी असली, दिवसाही रात्रीसारखीच काळोखी असली, तरी जास्तीच्या मेणबत्तीच्या प्रकाशामुळे वातावरण जवळजवळ स्वागतशील वाटतं. पण एकदा का तुमचं मन भिंतींपर्यंत आणि त्याबाहेरच्या कुलूपबंद दरवाजापर्यंत पोहोचलं की मात्र...

पण ती आता त्याबद्दल विचार करेनाशी झालीय आणि ती इतकी भाग्यशाली असल्यावर ती मनाचा क्षुद्रपणाही दाखवणार नाही. ती इथून बाहेर पडताना, हे सारं ती पुढल्या नवागतेसाठी सोडून जाईल. वांती आणि मृत्यूनं उदासलेली कोठडी तिच्या नशिबी आली होती, त्यापेक्षा हा अतिशय प्रेमाचा वारसा असेल.

हे नव्यानं लाभलेलं सुख बरंचसं तिच्या सेविकेमुळे लाभललं आहे. सेंट ॲग्नेसच्या मेजवानीनंतर, दोनच दिवसात, दुष्ट ऑगस्टिनाची जागा कॅंडिडानं घेतली. ही भरभक्कम तरुण स्त्री मठाच्या नियमातून मार्ग काढणं जाणते आणि थोड्याशा पैशांच्या (किंवा त्याच किंमतीच्या कपड्या-दागिन्यांच्या बदल्यात) ती अनेक प्रकारे

नवागतेचं आयुष्य कमी खडतर करू शकते. जास्तीच्या मेणबत्त्या, खास प्रकारचा साबण, स्वयंपाकघरातलं उरलंसुरलं मिष्टान्न, या साऱ्यातून देण्यापूर्वी ती तिचा हिस्सा बाजूला काढते. पण कँडिडाकडून होणारी सर्वोत्तम सेवा म्हणजे तिचे हात. कारण घासल्या-पुसल्यामुळे ते जरी घरंदाज स्त्रीसारखे मुलायम नसले, तरी त्यांचा स्पर्श हळुवार असतो आणि कधीकधी रात्री साडेसात पूर्वीच्या– कम्प्लाईन पूर्वीच्या– मोकळ्या वेळात सेराफिनाचे लांबसडक केस विंचरून दिल्यावर ती तिचे केस सारखे करत असते, तेव्हा तिची बोटं सेराफिनाच्या खांद्यांना स्पर्श करतात, आणि तिच्या पाठीत शिरशिरी जाते. जेव्हा असा स्पर्श पहिल्यांदा झाला, तेव्हा सेराफिनाच्या पोटात आठवणींनी अनामिक वासनांचा भडका उडाला. तिच्या लहान बहिणीचे खोडसाळ स्पर्श करणारे हात आणि तिच्या कल्पनेतली बेभान अलिंगनं यांनी ती थरारून गेली. दुसऱ्या रात्री जेव्हा पुढील आज्ञेची वाट पाहत असल्याप्रमाणे कँडिडा सेराफिनाच्या पाठीमागे उभी राहिली, तेव्हा सेराफिनाला नेहमी हातात हात घालून फिरणाऱ्या विद्रूप जुळ्या बहिणींची आठवण आली. त्या एकमेकींच्या उणीवा विकृत रीतीनं भरून काढतात, अशी वदंता होती. तिला याबद्दल सांगणाऱ्या नवागतेच्या चेहऱ्यावर हे सांगताना अस्फुट स्मित उमटलेलं होतं आणि आता सेराफिना कँडिडाकडे वळून बघते, तेव्हा तिच्या चेहेऱ्यावरही तिला तसेच भाव दिसतात आणि ती गोंधळून जाते. तिला देऊ केली गेलेली सेवा भरपूर किंमतीलाच दिली जाणार आहे आणि आपले दागिने खर्चून त्या बदल्यात सेराफिनाला अधिक महत्त्वाच्या गोष्टी मिळवायच्या आहेत.

तिला तिच्याकडून खरोखरच जे हवंय, ते मात्र अशक्य कोटीतलं आहे, कारण लाचखोरीलाही मर्यादा असतात आणि कँडिडाचा वशिला गेटबाहेर पोहोचू शकत नाही. उदाहरण द्यायचं झालं, तर ती प्रेमलुब्ध तरुणांना धुतलेल्या कपड्यांच्या ढिगात लपवून आत आणू शकत नाही– प्रेमकहाण्यांमध्ये अशा गोष्टी रंगवलेल्या असतात– किंवा आत येणारं आणि बाहेर जाणारं प्रत्येक पत्र तपासणाऱ्या जोगिणींच्या नकळत ती पत्रं आत-बाहेर नेऊ शकत नाही. मठातल्या वावड्यांबद्दल बोलताना, एवढी माहिती मिळवणं सेराफिनानं साध्य करून घेतलं आहे, कारण आधीच तिनं कँडिडाला दिलेल्या लाचेच्या बदल्यात तिला फक्त वस्तूच मिळणार की तिची निष्ठाही लाभणार, हे तिला कळण्याचा दुसरा मार्गच नाही. पण वाचाळांच्या तोंडून थोडेसे माहितीचे कण तिच्या हाती लागतात आणि ते ती पुढे कामाला येतील म्हणून लक्षात ठेवते. प्रमुख सेविकेच्या कोठडीची जागा (तिचं स्थान इतकं महत्त्वाचं आहे की तिला नोकरांच्या वसतिगृहात राहावं लागत नाही, तर तिला स्वतःची वेगळी कोठडी मिळालेली आहे), तिच्या व्यग्र दिनक्रमातले कामाचे तास, आणि सर्वांत नोंद घेण्यासारखी गोष्ट म्हणजे ती सतत बरोबर बाळगत असलेल्या, नदीकाठच्या

कोठारघराच्या किल्ल्यांचा खास तिच्यासाठीचा असा वेगळा जुडगा.

जरी तिच्या देहातून उत्तेजित भावनेचा जोरदार झरा अजूनही वाहातो आहे, इतका जोरानं वाहतो आहे की, त्यामुळे कधीकधी ती धास्तावून जाते; तरी सेराफिना त्याला खोलवर दाबून टाकते आणि त्यापासून मिळणारी उर्जा शोषून घेते. जेव्हा ती मोकळ्या वेळात, इतर नवागतांबरोबर बागेत फिरत असते, तेव्हा भिंती पूर्वीइतक्याच उंच असतात, पण तिला त्यांच्याकडे बघितल्यावर पूर्वीसारखं रडावसं-ओरडावंसं वाटत नाही. त्याऐवजी तिच्या कोठडीपासून, ते तिनं पहिला दगड बाहेर फेकला होता त्या भिंतीपर्यंत, सर्वांत लवकर पोहोचण्यासाठीचा सर्वांत जवळचा रस्ता ती लक्षात ठेवायचा प्रयत्न करते. तो दगड त्याला मिळालाय हे कळल्यामुळे, ती रात्रीच्या पहाऱ्याची फेरीची वेळ टाळून, तिथे पटकन जाऊन परत येते आणि जाताना तिच्या वस्त्रात लपवलेले पांढरे खडे टाकत जाते. म्हणजे तो रस्ता अंधारात सापडणं सोपं जाईल.

पहिल्या रात्री ती रस्ता चुकली आणि पदपथावर वेळेत पोहोचायच्या आत पहाऱ्यावरच्या जोगिणीच्या हातात सापडली, त्याच्या आठवणीनं तिचा अजूनही थरकाप उडतो. त्यादिवशी अगदी काळाकुट्ट अंधार होता आणि पायाखालच्या झाडोऱ्यात अनेक प्रकारचे आवाज येत होते आणि अनेक गोष्टी टोचत होत्या. त्यामुळे तिचा पाय झाडाच्या मुळावर आपटला, तेव्हा तिला वाटलं की कुणीतरी तिचा पाय घट्ट धरून ठेवला आहे आणि ती अडखळली आणि खालच्या दाट चिखलात फेकली गेली. पुढले दोन दिवस कोठडीच्या भिंतीआड बंद करून पडलेली असताना, तिला त्या चिखलाच्या दुर्गंधीला आणि स्वत:च्या घामाच्या वासाला सहन करावं लागलं होतं. तरीही त्या पक्षाच्या किनऱ्या शिटीचा आणि त्याच्या गाण्याचा आवाज ऐकण्यासाठी ती पुन्हा ते सारं सहन करायला तयार आहे. देवा! त्या भावनेच्या उफाळत्या गोडव्यामुळे ती मरून जाईल, असं तिला वाटलं होतं. त्यांनी तिला बाहेर काढलं, तोवर ती अगदी धास्तावून गेली होती की अंधारात तिनं बाहेर फेकलेली चिठ्ठी त्याला सापडली नसेल किंवा त्यानं वाट पाहणं थांबवलं असेल. पण जर ती त्याचा आवाज ऐकू शकत नसली, तर निदान तो तरी तिचा आवाज ऐकू शकेल.

'बघ, मी तुझ्याकडे येतेय. मी नेहमीच तुझ्यावर प्रीत केलीय.'

आणि मग चॅपेलच्या जाळीतून एकाच शब्दाचा नाद आत येऊन निनादला : "शाब्बास!"

ओरडून त्याला प्रत्युत्तर देण्यापासून स्वत:ला रोखणं तिला आतिशय अवघड गेलं : 'तू आला आहेस. ओ! तू आला आहेस. आपण आता मार्ग शोधू...'

त्याऐवजी तिनं खऱ्याखुऱ्या जोगिणीप्रमाणे मान खाली झुकवली.

आपण काय साध्य करून घेतलंय, या कल्पनेनं त्यांना तिच्याबद्दल केवढा अभिमान वाटत असणार! तिच्यातला हा आमूलाग्र बदल प्रत्येक बाबतीत जाणवतोय. जणूकाही प्रत्येक पायाखालच्या दगडात देवच सापडणार आहे अशा भावनेनं जमिनीवर डोळे खिळवून तिचं चालणं, किंवा अगदी बुजऱ्या, तरुण मॅडोनाप्रमाणं तिची प्रार्थनेच्या वेळेस आणि भोजनगृहात बसायची पद्धत. पण सर्वांत महत्त्वाचं तिचं चॅपेलमधलं वागणं, कारण इथल्या तिच्या वागण्यात बघण्याजोगं खूपच आहे, तुम्हाला त्याचा आस्वाद घ्यायची इच्छा असायचीच खोटी आहे : क्रूसासमोर साष्टांग लोटांगण घालणं, तिचं ताणलेलं शरीर, गरम वस्त्रातून खालच्या थंड दगडांचा तिला होणारा स्पर्श, त्यानंतर सजगतेनं अगदी ताठ बसणं, इतकं ताठ की बाकांच्या पाठीमागे देखावा चित्रित करण्यासाठी चिकटवलेले लाकडाचे तुकडे तिच्या पाठीत रुतत आहेत आणि प्रार्थनेच्या वेळेनुसार इथल्या चित्रांवरचा उजेड बदलत राहतो. चित्रांमध्ये येशू जेवढा नम्र आहे, तेवढाच तो पवित्र आहे. तो पूर आलेल्या ओढ्याच्या पाण्यातून मुलांना पाठीवरून पलीकडे नेतोय, आत्म्यांना थडग्यातून उत्थान मिळवून देतोय, स्वतःच्याच क्रूसावर शिडीवरून चढतोय. जरी या सर्व प्रार्थना तिच्या सभोवतालीच होत्या, तरी ती इतकी चिडलेली किंवा दुखावली गेलेली होती की, आजवर तिनं त्यांच्याकडे नीटपणे बघितलंच नव्हतं. आता त्या प्रतिमा तिचं मन शांत करतात, कारण तिचं चित्त दुसरीकडे असेल तर तिला नीट गाता येत नाही आणि तिचा आवाजच तर तिची सुटका करून देणार आहे.

त्यांना अजूनही प्रचंड विस्मय वाटतोय. त्यांच्या चोरट्या कटाक्षांमध्ये तो तिला जाणवतोय. तिनं जिची जागा बळकावलीय आणि जिचा मत्सर आणि क्रोध तिच्या देहातून धुरासारखा उफाळताना जाणवतोय, त्या सुओरा युजेनिआच्या कटाक्षातही तोच विस्मय दिसतो. तिला तिची दया येतेय, कारण त्या अस्वस्थ भावनेशी तिची ओळख झालेली आहे. फक्त आता तिच्यापाशी वेळ नाहीये आणि युजेनिआला लवकरच तिची जागा परत मिळणार आहे.

आणि मग तेथे जाळीदार लोखंडी भिंत आहे. इतकं जवळ तरीही इतकं दूर असलेल्या, बाहेरच्या जगापासून त्यांना अलग ठेवणारी. त्याबद्दल काय करता येईल यावर तिनं भरपूर विचार केलेला आहे. तिच्या मनात वेडी आशा होती की, तिचे विचार त्याला वाचता आले असतील आणि त्याच क्षणी तोसुद्धा पलीकडच्या बाजूला, तिची वाट पाहत उभा असेल! त्यांची मनं आणि मग त्यांची बोटं त्या धातूच्या जाळीतून एकमेकात गुंततील. त्याला कळावं म्हणून तिनं थोडे स्वरही गुणगुणले होते, पण रिकाम्या जागेत तो आवाज इतका मोठ्यानं घुमला की, ती घाबरून गेली. न जाणो कुणी तिथं असलं, तर ते तक्रार करतील आणि तिला पुन्हा

कुलूपबंद केलं जाईल आणि ते तिला सहन झालं नसतं.

नाही! आता आणखी शिक्षा होणार नाही. ती आता एक भली मुलगी बनलेली आहे– जितकी ती यापूर्वी वाईट होती, तेवढीच ती आता चांगली बनली आहे; आज्ञाधारक, नम्र, गोड स्वभावाची. अर्थात ते अजून तिची पारख करताहेत; तशी पारख करत नसल्याचा ते आव आणत असले तरी ते पारख करताहेत. सुओरा उमिलिआना ही सर्वांत वाईट आहे : *'ईश्वरापासून लपू शकाल अशी एकही जागा नसते. त्याची नजर लाकडाला जाळते, दगडाला भेदते आणि लोखंड वितळवते.'* कधीकधी असं होतं, जेव्हा चॅपेलमध्ये गाण्याच्या आनंदात, स्वत: करत असलेल्या ढोंगासकट तिला सारं विसरायला होतं, आणि त्या आनंदातून ती जागी होते, तेव्हा सुओरा उमिलिआनाची रोखलेली नजर अजूनही तिचा वेध घेऊ बघत असते. *'तर मग तो तर मानवी शरीर भेदून आत्म्यापर्यंत किती सहजतेने पोहोचू शकेल?'*

पण समूहगायिकांच्या प्रमुखेला ते ठाऊक आहे, किंवा ते ऐकू येतंय कारण ही जाणीव डोळ्यांद्वारे नव्हे तर कानांद्वारे होणारी आहे; माणसाच्या अंतर्यामी नांदत असलेली शांती, सोसाट्याच्या वाऱ्याच्या पोटात असलेली स्तब्धता! जर सेराफिनाला त्याचं वर्णन करायला सांगितलं, तर ती कदाचित म्हणेल की, हे आहे 'मी पणा' हरवणं; पण तन्मयावस्था नव्हे. नक्कीच नव्हे. त्या मृतप्राय झालेल्या, कोठडीतल्या वृद्धेप्रमाणे नव्हे. तशी नव्हेच नव्हे...

सेराफिना त्या दुपारचा विचार करणं टाळते, कारण त्याबद्दल विचार केला, की तिला भोवळ येते आणि तिचा हात ठणकू लागतो; जणूकाही त्या वृद्धेची नखं अजूनही तिच्या कातडीत रुतलेली आहेत, तिच्या तळहाताला भेदून आत गेलेली आहेत आणि इतकं रक्त बाहेर काढताहेत की, चॅपेलमध्ये प्रवेश केल्यावर तिला आपला हात कफनीत गुंडाळावा लागतो, नाहीतरी बघणाऱ्या कुणाला वाटेल की, तिनं स्वत:लाच इजा करून घेतली आहे. खरं तर या जखमा लवकरच भरून आल्या होत्या. जितक्या अचानक झाल्या; तेवढ्याच चटकन नाहीशाही झाल्या. पण कधीकधी रात्री, तिच्या मनात इतकी खळबळ माजलेली असते की तिला झोप येत नाही. तेव्हा तिला खात्री वाटते की त्या वेड्या, वृद्ध जोगिणीचा आवाज कोठडीच्या भिंतींमधून आत झिरपून तिच्याशी बोलताना, तिला नावानं हाक मारताना तिनं ऐकला आहे. ''सेराफिना, सेराफिना? तू आत आहेस? तू येशील हे मला माहीत होतं. तो इथं आलाय. तो तुझी वाट बघतोय.'' आणि सेराफिनाला तिचे ते डोळे पुन्हा दिसू लागतात, आश्चर्यात खोल बुडून गेलेले! आणि तिला मन विरघळून, घरंगळत असल्याचा भास होऊ लागतो. त्यामुळे ती इतकी घाबरीघुबरी होते की, तो आवाज रोखून धरायला तिला आपली बोटं कानात खुपसावी लागतात; जणूकाही तो आवाज म्हणजे खडकाळ बेटावर गाफील खलाशांना आकर्षित करणारं चेटकिणीचं

संगीतच आहे! ती वृद्ध जोगीण जरी वयोवृद्ध आणि अर्धमेली होऊन पडलेली होती तरी तिच्या ठायी एक तीव्र उर्जा– हो! तीव्र उर्जाच– होती. इतर साऱ्यांना एकत्र केलं तर त्यांच्यात एकत्रितपणे जेवढी उर्जा असेल, त्याहून त्या सुरकुतलेल्या, आक्रसलेल्या चेहऱ्यावर जास्त धगधगती उर्जा होती!

तिला तिच्याबद्दल आणखी जाणून घ्यायची इच्छा आहे, त्या कोठडीत काय घडलं, त्याची माहिती मिळवावीशी वाटतेय. पण मठस्वामिनीनं त्यांना गप्प बसायला सांगितलेली आज्ञा म्हणजे एक अलिखित कायदाच आहे आणि ती त्या कायद्याचं आज्ञापालन करताना दिसायला हवी. सुओरा झुआनासुद्धा तिला काहीही सांगणार नाही. जर त्या अजूनही एकमेकींबरोबर काम करत असत्या तर... पण तेसुद्धा थांबलंय. तिचा आवाज इतका मौल्यवान समजला जातोय की, ऊर्ध्वपतनाच्या ऊग्र वासामुळे किंवा समूहगायिकांमध्ये साथीचा ताप पसरलेला असल्यामुळे, जंतुसंसर्गामुळे त्याला कोणताही धोका पोहोचता कामा नये, अशी काळजी घेतली जातेय. सुओरा झुआना इतकी थकून गेलीय की, जेवताना ती ताटापुढे बसून जवळजवळ झोपल्यासारखीच दिसते. सेराफिनाला अंतश्चक्षूंपुढे सुओरा झुआना दिसते : मेणबत्तीच्या उजेडात कागद वाचण्यासाठी खाली डोकं करून बसलेली, लोकांना निरोगी बनवण्यासाठी योग्य औषधं शोधत असताना मिटल्या डोळ्यांपुढले शब्द आणि चित्रं अंधुक होत गेलेली.

ती त्या खोलीबद्दल विचार करते आणि त्याच्या त्या विचित्रपणाची तिला जवळजवळ ओढ वाटू लागते : ती थंडी, तो विस्तव, ती पुस्तकं, ते वास, डँडेलायनच्या चहाचा स्वाद, आलेपाकाचा सुगंधी जळता गोडवा, त्या साऱ्यांच्या मधोमधली झुआनाही त्याहूनही आगळीवेगळी स्त्री, रुंद चेहऱ्याची, आखडलेल्या बोटांची, या साऱ्याबद्दलच्या तीव्र ओढीतून समाधान पावलेली, जणूकाही हे सोडून दुसरं काही जगच अस्तित्वात नाही आणि त्या छोट्या-छोट्या, जाड पातेल्यांमध्ये कावळ्यांची अंडी किंवा उकडलेली मुळं नसून जणूकाही प्रत्यक्ष देवच बसलेला आहे! वेडी तर खरीच, पण तेवढीच विस्मयकारक आणि आश्वासक!

पण झुआना दूर असलेलीच बरी. त्यांनी काहीही आव आणला, तरी या जागी सेराफिनाचे कुणीही सुहृद नाहीत आणि सगळीकडे सापळे लावून ठेवलेले आहेत! ईश्वर जाणतोच की, कधीकधी दुष्टावा सोसण्यापेक्षा सुओरा झुआनाचा प्रेमळपणा सोसणंच जास्त अवघड वाटे, आणि ती काही दृष्टीनं वेडपट वाटली तरी इतर बाबतीत ती चांगलीच चाणाक्ष होती. जेव्हा तिनं रात्री गाणाऱ्याच्या जोमदार गाण्याबद्दल सांगितलं होतं, तेव्हा... समजा गाण्याहूनही अधिक काहीतरी तिच्या कानी पडलं असलं, किंवा तिनं दर्शवलं त्याहून तिनं अधिक काहीतरी ताडलं असलं, तर? आणि तिनं गाऊन दाखवलेली त्या वृद्ध जोगिणीची कविता– 'मठाचे दरवाजे वाजत

असलेले आणि प्रेमिकाचा आवाज बाहेर गात असलेला' तिनं ती मुद्दामच निवडली होती? की ती कविता स्वत:च रचून सेराफिनाच्या तोंडून सत्य वदवायचा झुआनानं तेव्हा प्रयत्न केला होता? प्रायश्चित्त घ्यावं लागण्यापूर्वीच तिच्याशी खोटं बोलणं अवघड बनत चाललं होतं. सेराफिनाला असेही क्षण आठवताहेत की झुआनाला विश्वासात घ्यायची ऊर्मी, घशात उसळून येणाऱ्या वांतीएवढी तीव्र असे आणि शब्द बाहेर पडू नयेत, म्हणून तिला ओठ घट्ट मिटून घ्यावे लागत. आता जर झुआनाला तिच्या मनात डोकावून बघता आलं, तिच्या उल्हासाच्या मागे काय दडलं आहे हे तिला समजलं, तर? तिनं तिच्या दु:खाचा मागोवा घ्यायचा प्रयत्न केला होता, त्याप्रमाणेच हा प्रयत्न केला तर?

नकोच. त्या दोघी एकेकट्या असलेल्याच बऱ्या. जेव्हा मठ जागा होईल– आणि तसा तो होईलच– आणि ती निघून गेलेली आहे हे त्यांना दिसेल, तेव्हा तिच्याशी मायेनं वागणाऱ्या एकमेव व्यक्तीला त्याबद्दल दोष दिला जावा हे तिला अजिबात सहन होणार नाही. जिनं तिला बाहेर पडण्यासाठी जे जे लागेल, त्यातलं सगळं नसलं तरी बरंचसं, अजाणतेपणे आधीच दिलेलं आहे, तिच्या वाट्याला दोष यायला नको!

सेराफिना गादी वर उचलते आणि गादी फाटलेली जागा सापडेपर्यंत गादीखाली हात घालून चाचपडते. आत, पेंढ्यांच्या अणि कापसाच्या मधोमध तिच्या बोटांना एका वस्तूचा गोळा सापडते. तो ती काळजीपूर्वक बाहेर काढते. ज्यात तो गोळा ठेवलाय, ते परकराचं रेशमी कापड डाग पडून तेलकट दिसतंय. ती परकराची घडी उलगडून मेणासारख्या मलमाच्या वडीकडे बघते. ते मलम तिनं हात लावण्याइतपत कोमट असताना, पण अजून खूप घट्ट झालेलं नसताना पातेल्यातून काढून, कपड्यांखाली लपवून, पळवलं होतं. ज्यादिवशी सकाळी तिनं ते चॅपेलमध्ये नेलं होतं, त्यादिवशी त्या मलमातल्या डुकराच्या चरबीची दुर्गंधी इतकी तीव्र होती की कुणाला तरी ती जाणवेल म्हणून सेराफिना अगदी धास्तावून गेली होती. ती दुर्गंधी लपून जावी म्हणून ती दुर्गंधी सोडणाऱ्या सडक्या हिरड्या असलेल्या जोगिणीला अगदी चिकटून बसली होती. नशिबानं आता तिला चॅपेलमध्ये दुसरी जागा मिळाली आहे आणि मलम थिजून घट्ट झाल्यावर डुकराच्या चरबीची येणारी दुर्गंधीही कमी झाली आहे.

दिव्याच्या उजेडात सेराफिना मलमाची वडी टेबलावर ठेवते आणि स्वत:च्या तर्जनीचं नख त्यात खोलवर खुपसते. वडीचा पृष्ठभाग थोडासा दबतो आणि नखाचा ठसा मलमाच्या वडीत उमटतो. जेव्हा ती नख वर उचलते, तेव्हा तिच्या नखाचा ठसा अगदी कोरल्यासारखा उमटलेला दिसतो. नखाच्या मुळाशी असलेली कातडीची कडही त्या ठशात स्पष्टपणे उमटलेली आहे. ती बोटांनी दाबून मलमाची वडी पुन्हा

नितळ बनवते. मग ती आपल्या कफनीच्या आतून, गळ्याभोवती घातलेली, पवित्र मेरीचं चित्र असलेल्या पदकाबरोबरची साखळी बाहेर काढते. ती ते पदक उलटं करून, सर्व कडांवर सारखाच जोर देऊन, त्या मलमाच्या वडीत जोरानं दाबते. ते सुटं करून बाहेर काढल्यावर, पदकावरचं कोरीव चित्र ठशाच्या स्वरुपात त्या मलमाच्या वडीवर तंतोतंत उमटलेलं तिला मेणबत्तीच्या उजेडात दिसतं. त्या चित्राची प्रत्येक रेषा आणि वळण हुबेहूब उमटलेलं आहे.

बिशपची मूळव्याध आणि त्यावर समान स्वरुपामुळे गुणकारी असलेलं फिगवर्ट आणि डुकराची चरबी ही तिच्या लेखी देवाचीच कृपा म्हणायला हवी. त्यामुळे सर्व गोष्टींवर इलाज होणार आहे!

तो आलाय. तो वाट पाहतोय. ते दोघे मार्ग शोधून काढतील...

१७

त्या दुपारी झुआना जेव्हा मठस्वामिनीला तिच्या कक्षात भेटायला जाते, तेव्हा सुओरा मॅगडालेनाच्या तन्मयावस्थेनंतर, या दोघीजणी प्रथमच एकट्या भेटत आहेत.

त्या वृद्ध जोगिणीच्या कोठडीत नेहमीसारखा प्रार्थना आणि झोपेचा दिनक्रम सुरू झाला आहे आणि ती पुन्हा जवळजवळ विस्मरणात गेलेली आहे. सुरुवातीला कितीही खळबळ माजली असली, तरी भक्कम पुराव्याच्या अभावी, कोणत्या तरी साक्षात्काराच्या घटनेबद्दलच्या वावड्या आता थंड झाल्या आहेत. त्याखेरीज सायंप्रार्थनेच्या वेळेस घडलेलं नाट्य आणि सुओरा इंबेरसागाचा मृत्यू आणि लक्ष दुसरीकडे वळवण्याचे स्वत: मठस्वामिनीचे प्रयत्न यामुळेही या वावड्या विस्मृतीत जायला मदत झालेली आहे. लेटिझिआ अजूनही त्या वृद्धेला पूर्वीप्रमाणेच अन्न-पाणी भरवते आणि झुआनाला तिनं सांगितलंय की, जरी ती वृद्धा जास्तजास्त अशक्त होत चालली असली, तरीही कधीकधी ती स्वत:चे डोळे मिटून घेऊन, पुढे मागे झुलत असते आणि अत्यंत आनंदित दिसते. अशा वेळेस ती बरेचदा तरुण नवागतेबद्दल विचारते आणि तिचं कसं चाललंय याची चौकशी करते. पण कामातून वेळ काढून जेव्हा झुआना तिच्यापाशी जाते, तेव्हा असं खळबळजनक काहीही दिसत नाही. याउलट मॅगडालेना तिच्या बिछान्यावर शांतपणे झोपलेली असते, तिची चर्या स्वप्नाळू दिसते. जणूकाही ती इथं पूर्णत्वानं नाहीच. ती आता इतकी सुकून गेलेली आहे की, तिला स्पर्श करायचीही झुआनाला भीती वाटते. न जाणो, स्पर्शानंसुद्धा तिच्या कातडीचा टवका उडायचा! जर तिच्या हाती निर्णय असता, तर झुआनानं तिला आता रुग्णालयात हलवलं असतं, कारण मृत्यूच्या इतक्या जवळ पोहोचलेल्या देहाची याहून अधिक चांगली काळजी घेतली जायला हवी. झुआनाला प्रश्न पडतो की जेव्हा सुओरा स्कोलॅस्टिका या वृद्धेच्या मृत्यूची नोंद दफ्तरखान्यात करेल, तेव्हा या वृद्धेच्या आयुष्यावर अधिक शब्दांत किंवा वेगळ्या शब्दात लिहिलं जाईल, की नाही.

मठस्वामिनी झुआनाचं स्वत:च्या खोलीत स्वागत करते आणि तिला पाहून

आनंदित झालेली दिसते. तिची पूर्वी अवखळपणे बाहेर डोकावणारी झुलपं आता मस्तकाभोवतीच्या वस्त्राच्या आत दाबून बसवलेली आहेत; पण अलीकडेच तिनं अनेक बड्या आसामींचं अतिथ्य केलेलं आहे आणि त्यांच्या अपेक्षांनुसार राहणी ठेवण्याबाबत ती जागरूक असते.

''तू आलीस म्हणून मला फार बरं वाटलं. हे काम तुला पेलवत नाही अशी मला भीती वाटत होती... तुझी यापूर्वीच भेट घेण्याची माझी इच्छा होती. पण सुओरा इंबेरसागा वारली आणि तिच्या नातेवाइकांशी त्याबाबत पत्रव्यवहार करण्यात मी अडकले. इतरही गोष्टी होत्याच. तू तिची फार छान काळजी घेतलीस.''

''रक्तस्राव थांबवू न शकण्यापलीकडे मी काहीही केलेलं नाही. सुओरा उमिलिआनामुळे ती शांतपणे देवाकडे जाऊ शकली.''

''तू स्वत:चा फार कठोरपणे निवाडा करते आहेस. तू तापाच्या साथीलाही रोखते आहेस. तुझ्या कामाला तू इतकं वाहून घेतलेलं आहेस! आम्ही त्याबद्दल ऋणी आहोत.''

''माझी मदतनीस मला परत मिळाली, तर ते काम मी अधिक चांगलं करू शकेन.''

''नक्कीच आणि समूहगान प्रमुखेची गरज इतकी मोठी नसती, तर मी स्वत:हूनच तिला तुझ्याकडे धाडली असती.''

''थोड्याशा सूक्तांच्या चाली शिकून घ्यायला इतका वेळ लागतो? तिची स्मरणशक्ती उत्कृष्ट आहे.''

''तू आज खूपच परखडपणे बोलते आहेस.'' मठस्वामिनी सौम्यपणे म्हणते, ''तुला खाली बसायचंय का? किंवा तरतरी येण्यासाठी थोडं मद्य घेणार का?'' ती टेबलावरच्या बाटलीकडे निर्देश करते. मद्याचा माणकासारखा रंग शेकोटीच्या ज्वाळांमुळे झळाळून उठला आहे. ''ही मदिरा ड्यूकच्या स्वत:च्या द्राक्षांच्या मळ्यातून आलीय.''

''नको. आभारी आहे.'' झुआना मान खाली घालते. ''माझ्या निर्भीड बोलण्याबद्दल मला माफ करा, मॅडोना ॲबेस. मी अडचणींमुळे थोडीशी भांबावून गेले आहे.''

''त्याबद्दल मला संदेह नाही. हा जर केवळ कार्निव्हलचाच मामला असता, तर मी ती नवागता तुझ्यापाशी आत्ताच पाठवून दिली असती, कारण तू तिच्याबाबतीत फारच उत्तम कामगिरी बजावली आहेस.'' ती स्वत:च्या पेल्यात थोडं मद्य ओतून घेते आणि झुआनाचे आभार मानत असल्याप्रमाणे तो पेला उंचावून ती अभिवादन करते. ''पण तुला ठाऊक आहे की कार्निव्हलनंतर येतोय लेंट (ईस्टरच्या आधीचा चाळीस दिवसांचा उपवास) आणि मग येतोय ईस्टर. आपलं चर्च, येते अनेक दिवस, खच्चून भरलेलं राहणार आहे आणि सुओरा बेनेडिक्टा रात्र रात्र जागी राहून

लिहित असते.'' ती थांबते. ''कधी कधी मला वाटतं की, आपण त्यासाठी लायक नसतानासुद्धा देवानं सँटा कॅटेरिनावर विशेष कृपादृष्टी दाखवली आहे आणि आपल्यावर विशेष जबाबदाऱ्या टाकल्या आहेत. सुओरा स्कोलॅस्टिकावर लेखनाची, सुओरा बेनेडिक्टावर संगीताची आणि तुझ्यावर औषधांची आणि उपचारांची.''

ही अत्यंत हळूवारपणे करून दिलेली आठवण आहे– ती झुआनाच्या ताबडतोब लक्षात आल्यावाचून राहत नाही– की प्रत्येक मठ असं स्वातंत्र्य देत नसतो. पण शब्द जरी विनयपूर्ण असले, तरी ते अभिमानानं ओतप्रोत भरलेले आहेत. तसे ते नसते तरच नवल; कारण सेंट ॲग्नेसच्या सायंप्रार्थनेपासून तिच्या खोलीत भेटायला येणाऱ्यांची अव्याहतपणे वर्दळ सुरू आहे : नातेवाइक यशाचा आनंद साजरा करायला येतात. (मठाची कोणतीही कर्तबगारी, हा तो मठ चालवणाऱ्या कुटुंबांचादेखील विजयच असतो), दरबारातले दानशूर येतात, बिशपचे प्रतिनिधी येतात, आणि एकदा तर बोलोनो शहरातला एक श्रीमंत पिताही आला. सेंट ॲग्नेसच्या मेजवानीच्या वेळेस तो फेरारातल्या मित्राकडे आला होता आणि आता तो त्याची दुसरी मुलगी इथं ठेवायच्या विचारात आहे. त्याचं म्हणणं आहे की, या तरुण मुलीचा आवाज तिच्या स्वभावाइतकाच गोड आहे. मग पत्रांचा ओघही सुरू झालेला आहे. पत्रं इतर मठस्वामिनींकडून आली आहेत. आलेल्या पत्रांपैकी महत्त्वाचं पत्र आलंय तिच्या स्वतःच्या भावाकडून. तो कार्डिनल लुइगी डी'एस्टेचा चिटणीस आहे. त्या पत्रात चर्चविषयक भरपूर बातम्या आहेत आणि त्यानं त्याच्या धाकट्या बहिणीचं अभिनंदनही केलं आहे की तिनं इतकी सुस्वर, कोकिळकंठी मुलगी अगदी गुलदस्त्यात ठेवून, अगदी योग्य वेळेस तिला उजेडात आणली. अशा प्रकारे सँटा कॅटेरिनानं आजूबाजूच्या इतर सर्व मठांवर कुरघोडी केलेली आहे. प्रत्येक सायंप्रार्थनेला सेराफिना उपस्थित राहिली की ही कथा आणखी आणखी पसरत जाते. जे शहर आपल्या संगीताच्या उंचीबद्दल अभिमान मानतं, तिथं आता खच्ची केलेल्या पुरुषाच्या आवाजाबद्दल चर्चा न होता, देवाच्या या अभूतपर्व निर्मितीबद्दल चर्चा होते आणि हे सारं चाललेलं असताना, जरी मॅडोना चिआराला आनंद वाटणं स्वाभाविक असलं, तरी तिनं आपले पाय जमिनीवरच ठेवायला हवेत.

''जरी तुझ्या अडचणीची मला पूर्ण कल्पना आहे आणि शक्य तेवढ्या लवकर मी तुला शुश्रूषेत मदत करण्यासाठी दुसरी सेविका देईन, तरी मठाचं हित जपणं हे माझं पहिलं कर्तव्य आहे. या नवागतेला जंतुसंसर्गापासून जपलं पाहिजे आणि इतर कामाबरोबरच संगीताच्या सरावासाठी जास्तीचा वेळ घालवल्यामुळे ती थकूनही चालणार नाही.''

''आणि मठाचं हित तेच नवागतेचं स्वतःचं हित आहे?''

झुआनाला हे वाक्य विधान या स्वरूपात म्हणायचं होतं. पण त्यामागचा प्रश्न

हा दोघींनीही ऐकण्याजोगा होता. स्वत:च्या परखड वक्तव्याबद्दल तिला स्वत:चंच आश्चर्य वाटतं.

"ओहो! मी खरोखरच एक भाग्यवती मठस्वामिनी आहे! आपले थोर धर्मगुरू माझ्यावर नजर ठेवून असतातच, पण त्यांच्याखेरीज माझ्या निर्णयांवर नजर ठेवायला मला आणखी दोन प्रगल्भ व्यक्तीही लाभल्या आहेत– स्वत: औषधालयाची प्रमुखा आणि नवागतांची प्रमुखा." जरी ती हे विनोदाच्या स्वरात म्हणाली असली, तरी त्यात थोडा खोचकपणाही आहे. "मला वाटतं, सुओरा झुआना, तुम्ही खाली बसलात तर बरं पडेल."

झुआना दिलेली आज्ञा पाळते.

मठस्वामिनी आणखी एका चषकात मद्य ओतून, तो चषक झुआनाला देते.

"सँटा कॅटेरिनाच्या *साऱ्याच* प्रमुख जोगिणींसाठी हे मद्य ड्यूकनी शुभेच्छापूर्वक पाठवलं होतं. तुमच्या बाबतीत आता पक्षपात होतोय असं तुम्हाला वाटलं, तर तुम्ही जेवताना ते कमी प्रमाणात घ्या."

झुआना तो चषक ओठांना लावते. त्याच्या नितळतेखालून उत्कृष्ठ फळांचा सुगंधी स्वाद जाणवतोय. तिच्या मनात येतं की, जोगीण झाल्यानंतर तिला द्राक्षाची गुपितं कळावीत हा केवढा विरोधाभास आहे! अर्थात तिच्या वडिलांनाही मद्याबद्दल भरपूर ज्ञान होतं आणि ते दुहेरी होतं– मद्यात वनस्पती मिसळून औषधं बनवण्याचं ज्ञान आणि आनंदानं मद्याचा आस्वाद कसा घ्यायचा याची रसिक जाणीव.

"नवागतेच्या बाबतीत तुला वाटणारी काळजी सुओरा उमिलिआनाच्या काळजीसारखीच आहे की काय, असा मला प्रश्न पडलाय. इतक्या कोवळ्या, तरुण मनाला गर्वाची लागण होईल ही भीती? की आता गाण्याच्या सरावात ती इतकी व्यग्र राहणार असल्यामुळे तिला प्रार्थनेसाठी आणि समुपदेशनाचा लाभ मिळवण्यासाठी पुरेसा वेळ मिळणार नाही ही चिंता? अर्थात प्रार्थनामंदिरात देवाची स्तुतिस्तोत्रं गाण्यासाठी आपला आवाज वापरत असताना जी शिस्त अंगी मुरते, ती तुम्हा दोघांच्याही लक्षात आली नसण्याची शक्यता आहे. आपला थोर संत ऑगस्टीन म्हणत असे, 'गाणं म्हणजे दोनदा प्रार्थना करणं.'

अर्थात त्या मुलीबद्दलची काळजी वैयक्तिक स्वार्थातून किती प्रमाणात निर्माण झाली आहे, याबद्दल झुआनानंही विचार केलेलाच आहे. कारण तिला त्या मुलीच्या सहवासाची उणीव भासते आहे, हे सत्यच आहे. तिची अपेक्षा होती त्याहूनही जास्त उणीव तिला भासतेय. कबूल करायला अवघड वाटावं, इतक्या प्रमाणात तिला ती उणीव भासतेय. पण हे एवढंच नाही. दुरून न्याहाळताना त्या मुलीमध्येच काहीतरी वेगळं जाणवतंय; दररोजच्या दिनक्रमात ती ज्या अनैसर्गिक ऊर्जेनं स्वत:ला झोकून देते आहे. एकेकाळी ती जितकी आडमुठी होती, तेवढीच ती आता आज्ञाधारक

बनलेली आहे हे पाहून झुआनाला वाटतंय की, हे निरोगीपणाचं नव्हे तर कोणत्यातरी आजाराचं लक्षण आहे

"मला तिच्या गायनाबद्दल विशेष काळजी वाटत नाहीये. एकाएकी ती गुणांची पुतळी बनलीय, त्याबद्दल मला काळजी वाटतेय."

"हंऽऽ! सुरुवातीला ती अतिशय वाईट होती आणि आता ती फाऽऽरच चांगली होतीय. आपल्या नवागतांच्या प्रमुखाखातर ती गाऊ लागलीय, त्यामागच्या तिच्या हेतूबद्दलच शंका येतेय. तिला वाटतंय की, खास सुविधा मिळाव्यात म्हणून ती संगीताचा वापर करतेय आणि मनातून तिला अजूनही देवाच्या प्रेमाबद्दल अजिबात ओढ नाहीये. तुला काय वाटतंय ते जाणून घेण्याची गेले काही दिवस मला उत्सुकता लागलीय."

ते मद्य घेतल्यानंतर जिभेवर एक धातूची चव रेंगाळते. ती सुखावणारी आहे की नाही, याबद्दल झुआनाला खात्री वाटत नाहीये. घोटभर द्रवपदार्थातही जाणून घेण्यासारखं केवढं तरी असतं! पूर्ण आयुष्य वेचलं तरी आपण अनुभवांचा फक्त पृष्ठभागच खरवडून पाहू शकतो.

"मला वाटतंय... मला वाटतंय की हेच कारण असतं, तर तिनं आधीच गायला सुरुवात केली असती. त्यामुळे तिचे खूपसे कष्ट वाचले असते."

"तर मग तिनं ती सुरुवात केली, तेव्हा ती का केली?"

झुआना गप्प राहते. एखाद्या आजाराचं मूळ कारण समूजन घेण्यासाठी धडपड करावी, तद्वतच झुआनानं गेले काही आठवडे याबद्दल खूप विचार केला आहे. "मी तुला एक वेगळा प्रश्न विचारते. तुझ्या शिकवणीची तिला किती मदत झाली असावी असं तुला वाटतंय?"

झुआना मान हलवते, "मी तर तिला फक्त चघळायच्या गोळ्या आणि मलमं बनवायला शिकवलंय."

"ओ झुआना! जर तुला तुझ्या मठस्वामिनीच्या डोळ्यातल्या गर्वाच्या पापाच्या कुसळाबद्दल बोलण्याचं धाडस करता येतं, तर मग तू स्वत:च्या डोळ्यातल्या ढोंगी विनयाच्या मुसळाला त्वरेनं दूर करायला हवंस!" आणि इतके वेळात त्या दोघी प्रथमच हसतात. तिच्या जवळ बसल्यावर झुआनाला तिच्या डोळ्याखालच्या काळवंडलेल्या कातडीला पडलेल्या सुरकुत्या आणि कपाळावरच्या चिंतेनं पडलेल्या आठ्या दिसतात. इतकं सारं यश मिळवूनही तिच्या मागच्या काळज्या काही सुटलेल्या नाहीत. "तुम्हा दोघींमध्ये नक्कीच एक प्रकारची जवळीक निर्माण झाली होती. तुझ्या आयुष्याच्या प्रवासाशी तिला स्वत:च्या आयुष्याबद्दल काही साधर्म्य वाटलं असावं अशी मला शंका आली."

"माझ्या? छे! छे! मी कधीच इतकी... इतकी गुणवान नव्हते किंवा कधीच

इतकी (विवाहाला) लायक नव्हते.''

''नव्हतीस. पण तू तिच्यासारखाच राग आणि विरोध बरोबर घेऊन आली होतीस.''

''त्यामुळेच तुम्ही तिला माझ्यापाशी पाठवलंत का?'' तिनं लगेच विचारलं.

''मला वाटतं, मी तिला तुझ्याकडे का पाठवलं ते तुला माहीत आहे,'' हे उत्तरही तितक्याच त्वरेने, जवळजवळ कठोर स्वरात आलं. या विधानातली गर्भित जवळीक नाकारण्याच्या हेतूनं की काय, ती अधिरपणानं मान हलवते. ''चांगली जोगीण शिकवत असताना, तेवढंच शिकत असते.''

झुआनानं आपले हात मांडीवर घडी घालून ठेवले आहेत, मठस्वामिनीसमोर बसताना जोगिणीनं ते असेच ठेवायचे असतात. ती दृष्टी खाली वळवून आता तिच्या हातांवर नजर खिळवते. वर्तणूक. रीत. श्रेष्ठ-कनिष्ठ पातळ्या. आज्ञापालन आणि विनयशीलतेची शक्ती. आपण किती वेळा तेच-तेच धडे, पुन्हापुन्हा गिरवले पाहिजेत?

''तिला इथे स्वत:साठी आयुष्य कशाप्रकारे निर्माण करता येईल, हे तिला शिकवायचा मी प्रयत्न केला. केलेला विरोध...'' (ती समर्पक शब्द शोधायची धडपड करते : तिच्या जिभेवर 'व्यर्थ' हा शब्द घोटाळत असतो. तो अयोग्य म्हणून ती दूर सारते आणि 'निष्फळ' हा शब्द वापरते.) ''केलेला विरोध निष्फळ ठरेल हे मी तिला समजावयाचा प्रयत्न केला. पण माझी अपेक्षा नव्हती... त्या दुपारी, सायंप्रार्थनेच्या वेळेस मीसुद्धा इतरांइतकीच चकित झाले. फक्त...'' ती थांबते.

''फक्त... काय?''

''काही नाही. याबाबत न बोलायची आज्ञा आहे.''

''ओ! सुओरा मॅगडालेनाबद्दल?''

झुआना मान डोलावते. जरी तिला यामागचा अर्थ लागत नसला, तरी ती पुन्हापुन्हा त्याबद्दलच विचार करते आहे. त्या वृद्ध जोगिणीचा ब्रह्मानंद पाहून त्या तरुण नवागतेच्या चेहेऱ्यावर उमटलेला विस्मय; पक्षाच्या नखांसारखी त्या वृद्धेची ती बोटं एकदम वळून नवागतेच्या मांसल हातात ती रुतणं आणि तिचे ते शब्द 'तो मला म्हणाला की तू येशील.' जणूकाही या नवागतेकडे आधीच 'त्याची' दृष्टी वळली असावी!

''ती त्याबद्दल तुझ्यापाशी बोलली आहे?''

''आम्ही आता कामासाठी एकत्र येत नाही.''

''हो. पण तुम्ही एकमेकींना भेटता.''

''एकदाच.'' एकदाच; जर जेवणघरातल्या टेबलावर किंवा पदपथावरून एकमेकींसमोरून जाताना टाकलेले कटाक्ष मोजले नाहीत, तर एकदाच.

“सुओरा झुआना, त्यादिवशी दुपारी, मॅगडालेनाच्या कोठडीत घडलेल्यापैकी मला माहीत नसलेलं जर काही तुम्हाला ठाऊक असेल, तर तुम्ही ते मला सांगावं, अशी माझी इच्छा आहे. ही नवी विनम्रता ही मुलगी दाखवत असली, तरी ती आतून अजूनही खूप तणावाखाली आहे. आणि जरी ती नव्या जोमानं आयुष्याला सामोरी जात असल्याबद्दल मी देवाचे आभार मानत असले, तरी कार्निव्हल उंबरठ्यावर येऊन ठेपलेला असताना मला आणखी काही त्रास उभा राहायला नकोय.”

“आम्ही भेटलो तेव्हा ती सुओरा मॅगडालेनाबद्दल बोलली होती.”

“ती काय म्हणाली?”

“तिनं मला विचारलं की, ती कोण होती आणि आपण त्या खोलीबाहेर, तिच्याबद्दल का बोलायचं नाही. तिला वाटत होतं की ती जर खरोखरच तन्मयावस्थेत गेली असेल, तर इतरांना त्याबद्दल समजलं पाहिजे. मी तिला सांगितलं, की ज्या साऱ्यांना ते कळायला हवं होतं– देवाला आणि तुम्हाला– त्यांना ते आधीच कळलंय आणि तुमच्या सूचना पाळणं हे आमचं कर्तव्य आहे.”

“अगदी योग्य उत्तर होतं हे!” मठस्वामिनी हसते आणि पुढे वाकून झुआनाचा पेला पुन्हा भरते.

१८

जरी झुआनानं त्या प्रश्नाचं उत्तर अगदी प्रामाणिकपणे दिलेलं असलं, आणि आज्ञापालनांच्या नियमांनुसार ते तिचं कर्तव्यच होतं, तरी तिला जाणीव आहे की काही गोष्टी तिनं सांगितलेल्या नाहीत. सत्य हे आहे, की तिची आणि सेराफिनाची भेट तेवढीशी सहजतेनं पार पडली नाही. त्यात त्या मुलीचा भाग केवढा आणि झुआनाचा स्वत:चा केवढा, हे झुआनाला पूर्णपणे उमगलेलं नाही.

वरवर पाहता, तो औषधालयातला आणखी एक कामाचा तास होता. हाती घेतलेलं काम होतं, बिशपसाठीच्या गोळ्या बनवून तयार करणं. परंतु हा कामाचा तास नेमका सुओरा मॅगडालेना आणि व्हेस्पर्स (सायंप्रार्थना) च्या दुसऱ्या दिवशीच आला होता आणि मठस्वामिनीचं समूहगान प्रमुखेशी आणि नवागतांच्या प्रमुखेशी सेराफिनाच्या भविष्याबद्दल गुप्त खलबतं चाललेलं होतं, त्यामुळे त्या दोघींनाही जाणीव होती की सध्या तरी, त्या दोघी एकत्रितपणे काम करत असण्याची ही शेवटचीच वेळ असणार आहे.

पूर्ण सकाळ, मठभर, त्या मुलीच्या आवाजाबद्दल आश्चर्य व्यक्त केलं जात होतं. सकाळच्या दोन्हीही लवकरच्या प्रार्थनांमध्ये ही मुलगी अत्युत्कृष्ट प्रकारे गायली होती. तिचे डोळे तेजस्वी दिसत होते, ती सहजतेनं वागत होती आणि चमत्कार वाटावा इतका तिच्यात बदल घडलेला होता. पण तरीही झुआनाला जेव्हा ती दारात उभी दिसली, तेव्हा ती आतल्या गाठीची, जवळजवळ लाजरीबुजरी, कसं वागावं याबद्दल संभ्रमात पडलेली, आत शांतपणे प्रवेश करून कामाच्या टेबलापाशी, नेहमीच्या जागी उभी राहताना नजर खाली झुकवलेली अशी मुलगी होती.

गोळ्या बनवण्याच्या शेवटल्या कृतीसाठी टेबल सज्ज ठेवलेलं होतं आणि सुरुवातीला, दोघीजणी, जे घडलं त्याबद्दल अजिबात न बोलता समोरच्या कामाला लागल्या. थंड झालेली काकवी कापून, त्याचे बोटांनी तोंडात घालण्याजोगे तुकडे बनवून, ते तुकडे त्या साखरेच्या आणि पिठाच्या भुरभुरलेल्या मिश्रणात त्या घोळवू लागल्या. असं केल्यामुळे त्या गोळ्यांची चव सुधारून, त्या एकमेकींना न चिकटता लाकडी खोक्यात भरता येण्याजोग्या बनल्या असत्या.

त्या न बोलता, भराभरा काम उरकत होत्या. परंतु एरवी जी स्तब्धता त्यांना शांतवून गेली असती, तीच आता अनुच्चारित शब्दांमुळे अवघड होऊन बसली होती. अनुच्चारित शब्द कुणाचे हे झुआनाला ठरवता येईना; कारण जरी ती मुलगी उघडपणे घाबरल्यासारखी वाटत होती– तणावग्रस्त, भेदरलेली, हृदय धडधडत असल्यासारखी– तरी झुआनालाही स्वत:ला तणावाखाली असल्यासारखं वाटत होतं. काकवीचे तुकडे साखरेत घोळवले जाऊन त्याचे पिटुकले चेंडू बनत होते. बघताबघता या चेंडूंचा ढीग झाला आणि या दोघींची एकदोनदा नजरानजर झाली. त्यानंतर तो तणाव थोडा कमी झाला अणि झुआनानंच प्रथम बोलायला सुरुवात केली.

"तर मग तुझा आवाज एकदाचा नीट झाला."

उत्तरादाखल मुलीनं घाईनं, एका अर्धस्फुट स्मित केलं. "अं... अं... हो!" ते शब्द अस्पष्ट होते.

"मठाची रात्रीची गानकोकिळा आज मत्सरानं तडफडत असणार."

"ओ! रात्रीची गानकोकिळा!" तिचं स्मित तणावपूर्ण होतं. "पहाट व्हावी, म्हणून गाणारी?" ती मान खाली घालून काकवीकडे लक्ष वळवते.

"तुमचं म्हणणं खरं आहे. मला म्हणायचंय... मी तुमची ऋणी आहे. मला गायला उद्युक्त केल्याबद्दल. त्यानं माझ्या प्रक्षोभाला थोडं शांत केलं आहे... इथं राहण्यात मला थोडी शांती मिळू लागली आहे."

पण हे बोलताना तिच्या ठायी शांतीपेक्षा प्रक्षुब्धताच जास्त दिसत होती.

"मी काहीच केलेलं नाही. देवानंच तुला तशी बुद्धी दिली. त्याचं प्रेम आणि दया यांचं आपण ऋण मानायला हवं."

"हो... हो... ते खरंच आहे." ती पुटपुटते. तिची बोटं काकवीच्या तुकड्यांवर अस्वस्थपणे फिरतात. पहिल्यांदाच झुआनाला स्वत:ला या मुलीच्या उपस्थितीत अस्वस्थ वाटतंय. हे जरी तिला मान्य करावंसं वाटत नसलं, तरी ही जाणीव तिला अस्वस्थ करून जाते. तिचा संताप आणि बंड, दु:ख आणि अश्रू सहन करणं या नव्या संतुलनाला सामोरं जाण्याहून झुआनाला अधिक सोपं का वाटावं? सेराफिनाला खरोखरच इतकं संतुलित वाटत होतं का?

जास्त चौकसपणा न वाटता, जास्त खोलवरची माहिती काढू शकेल अशा प्रश्नाची झुआना जुळवाजुळव करत होती, तेव्हाच सेराफिना पुन्हा बोलली, "मला काहीतरी विचारायचंय."

जेमतेम चोवीस तासांपूर्वी जेव्हा तिनं नेमके हेच शब्द उच्चारले होते, तेव्हा त्या दोघी जंगलातल्या अद्‌भुत प्राण्यांमध्ये आणि आज्ञाभंगाच्या कवितेमध्ये रमून गेलेल्या होत्या. त्याला आता अनेक वर्षं उलटली असावीत असं वाटत होतं.

"ती कोठडीतली वृद्धा. ती कोण आहे?"

झुआनाला या प्रश्नाची अपेक्षा होतीच. "ती एक अगदी विनम्र जोगीण आहे आणि देवाकडे जायची आतुरतेनं वाट पाहतेय."

"तर मग तुरुंगात डांबल्यासारखं तिला एकटीला का ठेवलं आहे? आणि त्याबद्दल बोलू नये, अशी आज्ञा मठस्वामिनीनं का केली?"

"मला वाटतं याचं उत्तर फक्त मठस्वामिनीलाच माहीत आहे."

"पण तिला काल काय झालं होतं? ती तन्मयावस्थेत गेली होती? ती तन्मयावस्थाच होती... तुम्हीच तसं म्हणाला होतात."

मॅडोना चिआराचं फर्मान पाळणं तिला भागच आहे, म्हणून झुआना थोडी घुटमळते, "एक प्रकारे तिची ब्रह्मानंदी टाळीच लागली होती, हे खरं आहे!"

"मग इतर लोकांना त्याबद्दल कळायला नको?"

"ज्या लोकांना कळायला हवंय, त्यांना आधीच कळलेलं आहे. मॅडोना चिआरा म्हणाल्या, त्याप्रमाणे याची दखल इतर कुणी घ्यायची गरज नाही. तो– तिच्या आणि ईश्वराच्यामधला मामला आहे."

"पण त्या गोष्टी... ज्या ती माझ्यापाशी बोलली... मला म्हणायचंय, जर ती तन्मयावस्थेत असेल, तर..."

अर्थातच! अशी भविष्यवाणी ऐकून कुणाच्या मनावर परिणाम झाल्यावाचून किंवा भीतीही वाटल्यावाचून राहील?

"सेराफिना, यात घाबरण्याजोगं काहीही नाही. तिनं तुला जे जे सांगितलं, ते सारं अगदी प्रेमानं सांगितलं. त्यात तिचं आणि देवाचं प्रेम भरलेलं होतं. त्याबद्दल मला अजिबात शंका नाही आणि तुलाही असायची गरज नाही."

आणि क्षणभर झुआनाला तिच्या चेहऱ्यावर यातनेची छाया सरकताना दिसली, तिनं शपथेवर यातनेची छाया दिसल्याचं सांगितलं असतं. मग त्या मुलीनं ओठ घट्ट मिटून घेतले. (ते पाहून झुआनाला तिच्या बंडखोरीची आठवण आली) आणि तिनं आपलं लक्ष कामाकडे वळवलं.

त्यांनी काम सुरू केलं. शेजारी शेजारी उभं राहून त्यांचे हात टेबलावर भराभरा हलू लागले– कापण्यात, बोलण्यात आणि काम पुरं करण्यात त्या गुंतून गेल्या.

"माझ्यावर कृपादृष्टी झाल्यासारखं मला वाटतंय." त्या मुलीचा आवाज शांत पण निश्चयी होता. तिनं एक साखरेत घोळलेला चेंडू पेटीकडे ढकलला आणि ती पुढे म्हणाली, "जणूकाही कुणीतरी माझी काळजी घेतंय असं मला वाटतंय."

"मग आपण प्रार्थना करू या, की ही भावना टिकून राहू दे. 'त्याचे' त्याच्या अगाध कृपेबद्दल आभार मान."

"मला तुमचेही आभार मानायला हवेत," जरी तिच्या उजव्या हाताचा पंजा

लाकडावर दाबून ठेवलेला होता आणि तिची दृष्टी खाली खिळलेली होती, तरी हे शब्द तीव्रतेनं उफाळून बाहेर आले.

"मला म्हणायचंय की, तुम्ही माझ्यासाठी खूप केलंत. माझ्याशी प्रेमानं वागलात."

"देवाच्या प्रेमाद्वारे मी माझं कर्तव्य निभावलंय."

"तुम्ही असं म्हणताय, पण मला वाटतंय की तुम्ही त्याहून अधिक केलेलं आहे."

झुआना काहीच बोलली नाही, कारण बोलण्याजोगं काही नव्हतंच. कामाच्या लाकडी टेबलावर हात टेकवून, त्या शेजारी शेजारी गप्प उभ्या राहिल्या. उद्या ती इथं एकटीच काम करेल. ही खोली तिचं एकटीचंच साम्राज्य असेल. गेले काही आठवडे तिला ज्या गोष्टींची सवय झाली होती– मुलीची तीव्र ग्रहणशक्ती, चौकसबुद्धी. त्या दोघींमध्ये अनपेक्षितपणे निर्माण झालेला अनुबंध– या साऱ्यांशिवाय जगण्याची तिला पुन्हा सवय होईल. ती सवय तिला करून घ्यावीच लागेल. तिला ते माहीत आहे. त्या मुलीनं आपला हात पालथा घातला आणि तिची बोटं लाकडावरून पसरून ठेवली. जिथं त्या बोटांवर काकवी चिकटून राहिली होती, तिथं गोंदावर चिकटावं तसं पीठ चिकटलं होतं. काम करूनही त्या मुलीची बोटं अजूनही सुरेख होती, सुंदर आणि निमुळती, नितळ-गुलाबी नखांची, नखांच्या पेरापासून फिक्या चंद्रकोरी वर निघत असलेली. त्याउलट झुआनाची बोटं नुकत्याच खणून बाहेर काढलेल्या मुळांसारखी दिसत होती, जाड आणि डागाळलेली. शेजारी शेजारी ठेवलेल्या त्यांच्या बोटांकडे बघताना, झुआनाला, त्या पहिल्या दिवशी तिच्या डोक्यावरला स्कार्फ सैल केल्यावर जाणवलेला त्या मुलीच्या गालांवर तरुण कोवळेपणा आठवला आणि त्या पहिल्या रात्री तिला जमिनीवरून अंथरुणाकडे सावरून नेत असताना जाणवलेला तिच्या गुबगुबीत देहाचा मऊ स्पर्शसुद्धा आठवला. जरी तिच्या अंगावर आता कमी मांस असलं (भावनांचा उद्रेक आणि मठातलं तेचतेच अन्न यामुळे ती आता आणखी शिडशिडीत आणि रेखीव बनली होती.), तरी ती अजूनही सुंदर दिसत होती. हो! फेंगड्या पायाच्या आणि तिरळ्या डोळ्यांच्या मुलींबरोबरच आपला ईश्वर अत्यंत गोजिरवाण्या मुलींनाही आपल्या संरक्षणाखाली घेतो आणि बाहेरच्या जगापासून सुरक्षित ठेवतो. आध्यात्मिकतेसाठी कौमार्याची ठेव जपतो. सेंट जेरोमचे शब्द झुआनाला आठवले : "जर तुम्ही सोन्यानं लगडला असाल, तर तुम्ही चोरांपासून सावध राहिलं पाहिजेत. आपण पृथ्वीवर धडपड केली, तर इतरत्र आपला गौरव केला जाईल." ज्या नवागता देवाच्या ओढीनं इथं प्रवेश करतात, त्यांना स्फूर्ती देतील असे हे शब्द होते. पण ते झुआनाला नेमकी आत्ताच का आठवावेत, हे मात्र तिला कळत नाही.

तिच्या शेजारी उभ्या असलेल्या सेराफिनाचा उच्छ्वास थरथरत्या उसाशासारखा बाहेर पडला. झुआनानं त्या मुलीकडे कटाक्ष टाकला आणि तो टाकत असतानाच तिला त्या मुलीचा उजवा हात पुन्हा हलताना दिसला, थोडा उचलला गेला, मग खाली आला आणि शेवटची तीन बोटं झुआनाच्या पंजावर टेकली गेली.

ह्या स्पर्शानं चटका बसल्याप्रमाणं झुआनानं स्वत:चा हात जोरानं मागे खेचून घेतला.

"ओ! मला माफ करा." त्या मुलीचा आवाज हळूवारपणे आला. झुआनाच्या आश्चर्यामुळे तिला आश्चर्य वाटलेलं दिसलं. "मला फक्त तुम्हाला दाखवायचं होतं..."

"काय दाखवायचं होतं?"

"तुम्ही माझ्यासाठी काय केलंत ते! माझा हात. काल काकवीमुळे जिथं भाजला होता तो. बघितलंत?"

आणि आता झुआना बघू लागते, किंवा बघत नाही कारण बघण्यासारखं काही नसतंच. त्या मुलीचा हात आता अगदी स्वच्छ आहे. कातडी नितळ आहे. फोडाची किंवा व्रणाची झवलीशीही खूण नाही.

"तो बरा झालाय. पाहिलंत? भाजल्याची खूण नाही किंवा जिथं सुओरा मॅगडालेनाची नखं रुतली, तेथे कसलीच खूण नाही. तुमचं मलम अद्‌भुत आहे."

"ते भाजण्यासाठी नाहीये. तुझ्या प्रायश्चित्ताच्या वेळेस झालेल्या जखमा भरून येण्यासाठी मी ते तुला दिलं होतं."

"ओ! त्यासुद्धा बऱ्या झाल्या आहेत," आणि त्या मुलीचा चेहरा उजळतो, जणूकाही ती बरं होण्याची प्रक्रिया कातडीच्याही आतवर पोहोचलेली आहे. "खरोखरच मी आता पूर्णपणे बरी झालीय."

पण झुआना आता मलमाबद्दल विचार करत नाहीये. त्याऐवजी तिला त्या वृद्धेचा चेहरा डोळ्यांपुढे दिसतोय. तिचा तो विचित्र, मोती घरंगळल्यासारखा आवाज ऐकू येतोय. "तो म्हणालाय की, मी तुला सांगावं की काहीही झालं तरी 'तो' इथं आहे आणि तुझी नीट काळजी घेणार आहे."

या मुलीनंही हे शब्द ऐकले असतील? हे ईश्वरा या बालिकेची काळजी घे. तिला सहन करता येणार नाही असं ओझं तिच्यावर लादू नकोस. झुआनाला कधीही अचानकपणे प्रार्थना करायची बुद्धी होत नसे. ती आता या अचानक स्फुरलेल्या प्रार्थनेमुळे एकदम धास्तावल्यासारखी झाली.

"चल. ही गप्पागोष्टींची वेळ नव्हे," ती रुक्षपणे म्हणाली, "तू शेवटल्या गोळ्या वळ. मी त्या आत भरायला सुरुवात करते."

जरी सेराफिनाला झिडकारल्यासारखं वाटलं असलं, तरी तिनं तसं दर्शवलं

नाही. तिनं फक्त मान खाली घातली आणि तिचे हात काकवीकडे वळवले.

जेव्हा दुपारची घंटा वाजू लागली, तेव्हा सेराफिनाच टेबलाजवळून प्रथम दूर झाली. तिनं तिचे हात, प्रार्थना मंदिरात जायच्या तयारीनं, भांड्यात धुतले आणि स्वत:च्या एप्रनच्या कापडावर पुसले आणि तो एप्रन काळजीपूर्वक भिंतीवरल्या खुंटीवर, जागच्याजागी अडकवून ठेवला. सवय. परिचय. या गोष्टी लगेच अंगी मुरतात.

"देव तुमच्या पाठीशी असो, सुओरा झुआना," ती म्हणते. तिचं मस्तक नम्रपणे लववून, नेहमीचे जोगिणींशी एकमेकांना अभिवादन करताना उच्चारायचे शब्द उच्चारते. जणूकाही ते तिनं पहिल्यांदाच उत्स्फूर्तपणे उच्चारले नसून, ते ती आयुष्यभरच उच्चारते आहे, अशा सहजतेनं ती ते उच्चारते.

"आणि तुझ्याही पाठीशी देव असो, नवागता सेराफिना," एकमेकींपासून दूर होतानाची वाक्यं म्हणून झालेली आहेत, तरी ती निघत नाही.

"मला वाटतं, आज दुपारी मला गाण्याच्या तालमीसाठी उपस्थित राहावं लागणार आहे."

"हो. मलाही तसंच वाटतंय. त्यासाठी माझ्या शुभेच्छा!"

"मला... मला तुम्हाला एक पुस्तक परत करायचंय. मानवी देह आणि वनस्पतींच्या रूपातली समानता आणि औषधी उपयोगांवरचं. तुम्हाला आठवत असेल, तुम्ही मला ते उसनं घ्यायची परवानगी दिली होतीत. मी ते नंतर परत घेऊन आले तर चालेल?"

झुआना मान हलवते. ती मुलगी दारापाशी पोहोचते. मग ती मागे वळते.

"ते पुस्तक फारच छान होतं. मला आणखी शिकता येत नाहीये, त्याबद्दल वाईट वाटतंय."

आणि ती मुलगी निघून जाते. झुआना ते पुस्तक शेल्फवर ज्या जागी होतं तिथे दृष्टी टाकते आणि तिला कोडं पडतं की, जरी ते पुस्तक तिनं देऊ केलेलं तिला आठवत होतं; तरी तिनं ते नेलेलं तिला का आठवत नाहीये.

१९

“सुओरा झुआना?”

आपल्या कक्षात असलेल्या मठस्वामिनीचा आवाज आता मृदू झाला आहे.

“तुम्ही ठीक आहात ना?”

“काय? हो. हो. मला माफ करा. माझं चित्त जागेवर नव्हतं.”

“आणि तुम्ही थकून गेला आहात. मला ते कळतंय. तुम्हाला ताप आल्यासारखं, अंग ठणकल्यासारखं वाटतंय का?”

“नाही. आभारी आहे. मी ठीक आहे. फक्त थकून गेलेय.”

“नक्की एवढंच?”

“हो.”

“छान. ही छान बातमी आहे. इतर जोगिणी आजारी असताना तुम्ही ठीक असायला हव्यात,” ती थांबते, “सुओरा मॅगडालेनाच्या... तन्मयावस्थेच्या वेळेस, इतकं जवळ असल्यामुळे तुम्हाला त्रास झाला असणार?”

“मला? नाही. नाही... कदाचित तात्पुरता झाला असेल. तिची तन्मयावस्था फार... तीव्र होती.”

“हो! अशा गोष्टी मठाच्या आयुष्यातले अपरिहार्य चढ-उतार आहेत. प्रात:प्रार्थनेच्या वेळेस सुओरा ॲग्नेसिना अतिशय भारावून गेलेली असते, तेही तसंच आहे.” ती जोरात म्हणते, जणूकाही दोन्ही गोष्टी, मिठाची आणखी एक गोण येऊन पडावी, अशा प्रकारच्या नित्याच्या आयुष्याचा भागच आहेत!

झुआना काहीच बोलत नाही. तिच्यामते, या दोन्ही स्त्रियांमध्ये जमीन-अस्मानाचा फरक आहे आणि जेव्हा मठस्वामिनी फक्त सिस्टर मारिया चिआरा होती, तेव्हा तिचं मतसुद्धा तसंच पडलं असतं.

“आणि स्वत: सुओरा मॅगडालेना? ती आता कशी आहे?”

“मला वाटतंय... मला वाटतंय की, ती मरणासन्न होते आहे,” झुआना थांबते. तिच्या अंतश्चक्षूंपुढे, त्या वृद्धेचे डोळे (चिपड) आलेले आणि चेहरा दिसतो, तिची सुकलेल्या नदीच्या पात्रासारखी झालेली कातडी दिसते. तिला तसं वाटतंय,

तर तसं तिनं म्हणायलाच हवं, “तिला रुग्णालयात हलवावं, असं मला वाटतं. तिथं तिला जास्त आराम वाटेल.”

“तू नेहमीप्रमाणेच तिच्याबद्दल अत्यंत सहृदयतेनं विचार करते आहेस. परंतु तू जाणतेसच, की मॅगडालेनाची स्वत:चीच इच्छा एकांतवासात राहायची आहे आणि तिच्या इच्छेचा मठस्वामिनी आदर ठेवतेय.”

तिच्या आवाजात एकाएकी आलेला कठोरपणा एकून झुआनाला आश्चर्य वाटतं. आज्ञाभंग ध्वनित केल्याबद्दल प्रार्थनेच्या वेळेस देवाची क्षमा मागायचं ती ठरवते. ती तिची पाठ ताठ करते आणि शरीराच्या डाव्या भागातून पायापर्यंत चमक गेलेली तिला जाणवते. तिच्या मनात आजारी असल्याचं बीज पेरलं गेल्याबरोबर तिला आजारी असल्यासारखं वाटू लागलेलं दिसतंय. मनाचे असे खेळ मोठे विस्मयकारक बसतात, देहाला ज्या जाणिवा अजिबात व्हायला नकोत, त्याही जाणिवा देहाला मनाचे खेळ घडवू लागतात. तिला जर वडिलांबरोबर संवाद साधायला वेळ काढता आला, तर ते यावर भरपूर भाष्य करतील! कदाचित तसा संवाद ती साधत नसल्यामुळेच तिला असं थकल्यासारखं, हरवल्यासारखं वाटत असावं. ती नवागता इथे आल्यापासून तिच्या आयुष्यातलं सारं सारं, तिच्या वडिलांच्या सहवासाचं सुखसुद्धा, बदलून गेलं आहे.

मठस्वामिनी तिच्याकडे लक्षपूर्वक बघतेय, “मी सुओरा मॅगडालेनाशी फार कठोरपणे वागतेय असं तुला वाटतंय.”

“मी... मी त्याबद्दल विचार करत नाही!” आता, देवाची क्षमा मागताना तिला खोटं बोलण्याबद्दलही क्षमा मागायला हवी. काहीकाही दिवशी असं वाटतं की मनात येणाऱ्या प्रत्येक विचारात असमाधानाचं बीज असतं. आजचाच विचार घ्या : तिला आतून वाटतंय की, ज्या गोष्टी तिला बदलता येणार नाहीत, त्याबद्दल व्यर्थ चर्चा करत ती इथे वेळ वाया घालवतेय– आणि बाहेर करण्याजोगी कितीतरी कामं तिची वाट पाहत आहेत. ती निग्रहानं मन ताळ्यावर आणते. “हो. मला ते थोडं विचित्रच वाटतं. मला म्हणायचंय, की भूतकाळात जे घडलं, त्याला खूप वर्षं उलटली आहेत आणि ती आता...” ती योग्य शब्द शोधते आणि म्हणते, “ती आता निरुपद्रवी झाली आहे.”

मॅडोना चिआरा स्वत:चा पेला शेकोटी जवळच्या छोट्या तिवईवर काळजीपूर्वक ठेवते, तळहात एकमेकांना जोडते आणि हात वर उचलून ओठांपर्यंत बोटं वर आणते. सँटा कॅटेरिनाच्या इतर जोगिणींनी हात असे केले असते, तर त्या प्रार्थना करत आहेत, असं झुआनाला वाटलं असतं. पण ती मठस्वामिनीला चांगलीच ओळखते. मठस्वामिनी विचारांची जुळवाजुळव करत असताना, झुआना शांतपणे वाट पाहते.

"सुओरा मॅगडालेनाच्या कथेला आणखी पुढचा एक अंक आहे आणि तो तुला माहीत नाही. तो अंक तुला माहीत असायचं काहीच कारण नाही; कारण तू येण्याच्या खूप पूर्वी ही गोष्ट घडून गेलीय. पण आता ती तुला कळली, तर बरं होईल. काही वर्षांपूर्वी, पुन्हा एकदा, मठात तिचं वर्चस्व वाढलं होतं. लोकांची समजूत अशी आहे की ती तरुण असताना, दुसरा ड्यूक एर्कोले मरण पावल्यावर तिचं महत्त्व लयाला गेलं आणि खरोखरच, त्यानंतर दरबारातलं कुणीही तिची भेट घ्यायला आलं नाही आणि ती कोठडीच्या बंदिवासातच राहिली. पण जेव्हा सारं वादळ शांत झालं आणि तिची प्रकृती सुधारली– कारण इतके उपवास काढूनही ती अजूनही तरुण वयाची होती– तिनं मठाच्या आयुष्यात सहभाग घ्यायला सुरुवात केली आणि तेव्हाच्या दयाळू आणि गरीब स्वभावाच्या मठस्वामिनीला तिला नको म्हणायचा जीव झाला नाही."

"काही महिन्यांनी तिला पुन्हा झटके येऊ लागले. आत्ता तिला कोठडीत आला त्याच प्रकारचे, तन्मयावस्थेचे झटके तिला आले आणि एक-दोनदा तर चॅपेलमध्ये, नेहमीच्या मॅटिन्सच्या वेळेस (पहाटे दोन वाजताच्या प्रात:प्रार्थनेच्या वेळेस), तिच्या हाता-पायातून रक्त गळू लागलं. प्रार्थना अर्धी संपल्यावर ती तिचा पंजा उघडत असे आणि कुणालाही न दिसू शकणाऱ्या जखमांमधून रक्त गळू लागत असे. ज्यांनी ते डोळ्यांनी बघितलं होतं, ते म्हणत की ती अगदी स्तब्ध असे, अजिबात आवाज करत नसे आणि तिच्या चेहऱ्यावर अश्रूंची धार वाहत असे. ती एक शब्दही बोलत नसे, मदत मागत नसे, फक्त तिच्या कोठडीत परत जाऊन दरवाजा बंद करून घेत असे."

आता झुआनाला तिच्या कामाकडे वळायची तीव्र इच्छा अजिबात वाटेनाशी झालीय; कारण हे मठातलं गुपित तिनं पूर्वी कधीही ऐकलेलं नाही.

"अर्थातच त्यामुळे खळबळ माजली. खळबळ माजल्यावाचून कशी राहील? विशेषत: नवागता! त्या तर फारच थरारून जात. दोषांबद्दल कबुली घेणारा तेव्हाचा धर्मगुरूसुद्धा खूपच प्रभावित झाला, पण तो अगदी सरळ स्वभावाचा होता. असो. ही बातमी स्वागतकक्षातून बाहेर पोहोचली आणि लोक चर्चा करू लागले की ड्यूक एर्कोलेचं गरीब बिचारं पाखरू पुन्हा गाऊ लागलंय आणि सँटा कॅटेरिनानं पुन्हा जागृत संतिणीला आश्रय दिलेला आहे."

"हे केव्हा घडलं?"

"केव्हा? १५४० सालच्या वसंत आणि ग्रीष्म ऋतूत."

"१५४०? पण तुम्ही तर तेव्हा इथेच होता. तुम्ही ते सारं स्वत:च पाहिलं असणार..."

"मी मठात फक्त शिकण्यापुरती येत होते, इथे राहत नव्हते आणि आम्हाला

शिकवणाऱ्या जोगिणींना त्याबद्दल बोलायची सक्त बंदी होती. नाही. मी तुला सांगतेय, त्या गोष्टी मला त्यानंतर खूप वर्षांनी कळल्या.''

तरीही तिच्या लक्षात नक्कीच काहीतरी आलं असणार. अशा नाट्यामुळे मठातल्या शिस्तबद्धतेला नक्कीच सुरुंग लागला असणार आणि चाणाक्षांच्या ते लगेच ध्यानात येतं. अनेक वर्षांच्या अनुभवानं, आपल्या शिकवणाऱ्या जोगिणीपाठोपाठ वर्गाकडे जाणाऱ्या मुलींमधून झुआनाला अशा चाणाक्ष मुली ताबडतोब ओळखता येतात. त्यांचं कुतूहल शिस्तीपेक्षा मोठं असतं, त्यांचे चेहरे बुडबुड्यासारखे गोल आणि चमकणारे असतात, त्यांच्या चेहेऱ्यांवर खोडसाळपणा आणि चांगुलपणा यांचं द्वंद्व चाललेलं स्पष्ट दिसतं, या दोहोंपैकी कुठलं पारडं जड हे अजून ठरायचं असतं. नक्की नक्कीच मठस्वामिनीनं काहीतरी ताडलं असणार!

''त्या तारखेवरून आता तुम्ही काही बोध घेणार नाही, पण अशी घटना घडण्याच्या दृष्टीनं तो अगदी घातक समय होता. पाखंड्यांबद्दल सहानुभूती दाखवून, ड्यूकची फ्रेंच पत्नी रेनाटा दरबारात खळबळ माजवत होती. धर्म झुगारून देणारे लोक तिच्या पंक्तीला जेवत होते आणि जॉन काल्व्हिन, प्रमुख पाखंडी तिच्या आश्रयाला आल्याची वदंता होती. चर्चचं प्रमुख नियामक मंडळ पुन्हा ट्रेंटमध्ये बैठक भरवणार होतं आणि फेराराची कसून चौकशी होणार अशी बोलवा होती. चर्चच्या योग्य शिकवणीवाचूनच, मॅगडालेनासारखी अडाणी, गावंढळ स्त्री देवाचं माध्यम बनलीय. या बातमीनं, अशा नाजूक वेळेस, आपल्या शहराकडे नको असलेलं लक्ष वेधलं गेलं असतं.''

''काय झालं?''

''मठात थोडी चर्चा झाली आणि त्यानंतर वृद्ध मठस्वामिनी– दुर्दैवानं तिची बहीण दरबारात, रेनाटाच्या अगदी आतल्या वर्तुळात होती– हटवण्यात आली आणि तिच्या जागी नव्या मठस्वामिनीची, मॅडोना लेओनाराची नियुक्ती केली गेली. बिशपच्या मदतीनं आणखी कडक धर्मगुरू, पापांचे कबुलीजबाब घेण्यासाठी, आणला गेला आणि असा निर्णय घेण्यात आला की, सुओरा मॅगडालेनाला पुन्हा कोठडीच्या एकांतवासात हलवलं गेलं, तर ते सर्वांच्याच दृष्टीनं हिताचं ठरेल.''

कोठडीत एकांतवासात! म्हणजे तुरुंगाच्याच अंतर्गत असलेल्या तुरुंगात! ते कसं काय केलं गेलं असेल? तिनं विरोध केला असेल? ओरडली असेल? दरवाजे ठोकले असतील? की फक्त तिच्या बिछान्याचा आसरा घेऊन तिनं देवाकडे तोंड वळवलं असेल? जरी प्रत्यक्ष देवानं तिचं स्वागत केलं असलं, तरी त्या विचारानं झुआनाच्या कण्यातून शिरशिरी जाते.

''तर मग तो तिचा स्वतःचा निर्णय नव्हता. तिला कैदेत टाकलं गेलं.''

''नाही...'' मठस्वामिनी घुटमळते, ''तिला तिच्या कोठडीत स्थानबद्ध केलं

गेलं आणि प्रत्येकानं– तिनं स्वत:सुद्धा– ते मान्य केलं. कारण मठाच्या हिताच्या दृष्टीनं ते आवश्यक होतं.'' ती थांबते, ''एक गोष्ट लक्षात आलीय, की तेव्हापासून, प्रेक्षकांच्या अनुपस्थितीत तिला साक्षात्कार होत नाहीत किंवा ती नित्य तन्मयावस्थेत जाणं बंद झालंय.''

''तुमचं म्हणणं आहे की ती ढोंगी आहे?''

''नाही.'' ती उतावळेपणे मान हलवते. जणूकाही या साऱ्या संभाषणादरम्यान वापरली गेलेली भाषा तिला असमाधानकारक वाटतेय.

''पण एक गोष्ट खरी, की ती तरुण असताना तिच्यावर तसा आरोप केला गेला होता. मी केवळ काय घडलं ते सांगतेय. तिच्या मनात काय चाललंय, ते तो देवच जाणो!''

पण जरी हे पटण्याजोगं असलं, तरी झुआनाला प्रत्यक्ष काय दिसलं ते ठाऊक आहे. पक्षासारखी नाजूक हाडं आणि पापुद्र्यासारखी पातळ कातडी असलेल्या त्या वृद्धेच्या ठायी, तिच्या हातांनी सुदृढ, तरुण मुलीला जखडून ठेवण्याएवढी शक्ती असायला नको होती आणि तिच्या बुब्बुळांवर माशा नाचू देण्याएवढ्या तन्मयावस्थेतही तिनं जायला नको होतं!

''मी तुला सांगितलेली कहाणी, मला पूर्ण स्वरुपात, मी चार वर्षांपूर्वी मठस्वामिनी म्हणून निवडून आले; तेव्हाच सांगण्यात आली आणि त्याच वेळेस सुओरा मॅगडालेनाच्या बाबतीत माझं मठाबद्दलचं कर्तव्यही मला स्पष्टपणे सांगण्यात आलं होतं.''

मठाप्रति तुमचं कर्तव्य... झुआना विचार करते. पण तुमच्या कुटुंबाबद्दलचंही तुमचं कर्तव्य. जे मठस्वामिनी बोलत नाही– कारण त्या दोघींनाही आणि थोडीतरी बुद्धी असलेल्या मठातल्या प्रत्येक जोगिणीलाही ते आधीच ठाऊक आहे– हे सत्य असं आहे, की १५४०च्या सुरुवातीच्या त्या अस्थिर कालखंडात सँटा कॅटेरिनामध्येसुद्धा निष्ठा बदलल्या आणि मॅडोना चिआराची मठस्वामिनी म्हणून नियुक्ती झाल्यावर मॅडोना चिआरा कुटुंबाच्या हाती सत्ता आली आणि विरोध केला जाऊनही ती सत्ता तेव्हापासून त्या कुटुंबाच्याच हाती आहे!

''अस्सं!''

''म्हणून, जर ती खरोखरच मरणासन्न अवस्थेत असेल, तर रुग्णालयाची प्रमुखा या नात्यानं या नियमांतर्गत, अन्य प्रकारे तू तिची काळजी घ्यावीस.''

''आणि जर...'' झुआना बोलताना थांबते.

''जर... काय?''

झुआना थोडी घुटमळते, ''जर देव खरोखरच तिच्या माध्यमातून बोलत असला तर?''

"तर मग त्यानं दुसरं माध्यम शोधावं," मठस्वामिनी अगदी शांतपणे म्हणते, "झुआना, तू मठातली सर्वांत श्रद्धाळू जोगीण नसलीस, तरी तू सर्वांत चाणाक्ष आहेस. मी तुझ्याशी या गावगप्पा करत नाहीये. किंवा जुन्या इतिहासाबद्दलही सांगत नाहीये. मी तुला हे सारं सांगतेय, कारण पुन्हा एकवार आपण वादळातून वाटचाल करतोय."

"पण... पण, मला वाटलं होतं की वाईट काळ मागे पडलाय. डचेस रेनाटा खूप पूर्वीच फ्रान्सला परत गेलीय आणि आता नवा ड्यूक आलय, नवा पोप आलाय आणि सरकारी चौकशी संपलीय. शहरावरचं संकट तर टळलंय ना?"

"संकट तात्पुरतं टळलंय. आपल्या नव्या पोपची अजून फेरारावर नजर आहे. औरस वारस मिळाला नाही, तर ड्यूकच्या मृत्यूनंतर आपलं शहर परत पोपच्या अधिपत्याखालच्या राज्यांमध्ये समाविष्ट होईल. पण देवाची कृपा असेल, तर ते टळेल. पण आणखीही जवळ ठाकलेलाच धोका आहे. तुला ठाऊक आहे का की, ट्रेंट येथे– नियामक मंडळानं संमत केलेल्या शेवटच्या फर्मानांपैकी एकाचा रोख साऱ्या मठांवर आहे. त्यानुसार, मठांमधली सारी अशुद्धतता धुवून टाकण्यासाठी किंवा लोकप्रवाद टाळण्यासाठी, साऱ्या जोगिणींना, त्यांचा हुद्दा किंवा स्थान काहीही ज्येष्ठ असलं तरी, बंधनात ठेवावं."

"पण ते आपल्याला लागू नाही. बेनेडिक्टिन पंथाच्या असल्यामुळे आपण आधीच बंधनात आहोत."

"हे खरं आहे. पण 'बंधनात' या शब्दाचे अनेक अर्थ आहेत आणि स्पष्टपणे दिसणारी गोष्ट अशी आहे की, हे फर्मान इतकं झटपट संमत झालं– काहीजण म्हणू शकतील की मुद्दामच असं त्वरेनं संमत केलं गेलं– की हे फर्मान एक बोथट तलवारीसारखं आहे आणि त्याचा तसाच अमानुषपणे वापर केला गेला, तर आपलं सारं आयुष्य ढवळून निघेल."

झुआना गप्प राहते. बऱ्याचशा जोगिणींच्या दृष्टीनं चर्चमधल्या राजकारणाच्या अंतर्गत कार्यवाहीत, गाठी पडलेल्या आतड्यांपेक्षाही जास्त गुंतागुंत असते आणि आधीच्यापेक्षाही अधिक मसालेदार असा गावगप्पांचा तुकडा नेहमीच चर्चच्या भिंतींवरून आत सरपटत शिरत असतो. यादृष्टीनं कोठडीतल्या कुणी अंतर्ज्ञानी जोगिणीपेक्षा चर्चमध्ये असलेला भाऊ जास्त विश्वासार्ह, जास्त उपयुक्त ठरतो.

"मला समजलं नाही. तुम्हाला काय म्हणायचंय?" झुआना विचारते.

"मी सांगू पाहतेय की 'बंधन' या शब्दाचा अर्थ काढताना, या संमत फर्मानानुसार, बिशपना योग्य वाटलं, तर ते मठांचा बाहेरच्या जगाशी असलेला जवळजवळ सगळा संपर्क तोडू शकतात. त्याचाच अर्थ असा, की मनात आणलं, तर ते नाटकं, जलसे थांबवू शकतात, भेटायला किती लोक आणि किती वेळा येऊ शकतात

त्याचा आकडा कमी करू शकतात, बाहेरच्या जगाशी मठाचे असलेले व्यापारी संबंध तोडून आपल्याला स्वत:च्या व्यापारी प्रयत्नांऐवजी दानधर्मावर अवलंबून राहायला लावू शकतात. पत्रलेखन हे आपल्या स्थितीला योग्य अशा शांततेतला पूरक नसल्यामुळे, त्यावरही निर्बंध घालावेत अशीही चर्चा होते आहे.'' मठस्वामिनी थांबून पुढे म्हणते, ''अशा फर्मानाचा आपल्यावर कसा आघात होईल, याचा अंदाज यायला फारशा कल्पनाशक्तीची गरज नाही.''

फक्त तिची चूक होतेय– सँटा कॅटेरिना मठ इतका बदललेला, इतका आक्रसून गेलेला, इतका संकुचित झालेला होऊ शकेल ही कल्पना अशक्य कोटीतले वाटतेय. ''पण पण त्यांना असं कसं करता येईल? ज्या गृहीत धरलेल्या समजुतीप्रमाणे स्त्रियांनी इथं प्रवेश घेतला, त्याच्या अगदी विरुद्ध असे हे निर्बंध ठरतील.''

''जेव्हा पाखंडीपणाच्या दोषारोपाला सामोरं जायची वेळ आली, तेव्हा अशा गृहीत धरलेल्या समजुतीचं ट्रेंटमध्ये काम करणाऱ्या कार्डिनल[१६] आणि बिशप[१७]ना अजिबात महत्त्व वाटलं नव्हतं.'' मठस्वामिनी कडवटपणे म्हणते. ''अर्थात फर्मान अंमलात आणलं जाईपर्यंत, फर्मान म्हणजे केवळ कागदावरली अक्षरंच असतात आणि चर्चच्या साऱ्याच अधिकाऱ्यांना त्याबद्दल प्रचंड आच असते असं नाही! निदान सध्यातरी, फेराराचा बिशप, शहरातल्या मान्यवर कुटुंबांनी केलेल्या विनवण्यांकडे लक्ष देतोय आणि तो नव्या नियमांची अंमलबजावणी बहुधा शब्दश: न करता, ढोबळ अर्थानं करेल. पण तसं घडण्यासाठी आपलं वर्तनही निर्दोष असायला हवं आणि जे लोक शुद्धीकरणाच्या नावाखाली विनाश घडवतील अशांकडून आपली चौकशी व्हायची वेळ येता कामा नये.''

अर्थातच आता झुआनाच्या हे सारं पूर्णपणे लक्षात आलंय : गेल्या काही महिन्यांमध्ये जाणवलेले मठातल्या वातावरणातले सूक्ष्म बदल; आणखी मोठे हुंडे मिळवून मठाची खातेवही जमेकडे वळवण्याची मठस्वामिनीची धडपड; नवागतेला स्थिरस्थावर करून शक्य तेवढ्या लवकर गायला लावल्याबद्दलचा तिचा आग्रह; मठातल्या जास्त उदारमतवादी गटाला काबूत ठेवायचा तिचा प्रयत्न; त्याचवेळेस उमिलिआनाची देवभक्तीची अतिरेकी आचसुद्धा नियंत्रणाखाली ठेवण्याची तिची धडपड आणि आता तन्मयावस्थेत गेलेल्या मॅगडालेनाबद्दलची चर्चा पूर्णपणे दाबून टाकण्याचा तिचा प्रयत्न...

जेव्हा देवाचं काम आणि माणसाचं काम यात संतुलन आणायचं असतं, तेव्हा

---

१६. कार्डिनल – पोपच्या खालोखालच्या दर्जाचा धर्माधिकारी
१७. बिशप – ख्रिस्ती धर्मगुरू

चिआरा दाखवत असलेल्या हुशारीचं झुआनाला नेहमीच कौतुक वाटतं. जेव्हा इच्छेविरुद्ध इथे आलेली ती एक नवागता होती आणि मठातल्या आयुष्यातलं पावित्र्य आणि दांभिकपणा यातला फरक उकलणं तिला अवघड गेलं होतं, तेव्हा झुआनाला चिआराची हीच हुशारी कौतुकास्पद वाटली होती. जर झुआना स्वतः तिच्या वडिलांच्या प्रशिक्षणाखाली घडवली गेलीय, तर मठस्वामिनीचं कौशल्यसुद्धा तिला तसंच, कुटुंबाकडून शिकवलं गेलंय. जमिनीवर सोन्याचा अखंड पट्टा दिसावा, तशी सँटा कॅटेरिना मठाच्या इतिहासात चिआराच्या पूर्वजांनी नावं झळाळून उठून दिसतात : त्या साऱ्या अत्यंत धूर्त आणि नावाजलेल्या स्त्रिया होत्या. कुटुंबाचं महत्त्व मुलांऐवजी मठाद्वारे पिढ्यान्‌पिढ्या उज्ज्वल ठेवणाऱ्या. फक्त प्रश्न एवढाच आहे– आणि झुआनानं हा प्रश्न यापूर्वीही स्वतःला विचारला आहे, फक्त त्याचा उच्चार केलेला नाही– की अशा स्त्रीला 'देव' आणि 'कुटुंबाच्या हातची सत्ता' यापैकी एकाची निवड करायची वेळ आली, तर ती कशाची निवड करेल?

"आता तुला स्पष्टपणे उमगलं असेल, की आपण शहराला तरुण, कुमारी कोकिळकंठी गायिका देऊ शकलो हे किती भाग्याचं आहे! पण सतत तन्मयावस्थेत जाणारी आणि तिला आटोक्यात ठेवू शकेल, असा पापाचे कबुलीजबाब घेणारा धर्मगुरू जवळपास नसताना उदयाला आलेली, अशी जिवंत संतीण सांभाळणं ही सर्वस्वी वेगळी गोष्ट होईल." टेबलावरला आपला पेला उचलून घेण्यापूर्वी ती थांबते, "याबाबत तुला जी काही काळजी वाटत होती, ती आता दूर झाली असेल, अशी मी आशा करते."

देवाविरुद्ध कुटुंब! झुआनाला आपल्या प्रश्नाचं उत्तर मिळालंय असं वाटतंय आणि त्या उत्तरानं तिला ताप चढल्यासारखा वाटला तर त्यात फारसं आश्चर्यही वाटायला नको.

झुआना रुग्णालयात परत येते, तोपर्यंत सकाळच्या कामाची वेळ जवळजवळ संपत आलेली असते. आज वाट शोधून धुकं खोलीच्या आत शिरलेलं दिसतंय आणि खोली नेहमीपेक्षा काळोखी वाटतेय. ती इंबेरसागाच्या रिकाम्या खाटेकडे नजर टाकते आणि क्षणभर तिचं मन त्या रात्रीच्या स्तब्ध वातावरणात पोहोचतं; यातना संपल्यावर मेणासारखा नितळ दिसणारा त्या तरुण मुलीचा चेहरा, सुओरा उमिलिआनाची तिला वेढून टाकणारी झळाळती श्रद्धा, त्या श्रद्धेनं आनंदात परिवर्तित होणारं दुःख. सुओरा उमिलिआना... संमत ठरावानुसार मठ शुद्ध केला गेला, तर तिला कसं वाटेल? तिथल्या अनेकांपेक्षा तिला ते वातावरण अत्यंत सुखाचं वाटेल यात शंकाच नाही आणि मग सुओरा मॅगडालेनाचं काय? जर उमिलिआना आता मठस्वामिनी असती, तर मॅगडालेनानं स्वतःची कैद इतक्या निमूटपणे स्वीकारली

असती? झुआना स्वत:लाच ठामपणे सांगते, 'झुआना, या प्रश्नांची उत्तरं शोधण्याची जबाबदारी तुझ्यावर पडलेली नाही! रुग्णालयाची– औषधालयाची प्रमुखा या नात्यानं तुझं काम आहे; आजारी लोकांची काळजी घेणं आणि तेच तू करणार आहेस.'

ती खोलीत नजर टाकते. आता पाच पलंग रिकामे पडले आहेत. कदाचित तापकऱ्यांना इथं लवकर हलवलं, तर त्यांची अधिक चांगली काळजी घेता येईल. तिचंही त्यांच्यावर सतत लक्ष राहू शकेल. पण त्यांनी इतरांपर्यंत जंतूसंसर्ग पोहोचवला तर? उरलेल्या चार वृद्धांपैकी तीन वृद्धा तरी नैसर्गिक कारणांमुळेच लवकरच मृत्युमुखी पडतील. नाहीतरी त्या सारावेळ झोपेतच असतात आणि सुओरा क्लेमेंशियासुद्धा खालावत चालली आहे. नव्या साथीच्या रोगाचा फैलाव झाल्यावर, दिवस-रात्र तिचं पदपथावरलं भटकणं थांबवण्यासाठी झुआनानं तिला बंधनात जखडून ठेवलं आहे आणि त्या वृद्ध जोगिणीला त्याचा फार राग आलेला आहे. ती तिचा बराचसा वेळ पांघरुणाखाली पुटपुट करण्यात घालवते, पण झुआना जवळून जाऊ लागताच ती एकाएकी प्रक्षुब्ध होऊन, पलंगावरून उठण्याचा प्रयत्न करू लागते.

"ओ! तू परत आलीस. बागेतली देवदूत तुझी वाट पाहतेय. ती आपल्यापाशी परत आलीय," ती औषधालयाकडे हात हलवत म्हणते. तिच्या छातीवर आवळलेले बंधनाचे पट्ट ताणले जाऊ लागतात.

"शू! ओरडायचं काहीही कारण नाही. तुझं बोलणं मला नीट ऐकू येतंय."

"नाही. पण मला वाटतंय की, देवदूताला इजा झालीय. ती इतकी हळूऽच आली. तिचे पंख मोडले असणार. तू तिला पुन्हा उडू द्यायला हवंस. रात्री आपल्याला सुरक्षित ठेवण्यासाठी तिची आपल्याला गरज आहे." तिला बंधनात जखडून ठेवल्यापासून तिच्या मनाची आणखीच शकलं होऊ लागली आहेत.

"काळजी करू नकोस." झुआना आता तिच्याजवळ पोहोचली आहे आणि तिला हळूच पलंगावर आडवं करतेय. "आधीच पुरेसे देवदूत तुझं रक्षण करताहेत."

"नाही! बघ! तिकडे बघ! मी तुला सांगितलं ना की ती आलीय? माझी रात्रीची देवदूत परत आलीय."

आता झुआना वेळेवर वळते आणि तिला औषधालयाच्या दारातून बाहेर पडत असलेली सेराफिना दिसते. तिचा नुकताच धुतलेला डोक्यावरचा पांढरा रुमाल तिच्या डोक्याभोवती तेजोवलयासारखा शोभतोय. पंख तुटलेला देवदूत? छे! पण नियम तोडणारी नवागता मात्र नक्कीच!

"तू इथे काय करते आहेस?"

"ओ, ओ... मी तुमची वाट पाहत होते. मी सगळीकडे शोधलं. पण तुम्ही कुठे आहात, हे कुणालाच माहीत नव्हतं," ती थांबते, "मी... मी वाचायला नेलेलं

पुस्तक परत घेऊन आलेय. ते कुठे ठेवायचं ते मला कळेना म्हणून मी ते कामाच्या टेबलावर ठेवून दिलंय.''

''तू तिथं एकटीनं अजिबात जायला नको होतंस. तू आता माझ्याबरोबर काम करत नाहीस आणि हे पूर्णपणे नियमांचा भंग करणारं आहे!

''ओ...! मला माफ करा. मला माहीत नव्हतं. सुओरा क्लेमेंशिया म्हणाल्या, मी गेले तरी चालेल.''

आणि आता ती मुलगी त्या वृद्धेकडे बघून हसते. ती वृद्धा आनंदानं वेड्यासारखे हात हलवू लागते. ''देवदूत– मी तुला सांगितलं होतं ना, देवदूत आपल्यात परत आलीय.''

''ओ! सिस्टर, गप्प राहा. तू इतरांना जागं करशील,'' झुआना कडवटपणे म्हणते, ''आणि तू...'' ती सेराफिनाकडे पाहून मान हलवते– ''मी तुझ्याशी आतमध्ये बोलेन.''

दरवाजा बंद केल्यावर झुआना खोलीत भर्रकन नजर टाकते. प्रत्येक गोष्ट जागच्या जागी असल्यासारखी वाटते. फक्त ते पुस्तक सोडून. ते कामाच्या टेबलावर आहे. क्लेमेंशियाची आनंदाची बडबड मागल्या लाकडातून मंदपणे कानावर पडतेय.''

''तू तिला काय म्हणालीस?''

''काही नाही. काही नाही. शपथेवर सांगते. मला वाटलं की, ती झोपलीय. म्हणून मी अगदी हळूच आत आले. पण ती जागी झाली.''

''तू इथे काय करते आहेस? तू समूहगायिकांबरोबर असायला हवीस.''

''सुओरा बेनेडिक्टांनी आम्हाला लवकर सोडून दिलं. ती ल्यूट वाजवणाऱ्याबरोबर नव्या रचनांचा सराव करतेय. त्या रचनांमुळे ती खूपच उल्हसित झाली आहे.''

इतकी उल्हसित की– नियम मोडल्याबद्दल तिलाही काही वाटत नाहीये.

''तर मग तू तुझ्या कोठडीत परत जायला हवं होतंस.''

''मला माफ करा. कृपा करून माफ करा. माझा काहीही वाईट हेतू नव्हता. मी तुम्हाला सांगितलंच. मी फक्त पुस्तक परत आणलं. मला वाटलं की तुम्हाला त्याची गरज पडेल.''

झुआना तिच्याकडे रोखून बघते. दहा आठवड्यांपूर्वी या तरुणीच्या अस्तित्वाबद्दलही तिला जाणीव नव्हती. ती तिच्या वनस्पतींसमवेत आणि औषधांसमवेत एकटीनं काम करत असे आणि जे काही स्वत:चे विचार असतील, ते मनातच ठेवत असे. पण आता तिचं आणि साऱ्या मठाचंसुद्धा संपूर्ण आयुष्य या मुलीनं व्यापून टाकलंय. जणूकाही या एकाच नवागतेचा प्रवास, ही त्यांच्या साऱ्यांच्या पुढचीच सत्त्वपरीक्षा आहे!

“मी सोडून कुणालाही औषधालयात जायची परवानगी नाही. तू दखलपात्र गुन्हा केलेला आहेस. तुला कठोर प्रायश्चित्ताला सामोरं जायची वेळ येऊ शकेल.”

“तर मग तुम्ही माझी तक्रार नोंदवा,” ती शांतपणे म्हणते. तिच्या आवाजात अगदी सूक्ष्मशी थरथर आहे. त्या थोडे सेकंद अगदी गप्प उभ्या राहतात, “माझ्या हातून चूक घडली हे मला मान्य आहे... पण मी आले, कारण माझी काही मदत होईल का हेसुद्धा मला विचारायचं होतं. इतके सारेजण सध्या आजारी पडले आहेत. मला ठाऊक आहे की, फक्त तुम्ही आणि एक सेविका त्यांच्याकडे बघताय आणि तुम्ही ते सारं एकटीनं करू शकत नाही. मी तुमच्याबरोबर त्यांची शुश्रूषा करू शकेन. तुम्ही मला ताप आणि वांतीबद्दल थोडंसं शिकवलं आहेत.”

झुआना सुस्कारा सोडते, “असे विचार मनात येणं ही तुझी सहृदयता आहे–”

“नाही. ही सहृदयता नाही. मला म्हणायचंय की ही सहृदयता असेल, अशी मी आशा करतेय. कारण तुम्ही मला मदत केलीत. आता मला तुम्हाला मदत करायचीय.”

झुआनाच्या मनात येतं की यामुळे मला बरं वाटेल, तर हे सारं सोपं जाईल? मी हिच्या बाबतीत काय करावं? काय योग्य ठरेल?

“माझ्या... माझ्या मनात विचार आला की, तुम्ही कॉकिनिग्लिआ देऊन पाहिलंत तर?”

“काय?”

“तो रंग. आपण त्याबाबत बोललो होतो, आठवतंय? त्याच्या विशेष उपयोगांबद्दल. त्यापैकी ही एक गोष्ट असल्याचं तुम्ही म्हणाला नव्हतात का? ते आणि जगाला लाल रंगात रंगवणं. त्यामुळे ताप उतरायला मदत होऊ शकेल?”

“सेराफिना, तुझी स्मरणशक्ती अतिशय तीव्र आहे.”

ती मुलगी मान खाली घालते. “तुम्ही सांगितलेल्या गोष्टी मला महत्त्वाच्या वाटत असत. ही कल्पना चांगली आहे का?”

“नाही. त्याचा असा उपयोग अजून करून पाहिला गेलेला नाही. पण सूचनेबद्दल आभार. तू औषधालयातली एक चांगली मदतनीस बनू शकशील.”

एक क्षण स्तब्धतेचा जातो. मग सेराफिना नजर वर उचलते आणि म्हणते, “तुम्ही मला इथं परत मागून घेतलं असेल का, असं माझ्या मनात आलं.”

अचानक, आताच, झुआनाला या विधानात अध्याहृत असलेला अभिमान जाणवला आणि ती चमकली.

“पुरे! प्रार्थनामंदिरात तू उपस्थित राहणं आवश्यक आहे. तो मठस्वामिनीचा निर्णय आहे आणि तू तिची नवागता आहेस.”

ती मुलगी पुन्हा मान खाली घालते. “मला माफ करा. मला... मला... का ते

सांगता येत नाही, पण मला इथे यावंसं वाटतं."

"माझी खात्री आहे, की त्याबाबत सुओरा उमिलिआना तुला मार्गदर्शन करू शकेल." ती श्वास घेत, "तू जर नशिबवान असलीस तर सहाव्या प्रार्थनेच्या घंटेआधी तू तुझ्या कोठडीत पोहोचू शकशील."

नवागतेची नजर वर वळते, "त्याचा अर्थ असा आहे का की तुम्ही माझ्याबद्दल तक्रार करणार नाही? माझ्या मनात खरंच काही वाईट नव्हतं."

झुआना त्रासून तिचे डोळे मिटून घेते. त्या मुलीच्या पेटाऱ्यात सापडलेली प्रेमगीतं आणि सुओरा मॅगडालेनाच्या कोठडीत परवानगीशिवाय तिनं केलेला प्रवेश झुआनाला आठवतो. इतरांच्या आज्ञाभंगाकडे दुर्लक्ष करणं हे स्वतःच आज्ञाभंग केल्यासारखं आहे, असं काही जण म्हणू शकतील. "निघून जा लगेच! जा!"

त्या मुलीला पुन्हा सांगायची अजिबात वेळ येत नाही. झुआनाला तिनं बाहेर पडल्यावर दार लावून घेतल्याचा आवाज ऐकू येतो.

लोक म्हणतात, की स्वर्गात पोहोचलेल्या पुण्यात्म्याचा देह इतका शुचिर्भूत असतो आणि मर्त्यलोकातील मानवांपेक्षा त्याच्या ठायी इतकी तीव्र शक्ती असते की, तो फक्त विजेपेक्षा जलद वेगानं आकाशात संचार करू शकतो एवढंच नव्हे, तर त्याची ज्ञानेंद्रियं इतकी तीव्र, स्फटीकाप्रमाणे शुद्ध असतात की शंभर मैल अंतरावरून त्याला पक्षाच्या पंखांची फडफड ऐकू येते आणि घन देह हवेचा बनलेला असल्याप्रमाणे त्याच्या आरपार पाहता येतं. झुआना अजूनही मर्त्यलोकातच आहे, हे दुर्दैवच म्हणायला हवं; कारण तिला सेराफिनानं दरवाजा बंद करून बाहेर पडल्यावर सोडलेला सुटकेचा निःश्वासही ऐकू येत नाही किंवा तिच्या कफनीच्या आत तिनं उजव्या हातात घट्ट धरलेल्या रंगीत द्रावाची बाटलीही झुआनाला दिसू शकत नाही.

सेराफिना रुग्णालयातून जात असताना क्लेमेंशिया या संशयास्पद देवदूताला हाक मारते. कारण ती तिच्याजवळून जाताना तिच्याकडे एक साधा कटाक्षही टाकत नाही.

२०

तिची छाती इतकी धडधडतेय की, तिला साधा श्वास घेणंही अवघड वाटतंय. ती कफनीच्या आत दडवलेल्या बाटलीची कड चाचपून, बूच अजून बंद असल्याची खात्री करून घेते. जाताजाता खसखशीचा पाक सांडत जाऊन चालणार नाही.

हे असं घडेल असं तिला वाटलं नव्हतं. बाटलीतलं थोडं द्रावण दुसऱ्या कुपीत ओतून घ्यावं, असं तिनं ठरवलं होतं. म्हणजे फळीवर त्या बाटलीची जागा रिकामी दिसली नसती. पण तिला रिकाम्या कुप्या कुठंच सापडल्या नाहीत. त्या कुठेतरी ठेवलेल्या असणारच, पण झुआनानं त्यांचा वापर केलेला तिला अजिबात आठवेना. झुआना साऱ्या गोष्टी इतक्या जपून वापरत असे! त्यामुळे, बाहेर आवाज ऐकू आले, तेव्हा इतर बाटल्या सरळ करून ही बाटली कपड्याखाली जेमतेम लपवायला आणि दाराबाहेर पडायला तिला वेळ मिळाला.

झुआना सहाव्या प्रार्थनेपूर्वी परत येईल, असं तिला वाटलं नव्हतं. फैलावणाऱ्या आजारामुळे मठातला दिनक्रम विस्कळीत होत होता आणि सेराफिनानं जेव्हा न्याहारीनंतर झुआनाला मठस्वामिनीच्या कक्षात शिरताना पाहिलं, तेव्हा तिला जाणवलं की याहून योग्य वेळ तिला मिळणार नाही. बेनेडिक्टानं त्यांना लवकरच सोडून दिल्यावर (कहाणीचा एवढा भाग तरी खरा होता– समूह गायिकांची प्रमुखा नव्या स्वररचनांनी इतकी भारून गेली होती की, त्यांचा मागोवा घेणं खुद्द तिलाही अवघड पडत होतं.) सेराफिनाला दिसलं होतं की, मठस्वामिनीच्या कक्षाचा बाहेरचा दरवाजा अजूनही बंद आहे आणि त्याचाच अर्थ आहे की, त्या दोघी अजून चर्चा करत आहेत.

ती जवळजवळ पकडलीच जात होती... ती आवंढा गिळून घसा ओला करते. ती आता रुग्णालयातून बाहेर पडली आहे आणि पदपथाच्या पटांगणात शिरते आहे. ती इतकी सैरभैर झाली आहे की, तिला सुटल्यासारखं वाटतंय, की अजूनही धास्तावल्यासारखं वाटतंय, हेच तिला उमगत नाहीये. तिनं जर तिच्या देवदूतांबद्दची क्लेमेंशियाची बडबड आणि उत्तर देणारा झुआनाचा आवाज ऐकला नसता, तर काय आपत्ती ओढवली असती याची कल्पनाही करवत नव्हती! तिनं जास्त काळजीपूर्वक

वागलं पाहिजे. पण तिनं त्या वेडपट बाईच्या तावडीतून सुटायला एवढा वेळ लागेल अशी अपेक्षाही केली नव्हती आणि सेराफिना जरी चोरपावलांनी आत शिरली होती तरी तिनं तिचा आवाज ऐकला होता. ती वेडी म्हणाली होती :

"ओ! तू आहेस! तू कुठे होतीस? बाहेर अंधारात कसं वाटतंय? पुण्यात्म्यांची सेना बाहेर जमलीय?" इतकी वेडगळ बडबड तिनं सुरू केली! "मला ते पुण्यात्मे मोजता येत नाहीत. तू ते काम माझ्यासाठी केलं पाहिजेस."

भिंतीशी साखळदंडानं जखडलेला कैदी जशा साखळ्या हलवेल, तसं त्या वेडीनं बोलताबोलता तिच्या बंधनकारक वेढ्याला हिसके द्यायला सुरुवात केली होती. तुम्हाला इच्छेविरुद्ध डांबून ठेवलं की, काय होतं त्याचं ते उत्कृष्ट उदाहरण होतं. अखेरीस मने नासून जातात आणि शिळ्या चीजवर बुरशी जमावी त्याप्रमाणेच मनाला वेड्या भासांचे धुमारे फुटू लागतात. पण ते सेराफिनाला डांबून ठेवू शकणार नाहीत. गरजेहून एक क्षणही अधिक काळ ती इथं थांबणार नाही. एकदा किल्ल्या तिच्या हाती आल्या आणि त्यांनी बेत नक्की केला की, ती इथून निसटून जाईल. मग कितीही मोठी वावटळ उठो! आणि कुणीही तिला थांबवू शकणार नाही– सुओरा झुआनासुद्धा नाही!

पण आता ती एकच काळजी उरली आहे : तिनं किती ताडलं आहे... इतर साऱ्यांच्या डोळ्यात ती धूळ फेकू शकते. आता तर सुओरा उमिलिआनानंसुद्धा तिचा पिच्छा पुरवणं थांबवलं आहे. तापाची आणि कार्निव्हलची साथ अजून वातावरणात आहे, म्हणून तिच्या बाकीच्या समूहाचं कल्याण करण्यात ती मग्न आहे. पण झुआना...

"तू इथं काय करते आहेस?" झुआनानं तिला खोलीतून बाहेर पडताना बघितल्यावरचा हा प्रश्न आणि तिचा चेहरा सेराफिनाला पुन्हा आठवतो. ती इतकी संतापलेली होती. तिनं ताडलं होतं का, की ती केवळ पुस्तक परत करायला आलेली नव्हती? ती खोटं बोलतेय, हे तिला कळलं असतं तर? तिला बाटलीतून औषधाचा ओघळ गेलेला दिसला असता, किंवा बाटलीचा आकार तिला सेराफिनाच्या कफनीतून ओळखता आला असता तर?

त्या भीतीमुळंच सेराफिनाला तोंड द्यायची उमेद वाटली.

"मी आले, कारण माझी मदत होईल का हे मला विचारायचं होतं," झुआनाचा त्यावर विश्वास बसला होता. किंवा बसला नव्हता तरी तिची शंका दूर झाली होती आणि तिचा होरा बरोबर ठरला होता. जरी हे वाक्य तिनं लुच्चेपणानं म्हटलं असलं, तरी त्यात तिची भावना जाणवत होती. शक्य असतं, तर सेराफिनानं तिला मदत केली असती (फक्त तिला, इतरांना अजिबात नाही. इतरांची तिला अजिबात पर्वा नव्हती.) कारण तिची प्रकृती बरी नाही हे स्पष्टपणे जाणवत होतं. तिला थोडा

डँडेलायनचा चहा बनवून द्यावा, तिच्याजवळ बसून तो गरम चहा खाली उतरून तिच्या गात्रांना ताजेपणा देत असताना पाहावं आणि साथीच्या रोगावरल्या औषधांबाबत चर्चा करावी अशी सेराफिनाची प्रामाणिक इच्छा होती.

"आता चालू लाग. जा!"

जणूकाही झुआनाला तिची भीती वाटत होती. तेव्हाच सेराफिनाला जाणवलं, की तिनं बाजी जिंकली आहे; झुआना तिच्याबद्दल तक्रार करणार नाही. तिच्यावर प्रायश्चित्त भोगायची वेळ येणार नाही. देव खरोखरच तिच्या पाठीशी उभा असावा. कुठेतरी देवाला जाणवलं असावं की, तिला अगदी अन्यायाची वागणूक दिली गेलीय आणि आता तिला स्वातंत्र्य मिळायला हवं.

तिच्या छातीतली धडधड थांबवण्यासाठी ती स्वत:शीच गाणं गुणगुणते. तिच्या डोक्यात आता नव्या गाण्याचे स्वर घुमताहेत. प्रार्थनेच्या ओळी चढ-उताराच्या स्वरात, सायंकाळी वर-खाली भराऱ्या घेणाऱ्या स्विफ्ट पक्षाप्रमाणे, वर-खाली झेपावत आहेत. त्यांचे शब्द एखाद्या प्रेमगीताएवढेच अर्थपूर्ण आहेत आणि गोड आहेत. ती जेव्हा एकटी असते, तेव्हा त्या गीताचे इतर भागही तिनं स्वत: म्हणायच्या भागाच्या आवतीभोवती उसळताना, मंद होताना, एकत्र होताना, त्याभोवती वेलांट्या घेताना ऐकू येऊ लागतात. आयुष्यात यापूर्वी कधीही तिनं आजूबाजूला इतके आवाज ऐकले नव्हते आणि त्या अनुभवामुळे किती शांती लाभते आणि त्याचबरोबर केवढं उत्तेजित वाटतं, हे पाहून तिला आश्चर्य वाटतं.

सायंप्रार्थनेनंतर असेही क्षण ती अनुभवते की ती जर कैदेत नसती, तर तिला तेव्हा खरोखरच खूप समाधान वाटलं असतं. त्यावेळेस ती समजू शकते की, आयुष्याच्या प्रत्येक क्षणी डोक्यात स्वर घोळवत असलेल्या सुओरा बेनेडिक्टाला किती आनंद होत असेल. आहा! संगीतासाठीच जगणं. ती पुन्हा त्याच्यासाठी गाणं म्हणेल, तेव्हा त्याचा चेहरा कसा होईल ते बघण्यासाठी ती अधीर झाली आहे, कारण ती इथे अशा काही गोष्टी शिकली आहे की, ज्या त्यालाही शिकवता आल्या नव्हत्या.

कोठडीत शिरल्यावर ती दरवाजा बंद करून घेते आणि कपड्यात लपवलेली बाटली बाहेर काढून, गादी वळवून, त्यातली लपवायची जागा शोधते.

अशा बाबतीतली तिची हुशारी तिला स्वत:लाही थक्क करते. तिनं त्या साऱ्याची हजार वेळा उजळणी केली आहे. कसं, केव्हा, कुठे... जर कुणी तिला आत्ता तसा प्रश्न विचारला, तर ती बहुधा म्हणेल की तिला खूप मौज वाटतेय, कारण लहान असतानासुद्धा फक्त पाठ करण्यापेक्षा, शिकून ज्याचा उपयोग करून घेता येईल अशा गोष्टी शिकण्यात तिला अधिक मौज वाटत असे. झुआना तिला आत्ताच म्हणाली होती, "तू एक चांगली औषधालयासाठीची मदतनीस बनू शकशील."

ते खरंही असेल... पण तिच्या नशिबी याहूनही उच्च प्रकारच्या गोष्टी असणार आहेत. त्या काय असतील याची तिला आत्ता कल्पना नाहीये, कारण कधीकधी त्याचा विचार करायलाही वेळ मिळत नाही– 'त्याचा'ही विचार करायला वेळ मिळत नाही– कारण योजना आखण्यात, तयारी करण्यात ती इतकी गुंतून गेलेली असते.

रात्री मॅगडालेनाचा आवाज पुसून टाकण्यासाठी, ती इथे नाहीच, अशी सेराफिना कल्पना करते. तिची कल्पनाशक्ती तिला एका खोलीचं दर्शन घडवते– (मठाच्या भिंतीपलीकडचं फेरारा, हे तिच्या दृष्टीनं अनोळखी शहर आहे), तिच्या वडिलांच्या घराएवढी नसली, तरी पुरेशी सुखकारक, शेकोटीत विस्तव असलेली, खोलीभर संगीताची वाद्यं असलेली, ती आणि तो एकमेकांच्या मिठीत आणि ते गात असलेलं संगीत अचानक, चुंबनांमुळे बंद होत असलेलं, ती त्याचे ओठ कसे असतील याची कल्पना करू लागते; आतून पिकलेल्या प्लमसारखे मृदू आणि त्याच्या स्पर्शाची कल्पना करताना ती हाताच्या पंजांचा मागचा भाग स्वत:च्या उघड्या ओठांपाशी आणते. स्वत:च्या लाळेची ओली ऊब, वेध घेणारी स्वत:ची जीभ, कातडीचा खेळकरपणे चावा घेणारी तिच्या दातांची कड यांच्या अनुभवानं ती कल्पना रंगवू लागते. या कल्पनाविलासानं तिच्या पोटात गुदगुल्या होऊ लागतात आणि तिचा श्वास जलद होऊ लागतो. तिच्या मनातली त्यांची मिठी इतकी घट्ट असते की, तिला त्याचा चेहराही दिसत नाही आणि तिला मागे झुकून त्याच्या चेहऱ्याकडे बघावं लागतं. फक्त अंतश्चक्षूंपुढे ती त्याचा चेहरा आणू पाहते, तेव्हा तो धूसरसा दिसतो आणि तिला थोडी हुरहुर आणि थोडी लज्जा जाणवते आणि त्यामुळे ती थोडी चपापते.

काहीका असेना! लवरकच सारं काही बदलणार आहे. लवकरच तिला त्याचा प्रिय असलेला चेहरा दिसणार आहे आणि ती त्याच्यावर एवढं प्रेम का करते, तेही तिला कळणार आहे.

तिनं योजना आखली आहे. सर्वांत योग्य वेळ असेल कार्निव्हल दरम्यानची! इतक्या गोष्टींमुळे चित्त विचलित होत असताना आणि सादरीकरणाबाबतच्या व्यवधानात व्यग्र असताना त्या साऱ्याजणी इतक्या गुंतलेल्या असतील की एका– आणि आता अत्यंत आज्ञाधारक बनलेल्या– नवागतेच्या येण्याजाण्यावर त्यांनी नजर राहणं शक्य नसेल आणि सारी गडबड पदपथांवर आणि स्वागतकक्षात चाललेली असताना– तिनं याबद्दल अगदी बारीक विचार केला आहे– नदीकाठच्या कोठारघराबद्दल कुणाच्या मनात विचारही येणार नाही आणि त्याच्या पलीकडच्या बाजूला, अंधारात एक बोट थांबलेली असली, तरी कुणालाही कसला संशयही येणार नाही.

पण त्याला आत येता येण्यासाठी किंवा तिला बाहेर जातायेण्यासाठी– एकत्र किंवा वेगवेगळं– त्यांना दोन दरवाजे ओलांडावे लागतील. एका नदीकडून कोठारघरात

जाण्याच्या आणि दुसरा कोठारघरातून मठात जाण्याचा आणि त्यासाठी तिला किल्ल्यांची गरज लागणार आहे. हे पुढचं आव्हान आहे. मठस्वामिनीजवळ असलेल्या मुख्य जुडग्यांखेरीज किल्ल्यांचे आणखी दोन जुडगे आहेत. पहिला, मोठ्या जुडग्यातला, मिळणं अशक्य आहे; सुओरा फेडेरिकाचा चेहेरा, तिच्या पत्थरासारख्या काळजाशी, मिळताजुळता आहे आणि प्रत्येकाला ठाऊक आहे की, ती दिवसरात्र किल्ल्या अंगावर बाळगते. पण असं म्हटलं जातं, की सेविकांच्या प्रमुखेला छातीजवळ टोचणारी धातू नकोशी वाटते आणि म्हणून ती तिच्या किल्ल्यांचा जुडगा लोडाखाली ठेवून झोपते. परंतु असंही म्हटलं जातं की साऱ्या उत्तम रखवालदारांप्रमाणे तिची झोप सावध असते आणि ती तिचा ठेवा सांभाळण्याच्या बाबतीत जागरूक असते.

असं असेल, तर तिला एक रात्र शांत झोप आवडेलच आवडेल– फासाकडे निघालेल्या कैद्यांना, आराम वाटावा म्हणून जे औषध देतात, ते तिलाही थोडसं द्यावं लागेल. पण त्यामुळे पडणारी स्वप्नं, ते कैदी जागे झाले तर त्यांना व्यथित करतील, तशीच हिलाही करतील. नुसतं हातात खसखशीचं सिरप असून भागणार नाही. कारण ते सहजतेनं तिला पाजायचा मार्ग शोधायला हवा. कँडिडाला तो मार्ग ठाऊक असेल. पण तिला स्वत:ची कातडी बचावण्याची पुरेशी अक्कल आहे. त्यामुळे ती पकडली जाईल, असं ती काहीही करणार नाही! दुसरा मार्ग शोधावाच लागणार आहे!

फटलेल्या गादीतून, मेणाच्या वडीजवळ, ती ही बाटली पेंढ्यात आणि घोड्याच्या केसांमध्ये दडवून ठेवते.

दुपारी बाराची, सहाव्या प्रार्थनेची घंटा त्याच वेळेस वाजू लागते.

२१

जर झुआनाला आणखी वेळ मिळाला असता तर, कदाचित...! वेळ हाती असता, तर तिनं कदाचित मठस्वामिनीच्या गोष्टीबद्दल आणखी विचार केला असता. वेळ मिळाला असता, तर तिनं तिच्या औषधालयातली सामग्री आणि औषधं जास्त काळजीपूर्वक तपासली असती. पण थोड्याच मिनिटात, सहाव्या प्रार्थनेची घंटा वाजू लागते, आणि प्रार्थना आणि काम आणि पुन्हा एकदा प्रार्थना या चक्रात कधीकधी अजिबात वेळ काढता येत नाही.

पुढल्या चोवीस तासात रोगाची साथ आणखी फैलावते, आणखी गंभीर वळण घेते आणि आजारी पडलेल्यांपैकी एका जोगिणीचा ताप फारच चढतो. मठाचा जलसा आणि नाटक अवघ्या काही आठवड्यांवर आलेलं असताना भीती वाटू लागते की सँटा कॅटेरिना आजारपणामुळे हे कार्यक्रम करू शकणार नाही– किंवा त्याहूनही महत्त्वाचं म्हणजे– इतरांचं स्वागत करून त्यांच्यावर प्रभाव पाडू शकणार नाही.

दुसऱ्या दिवशी सकाळी, कामकाजाच्या तासांदरम्यान, झुआना औषधालयात, पोटातून उसळून वर येणारी मळमळ थांबवण्यासाठी, आलं चघळते आणि तापलेल्या डोक्याकडे दुर्लक्ष करते. ती आजारी पडलीय, हे तर नक्कीच. पण ती अजून अंथरुणाला खिळलेली नाही. जंतूसंसर्ग खूपच जोराचा असेल किंवा ती त्याला पुरून उरू शकेल. काय होईल याबद्दल तर्क करण्यात वेळ वाया घालवून चालण्याजोगं नाही. रोगाला प्रतिकार करायचा मार्ग शोधून काढणं जास्त महत्त्वाचं आहे.

रोगाची सारी लक्षणं तिनं यापूर्वी अनेक वर्षे, वेगवेगळ्या प्रमाणात, वेगवेगळ्या चढ-उतारात आणि वेगवेगळ्या तीव्रतेची असलेली पाहिली आहेत. एखाद्या हिवाळ्यात ही साथ लवकर येत असे, पिकं वाकवून पण ती न मोडता शेतावरून जलद धावणाऱ्या वाऱ्याप्रमाणे, ती येऊन परत जात असे. दुसऱ्या वर्षी, ही साथ, दमटपणा आणि धुकं यात वाट पाहत दबा धरून बसत असे आणि दूषित पाण्यातून, सर्वांत वृद्ध असलेल्यांना किंवा कफ प्रवृत्तीच्या लोकांना सर्वांत जास्त

पीडादायक ठरत असे आणि सर्दीनं अनेकांना बेजार करत असे. काहीजण तर कफात बुडून जात असत. तर दुसऱ्या वर्षी हाच रोग पाण्याऐवजी उकाड्यातून फोफावत हल्ला चढवत असे आणि कफाऐवजी तापानं भाजून काढत असे.

"लक्षात ठेव, रोग बरा करण्याऐवजी रोग आटोक्यात ठेवण्याकडे लक्ष दिलं पाहिजे, कारण तुम्हाला योग्य औषधं सापडेपर्यंत, रोग रुग्णाचा बळी घेऊ शकतो." आयुष्यभर, गंभीर साथींच्या वेळेस, तिच्या वडिलांनी माहिती टिपून ठेवली होती. त्यात त्यांनी रोगाला बळी पडलेल्यांची आणि त्यातून वाचलेल्यांची वयं आणि प्रकृती यांची तुलना करून नोंद ठेवलेली होती.

"हे सारं ठीक आहे. पण एकदा रोग फैलावला की, हे बोलणं सोपं असलं तरी करणं कठीण आहे." आणखी एकदा पुदिना आणि व्हिनेगारचा अर्क तापासाठी एकत्र करताना झुआना पुटपुटते.

तिच्या वडिलांना दिसलं होतं की, इतरांची शुश्रूषा करणारे– आया, वैद्य, धर्मगुरू– यासारखे लोक बरेचदा सर्वांत जास्त आजारी पडत असत. यात मोठंसं आश्चर्यकारक काहीच नव्हतं, कारण रुग्णाच्या ते जवळ असत हा एक भाग झाला; पण देवाला स्वत:पाशी सर्वांत दयाळू आणि म्हणून त्याला सर्वांत प्रिय असलेले लोक न्यावेसे वाटत असावेत. फक्त तो अशा संतांबरोबरच तेवढेच पापीही वर नेत असे! काही जण शक्तिवर्धक औषधांमुळे रोगाला तोंड देऊ शकत, तर इतर काहीजण त्याशिवायच निरोगी राहू शकत असत. जणूकाही त्यांच्या शरीरातच रोगप्रतिकारकशक्ती असावी! तर इतर काहीजणांवर शक्य तेवढ्या औषधांचा मारा केला, तरी त्यांना आराम पडत नसे.

कारणांचा विचार केला तर साथींएवढीच उत्तरं मिळाली असती. तिच्या वडिलांच्या अखेरच्या काळात, त्यांच्या व्हेरोनातल्या डॉक्टर सहकाऱ्यांच्या मताकडे त्यांच्या मनाचा कल झुकू लागला होता. (इतर अनेक मतांप्रमाणे हे मतसुद्धा प्राचीन आधारावर बेतलेलं होतं.) त्या सहकाऱ्याचं म्हणणं होतं की असे रोग, हवेतल्या छोट्या छोट्या दूषित बीजांद्वारे प्रवास करतात. ती रोगाची बीजं कपड्यांमध्ये, इतर गोष्टींमध्ये लपून राहतात. शरीरात प्रवेश केल्यावर ही दूषित बीजं शरीरातल्या निरोगी बीजांना पराजित करून, त्यांनाच शरीराला छळणारा शत्रू बनवून टाकतात. पण जर ती विषाणूंची बीजं, डोळ्यांनाही न दिसण्याएवढी सूक्ष्म असली, तर ती कुठं दडी मारून बसली आहेत, हे कुठल्याही डॉक्टरला कसं शोधता येईल? काही विषाणूंची बीजं इतरांहून अधिक भयकारक का असावीत? आणि हवेसकट, सारं सारं जाळून टाकण्याखेरीज हे विषाणू नष्ट करण्याचा मार्ग कोणता? ज्यांची उत्तरं सापडणार नाहीत, असे आणखी प्रश्न त्यांनी उभे केले होते. सरतेशेवटी निष्कर्ष मात्र तोच राहिला : जर ती साथ प्लेग किंवा देवीची नसली, तर ती अखेर हळूहळू ओसरत

असे आणि त्याच्या जागी पुढल्या वर्षी दुसरी कसली तरी साथ येत असे आणि त्याच्याशीच मिळतीजुळती साथ आणखी दोन वर्षांनी येत असे.

झुआना कामात इतकी व्यग्र आहे, हे काही दृष्टींनी तिचं भाग्यच म्हणायला हवं, कारण ती इतकी व्यग्र नसती, तर तिला वर्षांपूर्वीच्या, तिचं स्वत:चं आयुष्य ढवळून काढणाऱ्या हिवाळ्याची आठवण आली असती. त्यावर्षी हवाही नेहमीपेक्षा फारच वेगळी होती. फेब्रुवारीच्या सुरुवातीपर्यंत हवा अगदी सौम्य होती आणि तिचे वडील जेव्हा आजारी पडले, तेव्हा तो आजार अजिबात गंभीर स्वरुपाचा वाटला नव्हता. पण तोपर्यंत त्यांचं वय झालं होतं– सत्तरीच्या वरचं– आणि त्यांची शक्ती पहिल्याप्रमाणे अमर्याद राहिली नव्हती. त्यांना शिंका येत होत्या आणि छातीत कफ झाला होता. त्यांना ताप चढला होता आणि मग तो उतरला होता. पण तापानं त्यांनी दोन दिवस अंथरुण धरल्यावर आणि तिनं त्यावर त्यांच्याच सूचनांनुसार उपचार केल्यावर, ते पुन्हा उठून उभे राहिले होते. आपण आता खडखडीत बरे झालो आहोत आणि खणखणून भूक लागली आहे, असं त्यांनी जाहीर केलं.

ते दोघे टेबलापाशी बसून जेवले होते. त्यांनी मांसाचं कढण, भाजलेलं मांस आणि उत्कृष्ट ट्रेबिआनो मदिरेची एक बाटली संपवली होती. त्यानंतर ते दोघे शेकोटीपाशी शेजारी शेजारी बसून, नेहमीच्या प्रघाताप्रमाणे वाचनात गढून गेले होते. ते नुकतीच आलेली व्हॅसेलियसच्या पुस्तकाची प्रत वाचत होते. ते त्याची पुस्तकं अलीकडे नेहमी वाचत असत आणि ते त्या पुस्तकाच्या वाचनात अगदी गढून गेले होते.

जेव्हा ते घडलं, तेव्हा ते इतकं चटकन घडलं की, तिला त्याची नीटशी आठवणही राहिली नाही. त्यांनी जोरानं श्वास आत ओढून घेतलेला तिला ऐकू आला होता; जणूकाही कशाचं तरी त्यांना आश्चर्य वाटलं होतं किंवा चीड आली होती. त्यांच्या तरुण सहकाऱ्यांच्या शोधाबद्दल त्यांना सुरुवातीला जेवढा विस्मय वाटत असे, तेवढंच ते हल्ली त्याबद्दल बोलत असत. त्यांना कशाचा संताप आलाय हे पाहण्यासाठी किंवा त्याबद्दल विचारण्यासाठी तिनं वर नजर उचलली तेव्हा तिला त्यांच्या चेहऱ्यावर नाराजी दिसली आणि त्यांचं डोकं खाली पडून छातीला टेकलं. क्षणभर असं वाटलं की, त्यांना नुसती झोप लागली आहे. आजकाल चांगलं जेवण झाल्यावर त्यांना तशी झोप कधीकधी लागत असे. पण त्यानंतर हळूच, अगदी हळूच, या घटनेची नोंद घेण्यासाठी काळाची पावलंही रेंगाळली असावीत त्याप्रमाणे, ते एका बाजूला कलले आणि जमिनीवर कोसळले. पडताना त्यांचा हात त्या पुस्तकाला इतका जोरानं घासून गेला की, जाताजाता त्यामुळं वाचत असलेलं पान पण फाटलं गेलं.

ते जमिनीवर पडेपर्यंत ती त्यांच्यापाशी पोहोचली होती. नोकरांना जोरानं हाका

मारत ती त्यांना उठून बसवायचा प्रयत्न करत होती. त्यांनी तिला जे जे शिकवलं होतं, ते सारं काही तिनं केलं : त्यांच्या शर्टाची कॉलर सैल केली, त्यांना हाक मारली, त्यांना एका कुशीवर वळवलं– त्यांना देह धान्याच्या मोठ्या पोत्याप्रमाणे जड आणि ढिला पडलेला असला, तरीही– आणि त्यांच्या ढिल्या पडलेल्या, अर्धवट उघड्या तोंडात तिनं तांब्यातल्या पाण्याची धार ओतली. पण आत काहीही शिल्लक नाही असं तोवर, आधीच वाटू लागलं होतं. ते, तिचे वडील, गेले होते. हालचाल नाही, श्वासोच्छ्वास नाही, नाडीचं काहीही चिन्ह नाही, काही काही नाही! जणूकाही काहीही गडबड माजू नये किंवा इतरांना त्रास होऊ नये, औषधांची आणि शुश्रूषेची अजिबात गरज पडू नये, या इच्छेमुळे त्या एका उच्छ्वासाबरोबर प्राण, त्यांचा देह सोडून, निघून गेला होता.

थोड्यावेळानं जेव्हा धर्मगुरू आले– आणि त्यांचा देह उचलून त्यांच्या कामाच्या टेबलावर ठेवला गेला, घर रडणाऱ्या नोकरांनी आणि माणसांनी गजबजून गेलं, तेव्हा अत्यंत धक्का बसल्यामुळं तिला रडू येईना, तेव्हा ती टेबलावरल्या, तिचे वडील वाचत असलेल्या पुस्तकाकडे वळली. ते सहावं पुस्तक होतं आणि त्यात पूर्णपणे थोरॅक्स (छाती) बद्दल माहिती होती. जे पान त्यांच्या हातानं फाटलं होतं, त्यावर हृदयाचं विच्छेदन करून दिसणाऱ्या गोष्टींचं चित्र दिसत होतं. त्यात रक्त हृदयाच्या डाव्या बाजूकडून उजव्या बाजूकडे कसं जातं ते दाखवलं होतं. पुस्तकातला हा धडा त्यांना थोडा त्रासदायक वाटे; कारण त्यात सुप्रसिद्ध गॅलनच्या सिद्धांताला, व्हेसॅलियसच्या सुरीनं विच्छेदन करून दाखवलेल्या पुराव्यामुळं, खोडून काढलं होतं. पुढच्या काळात व्हेसॅलियसनं स्वत:च जाहीरपणे, गॅलनचा सिद्धांत चुकीचा असल्याचं सांगितलं– हृदयाच्या डाव्या आणि उजव्या भागामधल्या भिंतीत भोक नसल्याचं त्याच्या स्वत:च्या डोळ्यांना दिसल्यामुळे, गॅलनच्या म्हणण्याप्रमाणे रक्तप्रवाह होणं अशक्य होतं असं त्यानं सिद्ध केलं.

जेव्हा अनेक वर्षांनी, ही बातमी, बाहेरून तिच्यापर्यंत पोहोचली, तेव्हा तिच्या मनात शंका आली की, कदाचित त्यांना हृदयरोगाचा झटका आला, तेव्हा ते याचबद्दल विचार करत असावेत, किंवा जर पुस्तकातल्या पानावर, मृत हृदयाचं चित्र आणि त्यांचा स्वत:चा मृत्यू यातलं साधर्म्य इतकं सहजसोपं असलं, तर तिला त्यांच्या मृत्यूचं कारण कळावं, म्हणून त्यांनी ते पान वाचतानाच देह सोडला असावा. त्यांचं हृदय शांत झाल्यावर, सारं काही शांत झालं, त्यांच्या आवाजापासून ते अजून न लिहिल्या गेल्यामुळे कायमच्या नष्ट झालेल्या, त्यांच्या अनुभवांच्या भांडाराबद्दलच्या, शब्द आणि विचारांपर्यंत!

"बाळा, आता ऊठ! तू खूप शोक केला आहेस आणि आता कामं पुरी करायचीयत!"

आणि त्यांचं म्हणणं अगदी बरोबर होतं. ती कायम शोक करू शकत नव्हती आणि खूप गोष्टी करायला हव्या होत्या. धर्मगुरूंची शेवटली प्रार्थना संपण्यापूर्वीच, आतल्या खोलीत, गिधाडांच्या पंखांची फडफड ऐकू येऊ लागली होती आणि जर तिनं रडणं थांबवलं नसतं, तर त्यांची सर्वांत मौल्यवान पुस्तकं फळीवरून लंपास होताना किंवा त्यांना श्रद्धांजली वाहायला आलेल्या शिक्षकांकडून आणि महत्त्वाकांक्षी विद्यार्थ्यांकडून त्यांचे शोधनिबंध हलवले जाऊन, 'ते त्यांच्यापाशी ठेवायला दिले होते' या सबबीवर ते लंपास केले जाताना, तिला कसं बरं दिसलं असतं? राजदरबारी वजन असलेले ते डॉक्टर होते आणि त्यांच्या मृत्यूनंतर निर्माण झालेली पोकळी भरून काढण्यासाठी इतर लोक स्पर्धा करत होते आणि जरी तिला कुणी लग्नासाठी पसंत केलं असतं, तरी तरुण मुलीला हुंड्यासाठी वनस्पतींवरची आणि औषधांवरची पुस्तकं काय उपयोगाची असणार?

पण त्यांच्याशी तिचा खराखुरा संवाद, त्यांच्या अंत्यविधीनंतर काही दिवसांनीच, ती मठात जाण्याआधी काही दिवसांपूर्वी सुरू झाला. त्यांच्या स्वयंपाकघरात काम करणारी मोलकरीण पोटातल्या जोराच्या वेदना आणि डोकेदुखीनं आजारी पडली होती. ती उंच आणि शिडशिडीत अंगकाठीची, खेडवळ मुलगी होती. त्यावेळी ती इतकी उंच होती की, ती त्यामुळे फार हाडकुळी वाटत असे आणि झुआनाला ती तळमळताना दिसली, तेव्हा तिला इतक्या वेदना होत होत्या की ती सरळ होऊन कुठे दुखतंय तेसुद्धा दाखवू शकत नव्हती.

"काय हे? मी शिकवलेलं सारं काही तू इतक्यातच विसरलीस?" ती त्या मुलीपाशी वाकलेली असताना, तिचे वडील तिच्या कानात म्हणाले होते.

ती इतकी घाबरून गेलेली होती, की त्या मुलीची नाडी तपासताना तिचे स्वत:चे हात थरथरत होते. तिला मनगटात नाडीचे ठोके जाणवले नाहीत, तेव्हा ती, वडिलांनी शिकवलं होतं त्याप्रमाणे, तिच्या कानांमागे, मानेवर नाडी बघू लागली– तिथे तिला नाडीचे ठोके जाणवले. ते जोरानं पडत होते, पण गंभीर ताप असल्याप्रमाणे जलद पडत नव्हते. तिनं डोकेदुखीसाठी औषधं बनवलं होतं. व्हर्बेनाच्या पानांच्या, व्हिनेगारमधल्या वाटणाचा लेप तिनं त्या मुलीच्या कपाळावर लावला. मग तिच्या पोटाला पीडा देणारं सारं साफ व्हावं, म्हणून तिनं बेसिल वॉटर आणि यू डी व्हाय यांचं मिश्रण तिला पाजलं आणि झुआनाला झोप लागणं शक्यच नव्हतं, म्हणून ती त्या कण्हणाऱ्या, तळमळणाऱ्या मुलीजवळ रात्रभर जागी राहिली.

"तर मग?" पहाटेपूर्वी थोडाच वेळ, जी वेळ जिवंतांपेक्षा मृतांना जास्त प्रिय असते, अशा वेळेस, तिच्या वडिलांनी तिला विचारलं, "आता तुझं काय निदान आहे?"

तिनं त्या मुलीच्या कपाळावर हात ठेवला. "ताप आता उतरलाय. पण पोट

अजूनही दुखतंय. पोटात विषबाधा असती, तर आतापर्यंत पोट साफ व्हायला हवं होतं. कदाचित यू डी व्हायची मात्रा वाढवली, तर पोट साफ व्हायला मदत होईल.''

''होऊ शकेल. पण साफ व्हायला आत काही नसलंच, तर?''

''काहीतरी नक्कीच आहे. पोट हाताला नरम लागतंय.''

''कुठं? मला दाखव.''

तिनं मुलीचा देह आच्छादणाऱ्या पातळ झग्यावर हात ठेवून ते हात तिच्या पोटापासून ते तिच्या ओटीपोटाखालच्या हाडांपर्यंत आणले. पण खरं तर कुठे ते तिला कळत नव्हतं. कारण आजवर तिनं फक्त स्त्रीच्या, आतल्या अवयवांच्या, लाकडी प्रतिमा बघितल्या होत्या आणि आजच, पहिल्यांदाच ती मांसल देहावर हात फिरवत होती.

''इथं.''

पण आतापर्यंत तिचे वडील बोलेनासे झाले होते.

दाबल्याजागी झालेल्या वेदनेमुळे, देह आक्रसून घेत, ती मुलगी कण्हली आणि झुआनाला तिच्या पातळ झग्यातून प्रथमच, टपोऱ्या कळ्यांप्रमाणे उचललेली त्या मुलीची वक्षस्थळं दिसली. ती अंथरुणाजवळून उठली आणि औषधांच्या खोलीत गेली. तिनं सेंट मेरीचा पुदिना आणि थोडी बग्लॉसची पानं घेतली आणि ती गरमपाणी आणि मदिरेत उकळून त्यांचा काढा केला. किती तिचा मूर्खपणा! ते बोलायचे थांबले, यात काय आश्चर्य?

मुलीच्या बिछान्यापाशी जाऊन, तिनं त्या मुलीला बसती केली आणि तिला तो काढा हळूहळू पाजला.

''ओ! ओ! मी मरतेय!''

''अजिबात मरत नाहीयेस,'' झुआना म्हणाली, ''तू वाढीला लागल्यामुळे असं झालंय.''

दुसऱ्या दिवशी सकाळी, केव्हा तरी, त्या मुलीला काळ्या रक्ताच्या लहान गुठळ्यांचा रक्तस्राव झाला आणि त्यानंतर तिला पाळी आली.

''माझ्या हे लक्षात यायला हवं होतं,'' आपल्या खोलीत गेल्यावर झुआनाच्या अंगी, कपडे बदलायचंदेखील त्राण नव्हतं. ''मला हे कसं कळलं नाही? ते इतकं उघड होतं!''

''जे उघड असतं, तेच कधीकधी समजायला सर्वांत अवघड असतं. म्हणूनच तू प्रश्न विचारायची आणि निरीक्षण करत राहायची सवय ठेवली पाहिजेस.''

तिला म्हणावंसं वाटलं... ''मला आई असती तर...'' पण तिनं आता तसा विचार व्यक्त केला असता, तर ती तिच्या वडिलांनासुद्धा मुकली असती.

''तू चांगलं काम केलंस. आता थोडी झोप घे, बाळा. तुझ्या रुग्णाएवढीच

तुलाही झोपेची गरज आहे.''

''नको! जाऊ नका! कृपा करून जाऊ नका.''

''काळजी करू नकोस. तुला गरज पडेल तेव्हा मी येईन.''

'बेनेडिक्टस– देव दयाळू आहे.' औषधालयात, तिच्या पाठीशी उमटलेला आवाज मोठा आणि खराखुरा आहे.

झुआना इतकी झर्रकन वळते, की त्यामुळे तिचं डोकं ठणकू लागतं आणि पडू नये म्हणून तिला स्थिर उभं राहावं लागतं. नवागतांची प्रमुखा, उमिलिआना, तिच्या अगदी पाठीशीच उभी आहे. उशीसारखे तिचे गुबगुबीत गाल हिवाळी वाऱ्यांमुळे लाल झाले आहेत आणि त्यातल्या नसा स्पष्ट दिसत आहेत. झुआना म्हणते, ''डिओ ग्रासियास– देवाची कृपा आहे.'' ती स्वत:शीच मोठ्यानं बोलत होती की काय? तसं नसणार.

''सिस्टर, मी तुझ्या कामात व्यत्यय आणतेय का?'' ती ज्येष्ठ स्त्री थोडी थांबते, ''मला आवाज ऐकू आले.''

''नाही... नाही... मी...'' झुआना बोलताना अडखळते. हिनं काय आणि किती ऐकलं असावं याबद्दल तिची खात्री नसते. ''मी... मी प्रार्थना करत होते. काही प्रश्न उद्भवलाय का?''

''एक नवागता, प्रवचनाच्या वेळेस आजारी पडली.''

''कोण?''

''अँजेलिका.''

''अँजेलिका? तिला फुप्फुसांचा त्रास आहे.''

''देवानं तिला ती व्याधी देणं उचित मानलं आहे. पण ती त्याला धीरानं तोंड देते.''

''मी... मी तिच्यापाशी येते.'' ती कामाच्या टेबलापाशी, तिला देण्याजोगं औषध शोधत असल्याप्रमाणे येते. पण या एवढ्या हालचालीनंसुद्धा तिला घेरी येते.

''तू काळजी करू नकोस. तूर्त तरी ती पुरेशी बरी झाली आहे. मी तिला प्रार्थना करायला चॅपेलमध्ये धाडली आहे.''

पण झुआनाच्या मनात विचार येतो की, या रोगामुळे तिच्या दम्यावर काय परिणाम होईल आणि तिला श्वासोच्छ्वासाला अडचण पडू लागली तर त्यांनी काय करायचं. ''ती आराम करेल तर जास्त बरं होईल.''

''काय? आणि चॅपेल आणखी रिकामं करायचं?''

झुआना घुटमळते. त्यांनी वादविवाद करण्यात कुणाचाच फायदा नाही. ''फक्त आपण एकत्र असतो, तिथे ही साथ जास्त भर्रकन फैलावते.''

"असं म्हटलेलं मी ऐकलंय. पण जेव्हा व्यापक अर्थानं मठाच्या हिताकडे लक्ष द्यायचं असतं, तेव्हा कशाचा फायदा होईल, त्याबद्दल दुमत असू शकतं."

त्या नवागतांच्या प्रमुखेचं लक्ष झुआनाच्या चेहऱ्यावरून, तिच्या पाठीमागे, टेबलावर उघडून ठेवलेल्या पुस्तकांकडे वळलेलं झुआनाच्या लक्षात येतं. पुस्तकात छाती आणि श्वसनसंस्थेची लाकडी चित्रं आणि त्याशेजारी त्याबद्दलचं वर्णन लिहिलं आहे. उमिलिआनाची एकाग्रता किती तीव्र आहे, हे झुआनाला पुन्हा एकदा जाणवतं. तिच्या नवागता तिला इतक्या टरकून असतात, यात काहीच आश्चर्य नाही. मनातलं किंवा मनाबाहेरचं तिला दिसत नाही, असं काहीच नाही.

"तू वापरत असलेली प्रार्थनेची पुस्तकं फारच मनोरंजक आहेत!"

"ह्या नोंदी आहेत. व्हेरोनातल्या डॉक्टरनं, सध्या आपल्याला पीडा देणाऱ्या इन्फ्लुएन्झासारख्याच इन्फ्लुएन्झाच्या वेळेस, उपचार करताना नोंद करून ठेवलेल्या."

"आणि त्याला त्याचं कारण समजलं?"

आता विचार केल्यावर, झुआनाच्या लक्षात येतं की, आजच्याप्रमाणे नवागतांची प्रमुखा कधीही यापूर्वी औषधालयात आलेली नाही आणि तिनं इथं यायची गरजही नाही. नवागता आजारी पडल्याची बातमी तिला सेविकेकरवीसुद्धा सहजपणे पाठवता आली असती.

"हो. त्यावर त्यानं काही अनुमान केलं होतं."

"काय होतं ते."

"त्याचं मत होतं की 'सेमिना मॉर्बोरम'मुळे तो होतो."

"सेमिना मॉर्बोरम? वाईट बीजं? कोणती? जमिनीतून उगवलेली?"

"नाही. नाही. ती आपल्या आजूबाजूला सर्वत्र असतात. हवेत असतात."

"कुठं?" आणि उमिलिआना तिच्या आजूबाजूला ताबडतोब इतकी निरागसपणे नजर फिरवते, की झुआनाला त्यात अजिबात उपरोध जाणवत नाही.

"ती जड स्वरुपात नसतात आणि म्हणून डोळ्यांना दिसू शकत नाहीत."

"मग ती येतात तरी कुठून?"

"ती निसर्गातच असतात." हे बोलता बोलता तिल अचानक जाणीव होती, की तिला अतिशय आजारी असल्याचं जाणवतंय.

"तर मग ती देवानं निर्मिली आहेत? उत्पत्तीच्या कोणत्या दिवशी त्यानं ती बनवली?"

"मला वाटतं की, अमुक एक दिवस असा सांगता येणार नाही." कदाचित स्वत:च्या डोक्यावर व्हिनेगार आणि रू वॉटरची पट्टी ठेवली तर बरं वाटेल, असं झुआनाच्या मनात येतं. "थोर संत ऑगस्टिनसुद्धा स्वत:च्या कामात हीच संकल्पना मांडतो." उमिलिआना निघून गेली की ती आणखी एकदा व्हिनेगार रू वॉटरचं

मिश्रण बनवेल. ''कदाचित मला ते नीट सांगता आलं नसेल.''

पण नवागतांच्या प्रमुखेला निघायची अजिबात घाई दिसत नाहीय. ''असो! मी एक साधीभोळी जोगीण आहे. माझ्यापाशी तुझ्यासारखं... अशा गोष्टींचं ज्ञान नाही.'' ती थांबते, ''पण अशा गोष्टी का घडत असतील, याबद्दल माझं वेगळंच मत आहे. अर्थात ते तुझ्या मतासारखं आधुनिक प्रकारचं नाही.''

आणि हे म्हणत असतानाच, ती हसते. जणूकाही इथे भांडण उभं करायला आली नसल्याचं, ती याद्वारे सूचित करतेय. पण तिच्या मनात काय आहे हे ओळखणं फार कठीण जातं, कारण ती जेव्हा हसते, तेव्हा तिचे डोळे गालातल्या मांसात लुप्त होतात.

झुआना बाकावर पाठ टेकवते.

''मी तुझ्या कामात नक्की व्यत्यय आणत नाहीये ना? जर मठाच्या हिताचा प्रश्न नसता, तर मी असं धाडस केलं नसतं.''

झुआना वाळूच्या घड्याळाकडे नजर टाकते. त्यातल्या वाळूवरून तिचा कामाचा तास संपत आलेला दिसतोय. जर ही नवागतांची प्रमुखा फक्त औषधोपचारांमधल्या देवाच्या महत्त्वाबद्दल चर्चा करायला आली असेल, तर ते तिला चर्चासभेतही करता आलं असतं. अशा गोष्टीत काही त्यांचे प्रथमच वादविवाद घडत नाहीयेत आणि चर्चासभेत तिला श्रोत्यांवर छाप पाडायची संधीही मिळाली असती.

''नाही. तुम्ही अजिबात व्यत्यय आणत नाही आहात. मला ऐकायला खूप आवडेल.''

उमिलिआना आता खास गुपित सांगत असल्याप्रमाणे झुआनाच्या जवळ येते. तिची दृष्टी झुआनाच्या डोक्यावरून पाठीमागल्या भिंतीवरल्या बाटल्या-कुप्यांकडे वळते. झुआना मनात म्हणते, 'माझ्या उपचाराच्या संतिणी!' मग स्वत:वर काबू मिळवते. या नवागतांच्या प्रमुखेला एकदाही त्यातलं औषध घ्यावं लागलेलं नाही. तिला कितीही वेदना झाल्या, तरी ती त्या निमूटपणे एकटीनंच सोसते. जर याला शक्ती म्हटलं, तर रोगाला बळी पडणं हा कमकुवतपणा समजायचा का? उमिलिआनाची नजर आता झुआनाच्या नजरेचा वेध घेतेय. इथं नक्कीच काहीतरी घडतंय आणि तिनं त्याकडे लक्ष दिलेलं बरं. ती मन एकाग्र करायचा प्रयत्न करते.

''मला असं वाटतंय की, देव जाणूनबुजून अशा साथींचा उपयोग करून घेतो आणि– जिथे त्याची नीट उपासना केली जात नाहीये, अशा जागी त्या साथी पाठवून देतो.''

त्यांचे चेहरे आता अगदी जवळ आले आहेत. ''जर ती विषबीजं माझ्या शरीरात मूळ धरत असली, तर माझ्या उच्छ्वासातून ती थेट तिच्याकडे जात नाहीत याची मला काळजी घ्यायला हवी.'' झुआनाच्या मनात येतं. ती बाजूला मान वळवते.

"हो... तेसुद्धा खरं असू शकेल." झुआना म्हणते.

"ओ! तुलाही हे जाणवलंय, तर मग?"

"काय?"

" 'त्याला' सँटा कॅटेरिनाबद्दल काय वाटतंय, ते! इथं काय घडतंय मठ कसा बदलतोय."

"बदलतोय? मी... मी समजले नाही."

"त्या रात्री जेव्हा सुओरा इंबेरसागा मरण पावली, तेव्हा तुला काहीतरी जाणवलं नाही? तुला देवाचं पवित्र अस्तित्व खोलीत जाणवलं नाही?"

झुआनाला खचितच काहीतरी जाणवलं होतं, "मला त्याची तीव्र करुणा जाणवली होती. त्यानं तिला यातनांतून मुक्ती द्यायची कृपा केलेली मला जाणवली होती."

"हो! ते तर खरंच. पण त्याहूनही काहीतरी जास्त! तुला असं नाही वाटलं की, त्यानं तिला त्याच्यापाशी नेऊन सँटा कॅटेरिनाबद्दल त्याला काय वाटतंय ते दर्शवलं होतं? की तिच्यासारखा पुण्यात्मा त्याच्या संरक्षणाखालीच असलेला बरा?" आता ती थोडी मागे झुकते, "सुओरा झुआना, त्या रात्री तूसुद्धा खूप हेलावून गेली होतीस. मला ते कळलं होतं. मी तर म्हणेन की, अनेक वर्षांत प्रथमच मी तुला अशी हेलावून गेलेली पाहिली."

"हो... मी..." काय म्हणावं ते न उमगून झुआना बोलायची थांबते.

रेशमाच्या ताग्यासारखा मृदू मुलायम आत्मा. तिच्या चाहत्या अनुयायी, सँटा कॅटेरिनाच्या नवागतांच्या प्रमुखेचं अशा शब्दात वर्णन करतात. पण इतर काहीजणी यापुढे, 'पण जीभ काटेरी असलेली,' अशीही पुस्ती तोडू शकतील. हो! झुआना त्या रात्री खरोखरच व्यथित झालेली होती. पण ती व्यथा जे दिसलं, उमगलं त्याबद्दल नसून जे तिला स्वतःला अनुभवता आलं नाही त्याबद्दल अधिक होती. खरोखरच देव उमिलिआनाशी बोलला होता आणि तिच्याशी बोलला नव्हता? उमिलिआनाच्या दुःखात आनंदाचाही तीव्र भाग होता, याबद्दल काहीच शंका नव्हती आणि ती तरुण जोगीणही देवाच्या कृपाप्रसादाला पूर्णपणे लायक होती याबद्दल वाद नव्हता... पण मग झुआना इतकी अपात्र होती, की तिला काहीही जाणवलं नव्हतं?

शांतता वाढत आहे याची जाणीव तिला होत आहे. ती स्वतः उमिलिआनाच्या तीव्र एकाग्रतेच्या ऊर्जेमुळे घामाघूम होते आहे. ती हेकेखोरपणे मनाशीच म्हणते, "माझं काम आहे वनस्पती वाढवणं आणि यातना कमी करणं. मठाच्या राजकारणात लुडबूड करणं हे माझं काम नव्हे!" जर आता मठस्वामिनी इथं असती, तर काय उत्तर द्यायचं, हे तिला नेमकं उमगलं असतं. विशेषतः मठाच्या हिताबाबत प्रश्न उभा असताना! पण झुआनालाही काहीतरी उत्तर देणं भाग आहे.

"मठातल्या रहिवाशांची संख्या अलीकडे वाढली आहे. मला वाटतं सारेच बदल, त्यांच्यासोबत आणखी बदल घेऊन येतात."

"पण आपला येशू ख्रिस्त बदलत नाही. त्याचं प्रेम... त्याचा त्याग... आणि आपलं त्याच्याबाबतचं कर्तव्यही बदलत नाही. आपण आज्ञाधारकपणे आणि नम्रतेनं त्याची उपासना करायला बांधील आहोत, बाहेरच्या जगाकडून देणग्या आणि शाबासक्या मिळवायला नव्हे! ट्रेंटचे थोर धर्मगुरू अशा दूषिततेबद्दल सावध करून गेले आहेत. पण तरीही आजूबाजूला नजर टाक. तुला नाही का वाटत की, आणखीआणखी देणग्या-कौतुकाच्या भुकेपायी, आपण देवापेक्षा स्वत:वरच जास्त प्रेम करणाऱ्या खूपच तरुणींना आत प्रवेश देत आहोत?"

ओहो! तर मग ही तरुण आत्म्यांबाबतची भीती आहे. प्रत्येकाला ठाऊक आहे की अलीकडे काही दिवस याचा तिच्या मनाला खूप त्रास होतो आहे. सर्वांत अलीकडची आव्हानाची तर गोष्टच करायला नको! "जर तुम्ही तरुण नवागता सेराफिनाबद्दल बोलत असाल..." झुआना क्षणभर थांबते. पुढे काय बोलायचं हे क्षणभर तिला सुचत नाही. "मला वाटतं– मला वाटतं की, तुमच्या मार्गदर्शनामुळे आणि ईश्वराच्या संगीतामुळे तिला हळूहळू मार्ग सापडतोय."

"असं तुला वाटतं? माझी तितकीशी खात्री नाही. मला वाटतंय की, देव तिला हाक मारतोय. पण, ती आता आपल्या आवजाचा वापर करून आपले कान देवापासून झाकून ठेवते आहे आणि तिनं तसं का करू नये? आजकाल सँटा कॅटेरिना मठ, प्रार्थनेऐवजी फायद्यासाठी गळे तयार करून घेतो आहे. कदाचित तुला ते दिसत नाही, कारण तुझ्या लक्षात नाही. पण एकेकाळी हाच मठ इथल्या भक्तीभावासाठी प्रसिद्ध होता. नवागतांना हे भक्तीचं पवित्र वातावरण सभोवताली असलेलं जाणवत असे. प्रात:प्रार्थनेच्या वेळेस– मॅटिन्सच्या वेळेस– सुओरा अग्नेसिनाला देवदूत आपल्या कवेत घेत असत, आणि सुओरा मॅगडालेनानं चॅपेलमध्ये तिच्या मुठी उघडायचा अवकाश; की लगेच तिच्या हातांच्या जखमांमधून रक्त ठिपकू लागत असे. पण आज ती कोठडीत बंद होऊन पडलीय आणि विस्मृतीत गेलीय." ती क्षणभर थांबते, "पण माझी खात्री आहे की, देव अजूनही तिच्यापाशी येतो. येतो की नाही?"

ओ! तर मग नवागतांची प्रमुखासुद्धा गावगप्पा ऐकण्याचा मोह टाळू शकलेली नाही. नक्कीच हीसुद्धा एक प्रकारची जंतूंची लागणच म्हणायला हवी. झुआनाला वाटतं: एकदा उच्चारलेले शब्द पुन्हा बोलायची गरजच नाही. कारण ते अदृश्यपणे, सूक्ष्मतरल स्वरुपात हवेतून प्रवास करतात आणि कानांमधून आत शिरले की प्रदूषण सुरू करतात. तिला एकाएकी देवदूतांना जसं दिसेल, तसं जग डोळ्यांपुढे येतं. दिसू न शकणाऱ्या अनेक गोष्टींनी थरथरणारं. यातल्या काही गोष्टी तारक

असतील आणि काही गोष्टी मारक असतील! हे सारं कोणत्या दिवशी निर्माण केलं गेलं होतं? तिला वाटतं की तिचे वडील इथं असते, तर बरं झालं असतं. ती त्यांना त्याबद्दल विचारू शकली असती. पण ते काही तिच्या हाती नाही. समोर सध्या उभा ठाकलेला प्रश्न आहे सुओरा मॅगडालेना आणि ती तन्मयावस्थेत जात असल्याची शक्यता. खरोखरच संभाषणाचा रोख यावर आहे का? की ही सोज्ज्वळ अशी नवागतांची प्रमुखा मठाच्या हिताचा मुद्दा गळाला लावून मोठा मासा पकडायच्या खटपटीत आहे? पण ती असा लुच्चेपणा करत असेल असं वाटत तरी नाही.

देवाचेच आभार मानायला हवेत की, झुआना या साऱ्या राजकारणापासून दूर राहू शकते. प्रतिप्रश्न न विचारता फक्त आज्ञापालन करत राहणं, हा जोगिणीनं आत्मसात करावा, असा सर्वांत मोठा गुण आहे आणि स्वतःच्या मठस्वामिनीनं केलेली आज्ञा ही देवानं केलेल्या आज्ञेसारखीच मानायला हवी.

"गेल्या वेळेस जेव्हा मी तिच्यावर उपचार केले, तेव्हा ती भली सिस्टर, तिच्या कोठडीत अगदी शांत दिसली."

क्षणभर उमिलिआनाच्या डोळ्यात इतका उघड अविश्वास दिसतो, की झुआना चमकते, आणि तिच्या गुबगुबीत गालांवरून अश्रू ओघळू लागल्यावर तर ती आणखीच घाबरते.

"ओ! सुओरा झुआना, तू एक भली स्त्री आहेस हे मला ठाऊक आहे. तू ज्या प्रकारे आजारी लोकांची शुश्रूषा करतेस, त्यावरून मला हे कळतं. आपला ईश्वर येशू ख्रिस्त स्वतः इतरांना बरं करत असे आणि तुझ्या कामामागे त्याचे आशीर्वाद उभे आहेत. पण, मला भीती वाटतेय की प्रार्थनेद्वारा त्यांचं अमर्याद प्रेम मिळवण्याचं तुझ्या आत्म्याला वळण न लावून आम्ही आमच्या कर्तव्यात चुकलो आहोत. तू माझ्या हाताखाली नवागता म्हणून आली असतीस, तर मला फार आनंद वाटला असता."

"मला... मलासुद्धा ते आवडलं असतं," ती म्हणते, आणि एकाएकी तिला जाणवतं की, हे शब्द तिच्या हृदयातून उमटले आहेत, आणि तिचं हृदय आता तिच्या कपाळाएवढंच तापलं आहे. तिला थोडं झोक गेल्यासारखंही वाटतं.

"सिस्टर, तू ठीक आहेस ना?"

"हो! हो! मी ठीक आहे. मी... फक्त आजाऱ्यांची शुश्रूषा करण्यात मी अत्यंत व्यग्र झाले आहे."

उमिलिआना तिच्याकडे गंभीरपणे बघते. जणूकाही किती बोलावं याबद्दल ती विचारात पडली आहे. अश्रू आता तिच्या तोंडाजवळच्या खोलसर सुरकुत्यांपर्यंत पोहोचलेले आहेत आणि ते तिच्या हनुवटीजवळच्या खळग्याकडे वाहत आहेत. झुआना भारली गेल्याप्रमाणे त्यांच्याकडे पाहते आहे. ती इतकी राजस आहे आणि

तेवढीच कुरूप आहे. जर सुओरा स्कोलॅस्टिकानं येशूच्या जन्मावर नाटक लिहिलं, तर ही नवागतांची प्रमुखा, त्यातल्या एलिझाबेथचं पात्रं नक्कीच सुंदर साकार करेल; जिची आक्रसलेली, वृद्ध ओटी देवाच्या कृपेनं सुफळ झाली आहे ते नाटकातलं पात्रं...

पुरे, पुरे... मला चित्त एकाग्र केलं पाहिजे, झुआना स्वत:लाच बजावते.

''मी तुझ्या कामाच्या वेळेत व्यत्यय आणते आहे. देवाला तुझी इतर गोष्टींसाठी गरज आहे.'' ती वृद्ध जोगीण एक पाऊलभर मागे सरकते, पण तिची दृष्टी अजूनही खिळलेलीच आहे. ''या आपल्या दोघींमधल्या संवादाबद्दल मी तुझे आभार मानते. तू नेहमीच माझ्या प्रार्थनेमध्ये समाविष्ट असतेस. मी तुला खूप खूप अस्वस्थ केलं नसेल, अशी मी आशा करते.''

''नाही. अजिबात नाही. मी... मी लवकरच अँजेलिकाकडे येतेय.''

पण उमिलिआना नकारार्थी हात हलवते. ''काळजी करून नकोस. तुझी गरज पडली, तर मी तुला सांगेन. देव तुझं भलं करो. तू त्याच्या दृष्टीनं मोलाची आहेस आणि तो तुझ्या प्रवासावर लक्ष ठेवून आहे.''

''आणि तुमच्यासुद्धा, सुओरा उमिलिआना.''

२२

एकटीच असताना ती लगेचच व्हिनिगर आणि रू एकत्र करते. मग थोडं ताजं यू डि व्हाय आणि बेसिल घेते. ती आजारी आहे तिला माहीत असलं, तरी ती निदान कामाचा तास तरी संपवणार आहे.

ह्या खोलीत ही औषधं तिनं कितीवेळा बनवली आहेत? बारा-तेरा वर्षं? आणखी किती वर्षं ती अशी औषधं बनवत राहणार आहे? देव तिला किती आयुष्य देईल? पन्नास? पंचावन्न? इतकं आयुष्य नक्कीच खूप जोगिणींना मिळतं. साठापर्यंतसुद्धा. साठ वर्षं... तो काळ तिला ओझ्यासारखा वाटतो. तिला एक तराजू डोळ्यांपुढे येतो. एका पारड्यात मिठाची पोती टाकावीत, अशी आयुष्याची वर्षं आणि दुसऱ्या पारड्यात पुण्यकर्म आणि प्रार्थना. दोन्हीही समतोल होतील, तेव्हाच कदाचित तिची घटका भरेल. पण चांगुलपणा मोजायचा कसा? आणि आयुष्याचा सारा काळ सारख्याच वजनाचा असतो? नक्कीच नाही... प्रार्थना किंवा त्यागात कंठलेले दिवस नक्कीच झाडांना पाणी घालण्यात आणि अर्क बनवण्यात घालवलेल्या दिवसांपेक्षा अधिक मोलाचे असणार! कदाचित समतोल राखणं हा निकष नसेल. एक पारडं दुसऱ्याहून जड करणं हा निकष असू शकेल?

हे तिला आधीच ठाऊक होतं का, आणि तिला इतकं विचित्र वाटत असल्यामुळे तिला त्याचं विस्मरण झालं होतं की काय असा तिला प्रश्न पडतो. तरीही हल्ली तिची प्रगती खूप मंदावली आहे, हा विचार तिला मनाआड टाकता येत नाही. सिस्टर इंबेरसागा फक्त बावीस वर्षांची असतानाच देवानं तिला आपल्यापाशी नेली. वरवर पाहिलं, तर ती केवळ एक जोगीण होती आणि खरं बोलायचं तर अगदी सामान्य अशी जोगीण होती. मग तिला त्यानं का नेलं? की ती इतकी सामान्य असल्यामुळेच त्यानं तिची निवड केली?

निवड. या शब्दालासुद्धा आजकाल सडक्या मांसासारखा दुर्गंध येतो. पाखंडी लोकांचा विश्वास असतो की, देव काहीजणांचीच निवड करतो आणि इतरांची नाही; आणि आयुष्यभराच्या सत्कर्मापेक्षा आणि तुमच्या आत्म्याच्या उन्नतीसाठी धडपडणाऱ्या मूठभर जोगिणींपेक्षा देवानं केलेली निवड अधिक महत्त्वाची असते. अर्थात अशा

विचारांबद्दल ते सतत आगीत जळत राहतील! पण नरक आता भरभरून वाहत असला पाहिजे, कारण साथ अजूनही जास्त जास्त फैलावतेच आहे. ती पर्वत ओलांडून, समुद्र आणि सरहद्दी ओलांडून आपल्या तावडीत खेडी, विश्वविद्यालयं, शहरं आणि सरदार आणि राजपुत्रांनासुद्धा धरते आहे. जणूकाही दुर्भावनांचा आणखी एक प्रकारचा स्त्रोतच हवेतून फैलावतो आहे. पारंपरिक विचारसरणीच्या चर्चला आपल्या कळपाबद्दल काळजी वाटावी यात आश्चर्य ते काय? मठस्वामिनीनं नेमके कोणते शब्द वापरले होते, बरं? 'ते आपल्या पत्रलेखनावरही प्रतिबंध घालतील, ते आपल्यासारख्यांच्या मन:शांतीला घातक आहे अशी त्यांना भीती वाटेल.' पण त्यांना असं कसं बरं करता येईल? असं केल्यामुळे दुसऱ्या प्रकारची व्याधी फैलावेल.

तिनं बेसिल आणि यू डी व्हाय जेमतेम एकत्र केलं असेल-नसेल, तोच तिला पावलांचा आवाज ऐकू आला आणि दरवाजात एक तरुण सेविका, हातात एक पुडकं घेऊन उभी असलेली दिसली. त्या सेविकेचं नाव झुआनाला आठवत नाही.

"मी... मॅडोना ॲबेसनं (मठस्वामिनीनं) हे तुमच्यासाठी पाठवलंय."

ती मुलगी पुढे येताना घुटमळते. ती मठाच्या आयुष्याला अजून रुळलेली नाही आणि तिला रुग्णालय ही सर्वांत विचित्र, वेड्यांनी भरलेली जागा वाटतेय आणि औषधालयाची प्रमुखा, ताप चढल्यासारखी घामाघूम झालेली, त्या सर्वांहूनही वेडपट दिसणारी वाटतेय. झुआना पुडकं हातात घेण्यासाठी हात पुढे करते, पण ती मुलगी तिला झुकांडी देऊन पुढे जाते आणि ते पुडकं कामाच्या टेबलावर ठेवते. ती इतक्या घाईघाईत पुढं जाते, की जाताना ती टेबलावर आपटते.

ह्या पुडक्यावर बिशपच्या नावाचा छापा आहे, पण ते पुडकं उघडलेलं आहे. मठस्वामिनीनं पुडक्यात काय आहे, हे आधीच तपासलेलं असणार! पवित्र धर्मगुरूंनी नक्कीच काहीतरी कौतुकाचे शब्द लिहून मठातल्या जोगिणींना दाखवलेल्या दयाळूपणाबद्दल त्यांचे आभार मानले असणार आणि त्या मदतीची परतफेड करण्यासाठी कॉकिनिग्लिआ भेट म्हणून पाठवलं असणार. कापडात गुंडाळलेली एक छोटीशी जादूची पिशवी आहे. झुआना ती पिशवी तिच्या तळहातावर तोलून चटकन वजनाचा अंदाज घेते. दहा ग्रॅम्स. कदाचित थोडंसं जास्त. तिनं आधीच जे बाजूला ठेवलंय, ते धरून स्वयंपाकघर आणि औषधालय या दोहोंना पुरेल एवढं ते आहे. ती पुड्यावरली दोरी सोडते आणि नाकापाशी पुडा आणून तो हुंगते. त्याला थोडासा मातकटसा गंध आहे. खूप दूरवर कुठेतरी, खूपच उष्ण तापमानात वाढवून, खूप उष्णतेत वाळवल्यावर येईल, तसा तो गंध आहे. इथवर पोहोचायला या पुड्यानं किती प्रवास केला असेल? अगदी काळजीपूर्वक ती त्या पुड्यातला छोटासा हिस्सा हातावर ओतून घेते. ते छोटे छोटे कण गडद, लाल रंगाचे आहेत. त्यातून

एवढा झळाळणारा रंग निर्माण होतो याची कल्पनाही आली नसती. लोक त्या रंगाला 'तांबडं सोनं' म्हणतात. तिच्या जवळची तुटपुंजी माहिती तिच्या वडिलांजवळच्या एका पुस्तकावरून मिळालेली आहे : सेनेबरोबर तेथे गेलेल्या एका डॉक्टरनं नव्या स्पेनचा इतिहास लिहिला आहे, त्यात ही माहिती दिलेली आहे. जिथं गार्डन ऑफ ईडन किंवा येशूख्रिस्त ही नावंही कुणी ऐकलेली नाहीत अशा वाळवंटात, कुठंतरी वाढलेल्या निवडुंगातून बाहेर पडणाऱ्या आळ्यांपासून हा रंग कसा बनवतात आणि येशूचं चित्र रंगवताना, जणूकाही त्यादिवशीच त्याला रक्तस्राव होतो आहे अशा गडद रंगात या रंगामुळे कसं चित्र रंगवता येतं याची सारी वर्णनं त्यानं त्या पुस्तकात लिहिली आहेत. त्या पुस्तकात त्या निवडुंगाचं चित्र दिलेलं आहे : एकाच वेळेस मृदुमांसल आणि काटेरी असं ते झाड. पण तो निवडुंग वाढवणाऱ्या माणसांची त्यात चित्रं दिलेली नाहीत. त्यामुळे ती माणसं कशी दिसत असतील– उघडी, रंगवलेल्या कातडीची किंवा ताटलीप्रमाणे हवेत पुढे आलेल्या ओठांची, तिनं इतर चित्रात पाहिली आहेत तशी– याबद्दल ती केवळ कल्पनाच रंगवू शकते.

असे विचार मनात आणून ती प्रमाद करते आहे, अशी तिला भीती वाटते आणि ती तिचे विचार दुसरीकडे वळवून कल्पना करू लागते, की चर्चच्या धर्मगुरूंच्या मदतीमुळं या रानटी लोकांची आतापर्यंत येशू ख्रिस्ताशी ओळख झाली असेल. तिच्या कानांवर बातमी आलेली आहे, की त्यातल्या काहीजणांना चर्चमध्ये योगी आणि जोगिणी म्हणूनही प्रवेश देण्यात आला आहे. अशा प्रकारे विशेषत: जिथं निसर्गानं सर्वस्वी वेगळे चमत्कार निर्माण केलेले आहेत, अशा ठिकाणी देव अंधारातही उजेड आणत असतो. असे काही चमत्कार बघण्यासाठी तिने काय दिलं पाहिजे?

अरेच्चा! आजारपणामुळं तिचं डोकं भरकटू लागलं आहे. तिला दिसतंय की तिच्या तळव्यावर ठेवलेले कण तिच्या कातडीवरच्या घामामुळे ओले झाले आहेत आणि तिथे गडद डाग पडला आहे. जेव्हा ती दुसऱ्या हातानं कपाळ चोळते, तेव्हा ते तापलेलं जाणवतं.

"तू कॉकिनिग्लिआ का वापरत नाहीस?" तिला सेराफिनाचा प्रश्न आठवतो. त्याबद्दल तिच्या मनात विचार तर नक्कीच आलेला आहे. "ताप उतरावा म्हणून घ्यावं," तिच्या वडिलांनी त्यांच्या नोंदीत म्हटलं होतं. पण जरी अशा औषधाची शक्यता वर्तवलेलं तिला आठवत होतं तरी त्यांनी त्याच्या मात्रेबद्दल, प्रमाणाबद्दल काहीच लिहिलं नव्हतं, कारण त्यांना तो रंग कधी हाती लागलाच नव्हता. त्यामुळे किती मात्रेत घेतलं की, ते खूप जास्त होईल आणि पोटात घेऊन त्याचे काय परिणाम होतील याबद्दल तिला काहीही कळणं शक्य नाही.

तिला खात्री आहे की, तिच्या वडिलांना संधी मिळाली असती, तर त्यांनी काय

केलं असतं. "अशा प्रयोगाच्या वेळेस एकच गोष्ट लक्षात ठेवली पाहिजे, की काळजीपूर्वक वागून मात्रा कमी घेतलीत तरी चालेल. पण केव्हाही, त्याबद्दल पुरेशी माहिती नसताना, ती जास्त प्रमाणात घेऊ नये. त्यानंतर प्रत्येक टप्प्यावर परिणामांची व्यवस्थित नोंद ठेवायला हवी म्हणजे पुढील काळात तुम्ही त्या नोंदीकडे नजर टाकलीत की काय परिणाम होतात ते तुम्हाला ताबडतोब कळेल."

त्यांचा आवाज इतका जवळून कानावर पडल्यासारखा वाटतोय की, ते कुठे उभे आहेत हे बघण्यासाठी ती मान वळते आणि मान इतक्या जलदपणे वळवल्यामुळे तिला झांझावल्यासारखं होतं. "मला वाटत होतं त्याहून मी जास्त आजारी पडले आहे. मी हे कसं करणार याबद्दल मला नीट विचार करायला हवा," ती स्वत:शीच म्हणते.

ती हळूच हलते. बाजूला उघडून ठेवलेल्या वहीवर नवीन शीर्षक लिहून, तारीख आणि वेळ लिहिते. एका मातीच्या भांड्यात त्या रंगांचे कण मापून ओतते आणि उरलेले गुंडाळून पिशवीत ठेवून, ती पिशवी दुसऱ्या दिवशी सुओरा फेडेरिकाला देण्यासाठी ड्रॉवरमध्ये नीटपणे ठेवून देते. मग ती गरम पाणी मापून घेऊन हळूहळू ते त्या कणांवर ओतून ते ढवळते. हे करत असताना ती हे प्रमाण वहीत लिहून ठेवते. बनवलेलं रंगीत पाणी खूपच गडद रंगाचं आहे आणि त्याचा रंग किती चढेल हे सांगणं कठीण आहे. तिला जाणवतं की, याचाच अर्थ असा की ती मात्रा खूप असू शकेल. पण कामाचा तास संपत आलेला आहे आणि याचा प्रयोग करून पाहायचा असेल, तर तो आत्ताच करायला हवा. तिच्या एक गोष्ट लक्षात येत नाही की, तिला इतका ताप चढलेला असताना तिच्यासाठी काय चांगलं आणि काय वाईट हे तिला ठरवता येणं शक्य नाही.

ती काही घोट गिळते. पाणी गरम असतं आणि त्याची चव कडवट लागते. तिच्या पुढ्यातली शेल्फ एकाएकी विचित्र दिसू लागतात– जणूकाही त्यावरचं काहीतरी नीटपणे ठेवलेलं नाही किंवा गायब आहे. पण काय ते तिला उमगत नाही. तिला चक्कर येतेय. उरलेलं पाणी पिऊन टाकत असताना तिच्या मनात विचार येतो की मार्झिपान स्ट्रॉबेरीज खाऊन ओठ जसे लाल होतात, तसेच या पाण्यामुळे होतील की काय आणि दुपारच्या प्रार्थनेच्या वेळस समोरासमोर बसल्यावर सुओरा उमिलिआना तिच्या या नव्याच नटवेपणाबद्दल (!) काय कल्पना करून घेईल.

इतक्या साऱ्या जोगिणी गेल्या काही दिवसात आजारी झाल्या आहेत, की चॅपेलमधली झुआनाची अनुपस्थिती लगेचच कुणाच्याही लक्षात येत नाही. साऱ्याजणी स्थिरस्थावर होऊन प्रार्थनेला सुरुवात होण्यापूर्वी मठस्वामिनी उपस्थितांवर नजर टाकते आणि निस्तेज दिसत असली, तरी नक्कीच खूप बरी झालेली सुओरा येस्बेटा

दिसल्यावर ती औषधालयाच्या प्रमुखेचं मूक अभिनंदन करण्यासाठी तिला शोधू लागते, तेव्हा तिची अनुपस्थिती तिच्या लक्षात येते.

अत्यंत मधुर आवाजाच्या आणि सुगंधी श्वासाच्या समूहगायिकांमधल्या तिच्या नव्या जागेवरून सेराफिनाच्या हे लक्षात यायला आणखी वेळ लागतो. कारण आज ती गायन आणि आपले विचार यात अडकलेली आहे. प्रमुख सेविकेच्या कोठडीत प्रवेश कसा मिळवायचा या प्रश्नाचं उत्तर शोधण्यात ती व्यग्र झालेली आहे. पण जेव्हा दुसऱ्या ओळीच्या टोकाची जागा तिला रिकामी दिसते, तेव्हा काय झालं असेल हे तिला लगेचच उमगतं. इतर कुणाच्या हे लक्षात आलं असेल का याचा अंदाज घेण्यासाठी ती आजूबाजूला हळूच नजर टाकते. पण मठस्वामिनीचे डोळे क्रूसावर खिळलेले आहेत आणि त्या घटकेला तिला तिच्या जोगिणींच्या कळपाबद्दल मनात विचार नसावेत असं वाटतंय.

प्रार्थना संपल्यावर सेराफिना इतरांसमवेत चॅपेलमधून पटांगणात जाते. इतरजणी आपापल्या कोठड्यांमध्ये जाईपर्यंत ती थोडीशी घुटमळते. दुपारच्या प्रार्थनेनंतर स्वत:ची स्वत: प्रार्थना करायची असते. तिच्या नव्या आज्ञाधारकपणाच्या मुखवट्याच्या दृष्टीनं तिनं आज्ञापालनात कसूर करता कामा नये. पण ज्या अनेक गोष्टींबाबत ती झुआनाची ऋणी आहे, त्यातली एक आहे झुआनानं एका गोष्टीबद्दल पाळलेलं मौन. ते जर तिनं पाळलं नसतं, तर याक्षणी सेराफिनाला फक्त ब्रेड आणि पाण्यावर, कोठडीत कैद होऊन पडावं लागलं असतं आणि जर खरोखरच औषधालयाची प्रमुखा आजारी असेल, तर त्याबाबत उशीरा कळण्यापेक्षा लगेचच कळलेलं केव्हाही चांगलं!

रुग्णालयात सुओरा क्लेमेंशिया गाढ झोपेत आहे. खोलीत तिच्या घोरण्याचा प्रतिध्वनी घुमतोय आणि ती गुरगुरतेय असा भास होतोय. काही क्षणांनी प्रत्यक्ष मठस्वामिनी प्रवेश करते, तेव्हाही ती जागी होत नाही. मठस्वामिनी भराभर पलंगाच्या मधून चालत जाते. दगडी फरशीवर तिच्या बुटांचा टकटक असा जलद आवाज उठतो.

औषधालयाचा दरवाजा उघडल्यावर मॅडोना चिआराच्या नजरेला जे दृश्य पडतं ते पाहून क्षणभर तिला पूर्णपणे विसर पडतो की, कळपातल्या कुणीही आज्ञाभंग केलेला लक्षात येणं हे तिचं कर्तव्य आहे. खोलीच्या मधोमध सेराफिना औषधालयाच्या प्रमुखेच्या देहाजवळ गुडघे टेकून बसलेली आहे. औषधालयाची प्रमुखा जमिनीवर कोसळलेली आहे आणि तिच्या तोंडातून रक्त ठिबकतं आहे.

२३

कधीकधी असा भास होतो की काळ आपलं रूप बदलत असतो, घनरूपातून द्रवरूपात तो परिवर्तित होतो आणि काहीजणांसाठी तो इतरांहून भरभर वाहू लागतो आणि सेराफिनासाठी काळ सर्वांत द्रुतगतीनं धावतो आहे. इतका की कधीकधी तिला वाटतं की प्रत्यक्ष देवानंच तिचं हित जपवण्याचं ठरवलं असावं; कारण ती इतक्या जोमानं आणि सहजतेनं जोरदार वेगाच्या पाण्यातून मार्ग काढू शकते, बदलत्या प्रवाहाचा अंदाज घेत त्याला तोंड देऊ शकते आणि आजूबाजूच्या जगातल्या चढ उतारांना तोंड देतादेताच दृष्टी क्षितिजावर खिळवून ठेवू शकते.

''काय झालंय?' मठस्वामिनीचा आवाज नेहमीप्रमाणे मखमली येत नाही, ''सुओरा झुआना... माझं बोलणं ऐकू येतंय?''

''त्यांना घेरी आलीय. तापामुळे.''

''पण रक्त.. ते रक्त बघ.''

''मला वाटतंय ते उलटून पडलंय.''

''तिला आत जखम झाली असली पाहिजे.'' मठस्वामिनी झुआनाच्या ओठांपाशी हातानं स्पर्श करते आणि तिच्या बोटांना लालजर्द रक्त लागून ती लालभडक होतात. ''आपण तिला बिछान्यावर निजवायला हवं. मला मदत कर.''

पण सेराफिना स्वत:च्या हाताकडे रोखून बघतेय. जमिनीवरच्या द्रवाला तिच्या हाताचा स्पर्श होऊन, तिचा हातही तेवढाच लालभडक झाला आहे. ती झटकन उठून कामाच्या टेबलापाशी जाते. तिच्या सारं काही लक्षात येतं : बाजूची रिकामी कुपी (म्हणजे तिच्याजवळ रिकाम्या कुप्यांचा साठा आहे तर!), त्याच्या जवळचं मातीचं भांडं, त्या भांड्याच्या आतली बाजूही आत ठेवलेल्या मिश्रणानं लालभडक दिसणारी आणि जवळच उघडून ठेवलेली एक वही. त्यात शेवटची नोंद आहे वेळाबद्दल : सहाव्या प्रार्थनेपूर्वी, दिवसाच्या मध्यान्हीपूर्वी, अर्धा तास. त्यानंतर काही आकडे लिहिले आहेत. पण अक्षर फार लहान असल्यामुळे ते आकडे वाचता येत नाहीत. ती भांड्यातल्या द्रवात तिचं स्वच्छ बोट बुडवते. ते लालभडक होऊन बाहेर येतं. ती ते बोट आपल्या जिभेवर टेकवते. ती चव पाहून तोंड वाकडं करते. मग

झुआनाच्या देहाकडे नजर टाकते आणि आजूबाजूच्या लाल डागांकडे बघते. जर तुम्हाला हे माहीत नसतं, तर ती स्वत:च्याच रक्ताच्या तळ्यात बुडते आहे अशी तुमची समजूत झाली असती.

"मुली, तू काय करते आहेस? एकतर मला मदत कर, नाहीतर ताबडतोब एका सेविकेला इथं घेऊन ये."

क्षणभर सेराफिनाला भास होतो की ती स्वत: मठस्वामिनीवर, तोंड वासून, स्वत:ची लालभडक जीभ नागिणीसारखी नाचवत धावून जाते आहे. पण त्याऐवजी ती सिंकजवळ पोहोचली आहे, तिनं एक कापड शोधून ते मिंट आणि रू व्हिनिगरच्या मिश्रणात बुडवलं आहे. घेरी येऊन खाली पडण्यापूर्वी झुआनानं ते बनवून ठेवलं असावं. जमिनीवर पोहोचून ती ते कापड झुआनाच्या कपाळावर ठेवते.

"तुला काय वेडबिड लागलंय?" ते कापड उचलण्यासाठी मॅडोना चिआरा हात पुढे करते. "त्याचा काहीही उपयोग नाही. ती रक्तस्रावानं मरणाच्या दारी पोहोचलीय."

"नाही, मॅडोना ॲबेस, मला तसं वाटत नाही." ती ते म्हणते तेव्हा तिला जाणवतं की, हे म्हणताना तिचा आवाज तिच्या वरिष्ठ अशा मठस्वामिनीपेक्षा खूपच स्थिर आहे. "मला वाटतंय की तिनं काही 'ग्राना' गिळलंय आणि तिचं पोट अस्वस्थ असल्यामुळे तिला उलटी झालेली आहे."

"ग्राना?"

"कॉकिनिग्लिआ. बिशपनी पाठवलेल्या रंगाचा तो औषधी उपयोग आहे. त्यामुळे खूप चढलेला ताप कसा खाली येऊ शकतो, याबद्दल त्या एकदा बोलल्या होत्या. बघा. त्यामुळंच त्यांचे ओठ रंगले आहेत."

आता तिच्या बोलण्याचा अर्थ मठस्वामिनीच्या डोक्यात शिरू लागतो. तो रंग, त्याची वाट पाहत असलेल्या झुआनाकडे पाठवण्यापूर्वी, तिनं बिशपची चिठ्ठी तिच्या कातडी नोंदवहीत ठेवल्याचं तिला आता आठवतं. त्या जागी मठाला दान करणाऱ्यांची यादी ती नेहमी ठेवत असते.

"ओ! त्याचा तिनं सर्वांत आधी स्वत:वरच प्रयोग केलेला आहे," ती म्हणते, कारण इतर सर्वांपेक्षा तिला झुआनाच्या पद्धत जास्त ठाऊक आहे, "त्याचा उपयोग व्हायला किती वेळ लागतो किंवा त्याच्यामुळे काय होतं हे आपल्याला माहीत आहे?"

"नाही, पण मला वाटतंय की त्यांना माहीत असणार, नाहीतर त्यांनी..." तिचा आवाज मंद होत बंद होतो, "असो. त्यांना अजूनही ताप आहे. म्हणून व्हिनेगार आणि रू वॉटरचा उपयोग होईल."

मठस्वामिनी झुआनाच्या चेहऱ्यावरून हात बाजूला काढते. मुलीचं म्हणणं

बरोबर आहे. जरी त्वचा गरम असली, तरी ती अगदी शांत दिसतेय; रक्ताची उलटी झालेल्या कुणासारखी ती वाटत नाहीये. चिआराचा धीर परत येतो. ती नेहमीसारखी धीरगंभीर दिसू लागते, ''तुझं म्हणणं बरोबर असेल, अशी आपण आशा करू या. जा. एका सेविकेला घेऊन ये म्हणजे आपण तिला तिच्या कोठडीत नेऊ शकू.''

आता तिनं स्वत:वर ताबा मिळवला आहे, त्यामुळे तिला विरोध करणं अशक्य आहे. सेराफिना निमूटपणे जमिनीवरून उठते.

''आणि परत आलीस की, तू इथं काय करत होतीस ते तू मला सांगणार आहेस!''

पण सेराफिना काही सहजपणे हार मानणारी नव्हे! ''सुओरा झुआनांनी मला इलाजांवरचं वाचायला दिलेलं पुस्तक परत करण्यासाठी मी आले होते. त्यांना आता त्याची गरज होती.'' आणि ती– कामाच्या टेबलावरच्या वहीकडे निर्देश करते. जणूकाही कुणीतरी नुकतीच ती तिथं ठेवलेली आहे.

बेशुद्ध पडलेल्या झुआनाजवळून जाताना ती चटकन ती वही शेल्फवर ठेवून देते.

दुसऱ्या पदपथावरल्या मठाच्या भागात, धुण्याच्या खोलीतून पटांगणात वाफांचे लोट निघत आहेत. पण आत मात्र एकच सेविका काम करते आहे आणि ती एखाद्या वठलेल्या झाडासारखी म्हातारी आणि सुरकुतलेली दिसते आहे. तिला ओली चादर उचलणंही अवघड पडतंय. ती धडधाकट जोगिणीला काय उचलू शकणार! स्वयंपाकघराकडे गेल्यावर, सेराफिनाला अर्धवट चिरलेल्या कांद्यांच्या ढिगापाशी अश्रू गाळणारी लेटिझिआ दिसते. तिला इथून हलवणार हे कळल्यावर, सुओरा फेडेरिका ओरडू लागते. पण नंतर तिला त्याचं कारण कळून ती गप्प होते.

''देवा रे! कसला हा दिवस. प्रथम मुख्य सेविका आणि आता सुओरा झुआना. आपण काळजी घेतली नाही, तर मी प्रेतांच्या मठासाठी स्वयंपाक करत असेन!''

''काळजी करू नका. आपण दोघींनाही लवकर बरं करू.''

आणि हे बोलत असताना त्या तरुण नवागतेच्या ठायी इतकी खात्री– आणि आनंदसुद्धा– दिसतो की गेल्या काही आठवड्यात तिच्यात घडलेल्या आमूलाग्र परिवर्तनाचं सुओरा फेडेरिकाला आश्चर्य वाटतं आणि तिच्या मनात शंका येते की, तिच्या प्रायश्चित्ताच्या उरल्यासुरल्या अन्नात तिनं वाजवीपेक्षा जास्त कडू राख मिसळण्याचा फाजील उत्साह तर दाखवलेला नाही ना!

त्या दोन तरुण मुली पटांगणातून भरभर चालत मुख्य मठात एकत्र चाललेल्या असताना, लेटिझिआ उघडपणे दिसणाऱ्या औत्सुक्यानं सेराफिनाकडे नजर टाकते.

''काय झालं? तू कशाकडे रोखून पाहते आहेस?''

"काही नाही."

"मग दृष्टी स्वत:पाशीच असू दे."

औषधालयात पोहोचल्यावर त्या दोघी झुआनाला जमिनीवरून उचलतात आणि रुग्णालयातून बाहेर नेऊ लागतात. तिच्या कोठडीत तिला न्यावं असा त्यांचा हेतू आहे. पण जात असताना सेराफिना म्हणते, "मॅडोना ॲबेस, आपण यांना इथल्याच एखाद्या पलंगावर ठेवावं का? म्हणजे जे कुणी औषधालयाकडे बघेल, त्याची त्यांच्यावरही नजर राहील आणि बरं वाटू लागताच त्या सल्ला देऊन मदत करू शकतील. त्यांच्या रुग्णांपासून दूर केलेलं त्यांना आवडणार नाही."

ही कल्पना सूज्ञपणाची असल्यामुळं किंवा झुआनाचा देह इतका जड आणि हलवण्याच्या दृष्टीनं अवघड असल्यामुळे (मांसापेक्षा तिच्या ज्ञानाचंच वजन जास्त असलं पाहिजे, तिला उचलायची खटपट करत असलेल्या सेरिफनाच्या मनात येतं), मठस्वामिनी याच्याशी सहमत होते.

त्या तिला सर्वांत जवळच्या पलंगावर ठेवतात. तो पलंग इंबेरसागाच्या मृत्यूनंतर रिकामा झाला आहे.

मठस्वामिनी औषधालयात परत गेल्यावर लेटिझिआ झुआनाच्या शुश्रूषेसाठी, तिच्याजवळ जाऊ लागते. पण सेराफिना तिला वाटेतून बाजूला करते आणि त्या बेशुद्ध जोगिणीच्या अंगावर पातळशी रजई पसरून तिच्या कपाळावर औषधी पट्टी ठेवते.

"हे पूज्य मेरी, ईश्वराच्या आई! इथं काय चाललंय?" दरवाजातून नवागतांच्या प्रमुखेचा रागाचा आवाज घुमतो, "नवागता सेराफिना, तू मूक प्रार्थनेत व्यग्र असायला हवी होतीस. हे..." मग पलंगावरच्या झुआनाकडे तिची दृष्टी पडते आणि खोलीच्या एका टोकाला, मठस्वामिनी औषधालयातून बाहेर येताना दिसते.

"सुओरा उमिलिआना, काळजी करू नका," मॅडोना चिआराचा आवाज परिस्थिती पूर्णपणे नियंत्रणाखाली असल्याचं दर्शवतो. "सुओरा झुआना आजारी पडलीय आणि नवागता मदत करतेय, कारण तिला आजाराचं कारण माहीत आहे."

पण नवागतांची प्रमुखा आता त्या दोघींकडे डोळे वटारून पाहतेय. तिचं उघडपणे व्यक्त होत असलेलं असमाधान स्पष्टपणे दर्शवतंय की तिच्या मते, अशा संकटांमध्ये सापडलेल्या मठाला एक बंडखोर नवागतेच्या मदतीहून आणखी कशाची तरी आवश्यकता आहे. ओ! सेराफिनाला विजयानंदाच्या उकळ्या फुटतात की, आणखी किती संकटं वाढून ठेवली आहेत याची नवागतांच्या प्रमुखेला अजिबातच कल्पना नाही!

थोड्या वेळानं लेटिझिआ धीर करून त्या शांततेचा भंग करते आणि विचारते की, ती परत गेली तर चालेल का. "सुओरा फेडेरिकाच्या मदतीला कुणीही नाही.

तिला आणखी थोडा वेळ एकटं ठेवलं, तर ती मला सोलून काढेल.''

''ती अशी अवाजवी शिक्षा करणार नाही, अशी मी आशा करते,'' अवघड क्षण उलटून गेल्यानंतर मठस्वामिनी जवळजवळ दयाळूपणे म्हणते, ''तू गेलीस तरी चालेल. मला सांग, सेविकांची प्रमुखा कशी आहे?''

ती मुलगी मान हलवते, ''अजिबात बरी नाही. सुओरा झुआना म्हणाल्या होत्या की, त्या तिला बघायला येतील.''

''आपल्यावर चहूकडून संकटं कोसळली आहेत!''नवागतांच्या प्रमुखेच्या आक्रोशात दु:ख जाणवतंय.

सुओरा उमिलिआना पलंगाशेजारी गुडघे टेकून बसल्यावर, लेटिझिआ खोलीबाहेर सटकते, ''हे येशू प्रभो! आमच्या संकटकाळात आमच्या मदतीला धाव आणि तुझी सेवा करणाऱ्या त्या भल्या स्त्रीला बरं कर.''

ती तिचं डोकं लववते, प्रार्थनेत एकाग्र होते. जणूकाही ती धडा घालून देतेय की, हे सारं नाट्य चाललेलं असताना हेच काम करणं महत्त्वाचं आहे. सेराफिनाची क्षणभर चलबिचल होते आणि मग ती तिच्याजवळ गुडघे टेकून, डोळे मिटून बसते आणि मूकपणे पण इतक्या आर्तपणे प्रार्थना करते की, तिला भीती वाटते की, तिच्या तोंडून शब्द खरोखरच बाहेर पडतील. ती म्हणते, ''देवा, देवा मलासुद्धा मदत कर...''

थोडा वेळ संपूर्ण शांतता असते. स्वत: मठस्वामिनी प्रार्थना करतेय की नाही हे समजत नाही, पण जेव्हा ती बोलते तेव्हा अगदी व्यवहारी आवाजात बोलते, ''मला वाटतं की हे आता पुरेसं होईल. सेराफिना, तू तुझ्या कोठडीत परत गेलीस तरी चालेल.''

ती मुलगी उठते, नजर खाली झुकलेली ठेवून अगदी लीनपणे विचारते, ''मदर ॲबेस, मी बोलले तर चालेल?''

''ठीक आहे.''

''मला औषधालयात मदत करायची इच्छा आहे. आजाऱ्यांची शुश्रूषा करण्यासाठी.''

तिला नवागतांच्या प्रमुखेचं नापसंतीचं चुकचुकणं पाठीमागून ऐकू येतं. अशा दोन सर्वस्वी वेगळ्या स्त्रियांना मोहून घेणं सोपं नाही. पण ते करण्यावाचून पर्याय नाही. गेल्या काही महिन्यांमध्ये एक गोष्ट तिला नक्कीच उमगलीय. ती म्हणजे तिची बहीण स्वत:च्या ढोंगी हसण्यानं आपल्या आयुष्यात खूप आनंद मिळवू शकलीय. तिनं स्वत: दाखवलेल्या स्वाभाविक विरोधापेक्षा तिच्या बहिणीनं खूपच साध्य करून घेतलंय.

''मी मदत करू शकेन. तापावर कसा उपचार करायचा हे सुओरा झुआनानं मला शिकवलं आहे... मी लायक नाही, हे मी जाणून आहे... मी खूपच स्वार्थीपणानं

वागलेय...'' हे म्हणताना ती नवागतांच्या प्रमुखेकडे कटाक्ष टाकते, ''त्याबद्दल मला खरोखरच पश्चात्ताप होतोय. मला... मला अशीही भीती वाटतेय, की माझ्या वाईट वागण्यामुळेच सँटा कॅटेरिनाला कोणत्यातरी प्रकारे शिक्षा केली जातेय आणि मला...''

''मुली, मूर्खासारखं बोलू नकोस.'' मॅडोना चिआराचा आवाज कठोरपणे तिचं बोलणं अर्ध्यावरच तोडतो. पण या शब्दांचा उमिलिआनावर काय परिणाम झालाय हे तोवर सेराफिनाच्या लक्षात आलंय. ''अर्धं शहर तापानं फणफणलंय आणि जादा शहाण्या नवागतेची दखल घेण्यापलीकडे आपल्या ईश्वराला भरपूर कामं आहेत. जर वाईट वागुणकीबद्दल तुला भरपाई करायची असेल, तर ती तू समूहगानाच्या वेळेस कर!''

सेराफिना इतकी मनस्वी दुःखी दिसत होती की, खुद्द मठस्वामिनीने जरा माघारच घेतली.

''मॅडोना ॲबेस.'' तिला तिच्या डोक्यावरून उमिलिआनाचा आवाज कानांवर पडतो, ''आपण दोघी बोलूयात का?''

एक क्षण स्तब्धतेचा जातो. सेराफिना आपली दृष्टी जमिनीवर खिळवून ठेवते. ती यात सहभागी असल्यासारखं वाटता कामा नये, आणि जेव्हा मठस्वामिनी तिला खोलीबाहेर जाण्याची आज्ञा करते तेव्हा ती उठून उभी राहते आणि क्षणातच बाहेर पडते.

ती दरवाजाबाहेर अगदी जवळच थांबते. तिला आवाज कानावर पडतात पण शब्द कळत नाहीत. झुआना या संभाषणात आत्ता सहभाग घेऊ शकली, तर ती काय म्हणेल याबद्दल तिला कुतूहल वाटतं. सेराफिना तिलाही फसवू शकली असती? तिला पावलांचा आवाज ऐकू येतो आणि ती दरवाजातून बाजूला सरते. नवागतांची प्रमुखा दरवाजा उघडून बाहेर पडते. पण तिच्या चेहऱ्यावरून कशाचाही थांग लागत नाही.

खोलीत गेल्यावर, जमिनीवर दृष्टी खिळवून ती मठस्वामिनीपुढे उभी राहते.

''तू ताबडतोब स्वतःच्या, कोठडीत जा आणि उरलेला वेळ वैयक्तिक प्रार्थनेत घालव.''

''हो, मदर ॲबेस.'' ती पूर्ण लीनतेनं म्हणते.

''मठाला तुझी जरूर पडली, तर आम्ही नंतर तुला बोलावून घेऊ.''

''आभारी आहे.''

''आणि तुमचेही आभार, सुओरा उमिलिआना–'' ती मनातल्या मनात म्हणते. याहून अधिक चांगली योजना तिला स्वतःलाही करता आली नसती. आता एका गादीखाली हात घालायची तिला संधी मिळण्यापूर्वी, तिला स्वतःच्या गादीतून काहीतरी हस्तगत करता येईल.

''सुओरा उमिलिआना,'' ती अगदी शांतपणे म्हणते, ''आज केव्हातरी आणखी उपदेशासाठी मी तुमच्यापाशी येऊ का? मला त्याची खूप आवश्यकता वाटतेय.''

२४

आणि अशा प्रकारे, इतरांची शुश्रूषा करण्याची पूर्व तयारी करत असल्याप्रमाणे, सेराफिना त्यापूर्वी खुद्द येशूच्या यातना जवळून बघते.

ती वृद्ध जोगीण आणि ही तरुण नवागता त्यादिवशी दुपारी प्रचंड क्रूसाच्या समोर, चॅपेलमध्ये भेटतात. वर्षाच्या या काळात जवळजवळ सुखकर म्हणावी, अशी बाहेरची हवा बदलली आहे. पण तरीही चॅपेल एखाद्या थडग्याप्रमाणेच थंडगार आणि दमटसर आहे. पण उमिलिआनाचे शब्द हवेत उर्जा भरतात. ती आत्यंतिक तळमळीनं समजावून सांगत असते की, येशूनं सहन केलेल्या यातनांच्या तुलनेत साऱ्या जगाच्या एकत्रित केलेल्या यातनाही नगण्य ठरतील; त्याच्या देहातून निघालेला रक्ताचा प्रत्येक थेंब, हा पृथ्वीवर लोटलेल्या पुराप्रमाणेच त्याच्यासोबत मनुष्यमात्राचा दुष्टावा धुवून घेऊन गेला आणि येशूच्या त्यागामुळे आपण पापी लोक पुन्हा एकवार जगण्याची संधी मिळवू शकलो. हे सारं बोलत असताना उमिलिआनाची नजर सेराफिनाच्या चेहऱ्यावरून अजिबात हलत नाही.

मग आपला संदेश आणखी मनावर ठसावा; म्हणून ती नवागतेला, सिएनाची सँटा कॅटेरिना हिच्या शिकवणींमधला एक उतारा मोठ्यानं वाचायला सांगते. त्या उताऱ्याची निवड मोठी हुशारीनं केलेली आहे, कारण एका प्रकारे कॅटेरिनासुद्धा स्वत: अत्यंत बंडखोर होती आणि तिच्या वडिलांनी तिच्यासाठी योजलेल्या पारंपरिक विवाहाला डावलून तिनं येशूचीच अनन्य भक्ती करणं पसंत केलं. पण तिनं केलेल्या आज्ञाभंगाला अत्यंत गोमटी फळं कशी आली, याचं त्या उताऱ्यात वर्णन केलेलं होतं : अनेक वर्षं तिनं देहपीडा आणि प्रार्थनेत घालवल्यावर येशू तिच्याकडे आला आणि त्यानं आपल्या जखमांवर ओठ टेकवण्याची तिला परवानगी दिली. त्यानं आपली एक बाजू तिच्यासाठी उघडी केली आणि दुधाप्रमाणे त्याचं रक्त वाहू लागलं. तिच्या ओठांना त्याचा स्पर्श होताच ती देवाच्या कृपेत आकंठ नाहून निघाली. जणूकाही तो भाला तिच्या स्वत:च्याच देहात घुसला असावा, असं तिला वाटलं.

सेराफिनाचा आवाज मधुर आहे आणि नवागतांची प्रमुखा लक्षपूर्वक ऐकत

असताना तिच्या अंगावर आनंदाचे रोमांच उभे राहतात. जणूकाही ती स्वत: तेथे, त्याक्षणी तो चमत्कार अनुभवते आहे. संतांचे शब्द प्रभावी, अगदी हृदयातून उमटलेले आहेत. त्यामुळे ती मुलगीही आतून हलते आणि क्षणभर तिच्या कपड्यांखाली दडवून आणलेल्या मलमाच्या वडीचाही तिला विसर पडतो किंवा त्या मलमात, मुख्य सेविकेजवळच्या किल्ल्यांचा ठसा उमटवल्यावर, त्या मलमाच्या वडीचं पुडकं भिंतीजवळच्या ज्या जागवेरून ती त्याच्याकडे भिंतीवर फेकणार आहे, ती जागा सापडावी म्हणून तिनं गवतात खुणेसाठी टाकलेल्या पांढऱ्या दगड-गोट्यांचाही तिला काहीकाळ विसर पडतो.

काही वेळानं, मठ जेवणघराकडे निघालेला असताना, मठस्वामिनी तिला बोलावून घेते आणि तिला आज्ञा करते की, तिनं जेवायला न जाता, त्याऐवजी, सेविकांच्या प्रमुखेची प्रकृती कशी आहे, हे बघून यावं. हे ऐकूनही ती अगदी शांत राहू शकते, याचं तिला स्वत:लाच मोठं आश्चर्य वाटतं. ती जेव्हा त्या छोट्याशा कुबट कोठडीत प्रवेश करते, तेव्हा तिची मनोवृत्ती अगदी स्थिर असते. ही कोठडी मठाच्या दुसऱ्या भागाच्या एका कोपऱ्यात आहे आणि त्याला घामाचा आणि विटाळाच्या रक्ताचा दर्प येतो आहे. त्या कोठडीत तिला जी स्त्री दिसते, तिचे हात बैलाच्या पायांएवढे जाडजूड आहेत आणि तिचा चेहरा तापानं फणफणून गेला आहे. हा रुग्ण शुद्धीत नाही ही चांगलीच गोष्ट आहे. कारण, सेराफिना तिचा श्वासोच्छ्वास ऐकायला जेव्हा खाली वाकते, तेव्हा तिला सहजपणे तिच्या पथारीखाली, आत-वर, हात घुसवता येतो आणि तिला धातूची जाड नळी आणि मग किल्लीची दातेरी कड चाचपल्यावर हाती लागते. पण तिला काळजीपूर्वक पावलं टाकायला हवीत, कारण सेविका लेटिझिआ तिच्या पाठीमागेच उभी आहे. तिला मदतनीस म्हणून धाडण्यात आलं असलं तरी, सांगण्याजोगं काही दिसलं, तर ते परत गेल्यावर सांगावं म्हणून हेरगिरीसाठीसुद्धा तिला पाठवलं आहे.

ती आपला हात उचलून त्या स्त्रीच्या मनगटावर ठेवते आणि जाड मासांच्या थरातून, नाडीचे ठोके लागतात का ते बघू लागते. ती किती आजारी आहे याचा सेराफिनाला अंदाज लागत नाही, पण ती मरणाच्या दारात असावी असा तिथं वास कोंदलेला आहे आणि तिच्या ओठांच्या कडेला फेस आलेला दिसतोय.

''तिला यू डी व्हाय आणि बेसिल देण्याची गरज आहे,'' ती लेटिझिआकडे वळून तिला सांगते, ''कामाच्या टेबलावर त्याची बाटली आहे. आजारी पडण्यापूर्वी सुओरा झुआनानं ती तिथं ठेवली आहे. ती तू मला आणून देतेस?''

सुरुवातीला लेटिझिआ अजिबात ऐकायला तयार नसते. ती चांगली परिचारिका असेल, पण तिला स्वत:चा अधिकार वापरायची परवानगी दिली असती, तर लेटिझिआला ते समजलं असतं. ''मी सारावेळ तुझ्यापाशीच थांबायचं आहे– तसं

ॲबेसनं स्वत:च सांगितलंय आणि तू कुठली बाटली म्हणते आहेस, ते मला नाहीतरी ठाऊक नाहीच!''

''तुला त्याचा वास नक्कीच ओळखू येईल. हिच्याकडे बघ! ती किती आजारी आहे हे कळतंय की नाही? आपली तिला मदत व्हायला हवी असेल, तर मला त्या बाटलीची गरज पडेल. जा. आत्ताच्या आत्ता घेऊन ये!'' आणि वेड्या मॅगडालेनाच्या कोठडीत असताना झुआनानं जो स्वर वापरला होता, तसाच ती वापरते. ''तू तिला मरू दिलंस असं इतरांना कळायला नको असेल, तर ताबडतोब जा!''

ती मुलगी थोडी घुटमळते. मग वळून निघून जाते. ती गेल्यावर सारं भराभर उरकतं. किल्ल्या मोठ्या आणि जड आहेत आणि क्षणभर तिला भीती पडते की मेणाची वडी त्या दोन्हींचा ठसा उमटवण्याएवढी पुरेशी लांब नसेल. त्या किल्ल्या कपड्यात दडवून बरोबर बाहेर न्याव्यात, अशी ऊर्मी तिच्या मनात दाटून येते. कामाचा वेळ संपत आला आहे आणि लवकरात लवकर उद्या सकाळपर्यंत कुणालाच त्यांची गरज पडणार नाहीये. पण तिनं जर त्या आज नेल्या, तर त्या तिला आज रात्रीच वापरायला हव्यात आणि अशी योजना ठरलेली नव्हती आणि त्याला निरोप पाठवण्याचा दुसरा कोणताही मार्ग नाही आणि जरी तिनं निरोप पाठवला, तरी त्याला वेळेवर सारं जमवता येणार नाही. नाहीच! जर आज रात्रीच तिला सटकायचं असलं, तर तिला एकटीलाच ते करायला हवं आणि जेव्हा ती दोन्ही दरवाजांतून बाहेर पडून समोरच्या काळ्याकुट्ट पाण्यापुढं एकटीच उभी आहे अशी कल्पना करू लागते, तेव्हा तिला जाणवतं की, तिच्यानं ते होणार नाही; तिला कळतं की तिच्याही धाडसाला मर्यादा आहेत!

ती तिची मूठ वळून त्या दाबानं मेणाच्या वडीत, त्या किल्ल्या समांतर घुसवते. त्या पुरेशा खोल जातात आणि ठसा न बिघडवता त्या बाहेर काढणं कठीण जाणार आहे. तिला त्यात घिसाडघाई करून चालणार नाही. पण तिनं वेळही वाया घालवता कामा नये आणि त्या किल्ल्या गादीखाली सारून, ती मेणाची वडी रेशमी परकराच्या चिंधीत गुंडाळून, ती वडी कपड्यांच्या आत जेमतेम सारण्यापुरताच तिला वेळ मिळतो न मिळतो, तोच लेटिझिआची पावलं तिच्यामागे वाजतात.

दोघी मिळून, त्या स्त्रीचं डोकं बिछान्यावरून उचलतात आणि तिला औषध पाजतात. त्यानंतरही ती जिवंत दिसत नसून, मेल्यासारखीच दिसते आहे. पण निदान तिला खसखशीचा पाक पाजण्याची (आणि तिला बेशुद्ध करण्याची) वेळ सेराफिनावर आलेली नाही.

''तिला झोपू देण्यापलीकडे आपण सध्या तिच्यासाठी आणखी काहीच करू शकत नाही.''

ती उठून उभी राहते आणि उभी राहत असताना ते पुडकं तिच्या छातीखालून

निसटताना तिला जाणवतं आणि तिला हात वर आणून ते पडत नाही असं पाहावं लागतं. तिला काळजी वाटते की, लेटिझिआनं तिच्या हाताची हालचाल बघितली असेल. पण ती मुलगी अजूनही बिछान्याच्या बाजूला गुडघे टेकून बसलेली आहे आणि चुरगळलेली चादर सारखी करत तिच्या कडा आत खोचते आहे. असं करताना ती इतका आतवर हात खुपसते, की तिला किल्ल्यांच्या धातूचा थंड स्पर्श आतापर्यंत जाणवलाच असणार; जणूकाही त्या किल्ल्या जागेवरच आहेत याची खात्री करून घेणं हे तिच्यावर सोपवलेलं एक कामच आहे! ती सेराफिनाकडे नजर टाकते आणि क्षणभर त्यांची नजरानजर होते. हो! ही जागा कावेबाजांनी भरलेली आहे. तिनं (किल्ल्या बरोबर घ्यायचा) मोह टाळला हा किती शहाणपणा केला!

तरीही सेराफिनाला खात्री वाटतेय की, लेटिझिआला नक्कीच काहीतरी दिसलं असावं. कारण त्या खडबडीत पटांगणातून मुख्य मठाकडे चालत जात असताना ती सेराफिनाकडे रोखून बघत राहते. ती धावते, चौकस कटाक्ष टाकत राहते.

''काय चाललंय? मी सांगितलं ना तुला की माझ्याकडे अशी रोखून पाहू नकोस?''

''कारण काहीच नाहीये.''

''काही कारण नाही, तर का अशी बघत राहतेस?''

ती मुलगी खांदे उडवते, मग तिच्याकडे एक बुजरा कटाक्ष टाकून म्हणते, ''मला फक्त आश्चर्य वाटतं की, तिला तुझ्यात एवढं काय दिसलं.''

''काय म्हणायचंय तुला? कोणाला?''

ती ओठांना मुरड घालते, जणूकाही तिला ठाऊक आहे की, तिनं बोलता कामा नये! पण कुचाळक्यांच्या किंवा वचपा काढायच्या संधीचा मोह तिला टाळता येत नाही! ''सुओरा मॅगडालेना. ती तुझी ज्याप्रकारे चौकशी करत राहते...''

''काय?''

''तिला वाटतंय की मी म्हणजे तूच आहेस... दर वेळेस मी तिचं जेवण घेऊन किंवा तिची बादली रिकामी करण्यासाठी गेले की, तिचा तोच घोषा सुरू होतो, 'सेराफिना, सेराफिना. तूच आहेस ना? तू पुन्हा आलीस? तू येणार हे मला ठाऊक होतं.' '' आणि हे म्हणत असताना लेटिझिआ तिचा आवाज मॅगडालेनाप्रमाणे किनरा आणि कापरा करते.

''ती माझं नाव घेते?'' आणि सेराफिनाला पुन्हा पोटात खड्डा पडल्यासारखं वाटू लागतं. जणूकाही कुणीतरी तिचं आतडं सुरीनं खरवडतं आहे, अशी तिची भावना होते.

''हो. पण तिला ते कसं कळलं ते मला ठाऊक नाही, कारण देवच माझा साक्षी आहे की मी ते तिला कधीच सांगितलेलं नाही.''

"ती आणखी काय म्हणते?"

ती मुलगी पुन्हा खांदे उडवते, पण आणखी काही सांगण्याएवढा वेळ मिळत नाही. कारण, आता त्या मुख्य मठात पोहोचल्या आहेत आणि जेवणघरातून आपापल्या कोठड्यांकडे प्रार्थनेसाठी किंवा करमणुकीसाठी मूकपणे निघालेल्या जोगिणींच्या ताफ्यातून वाट काढत त्यांना जावं लागतंय. लेटिझिआ आपली मान खाली घालते आणि जिथून आलेली होती तेथे परत जाते. सेराफिना एकटीच तिच्या शब्दांचा अर्थ लावायची धडपड करत राहते. तिला ते चिपाडलेले, ताठ, पापण्यांची फडफड न करणारे डोळे आणि ते वेडं, थिजलेलं हास्य आठवतं. येशूनं सुओरा मॅगडालेनलासुद्धा आपल्या जखमांवर ओठ टेकू दिले असतील? रक्त चाखून त्याच्या भरभरून वाहाणाऱ्या प्रेमातून उर्जा शोषू दिली असेल? तिची पकड इतकी पोलादी होती, यात आश्चर्य ते काय? शी!! नाही. नाही. ती त्याचा आत्ता विचार करणार नाही. त्या म्हातारीशी तिला काही देणं-घेणं नाही. लवकरच ती इथून निघून जाणार आहे; हा सारा पवित्र वेडगळपणा मागे ठेवून पळ काढणार आहे! तिला फक्त आणखी काही काळ लीन नवागतेचं ढोंग वठवावं लागणार आहे.

ती त्या घोळक्यात मिसळून जाते. तिच्या बाजूनं एकामागोमाग एक मूक पुतळे सरकत आहेत. जेव्हा संधिप्रकाशात धुकं मिसळून जातं, आणि आज ते तसं मिसळून गेलं आहे, तेव्हा ही भुतांची सभाच वाटते. पायघोळ झग्यांची सळसळ आणि पावलांचे आवाज भुतांच्या संवादासारखेच वाटतात. ती तिचं डोकं वेळेवर वर उचलते आणि तिला सुओरा अपोलानिआचा भुतासारखा पांढरा फटफटीत चेहरा, दाट धुक्यातून तिच्या बाजूनं जाताना दिसतो. त्यांची नजरानजर होते आणि सेराफिना नियमानुसार स्वत:ची नजर खाली झुकवते; पण अपोलोनिआ काहीतरी बघत राहण्यासारखं दिसल्याप्रमाणे, तिच्याकडे रोखून बघतच राहते. मनोरंजनासाठीच्या मोकळ्या वेळात, ही जोगिणींपैकी सर्वांत सुखलोलुप जोगीण, कधीकधी तिच्या कोठडीत दरबार भरवते. नटण्यामुरडण्याची आवड असलेल्या जोगिणींना एकत्र बोलावून मदिरा आणि स्वयंपाकघरतालं उरलंसुरलं चवदार खाणं यांचा आस्वाद घेताघेता गाणं-बजावणं आणि गप्पागोष्टी केल्या जातात. यात नवागतांना सहभाग घेता येत नसला, तरी त्यातल्या काहीजणी लवकरच स्वत: जोगिणी बनतील आणि ती पुढल्या पिढीतल्या बंडखोरांच्या नेहमीच्या शोधात असते.

सेराफिना रुग्णालयाच्या प्रवेशद्वाराजवळून जाते. त्यादिवशी, सकाळच्या प्रार्थनामंदिरातल्या प्रार्थनेपासून तिनं सुओरा झुआनाला बघितलेलं नाही. ती मेणाची वडी लवकरच सुरक्षित जागी ठेवायला हवी, पण तिला भर्रकन आत्ता तिच्यावर एक नजर टाकणं शक्य होऊ शकेल आणि संधी मिळाली, तर शेल्फवरचं खसखशीचं सिरप जागेवर ठेवून देता येईल. एकदा कोठडीत शिरल्यावर, तिला रात्री साडेसातच्या

कम्प्लाईनपर्यंत बाहेर पडता येणार नाही.

आत, औषधालयाची प्रमुखा, नुसती शुद्धीवरच नव्हे, तर भिंतीवर डोकं टेकवून बिछान्यात उठून बसलेली पाहून ती आश्चर्यचकितच होते. तिच्याकडे घाईघाईनं पावलं उचलताना ती स्मित करतेय, थोडंसं हसतेयसुद्धा याची तिला जाणीव होते.

''तुम्ही कशा आहात?''

विचार एकत्र करत असल्याप्रमाणे झुआना तिच्याकडे पाहत राहते. ''सेराफिना?... तू इथं काय करते आहेस?''

''मला... मला ॲबेसनं आज्ञा केलीय. मी... आम्ही तुमच्या काळजीत होतो.''

''काय झालं? मी घेरी येऊन पडले होते?''

''असं मला वाटतं.''

तिची कातडी काळवंडलीय, पण तिचे ओठ मात्र लालचुटूक दिसत आहेत. ''ही काही देवाची कृपा नव्हे! ते तिच्या प्रयोगाचं फळ आहे.'' असा विचार सेराफिनाच्या मनात येतो. ती तिच्या अंगावरचं पांघरुण सारखं करते.

उठून बसल्यामुळे तिला थकवा आलेला दिसतोय. ''ते कॉकिनिग्लिआमुळे झालं.'' ती थकून म्हणते.

''हो. ते सारं जमिनीवर उलटून पडलं होतं. आम्हाला वाटलं की, तुम्हाला रक्तस्राव होऊन तुम्ही मरणार! सारेजण इतकी काळजी करत होते. तुम्हाला प्रचंड ताप चढला होता.''

ती तिची मान हलवते, ''मी ते प्यायले आणि मग मला अतिशय अस्वस्थ वाटलं असं मला आठवतंय.''

सेराफिनाची क्षणभर चलबिचल होते, मग ती तिचा हात पुढे करून झुआनाच्या कपाळावर टेकवते. झुआना जसं रुग्णांना तपासताना आधी पंजाच्या मागच्या बाजूनं आणि नंतर तळव्याच्या बाजूनं बघते, त्याचंच सेराफिना अनुकरण करते.

''ओ!'' तिचा हात बाजूला घेते आणि पुन्हा खात्री करून घेत असल्याप्रमाणे ती तो पुढे आणते. ''पण तू अगदी गार लागते आहेस. ताप उतरलाय.''

झुआना आठ्या घालून तिच्याकडे बघते. ती स्वत:च्या कपाळाला स्पर्श करते आणि मनगटावरली नाडी पाहते. थोडे क्षण ती नाडीचे ठोके मोजते आणि मग म्हणते, ''असं दिसतंय खरं.''

''पण कसं काय? मला म्हणायचंय– ते कॉकिनिग्लिआमुळे कसं होईल? तुम्हाला तर त्याची उलटी झाली होती.''

''तू म्हणतेस की थोडं जमिनीवर होतं– ते उलटीतून पडलं असावं, असा त्याला वास येत होता का?''

"म... मला माहीत नाही. त्याचा वास..." आणि ती आठवून बघते. "मातकट? थोडंसं भांड्यात शिल्लक होतं. त्यावरूनच काय घडलं ते मला कळू शकलं."

"मी ते सारं प्यायले नव्हते. मला चक्कर आली, तेव्हा उरलेलं खाली सांडलं असणार. तू मला आणखी काही पाजलंस का?"

"नाही. नाही. मी फक्त तुमच्या कपाळावर मिंट आणि व्हिनेगारची पट्टी ठेवली. तुम्हाला पुन्हा उलटी होईल, या भीतीनं आणखी काही द्यायचा मला धीर झाला नाही."

"किती वाजले आहेत?"

"कम्प्लाईनला एक तास आहे."

"कोणता दिवस?" ती त्रासिकपणे म्हणते.

"अजून आजचाच दिवस चालू आहे."

"तर मग– सहा तास. या औषधाचा परिणाम व्हायला सहा तास लागतात. मला ते लिहून ठेवलं पाहिजे." आणि ती उभी राहण्यासाठी प्रयत्न करते.

"नको– मला म्हणायचंय की, तुम्ही अजून पूर्ण बऱ्या झाला नाहीत."

पण ती अजूनही उठू बघतेय, "मी पुरेशी बरी आहे."

"थांबा. मी ती वही तुम्हाला आणून देते," सेराफिना उठते. मग ती घुटमळते आणि विचारते, "मी एकटीनं औषधालयात गेलं तर चालेल का?"

झुआना तिचं डोकं मागच्या भिंतीवर रेलते आणि म्लानपणे हसून म्हणते, "तू तिथे आधीच गेलेली आहेस."

"ओ! फक्त ॲबेसबरोबर," मग ती थांबते. ते खरं नाहीये. ती ॲबेसच्या आधीच तेथे पोहोचली होती. पण तिला आता त्याकडे लक्ष वेधून घ्यायची इच्छा नाही.

औषधालयात तिला जमिनीवरचा डाग दिसतो आणि तिला जवळजवळ हर्षोत्फुल्ल वाटतं. हो. हर्षोत्फुल्लच. सुओरा झुआनाला आता बरं वाटतंय. ती आता मरणार नाही. तिला तिची खरोखरच एवढी काळजी वाटत होती? कुठे तरी नक्कीच वाटत होती.

पण आता त्यात वेळ घालवून चालायचं नाही. ती आपल्या कफनीतून खसखशीच्या सिरपची बाटली बाहेर काढते. त्यातलं थोडं एका रिकाम्या कुपीत ओतून घेते आणि मुख्य बाटली शेल्फवरच्या नेहमीच्या जागी ठेवून देते. रांगेतल्या बाटल्या आता पुन्हा एकमेकींना चिकटून उभ्या आहेत. ती बाटली चोवीस तास स्वत:च्या जागेवर नव्हती. ते लक्षात आलं नसेल, अशी ती आशा करतेय. आता तिला मेणाची वडी तिच्या कोठडीत नेऊन ठेवायला हवी, कारण खाजगी प्रार्थनेसाठीची घंटा वाजू लागली आहे आणि लवकरच पदपथ निर्मनुष्य होणार आहेत.

"मठाची काय हाल-हवाल आहे?" सेराफिना वही घेऊन परत आल्यावर झुआना विचारते, "सेविकांची प्रमुखा कशी आहे?"

"तिचा ताप खूप चढलाय. मी तिला थोड्या वेळापूर्वी बेसिल आणि यू-डी-व्हाय पाजलं."

"तू?"

"मी तुम्हाला सांगितलं. त्यांनी मला मदत करायला परवानगी दिलीय. नवागतांची प्रमुखा म्हणाली की, माझ्या दृष्टीनं ते चांगलं असेल."

झुआना तिच्याकडे बघत राहते, "वा! अजूनही तू एक चांगली औषधालयाची प्रमुखा बनू शकशील."

पण सेराफिनाची लबाडी आता इतकी वाढलीय की, या कौतुकानं आनंद वाटण्याऐवजी ती अस्वस्थच होते.

"सँटा कॅटेरिनाला आणखी एका बरं करणारीची अजिबात गरज नाही," ती शांतपणे म्हणते, "तुम्ही आधीच इथं आहात." तिच्या कपड्यांमध्ये कातडीलगत ठेवलेली मेणाची वडी तिच्या शरीराच्या उष्णतेमुळे आणखीआणखी गरम होते आहे आणि त्यातला ठसा अगदी नीट राहणं आवश्यक आहे. या विचारानं तिची बेचैनी आणखीच वाढते.

झुआना पुन्हा अंथरुणातून उठू पाहतेय. "मला ती वही दे. मी नोंदी करते, तोपर्यंत तू आणखी एक औषध बनव."

"मला... मला जायलाच हवं. घंटा वाजतेय."

"त्याला फक्त काही मिनिटंच लागतील आणि तुला उशीर का झाला हे मी ॲबेसला सांगेन. चल. मला इथून उठायला मदत कर– क्लेमेंशियाला त्याची जाणीव होण्यापूर्वीच मला इथून निघू दे."

नंतर, जेव्हा सुओरा झुआना कम्प्लाईनसाठी पोहोचते, तेव्हा ती अशक्त दिसली तरी पायांवर उभी राहते आणि ते पाहून मठातल्या सर्वजणी थक्क होतात. कारण आत्तापर्यंत प्रत्येकीच्या कानावर बातमी गेलेली आहे की, रक्तस्त्रावानं अर्धमेली होऊन ती औषधालयाच्या जमिनीवर कोसळलेली होती. जर बोलायची परवानगी असती, तर त्यांनी तिचं अभिनंदन केलं असतं, थोडं आश्चर्यही व्यक्त केलं असतं की फिकुटलेली दिसत असूनही तिचे ओठ इतके निरोगी, गुलाबी दिसत आहेत. यापैकी फक्त फेडेरिकाच तिच्याकडे संशयाने पाहते– पण तिला मार्झिपानची फळं बनवायची घाई झालेली आहे आणि स्ट्रॉबेरीजचा रंग तिच्या लगेच लक्षात येतोय.

बाकीच्या कम्प्लाईनच्या प्रार्थनेच्या शब्दातून आपली कृतज्ञता व्यक्त करतात.

कम्प्लाईन दिवसाचा शेवट आणि रात्रीच्या प्रदीर्घ मौनाची सुरुवात सूचित करते. त्या प्रार्थनेचा प्रारंभ पश्चात्ताप व्यक्त करून केला जातो, पण त्यानंतर ती आनंदाकडे वळते. सुओरा उमिलिआनासुद्धा अगदी निश्चिंत, जवळजवळ समाधानी दिसतेय आणि एकेकाळी इतकी त्रासदायक असलेली सेराफिना– तिला तिच्या पूर्वीच्या गुरूची शुश्रूषा करण्याची खास परवानगी देण्यात आली होती अशी बोलवा आहे– एकोणतिसाव्या सूक्ताचे शब्द उच्चारते : "तू शोकाला आनंदात परिवर्तित केलं आहेस, माझे शोकसूचक कपडे दूर करून मला आनंदानं वेढून टाकलं आहेस. हे देवा– मी नेहमी नेहमी तुझी ऋणी राहीन." तिचा आवाज अगदी निर्मळ येतोय. ज्या जोगिणी– आणि अशा काहीजणी नक्कीच होत्या– तिच्या आधीच्या उघड बंडखोरीला जितक्या कंटाळल्या होत्या, तितक्याच तिच्या आत्ताच्या चांगुलपणाबद्दल साशंक होत्या, त्या आता मठ पूर्ववत संतुलित झाल्याबद्दल देवाचे विशेष आभार मानतात आणि आता कार्निव्हलमध्ये, त्यामुळे मिळणाऱ्या आनंदाच्या आणि गुणदर्शनाच्या संधीमध्ये कोणतंही विघ्न येणं शक्य नाही म्हणून आनंद मानतात.

मठस्वामिनी नेहमीप्रमाणेच औपचारिकपणा पाळण्याबद्दल आणि पक्षपात टाळण्याबद्दल जागरूक आहे. ती प्रार्थना संपेपर्यंत तिचा आनंद व्यक्त करत नाही. प्रार्थना संपल्यावर ती क्षणभर औषधालयाच्या प्रमुखेसमोर थांबते आणि आपली मान लववून तिचं आपल्यात परतल्याबद्दल स्वागत सूचित करते. ज्या पुरेशा जवळ आहेत, त्यांना मॅडोना चिआराच्या डोळ्यातलं आत्यंतिक मार्दव पाहून आश्चर्य वाटतं. तिनं तरुण सेराफिनाच्या दिशेनं अगदी हळूच मान हलवलेली पाहून तर त्यांना आणखीच धक्का बसतो आणि स्वत: सेराफिना इतकी थक्क होते की, तिच्या बुरख्याआडून तिचे लाल झालेले गाल, लक्षात येतात.

तीन तासांनी, सारा मठ गाढ झोपेत गुरफटलेला असताना, तीच तरुण नवागता तिच्या कोठडीतून हळूच बाहेर निघते. तिच्या कपड्यांखाली तिनं एक पुडकं दडवलं आहे. थोड्याच वेळात एका पुरुषाचा उच्च स्वरांतला अगदी सुरेल आवाज नदीच्या धक्क्याच्या बाजूनं जाणाऱ्या रस्त्यावरून गात गात पुढे जातो. तो आवाज हवेत पसरतो आणि भिंतींवरून आत ऐकू येतो. तो एका तरुण प्रेमिकाचं आणि सोनेरी ढगांसारखे केस असलेल्या सुंदरीचं वर्णन करतो आहे. हे पेट्रार्चचे शब्द, भुरळ पाडणाऱ्या स्वरावलीत बांधले आहेत. हे गाणं संपल्यावर त्याला एकच, उंच स्वरातल्या, थरथरत्या स्वरानं, एका स्त्रीच्या आवाजात प्रत्युत्तर येतं आणि धप्पकन आवाज येतो. भिंतीच्या अलीकडून फेकलेलं काहीतरी दुसऱ्या बाजूला जाऊन पडल्याचा तो आवाज असतो.

तीन दिवसांनी हीच गोष्ट पुन्हा उलट्या बाजूनं केली जाते. त्या रात्री सेराफिना खरोखरच सुदैवी ठरली आहे. कार्निव्हलचा जोश हवेत उफाळल्यामुळे पहाऱ्यावरच्या

जोगिणीनं आपल्या फेरीची वेळ बदलली आहे आणि नवागता तिच्या कोठडीत पोहोचते न पोहोचते तोच कोठडीबाहेर पहारा करणारी पावलं वाजू लागतात.

सेराफिना पूर्ण कपड्यांनिशी, धडधडत्या काळजानं, छातीशी ते जड पुडकं कवटाळून तिच्या बिछान्यावर आडवी पडली आहे. तिला ती पावलं तिच्या दरवाजापाशी थांबलेली, थोडी घुटमळून पुन्हा पुढे गेलेली ऐकू येतात. अंधारात, पुन्हा एकदा सारं शांत झाल्यावर ती ते पुडकं उघडते आणि तिच्या हातांना नव्यानं घडवलेल्या दोन लोखंडी किल्ल्यांचा आणि त्याभोवती गुंडाळलेल्या पत्राचा स्पर्श होतो.

आता ते तिच्या मार्गात कोणतंही विघ्न आणू शकणार नाहीत. ती पूर्णपणे तयारीत आहे. फक्त तिला थोडी वाट पाहावी लागणार आहे.

२५

झुआना बरी होऊन पायांवर उभी राहिल्यावर तिला एका आठवड्यातच तापाची साथ आटोक्यात आणता येते. उरलेल्या जोगिणींचा ताप आपोआपच उतरतो (शहरातल्या साथीची तीव्रता कमी होऊ लागली आहे.) सेविकांच्या प्रमुखेला खूपच जोराचा ताप आला होता तीसुद्धा तीन दिवसांनी (कॉकिनिग्लिआच्या औषधामुळे?) लालचुटूक ओठांनी, पूर्ववत बरी होऊन कोठडीबाहेर निघते. हे सुदैवच म्हणायचं कारण तिला आता कोठारघराकडे खूपच जास्त फेऱ्या माराव्या लागत आहेत.

नाटकाच्या तालमी आता संपत आल्या आहे. पर्सेव्हेरान्झा कोठडीबाहेर पडते, तेव्हा तिला शब्दन्‌शब्द तोंडपाठ असतो. ती बेशुद्धीत बरळत असतानासुद्धा तिच्या संवादांच्या अवघड ओळी पाठ म्हणताना इतरांना ऐकू येत असे. जेवायच्या वेळा सोडून कुणालाही भोजनगृहात प्रवेश करायला सक्त मनाई आहे; कारण बाहेरचे कामगार स्टेज बांधण्यासाठी आणि नाटकाचे देखावे बनवण्यासाठी बोलावण्यात आलेले आहेत. तीन दिवस त्यांच्या करवतींचे आणि हातोड्यांचे आवाज मठातल्या दैनिक प्रार्थनांना तबल्याचा ठेका पुरवत आहेत आणि ते नजरेला पडत नसले, तरी त्यांच्या उपस्थितीमुळे मठात थोडं चैतन्य आलं आहे आणि नवागता व मठातल्या इतर निवासी विद्यार्थिनी इकडून तिकडे जात असताना, कुणीतरी ज्येष्ठ जोगिणी नेहमी संरक्षक स्वरुपात त्यांच्या सोबत जाण्याची काळजी घेतात. एक गोष्ट इतके वेळा सांगितली गेली आहे की, ती त्यामुळे ती कपोलकल्पित असावी याबद्दल खात्री वाटते; ती अशी की प्रेटोमधल्या एका मठात, एका सुंदर नवागतेनं तिच्या प्रेमिकाला कामकऱ्यांच्या कपड्यात चर्चमधली बाकडी दुरुस्त करायला बोलावून घेतलं आणि त्याचं काम संपल्यावर त्यानं तिला त्याच्या हत्यारांच्या मोठ्या पिशवीत दडवून मठाबाहेर नेलं. या नुसत्या कल्पनेनंच काही तरुणींना उत्तेजित वाटू लागतं पण सरतेशेवटी हा कार्निव्हलचा समय आहे आणि जेव्हा देह बंधनात असतो, तेव्हा मन थोडं मोकाट सुटणं अपरिहार्य असतं.

बाहेरही सारं शहर चैतन्यानं फुलून गेलं आहे. स्वागतकक्षात भेटीला येणारे लोक शहरात कुणाकुणाचं आगमन झालंय, त्याच्या बातम्या घेऊन येतात :

मान्टुआ, बोलोनो, पदुआ आणि व्हेनिसहून आलेले प्रवासी; काहीजण तर रोमहूनसुद्धा आले आहेत. उत्तम राहणीमान आणि गोड आवाजांबद्दल फेराराची ख्याती आहे आणि उत्सव आधीच जोरात साजरा होतो आहे. अशी वदंता आहे की, जर तुम्ही राजवाड्याजवळून गेलात, तर खास डी'एस्टे विवाहसोहळ्यासाठी आणवलेल्या आणि आता कार्निव्हलसाठी थांबवून धरलेल्या हत्तींच्या तुताऱ्या बाहेरपर्यंत ऐकू येतात. ड्यूकची बाग एका प्रचंड स्टेजच्यासाठी तयार केली गेलेली आहे, त्यात हजारो मेणबत्त्या उजेडासाठी पेटवण्यात आलेल्या आहेत. त्यात गुहा, मंदिरं आणि एक प्रचंड पिरॅमिडसुद्धा बांधण्यात आला आहे. हा सारा एका प्रचंड खेळाचा भाग आहे. त्यात ड्रॅगनना मारून टाकून आणि कोड्यांची उत्तरं सांगून सरदारांना त्यांच्या इच्छित वधूचा हात प्राप्त होणार आहे. पण या खेळात ड्यूकचीच सरशी होणं आवश्यक असल्यामुळे अशी आवई उठली आहे की, त्याच्या सुमार ज्ञानाला साजेशीच कोडी मुद्दाम निवडण्यात आलेली आहेत.

दरम्यान मठाबाहेरचे रस्ते टारगटांचा अड्डा बनले आहेत. साऱ्या शहरभर तरुण लोक कार्निव्हलसाठीचे मुखवटे घालून पाहत आहेत आणि असं वेषांतर केल्यावर ते घराच्या आतच थांबणं शक्य तरी आहे का? उत्सव साजरा करताना शहरातल्या शांततेचा भंग करणं हे अध्याहृतच असतं. पण त्यातल्या जोगिणींना त्रास देणं हा मात्र गंभीर स्वरुपाचा गुन्हा समजतात. तो गुन्हा देवाविरुद्ध, तेवढाच स्त्रियांविरुद्धही असतो. पण इथेही उसळत्या तरुणाईच्या नावाखाली थोडी सूट दिली जाते. लवकरच भिंतीवरून गलोलीनं मारलेले दगड आत येऊन पडतात. पहाऱ्यावरली जोगीण ते प्रात:प्रार्थनेनंतर उचलते. त्याबरोबर प्रेमगीतं आणि शृंगारिक कविता खरडलेले कागदाचे गोळेही आत आलेले असतात. ते कागद वाचून मॅडोना चिआरा उसासा टाकते आणि ते कागद शेकोटीत टाकून देते. त्या कवितांतल्या भावनांबद्दल कुणालाही भाकीत वर्तवता आलं असतं : ज्या स्त्रियांचे सद्‌गुण इतके शुद्ध सात्त्विक आहेत की, त्यामुळे प्रत्यक्ष सूर्यसुद्धा गोठून जाईल, अशा स्त्रियांना प्रेमिजन त्यांच्या एकतर्फी प्रेमाची सदाहरितपर्णी पर्णमाला अर्पण करत आहेत. त्याचबरोबर हलक्या दर्जाच्या कवितांच्या ओळी. त्यात कल्पक लोकांनाच समजू शकेल अशा पृथ्वीवरल्याच, ताबडतोब मिळू शकेल अशा स्वर्गाचं चित्रण!

जग पाहिलेल्या कोणत्याही मठस्वामिनीनं हे सारं आधी केव्हातरी पाहिलेलंच असतं. जे अप्राप्य आहे, तेच बऱ्याच पुरुषांना हवंसं वाटतं आणि सत्य तर हे आहे की, फक्त पाखंडी लोकांनाच वासनाधीन जोगिणींबद्दलच्या कथांची भूक असते असं नाही. ज्याप्रमाणे पापांचे कबुलीजबाब घेणारे वाईट धर्मगुरू अशा कथांचा आनंद लुटतात आणि वर त्यांचा धिक्कारही करतात, त्याचप्रमाणे अनेक पुरुषांनाही अशा कथांची भूक असते! यावर्षी येऊन पडलेल्या चिठ्ठ्या नेहमीपेक्षा मिळमिळीतच

आहेत. पूर्वी शहरातले कवी याहून खूपच हजरजबाबी आणि चतुर असत. की ती स्वत: उमिलिआनाप्रमाणेच भूतकाळाच्या आठवणींमध्ये रमू लागली आहे?

जेव्हा नेहमीची भव्य वार्षिक मिरवणूक रस्त्यांवरून जाऊ लागते, तेव्हा सारं शहर ती मिरवणूक बघायाला थांबतं. मठाच्या मुख्य दरवाजाबाहेरच्या रस्त्यावर माणसांची रीघ लागलेली असते. दिवसभर, वेगवेगळ्या वेळेस सेविकांचे छोटे गट आणि काही धाडसी जोगिणी उंचावरल्या खिडक्यांमधून डोकी बाहेर काढकाढून सर्वांत मोठ्या देखाव्यांकडे बघायचा प्रयत्न करत असतात. या मोक्याच्या जागेवरून त्यांना राक्षस, बुटके, मत्स्यकन्या, देवता, देवदूत, धर्मगुरू आणि सैतान दिसू शकतात. आतापर्यंत ही सोंग घेणाऱ्या लोकांनी, सज्जावरल्या कुलीन स्त्रियांकडे पाहून इतके वेळा हात हलवले आहेत आणि आरडाओरड केली आहे की त्यांची मान दुखू लागली आहे. परंतु मठ हे मात्र नेहमीच एक आव्हान असतं. विशेषत: किल्ल्या बनवणाऱ्यांसाठी. यावर्षी त्यांनी स्वत:चीच अशी एक वेगळी मिरवणूक काढली आहे. ते विशेष प्रयत्न करून रस्त्यावर पुढे मागे ठुमकत चालत, हातातल्या प्रचंड नकली किल्ल्या दाखवत आहेत आणि मोठ्यांदा कविता गात आहेत– कवितांमध्ये वर्णनं आहेत की, त्यांच्या किल्ल्या कुलूपबंद स्त्रियांना फारच उपयुक्त आहेत आणि खाली उतरून त्या वापरून पाहाव्यात असं आवाहन आहे.

कॉकिनिग्लिआ आता एकदाचा स्वयंपाकघरापर्यंत पोहोचला आहे आणि मार्झिपान फळांची सुरुवातीची तबकं आता तयार झाली आहेत. मठातल्या प्रथेप्रमाणे स्वयंपाकघराची प्रमुखा पहिल्या घाण्यातली फळं चाखायला एका जोगिणीची आणि एका नवागतेची निवड करू शकते. एका संध्याकाळी, रात्रीच्या जेवणानंतर, सुओरा बेनेडिक्टा आणि सेराफिनाला मठाच्या पाठीमागच्या भागात बोलावण्यात येतं आणि फेडरिका समूहगान प्रमुखेला मोठं, हिरवं पेअर देते, ''कारण तुझ्या गाण्यांमुळे आम्ही देवाजवळ पोहोचू शकतो–'' आणि सेराफिनाला थोडी वेडीवाकडी पण लालचुटूक स्ट्रॉबेरी देऊन म्हणते, ''तुझ्या ओरडण्याहून तुझ्या गाण्यानं आम्हाला खूप आनंद दिला आणि तू आत येणारी शेवटची नवागता आहेस, म्हणून तू आधी चाखलेल्याची चव तुला आठवत असेल आणि त्या तुलनेत हे कसं लागतंय हे तू सांगू शकशील.''

जरी मठाच्या भिंतीच्या कोणत्याही बाजूला तुम्ही राहत असला, तरी बहुधा मार्झिपानची कृती तीच असणार आहे, तरी सेराफिनाच्या प्रतिसादामुळे– ती त्या स्वादिष्ट स्ट्रॉबेरीजवर खरोखरच अतिशय लुब्ध झाली आहे– फेडेरिकाचंसुद्धा समाधान होतं.

''हे घे. तुझं तोंड पुस.'' ती तिला कापड देत म्हणते, ''तुझं इतकं छान चाललेलं असताना तू आता अडचणीत येता कामा नयेस.''

आणि तिचं खरोखरच अगदी छान चाललंय. प्रत्येक दिवसागणिक, ती नम्रतेनं

वागत असूनही अधिकाधिक तेजस्वी दिसू लागली आहे. जणूकाही देवाचं प्रेम तिच्या अंत:करणातून दुथडी भरून वाहात असावं, अशा प्रकारे. ती मूक असतानाही झळाळून उठते आणि प्रार्थनामंदिरात तिचा आवाज, विशेषत: रात्रीच्या काळ्याकुट्ट क्षणी, सर्वांना मंत्रमुग्ध करतो. ती गात नसते, तेव्हा ती प्रार्थना करत असते. तिनं तर तिच्या सेविकेलाही रजा दिली आहे आणि तिची कोठडी साफ करायचं, जमिनी घासायचं, अंथरुणं घालायचं आणि पलंगपोस बदलायचं काम स्वत:कडेच घेतलं आहे. काहीजणी तिच्या पाठीमागे कुजबुजतात की, ती इतका सारा खटाटोप करते आहे कारण तिला आशा वाटतेय की जलसा संपल्यावर तिला थांबून स्वागतकक्षात भेटायला जायची परवानगी मिळेल (नियमांप्रमाणे ती कुणाचं स्वागत करू शकत नाही आणि इतर कुणीही तिचं मनोरंजन करू शकत नाही.) पण जर खरोखरच हा तिचा हेतू असेल, तर ती त्याबद्दल शब्दही उच्चारत नाही. खरं तर ती आजकाल अजिबात काहीही बोलत नाही.

जलशाच्या आणि नाटकाच्या आधी, मठात जे नाट्य उभं राहतं त्यामुळे सेराफिनाच्या वागण्यावर आणखी टीकाटिप्पणी होत नाही.

काही तातडीच्या पत्रांची देवघेव केल्यावर आणि स्वागतकक्षात अनेक भेटीसाठी आल्यावर, सुओरा अपोलोनिआची बहीण लेडी कॅमेला बेंडिडिओ, एका रात्री उशिरा एका मोलकरणीला घेऊन आणि बरोबर एक छोटी पिशवी घेऊन येते– आणि मुख्य मठाजवळच्या अतिथीगृहात राहू लागते. बातमी पसरायला वेळ लागत नाही की, तिचं वैवाहिक आयुष्य तणावातून जात आहे आणि तिनं नवऱ्यापासून दूर आसरा घेतला आहे. एकीकडे कुटुंबीय समेट घडवायच्या खटपटीत आहेत. तिच्याबरोबर वेळ घालवण्याची विशेष परवानगी अपोलोनिआला देण्यात आली आहे आणि त्याच रात्री मठस्वामिनी झुआनाला बोलावून तिच्यावर उपचार करायला सांगते. तिच्या कपाळावर, केसांपाशी खोल जखम झालेली आहे; जणूकाही तिथं काहीतरी फेकून मारलं असावं. झुआना ती जखम साफ करत असताना ती काहीही न बोलता किंवा अजिबात हालचाल न करता शांत बसून राहते. आणखी कशावर उपचार करायला हवेत का, असा झुआनानं प्रश्न विचारल्यावर ती तिच्या अंगावरची शाल आणि वरचं पोलकं बाजूला करते. तसं केल्यावर तिच्या हाता-खांद्यावरले मोठे, सुजलेले वळ दिसतात. झुआना त्या दुखावलेल्या कातडीवर हलक्या हातानं मलम लावत असताना ती मूकपणे अश्रू ढाळते.

झुआनाला आठवतंय की, ती एकेकाळी सुंदर स्त्री होती. पण ती आता कृश झाली आहे आणि वयापेक्षा उतार दिसू लागली आहे. ज्या तरुण जोगिणी पुरुषस्पर्शाच्या भुकेमुळे रात्री आसवं गाळत झोपी जातात, त्यांना इथं विचाराला खाद्य मिळणार

आहे, कारण ती मठात आश्रय घ्यायला काही पहिल्यांदाच आलेली नाही. तिचा पती हा नामवंत बेंडिडिओ कुटुंबातला थोरला मुलगा आहे. तो ड्यूकचा सर्वांत आवडता असा दरबारातला मानकरी आहे आणि सर्वांच्या म्हणण्याप्रमाणे अत्यंत तापट स्वभावाचा आहे. त्याच्या दु:खीकष्टी बायकोला अधिक सहानुभूती मिळाली असती– पण लग्नापासून सात वर्षांत तिची कूस उजवलेली नाही. याउलट त्याच्या बाबतीत ही उणीव नाही. त्यानं आधीच डझनभर अनौरस मुलं जन्माला घातली आहेत. असेच आणखी दिवस गेले, तर विवाह रद्दबातल करण्याबाबत तिच्यावर दडपण येऊ शकेल, तसं झाल्यावर त्याला दुसरी धडधाकट, अधिक प्रजननशील पत्नी मिळू शकेल पण तिला मात्र सँटा कॅटेरिनात कायमचंच यावं लागेल. कारण अशा परित्यक्तेला इतर कुठेही आसरा मिळू शकणार नाही. कदाचित ते तिला सुखाचंदेखील वाटेल. अपोलोनिआच्या निरोगी, तरुण देहाकडे आणि तिच्या बंडखोर, नटव्या राजदरबारी चेहऱ्याकडे बघताना झुआनाच्या मनात आल्यावाचून राहत नाही की, बेंडिडिओनं चुकीच्या बहिणीशी विवाह केला. पण त्या दोघींच्याही दृष्टीनं त्याला आता फार उशीर झाला आहे.

दुसऱ्या दिवशी दुपारी तिचे वडील, मठस्वामिनी समवेत अतिथीगृहात दिवाणखान्यात तिच्या नवऱ्याच्या कुटुंबीयांच्या प्रतिनिधींची भेट घेतात आणि तिच्या भविष्याबद्दल चर्चा करतात, तर कार्निव्हलच्या जलशाआधीच्या शेवटच्या भेटीसाठी आलेल्यांनी स्वागतकक्ष ओसंडून वाहात असतो.

याउलट, झुआना तिच्या खोलीत पुस्तक वाचत एकटीच बसते. तिच्यापुढे खूप काम पडलं आहे, पण तिचं चित्त त्यावर एकाग्र होत नाही. हे असंच काही काळ चाललं आहे. वर्षाचा हा काळच तसा आहे. सँटा कॅटेरिनाच्या अनेक निवासियांना जरी कार्निव्हल अतिशय मनोरंजक वाटत असला, तरी झुआनाला त्यामुळे आनंद मिळण्याऐवजी कामकाजात व्यत्यय आल्यासारखा वाटतो. मठात रुळायला तिला खूप वेळ लागला आणि खूप त्रास झाला. पण त्यातल्या दिनक्रमाची नेहमीची लय हा तिला मोठाच विश्राम वाटत असे आणि त्यात असा व्यत्यय आला की, तिला घाबरल्यासारखं वाटतं. जर तिचा बाहेरच्या जगाशी संबंध राहिला असता, जर तिला भेटायला कुटुंबीय आले असते– आई, मावशा, भाऊ-बहिणी आणि लाड करायला लहानग्यांची वाढती सेना– तर कदाचित परिस्थिती वेगळी बनली असती. पण तिच्यापाशी केवळ तिच्या वनस्पती आणि तिची औषधं आहेत आणि जरी त्यांच्यामुळे मठ निरोगी राहत असला, तरी पलीकडल्या जगात त्यांना काहीच महत्त्व नाही.

हे एवढं तिच्या सवयीचं झालं आहे. तिला समजू लागलं आहे. पण आणखीही काहीतरी घडतं आहे. गेले काही आठवडे, आजाराच्या आधीपासून, खरं बोलायचं

तर तिला अतिशय बैचैन वाटतं आहे आणि का ते तिला सांगता येत नाहीये. जरी आजारामुळे बैचेनी वाढली असणं शक्य आहे, तरी औषध घेतल्यावर दोन दिवस तिला रक्तासारखी लाल लघवी झाली हे सोडलं (ती लाल लघवी पाहून ती हादरूनच गेली होती. नंतर तिच्या लक्षात आलं की ते रक्त नसून औषधाचा परिणाम आहे.) तर, तिला त्यानंतर अगदी छान वाटत होतं.

नाही. ही देवाची व्याधी नसून मनाची आहे.

काहीही कारण नसताना तिला दुःखी– हो दुःखी हाच योग्य शब्द आहे– वाटत राहतं. जणूकाही, आयुष्यात प्रथमच तिला स्वतःचीच स्वतःला सोबत पुरेशी वाटत नाहीये. अर्थातच ती दररोज प्रार्थना करते. पण अनेकदा तिचं लक्ष शब्दांवरून उडतं आणि ते शब्द देवाच्या कानी पडण्याएवढे उंच पोहोचू शकत नाहीत.

इतरांना बरं करताना तिला इतरांमध्ये अशा गोष्टी आढळल्या आहेत. ज्या जोगिणी आळीपाळीनं सुस्त, रडक्या किंवा सैरभैर होतात अशा जोगिणींनी मठ भरलेले असतात. हिवाळ्यातलं दुःख, उन्हाळ्यातलं वेड, मासिक पाळीचा त्रास किंवा ती कायमची जाताना सतत वाटत राहणारी खिन्नता. मनाच्या अवस्थांएवढीच त्यांना नावं आहेत. कर्तव्यकठोर जोगिणी– नवागतांची प्रमुखा आणि सुओरा फेलिसिटा (जिच्या नावाचा अर्थच 'निर्लेप' असा आहे)– याला देवाविरुद्धचं बंड म्हणतात आणि काम आणि प्रार्थनेचा कडक उपचार द्यायचा सल्ला देतात. पण गेली अनेक वर्षे झुआनानं इतर उपचार करून पाहिले आहेत. तिच्या वडिलांच्या पुस्तकात भरपूर मोठी उपचारांची यादी आहे : काढे पाजणं, गोळ्या देणं, सुगंधोपचार, बोराजमध्ये बुडवलेली मदिरा, सेंट जॉन्स वर्ट, धूप आणि हायपेरिकमचा सुगंधी धूर, अशा दुःखाबरोबर ओढवणाऱ्या निद्रानाशासाठी माड्रागोरा आणि खसखशीचं सिरप आणि इतरही उपचार आहेत. त्यात एकेकट्या वनस्पती किंवा मिश्र वनस्पतींची औषधं आवश्यक नसतात : दया, सहानुभूती, अगदी एकटं राहावं या नियमातून थोडी सूट. अगदी गंभीर रुग्णांच्या बाबतीत या साऱ्यांचा एकत्रित वापर उत्तर ठरतो : प्रार्थना, काम, झोप आणि काळजी घेतली जाणं. देव, निसर्ग आणि मानव यांनी एकत्र काम करणं. त्यांनी तसं करावं असंच अपेक्षित आहे!

अर्थात झुआना इतकी काही दुःखीकष्टी झालेली नाही. अजिबातच नाही. कदाचित ती केवळ थकून गेली असावी. ती अंगी कर्तव्याची शिस्त बाणवते. जलशाच्या वेळेस, स्वागतकक्षातल्या तबकात ठेवण्यासाठी वनस्पतींच्या आणखी सुगंधी वड्यांची जरूर पडणार आहे आणि त्या बनवण्यात ती स्वतःला गुंतवून ठेवते. जेव्हा नेहमीच्या प्रार्थनांनी शांती मिळत नाही, तेव्हा ती सूक्तांमधल्या ओळी म्हणते.

देवाचा आवाज प्रभावी आहे.
माझ्या देवा, मी मनापासून तुझी स्तुतिस्तोत्रं गाईन.
आणि तुझ्या थोर कामगिरीचं वर्णन करेन.

ह्या ओळी हलक्या आवाजात पुन्हापुन्हा म्हणत राहते. रजई आपल्या अंगाभोवती घट्ट लपेटून घ्यावी, त्याप्रमाणे ती त्या शब्दांमध्ये स्वत:ला गुरफटून घेते आणि चित्त विचलित करणाऱ्या विचारांचे हिमवारे फटीतून आत शिरू देण्याएवढी फट सोडतच नाही.

'कारण देव दयाळू आहे. त्याची दया चिरकाल टिकणारी आहे.
त्याचं सत्य पिढ्यान्‌पिढ्या जाणवत राहतं.'

थोड्या वेळानं या शब्दांमधली सरलता जाणवते आणि त्याची पुन्हापुन्हा उजळणी केल्यामुळे तिला थोडी शांती मिळते. आजच्याप्रमाणे...

भिंतीपलीकडे कुठेतरी मोठ्ठा गलका चालू असल्याचे आवाज आत झिरपून येत आहेत. सूर्यास्ताच्या वेळेस ते चर्चसमोरच्या चौकात कार्निव्हलसाठीची होळी पेटवत असणार. ती अगदी लहान असताना एकदा तिचे वडील तिला ती होळी पाहायला घेऊन गेले होते. तिथे लोकांची इतकी तुफान गर्दी होती की, त्यांना हलताही येत नव्हतं आणि त्या गर्दीत त्यांना तिला उचलून घ्यावं लागलं होतं. तिला आठवतंय की, त्या धुरामुळे तिच्या डोळ्यातून पाणी येऊ लागलं होतं आणि तिचा घसा दुखू लागला होता. निदान तसं झालं होतं असं तिला वाटतंय. आजकाल तिला जाणवत असतं की ज्या गोष्टींची तिला एकेकाळी खात्री वाटत असे, त्याबद्दल तिला आता तेवढीशी खात्री वाटत नाही. जणूकाही मठात येण्यापूर्वीच्या आयुष्याचा तिला विसर पडू लागला आहे. उदाहरणार्थ, तिच्या वडिलांचा चेहरा, त्यांचं रुंद कपाळ, त्यांच्या डोळ्यांखालची काळी वर्तुळं, त्यांच्या दाढीच्या वजनामुळे थोडासा खाली गेलेला त्यांचा खालचा ओठ. हे सारं तिच्या मनावर कायमचं ठसलंय, असं तिनं गृहीत धरलं होतं. पण मठातल्या क्रूसावरच्या येशूच्या चेहऱ्याकडे ती जेव्हा पाहते, तेव्हा तिला त्या चेहऱ्यातही तसाच भास होतो. जणूकाही ओळखीचा एक चेहरा दुसऱ्यात मिसळून गेला आहे.

पण तरीही काही आठवणी जास्तच प्रभावशाली बनल्या आहेत. उदाहरणार्थ फेराराच्या चर्चमधली दगडातली कोरीव कामं. ती बाराच असली पाहिजेत, वर्षाच्या प्रत्येक महिन्यांसाठी एक. पण आज जर तिनं तिचे डोळे मिटून घेतले, तर ते तिच्या समोरच असल्यासारखं तिला अगदी स्पष्ट दिसतं. त्यात एक चिमुकलं, नागवं मूल

बकरीखाली रांगत गेलं आहे आणि तिच्या आचळांना तोंड लावून दूध पितं आहे. तिला त्याचे ओठ दिसतात, बकरीच्या जाड आचळांना विषयासक्तपणे भिडल्यासारखे ते वाटतात. त्याचे गुबगुबीत गाल, दुधानं टम्म भरलेलं त्याचं गोलसर पोट तिला स्पष्टपणे दिसू लागतं. या स्मरणाचं तिला आश्चर्य वाटतं, कारण एरवी तिला मुलांबद्दल फारशी ओढ नाही. आपल्याला न होऊ शकलेल्या मुलांबद्दल खंत करणारी जोगिण ती नक्कीच नाही. अशा जोगिणी त्यांच्या पेटीतून बाळ येशूच्या बाहुल्या आणतात किंवा मेरीच्या हातातलं दूध पिणारं बालक घेऊन त्याला आपल्या छातीशी धरत आहोत, अशा कल्पनेत रमतात. तरीही हे पवित्र नसलेलं, भुकेनं वखवखलेलं मूल तिच्या लक्षात राहीलं आहे.

ती पुस्तकं बाजूला सारते आणि आपले डोळे मिटून घेते. औषधालयाची प्रमुखा, मठाला झालेल्या साथीच्या रोगाच्या लागणीबद्दलचा इतिहास लिहित असताना असले विचार तिला आजिबात शोभत नाहीत. जर तिच्यानं काम होत नसेल, तर तिनं प्रार्थना करायला हवी. तिचं मन आजकाल इतकं सहजपणे का भरकटत जातं?

'देवाचा आवाज प्रभावी आहे...'

ती आपले डोळे मिटून घेते.

'देवाचा आवाज उदात्त आहे...'

दरवाजावर जेव्हा थाप पडते, तोपर्यंत ती शब्दांमध्ये पुरेशी गुंगून गेली आहे. त्यामुळे प्रथम तिला तो आवाज ऐकू येत नाही.,

'हे ईश्वरा, मी मन:पूर्वक तुझी स्तुतिस्तोत्रं गाईन.'

तो आवाज पुन्हा, अधिक जोरानं येतो.

ती वळते आणि वळत असताना तिच्या मनात येतं की, ही नवागता तर नसेल? झुआना औषधालयात आजारी पडली आणि त्यातून बरी झाली, तेव्हापासून दोघीजणी एकमेकींशी एक शब्दही बोललेल्या नाहीत आणि जेव्हा चॅपेलमध्ये जाताना किंवा पदपथावर जाताना त्या एकमेकींपुढून जातात तेव्हा झुआनाच्या नजरेला नजर द्यायची भीती वाटत असल्याप्रमाणे, ती मुलगी आपली मान खाली घालूनच जाते. गेली अनेक वर्षं तिनं इतर तरुण मुली आत आल्यावर चिडलेल्या, बंडखोरी करणाऱ्या किंवा बेफाम झालेल्याही बघितल्या आहेत आणि त्या अगदी हळूहळू निवळतात. पण तिनं कधीही इतका जलद किंवा इतका विचित्र आमूलाग्र बदल बघितलेला नाही. जणूकाही तिच्या अंत:करणातून फसफसून वर येत असलेली उकळती चीड आता फक्त प्रवाह बदलून वाहू लागली आहे आणि तिचा रोख आता देवावर आहे. खरं तर या गोष्टींनी आनंद मानायला हवा पण जेव्हा ती त्याबद्दल विचार करते– आणि ती शक्यतोवर असा विचार करणं टाळते– तेव्हा तिला

अस्वस्थ वाटतं आणि तिला सध्या वाटणाऱ्या बेचैनीत त्यामुळे भर पडते.

दरवाजा उघडतो. ती जर नवागता असली, तर प्रार्थनेत व्यत्यय आणल्याबद्दल ती तिला रागावेल, पण तरीही तिला पाहून तिला आनंदच वाटेल. हे विचार मनात येत असतानाच तिला दरवाजात उभी असलेली मॅडोना चिआरा दिसते.

"शुभसंध्या"

"माझी काही गरज आहे का?" झुआना आधीच उठून उभी राहिली आहे. "कुणी आजारी पडलंय का?"

"नाही, नाही... अजिबात नाही. मठात सारे खुशाल आहेत. तुला ते ऐकू येतच असेल."

"आपली अतिथी कशी आहे?"

"कुटुंबांमधली चर्चा संपलीय आणि प्रगतीची चिन्हं दिसताहेत. कार्निव्हल संपेपर्यंत तिनं आपल्यापाशी राहावं असं ठरलं आहे. त्यांच्यातल्या विरहामुळे– कदाचित थोडं प्रेम वाढेल."

असं केल्यामुळे, जेव्हा बेंडिडिओ ड्यूकच्या साठ्यातली मदिरा झोकून तर्र होईल, तेव्हा त्याच्या बायकोला त्याच्या हातांचा प्रसाद खावा लागणार नाही, हे तिनं उघड करून सांगायची गरजच नाही.

"मी तिच्याकडे पुन्हा एकदा नजर टाकीन, त्यामुळे तिला बरं वाटेल असं तुमचं मत असेल तर."

"नको. सध्या तरी ती सुओरा उमिलिआनाजवळ आहे आणि तिच्यापाशी नंतर जायची सुओरा अपोलोनिआला परवानगी मिळाली आहे." ती थांबते, "त्या लहान असताना त्यांच्यात फारशी जवळीक नसावी. पण तिच्या दुःखामुळे त्या जवळ आल्या आहेत. पाहून आश्चर्य वाटतं. अशा प्रकारे देव शत्रूंना मित्र बनवतो."

'कारण त्याची दया चिरंतन असते आणि त्याचं सत्य पिढ्यान्‌पिढ्या टिकून राहतं...'

"राहतं खरंच." मठस्वामिनीला थोडंसं आश्चर्य वाटलेलं दिसतं. ती उघड्या पुस्तकावर नजर टाकते. "मी तुझी तुझ्या कामातून थोडी सुटका करायला आले आहे, सुओरा झुआना. उरलेला सारा मठ आपापल्या नातेवाइकांबरोबर मजेत वेळ घालवत असताना तुम्हालाही तेच सौख्य मिळायला हवं."

"ओ! नाही. नाही. असं काही नाही. मी... मी..." याजागी 'ठीक आहे,' हे शब्द वापरावेत की 'समाधानी आहे,' हे शब्द वापरावेत याबद्दल तिला संभ्रम पडतो आणि शेवटी ती पुढे काहीच बोलत नाही. मठस्वामिनीला हा संभ्रम कळल्यावाचून राहत नाही आणि ती स्मित करते.

"सुओरा स्कोलॅस्टिकानं नाटकाच्या प्रारंभी कोणतं वाक्य लिहिलंय बरं?

'ज्याप्रमाणे देहाचं पोषण होण्यासाठी अन्नाची गरज असते, त्याचप्रमाणे आत्म्याला करमणुकीची आणि विश्रांतीची गरज असते.' " आणि ती हसते, "तू हे भाषण ऐकलेलं नाहीस? ओ! ते फारच मनोज्ञ आहे आणि खात्रीनं त्याला सात्त्विक लोकांकडून पसंतीच्या टाळ्या मिळतील. मला वाटतं की, सुओरा उमिलिआनालासुद्धा त्यातील उपदेशाबद्दल आक्षेप घेता येणार नाही," ती थांबते. "म्हणून तर वाऱ्यापासून संरक्षण मिळवण्यासाठी तुझ्यापाशी आच्छादन असलं, तर तुला आनंद वाटेल असं काहीतरी बघायला तू येशील का?"

"आभारी आहे, मॅडोना," झुआना म्हणते, कारण तिला कळतंय की, या प्रश्नात आज्ञा अध्याहृत आहे. "मला ते खूपच आवडेल."

बाहेर हवा थंड आहे आणि आकाश निरभ्र आहे. कार्निव्हलच्या शेवटच्या आठवड्यात हिवाळी धुकं संपतं पण लेंट (ईस्टरपूर्वीचा चाळीस दिवसांचा उपवास) चालू असताना मधूनच कडाक्याची थंडी पडते. ती मठस्वामिनीच्या पाठोपाठ पदपथावरून चॅपेलमध्ये जाते. आत डावीकडे, समूहगायिकांच्या बाकांमागे घंटेच्या मनोऱ्याकडे जाण्याचा दरवाजा आहे. मठस्वामिनी एक किल्ली बाहेर काढते आणि ती कुलुपात घालते.

तिला अगदी खास सवलत दिली गेलीय, याची जाणीव होऊन झुआना मान लववते आणि पायऱ्या चढू लागते. अर्धं अतंर चढून गेल्यावर त्या लाकडी फलाटावर पोहोचतात. इथं घंटा वाजवणाऱ्यासाठी, प्रार्थनामंदिराच्या मोठ्या घंटांचे दोर खालपर्यंत आले आहेत. खास परवानगीवाचून कुणीही जोगीण इथवर येऊ शकते. जर घंटांचं काम बघणाऱ्या जोगिणीनं या आज्ञेचा भंग केला, तर ते केवळ तिचंच गुपित राहतं. या कामामुळे पाठदुखी जडते आणि कमी ऐकू येऊ लागतं. म्हणून त्याची थोडी भरपाई होणं योग्यच ठरेल.

मठस्वामिनी पुढे जाते. तिच्या अंगरख्याच्या घोळाच्या खालच्या कडेमुळं तिच्याभोवती धुळीचा लोट उठतोय. दगडी पायऱ्या आता अरुंद झाल्या आहेत. भिंतींवर आणि छतावर कोळ्यांची भरपूर जाळी लटकत आहेत. झुआनाला पटकन कोपऱ्यात हात घालून ती हस्तगत करावीशी वाटतात : कोळ्याची महाचिकट जाळी मधात मिसळून जखमांवर लावली तर जखमा पूर्णपणे बऱ्या होतात अशी समजूत आहे. *'मी मन:पूर्वक देवाची स्तुतीस्तोत्रं गाईन आणि त्याचं उत्कृष्ट कार्य जगापुढे ठेवेन.'* पण अगदी उच्च प्रशिक्षित औषध करणाऱ्यांनासुद्धा काही औषधं बनवणं अवघड वाटतं. कदाचित पुन्हा केव्हातरी ती ते औषध बनवेल.

त्या अगदी वरपर्यंत चालत जातात आणि चहूकडून उघड्या असलेल्या घंटांच्या कक्षात येतात. त्यांच्या येण्यामुळं रात्रीच्या विसाव्याला आलेली कबुतरं जागी होतात आणि चिडून पंख फडफडवत आणि पिसं फुलवत ती उडू लागतात.

मठस्वामिनी तिचे हात खूप मोठ्या वर्तुळात हलवते आणि त्यांना दूर हाकलते. उडून बाहेर जाण्यापूर्वी पक्षी या दोघींच्या डोक्याभोवती घिरट्या घालून जो कलकलाट करतात ते पाहून त्या दोघीजणी खूप हसतात.

"त्यांना घंटांचा आवाज कसा सहन करता येतो हे कळत नाही." त्यांच्या पंखांच्या फडफडीच्या आवाजापेक्षा मोठा आवाज काढून मठस्वामिनी म्हणते, "आपण कबुतरं पकडायला सापळे लावले पाहिजेत. स्वयंपाकघरात थोडं पक्षांचं मांस हिवाळ्यात उपयोगी पडेल. पण सुओरा फेडेरिका ती पाखरं न्यायला इथपर्यंत येईल, असं मला वाटत नाही."

पक्षी उडून गेल्यावर, मनोऱ्यावर त्यांचंच राज्य उरतं. दोन मोठाल्या घंटा त्यांच्या डोक्याच्या वर लटकत आहेत. घंटांचे जड लोलक घंटामधून खाली आले आहेत. त्यांच्या सभोवतालची भिंत त्यांच्या कमरेच्या उंचीची आहे. त्यांना संरक्षण द्यायला पुरेशी उंच पण खालचं शहर दिसू शकेल एवढी ठेंगणी.

मठस्वामिनीचं म्हणणं बरोबर आहे. दृश्य अगदी चित्ताकर्षक आहे. झुआनाला एकाएकी भोवळ आल्यासारखं वाटतं. तो उंचीचा परिणाम नसून दृश्याच्या विस्तृतपणाचा परिणाम आहे. संधिप्रकाशात, उत्तरेला आणि पश्चिमेला तिला जुन्या गावाच्या पलीकडपर्यंतचा देखावा दिसतोय, भाजक्या, पिंगट रंगाच्या कौलांची छतं आणि दगडी चौकोन जडवून बनवलेले रस्ते, प्रचंड चर्च आणि त्याच्यापुढला चौक, किल्ल्याचे दोन भाग आणि गवाक्षं असलेले मनोरे आणि भोवतालचे पाण्याने भरलेले खंदक, मग त्यापलीकडचं नवं फेरारा आणि मनुष्यस्वभावाचा अभ्यासक आणि शहर रचनाकार अशा भूमिका वठवणाऱ्या दुसऱ्या ड्यूक एर्कोले यानं नव्या फेरारात बांधलेले रुंद रस्ते आणि राजवाडे, आणि या साऱ्याच्या सभोवताली– शहराची वेस म्हणून बांधलेल्या– विटांच्या भक्कम भिंती.

"सुंदर आहे नं सारं?" मठस्वामिनी तिच्याकडे बघून हसते.

झुआना मान डोलावते, कारण क्षणभर ती बोलूच शकत नाही. मठस्वामिनीच्या ते लक्षात येतं आणि तिला सावरण्याएवढा वेळ मिळावा म्हणून ती दुसरीकडे बघते.

विटा आणि दगडी चौकोनांची फरशी. तिच्या वडिलांनी त्यांच्या जन्मगावाचं एकदा या शब्दांमध्ये वर्णन केलं होतं. ते म्हणाले होते की इतरही शहरं आहेत; तिथं दगड आणि संगमरवराचा भरपूर वापर केलेला आहे, मोठाले घुमट आणि मिनारांची तेथे रेलचेल आहे, प्रत्येक भिंतीवर तेथे गिलावा करून रंग दिलेला आहे आणि त्यांच्या प्रकारे तीही सुंदरच आहेत. पण साधीशी वीट, इतकी छोटी पण तरीही इतकी मजबूत आणि पृथ्वीच्या इतक्या रंगांनी नटलेली, काय चमत्कार घडवू शकते ते बघायला तुम्हाला एखाद्या उन्हाळ्याच्या संध्याकाळी, फेरारालाच यायला हवं आणि शहराचा अणुरेणू झळाळून उठलेला बघायला हवा.

"होळीच्या ज्वाळा बघितल्यास?"

आतापर्यंत फक्त दोनच होळ्या पेटलेल्या आहेत. एक मुख्य चौकातली; आणि तिच्यावरून धुराचा ढग वरपर्यंत, तरंगत येतो आहे. दुसरी त्याहून छोटी. राजवाड्याच्या पटांगणातली. त्या ज्वाळांच्या वर्तुळाबाहेर, मुंग्यांसारखी लहान दिसणारी माणसं धक्काबुक्की करत सगळीकडे चालली आहेत. चर्चपुढल्या चौकातून जुन्या शहराकडे जाणाऱ्या एका मोठ्या रस्त्याकडे झुआना बघू लागते आणि एके काळी ती जिथे राहत होती ती जागा शोधू पाहते. ती विश्वविद्यालयापुढल्या लांबट, अरुंद आयतापर्यंत– हा चौक म्हणवण्याएवढा मोठा नाही– पोहोचू शकते आणि मग चहूबाजूंना लचकत मुरडत वळणाऱ्या गल्ल्यांच्या जंजाळात हरवून जाते.

"तू तुझ्या वडिलांचं घर शोधते आहेस?"

"हो."

"तू मुख्य खुणेची जागा शोधून तेथून शोधायला हवंस आणि ज्या रस्त्यानं गेल्याचं तुला आठवतंय तो रस्ता शोधायला हवास."

पण घरापासून मठाच्या दरवाजापर्यंतचा रस्ता आपण कधीही विसरणार नाही याची तिला खात्री वाटत असली, तरी तो ती आता पूर्णपणे विसरून गेलेली आहे.

ती तिची मान हलवते. "जवळपासचे रस्ते सारे एकात एक गुंतल्यासारखे दिसताहेत. ते सगळे सारखेच वाटताहेत आणि तुम्ही? तुम्हाला तुमचं घर दिसतंय?"

मठस्वामिनी उत्तरेच्या दिशेनं हात फैलावते, "नवं शहर सोपं वाटतं. माझं घर डिआमान्टे राजवाड्याच्या पश्चिमेला काही चौक टाकून आहे. तिथं मधोमध एक बाग आहे– पाहा... मी लहान होते, तेव्हा तिथं माझ्या भावाबरोबर खेळत असे. निदान तो तरी मला असं सांगतो. मला स्वत:ला काही ते आठवत नाही."

ती हे अगदी सहजपणे म्हणते. सध्या सँटा कॅटेरिनात राहून शिकणारी सर्वांत लहान वयाची मुलगी सहा– नव्हे, पाचच वर्षांची आहे. जर ती इथंच राहिली आणि तिनं चिआराप्रमाणे सोळाव्या वर्षी दीक्षा घेतली, तर तिला विसरावा लागण्याजोगा कितीसा भूतकाळ उरणार आहे? जे आपलं कधी नव्हतंच, ते गमावल्याचं दु:ख तरी कसं होईल?

"तुम्हाला कितीसं आठवतं?"

हा प्रश्न विचारताना झुआना चिआराकडे पाहत नाही. त्याऐवजी कठड्याला हात टेकवून या दोन स्त्रिया शेजारीशेजारी उभ्याराहून शहराकडे पाहत आहेत. जणूकाही त्या मठात नसून एका श्रीमंत बंगल्याच्या सज्जातच उभ्या असणाऱ्या दोन सरदारपत्नी आहेत आणि गप्पागोष्टी करत त्या संध्याकाळची हवा अनुभवत आहेत.

"जशी वर्षं उलटताहेत, तसं कमीकमी आठवतंय. फक्त थोड्याच गोष्टी स्पष्टपणे आठवतात. मी घोड्याच्या बग्गीत होते आणि पाण्यावरून ती चालली

होती. लाकडावर बग्गीची चाकं आवाज करत होती आणि पलीकडे मशाली पेटलेल्या दिसत होत्या. हा नक्कीच किल्ल्याच्या खंदकावरचा (उघडमीट करता येणारा) पूल असणार आणि कुणीतरी मला सांगतंय की जर लाकूड खचलं, तर आपण सारे बुडून जाऊ.''

''तुम्हाला भीती वाटली?''

''नाही... नाही. मला वाटतं की मला खूपच मौज वाटली.'' ती हसते.

''आणि एक खोली– मला एक खोली आठवतेय. मला तिथं नेलं होतं. त्याच्या घुमटाकार छताच्या आत चित्रं रंगवलेली होती. त्यात अथांग आकाशाखालच्या सज्जाच्या रंगीत कठड्यावर माणसं आणि देवदूत ओठंगून उभे आहेत. जणूकाही ते खाली पडतील अशी त्यांना भीती वाटत होती. ते चित्र इतकं जिवंत वाटत होतं! एक माणूस काळा होता आणि त्याच्या शेजारी एक माकड बसलेलं होतं. माकडाजवळ एक गळ्यात घालायचा हार होता आणि तो हार खाली पाडेल असं वाटत होतं. मी त्याखाली हात फैलावून, तो हार पडला तर पकडण्यासाठी उभी राहिले होते. तो पडणार याची मला इतकी खात्री वाटत होती.''

ती हसते, ''मी एक तरुण जोगीण असताना मी स्वप्न पाहत असे की, मी मठस्वामिनी झाले की, त्याच कलावंताला एका प्रार्थनामंदिरात चित्र रंगवायला सांगेन. कल्पना कर! आपले धर्मगुरू किंवा उदार देणगीदार वर बघतात, तो त्यांना आपला देव आणि त्याचे सारे शिष्य सज्जावरुन वाकून पाहताना– कुठल्याही क्षणी खाली पडतील अशा स्थितीत– दिसले तर?''

ती असं म्हणत असताना झुआनाच्या डोळ्यांपुढे काही जोगिणी येतात, ज्या या सर्वांना पकडण्यासाठी खाली उभ्या राहतील.

सूर्य आता झपाट्यानं अस्ताला चालला आहे आणि आकाशात गुलाबी-जांभळ्या रंगांची उधळण करतो आहे. पण देवदूत किंवा माकड मात्र दिसत नाहीत. त्याऐवजी उंच स्वरात आवाज करणारे स्विफ्ट पक्षी आकाशात बाणांचा वर्षाव होत असल्याप्रमाणे इकडून तिकडे सूर मारत आहेत. थोड्या वेळानं झुआना शहराच्या देखाव्यावरून दृष्टी हलवते आणि दुसऱ्या बाजूला वळवते. या जगाबद्दल त्यांना कल्पनाविलास करण्याची गरज नाही आणि हे जग त्या कधी विसरूही शकणार नाहीत.

इतक्या उंचीवरून, सँटा कॅटेरिना मठ तुरुंग न वाटता एखाद्या राजवाड्यासारखा दिसतोय. ती खाली नजर टाकते, तेव्हा तिला उतरत्या छताचं प्रार्थनामंदिर आणि आच्छादित पदपथांमधली दोन पटांगणं सोनेरी रंगानं न्हाऊन निघालेली दिसत आहेत. मग बाजूची घरं, भाज्या आणि वनस्पतींचे वाफे, बागा, धनुष्याकृती तळं, नदीपर्यंत पोहोचणाऱ्या फळबागा आणि पाऱ्याच्या जाड, रूपेरी ओघळासारखी

दिसणारी नदी, त्यावरची मंदपणे वाहणारी बोटींची आणि तराफ्यांची वाहतूक हे सारं दृष्टिपथात येतं. या साऱ्यांच्या सभोवती वेढून राहणारी विटांची भिंत इथून इतकी ठेंगणी दिसतेय की, त्यावर एक पाऊल उचलून टाकलं की, पलीकडल्या जगात पोहोचू असा भास व्हावा.

पण आतही सौंदर्य आहेच, झुआनाला वाटतं : मातीची श्रीमंती, विटांची ऊब आणि दगडांचा थंडावा. सौंदर्य, मोकळं अवकाश आणि यातून बदल व्हावा अशी तुमची इच्छा नसेल, तर बाहेरच्या वेड्या कोलाहलापासून मुक्त होणारी शांतता. जर कुणी आता तिच्यासाठी दरवाजे उघडले, तर ती बाहेर जाऊन काय मिळवणार आहे? कुठं जाणार आहे? ती कोण असणार आहे? ज्या घरात फॉस्टिना नावाची मुलगी लहानाची मोठी झाली, त्या घरात आता दुसरं एक कुटुंब राहत आहे आणि त्या घराभोवतालच्या शहरात अशा लोकांची दाटी झालीय की, जे तिला ओळखतही नाहीत आणि तिच्याबद्दल ज्यांना काही आस्था वाटणंही शक्य नाही. जगातल्या जागेचा तो सूक्ष्म ठिपका– जो एकेकाळी तिचा होता– तो आता केव्हाच लुप्त झाला आहे आणि शांततेचं सौख्य चाखण्यासाठी, मौजमजा गमावण्याची तुमच्या मनाची तयारी असायला हवी.

नाही. तिच्या मनाला जी बैचेनी जाणवतेय, ती सूर्यावरून जाणाऱ्या ढगासारखी आहे. सकाळच्या धुक्यात तात्पुरतं दिसत नाही, तशी ती अवस्था आहे. भिंतींवरून आत झिरपून येणाऱ्या साऱ्या गावगप्पांमध्ये तिनं कधीही एखादी कुलीन स्त्री औषधालयाची मालकीण असलेली किंवा तिचे स्वत:चे रुग्ण तपासत असलेली ऐकलेली नाही. *'मी देवाघरच्या हिरव्यागार ऑलिव्ह वृक्षाप्रमाणे आहे. देवाच्या दयेवर मी निरंतर विश्वास ठेवेन.'* हा ढग इथून बाजूला सरेल. हे धुकं नक्कीच विरेल. अनेक दिवसात प्रथमच तिला शांत शांत वाटतं.

तिचे डोळे बागेवरून पदपथाकडे वळतात, तेव्हा तिला गवतावर फिकट दगड टाकून केलेली तुटकी रेषा, नव्हे, गोलाकार वर्तुळाकार नजरेला पडतो. तो नदीकाठच्या भिंतीजवळून, झोपड्यांमागून पदपथापर्यंत पोहोचतो आहे. या उंचीवरून तो वस्त्राच्या काठावर वेड्यावाकड्या घातलेल्या टाक्यांप्रमाणे किंवा काळ्या मातीवर पडलेल्या पांढऱ्या गुलाबपाकळ्यांच्या हाराप्रमाणे वाटतो आहे.

त्यांच्या खूप खूप खाली, मठापुढच्या रस्त्यावरून तरुणांच्या आवाजाचे ध्वनी वरपर्यंत निनादत आहेत : हसणं, ओरडणं, मजेनं एकमेकांची थट्टा-मस्करी करणं. गुलाबपाकळ्या. झुआना तिच्या चेहरा पुन्हा शहराच्या बाजूला वळवते. कठड्यावरून हवेत दोन्ही हात फैलावून, मुठी उघडून त्यातल्या गुलाबपाकळ्यांचा ती खालच्या बघ्यांच्या गर्दीवर वर्षाव करते आहे असा तिला भास होतो.

"मी तुम्हाला एक प्रश्न विचारू का, मॅडोना चिआरा?"

"हो. तुझी इच्छा असेल तर जरूर." ॲबेस उत्तर देते. तिच्या जुन्या मैत्रिणीनं पुन्हा औपचारिकतेत प्रवेश केलेला पाहून तिला आश्चर्यच वाटतं.

"अपोलोनिआ मनोऱ्याबद्दल जी कथा सांगते, ती खरी आहे?"

"ती कोणती?"

"की एकदा कार्निव्हलच्या वेळेस नवागतांचा एक जथा कोठारघरातल्या सुकवलेल्या गुलाबपाकळ्या घेऊन इथं आला आणि त्यांनी त्या पाकळ्यांचा खालच्या मौजमजा करणाऱ्यांवर वर्षाव केला?"

"आणि मग काय झालं?"

"त्यामुळे तरुण माणसं वेडावून गेली. त्यांनी आरडाओरड केली, दोर वर फेकले– आणि नवागतांपाशी येण्यासाठी चढून यायचा प्रयत्न केला."

"हं! स्कोलॅस्टिकाप्रमाणेच सुओरा अपोलोनिआनंसुद्धा नाटकं लिहिली पाहिजेत, असं मला नेहमी वाटतं." ती सौम्यपणे म्हणते.

ती खाली वाकून जमिनीवरून काहीतरी उचलते. ती ताठ होते, तेव्हा तिची मूठ उघडून आतली गळून पडलेली पक्ष्यांची पिसं दिसतात. ती कठड्यावरून वाकते आणि ती पिसं खाली सोडून देते.

"असं केलं असतं, तर नक्कीच तरुण माणसं वेडावून गेली असती," ती पिसं हवेत एक मुरकती गिरकी घेतात आणि मग खाली खाली जाऊ लागतात. "पण तुला आता दिसेलच..." आणि आता ती इतकी बाहेर आणि खाली वाकते की, झुआनाला घुमटाकार छताखालच्या चित्राची आठवण होऊन धास्तावल्यासारखं वाटतं. "भिंतीची उंची आणि जमिनीवरच्या मनोऱ्याचा कोन असे आहेत की, अगदी खालच्या रस्त्यावरचं तुम्हाला इथून थेट काहीही दिसू शकत नाही. किंवा रस्त्यावरच्यांना मनोऱ्यावरचंही दिसू शकत नाही!" ती आपला देह पुन्हा आत ओढून घेते. "म्हणून जरी त्या पाकळ्या ही स्वर्गातली पुष्पवृष्टी वाटू शकली असली, तरी कुणालाही त्यांचा वर्षाव करणारे देवदूत दिसले असणं शक्य नाही."

ती आपल्या झग्यावर आपला हात पुसून घेते. "पण एक गोष्ट मात्र खरी की जेव्हा अधिकारावरच्या लोकांना हे समजलं, तेव्हा खूपच खळबळ माजली आणि मनोऱ्याच्या दरवाजाला नवी कुलपं बसवून नियम घातला गेला की, जोगिणी किंवा नवागतांपैकी कुणालाही ॲबेसच्या परवानगीशिवाय इथं प्रवेश करता येणार नाही." ती सुस्कारा सोडते, "मला इथे परत यायला किती वर्षं मध्ये जावी लागली, हेसुद्धा मला तुला सांगता येणं शक्य नाही."

त्या क्षणभर एकत्र उभ्या राहून होळीतून रंगीत आकाशाकडे उठणाऱ्या धुराच्या रुंद पट्ट्यांकडे पाहत राहतात. झुआनाला हसू येतं. नक्कीच ॲबेस त्यांच्यापैकी एक असली पाहिजे. तिच्या ते लक्षात यायला हवं होतं. देव शिक्षा करतो, पण तो क्षमाही

करतो. ज्यांनी पापी म्हणून प्रवास आरंभला अशा संतांनी जग भरलं आहे. किंवा जर संत पहिल्यापासूनच भले असते, तर इतरांनी त्यांच्यावर घातलेल्या निर्बंधांशी त्यांच्या भलेपणाला लढावं लागलं असणार. रागानं उकळणारी नवागता, गाण्याच्या वेडात बुडून गेलेली बेनेडिक्टा, पोतडीभर कथा आणि नटवा, पांढरा चेहरा असलेली अपोलोनिआ या साऱ्या तिच्या डोळ्यांपुढे येतात. अगदी पवित्र अशा : मॅगडालेना आणि नियमबाह्य धरले गेलेले तिला होणारे साक्षात्कार; आणि शक्य झालं तर सध्याचे नियम तोडून अधिक निर्बंध घालू इच्छिणारी उमिलिआना. बंडखोर नसले, तर सांगण्याजोग्या कथाही नसतील आणि त्या कथा सांगू शकतील असे त्यांचे समकालीनही नसतील.

त्यांच्यापुढलं आकाश आता पेटत्या रंगांमध्ये रंगलं आहे. तिला कॉकिनिग्लिआचा रंग आठवतो. ताप उतरवण्यासाठी रंगांचा वापर करणं हा कुणाला नियमभंगही वाटू शकेल. जरी नियम घालणं आवश्यक असलं, तरी प्रश्न विचारण्याची सूट नेहमीच दिली गेली पाहिजे. पण मिळालेल्या उत्तरांवरही प्रतिप्रश्न विचारणं तुम्हाला जमलं पाहिजे. 'फॉस्टिना, तू ऐकते आहेस का? शिकवण्यासारखं खूपच आहे आणि ते शिकवायला काही मी नेहमी इथं असणार नाही.' आजारापूर्वी तिनं तिच्या वडिलांचा आवाज ऐकला होता, त्यानंतर तो तिच्या कानी पडलेला नाही. मग कोणती उत्तरं तिनं तपासून बघायला हवीत? त्या रंगामुळे ताप उतरला हे सत्य आहे. तसं झालं तेव्हा तिला लाल लघवी झाली, पण त्याबरोबरच त्या रंगानं तिचं मनही डागाळून टाकलं असेल तर? अशा गोष्टी ऐकिवात आहेत : चांगल्या औषधांचा दुसरा कोणताही दुष्परिणाम होऊ शकतो. जे लोक देवींसाठी पाऱ्याचं औषध घेतात, त्यांना आजाराएवढच औषधामुळंही त्रास सोसावा लागतो– सर्वांना हे ठाऊक आहे. आता बरी झाल्यावर तिला कसं वाटतंय, हे एकदा सेविकांच्या प्रमुखेला विचारलं पाहिजे. वेळ झाला तर कम्प्लाईनपूर्वी– रात्री साडेसात वाजताच्या प्रार्थनेपूर्वी– ती नोंद करेल.

''सौंदर्य डोळ्यांएवढंच आत्म्यालाही शांतवतं हे किती आश्चर्यकारक आहे, नाही का?'' जणूकाही ती एकटीच बोलत नसून हे त्या दोघींमधलं संभाषण सुरू आहे अशा पद्धतीनं मठस्वामिनी असं म्हणते. ''मठस्वामिनी झाल्यापासून काही वेळा मी एखाद्या जोगिणीबरोबर इथं आलेली आहे आणि अगदी दुःखीकष्टी जीवांनाही दैवी शांतता त्यामुळे लाभलेली मी पाहिली आहे. किंवा जे नुसते थकले आहेत आणि ज्यांना विश्रांतीची गरज आहे अशांना ताजंतवानं वाटलेलंही मला दिसलं आहे.'' ती थांबते. ''अर्थात हे काही साऱ्यांबरोबर बोलण्याजोगं नव्हे.''

सूर्यास्ताचा लालिमा आता ओसरून लाल रंगाची जागा करड्या रंगच्छटांनी घेतली आहे. झुआना तिच्याकडे बघते. तिच्या चेहऱ्यावरल्या रेषा संधिप्रकाशात पुसून गेल्या आहेत आणि तिच्या त्वचेवर एक प्रकारचं तेज आलं आहे.

“धन्यवाद, मॅडोना ॲबेस,” ती अगदी शांतपणे म्हणते.

“ओ! मी केवळ देव सांगेल तेच करते. जर त्याला वाटलं की, त्याचं कोणी लेकरू दुःखी झालं आहे किंवा दुखावलं गेलं आहे, तर त्यांना किनाऱ्याला लावून पूर्ववत करणं हे माझं ॲबेस या नात्यानं कर्तव्यच ठरतं. ये!” ती तिच्याकडे वळून जोरात म्हणते, “अंधार पडू लागलाय आणि काळोखात पायऱ्या उतरणं अवघड जाईल. ओ! मी जवळजवळ विसरतच होते. मठाच्या सुव्यवस्थेसाठी तू काहीतरी करावंसं असं मला वाटतंय. ते आहे नवागतेबद्दल...”

२६

अंधारात सेराफिना थोडी हलते आणि तिच्या जांघेच्या वरच्या बाजूला तिला काहीतरी टोचतं. तिची गवती गादी इतकी पातळ आहे की ती कुशीवर कशीही वळली तरी तिला किल्ल्या टोचतात. तिला त्या वेदना गोड वाटतात. थोडा काळ त्यामुळे तिला फक्त धास्तीच वाटत असे; कारण तिच्या पेटीचं कुलूप काढून टाकल्यावर तिला तिचा खजिना इतरांना दिसणार नाही, अशा जागी लपवण्याजोगी जागाच सापडत नव्हती. बिछान्यात घालायला आणखी गवत तिला मागवता आलं असतं ही गोष्ट खरी– ते शक्य झालं असतं– पण त्यामुळे शंका ओढवली असती. थोडं खसखशीचं सिरप किंवा मेणाचा गोळा सापडणं एक गोष्ट झाली– तिचं आयुष्य सुखकर करण्यासाठी ती कँडिडाला पैसे देतच होती– पण बाहेरच्या दारांच्या नक्कल मारून बनवलेल्या किल्ल्या... त्या बातमीमुळे कँडिडाला इतका लाभ झाला असता की, तिनं दिलेली क्षुल्लक रक्कम तुलनेनं नगण्यच ठरली असती. म्हणून त्याऐवजी तिनं स्वत: कोठडी साफ करायला सुरुवात करताना त्या सेविकेची छानसं कापड देऊन बोळवण केली. कुणाला हे खरं वाटलं असतं? कुलीन, तरुण नवागता स्वत:ची कोठडी स्वत:च घासतेय. अर्थात त्यामुळे तिला करण्याजोगे काहीतरी मिळून तिचा वेळ भरभर जातो आहे.

वेळ! आता तो किती थोडका उरला आहे. तरीही तो जाता जात नाहीये. ती स्वत:चे डोळे मिटून घेते, पण तिला ठाऊक आहे की, तिला झोप लागणार नाही. लोकांसमोर लीनतेनं वागायची तिला किंमत मोजावी लागली आहे. जरी तिचं मस्तक खाली झुकलेलं असलं, तरी तिचा चेहरा अगदी धीरगंभीर दिसला, तरी कधीकधी असेही क्षण येतात की, तिला आतड्याला पीळ पडल्यासारखं वाटून ताठ चालणं कठीण पडतं. हो. सततची अशी तीव्र उत्तेजित अवस्था ही एक जवळजवळ सुखकारक अशी वेदना बनली आहे. घरी असताना तिला याच अवस्थेचा अनुभव आलेला होता– त्याच्या गाण्याच्या शिकवणीपूर्वीचा प्रत्येक क्षण प्रतीक्षेच्या यातना भोगायला लावत असे, कधीकधी त्या यातना इतक्या अस्वस्थ करत की, तिला श्वास घेणंही अवघड होत असे. आता त्याचा विचार मनात आला– पुढल्या अपेक्षित

घटनांची गोठवणारी, जाळणारी जाणीव झाली– की तहान, भूक, विचार सारं सारं हरपत असे.

इथं आल्यापासून तिची भूक मेली आहे. पण अलीअलीकडे न खाण्यामुळे होणाऱ्या वेदनांची तिला ओढच वाटू लागली आहे : पोटात जाणवणारी पोकळी, पोटात कुरतडल्यासारखं, टोचल्यासारखं वाटत राहणं एक वेगळीच उत्तेजित अवस्था अनुभवाला आणून देतं; जणूकाही कोणत्या तरी जिवंत गोष्टीचा आतमध्ये नाच चालला आहे, असं वाटू लागतं. तिचा आवाजही अधिक स्वच्छ वाटतो. जणूकाही त्याला आत ओढून घेणारं काहीतरी आता नाहीसं झालं असावं, त्याप्रमाणे आणि जेव्हा तिला आग्रहानं खायला लावलं जातं– फेडेरिकानं तिला स्वयंपाकघरात बोलावून मार्झिपान स्ट्रॉबेरी दिली होती, त्यावेळेसारखं– तेव्हा त्याच्या पाकाचा अतीव गोडवा इतका असह्य वाटतो की, येणारा उमासा रोखणं अवघड पडतं.

पण मुद्दाम खाणं टाळणं हे काही सोपं नाही. तुमची कदाचित समजूत असेल की जोगिणींनी थोडे उपवास केलेले मठाला आवडत असतील– संत हवेवरच जगत नसत का?– पण इथं सगळंच मर्यादित असतं. पुरेशी प्रार्थना, पुरेसं काम, पुरेशी झोप, (त्यासाठी त्यांच्या वेडपट वेळांची तुम्हाला सवय मात्र व्हायला हवी.) आणि पुरेसं अन्न. नियम असा आहे की, प्रत्येक जोगिणीनं ताटात वाढलेलं अन्न संपवलं पाहिजे आणि आज्ञापालन केलं नाही तर प्रायश्चित्त नशिबी येतं.

अर्थात यातून मार्ग काढता येतात. फसवणूक, ढोंग. ती इतर साऱ्या बाबतीत त्यांना फसवतेय. मग याच्यातच का नको? जेवताना ती भोजनगृहात येते, पटकन लांबलचक टेबलावरच्या तिच्या जागेवर जाऊन बसते, ताटावर मस्तक लववते, प्रार्थना म्हणायला हनुवटीखाली हात जोडते. प्रार्थना म्हणून झाली की, ती तिचा डावा हात तोंडाजवळ ठेवते आणि उजव्या हातात चमचा घेते. असं केलं की, ओठांपर्यंत अन्न पोहोचण्यापूर्वीच ते तिच्या डाव्या हातात सारता येतं. नाहीतरी कुणाचंही लक्ष नसतंच. ज्या कोणी तोबरे भरण्यात मग्न नसतील, त्या चाललेलं वाचन ऐकण्यात गुंगून गेलेल्या असतात. वाळवंटातल्या गुहांमध्ये राहणाऱ्या वेडपट स्त्री-पुरुषांच्या गोष्टी, जास्त जास्त यातना भोगण्याची आपसात स्पर्धा करणारी वेडगळ माणसं! तिनं गायला सुरुवात केली, तेव्हा जेवण कपड्यांमध्ये लपवण्याची रीत तिनं आत्मसात केली. ती त्यांच्यातलीच एक बनत नाहीये, असा स्वत:ला दिलासा मिळवून देण्यासाठी तिला थोड्या आज्ञाभंग करणे आवश्यक वाटत होतं. मनातली अपराधी भावना आणि चीड यांना पकडलं जाण्याच्या भीतीची मिळणारी जोड तिला फार आवडत असे; एकाच वेळेस आंबट आणि गोड. झग्यात दडवलेलं अन्न ती तिच्या खोलीत लपवून ठेवत असे आणि त्यातलं थोडंसं नंतर खात असे. (ती झोपलेली असायला हवी, तेव्हा नवागता खोलीत खाण्याचं धाडस

करतेय म्हणजे काय!) किंवा ते कँडिडाला लाच म्हणून देत असे. अन्नाची देवघेव हा उभयपक्षी चालणारा व्यापार होता.

आता ती ते अन्न करमणुकीच्या वेळेपर्यंत स्वत:जवळच ठेवते आणि मग बागेत फिरत असताना ते हळूच कपड्यातून खाली पडू देते. असं करणारी काही ती एकटीच नव्हे. तिनं युजेनिआला असंच करताना परवाच बघितलेलं होतं. त्यांनी एकमेकींजवळून जाताना लक्षात आल्याबद्दलचे चोरटे कटाक्ष एकमेकींकडे टाकले. निदान त्या एकमेकींची चुगली तरी करणार नाहीत आणि पुरावा एका क्षणात नाहीसा झाला, पक्षांच्या कृपेमुळे! छोट्या पाखरांकडून कबुतरं ते अन्न हिसकावून घेत असत आणि चिमण्या एकमेकींशी भांडत असत. आजतर ती कबुतरं घंटेच्या मनोऱ्यावरून, त्यांनी अन्न खाली टाकायच्या आधीच झेप घेऊन आली. पण तरीही तिनं काळजी घ्यायला हवी. जरी सुओरा उमिलिआनाला त्यांनी उपास करून बारीक झालेलं आवडेल, तरी नियमभंगाकडे तिचं कावळ्यासारखं बारीक लक्ष असतं. मग तो नियमभंग कितीही क्षुल्लक का असेना!

पण थोड्याच दिवसात हे सारं संपणार आहे आणि ती इथून नेहमी नेहमीसाठी दूर निघून जाणार आहे.

फक्त थोडेच दिवस. या विचारानं तिच्या पोटात खड्डा पडतो. कधीकधी भूक आणि उत्तेजित वाटणं यातला फरकच कळत नाही. इथून ती निघून जाईल! पण कुठे? कशी? ओ! तिला जर झोप आली असती, तर किती बरं झालं असतं! अशी वाट बघताबघता ती मरून जाईल. ती गादीखाली हात घालते आणि कापडातून किल्ल्या बाहेर काढते. लोखंड स्पर्शाला थंडगार लागतंय. ती किल्लीच्या दातेरी कडेवरून बोटं फिरवते. ती कड स्वच्छ आणि नितळ लागतेय. अर्थात त्यानं चांगला लोहारच शोधला असणार. कार्निव्हलच्या मिरवणुकीतल्या लोहारांसारखा. त्यांनी गायलेल्या गाण्याचा अर्थ कळल्यावर तिचे गाल तापून निघाले होते. ज्या रात्री त्यानं किल्ल्या आणल्या होत्या, त्या रात्री ती भीतीनं अर्धमेली झाली होती. त्याला इतका उशीर झाला होता की, तिला वाटू लागलं होतं की तो आता येणारच नाही. रात्र-पहाऱ्यावरच्या जोगिणीला जेमतेम टाळून ती कोठडीत परत आली होती. तिनं जेव्हा त्या किल्ल्या पुडक्यातून बाहेर काढल्या होत्या, तेव्हा त्यांच्याभोवती गुंडाळलेल्या कागदावर दिवस, वेळ मुक्रर केलेला होता. ते सारं आता नक्की झालं होतं. त्या पत्रात तेवढंच होतं. त्यात प्रेमाचं कूजन नव्हतं, काव्य नव्हतं की प्रेमालाप नव्हते. तेव्हापासून पुढे काहीही घडलेलं नाही. त्याचा चेहरा तिच्या मन:पटलावर पूर्वीच धूसर झाला आहे आणि आता तर तिला त्याचा आवाजही ऐकू येत नाहीये. म्हणून जेव्हा केव्हा ती भविष्याबद्दल विचार करते, तेव्हा तिच्या नजेरपुढे फक्त नदीची काळी शाईच येते.

ती आता स्वत:च्याच विचारात गुरफटून गेलेली आहे. (इतक्या साऱ्या नवागता नाटकात गुंतल्या आहेत की, नाटकाचं सादरीकरण होईपर्यंत धार्मिक प्रवचनं कमी करण्यात आलेली आहेत.) ती लहान असताना कितीही हट्टीपणानं वागली, तरी ती कधीच एवढी एकाकी नसे. तिचा इतरांशी संपर्क फक्त समूहगायनाच्या वेळेसच येतो आणि प्रत्यक्ष गात असताना जरी तिला थोडं शात वाटलं तरी ते थांबल्याबरोबर पुन्हा ती सैरभैर होते. कधीकधी तिला इतरांच्या सहवासाची खूप ओढ वाटते. त्यामुळे तिच्या अंतर्यामीचा तणाव थोडा ओसरेल असं तिला वाटतं. फक्त, जरी त्यातल्या बऱ्याचशा, कार्निव्हलच्या विचारालं वेडावल्या असल्या, तरी त्यांना तिचे विचार वाचता येतील की काय अशी तिला धास्ती वाटते. याला अपवाद आहे सुओरा झुआना. कार्निव्हलच्या वेडापासून औषधालयाची प्रमुखा अगदी दूर आहे. थोडी अलिप्तच आहे आणि तरीही या साऱ्यांमध्ये तिला झुआनाची सर्वांत जास्त भीती वाटते, तिच्यापासून दूर राहावंसं वाटतं. ती झुआनाला टाळण्याचा कसोशीनं प्रयत्न करते आणि जेव्हा त्या प्रार्थनामंदिरात जाताना किंवा पदपथावर एकमेकींपुढून जातात, तेव्हा सेराफिनाला खात्रीनं वाटतं की, झुआना तिच्याकडे बघते आहे, तिच्या अंतर्मनात काय चाललंय याचा कसून तपास करते आहे.

त्यांनी औषधालयात एकत्र वेळ घालविला याला खूप काळ लोटला असं तिला वाटतंय. मलमं, उकळती काकवी, आलेपाकांच्या वड्या... याबद्दल ती इच्छेविरुद्ध विचार करत राहते. ती स्वत:लाच सांगते की, ही ज्येष्ठ जोगीण फार चाणाक्ष आहे आणि म्हणून तिला कसली शंका आली असेल, तर हिला सावधगिरी बाळगायला हवी. पण खरं तर हे त्याहूनही जास्त आहे. ज्याची सुरुवात काळजीपासून झाली ते आता जास्त त्रासदायक बनलं आहे; ही पोट कुरतडणारी भावना भुकेची नाहीच तर ती अपराधीपणाच्या भावनेचा परिणाम आहे. अपराधी वाटतंय, कारण ज्या एकमेव व्यक्तीनं तिला मदत केली होती, तिच्याबद्दल आस्था दाखवली होती, तिला समजून घेतलं होतं (देव जाणतोच की हे सारं तिनं सेराफिनाच्या स्वत:च्या आईपेक्षाही जास्त केलं होतं), तीच व्यक्ती सेराफिनाच्या बाबतीत अपयशी ठरून मठाला अपकीर्ती मिळवून देणारी म्हणून समजली जाईल आणि कदाचित तिच्या निसटण्याबद्दलही कोणत्यातरी प्रकारे दोषी मानली जाईल!

ह्या भावनांमुळे तिला चीड येते आणि ते विचार ती झटकून टाकण्याचा प्रयत्न करते. पण जेव्हा ती रात्री जागी असते, तेव्हा हेच विचार तिचा पिच्छा पुरवतात. त्यांनी तिला शिक्षा केली तर? तिला दिलेल्या सुविधा काढून घेतल्या, तिला औषधं बनवण्याची परवानगी नाकारली, तिची पुस्तकं जप्त केली, तर? तर मग ती कशाच्या आधारावर जिवंत राहू शकेल?

सेराफिना पत्र लिहून ठेवण्याचाही विचार करते. त्यात झुआनानं तिला किती

मदत केली ते लिहायचं ती ठरवते. फक्त तिला आतून वाटतं की अशा पत्रामुळे फायद्याऐवजी तोटाच होईल. सेराफिना झुआनासाठी प्रार्थना करायचं ठरवते. फक्त सध्या तिला प्रार्थना करणं शक्य होत नाही. आता ती कशाबद्दलही देवाची मदत कोणत्या तोंडानं मागेल? तिला जी अन्यायाची वागणूक मिळाली, त्याहून ती आता जो गुन्हा करणार आहे तो अनेक पटींनी अधिक गंभीर आहे.

ती पुन्हा डोळे मिटून घेते आणि झोपायचा प्रयत्न करते. बागेत कुठेतरी मांजरं भांडतांना एकमेकांना ओरबाडून गुरगुरत आहेत. तिला तो आवाज आवडतो. त्यानं भीती वाटण्याऐवजी तिला गंमत वाटते. ती स्वत:चा उजवा हात वर उचलते आणि तो तिच्या पोटावर ठेवते. रिकाम्या पोटाचा सपाटसा स्पर्श अनुभवते. तिची पृष्ठभागाच्या हाडांची कड चाचपते. तिच्या योनिमार्गातील थंड-गरम लाटांचा आवेग तिला जाणवतो. आहे ते ठीक आहे! जरी त्या साऱ्यांवर तिच्यामुळे आभाळ कोसळलं तरी ती आता मागे फिरू शकत नाही.

२७

ओ! तू जर सोपा मार्ग निवडलास, तर तू कधीही 'त्याची' वधू बनणार नाहीस.
तू स्वत:ला भ्रमात ठेवते आहेस की, तू पंखांशिवाय स्वर्गात उडत जाऊ शकशील.
पण मृत्यूनंतर चांगलं वागण्याला काहीही किंमत नाही.

आवाज मंद होऊन थांबतात आणि हार्पच्या स्वरांवर गाणं संपतं. श्रोत्यांमधून स्तुतिसुमनांची गुणगुण ऐकू येते. स्वागतकक्ष खच्चून भरला आहे. साऱ्या उत्तम जागा स्त्री अतिथींनी पटकावल्या आहेत. केसांवरच्या रत्नजडित जाळ्या, कडक कॉलरी, तिरक्या छाटलेल्या बाह्या, चिंचोळ्या कमरा आणि रेशमी आणि जरतारी कापडाचा त्यांच्या सभोवताली इतका घोळ पसरलेला आहे की, दरवेळेस त्या थोड्या हलल्या की, त्यांच्या वस्त्रांची सळसळ होऊन संगीताला आणखी एक सुरेल साथ मिळते.

त्यांच्यापुढे, ज्या जोगिणींना कार्यक्रमात भाग घ्यावा लागलेला नाही, त्यांच्या समवेत, बाकड्यावर झुआना बसलेली आहे. त्यांचे चेहरे स्टेजकडे आहेत आणि प्रेक्षकांकडे त्यांची पाठ आहे. त्यामुळे पाठीमागे दाटीवाटीनं उभ्या असलेल्या, अंगरखे आणि मुखवटे चढवल्यामुळे ओळखू न येणाऱ्या पुरुषांबरोबर त्यांची नजरानजर होण्याची अजिबात शक्यता नाही. हे पुरुष जोगिणींचे भाऊ, वडील, काका, इतर भाऊ आहेत. त्याचबरोबर प्रवेशद्वाराशी नातेवाईक असल्याची थाप लगावून केवळ गाणं ऐकण्यासाठी आत शिरलेलेही काहीजण आहेत. कार्निव्हलच्या वेळेस ते गावातल्या उत्तमोत्तम गाण्यांच्या कार्यक्रमांना वर्णी लावत असतात आणि यावर्षी त्यांच्या यादीत सँटा कॅटेरिनाला अग्रक्रम मिळालेला आहे.

सादरीकरण करणाऱ्यांमध्ये, गायक आणि वादक समोरासमोर तोंड करून उभे आहेत, जणूकाही ते एकेकटेच सादरीकरण करणार आहेत! सुओरा प्युरिटा डोकं आणि बोटं तयारीत ठेवून ऑर्गनपुढे बसलेली आहे. लुसिआ आणि पर्पेचुआ ल्यूट आणि व्हॉयल वाजवण्यासाठी सज्ज आहेत आणि उर्सुलानं हार्पच्या तारांवर कपांप्रमाणे हात वळवून ठेवले आहेत. जणूकाही ती त्यातून आत्ताच बाहेर पडलेले स्वर हातात

धरू पाहते आहे. तिच्या पायांशी बासरीसुद्धा ठेवलेली आहे. ती बासरी थोड्या वेळानं वाजवणार आहे. बासरी तेथे ठेवण्याबद्दल चर्चा सभेत आधीच त्याबद्दल गरमागरम ऊहापोह झालेला आहे. कारण मठातल्या आणि मठाबाहेरच्याही कित्येकांना, एका स्त्रीनं सभेत सर्वांपुढे, तिच्या तोंडानं एखादं वाद्य वाजवणं हे जवळजवळ असभ्यपणाचं कृत्य वाटतं. पण तरीही ती बासरी तेथे आहे, ही बेनेडिक्टाच्या जोरदार वादविवादाची निशाणीच आहे आणि तिनं घातलेल्या वादाशिवाय तिनं छुपी धमकीही दिली होती की बासरी नसली, तर तिनं स्वरबद्ध केलेली एक अत्यंत लोकप्रिय गानमालिका सादर करणं अशक्य होईल.

वाद्यवृंदाच्या समोरच समूहगायिकांचा ताफा बसतो. त्यात भाग घेणाऱ्या चाळीस जोगिणींपैकी प्रत्येकीनं परीटघडीचे झगे, कडक इस्त्रीचे बुरखे आणि अंड्याच्या पांढऱ्या बलकानं (केक करताना उरलेल्या) कडक कांजी केलेले डोक्यावरचे रुमाल परिधान केले आहेत आणि त्यांच्यापुढे, पांढऱ्याशुभ्र वस्त्रातल्या, देवदूतांप्रमाणे वाटणाऱ्या मूठभर नवागता उपस्थित आहेत. त्या कानांप्रमाणेच डोळ्यांनाही सुखवत आहेत. विशेषत: त्यातली एक.

बेनेडिक्टा तिला खूण करते. ती श्वास आत ओढून घेते. तेव्हा इतरही सर्वजण त्यांचा श्वास रोखून ऐकत आहेत असं वाटतं.

इथं मी आहे. एक लहानसं कोकरू
देवाची नूतन वधू,
मी जगते वैभवात
आणि स्वर्गीय, उल्हासात...

हे शब्द आहेत 'रोम' मधले. ते पोपच्या एका नव्या आवडत्या कवीचे आहेत. पण त्या शब्दांना बेनेडिक्टानं दिलेलं संगीत, सेराफिनाच्या आनंददायक आवाजाइतकंच मधुर आहे. झुआनासुद्धा, इतक्या गोडगोड शब्दांची आणि स्वरांची चाहती नसूनही, मंत्रमुग्ध झाली आहे. ती कोरीव लाकडी खुर्चीवर नजर टाकते. (ती खुर्ची चर्चासभेच्या कक्षातून मुद्दाम आजच्या जलशासाठी इथे आणली गेली आहे.) त्या खुर्चीवर ॲबेस अगदी ताठ बसली आहे. तिनं मांडीवर ठेवलेले तिचे दोन हात तेथे विसावलेल्या पांढऱ्या कबुतरांसारखे वाटत आहेत. ज्या चर्चासभेत बासरीवरून वादंग माजलं होतं, त्याच चर्चासभेत ॲबेसनं– मठस्वामिनीनं– 'रोम' मधलं काव्य कार्निव्हलसाठी साजेसं असल्याचं सुचवलं होतं. उमिलिआना आणि फेलिसिटाखेरीज इतर सर्वांना ते आवडलं यात आश्चर्य ते कोणतं?

मी माझ्या गाण्यानं पवित्र देवदूतांना रिझवते.
माझी दृष्टी स्वर्गातल्या सूर्याकडे लागलेली आहे,
आणि ते अमर्याद सौंदर्य

माझ्या आयुष्याला उर्जा देत आहे.

आणि अर्थातच हे शब्द या प्रसंगाला अगदी साजेसे आहेत : त्यात निष्पापपणा आणि उल्हास यांचं जे मिश्रण आहे ते श्रोत्यांमध्ये बसलेल्या इच्छुक नवागतांना आणि त्याहूनही महत्त्वाचं म्हणजे त्यांच्या आईवडिलांना पूर्णपणे मोडून टाकेल, असं आहे. 'येशू हा एकच असा जावई आहे, की जो मला अजिबात त्रास देणार नाही.' हे शब्द फेरारामधील नामवंत अशा इझॉबेला डी'एस्टेनं तिच्या दोन कन्या चर्चमध्ये देऊन टाकताना उच्चारले होते. त्यांना स्वीकारणारा मठ खरोखरच भाग्यवान होता, कारण संपूर्ण इटलीमध्ये तिच्याहून अधिक दानशूर स्त्री सापडली नसती. पण अशी कोकिळकंठी गायिका लाभल्यावर सँटा कॅटेरिनाचंसुद्धा नीट चालेल.

पण समारंभ अजून संपलेला नाही. अजूनही पेट्रार्चची कुमारिकेला (मेरीला) उद्देशून लिहिलेली आणि नव्या स्वररचनांमध्ये या मुलीच्या आवाजाची जादू दाखवण्याच्या हेतूनं गुंफलेली कविता गाऊन व्हायची आहेत आणि अल्पोपहारानंतर भोजनगृहात आप्त आणि दातृत्ववान स्त्रियांपुढे नाटक सादर केलं जाणार आहे. जर ते नाटकही जलशाएवढंच नीटपणे पार पडलं – नाटकाबाबत काळजीच्या दोनच गोष्टी आहेत. सुओरा लॅव्हिनिआला तिचा हरवलेला राजदरबारात घालायचा पोशाख सापडायला हवा आणि खास ध्वनिसंयोजनाकडे बघणाऱ्या जोगिणीला नेमका क्षण टिपता येऊन ते चाक मोडतानाच ढगांचा गडगडाट करता यायला हवा. नाहीतरी दोन-तीन वाक्यानंतर मध्येच ढग गडगडायचे! – तर मठानं आतापर्यंतच्या सादरीकरणांपैकी सर्वांत उत्कृष्ट कार्यक्रम सादर केला असं होईल. हो! झुआनाला वाटतंय की, मठस्वामिनीला समाधान वाटण्याजोगं भक्कम कारण आहे.

गाणं संपत येतं, तेव्हा सारे डोळे त्या मुलीवर खिळलेले दिसतात. ती प्रेक्षकांकडे चटकन दृष्टी उचलून पाहते आणि मग सलज्जपणे जमिनीकडे दृष्टी वळवते. जरी कुणाला तिच्या भोवताली सादरीकरणाचं तेजोवलय दिसलं, तरी झुआनाच्या डोळ्यांना ती सुकलेली आणि थकलेली वाटत आहे. त्या साऱ्या खळबळजनक वातावरणामुळे तिला ताप भरल्यासारखं वाटत असावं, असं झुआनाला वाटतंय. यात आश्चर्य वाटण्याजोगं काहीच नाही. अतीव चांगुलपणाचा आत्यंतिक बंडखोरी एवढाच त्रास होत असतो. एकदा कार्निव्हल संपला आणि वातावरण पूर्ववत झालं की, तिला मठाचं आयुष्य अधिक सौम्य आणि शांतवणारं वाटू लागेल. पण सौम्यपणा आणि शांतता तिला हवीशी मात्र वाटायला हवी.

समूहगानात सुओरा उर्सूला तिची बासरी उचलून ओठांना लावते. श्रोते आणखी आनंदाच्या अपेक्षेनं सुखावून जातात.

जलसा संपतो आणि गाणारे पांगतात. पडद्यामागे अल्पोपहार मांडलेलं टेबल दृष्टीला पडू लागलंय. त्यावर उत्तम मदिरेजवळ सुंदर पेले, हातानं रंगचित्रं काढलेल्या बशा बिस्किटं आणि साखरेच्या पाकातल्या बदामांनी शिगोशीग भरून ठेवलेल्या, आणि टेबलाच्या मधोमध एका काचपात्रात रंगीबेरंगी मार्झिपान फळं भरून ठेवलेली दिसत आहेत. नात्याचे आणि भेटायला आलेले लोक कलाकारांना भेटायला आणि त्यांचं अभिनंदन करायला पुढे झेपावतात आणि तरुणांपैकी काहींना पुढे घुसण्याची इतकी घाई होते की, ते धक्काबुक्की करू लागतात (त्यांना त्यांच्या मुखवट्यांचं संरक्षण असल्यामुळे ते कार्निव्हलला साजेशी सौजन्यपूर्ण स्तुती करू शकणार आहेत.) पण ते पुढे आल्यावर त्यांच्या पदरी निराशाच येते. ती कोकिळकंठी गायिका आधीच निघून गेलीय. तिला मागच्या दारानं उमिलिआनानं बाहेर काढलंय. तिच्या नवागतांचं ती एखाद्या सिंहणीप्रमाणं संरक्षण करत असते आणि आता गाठीभेटी घेण्याच्या सुखावर पाणी सोडून तिनं जलसा आणि नाटक यामधल्या मध्यंतरात सेराफिनाकडे लक्ष ठेवण्याची जबाबदारी उचलली आहे.

त्या प्रथम प्रार्थनामंदिरात जातात. तेथे त्यांच्या पाठोपाठ पर्सेव्हेरान्झा येते. तिला साजऱ्या होणाऱ्या आनंदोत्सवातून सूट देण्यात आलेली आहे. म्हणजे नाटकात ख्रिस्ती नसलेल्या सम्राटापुढलं दिव्य सहन करण्यासाठी तिला मनाची तयारी करता येईल. प्रार्थना केल्यावर त्या भोजनगृहात जातात. इथं उरलेल्या खुर्च्यांची मांडामांड करून, नाटकाच्या पूर्वतयारीसाठी मेणबत्त्या पेटवण्याची जबाबदारी सेराफिनावर येऊन पडते. आताच तिच्या आवाजाला शहरातल्या काही संगीताच्या जाणकारांनी पसंतीची पावती दिलेली असली, तरीही हे खालच्या दर्जाचं काम करताना ती अजिबात नाराजी दर्शवत नाही किंवा त्याबद्दल तिच्या नशिबाला बोलही लावत नाही. ती केवळ सांगितल्याप्रमाणेच करत राहते आणि अधूनमधून खिडकीतून मावळत्या दिवसाकडे पाहत राहते.

मुख्य दरवाजावर पहाऱ्या देणाऱ्या जोगिणींनी– यादीप्रमाणे शेवटचा पुरुष बाहेर गेल्याची खात्री करून घेऊन– मुख्य दरवाजा बंद करून घेतला आहे; म्हणजे कोणीही आत घुसू शकणार नाही. (आज हे काम नेहमीपेक्षाही अधिक काळजीपूर्वक पार पाडलं जात आहे.) मठस्वामिनी सर्वांत कुलीन स्त्रियांना बरोबर घेऊन पटांगणातून भोजनगृहाकडे निघाली आहे. त्या साऱ्याजणी सुंदरशा शिडांच्या गलबताप्रमाणे पटांगणातून तरंगत पलीकडे चालल्याचा भास होतोय. आतापर्यंत संधिप्रकाश काळोखाकडे झुकतो आहे आणि स्टेज उजळण्यासाठी मेणबत्त्या पेटवण्यात आलेल्या आहेत. कलाकारांना पडद्यामागे जाता येईल इतपत पुरेसा रेंगाळता संधिप्रकाश अजून शिल्लक आहे.

नवागतांच्या प्रमुखेचं लक्ष आता द्विधा झालं आहे, कारण तिच्या कळपातल्या

काहीजणी नाटकात भाग घेणार आहेत, तर उरलेल्या प्रेक्षकांमध्ये बसणार आहेत आणि प्रत्येकजण देणगीदारांच्या पाठीमागच्या शिल्लक राहिलेल्या खुर्च्यांपैकी सर्वांत चांगली जागा शोधण्याच्या खटपटीत आहे. इतकी गडबड आणि बडबड चालली आहे की, सेराफिना गर्दीतून सहजपणे निसटून अगदी मागच्या ओळीतली कोपऱ्यातली जागा निवडते.

जेव्हा झुआना तिच्या अगदी पुढची उजवीकडची जागा निवडते, तेव्हा इतरत्र अजूनही काही जागा रिकाम्या आहेत. झुआना मागे वळून खोलीभर नजर फिरवते आणि असं करत असताना तिची सेराफिनाशी नजरानजर होते.

"आजच्या जलशात तुझा आवाज अगदी स्वर्गीय वाटत होता," सेराफिनाला दृष्टी खाली झुकवता येण्यापूर्वी झुआना अगदी, सहजपणे म्हणते, "स्वागतकक्ष तुझ्या स्तुतीनं दुमदुमला होता."

ह्या स्तुतीनं आनंदित होण्याऐवजी नवागता गोंधळलेली, जवळजवळ काळजीत पडल्यासारखी दिसू लागते. अस्फुट स्मित करत ती आभार मानते. सुंदर बुरख्यांच्या आणि उंच शिरपेच्यांच्या समुद्रावरून झुआना स्टेजकडे दृष्टी वळवते. "मला वाटतंय इतक्या दुरून तुला फारसं दिसू शकणार नाही. तू आणखी पुढली जागा शोधायला हवीस."

ती मुलगी नकारार्थी मान हलवते, "नको. नको. मी इथंच ठीक आहे." झुआनाच्या लक्षात येतं की, तिनं तिच्या मांडीवर तिचे हात एकावर एक घट्ट दाबून धरले आहेत. जणूकाही ते पळून जातील म्हणून तिनं ते रोखून धरले आहेत. "म... मी... मी फार थकलेय."

खोलीतला गोंगाट वाढल्यावर तिचा आवाज लुप्त होतो. पुरुष निघून गेल्यावर बायका आता जास्त मोकळेपणानं, थोडं अर्वाच्यपणानंही वागू लागल्या आहेत. एकांतानंतर सहवासाची ओढ वाटणारी पण इतक्या साऱ्या लोकांमध्ये इतक्या गोंगाटात अवघडून गेलेली ती काही पहिलीच नवागता नसणार!

सुओरा स्कोलॅस्टिका पडद्यामागून बाहेर आल्यावर एकाएकी एकमेकींना गप्प करणारे 'शुऽक्ऽशुऽक्' आवाज उठू लागतात. स्कोलॅस्टिका शांतपणे वाट पाहत थांबते. तिच्या पूर्णचंद्रासारख्या गोल चेहऱ्यावर काळजीमिश्रित उत्कंठा दिसते आहे. कुणीतरी टाळ्या वाजवून संपूर्णपणे शांत राहण्याची सूचना देतं. ती आपला घसा साफ करते.

"प्रिय मैत्रिणींनो आणि सँटा कॅटेरिना मठाच्या उदार आश्रयदात्यांनो, आमच्या या साध्याशा मनोरंजनाच्या कार्यक्रमासाठी तुमचं मन:पूर्वक स्वागत आहे," तिच्या मागे कुणीतरी पडद्यावर पाय देऊन चालण्यामुळे पडदा थोडा उचलला जाऊन हलतोय.

'ज्याप्रमाणे पोषणासाठी देहाला अन्न आणि झोपेची आवश्यकता भासते,
त्याचप्रमाणे आत्म्याला मनोरंजन आणि विश्रांतीची.'

ती थोडी थांबते आणि एक रुंद हास्य हसते आणि खोलीतले लोक स्मितानं प्रत्युत्तर करतात आणि तिच्या उत्साहाची लागण झाली नसती तरच आश्चर्य!

याच कारणास्तव मठ स्थापन करणाऱ्या : सूज्ञ लोकांनी–
जोगिणींना परवानगी दिली की त्या शिकवण देणारी
आणि आत्म्याला थोडं रिझवणारी पवित्र विषयांवरली नाटकं
आणि विनोदी प्रहसनं सादर करू शकतील.

प्रेक्षकांपैकी कुणीतरी शाबासकी देतं आणि हास्याची लकेर ओळीओळींमधून पुढे जाते. फेरारातल्या काही कुलीन स्त्रियांनी नक्कीच इतर मठांबद्दल बातमी ऐकली असणार की तिथं ट्रेंट येथील समितीनं घालून दिलेल्या नव्या नियमांनुसार अशा मनोरंजनाच्या कार्यक्रमांना कात्री लावली आहे किंवा त्यांच्यावर पूर्ण बंदी घातली आहे आणि त्यांच्या स्वत:च्या बहिणींवर आणि मुलींवर इथे तीच वेळ तर येणार नाही, अशा काळजीत त्या असण्याची शक्यता आहे.

तिचं बोलणं ऐकू जावं म्हणून स्कोलॅस्टिका मोठा आवाज काढून म्हणते– ''पहिलं दृश्य...'' हे शब्द जुळवायला तिनं अनेक महिने घेतले आहेत आणि ते सर्वांना ऐकू जावेत अशी तिची इच्छा आहे. ''सँटा कॅटेरिनाच्या हौतात्म्याबद्दलच्या आमच्या नाटकात पहिलं दृश्य घडतंय ॲलेक्झांड्रिआमधल्या सम्राटाच्या राजवाड्यात.''

पडदा हळूहळू दूर होतो आणि लाकडं कापून बनवलेलं, दोन बाजूंना दोन रंगीत खांब असलेलं राजवाड्याचं प्रवेशद्वार दिसतं. डावीकडे थोडे राजदरबारातले मानकरी आणि कारकून उभे आहेत, कापडी पोशाखात आणि डोक्यावर टोप्या घालून ते उभे आहेत. त्यांच्यासमोर सम्राट बसलेला आहे. तो उंच आणि राजेशाही थाटाचा दिसतोय. पण तरीही मखमली अंगरखा, सोन्याचा मुगुट आणि हनुवटीवर दोन पट्ट्यांनी बांधलेली भुरभुरती काळी दाढी या वेषातही सुओरा ओबेडिएन्झा ओळखू येतेय. त्यांच्यामध्ये मूर्तिपूजकांच्या आयुष्यातली गंमत आणि देवांच्या बलिष्ठपणावर गरमागरम चर्चा होते आणि मग संगीत सुरू होऊन, दरबारी लोक एक छोटासा नाच सादर करतात. त्या नाचाचा पदन्यास प्रेक्षकांमधल्या बऱ्याचशा उमराव स्त्रियांना डोळे मिटून करता आला असता.

आता प्रत्येक जण माना उंचावून बघायचा प्रयत्न करतं आहे. उमिलिआनानंसुद्धा जरी तत्त्वत: निषेध करायला हवा असला, तरी प्रत्यक्षात तिलाही कुतूहल वाटल्यावाचून राहत नाही. झुआना सेराफिनाकडे नजर टाकते. ती अगदी ताठ बसलेली आहे आणि प्रचंड एकाग्रतेनं स्टेजकडे पाहते आहे. पुढल्या वर्षी यावेळेस ती पडद्यामागे असण्याची शक्यता आहे, कारण मधूनमधून येणाऱ्या संगीताच्या तुकड्यांसाठी सुरेल गळ्यांची भरपूर गरज असते. पुढलं वर्ष! ते उजाडण्यापूर्वी किती प्रात:प्रार्थना, सायंप्रार्थना आणि प्रार्थनांचे तास जायला हवेत? एकेकाळी झुआनाला याचं उत्तर

ठाऊक होतं. ती प्रत्येक मेजवानीच्या दिवसांदरम्यान केलेल्या प्रार्थनांचे आकडे, गायलेल्या सूक्तांची संख्या सांगू शकत असे. पण तुम्ही मोजणं थांबवलंत की, सारं सोपं वाटू लागतं. या मुलीनं अशी मानसिक अवस्था गाठली असेल का?

ढोलाच्या आवाजामुळे नृत्य थांबतं आणि मागीलदारानं दोन सैनिक प्रवेश करतात. त्यांची पितळी शिरस्त्राणं मेणबत्त्यांच्या उजेडात झळाळून उठतात. ते पायघोळ पांढऱ्या झग्यातल्या आणि खांद्यापर्यंत येणाऱ्या सोनेरी केसांचा टोप घातलेल्या एका व्यक्तीला आपल्यामागे खेचून आणत आहेत. ही उद्दाम मुलगी देवाची आज्ञा डावलून, तिच्या येशूची उपासना करते आहे. प्रेक्षकांमधून आनंदाचा एक चित्कार उमटतो. ती देवाची दूत, या दृष्टीनं इतकी छोटीशी आणि नाजूक दिसते आहे! तरीही सम्राटाच्या कारकुनांशी वादविवाद घालणं तिला भागच आहे आणि तिनं ख्रिस्ती धर्मावरला तिचा विश्वास त्यागला तरी पाहिजे किंवा छळाला सामोरं तरी गेलं पाहिजे.

ती– पर्सेव्हेरान्झा– तोंड उघडते आणि धपापता एकसुरी आवाज उमटतो. ती काही मठातली सर्वोत्कृष्ट अभिनेत्री नव्हे, पण हुतात्म्यांच्या भूमिका रंगवताना ती अगदी एकरूप होऊन जाते आणि स्टेजवर उभी राहिली की अजिबात घाबरत नाही.

सम्राट टाळ्या वाजवून चर्चा सुरू झाल्याचं सूचित करतो. कारकून त्यांच्या वह्या उघडून मुद्दे मांडू लागतात, पण सँटा कॅटेरिना प्रत्येक मुद्दा खोडून काढते. स्टेजच्या मागून काहीतरी आपटल्याचा आवाज येतो आणि कुणीतरी मोठ्यानं किंचाळतं. अभिनेते क्षणभरच गोठून जातात आणि आवाजच्या दिशेला घाबरलेला कटाक्ष टाकतात. प्रेक्षकांनी दाबून धरलेलं हसं आणि चूप राहा, असा आवाज ऐकू येतो. पुन्हा स्टेजवर चर्चेला सुरुवात होते. शब्दांच्या फैरी झडतात. कॅटेरिना तिच्या प्रतिस्पर्ध्यांना गार करून टाकते आणि सम्राट टाळ्या वाजवून चर्चा संपल्याचं सूचित करतो. पण टाळी वाजवताना त्याच्या दोन हातांमध्ये थोडीशी दाढी येते आणि ती त्याच्या हनुवटीवरून निसटते आणि पुढला पडदा पडेपर्यंत ती त्याला (तिला?) हातानं जागेवर दाबून धरावी लागते. प्रत्येक प्रेक्षकाला हसू आलं आहे. अभिनेते सोडून सर्वांनाच अशा चुकांची मौज वाटते. कारण इतक्या नीटनेटक्या जगात त्या चुका छानशा, हव्याहव्याशा वाटणाऱ्या गोंधळाची झलक दाखवतात.

पडद्यामागून शेतकरी वेषातल्या तीन तरुणी बाहेर येतात आणि तरुण कुमारिकेजवळ (मेरीबद्दल) आश्चर्योद्गार काढू लागतात. (आणि पडद्यामागून सेविकांना लाकडी दृश्य हलवायला वेळ मिळवून देतात.) त्यातली एक, युजेनिया, सृष्टिसौंदर्याबद्दल एक गाणं म्हणते. प्रेक्षक अगदी लुब्ध होतात. ती अतिशय आकर्षक आहे आणि तिच्या बुरख्याला आणि पायघोळ झग्याला रजा दिल्यामुळे ती संगीताच्या तालावर देहाला आकर्षक हेलकावे देऊन नृत्य करू शकतेय. तिच्यावर फिदा होतील, असे पुरुष प्रेक्षकांमध्ये उपस्थित नाहीत हे सुदैवच म्हणायचं, पण त्यातल्या काहींना ती

वाजवीपेक्षा जास्त बारीक वाटली असती. सेराफिनाच्या आगमनापूर्वी ती सँटा कॅटेरिनाची कोकिळकंठी गायिका होती आणि तिला पदच्च्युत व्हावं लागल्याचं, तिनं जिवाला फार लावून घेतलं आहे. मी हे ॲबेसला सांगायला हवं, झुआनाच्या मनात येतं. ती चिआराला शोधायला मान वळवते– ती पुढे कुठंतरी, सर्वांत मान्यवर अतिथींजवळ बसलेली असणार– पण खूपच गर्दी आहे.

गाणं संपतं आणि प्रेक्षक आनंदानं हुंकार देऊन त्याला प्रतिसाद देतात. स्टेजवरची युजेनिआ विजयामुळे उल्हसित झालेली अगदी स्पष्टपणे जाणवतीय. सेराफिना या आव्हानावर कोणती प्रतिक्रिया व्यक्त करतेय, हे बघायला झुआना मान वळवते.

पण सेराफिना तिथं नाही. तिची जागा रिकामी आहे.

झुआना वळून पुढल्या ओळींवर नजर टाकते. कदाचित नीट दिसावं, म्हणून ती पुढे हलली असेल. पण गर्दीत समजत नाही. कारण मेणबत्त्यांचा उजेड जिथे पोहोचत नाही तो खोलीचा भाग आता अंधारा झालाय.

घंटेच्या मनोऱ्यावर त्या सुंदर संधीप्रकाशात त्या दोघीजणी उभ्या असताना ॲबेस झुआनाकडे वळून म्हणाली होती, ''खरं पाहता, नियमांनुसार तीन महिन्यांच्या आत तिला नाटक बघायची परवानगी देता येत नाही, पण तिच्या आवाजामुळे मठाला इतकी मदत झालेली आहे, की तिला ही मनोरंजनाची संधी नाकारणं निष्ठुरपणाचं होईल...'' हे सारं आत्ता झुआनाच्या अंतश्चक्षूंपुढे तरळून जातं.

ती निघून गेली असेल? इतकी दमून गेली असेल की, ती तिच्या कोठडीत विश्रांतीसाठी परत गेली असेल? कुणीही नवागता, कितीही थकून गेलेली असली, तरी अशी मनोरंजनाची संधी सहजपणे सोडणं शक्य नाही. पण जरी ती हळूच निघून गेलेली असली, तरी कुणाच्याही लक्षात आलं नसणार; कारण सारे प्रेक्षक, विशेषत: पाठीमागे बसलेले प्रेक्षक स्टेजवरलं नाटक पाहताना खिळून गेलेले आहेत.

झुआनाच्या पोटात खड्डा पडल्यासारखं होतं.

''अर्थात सर्वसाधारणपणे नवागतांची प्रमुखा तिच्यावर नजर ठेवते. पण इतर नवागता सादरीकरण करत असताना ती खूप व्यग्र असेल. म्हणून तू तिच्यावर नजर ठेवावीस असं मला वाटतं...''

ती हळूच आपल्या जागेवरून उठते आणि भोजनगृहाच्या अगदी मागच्या बाजूला जाऊन अगदी लक्षपूर्वक शोध घेते.

''पण तू नजर ठेवते आहेस, हे जाणवू देऊ नकोस. गेले काही आठवडे तिनं खूप कष्ट घेतले आहेत आणि आपला तिच्यावर विश्वास नाही, असं तिला वाटू नये अशी माझी इच्छा आहे.''

तिथे कोणीही नाही. ती मुलगी नाहीशी झालेली आहे.

आजूबाजूल्या लोकांना त्रास होणार नाही अशी काळजी घेऊन झुआना दारापर्यंत

पोहोचते. तिला दिसलेली शेवटची गोष्ट म्हणजे पडदा उघडतो आणि स्टेजवर ते चाक ठेवून परत जाणाऱ्या सेविकांना वेळ लागून त्या आत्ता तेथून बाजूला होऊ लागल्या आहेत.

बाहेर पदपथांचा वरचा मजला काळोखा होऊ लागलेला आहे आणि तिचे डोळे अंधाराला सरावायला तिला एक-दोन क्षण थांबावं लागतं. एकदा अंधाराला दृष्टी सरावल्यावर ती अजिबात अडखळत नाही : जिना उतरून खाली जाते, पटांगण ओलांडून कोपऱ्यातल्या त्या मुलीच्या कोठडीपर्यंत पोहोचते. दरवाजा लोटलेला आहे. खालून उजेडाची तिरीप येत नाहीये.

झुआना मूठ वळवून दरवाजा उघडते.

जवळजवळ तीन महिन्यांपूर्वी त्या पहिल्या रात्री ती इथं आली होती, त्यानंतर ती इथं आलेली नाही. तिच्या डोळ्यांपुढे भिंतीला रेलून बसलेली, केस विस्कटलेली आणि स्वातंत्र्य गमावल्याबद्दल जोराचा आक्रोश करत असलेली ती तरुण मुलगी उभी राहते. ''मी या थडग्यात जिवंत पुरली गेलेय,'' ती संतापानं फुत्कारत होती. इतकी बंडखोरी... इतकी जीवनाची असोशी...

मिट्ट काळोखात तिला अंथरुणावर कुणीतरी दिसतं. ते सारं कुठे गेलं? औषधाचा अंमल चढल्यावर तिच्या जडशीळ झालेल्या देहाची झुआनाला आठवण होते. 'त्यामुळे मी नमणार नाहीये,' आणि आता काय? ती खरोखरच इतकी मोडून गेली होती? इतर साऱ्याजणींप्रमाणेच इथंच राहून मरण्यासाठी सिद्ध झाली होती?

''सेराफिना?''

ती बिछान्याजवळ जाते. पण तेथे पोहोचण्यापूर्वीच तेथे काय सापडणार हे तिला कळलंय. इथं काय घडतंय याची तिला एकाएकी लख्ख जाणीव होते. तिला ते पूर्णपणे, आतवर, तंतोतंत उमगतं. जणूकाही ते तिला नेहमीच माहीत होतं, पण तिनं त्याकडे दुर्लक्ष करायचं ठरवलं होतं आणि एक थंड आणि गरम शिरशिरी तिच्या पूर्णांगातून धावत जाते.

''हे शब्द माझ्या तोंडून आले, माझ्या हृदयातून नाही.''

ती पांघरुण बाजूला खेचून काढते. माणसाच्या आकाराचं कपड्यांचं गाठोडं त्या अंधारातही बापुडवाणं दिसतं. ती ते उचलून उलगडते. त्याच्या मधोमध बाळ येशूची बाहुली ठेवली आहे. काहीजणांना ही धर्मनिंदा वाटू शकेल.

ती आता भराभर पावलं उचलतेय. कोठडीतून, पदपथावरून ती मुख्य दरवाजाकडे जातेय. स्वागतकक्षात अंधार आहे आणि मुख्य दरवाजावळची खोली रिकामी आहे. आज कुणीही जोगीण इथे पहाऱ्यावर उभी नाही कारण साऱ्यांनाच नाटक पाहण्यासाठी कामावरून सुट्टी दिलीय. पण बाहेरचे दोन्हीदरवाजे अडसर घालून कुलूपबंद आहेत. त्याच्या किल्ल्या दाराच्या पहाऱ्यावरल्या जोगिणीजवळ आणि ॲबेसजवळ असतील.

तर मग इथे नाही तर कुठे? आणि कशी?

ती दुसऱ्या मठाकडचं पटांगण ओलांडते तेव्हा जोरांचा ढगांचा गडगडाट होतो. भोजनगृहात देव स्वत: नाटकात हजेरी लावतोय. तो आवाज इतका प्रचंड आहे, की तो रुग्णालयात पोहोचतो आणि काही क्षणातच क्लेमेंशियाचा आवाज ऐकू येऊ लागतो. ती कण्हत तिच्या बंधनांना हिसके देतीय. यावेळेस तिला देवदूत दिसत असतील की सैतान? पण त्याचबरोबर एक पुसटती आठवणही झुआनाच्या मनात जागी होते, औषधालयातून, झग्यात हात दडवून बाहेर पडणारी ती मुलगी आणि तिच्या पाठीमागे क्लेमेंशियाचा ठासून सांगणारा आवाज : 'बागेतली देवदूत तुझ्यासाठी वाट पाहत थांबलीय... बघ. माझी रात्रीची देवदूत परत आलीय.'

त्या बडबडीतून ती काय सांगतेय? हो. सेराफिना एकदा अंधारात कोठडीबाहेर पडल्यावर पकडली गेली होती आणि त्यासाठी तिला प्रायश्चित्त भोगावं लागलं होतं. पण ती घटना क्लेमेंशियाला बंधनात जखडून टाकल्यावरच घडलेली होती, नाही का? असं असलं तर... तर तिनं त्यापूर्वी सेराफिनाला किती वेळा बघितलं होतं?

"गेले काही आठवडे तिनं खूप कष्ट घेतलेले आहेत आणि आपला तिच्यावर विश्वास नाही, असं तिला वाटू नये अशी माझी इच्छा आहे."

सारेजणच इतके फसले?

दुसऱ्या मठातून ती मैदानात शिरते. इथे अंधारात येण्याची मनाई असते आणि जरी ती इथं एकदोनदा, खास परवानगीनिशी त्वरेनं हवी असलेली वनस्पती आणण्यासाठी आलेली असली– तरी हा रस्ता तिच्या ओळखीचा नाही. घंटेच्या मनोऱ्यावरून दिसलेला मठ तिला आठवतो. बागा, तळं, फळझाडं आणि पलीकडच्या भिंती आणि त्याचबरोबर फिकटसर दगडांनी रेखलेली तुटक तुटक रेषा तिला आठवते. वेड्यावाकड्या टाक्यांसारखी दिसणारी ती रेषा दुसऱ्या मठाच्या कडेनं कुठं चालली होती? नदीकाठच्या भिंतीजवळ एका ठिकाणी. फिकट दगड. दिवसा जमिनीवर ते कुणाच्याही लक्षात आले नसते. पण रात्री? जर अमावस्या नसती, तर त्यांच्या चकाकीमुळे त्यांनी मार्ग रेखून दिला असता आणि एकदा त्या मार्गाला लागलं की वाट सहज सापडली असती.

आता काय शोधायचं ते तिला एकदा कळल्यावर काम सोपं होतं आणि ती स्कर्ट वर उचलून खालचा झाडोरा टाळत त्या रेषेपाठोपाठ जाऊ लागते. तिला चिडलेली तरुण नवागता आठवते. तिनं मूठभर दगड उचलले होते आणि ती ते तळ्यात भिरकावत होती आणि झुआना, तिची मार्गदर्शिका आणि गुरू म्हणून नेमली गेल्यानंतर, तिला हिंडून सारा मठ दाखवत होती. मठाचं कौतुक सांगून नदीकाठच्या तिच्या कोठारघराचं वर्णन करत होती. इथून दुहेरी कुलूपबंद दरवाजातून पलीकडल्या जगाशी चालणाऱ्या मोठ्या व्यापाराचं वर्णन करत होती. हे प्रभो! या

मुलीनं हे सारं सारं लक्षात ठेवून त्याचा उपयोग केला?

ती कोठारघराच्या दरवाजापर्यंत पोहोचेपर्यंत धापा टाकू लागली आहे आणि तिला श्वास लागला आहे. तिला आजूबाजूच्या रस्त्यांवरून गोंगाट ऐकू येतोय. पण दगडांची रेषा जिथे थांबते तिथली भिंत एकाकी आहे आणि दरवाजे बंद आहेत. आयुष्याची कोणतीही निशाणी नाही. काहीही नाही. ती लाकडावर रेलून धपापती छाती शांत होण्याची वाट बघते. तिचं मन विचारात मग्न असताना आणि ती तिथे उभी असताना तिला आतून कसला तरी ओरखडल्याचा, सरकवल्याचा आवाज ऐकू येतो. ती लाकडाला कान लावून ऐकू लागते. दारापलीकडे आतलं कोठारघर आहे. त्याचा दुसरा दरवाजा कोठारघराकडे जातो आणि बाहेरच्या कोठारघराचा बाहेरचा दरवाजा नदीपाशी जातो. कुणीतरी तिथे आहे का? आहे? की नाही?

ती किल्लीच्या भोकावरल्या लोखंडी मुठीवर हात ठेवते आणि शक्य तेवढा आवाज कमी करत ती तो दरवाजा ढकलते. तो तसूभरही हलत नाही. उघड आहे! त्याला कुलूप आहे आणि त्यापलीकडच्यालाही तसंच कुलूप असणार, यात शंका नाही. नाही! आवाजाचा तिला भासच होत असणार. कुणाच्या हाती त्या किल्ल्या लागू शकणार आहेत? ॲबेस सोडाच. पण किल्ली सांभाळणारी तसंच सेविकांची प्रमुखाही अत्यंत काळजीपूर्वक वागणाऱ्या आहेत.

ओ हो हो!! भगवंता! सेविकांची प्रमुखा...

"मी तिला बेसिल आणि यू डी व्हायच पाजलं आहे. त्यांनी मला मदत करायची परवानगी दिली... नवागतांची प्रमुखा म्हणाली की, ते माझ्यादृष्टीनं चांगलं असेल."

झुआनाला फारशी काही महिती नसते. पण तिलाही ठाऊक आहे की, सेविकांची प्रमुखा– तिची झोप हलकी आहे– रात्री तिच्या अंगाखाली, गादीच्या आत किल्ल्या ठेवून झोपते. पण तिला ताप आलेला असताना गादीखाली हात घालणं खूपच सोपं असेल... पण तिला ताप आल्याला जवळजवळ दोन आठवडे झालेत. जर किल्ल्या चोरीला गेल्या असत्या, तर आतापर्यंत सर्वांना ते कळलं असतं. मग पुढे काय? तिनं त्यांची नक्कल मारून नव्या बनवून घेतल्या असतील? पण कशा? कोणाकडून? झुआना जितका अधिक विचार करते, तेवढा तिचा गोंधळ वाढतो. पण इथं नक्कीच काहीतरी घडतंय. ती मुलगी नाहीशी होणं आणि तिच्या बिछान्यावर कपड्यांची गुंडाळी ठेवणं हाच पुरावा पुरेसा आहे. तो आणि तिच्या पोटात उसळणारी भीती.

ती पुन्हा भोजनगृहात पोहोचते, तोपर्यंत नाटक संपलेलं आहे. जोगिणी साऱ्या मेणबत्त्या पेटवत आहेत आणि प्रेक्षक नट्यांशी गप्पा-गोष्टी करत असताना वातावरण हसण्या-बोलण्यानं भरून गेलेलं आहे. सेविकांची प्रमुखा कुठंही दिसत नसली तरी मठस्वामिनी स्पष्टपणे दिसतीय. दोघी-तिघी उच्चभ्रू स्त्रियांसमवेत बोलत ती यशाचा

आनंद उपभोगते आहे. जरी एक नवागता भिंतीपलीकडून पळून गेलेली आहे हे तिला सांगण्याचा हा क्षण नसला, तरी तिला ते कळवणं अतिशय आवश्यक आहे.

पण चांगल्या मठस्वामिनीच्या पाठीलाही डोळे असतात आणि झुआना तिच्यापाशी पोहोचायच्या आतच ती खोलीत आल्याची तिच्या मेंदूनं नोंद घेतलेली आहे. ती तिच्याकडे एक धावता कटाक्ष टाकते आणि मग एक काळजीची नजर टाकते. जवळ जाताना, झुआना चेहेऱ्यावरला घाम पुसते.

"सुओरा झुआना," ॲबेस अगदी सहजपणे तिच्याकडे वळून तिचं स्वागत करते, "लेडी पाओलो, सिनोरा फिआमेट्टा, या आम्हाला अत्यंत प्रिय असलेल्या आमच्या औषधालयाच्या प्रमुखा आहेत. मठ निरोगी ठेवण्याबद्दल आणि आमच्या मलामांच्या आणि धूपदानातल्या सुगंधाबद्दल आम्ही त्यांच्या ऋणात आहोत."

त्या स्त्रियांना त्यात अजिबात गम्य नसलं, तरी त्या झुआनाकडे एक सौजन्यपूर्ण कटाक्ष टाकतात. त्या दोघींनीही चेहऱ्यावर इतकं रंगरोगण केलेलं आहे की, त्यांनी किंचितसं स्मित केलं, तरी त्यात भेगा पडू लागतील. 'ॲंबरग्रीस आणि हनीसकल्,' झुआना मनात म्हणते, 'आणि त्याखाली थोडी कस्तुरी. या सुगंधांसाठी मठाला खजिना मोजावा लागेल.' ती मान लववते.

"व्यत्यय आणल्याबद्दल मला माफ करा मॅडोना चिआरा, पण नदीजवळच्या कोठारघराच्या किल्ल्या मला हव्या आहेत."

"नदीजवळचं कोठारघर?" मठस्वामिनी अगदी सहज स्वरात विचारते. "काय? संध्याकाळच्या या वेळेस आपल्याला आणखी शिध्याची जरूर पडलीय का?"

"हो. एका तरुण नवागतेसाठी... काहीतरी हवं आहे."

मठस्वामिनीचे डोळे बारीक झालेले झुआनाला कळतात.

"असं आहे का? ठीक आहे तर मग. तुम्हाला मदतीची आवश्यकता आहे का?"

"नको, नको. मी एकटीनं ते करू शकेन."

ॲबेस आपल्या अंगरख्यात हात घालून, त्याखाली ती कोणत्याही वेळेस, नेहमीच जो पट्टा बांधते, त्याच्यातून दोन किल्ल्या बाहेर काढते.

"या घ्या. या रात्रीच्या वेळेस तुम्हाला मेणबत्ती आणि मशाल न्यावी लागेल. स्टेजवरून घ्या." आणि पुढे ती खेळकर आवाजात म्हणते, "आणि लवकरच इकडे परत या. याल ना?"

तिच्या रंगरंगोटी केलेल्या पाहुण्यांकडे परत वळताना ती जे सुहास्यवदन ठेवते त्यातला खोटेपणा, तिच्या डोळ्यांतल्या काळजीमुळे, झुआनाच्या लक्षात येतो.

२८

एकदा पायऱ्या उतरून पटांगणापलीकडे पोहोचल्यावर, झुआना भराभर पावलं उचलू लागते. तिनं हातात मशाल सावरून धरलेली आहे आणि दुसऱ्या पदपथावरून ती जवळजवळ धावतच पुढे जाते आहे. तेथून ती वनस्पतींची बाग, स्वयंपाकघराची बाग यांच्या बाजूनं जाते आणि दगडांनी रेखलेला मार्ग न घेता तळ्याच्या बाजूनं, छोट्या फळबागेतून ती नदीकडे पोहोचते.

"पण तू उघडपणे तिच्यावर पहारा ठेवू नकोस. तिनं गेले काही आठवडे खूप कष्ट घेतले आहेत आणि आपला तिच्यावर विश्वास नाही, असं तिला वाटू नये अशी माझी इच्छा आहे." त्या दोघी घंटांचा मनोरा उतरत असताना, मठस्वामिनीनं तिच्याकडे वळून पाहत अगदी सहजपणे, आत्ताच मनात आल्याप्रमाणे उच्चारलेले हे शब्द होते.

फक्त तिच्यावर पहारा ठेवला जातोय हे न कळू देता, तिच्यावर नजर कशी ठेवता येईल? देवा! ती मुलगी पाच– फार तर दहा– मिनिटं तिच्या दृष्टिआड होती. झुआनाचा स्कर्ट काटेरी कुंपणात अडकतो आणि तिला तो खेचून सुटा करून घ्यावा लागतो. कापडाला हिसका बसून ते फाटल्याचा आवाज तिला कळतो. हे म्हणताना ॲबेसला स्वत:लाच काहीतरी कळलेलं होतं का? तिला संशय आला होता का? तसं असेल तर. इथं कोण कोणावर अविश्वास दाखवत होतं?

अंधारात तिचं पाऊल अडखळतं आणि ती जवळजवळ पडणार असते. ती प्रयत्नपूर्वक आपला वेग कमी करते. आग लागलेली असेल ती वेळ सोडली, तर मठात धावण्याला पूर्णपणे बंदी आहे. कारण त्या कृतीमुळे घबराट वाढते. त्याहूनही महत्त्वाचं म्हणजे तिला मशाल विझू देऊन चालणार नाही. कारण संध्याकाळ आता झपाट्यानं रात्रीकडे झुकते आहे.

कोठारघराची विटांची भिंत तिच्यापुढे उभी राहते. त्यामागे मठाच्या भिंती उभ्या आहेत. दरवाजापाशी ती पुन्हा आपले मस्तक लववते, "हे देवा" ती म्हणू लागते, "हे देवा, मी स्वत:ला तुझ्या स्वाधीन करते आहे." पण पलीकडून बाजूला काहीतरी हलल्याचा जो स्पष्ट आवाज येतो, त्यामुळे तिच्या प्रार्थनेत व्यत्यय येतो.

ती भोकात किल्ली घालते आणि ती कुलुपात जाऊन कुलूप उघडत आहे, हे तिला जाणवतं. खण्णकन आवाज येऊन कुलूप उघडतं आणि दरवाजाला फट पडते. त्याचा प्रचंड आवाज घुमतो. ती दरवाजा आणखी ढकलते आणि आत पाऊल टाकते. त्या फटीत फक्त अंधार दिसतो. ती क्षणभर थांबून त्या स्तब्धतेत कानोसा घेते. हजारो सुया टोचत असाव्यात, तशी तिच्या देहाला टोचरी वेदना जाणवू लागते आणि तो भीतीचा परिणाम आहे हे तिला कळतं. जर इथं आत कुणीतरी असलं...

जवळच जमिनीवर अचानक खुडबूड होते आणि काहीतरी जड तिच्या पायांवरून धावत जातं आणि ती प्रयासानं, फुटणारी किंकाळी दाबून धरते. झुआना, हा केवळ काहीतरी प्राणी धावत गेलाय, ती स्वत:लाच समजावते. बहुतेक तो उंदीर असावा. तिनं त्याचाच आवाज ऐकला होता का? ती इतकं अंतर धावतपळत पार करून केवळ मठाच्या सामग्रीवर ताव मारणाऱ्या उंदराला पकडायला आली होती, की काय? ती हातातल्या मशालीनं मेणबत्ती पेटवते आणि ते करताना आपला हात अगदी स्थिर आहे असं पाहून तिला बरं वाटतं.

अंधारात ज्योत तेवू लागते आणि त्या उजेडात तिच्या स्मृतीत होती तशीच खोली तिला दिसू लागते : एका भिंतीपुढे खोकी आणि पोती रचलेली, दुसऱ्या भिंतीपुढे मदिरेची पिंप आणि मिठाचे डबे, आणि पाठीमागे कुलूप घातलेला, बाहेरच्या कोठारघराकडे जाण्याचा दरवाजा. प्रत्येक गोष्ट तिला जशी आठवत होती, तशीच दिसतेय. फक्त एकच अपवाद आहे. मागच्या भिंतीतल्या दरवाजाला कुलूप घातलेलं नाही. इतकंच नव्हे तर तो नीट बंदही केलेला नाही.

ती काही पावलं टाकून तिथवर पोहोचते. तिच्या पायातले सँडल जमिनीवर फारसा आवाज करत नसले, तरी तिच्या झग्याचा खालचा मातीवर आणि पेंढ्यावर होणारा सळसळ आवाज तिला लपवता येत नाही. ती थांबल्यावर तो आवाजही थांबतो. इतर कुठेही कसलाही आवाज येत नाहीये. पण आता आवाजापेक्षाही जास्त तीव्रतेनं काहीतरी जाणवतंय. आतून कळतंय की, कुणीतरी इथं आलं होतं. कुणीतरी अजूनही इथं आहे. त्याबद्दल खात्री वाटतेय.

ती दरवाजापाशी पोहोचते. तो आतल्या बाजूला उघडतो आणि ती हळूच दरवाजा ओढते आणि मेणबत्ती उंच धरते, म्हणजे तिला एकाच वेळेस सारं दिसेल. या खोलीत सारी खोकी आहेत, एरवी ती खोली रिकामीच आहे. पण समोर नदीकडे उघडणारा दुहेरी दरवाजा उघडाच आहे. तिला छोट्याश्या धक्क्यावर मठाची जुनी वल्ह्यांची बोट आदळल्याचा आणि पाणी आपटल्याचा आवाज ऐकू येतोय आणि मधोमध, पायापर्यंत येणारा स्कर्ट, त्यात खोचलेलं पोलकं आणि डोक्यावर उंच बांधलेले केस अशा वेषातल्या एका स्त्रीची आकृती दिसतेय. त्यांना देणगी म्हणून

मिळालेला राजदरबारातल्या मानकऱ्याचा जो पोशाख सापडत नव्हता, त्याच पोशाखात ही स्त्री आहे. आता तो सहसा वापरला जात नसला, तरी तो पुरेसा भरजरी आहे आणि तरुण स्त्रीच्या अंगावर तो तिच्या दर्जाची ओळख करून देण्यासाठी अगदी योग्य आहे आणि या स्त्रीला उंच बांधलेले केस अगदी शोभून दिसत आहेत. त्यामुळे कुणी तिला बाहेरच्या रस्त्यावर कार्निव्हलच्या दरम्यान बघितलं, तर ती चोरून मठातून पळून निघालेली आहे, हे त्यांच्या अजिबात लक्षात येणार नाही.

झुआना खोलीतून पुढे येतेय तोवर ती स्त्री मागे वळून पाहू लागलेली आहे.

"सेराफिना!"

"ओऽऽ!" तिच्या विलापाचा पाण्यावरून प्रतिध्वनी उमटतो.

"तू इथं काय करते आहेस?"

"नको! नको! तिथंच थांबा. माझ्या जवळ येऊ नका."

आणि तिच्या आवाजात इतकं दारूण दुःख आहे की, क्षणभर झुआनाची चलबिचल होते.

"सांभाळ. पाण्याच्या इतकी जवळ उभी राहू नकोस. तू काय करते आहेस?"

"मी काय करतेय असं वाटतंय?" आणि तिच्या आवाजात छद्मीपणा आणि भीती ओतप्रोत भरलीय. "मी इथून पळून चालले आहे. तो माझ्यासाठी आलाय. तो इथून घेऊन जातोय."

तो? झुआना पटकन आजूबाजूला दृष्टी फिरवते. पण तिच्या पाठीमागची खोली रिकामी आहे आणि धक्क्यावर कुणीही नाही. ती मुलगी अगदी एकटी आहे.

"कोण? कोण आलयं?"

"तो केव्हाही इथं येईल," ती वेड लागल्यासारखे हात हलवू लागते. "मला बोटीचा आवाज ऐकू येतोय. तो येतोय. मी सांगतेय ना! फक्त निघून जा आणि काहीही वाईट होणार नाही."

पण परत जाण्याऐवजी झुआना तिच्या दिशेनं चालू लागते. जवळून पाहिल्यावर पाणी खवळलेलं दिसतंय. लाकडावर जोरात आदळतंय. जर खरोखरच कुणीतरी बाहेर असलं, तर त्याला धक्क्यापर्यंत सावकाश मार्ग काटावा लागेल आणि अंधारात होडी लावावी लागेल आणि जर बाहेर कुणीच नसलं, तर ती नक्कीच सेराफिनाला ओढून आत आणू शकेल.

"हलू नका. मी तुम्हाला सांगितलंय ना– तुम्ही पुढे आलात... तर... तर मी उडी मारेन." आणि ती धक्क्याच्या अगदी कडेला ओणावते.

झुआना थांबते. ही मुलगी अंधारात किती वेळ वाट पाहत उभी आहे? अर्धा तास? नाही. आतापर्यंत नक्कीच त्याहून जास्त वेळ झालेला आहे. वारा सुटलाय आणि पावसाचं चिन्ह आहे. "सेराफिना, सेराफिना," ती म्हणते आणि आवाज

अगदी मृदू ठेवते. "माझं ऐक, हे असं करायची जरूर नाही– वर्ष संपलं की तुला–"

"मी वर्ष संपेपर्यंत जगणारच नाही आणि जरी जगले, तरी कुणीही माझं म्हणणं ऐकून घेणार नाही. तुम्हीच मला तसं म्हणाला होतात. ॲबेस नाही, बिशप नाही. कुणीही ऐकणार नाही."

"पण तू आत्ता जे काही करते आहेस, त्यानं तू स्वत:वर संकट ओढवून घेत आहेस. तू बाहेर एकटीनं राहू शकणं अशक्य आहे. जी बदनामी–"

"मला बदनामीची फिकीर नाही. मला बदनामीची अजिबात फिकीर नाही. मी इथं जगू शकणार नाही. मी इथं मरून जाईन. तुम्हाला ते कळत नाहीये का? मी तुमच्यासारखी नाही. मी इथं मरून जाईन."

तिला पोटातून वाटणाऱ्या धास्तीमुळे तिचा आवाज थरथरतोय.

"तो येतोय... तो... तो... तो माझी काळजी घेईल." ती चटकन काळ्याशार पाण्यावर दृष्टी टाकते. पण खरं तर तिथं बोटीचा आवाजही येत नाहीये किंवा तो कुठेही नजरेच्या टप्प्यात दिसत नाहीये.

"तो– तो येतोय." ती पुन्हा म्हणते, "तो येतोय. तो पलीकडल्या तीरावर वाट पाहतोय."

ती त्या जुन्या वल्ह्यांच्या बोटीपाशी वळते.

"नको!" झुआना नकळत पुढे सरते, "बाहेर जाऊन तुला काहीही हाती लागणार नाही. फक्त बदनामी होईल."

पण ती मुलगी आधीच गुडघ्यांवर बसून बोटीच्या दोरांशी झगडतेय. त्या दोघींमध्ये फक्त तीन-चार हातांचंच अंतर आहे.

झुआना आपला हात तिच्या दिशेनं लांबवते, "ये. माझा हात धर. सारं काही ठीक होईल. मी तुला मदत करेन."

ती मुलगी नजर उंचावून तिच्याकडे पाहते आणि त्याक्षणी मेणबत्तीच्या उजेडात तिचे डोळे चमकतात. "मी येऊ शकत नाही. तुम्हाला कळत नाहीये का? मी नाही येऊ शकत." ती आवेगानं कुजबुजते, "कृपा करून, कृपा करून मला एकटीला सोडा. वळून निघून जा. मी इथून बाहेर पडल्यावर मी कुणाकुण्णाला सांगणार नाही की, तुम्ही मला पाहिलं होतंत. जरी त्यांनी मला पकडलं आणि खिळे ठोकून माझी सारी बोटं तोडली, तरीही मी त्यांना कध्धी कध्धी सांगणार नाही. मी शपथ घेते. वळून फक्त निघून जा."

"आणि तू बुडलीस तर?"

"मला त्याची पर्वा नाही." आणि आता एकाएकी त्या मुलीचा आवाज अगदी शांत होतो. "कारण काहीही झालं, तरी इथे हळूहळू मरण्यापेक्षा ते चांगलंच असेल. कृपा करा. मी विनवणी करते."

झुआना थिजून गेल्यासारखी उभी राहते. तिला कळतंय की, तिनं हललं पाहिजे, तिला पकडलं पाहिजे, तिला परत नेलं पाहिजे, पण...

तो क्षण संपतच नाही. तो क्षण त्यांना वेढून स्तब्ध होतो.

ती मुलगी स्मित करते. "आभारी आहे," एवढंच म्हणते.

ती दोरांकडे तिचं लक्ष वळवते– आणि त्याचवेळेस त्यांच्या मागे अचानक हालचाल होते.

"तिला पकड. तिला थांबव– ताबडतोब!"

तो अ‍ॅबेसचा आवाज आहे.

झुआना अगदी अनिच्छेनं प्रतिसाद देते. ती त्या लाकडावर आडवी होऊन त्या मुलीचा हात पकडते आणि ती मुलगी किंचाळत हातपाय झाडत असताना तिला मागे खेचते. काही क्षणातच अ‍ॅबेसही तिच्याजवळ पोहोचते, तिचा दुसरा हात घट्ट पकडते, दोरखंडावरून तिची बोटं बाजूला करते आणि मग त्या दोघीजणी मिळून तिला नदीजवळून दूर खेचत नेतात. इंचाइंचानं बोटीजवळून त्या तिला उघड्या दरवाजापाशी नेतात. दर इंचागणिक ती मुलगी किंचाळत असते. त्या अखेरीस उंबरा ओलांडून खोलीत शिरतात. ऐकू येण्याच्या टप्प्यातल्या कुणालाही ते ओरडणं नक्कीच ऐकू जाईल. फक्त हा कार्निव्हलचा काळ असल्यामुळे ते प्रेमाचं भांडण वाटू शकेल.

"किल्ल्या. झुआना, मला किल्ल्या दे."

अ‍ॅबेस मुलीचा हात सोडून देते आणि– पाठीमागच्या दरवाजाला कुलूप घालण्यासाठी मागे वळते.

"नकोऽऽ!" ती मुलगी अंधारात ओरडते, झुआनाच्या हातून निसटते आणि बंद होणाऱ्या दरवाजांच्या उरलेल्या फटींच्या पळवाटेत स्वत:ला झोकून देते. पण अ‍ॅबेस तिचा रस्ता अडवून उभी आहे आणि झुआना तिला पकडून मागे खेचते.

"नकोऽऽऽ!! जॅकोपो! जॅकोपो! तू कुठे आहेस?" तिची निराशेची आर्त आरोळी भिंतीवरून प्रतिध्वनित होते.

तो दरवाजा ओढून बंद केला जातो, कुलूपात किल्ली फिरते– आणि अचानक बाहेरचं जग दिसेनासं होतं. खळाळतं पाणी नाही, रात्रीचं विस्तीर्ण आकाश नाही, मोकळी हवा नाही. काही काही नाही.

"ओऽऽ! नकोऽऽ!"

ती मुलगी एकाएकी खाली कोसळू लागते आणि तिचं अंग इतकं जड पडतं की, झुआनाला तिला हळूच जमिनीवर बसती करावी लागते. दरवाजाजवळून चिमणीतली मेणबत्ती अ‍ॅबेस उचलते आणि ती उंच धरून, झुआनाच्या हातात, कण्हत, खाली पसरलेल्या मुलीजवळ येते. ती तिच्याकडे क्षणभर रोखून बघते

आणि मग आपली मान हलवते. ''सारं काही संपलंय,'' ती शांतपणे म्हणते, ''सारं काही संपलंय.'' तिच्या आवाजात शीण जाणवतोय.

पण मुलगी स्वत:शीच कण्हतेय आणि तिला हे ऐकू आल्यासारखं दिसत नाही.

ती आपला आवाज मोठा करते, ''तू माझे आभार मानायला हवेस. तू सारी रात्र तिथं वाट पाहत थांबली असतीस आणि तरीही तो आला नसता.''

आता मुलीचं लक्ष वेधलं जातं. ''काय? तुम्हाला काय म्हणायचंय?''

''मला म्हणायचंय की, तो आता इथं नाहीये. त्यानं दोन दिवसांपूर्वीच फेरारा सोडलं.''

''नाही! नाही! तुम्ही खोटं बोलताय. तुम्हाला त्याच्याबद्दल काहीही ठाऊक नाही.''

''वस्तुस्थिती अगदी उलटी आहे. मला खूप सारं ठाऊक आहे. उदाहरणार्थ मला ठाऊक आहे की तो– जॅकोपो ब्रासिओलिनी– हेच त्याचं नाव आहे ना?– एक अतिशय भाग्यवान तरुण आहे. त्याचा आवाज आणि त्याच्या स्वररचना पसंतीची पावती मिळवून गेल्या आहेत आणि त्यानं चॅपेलमधल्या प्रमुखाचा मदतनीस म्हणून पर्मा येथील नोकरी स्वीकारली आहे. तुला त्याबद्दल आनंद वाटायला हवा. त्यामुळे तो खटल्यातून आणि कैदेतून वाचला आहे. नाहीतर शहरातल्या अत्यंत मान्यवर मठातल्या नवागतेला पळवून नेल्याबद्दल खटला आणि कैदच त्याच्या नशिबी आली असती,'' ती आपला स्कर्ट झटकते. जणूकाही ती हे नेहमीचंच मठाचं कामकाज बघते आहे, ''खरोखरच त्याचं भाग्य दुहेरी आहे– कारण मागल्या नोकरीवरून, त्याच्या कुलीन विद्यार्थीनीचा विनयभंग करू पाहण्याच्या गुन्ह्यासाठी त्याला हाकललेलं असताना, त्याला इतर कुणी नोकरी देणं अशक्यच होतं.''

''नाही...'' ती मुलगी कण्हते.

ॲबेस वाट पाहते. ती झुआनाकडे पाहून तिचं डोकं किंचितसं हलवते. जरी त्यांना काही गोष्टींबाबत बोलणं आवश्यक असलं, तरी त्याची ही वेळ नव्हे.

ती खाली वाकून मुलीला आपला हात देते, ''चल. तुला उचलून नेण्यापेक्षा , तू आपल्या पायांनी चालत परत आलीस, तर बरं होईल.''

पण ती मुलगी जोरानं आपलं अंग आक्रसून घेते.

''तुला मी नक्कीच निष्ठुर वाटत असणार,'' आणि आता तिचा आवाज जवळजवळ स्नेहपूर्ण वाटतोय. ''पण त्याच्यापेक्षा मी कमी निष्ठुर आहे. तुला सोडून देण्यासाठी त्याचं फारसं मन वळवावं लागलं नाही, हे तुला समजायलाच हवं. त्याला खरोखरच इतकीशी पर्वा नाही. तो म्हणत असेल की त्याला पर्वा आहे, त्यानं अमर प्रेमाच्या आणाभाकाही घेतल्या असतील– माझी खात्री आहे, त्यानं तशा

आणाभाका घेतल्या असणार– तू सहजपणे त्याच्या हाती लागशील असं पिकलेलं फळ होतीस आणि तुझ्याशी लग्न लावून देण्याबद्दल तो तुझ्या वडिलांना पटवू शकला असता, तर त्यामुळे त्याला पैसाही मिळाला असता. पण आता तुझ्यामुळे त्याला जो त्रास भोगावा लागेल, तो त्याला नकोय. तू साऱ्यांनाच त्रास पोहोचवशील. कळतंय का तुला?''

पण ती मुलगी उत्तर देत नाही. स्वत:शीच आर्तपणे रडत राहते.

''सत्य तर हे आहे की, कुणीही माणूस कधीही तुझी जेवढी काळजी घेईल, त्याहून देव तुझी जास्त काळजी घेईल आणि तशीच आम्हीसुद्धा घेऊ– तू आत्ता आमचा कितीही तिरस्कार करत असलीस, तरीही.''

आता ती मुलगी वर बघते, ''तुमचं म्हणणं चुकीचं आहे. तुमची त्याच्याबद्दल चुकीची समजूत आहे. त्याचं माझ्यावर प्रेम आहे. तो मला सोडून असा निघून जाणार नाही.''

ॲबेस सुस्कारा सोडते. ''तुला त्यावर विश्वास ठेवायचा, तर ठेव. पण एक गोष्ट लक्षात ठेव,'' आता तिचा आवाज कठोर होतो. ''तुझ्या कुटुंबाच्या आणि मठाच्या हितासाठी आज रात्री जे इथं घडलं, ते घडलंच नाही! हे लक्षात राहील? आणि यातला एकही शब्द जरी बाहेर फुटला, तरी त्याचा आवाज कितीही गोड असला, तर जॅकोपो ब्रासिओलिनी त्याचं उरलेलं आयुष्य, अत्यंत असभ्यपणे वागल्याबद्दल, किल्ल्याच्या तुरुंगात खितपत पडत कंठेल, याची मी नक्कीच तजवीज करेन.'' ती मुलगी तिच्याकडे रोखून बघते, ''मला वाटतं आतापर्यंत तुला कळलं असेल, की मी हे करू शकते.''

ती उठून उभी राहते आणि तसंच करायची झुआनाला खूण करते. मोडलेल्या बाहुलीप्रमाणे जमिनीवर कोसळलेल्या त्या मुलीला ती तसंच सोडते.

त्या दोघीजणी पटकन बाहेरच्या कोठारघरात पोहोचतात.

''मला भोजनगृहाकडे परत जाणं भाग आहे. मी आधीच फार वेळ अनुपस्थितीत राहिलेय. तुला एकटीनं तिला मठात आणलं पाहिजे.''

झुआना मान हलवते.

''पण अंधार फार असल्यामुळे कदाचित ते दिसू शकणार नाही. तिला तिच्या कोठडीत घेऊन जा आणि तिचं काय करायचं, हे मी ठरवेपर्यंत तिच्यापाशीच थांब... जमेल ना हे करायला?''

आता मध्ये एक छोटासाच क्षण स्तब्धतेत जातो. झुआना धक्क्यापाशी थिजून उभी होती आणि ॲबेस तिच्यामागच्या खोलीत कुठेतरी होती, त्याएवढा हा प्रदीर्घ स्तब्धतेचा क्षण नाही. पण आता, तेव्हा प्रमाणेच हवा खूपच काळोखी आहे. त्यामुळे कुणाला काय दिसू शकलं किंवा ऐकू आलं हे खात्रीनं सांगता येण्याजोगं नाही.

"हो." झुआना त्रोटकपणे उत्तर देते.

"छान!" ॲबेस बागेत पाऊल टाकते. तिच्या मागचा दरवाजा झुलत राहतो.

पण आतमध्ये, आतल्या कोठारघराच्या जमिनीवर, त्या मुलीनं आधीच आपला निर्णय घेतला आहे.

ह्या दोघीजणी बोलत असताना सेराफिनानं तिच्या स्कर्टच्या खिशात हात घातलाय आणि तिनं काचेची कुपी बाहेर काढून तिचं बूच उघडलं आहे. ते बूच काढताना, आतला एक थेंबही सांडणार नाही याची ती काळजी घेतेय. झुआना वळून तिच्यापाशी पोहोचेपर्यंत तिनं ती कुपी तोंडाला लावलीय आणि ती अधाशीपणानं आतला द्रव पितेय.

झुआना झटकन तिच्यापाशी पोहोचते आणि एक फटका मारून तिच्या हातातली कुपी उडवते. ती खालच्या दगडावर गडगडत जाते. काच खूप जाड असल्यामुळे कुपी फुटत नाही. ताबडतोब झुआना हातापायांवर रांगत, चाचपडत ती कुपी शोधू लागते. तिच्या डोळ्यांपुढे त्याचक्षणी अनेक प्रतिमा नाचू लागतात. ही औषधालयात कॉकिनिग्लिआ पाण्यात ढवळत उभी आहे. तापानं तिचं डोकं हलकं झालं आहे आणि तिच्या समोरच्या शेल्फवरच्या बाटल्या काहीतरी वेगळ्याच स्थितीत दिसतात. पण ती बरी होऊन जेव्हा हिंडूफिरू शकते आणि त्या बाटल्यांकडे काळजीपूर्वक बघते, तेव्हा तिला त्यात काहीच गडबड वाटत नाही. प्रत्येक बाटली तिच्या योग्य जागीच आहे आणि प्रत्येक बाटलीतली द्रवाची पातळी तपासून पाहण्याची झुआनाला काहीच आवश्यकता वाटत नाही.

तिची बोटं कुपीभोवती बंद होतात. ती बाटली नाकाला लावते. देवा, मदत कर रे! जमीन कोरडी आहे आणि कुपी रिकामी आहे. ती मुलीजवळ रांगत जाते, तिचे खांदे धरून तिला उभी करते आणि स्वत:चा चेहरा इतका तिच्या चेहऱ्यापाशी नेते की त्या मुलीला झुआनाकडे बघावंच लागतं.

"किती, सेराफिना, कुपीत किती द्रव होता?"

पण उत्तर द्यायच्याऐवजी ती मुलगी ओठांवरून जीभ फिरवते आणि एकही थेंब बाहेर राहिलेला नाही याची खात्री करून घेते.

"मला सांग!"

ती आपली मान हलवते, "ज्यांना छळ करून मारून टाकणार असतात, त्यांना हे औषध पाजतात. असंच नव्हतं का तुम्ही मला सांगितलंत."

"हे देवा! आमचा काय गुन्हा होता की, तू आम्हाला ही शिक्षा दिलीस?"

ती आपल्या हातानं मुलीच्या चेहऱ्यावर आलेले केस मागे सारते. ती अगदी थकलेली आणि मलूल दिसते आहे. इतकी तरुण. इतकी भावनाशील. पाळी येताक्षणी काही तरुणींना असं वेड लागतं. त्याची सुरुवात इतक्या महिन्यांपूर्वी

तशीच झालीय. देवा, वेडातच याचा शेवट नको होऊ देऊस.

"चल," ती हळुवारपणे म्हणते. "चल, जरा बऱ्याजागी तुला नेते." ती मुलीला उठवून उभी करते. तसं करताना तिच्या कपड्यांखालचा तिचा अत्यंत कृश झालेला देह झुआनाला जाणवतो. अनेक महिन्यांपूर्वी तिच्या कोठडीतल्या जमिनीवरून झुआनानं तिला उचललं होतं, त्याहून तिचा देह खूपच कृश झालेला आहे. इतकं वजन उतरल्यामुळे त्या औषधाचा तिच्यावर किती जास्त दुष्परिणाम होईल याची झुआनाला चिंता पडते. पण यातलं काहीच तिच्या आवाजात उमटत नाही. तिचा आवाज दयाळू, प्रेमळ वाटतोय.

"तर सेराफिना, तू मला मदत करणार का? तू माझ्याबरोबर चालू शकशील?"

ती मुलगी होकारार्थी मान डोलावते आणि आज्ञाधारकपणे पावलं उचलू लागते. अंधारात ती पुसटसं, उपरोधाचं स्मित करते. "मला वाटतं दुःख न जाणवावं, यासाठी ते पुरेसं होतं. मी तशी आशा करतेय."

२९

उलट्या आणि जुलाब, ती सारी रात्र आणि पुढला दिवस, चालूच राहतात.

तिनं खसखशीचं किती सिरप प्यायलं आहे, याचा झुआनाला अंदाज नसल्यामुळे ती गृहीत धरते, की ती कुपी भरलेली होती. ती 'हेलबोअर' वनस्पतीचा जो उतारा पाजणार आहे; तो तिचं पोट रिकामं करेल एवढा असायलाच हवा, पण तिला मारून टाकेल एवढा असता कामा नये. कितीही अनुभवी वैद्य असला, तरी या सीमारेषेबद्दल त्याला खात्री देता येत नाही.

निदान, व्यत्यय न येता सारी रात्र तिला मोकळीक देऊन, या औषधाचा डोस मुलीला देता येईल, अशी संधी झुआनाला देण्यात आलेली आहे.

अतिथी निघून गेल्यावर ॲबेस आपल्या साऱ्या समूहाला एकत्र बोलावून त्यांनी केलेल्या उत्कृष्ट सादरीकरणाबद्दल त्यांचं अभिनंदन करते. सँटा कॅटेरिनाचं नाव त्यांनी उज्ज्वल केलं आहे, असं म्हणते आणि जाहीर करते की, आज त्यांना रात्रभर विश्रांती मिळायला हवी आणि त्यात प्रार्थनेचाही व्यत्यय यायला नको. म्हणून प्रात:प्रार्थनेला (पहाटेच्या दोन वाजता) सुट्टी देण्यात येते. पहाटेपर्यंत मठ शांत राहील. या परवानगीचं स्वागत होतं, कारण कार्यक्रम संपल्यावर आता सर्वांनाच थकवा जाणवू लागला आहे; आणि ही बातमी ऐकून वयानं अगदी लहान असलेल्या काहीजणी तर आनंदानं रडताहेत. जरी नवागतांच्या प्रमुखेला हा निर्णय पूर्णपणे पसंत नसला, तरी तीसुद्धा इतरांइतकीच थकलेली आहे– आणि ती या निर्णयाच्या विरोधात काहीही बोलत नाही.

सारा मठ आनंदानं गाढ झोपी जातो, तेव्हा ॲबेस आणि औषधालयाची प्रमुखा मुख्य मठातल्या एका कोपऱ्यातल्या कोठडीत भेटतात. तिथं त्यातली एक, त्या मुलीचं तोंड उचलून धरते, तर दुसरी त्यात विषाचा उतारा ओतते. तो तिनं सफरचंदात हेलबोअरचं मूळ उकडून त्या फळाच्या गरापासून बनवलेला आहे.

पहिल्यांदा उलटी यायला फारसा वेळ लागत नाही. जरी ती आत्तापर्यंत जवळजवळ बेशुद्ध पडलेली असली, तरी इतकी वेदना होते की, ती जागी होते. ती गुंगीतच डोळे उघडून एक भेदरलेला कटाक्ष टाकते आणि तिच्या तोंडून मोठ्यानं कण्हल्याचा आवाज उमटतो. दोघी मिळून तिला पलंगावरून जमिनीवर खेचून

आणतात. पुढले अनेक तास त्यांना तिला तिचं डोकं खाली वाकवून बसल्या स्थितीत ठेवणं भाग आहे. त्यामुळे तिचं पोट साफ होईल, पण ती स्वत:च्याच उलटीमुळे गुदमरून जाणार नाही. त्या दोघींनी प्रार्थना केली तर बरं पडेल आणि ॲबेस या प्रसंगाला योग्य असं सूक्त ताबडतोब त्या मुलींच्या वतीनं शोधून काढते...

हे देवा, तू चिडलेला असलास तरी मला झिडकारू नकोस.
किंवा तुझ्या रागानं मला भाजून काढू नकोस,.
कारण मी निर्बल आहे आणि माझा आत्मा दु:खीकष्टी आहे.

पण मुलीला एकदा उलट्या यायला सुरुवात झाल्यावर, त्या इतक्या जोरात आणि भरभर येतात की, बोलायला वेळच उरत नाही. प्रार्थना तर बाजूलाच! ते थकवणारं काम आहे. झुआनानं आणलेली भांडी पुन्हापुन्हा भरून जातात आणि जुलाब सुरू झाल्यावर मुलीची अवस्था आणखी कठीण होते. येणारी दुर्गंधी अगदी असह्य होते. त्या दोघी आपल्या झग्यांच्या बाह्या गुंडाळून वर करतात आणि झग्यांचा घोळ करमेवरच्या पट्ट्यात खोचून कपडे घाणीनं माखू नयेत अशी काळजी घेतात. त्या तिचे वरचे सगळे कपडे काढून टाकून फक्त पेटीकोट ठेवतात, म्हणजे तिचे कपडे जुलाबामुळे खराब होणार नाहीत आणि तिचे केस कापडात घट्ट बांधून ठेवतात. म्हणजे ते उलटीत खराब होणार नाहीत. पण तिला येणाऱ्या घामाबद्दल त्यांना काहीच करता येत नाही किंवा आकडी येऊन तिचे अवयव असह्यतेनं पिळवटून निघतात, त्याबद्दलही त्यांना काही करता येत नाही.

काहीजण शपथेवर सांगतील की, हेलबोअरचा भूत उतरवण्यासाठी उपयोग होतो, कारण पवित्र पाण्यामुळे होणारा दाह टाळण्यासाठी देहात खोलवर लपू पाहणारं कोणतंही भूत अशा आकडीमुळे देहातून उखडून बाहेर टाकलं गेलंच पाहिजे! जरी झुआनाला हे औषध अशा कामासाठी वापरावं लागलं नसलं, तरी त्याचा परिणाम कसा होतो याचा तिला पुरेसा अनुभव आहे आणि त्यामुळे पाहणाऱ्याची काय समजूत होईल, हेसुद्धा तिला कळू शकतंय : वरच्या धडाला आकडी येऊन ते लाकडासारखं ताठ होतं, कणा पलंगावरून वर उचलला जातो तेव्हा असा दिसतो की, जणूकाही कुठलं तरी भूत आतून त्याच्यावर पकड ठेवून आहे. परंतु इतक्या गुंगी आणणाऱ्या औषधावर ते दिलं की, त्याचा काय परिणाम होतो हे मात्र तिनं आधी कधीही पाहिलेलं नाही. देहाला पूर्णपणे ढिलं पडायची इच्छा होत असतानाच आतून त्याला कुणीतरी घट्ट पकडीत ठेवतंय, हे दृश्य भीषण वाटतं आणि कधीकधी ही मुलगी एखाद्या प्रचंड कुत्र्यानं दातात पकडलेल्या चिंध्यांच्या बाहुलीसारखी वाटते; जणूकाही तो कुत्रा त्या बाहुलीला दातात धरून पुढे मागे गदागदा हलवून मग जमिनीवर भिरकावून देतोय आणि मग पुन्हा तिला दातात उचलून काही मिनिटातच ही प्रक्रिया पुन्हा सुरू करतोय.

पुढली लाट येण्याच्या अपेक्षेनं झुआना सेराफिनाला बसती करते, तेव्हा ती नकळत तिच्याजवळ कुजबुजते, "सेराफिना, घाबरू नकोस. आठवतंय ना की आपण म्हटलं होतं, कधीकधी विषावर विषाचा उतारा द्यावा लागतो? ही अवस्था काही कायमची टिकणार नाही."

पण तिच्यावर खसखस आणि हेलबोअर यांचा इतका जबदरस्त अंमल चढला आहे की, यातलं काहीही तिच्यापर्यंत पोहोचू शकत नाही. झुआनाची, सेराफिनाच्या पलीकडे उभ्या असलेल्या ॲबेसशी नजरानजर होते. ॲबेसच्या डोळ्यातलं कौतुक इतकं उघड-उघडपणे जाणवतं की, झुआना अगदी संकोचून जाते. पलंगावरच्या भिंतीवरून लाकडी क्रूसावरचा येशू त्यांच्याकडे पाहतोय. यातनांवर यातना! किती यातना पुरेशा होतील हे कोण सांगू शकेल? कोणत्या पापांना क्षमा केली जाईल आणि कोणत्या पापांना क्षमा मिळणार नाही?

झुआनाच्या हातात मागे रेलताना ती मुलगी काहीतरी बरळते, "म... माफ... मला माफ..."

रात्र संपत आल्यावर केव्हातरी ॲबेस निघून जाते. तिला (लॉडस्‌साठी)– सूर्योदयाच्यावेळच्या प्रार्थनेसाठी– उपस्थित राहणं अनिवार्य आहे आणि– त्यापूर्वी तिला चोरीला गेलेला पोशाख योग्य त्या कपाटात ठेवून, अंघोळ करून, कपडे बदलून थोडीतरी झोप घेणं आवश्यक आहे. आतापर्यंत आकडी इतकी वरचेवर येत नाहीये आणि थोडा वेळ झुआनाला आशा वाटते की, संकट टळलंय. पण ॲबेस निघून गेल्यावर, पुन्हा एकदा उलट्यांची जोरदार फैर सुरू होते आणि एकटीनं ती कसंबसं हे सारं सांभाळू शकते.

खालची दगडी फरशी मुलीच्या पाठीला टोचू नये, म्हणून त्यांनी पलंगावरची गादी जमिनीवर ठेवली आहे आणि आकडीचा भर ओसरला की, सेराफिना त्यावर उताणी झोपते. तिचे श्वास भरभर आणि उथळ होताहेत आणि कितीही वेळा झुआनानं सेराफिनाला आलेला घाम पुसला, तरी पुन्हापुन्हा तिचा देह घामानं डवरून उठतो आहे. हेलबोअर किती उपयुक्त ठरलं, हे तिच्या आकड्या थांबून ती शुद्धीवर आल्याशिवाय कळणं शक्य नाही. पण ती शुद्धीवर आली नाही तर?– नाही! झुआना अशी शंका उपस्थित करणार नाही– ती शुद्धीवर येईपर्यंत हे झुआनाला सांगता येणार नाही एवढं मात्र खरं.

देवा, बुडत असताना मी तुला पुकारते आहे
हे ईश्वरा माझा आवाज तुझ्या कानी पडू दे
माझ्या याचनेच्या आवाजाची तुझे कान नोंद घेऊ देत.

बाहेर पुन्हा पाऊस पडायला सुरुवात होते. प्रथम तो हळूहळू पडतो, पण मग कोसळू लागतो आणि वाऱ्यामुळे पाणी चहूकडे उडू लागतं. कार्निव्हलच्या जल्लोषानंतर

जे कुणी अजून बाहेर असेल, ते धावत घरी पोहोचेल. लेंटपूर्वी (ईस्टरच्या आधीच्या चाळीस दिवसांच्या उपवासापूर्वी) आपला देव रस्ते स्वच्छ धुवून काढतोय. उद्या शहर कैफातून जागं होईल आणि उपोषणाला आणि प्रायश्चित्ताला सुरुवात करेल आणि पश्चात्ताप जर खरोखरीचा वाटला असेल, तर देव त्याची नक्कीच दखल घेईल.

हे ईश्वरा, जर तूच पापांचा निवडा करायला बसलास,
तर कोण निर्दोष सुटणार आहे?
पण तरीही तू पापांबद्दल क्षमा करतोस
आणि आम्ही तुझ्या धाकात असतो.

पाऊस इतका अखंडपणे जोरात कोसळतोय की, छपरावरचं पाणी बाजूच्या पन्हळीतून खालच्या अंगणातल्या दगडांवर कोसळताना तिला ऐकू येतंय. तिला एकाएकी तीव्र इच्छा होते की, बाहेर पावसात जावं, कोसळत्या धारांखाली उभं राहावं आणि त्या निर्मळ पाण्यानं नाहून निघावं.

झुआनाच्या कफनीचं कापड त्या मुलीच्या वांतीमुळे आणि विष्ठेच्या अवशेषांमुळे कडक झालंय आणि त्याला इतका दुर्गंध येतोय की, उठल्याबरोबर सर्वांनाच या मुलीच्या प्रकृतीबद्दल कल्पना येईल. ती त्या मुलीला कुशीला वळवते. म्हणजे पुन्हा आकडी आली, तरी ती सुरक्षित राहील. तिच्या उलटीनं भरलेली भांडी उचलून, पटकन कोठडीबाहेर पडून बाहेरच्या अंगणात जाते. झुआना ती भांडी जमिनीवर ठेवते आणि त्यात पावसाचं पाणी कोसळू लागतं. ती जमेल तेवढी ती भांडी स्वच्छ धुते आणि ती पावसाच्या पाण्याखाली भरत ठेवते. ती पावसाकडे चेहरा उचलते. रात्र काळीकुट्ट आहे आणि आधी दिसत असलेला अर्धचंद्र आता ढगांमध्ये लपला आहे. काही क्षणातच ती पूर्णपणे भिजून जाते आणि थंडीनं कुडकुडू लागते. पण तिला चांगली जागही येते. नदीकाठी वाऱ्यामुळे वल्ह्यांची बोट धक्क्यावर आदळत असेल. त्यामागचे मठाचे दरवाजे कुलूपबंद असतील. पण काल तिथं काहीच घडलं नाही. घडलं? घडलं होतं? झुआना आता त्याबद्दल विचार करणार नाही.

ती ताज्या पाण्यानं भरलेली भांडी घेऊन कोठडीत जाते आणि मुलीला शक्य तेवढं नीट साफ करते.

देवा, मला हिसॉपनं[१८] *पवित्र कर म्हणजे मी स्वच्छ होईन.*
मला तू धुवून काढ म्हणजे मी बर्फासारखी शुभ्र होईन.
माझ्या पापांकडे दुर्लक्ष कर आणि माझी पापं धुवून काढ.
हे देवा माझं हृदय तू निर्मळ कर,
आणि माझ्यात सद्भावना जागृत कर.

---

१८. हिसॉप – हे एक सुगंधी वनस्पतीचं झुडूप असतं.

इतर अनेक सूक्तं ती म्हणू शकली असती : विनंती करणारी, गुन्ह्यांबद्दल अपराधीपणा आणि लाज वाटल्याचा आक्रोश करणारी, प्रायश्चित्ताची इच्छा धरणारी, क्षमायाचना करणारी, देवाची अपरिमित कृपा इच्छिणारी. पण या नवागतेच्या निश्चेष्ट देहाजवळ बसलेली असताना झुआनाला त्यांच्या उपयुक्ततेबद्दल एकाएकी पुरेशी खात्री वाटत नाही; शब्द राजस असले, तरी इथे जे व्यक्त होणं आवश्यक आहे, ते त्यांच्यामुळे व्यक्त होत नाहीये.

सत्य तर हे आहे की ज्यांना पश्चात्ताप होतो, त्यांनाच क्षमा केली जाते. पण तरीही गवताच्या बिछान्यावर आडवी झालेली ही मुलगी केवळ सोळा वर्षांची आहे, ती प्रेमात पडलेली आहे आणि इच्छेविरुद्ध इथे डांबली गेलेली आहे. जागी झाल्यावर, आपण आपल्याच कोठडीत परत आलो आहोत आणि आयुष्यभर इथंच खितपत पडावं लागणार आहे, हे कळल्यावर तिला तिच्या वर्तणुकीबद्दल पश्चात्ताप वाटला नाही– फक्त प्रयत्न फसल्याबद्दलच वाईट वाटलं, तर? तिनं केलेल्या अपराधांची यादी मोठी आहे; फसवणूक, लुच्चेपणा, संताप, खोटं बोलणं, वासना, अवज्ञा. पण त्याहूनही वाईट म्हणजे तिला वाटणारी निराशा. तिला शपथेवर गप्प बसायला सांगितलं गेल्यावर, ती कुठे मन मोकळं करू शकेल? देवानं क्षमा केली नाही आणि प्रायश्चित्त भोगून संपवलं नाही तर तिची निराशा तरी कशी दूर होणार?

"देवा, माझ्या डोळ्यापुढलं ढळढळीत सत्य न दिसू शकल्याबद्दल मला क्षमा कर." झुआना देवाला म्हणते. फक्त त्या मुलीलाच देवानं कृपावंत होऊन क्षमा करणं अगत्याचं नाही. झुआना स्वत:देखील देवापुढे तशीच क्षमेची आणि कृपेची याचना करत मान झुकवते.

"तिची अगतिकता न ओळखू शकल्याबद्दल मला माफ कर, हे प्रभो! इतरांचं दु:ख जाणण्याऐवजी मी केवळ स्वत:चं दु:खच कुरवाळत बसले होते, त्याबद्दल मला माफ कर. औषधालयातल्या खसखशीच्या सिरपवर लक्ष न ठेवल्याबद्दल, नाटक पाहताना तिच्यावरली माझी नजर हलल्याबद्दल मला क्षमा कर. मी अत्यंत आत्ममग्न, आंधळी किंवा व्यग्र राहिल्याबद्दल मला माफ कर. प्रभो, माझ्या या सर्व अपराधांबद्दल मला शिक्षा ठोठाव आणि कृपावंत होऊन, शक्य असेल तर या मुलीला अधिक यातनांमधून वाचव."

थोड्या वेळानं, दरवाजाखालच्या फटीतून, तिला पुसटशी प्रकाशाची रेघ दिसू लागते. पावसानं भिजलेली पहाट उगवली आहे. ती सकाळच्या प्रार्थनेची–लॉड्सची–घंटा ऐकते. त्यानंतर पहाऱ्यावरच्या जोगिणीची पावलं वाजतात आणि भिजलेल्या दगडांवर इतरांच्या पादत्राणांचा फटफट आवाज उमटू लागतो. ती भिंतीवर रेलून बसते आणि डोळे मिटून घेते.

तिला किती वेळ झोप लागली होती, याचा तिला अंदाज येत नाही. पुन्हा

कण्हल्याचा आणि नव्यानं जुलाब झाल्याचा वास येतो, तेव्हा दिवस उजाडलेला आहे.

बाहेर जोगिणींनी त्यांच्या दिनक्रमाला प्रारंभ केलेला आहे. पण त्या आवाज न करता हालचाल करत आहेत. बातमी भर्रकन सर्वत्र पसरली आहे की, सँटा कॅटेरिनाची कोकिळकंठी गायिका आकडी येऊन आजारी पडली आहे आणि ज्या गळ्यातून मधुर आवाज बाहेर पडत असे, त्यातून आता फक्त वांतीची नदी वाहाते आहे. तिची परिस्थिती गंभीर आहे. या कोठडीलाच कसला तरी शाप असल्याबद्दल बोललं जात आहे. हिच्या आधी इथे राहणारी सुओरा टोमासा किती निरोगी होती आणि तिचा गळाही किती गोड होता आणि एक दिवस ती भिंतीवर ओकाऱ्या करून करून मरून गेली. ही कोठडी आणि तिच्या जवळचा पदपथ येथे कुणालाही यायला परवानगी नाही, त्यामुळे इथे खरोखरच काहीतरी अशुभाची सावली वावरते आहे अशा समजुतीनं या समजाला दुजोरा मिळतोय.

दुपारच्या जेवणापूर्वी ॲबेस परत येते. तिनं झुआनासाठी बदलायला स्वच्छ कपडे, जेवण आणि स्वयंपाकघरातलं स्वच्छ, ताजं पाणी आणलं आहे. ती त्या मुलीकडे बघत राहते. तिचा चेहरा अगदी शांत आहे, ओठ ढिले पडलेत आणि जिथे विषारी औषधाच्या उताऱ्याचा ओठांना स्पर्श झाला आहे, तिथे– त्यांना भाजून फोड आले आहेत.

"मागली आकडी किती वेळापूर्वी आली होती?"

"थोडा वेळ झाला. अर्धा तास. कदाचित थोडा अधिक वेळ."

"तर औषधाचा उपयोग होतोय?"

"मला खात्री नाही."

ॲबेस तिच्याकडे तीव्रतेने रोखून बघत विचारते, "पण ती मरणार तर नक्कीच नाही?"

"मला ठाऊक नाही."

"ती मरणार नाही!" ॲबेस अगदी ठामपणे म्हणते. ते शब्द इतके व्यवहारीपणे उमटतात की, जणूकाही ती मेजवानीच्या पदार्थांचीच नावं जाहीर करते आहे! 'प्रत्येक गोष्टीबाबत इतका ठाम विश्वास असणं किती छान बरं!' झुआनाच्या मनात येतं. किती छान आणि किती भीषण!

"तुला विश्रांती घ्यायची असेल, तर मी तिच्यापाशी बसते," ॲबेस झुआनाला म्हणते.

"नको. मला अजून तिच्याकडे लक्ष द्यायला हवं."

ॲबेस निघून गेल्यावर त्या मुलीच्या सुकलेल्या तोंडातून श्वासाचा जोरात आवाज होऊ लागतो. झुआना रोझमेरीच्या अर्काचे काही थेंब पाण्यात मिसळून तिचं डोकं वर उचलते आणि तिचे ओठ ओले करते. मग ती त्यातलं थोडंसं पाणी तिच्या

तोंडात ओतते. तो तिच्या वडिलांनी सुचवलेला उपाय आहे : एकदा देहातून आणखी काहीही बाहेर पडेनासं झालं की, आपण त्यात परत थोडं घालायला हवं कारण इतकं पाणी शरीरातून निघून गेल्यावर अवयव कोरडे पडतात आणि नीटपणे काम करू शकत नाहीत. मुलीला ठसका लागतो आणि यावेळेस ते पाणी लगेच उलटून पडत नाही. पण ती शुद्धीवर यायचं काहीही चिन्ह दिसत नाही.

काही तासांनी सुओरा उमिलिआना कोठडीपाशी येते. तिच्या त्रासदायक नवागतेसाठी प्रार्थना करण्याची तिला ॲबेसनं परवानगी दिलेली आहे. तिच्या नजरेला जे दृश्य दिसतं ते पाहून तिला किती दुःख होतंय ते स्पष्टपणे जाणवतंय. ती जमिनीवर कोसळते आणि तिचे गुडघे जमिनीला टेकण्यापूर्वीच ती हात जोडून प्रार्थना करू लागते.

झुआनाच्या पोटात खड्डा पडतो. तिला जे जाणवत नाहीये, ते उमिलिआनाला जाणवत असेल का? कदाचित ती मरणार आहे, हे तिला उमगलं असावं. इंबेरसागाच्या वेळेसही तिला ते उमगलं होतं. देहातला कोणताही बदल, कोणतं तरी चिन्ह आपल्या नजरेतून सुटलंय का, असा झुआनाला प्रश्न पडतो. पण तिनं त्या मुलीची नाडी तपासली की नाडीचे ठोके हळूहळू, पण नियमितपणे पडताना जाणवतात.

खोलीत नवागतांच्या प्रमुखेची दबत्या आवाजातली प्रार्थना घुमू लागते... देवाचं प्रेम, आपल्या पापांबद्दल त्याला होणारं दुःख, त्याला भोगाव्या लागणाऱ्या यातनांची खोली, पापी माणूस देवाच्या पायाशी परत येतो यातला चमत्कार, मृत्यूनंतर देवाशी होणारी एकरूपता, तेजाची शक्ती आणि देवाच्या अमर्याद प्रेमसागराची ओढ.

झुआना ऐकत राहते आणि त्या वृद्धेच्या प्रार्थनेचा अव्याहत स्रोत पाहून मंत्रमुग्ध होते. तिच्या मनात येतं : जर मला प्रत्येक शब्दात असा जीव ओतून प्रार्थना करता आली असती तर! जणूकाही देव ऐकतोय, अशा भावनेनं मला प्रार्थना करता आली असती तर!

प्रार्थना संपते. उमिलिआना उठण्यापूर्वी पुढे वाकून आपलं बोट हळुवारपणे त्या मुलीच्या कपाळावर टेकवते, ''मी ॲबेसना फादर रोमेरोंना बोलावून आणायची विनंती करू का?''

''नको. नको.'' झुआना अगदी ठामपणे म्हणते. ''ती नक्कीच मरणार नाहीये.'' ॲबेसचे शब्द आता तिच्या तोंडी आले आहेत. ''ह्या औषधावर, अशी प्रतिक्रिया अपेक्षितच होती. ती लवकरच जागी होईल.''

पण उमिलिआनाची प्रार्थना चाललेली असताना सेराफिनाचा फिकट चेहरा काळा पडू लागलेला आहे आणि जरी तिचे ओठ उघडे असले, तरी ती श्वास घेतीय

की नाही, हे कळत नाहीये. औषधं फार झाली, झुआनाच्या मनात येतं. खसखशीचा पाक नाहीतर हेलबोअर. मी तिला फार जास्त मात्रेत ते दिलं... देवा माझ्या मदतीला धाव.

"आपण तिच्यासाठी प्रार्थना करत राहिलं पाहिजे. आपल्या हाती तेवढंच आहे." नवागतांची प्रमुखा झुआनाची बोटं हातात घेऊन दाबते.

"हिंमत हारू नकोस," ती म्हणते. जणूकाही तिला उमगलं आहे की, झुआना त्या अवस्थेला पोहोचली आहे. "तुझ्याकडून अपेक्षित असलेलं सारं काही तू केलेलं आहेस. देवाला ते कळेल."

"ओ! पण मी नाही केलेलं, सारं काही नाही केलेलं," झुआनाला वाटतं. "आणि त्याला तेसुद्धा कळेल."

वेळ सरकत राहतो. ती मुलीचं डोकं थोपटते आणि तिच्या अंगावर पांघरुण घालते. रात्रीच्या जेवणाची घंटा वाजते आणि पुन्हा एकदा तिला पदपथावर पायांचा आवाज ऐकू येतो. ती स्वत:ला चिमटा काढून जागं ठेवते.

"फॉस्टिना, करण्याजोगं आणखी काहीही नाही."

ती मान हलवते, "असलंच पाहिजे– करण्याजोगं आणखी काहीतरी असलंच पाहिजे."

"तू केवळ एक वैद्य आहेस. एक क्षण असाही येतो की, तू देवावर सारं सोपवून देणं योग्य ठरतं."

"हा! तुम्ही तर उमिलिआनासारखं बोलताय."

"तू तिला थोडावेळ एकटं का सोडत नाहीस? बाहेर मोकळ्या हवेत फिर. तुला शक्ती मिळेल, असं काहीतरी घे. तू अँजेलिकाच्या मुळाचा काढा ठेवतेस का? मला वाटतं की, तू तो ठेवतेस."

"हो. हो. ठेवते."

"मग त्यात थोडा पेपरमिंटचा अर्क टाकून तो काढा पी. तो चांगला कडक असू दे. त्यामुळे रात्रभर जागरण करायला तुला ताजेतवानं वाटेल. पण जाण्यापूर्वी या मुलीला थोडं रोझमेरीचा अर्क घातलेलं पाणी पाज."

"पण मी नतसाना ते उलटून पडलं तर?"

"जर उलटी झाली, तर थोडं पित्त पडेल. ती कुशीवर असली, तर ती गुदमरणार नाही. निदान त्यामुळे जिवंतपणाची काहीतरी खूण दिसेल."

"पापा, पापा मला ती मरायला नकोय."

"बाळा, तू तिच्यात फारच गुंतली आहेस. त्यामुळे बरं करण्यात व्यत्यय येतो. आता जा. करण्याजोगं सारं काही तू केलेलं आहेस."

झुआना औषधालयात आल्याला अनेक दिवस झालेत असं वाटतंय. दोन वृद्ध जोगिणी झोपी गेल्या आहेत, तर क्लेमेंशिया स्वत:शीच शांतपणे गात, अंथरुणावर पडलेली आहे. खोली अगदी स्वच्छ दिसतये. जमीन धुतलेली आहे. झुलती धूपदानं स्वच्छ आहेत. छोट्या वेदीवर रात्रीसाठी मेणबत्ती पेटवून ठेवलेली आहे. लेटिझिआनं उत्तम प्रकारे काम केलंय. आयुष्याचा प्रवाह पुढे जातच राहायला हवा. त्या विचारानं तिला रडू फुटतं. ''झुआना, तू थकून गेलेली आहेस,'' ती स्वत:लाच रागावून सांगते, ''आणि खूप दमलं की माणूस हळवं बनतं.''

औषधालयात तिला अँजेलिकाचं मूळ सापडतं. ती ते थोड्या मदिरेत आणि पेपरमिंटच्या अर्कात मिसळते. पूर्वी ते घेऊन ती जागी राहत असे आणि आताही ती तशीच जागी राहील. ती ते मिश्रण गिळते आणि ते पोटात जाताना तिला जाणवतं. त्याचा परिणाम व्हायला थोडा वेळ लागेल. ती थोडं मिश्रण दुसऱ्या कुपीत ओतून घेते. दुसऱ्या रात्रीसाठी तिला त्याची गरज पडेल. जर खरोखरच दुसरी रात्र आली तर.

ती खोलीबाहेर पडते, तेव्हा जेवण संपल्याची घंटा वाजू लागलेली आहे. तिला भरभर जायला हवं. जोगिणी आपापल्या कोठड्यांकडे परत जाऊ लागतील आणि त्यांनी कितीही आस्था किंवा सहानुभूती दाखवली, तरी आता कुणीही न भेटलेलंच बरं!

पण ती पटांगण ओलांडत असताना तिला जे दिसतं, त्यानं तिची छाती धडधडू लागते. त्या पदपथाच्या कोपऱ्यावरल्या, मुलीच्या कोठडीचा दरवाजा उघडा आहे. तिनं तो काळजीपूर्वक नीटपणे बंद केला होता, तो आता सताड उघडा आहे.

त्या मुलीला ते करता येणं अशक्य आहे. तर मग कोण आत आलं असेल? रात्रीचं जेवण घेऊन ॲबेस आली असेल? तर मग तिनं दरवाजा का बंद नाही करून घेतला?

नियमांबद्दल काळजी करत न बसता झुआना पटांगणातून धावत पुढे जाते आणि ती उघड्या दरवाजापाशी पोहोचते तेव्हा तिला काहीतरी ऐकू येतं. तो मानवी आवाज नसून एक प्रकारचा ध्वनी वाटतोय, ताणलेली तार हवेत झंकारावी तसा तो ध्वनी आहे.

आतमध्ये, गादीशेजारी एक आकृती गुडघ्यांवर वाकून बसलेली आहे. ती आकृती इतकी छोटीशी आहे आणि इतकी वाकलेली आहे की ती मानवी आकृती न वाटता ते भूतच वाटतंय. देहाच्या मानानं डोकं खूप मोठं आहे आणि खपल्या धरलेल्या त्वचेवरले केसांचे पांढरे खुंट सोडले तर डोकं कशानंही आच्छादलेलं नाही.

क्षणभर झुआना दरवाजात खिळून उभी राहते. मग ती जवळ गेल्यावर त्या

कंपनातले शब्द तिला समजू शकतात.

"पाहा. हो! तुला तो दिसतोय! बघ. हो. हो. तू त्याला पाहू शकते आहेस. तो तुला परत आणायला आलेला आहे. सेराफिना, तो तुझ्यासाठी कसा व्याकुळ झालाय ते बघ. त्याचा श्वास तुझ्या चेहऱ्यावर अनुभव. तू डोळे उघडलेस, तर तुला तो दिसेल. तू त्याला पाहावंस याची तो वाट बघतोय. तो तुझी दीर्घकाळ प्रतीक्षा करतोय."

"सुओरा मॅगडालेना..." झुआना आपला आवाज मृदू ठेवायचा प्रयत्न करते.

पण ती वृद्ध स्त्री वळत नाही. ती केवळ आपली मान एका बाजूला वळवते. मण्यासारख्या डोळ्यांचा पक्षी आवाजाच्या दिशेला बघेल, त्याचीच ते पाहून आठवण होतेय. "अजून नाही. अजून नाही. मी या लेकरापाशी आहे. बघ. ती बरी झालीय." ती एकदम एखाद्या लहान मुलीप्रमाणे खळखळून हसते.

"बघ, देवानं तिच्यासाठी काय केलंय ते!"

आणि जवळ आल्यावर झुआनाला ते खरोखरच दिसतं. कारण कुशीवर वळून गादीवर झोपलेली ती मुलगी जागी आहे. तिचे डोळे उघडे आहेत आणि ती पापण्यांची उघडझाप करते आहे.

झुआना जोरानं श्वास आत ओढून घेते आणि तिच्या जवळ जाऊन त्या वृद्धेजवळ गुडघे टेकून बसते.

"सेराफिना!" ती उतावळेपणानं हाक मारते.

तिच्या कृश चेहऱ्यावर तिचे डोळे खूप मोठे वाटताहेत आणि त्यात एक वेगळाच हरवलेला भाव आहे, जणूकाही जागी झाल्यावर तिला जे काही दिसलंय, त्याचा तिला अर्थ लागत नाहीये. तीन महिन्यांपूर्वी ती इथं आली तेव्हा ती लहान होती. आता ती लहान राहिलेली नाही. पण निदान जिवंत राहिली आहे.

"स्वागत आहे! स्वागत आहे!" झुआना आनंदाचं हास्य थांबवूच शकत नाहीये. ती मुलगी तिच्याकडे बघत राहते आणि मग हळूच मान हलवते.

"काय झालं?" झुआना त्या वृद्धेला प्रश्न विचारते. पण त्या वृद्धेचं लक्षच नाहीये. ती केवळ पुढे-मागे झुलतेय, स्वत:शीच गातेय, त्या पवित्र आत्म्याचा तिच्यात संचार झालाय.

पाठीमागे, पटांगणात, लोकांच्या चालण्याचा आवाज झुआनाला ऐकू येतोय. तिनं उठून दरवाजा बंद करून घ्यायला हवा.

पण वेळ टळून गेलीय.

दरवाजात सुओरा उमिलिआना उभी आहे आणि म्हणतेय, "देवाची कृपा! ती जिवंत आहे!" अवज्ञेचं पाप माथी घ्यायला तयार असलेल्या काही धाडसी जोगिणींनी उमिलिआनाच्या मागे दाटी केलेली आहे. "सुओरा मॅगडालेनानं तिला आपल्यात

परत आणलं आहे.''

पण मॅगडालेनाचं तिच्याकडेही लक्ष नाही. तिनं त्या मुलीचा हात हातात धरला आहे. तिच्या मऊ कातडीवर मॅगडालेनाचा हात पक्षाच्या पंजासारखा बारीक दिसतोय. ती सेराफिनाचा हात थोपटतेय. ''बघ. बघ. मी म्हटलं नव्हतं का की तो येईल म्हणून?''

ती मुलगी गादीवर उठून बसायचा प्रयत्न करतेय, पण तिच्या अंगी तेवढं त्राण नाही. झुआना तिला टेकू देऊन बसतं करतेय.

उमिलिआना आता कोठडीच्या आत शिरलीय. इतरांनी तिच्या पाठीमागे गर्दी केलीय.

सेराफिना ओठ किंचित विलग करते, सुकल्या ओठांवर जीभ फिरवते. ती झुआनाकडे बघते आणि मग खोलीबाहेर नजर टाकते.

''मी 'त्याला' बघितलं–'' ती म्हणते आणि जरी तिचा आवाज अगदी दुःखीकष्टी आणि लहान आला, त्याचा पूर्वीचा रेशमी गोडवा नष्ट झालेला असला, तरी तो खोलीतल्या प्रत्येकाला ऐकू जातो. ''हो! मला खात्री आहे की मी 'त्याला' बघितलं.''

३०

सुरुवातीला काहीच जाणवत नव्हतं. फक्त काळोख होता. हवाहवासा वाटणारा, खोल, सौम्य काळोख होता. काळ्या मखमलीच्या ढिगात गुंडाळून जाऊन काळोख्या आकाशाच्या शांततेत चिरकाल गुरफटून पडलो आहोत, असा भास घडवणारा तो काळोख! भूतकाळ नाही. भविष्यकाळ नाही. वर्तमानकाळसुद्धा नाही आणि ही अधांतरी असल्याची भावना; यातनाविरहित अवस्थेत विस्मृतीत लुप्त होण्याचं भाग्य.

बागेत चालत जात असताना ती या अवस्थेत गेली. तिला काहीही करावं लागलं नाही. इतकं सारं घडल्यावर तिला काही करायला सांगितलंही गेलं नाही. ती घाबरलीदेखील नाही. तिच्याभोवती झुआनाचे हात होते, तिचा आवाज तिच्या कानात कुजबुजत होता आणि ती अगदी सुरक्षित होती.

"सेराफिना, मला मदत कर. थोडीशी चाल. चालशील ना? हे माझ्या गोडुल्या लेकरा. मला इतकं वाईट वाटतंय. मला माफ कर..."

सेराफिना झुआनाला सांगू इच्छित होती की, काही हरकत नाही. तिला त्याचं आता काहीही वाटत नाहीये. तिला सांगावंसं वाटतंय की, माफी सेराफिनानं मागायला हवी. झुआनानं नव्हे. तिला झुआनाचे तिनं केलेल्या मदतीबद्दल आभार मानायचे आहेत आणि तिची माफीही मागायची आहे. कारण सेराफिना पूर्णपणे जाणून आहे की, धक्क्यावर त्यांच्यामध्ये जे काही घडलं, त्यामुळे झुआनाला दोषी ठरवलं जाऊ शकेल.

"नको. नको. बोलायचा प्रयत्न करू नकोस. तुझी शक्ती वाचव. आणखी थोडचं चाल. आपण नंतर बोलू शकतो."

पण नंतर कधी येतच नाही. कारण जेव्हा गुंगी येते, तेव्हा त्याबद्दल काहीही करता येण्याजोगं नसतं. गुंगीपाठोपाठ तिला मऊशार मखमली स्पर्शाचा अंधार लपेटून घेतो.

"आपण तिथं जवळजवळ पोहोचलोच आहोत. चालत राहा. चालत राहा."

आणि ती चालत राहते. कारण तिला झुआनाला निराश करायचं नाहीये. पुन्हा

एकवार निराश करायचं नाहीये. पण काही वेळानं तिला थांबावंच लागतं, कारण ती निर्वात पोकळीत लुप्त होऊ लागते आणि तिच्या इच्छेप्रमाणेच तिला अजिबात दु:ख जाणवत नाही.

फक्त– फक्त– हे कसं घडलं?– ही अवस्था टिकून राहत नाही. ती मखमली काळोखात किती वेळ तरंगतेय, याची तिला अजिबात कल्पना नाही. पण ती अवस्था संपलेली मात्र तिला जाणवते. दाहक, पांढऱ्याशुभ्र वेदनांनी काळोखाची चिरफाड केलेली तिला उमगते. कुणीतरी तिच्या पोटाच्या मधोमध लांबलचक खिळा ठोकतंय. एकानंतर दुसरा. दुसऱ्यानंतर तिसरा. एकदा खिळे आत शिरल्यावर त्यांच्या बनतात कात्र्या आणि त्या तिचं पोट इतक्या लहान लहान तुकड्यात कापून टाकतात की, ते तुकडे तिच्या तोंडातून बाहेर येतात. ते सारं इतक्या झटकन होतं की, गळ्यापर्यंत उलटी दाटून येईपर्यंत तिला मळमळणं जाणवतच नाही. त्याच्या जोरानं ती इतकी जोरात कोसळते की, काहीतरी किंवा कुणीतरी तिला आधार देत नसतं तर ती खाली पडलीच असती. तिची आतडी फुटून तोंडातून बाहेर पडताना पाहून ती घाबरून जाते. वेदनेपेक्षाही हा धक्का असह्य होतोय. पुढल्या वेळेस हातोडीनं खिळा आत ठोकला जातो तेव्हा तो आणखी खाली, आतड्यात पोहोचतो. तिच्या कण्हण्याचा आवाज आणि तिच्या उत्सर्जनाचा दुर्गंध सर्वत्र भरून राहतो.

ती श्वास घ्यायचा प्रयत्न करते, त्या हव्याहव्याशा अंधाराला शोधू पाहते पण तो सापडतो तेव्हा अजिबात सुखद वाटत नाही. ती अधांतरी लटकतेय, तिचे हात आणि पाय निर्जीवपणे दोन्ही बाजूला लटकत आहेत आणि शेकोटीवर प्राणी भाजताना जशी त्याच्या आरपार सळी खुपसलेली असते, तशीच काटेरी सळी तिच्या गुदातून आत जाऊन तोंडातून बाहेर आलेली आहे असा तिला भास होतो आणि ती आजूबाजूला बघते, तेव्हा तिला जाणवतं की ती एकटीच नाही. तिच्यासारखे शेकडो, हजारो लोक आहेत. तिची अंधारात दृष्टी पोहोचतेय, तिथवर तिला त्यांचे देह दिसत आहेत. त्यांचे देह कापलेले, विस्तवावर भाजून काढलेले, जाळलेले, तुकडे केलेले, आणि चिंध्या करून रक्तबंबाळ केलेले दिसत आहेत. हे दुष्ट काम करणारी बुटक्यांची सेना दात विचकून हसतेय आणि ज्या काळोखातून त्या सेनेनं जन्म घेतलाय त्या काळोखासारखीच ती काळीकुट्ट आहे. सारीकडे रक्तामासांचा चिखल पसरलेला आहे आणि मूक आक्रोशाची भीषण पोकळी सर्वदूर पसरलेली आहे. प्रत्येक आत्मा आपापली यातना चिरंतन भोगतो आहे.

"पण आम्ही यांच्यासारखं पाप केलं नव्हतं," स्वत:चंच बोलणं तिच्या कानी पडतं. "ते विशुद्ध प्रेम होतं. ती वासना नव्हती. मी शपथेवर सांगते. देह संगीतात रममाण झाले होते, आणखी इतर काहीही नव्हतं... ओ जॅकोपो," पण तोंडून शब्द

फुटण्यापूर्वीच तिच्या तोंडातून पित्ताची आणखी एक उलटी उसळून बाहेर पडते.

आता ती जेव्हा आजूबाजूला नजर टाकते, तेव्हा तिला सैतानांची सेना न दिसता, अंधारात एक उंदीर दिसतो. त्याच्या मस्तकाभोवती बुरख्यासारखी मऊशार, ओलसर लव आहे, चेहरा फिकट आणि थरथरता आहे, त्याचे सुळे तिचा चावा घ्यायला सज्ज दिसत आहेत. तो उंदीर तिच्याकडे बघून हसतो.

''कधीकधी विषावर विषाचाच उतारा द्यावा लागतो. सेराफिना, घाबरू नकोस. ही अवस्था काही कायम टिकणार नाहीये.'' तो उंदीर म्हणतो आणि त्याचे सुळे तिला दंश करतात आणि वेदना पुन्हा सुरू होते.

युगं लोटल्यावर, जेव्हा तिची आतडी पूर्णपणे रिकामी झालेली आहेत आणि जमिनीवर उलटून पडण्याजोगं काहीही शिल्लक राहिलेलं नाही, तेव्हा तिच्या वेदना थोड्या कमी होतात आणि ती डोळे उघडून खोलीत नजर फिरवते. भिंतीवरला क्रूस दिसल्यावर ती स्वत:चीच खोली आहे, याबद्दल तिची खात्री पटते.

परत नरकप्राय दृश्यं दिसू लागू नयेत, म्हणून ती त्या क्रूसावरच नजर खिळवून ठेवते. 'तो' तिथे कसा लटकून राहिला आहे, खिळ्यांवरून त्याच्या देहाचा कसा पुढे झोक जातो आहे, त्याच्या कातडीवर बरगड्या कशा उठून दिसत आहेत, प्रत्येक स्नायू वेदनेनं कसा टाहो फोडतो आहे, या साऱ्याकडे ती निरखून बघते. हो! त्याची वेदनांशी ओळख आहे. वेदनांनी पिळवटून निघणं म्हणजे काय आणि त्या एकटेपणानं भोगायच्या यातना म्हणजे काय, हे तो पूर्णपणे जाणतो. कुणीही इतकं एकाकी नसावं. डोळे मिटून घेतल्यावर ती त्याचीच मूर्ती मनात जपते. त्याचा रक्ताळलेला चेहरा, त्याची छिन्नविच्छिन्न काया. त्याला इतक्या यातना होत नसत्या, तर तो किती देखणा दिसला असता! तिच्या डोळ्यांपुढे एक उंचापुरा माणूस येतो. केस खाली येऊन रुंद खांद्यांभोवती विसावलेले, त्याच्या छातीवरली मऊ, नितळ त्वचा आणि अत्यंत राजस चेहरा : भव्य कपाळ, दळदार ओठ आणि निर्मळ, तेजस्वी नजर. जर तो जखमी असताना इतका प्रिय वाटतो तर तो धडधाकट असताना किती आकर्षक वाटेल? ओ! जॅकोपो! तू कुठे आहेस? इतका तारणहार. अशी शक्ती, इतका चांगुलपणा.

''त्याला तुझी खरोखरच पर्वा वाटत नाही. तू त्याला जो काही उपद्रव पोहोचवला आहेस, त्या योग्यतेची तू त्याला वाटत नाहीस.''

नाही! नाही! हे खरं नाही. त्याला पर्वा आहे. त्याच्याकडे बघा. त्याला पर्वा आहे. नेहमीच होती. स्वत:चा क्रूस ओढत पायऱ्या चढून जात, तेथे तिची वाट पाहत अविरत क्रूसावर लटकत राहण्याएवढी त्याला पर्वा आहे.

''मला माफ करा. मला माफ करा...''

हे शब्द त्याला ऐकू जातील, एवढ्या मोठ्यानं उच्चारायची तिची इच्छा आहे

पण मग पोटात पुन्हा वेदनांचा डोंब उठतो आणि फक्त जोरानं कण्हण्याचा आवाज शिल्लक राहतो.

पुन्हा काळोख पडतो. बदल होतो. आता देहही दिसत नाहीत आणि मखमली काळोखही नाही. त्याऐवजी फक्त एक रखरखीत, कडक फत्तर चहूबाजूला पसरलेला आहे आणि त्यावरच तिला निरंतन पडून राहावं लागणार आहे. निदान तिच्या देहात हाडं तरी नाहीत. त्यांचा भुगा होऊन उलटीतून बाहेर तरी पडला आहे किंवा तिच्या आतल्या पेटत्या वणव्यात ती वितळून तरी गेली आहेत. तिच्या हातापायात इतकी जड रेती भरली आहे की, तिला ते हलवता येणं अशक्य आहे. वेदनांनी ते हलवायचं काम केलं तर गोष्ट निराळी आणि चोहीकडे इतका रखरखाट आहे– कुठेही इवलासाही ओलावा नाही, फक्त वाळू पसरली आहे. तिच्या देहात आणि तिच्या तोंडात. तिला गिळता येत नाही. ती खूपच तहानलेली आहे. खूपच तहानलेली.

आता कुणीतरी तिचं डोकं उचलून तिच्या ओठांवर बोट टेकवलंय, तिच्या तोंडात पाण्याचे थेंब सोडतंय. ते पाणी किती झोंबतंय! इतक्या अफाट यातना सोसल्यावर इतकी लहानशी स्पष्ट उमगणारी वेदना हवीशी वाटतेय. मग आणखी पाणी तोंडात टाकलं जातं. ते तिच्या तोंडात झिरपतंय. तिच्या मानेला झोंबतंय. ती गुदमरते. त्यामुळे दुखतं, पण पाणी पिणं थांबवण्याएवढं दुखत नाही. ती आणखी पाणी पिते. त्या हातानं तिला हलकेच थोपवलं नसतं तर ती अधाशाप्रमाणे पाणी प्यायली असती. ते पाणी पोटात गेल्यावर पोट गुरगुरून हलू लागतं आणि तिला उलटी येऊ लागते. पण बाहेर काहीच पडत नाही.

नंतर– काही दिवसांनी की काही तासांनी– तिला जाणीव होते की, आता वेदना थांबल्या आहेत.

तिला सुटल्यासारखा आनंद होतो. काहीही जाणवत नसल्याचा निखळ आनंद. पाण्याच्या नितळ पृष्ठभागावर नांदते तशी शांती; लाटा नाहीत, वारा नाही, काहीही नाही. फक्त स्तब्धतेचा आनंद. त्या वेदना कशा बरं दूर होऊ शकल्या? त्या इतक्या प्रचंड होत्या आणि आता अजिबात शिल्लक राहिल्या नाहीत? हे कसं काय होऊ शकलं? कोणत्या चमत्कारामुळे हे शक्य झालं?

"डॉमिनसाल्व्हेडीग्रासियास."

हे गाणं उंच आणि बारीक आवाजात गायलं जातंय. पाण्याच्या नितळ पृष्ठभागावरून ती दृष्टी वर उचलते, तेव्हा तिला वाऱ्यानं हलणारी लव्हाळी दिसतात आणि आता उजेडही दिसतोय असं तिला वाटतं. तो नक्कीच सूर्य असणार; कारण तिला अंगावर त्याची ऊब जाणवतेय. दूरवर जगावर उष्णतेची लाट आलेली दिसतेय आणि त्याच्या मधोमध काहीतरी आहे– एक आकृती?– ती

आकृती तिच्याकडे चालत येतेय.

''बघ. बघ. तुला तो दिसतोय, सेराफिना? हो. त्याला तुझ्याबद्दल खूप आस्था आहे. तुला जागं करण्यासाठी त्यानं मला पाठवलंय.''

तो एक वेगळाच आवाज आहे. लहान बालकासारखा, पण त्यात वयामुळे कंप जाणवणारा. ती तो आवाज लगेच ओळखते. ते ऐकून तिच्या पोटात नेहमीप्रमाणे खड्डा पडतो. ती तिच्यापुढल्या आकृतीवर चित्त केंद्रित करते. हवा इतकी गरम आहे. प्रत्येक गोष्ट इतकी झळाळते आहे, यात आश्चर्य ते काय? त्या झळाळीमधून एक आकृती दिसू लागते. उंच, लांब केसांची आणि पुन्हा ती आकृती विरून जाते. जणूकाही तो अडखळून पडलाय आणि त्या धुक्यानं त्याला आच्छादून टाकलंय.

''बघ. त्याच्या बिचाऱ्याच्या हातापायातून रक्त कसं ठिबकतंय ते! पण तो तुझ्याकडे बघून हसतोय. तो तुझं परत आल्याबद्दल स्वागत करायला आलाय.''

परत! तिला पुन्हा पोटात एक जीवघेणी वेदना जाणवते. जणूकाही तिच्या आतड्यांनंतर आता ते तिचं ओटीपोट खरवडून काढताहेत. पण ती बघत राहते आणि तो आता जवळ येतो. हो. हो. तिला तो दिसतोय : ते भव्य कपाळ भोसकल्याच्या अनेक लहान जखमांनी विद्ध झालेलं. डोळे अगदी निर्मळ आणि सहानुभूतीनं ओथंबलेले. त्याला आस्था वाटतेय. तो जाणार नाही. त्याचं माझ्यावर प्रेम आहे.

''तू डोळे उघडलेस, तर तो तुला दिसेल.''

ती अस्फुट किंकाळी फोडते. तिला ठाऊक आहे की तिनं आता जागं व्हायला हवंय. तिला ठाऊक आहे की, त्याची तिच्याकडून तीच अपेक्षा असणार आहे.

ती डोळे उघडते. खोलीत काळोख आहे. इथे उजेडाची झळाळी नाही. वास घाणेरडा आणि कुबट आहे. भिंतीवरल्या क्रूसावर येशू करूणपणे लटकलेला आहे. तिच्या शेजारी सुरकुतलेल्या मॅगडालेनाची आकृती आहे. तिचा चेहरा आंबलेल्या आक्रोडासारखा दिसतोय. ती पुढे-मागे झुलत, निष्पाप आनंदानं हसतेय.

''सेराफिना?'' आणि आता तिच्या शेजारी, जमिनीवर तिला झुआना दिसते. तिचा चेहरा अगदी तिच्या जवळ आलेला आहे, थकलेला पण हसरा. सूर्यासारखा दिसणारा.

''ओ! स्वागत आहे. स्वागत आहे तुझं!''

पलीकडे दरवाजात तिला सुओरा उमिलिआना दिसते आणि तिच्या मागून युजेनिआ, पर्सेव्हरान्झा, अपोलोनिआ, फेलिसिटा आणि इतरजणी डोकावून पाहत आहेत.

''देवाची कृपा! ती जिवंत आहे. सुओरा मॅगडालेनानं तिला खेचून आपल्यात परत आणलीय.''

नवागतांच्या प्रमुखेचा आनंद इतका निखळ आहे की, त्याची लागण होऊन तिच्या मागच्या इतर जोगिणीही हसू लागतात.

खोलीत दाटी झाल्यावर ती उठू पाहते. पण ती अशक्त झालीय आणि तिला बिछान्यावरून उठता येत नाहीये.

ती वृद्धा आपले हात लांबवते. ती म्हणते, ''पाहा.'' तोंडाचं बोळकं पसरून हसत ती म्हणते, ''पाहा. मी म्हटलं नव्हतं का की, तो येईल?''

सेराफिना आपले ओठ किंचितसे विलग करून सुकलेल्या ओठांवरून जीभ फिरवते. नाही. ती निसटू शकली नाही, इतका खटाटोप करूनही ती स्वातंत्र्य मिळवू शकली नाही. ती झुआनाकडे बघते आणि मग पलीकडे खोलीभर दृष्टी फिरवते. त्या साऱ्याजणी इथे आहेत. याच कुटुंबीयांबरोबर तिला आता मरेपर्यंत राहायचं आहे, तिच्या हनुवटीवर पांढरे केस उगवेपर्यंत, तिची कातडी जुन्या चामड्यासारखी सुरकुतेपर्यंत आणि शरीरातला जीवनरसाचा शेवटला थेंब शरीराबाहेर टाकला जाईपर्यंत तिला इथेच राहणं क्रमप्राप्त आहे.

फक्त ती अजून मरून गेलेली नाही.

''मी त्याला बघितलं,'' ती इतक्या हळू आवाजात बोलते की, तिचा आवाज खोलीतल्या इतरांपर्यंत जेमतेम पोहोचतो. ''हो. मला वाटतंय की, मी त्याला बघितलं.''

''ओ! हा तर चमत्कारच म्हणायचा,'' तिच्या उलट, उमिलिआनाचा आवाज खणखणीतपणे बाहेरच्या पटांगणात दुमदुमतो.

■

भाग तिसरा

३१

लेंटच्या (ईस्टरपूर्वीच्या चाळीस दिवसांच्या उपवासाच्या) काळात, झुआना आणि सेराफिना आपापल्या कोठड्यांमध्ये बराच वेळ झोपेतच असतात. त्यांच्या भोवताली शहराची स्वच्छता करण्याचं काम सुरूच आहे. इतका जोराचा पाऊस पडतोय की, पन्हाळी आणि पाईप त्या पाण्याच्या प्रचंड प्रवाहाला पुरेशा पडत नाहीत आणि पदपथांवर गढूळ पाण्याच्या नद्या वाहत आहेत. कोठड्यांच्या दाराखालच्या फटींतून पाणी आत शिरतंय आणि चालताना जोगिणींच्या कफन्यांचे खालचे काठ ओले होत आहेत. मठातली मांजरंसुद्धा आतमध्ये आसऱ्याला आली आहेत आणि प्रार्थनांच्या लाकडी बाकांच्या खाली, उबेत गुरफटून बसलेली आहेत. प्रत्येक प्रार्थना सुरू होण्यापूर्वी त्यांना तेथून हुसकून बाहेर काढावं लागतंय.

मुरानो येथे घडवलेले मद्याचे सुंदर चषक आणि चिनीमातीच्या प्लेट्स जोगिणींनी आपापल्या पेट्यांमध्ये गुंडाळून ठेवून दिलेल्या आहेत. झगे, बूट आणि नकली केसांचे टोप त्यांच्या मालकिणींकडे परत सुपूर्त करण्यात आलेले आहेत. स्टेज उतरवण्याचा ठाकठोक आवाज कानी पडू लागला आहे, पण स्टेज बांधताना तो जसा सुखद वाटे तसा तो आता वाटत नाहीये. स्वयंपाकघरात खरपूस भाजण्याची आणि केक बनवण्याची भांडी फळ्यांवर पुन्हा टाकून देण्यात आलेली आहेत आणि जोगिणी त्यांच्या प्रारंभीच्या उपवासाच्या तयारीला लागलेल्या आहेत. सध्या भाज्या उकडल्याचे आणि पातळसर सूप उकळल्याचे जे वास येत आहेत, त्यामुळे उपवास करणं श्रेयस्कर वाटतं आहे.

शांतपणे अंतर्मुख होऊन आत्मपरीक्षण करण्याचा आणि स्वेच्छेनं निरिच्छ राहण्याचा हा काळ आहे. पण कुणीही उदास दिसत नाहीये. जरी दरवर्षी लेंट हा विरोधाभासाचा काळ वाटतो, तरी या वर्षी त्याऐवजी आनंदाचं उत्तेजित वातावरण आहे. नवागतेच्या कोठडीत जो साक्षात्कार घडला, त्यामुळे मठातलं वातावरण बदललं आहे. प्रत्येकजण, नवागता तसंच जोगिणी, जास्तवेळ प्रार्थनेत घालवत आहेत (करण्याजोगं आणखी आहे तरी काय?) आणि येणाऱ्या चर्चासभेत काय घडेल याबद्दल सर्वांना वाढती उत्कंठा जाणवते आहे.

लेटिझिआ आणि तिची जुनी सेविका सेराफिनाची काळजी घेत आहेत. त्या तिची कोठडी स्वच्छ करताहेत आणि सुओरा झुआनाच्या आज्ञेनुसार, भोजनालयात शिल्लक राहिलेली सुगंधी द्रव्यं, हवा ताजी करण्यासाठी, लटकत्या पात्रांमध्ये भरून ठेवत आहेत. जेव्हा ती अखेरीस जागी होते आणि तिच्या अंगी चालण्याचं अजिबात त्राण नसतं, तेव्हा फेडेरिका स्वयंपाकघरातून तिचं जेवण खोलीत आणून देते. नवागतांनी लेंटच्या दरम्यान उपवास करावा, अशी अपेक्षा नसते. (पंचविशीखालच्या कुणीही जोगिणीनं तो करू नये अशी सूचना असते.) पण जरी फेडेरिकानं झालेल्या मेजवानीतलं थोडं मिष्टान्न तिच्यासाठी राखून ठेवलेलं असलं, तरीही सेराफिना जवळजवळ काहीही उष्टावत नाही. आजारामुळे तिची उरली सुरली भूकही मरून गेलेली आहे आणि तिनं थोडंसं का होईना खायला हवं हे खरं असलं, तरी ती हटवादीपणानं द्रवपदार्थांखेरीज प्रत्येक पदार्थाला नकार देत आहे. जेव्हा सुओरा उमिलिआना तिची भेट घेते, तेव्हा ती (पापांचा) कबुलीजबाब देण्याची परवानगी मागते म्हणजे ती देवाची प्रार्थना करण्याच्या योग्यतेची होईल. नवागतांची प्रमुखा याबाबत ॲबेसशी बोलते– ही विनंती कुणीही नाकारू शकत नाही आणि ती फादर रोमेरोंपाशी जाण्याच्या दृष्टीनं फार अशक्त झालेली असल्यामुळे, तेच तिच्यापाशी येतात. ते मठात आल्याला बरेच दिवस झालेले आहेत आणि इतकं दूर येताना ते थकून जाऊ नयेत, म्हणून ॲबेस त्यांच्यासाठी मदिरेच्या बाटलीची व्यवस्था करते. ते सेराफिनाच्या कोठडीत काही वेळ थांबतात. तो सारा वेळ ते जागे होते की नाही हा मुद्दा अलाहिदा.

ते जायला निघतात, तेव्हा मठाबाहेर जाण्यासाठी ते डुगडुगत पावलं टाकत असताना ॲबेस त्यांच्याकडे बघत राहते. पडणाऱ्या पावसापासून त्यांना सुरक्षित ठेवण्यासाठी एक सेविका त्यांच्या डोक्यावर छत्री धरून पाठोपाठ चाललेली आहे. त्यांनी आत्ताच जे ऐकलं, त्याबद्दल ते सांगणार नाहीत आणि ॲबेस ऐकणार नाही. ते अजून किती काळ जिवंत राहू शकतील, असा ॲबेसला प्रश्न पडतो. त्यांना नाहीतरी कुणाही जोगिणींची नावं लक्षात नाहीच आहेत.

मॅडोना चिआरा हातांची घडी घालून एक सुस्कारा सोडते. पुढले काही आठवडे तिच्यापुढे भरपूर काम असणार आहे. कार्निव्हलसाठी जेवढी तयारी करावी लागते, त्याहून जास्त काम कार्निव्हलनंतर करावं लागतं : हिशेबाच्या वह्या तपासणं, जमा-खर्चाचा ताळमेळ लावणं, आलेल्या शिध्याची नोंद ठेवणं आणि आभाराची पत्रं पाठवणं. जेव्हा सेराफिनाच्या कोठडीत 'चमत्कार' घडला, तेव्हा ॲबेस दुसऱ्या कोणत्यातरी कामात व्यग्र होती आणि ती तेथे पोहोचेपर्यंत चमत्कार घडून गेलेला होता आणि तिला त्याबद्दल फक्त इतरांकडून समजलं.

पण या चमत्काराचं महत्त्व काय हे ती पूर्णपणे जाणून होती. प्रथेप्रमाणे

'लेंट'च्या काळात प्रत्येक मठ आध्यात्मिक आणि भौतिक अशा दोन्ही बाबतीत मठाजवळच्या सामग्रीवर अवलंबून असतो आणि अशा वेळेस दबलेले ताणतणाव आणि गटबाजी उसळून वर येऊ शकते, याची कोणत्याही मुरलेल्या ॲबेसला पूर्णतः जाणीव असते. तिच्या त्रेचाळीस वर्षांच्या आयुष्यापैकी सदतीस वर्षे सँटा कॅटेरिना मठात तिनं कंठली असल्यामुळे, मठातल्या जोगिणींबद्दल तिला ठाऊक नाही अशी एकही गोष्ट नाही आणि नवागतेबद्दल प्रदीर्घ काळपर्यंत चाललेलं नाट्य आणि सुओरा मॅगडालेनाला नव्यानं लाभलेलं महत्त्व हे लक्षात घेतलं नाही, तरीही उमिलिआना तिच्या सत्तेविरुद्ध स्पर्धेत उभी ठाकते आहे, याचीही तिला पूर्णपणे जाणीव आहे. बाहेरच्या जगाची ॲबेसनं पूर्णपणे काळजी घेतली आहे. बिशपशी त्यांचे संबंध उत्तम आहेत, त्यांच्या देणगीदारांचं तिनं छान अतिथ्य आणि मनोरंजन केलेलं आहे, उत्तम देणग्या देऊन मठात येऊ इच्छिणाऱ्यांच्या विनंत्यांची यादी येऊन पोहोचलेली आहे आणि मठात येण्यासाठी इतकी मागणी असेल, तर देणग्यांची वाढीव मागणी करायला काहीच हरकत नाही! आता मठाच्या आत लक्ष देणं महत्त्वाचं आहे.

झुआनाला सकाळच्या प्रार्थनांमधून सूट देण्यात आलेली असल्यामुळे ती आपल्या कोठडीत, झोपेतून दुपारच्या कामाच्या वेळेस जागी होते. तिला अगदी गाढ आणि स्वप्नांशिवाय झोप लागलेली होती. एका सेविकेनं तिच्या दाराबाहेर ठेवलेल्या गरम पाण्यानं ती स्नान करते. सेविकेनं एक सुगंधी साबणाची कोरी वडी आणि परीटघडीचा टॉवेलही दाराबाहेर ठेवलेला आहे. तिनं स्वतः आणलेली देणगी अशी सौख्यं मिळवून द्यायला पुरेशी नव्हती. त्यामुळे हे मठाच्या कोठारघरातून तिला भेट म्हणून देण्यात आलं आहे, यात शंका नाही. तिला त्याबद्दल कृतज्ञता वाटते. त्या मुलीच्या देहाच्या उत्सर्जनाची दुर्गंधी अजूनही तिला चिकटून राहिलेली आहे. त्यामुळे ती स्वतःला खसखसून धुवून काढते. केस साबणाच्या फेसानं चोळताना तिला मोठं सुखद वाटतं. 'सुख' हाच शब्द या भावनेला योग्य ठरेल, हे ती कबूल करते. थंडीच्या महिन्यांमध्ये तिचे केस वाढले आहेत आणि त्यांचा ओला जडपणा तिला छान वाटतोय. टाळूवर बोटांनी चोळताना उभे राहणारे शहारेही सुखद वाटताहेत. ती केस उघडेच ठेवून त्या कापडानं तिचे हात आणि पेटिकोटमधला देह चोळून धुते.

रुग्णालयात काम करत असल्यामुळे ती इतर जोगिणींप्रमाणे स्त्रीदेहाबद्दल अनभिज्ञ नाही; पण तिला स्वतःला देहाबद्दल फारसं कौतुक वाटत नाही. अर्थात आयुष्यात असेही क्षण आले, जेव्हा तिला प्रश्न पडला होता की, कोणत्या सुखाशी तिची अजिबात ओळख होणार नाही आणि एक-दोनदा तिनं आपल्या जननेंद्रियांना

चाचपूनही बघितलं होतं. पण ही देहाची ओढ तिच्या बाबतीत एक क्षणिक आकर्षण ठरली होती आणि कामात उभी ठाकणारी आव्हानं आणि प्रार्थनेची शिस्त यामुळे हे आकर्षण आटोक्यात राहू शकलं.

अंगावर साबणाच्या फेसाचा मृदूपणा जाणवतोय आणि फेसाचा समुद्र उभा राहतोय. त्या फेसात बदाम आणि झेंडूच्या फुलांचा मंद गंध तिला ओळखू येतोय. कदाचित हा साबण ॲबेसच्या स्वत:च्या खाजगी साठ्यातून आलेला असेल. त्या साबणाचा सुवास आणि मृदूपणा परस्परांना किती पूरक आहेत, याच्या सुखद जाणिवेची तिचा मेंदू नोंद घेतो आहे.

देहाच्या वासनांशी लढा देणं इतरांना इतकंसं सोपं जात नाही, याची तिला जाणीव आहे. हाडामांसांच्या पतीची तीव्र ओढ लागलेली असताना येशूच्या पायांशी कौमार्य वाहणं भाग पडलं असलेली सेराफिना ही काही एकमेव नवागता नव्हे. अशा वासनांचा निचरा करण्याचे मार्गही उपलब्ध असतात.

गेली अनेक वर्षं कोणत्यातरी कारणामुळं किंवा औषधामुळं झोप येत नसताना तिला अचानक कुठल्यातरी कोठडीच्या दरवाजाखालून जोरानं होणाऱ्या धपापत्या श्वासाचा किंवा चित्कारांचा आवाज ऐकू आलेला आहे. कधीकधी तो चित्कार दु:खाचा की आनंदाचा हेसुद्धा सांगणं अवघड जातं. पण काहीही असलं, तरी तो आवाज ऐकून इतरांच्या वासना चाळवल्या जाऊ शकतात आणि अशा वेळेस तो आवाज कानी पडू नये, म्हणून झुआना आपल्या विचारांमध्येच अधिक मग्न राहते. इतरांच्या आत्म्यांना दूषणं देणं किंवा त्यांना उन्नत करणं ही काही तिची जबाबदारी नाही.

ती स्वत:चं अंग धुवून पटापटा कोरडं करते. केस डोक्याभोवती ताठ उभे राहीपर्यंत ती केस खसखसून पुसते. तिच्या खोलीत आरसा नसल्यामुळे ते कसे दिसताहेत हे मात्र तिला कधीच दिसणार नाही.

जर नियमांचं असं केलं गेलेलं उल्लंघन उघडकीला आलं– आणि अखेरीस ते उघडकीला येतंच– तर द्यायला लावलेला पापाचा कबुलीजबाब ही खाजगी बाब असते आणि अशा जोगिणींना प्रायश्चित्त आणि शिस्तबद्ध आयुष्य यांना सामोरं जावं लागतं. अशी वासना एकतर कमी तरी होते– ही वाजवीपेक्षा जास्तीची ऊर्जा देवाच्या भक्तीत तरी विलीन करता येते– किंवा अशा जोगिणी या वासना दडवण्यात यशस्वी होतात. पाखंडी लोकांच्या चर्चविरोधी गलिच्छ प्रचारात चघळल्या जाणाऱ्या लोकप्रिय वावड्या असतात– भिंतीवरून चढून जाऊन एकमेकांकडे जाणाऱ्या जोगिणी किंवा धर्मगुरू; किंवा पापाच्या कबुलीजबाबांच्या वेळेस मधल्या जाळीतून अंग चोरून एकमेकांपाशी पोहोचणारे धर्मगुरू आणि जोगिणी. स्त्रिया एकेकट्या किंवा एकमेकींची वासनापूर्ती करत असतील हा विचार, चर्चच्या पाप्यांबरोबर

चर्चलाही उद्ध्वस्त करू इच्छिणाऱ्या पाखंडी लोकांनाही झेपणारा नाही.

झुआना अंगावर स्वच्छ पेटीकोट आणि कफनी चढवते आणि पलंगाजवळ गुडघे टेकून बसते. जवळजवळ दोन दिवसांच्या प्रार्थनांना ती गैरहजर राहिलेली आहे आणि वैयक्तिक प्रार्थनेतही मागे राहिलेली आहे. पण तिच्या मनात विचारांची दाटी होते आणि त्या विचारांच्या प्रवाहाला थोपवणं तिला अशक्य होतं. ती तोंडानं प्रार्थनेचे शब्द म्हणते, मनानं त्यांच्याशी एकरूप होऊ शकत नाही. त्यानंतर ती मठात जाऊन तिच्या रुग्णांवर नजर टाकते.

स्वत:च्या कोठडीत, सुओरा मॅगडालेना तिच्या बिछान्यावर एखाद्या प्रेताप्रमाणे पडलेली आहे. तिच्या डोक्याची हाडं इतकी उठून दिसताहेत की ती अर्ध्या कवटीप्रमाणे वाटत आहेत. ती इतकी गाढ झोपेत आहे की, झुआनाला तिच्या तोंडापाशी कान नेऊन श्वास चालला आहे याची खात्री करून घ्यावी लागतेय. या मढ्यामध्ये, उठून दुसऱ्या कोठडीपर्यंत चालत जायची शक्ती कोठून आली आणि आजारी मुलींसाठी गाण्याची आणि प्रार्थना करण्याची उर्जा तिनं कुठून मिळवली, हे एक गूढच आहे. पण ती ऊर्जा नाहीशी झाली आहे आणि त्याचबरोबर जीवनाबद्दलची असोशीही दिसेनाशी झाली आहे. तिच्या पापण्यांआड तिला जे काही दिसतंय ते प्रकाशमय आणि आनंदमय असावं, अशी झुआना प्रार्थना करते. कारण, इथे तिच्यासाठी काहीही उरलेलं नाही. झुआना मॅगडालेनाचे ओठ पाण्यानं ओले करते, तिची कूस बदलते. तिला पडून पडून होणाऱ्या जखमांपासून दिलासा मिळेल अशा स्थितीत निजवते. आणखी करण्याजोगं तिच्यापाशी काहीच नाही.

सेराफिनाच्या कोठडीत मात्र आनंद साजरा करण्याजोगं खूप काही आहे. हवेत ताज्या वनस्पतींचा सुगंध भरून राहिलेला आहे. पलंगाजवळ ब्रेड आणि भाज्यांचा चविष्ट प्रकार (व्हेजिटेबल पाय) आणि एक हिरवंगार मार्झिपान पेअर आहे. मुलगी स्वच्छ चादरीमध्ये झोपली आहे. तिला स्वच्छ अंघोळ घालून तिचे केस विंचरलेले आहेत आणि त्या केसांची तिच्या चेहऱ्याभोवती महिरप शोभते आहे. तिला जागी करून तिला तपासावं का, असा झुआनाला प्रश्न पडतो. पण तिच्या नाडीचे ठोके स्थिरपणे पडताहेत आणि ही गाढ झोपच नेहमी रामबाण औषध असतं. कोठडीत पूर्ण स्तब्धता आहे. एक प्रकारची शांती भरून राहिलेली आहे. पण यातना संपल्यामुळे वाटणारा तो हलकेपणा आहे की, ते त्याहूनही अधिक काही आहे, हे मात्र झुआना सांगू शकत नाही. त्या पलंगाजवळ ओणवून बसलेली आणि येशूच्या साक्षात्कारानं भारावून गेलेली मॅगडालेना तिला आठवते...

''तो साक्षात्कार तिला झाला होता, मला नव्हे!'' झुआना स्वत:शीच म्हणते. झुआनाची कितीही इच्छा असली, तरी तिला ती कोठडी रिकामीच दिसली होती– येशू कुठेच जाणवला नव्हता.

आणि सेराफिनाचं काय? तिनं पहिल्यांदा डोळे उघडले, तेव्हा तिला काय बरं दिसलं होतं? झुआनाला तिच्या औषधांबद्दल पूर्णपणे माहिती असल्यामुळे ती जाणून आहे की, खसखस आणि हेलबोअरच्या अंमलाखाली असलेली कुणीही व्यक्ती स्वर्ग आणि नरक या दोन टोकांमध्ये सतत दोलायमान अवस्थेत असते. अशा नाजूक अवस्थेत असताना, सुओरा मॅगडालेनाची तीव्र उर्जा तिच्या आतपर्यंत पोहोचली असणं शक्य आहे. कारण देह आणि मन वितळून एकरूप होतात, तेव्हा सारंच पृष्ठभागापाशी असतं.

मुलीची त्वचा निस्तेज दिसतेय आणि तिच्या डोळ्यांखाली काळी वर्तुळं दिसत आहेत. मोठ्या उलथापालथीच्या स्थित्यंतरानंतर कायमची दुर्बलता यायला नको असेल, तर मुलीनं पोटभर जेवणं आवश्यक आहे. तिचं वजन इतकं उतरलंय हे झुआनाच्या आधी कसं बरं लक्षात आलं नाही? जरी मठाच्या कफन्यांमध्ये सारी पापं लपून राहत असली, तरी त्या दोघी जेव्हा एकत्र काम करत होत्या, तेव्हा नवागता काही एवढी कृश नक्कीच नव्हती. प्रेमात पडल्याचा हासुद्धा परिणाम म्हणायचा का? तो आता इतका उघडपणे जाणवतोय. झुआना कामात इतकी गुंतली होती किंवा तरुण सहकारिणीची तिला इतकी गरज होती की तिला डोळ्यापुढलं ढळढळीत सत्यही दिसलं नव्हतं? तिला ते कळलं असतं तर काही फरक पडला असता का? जर ॲबेसनं झुआनाला जास्त लवकर विश्वासात घेतलं असतं, तर? ते केव्हा हे झुआनाला सांगता येणार नाही, कारण ॲबेसला केव्हा समजलं हे झुआनाला ठाऊक नाही.

नाही! झुआना कोठडीत नजर फिरवते. तिला जे समजायला हवं होतं, ते सारं, सारा वेळ इथेच होतं. त्या तरुण देहाला आलेला संताप आणि त्या देहाची गोलाई त्या पहिल्या रात्री तिला पलंगावर झोपवतानाच झुआनाला जाणवली नव्हती का? प्रार्थनांच्या पुस्तकात तिनं दडवून ठेवलेली प्रेमगीतं, भिंतीपलीकडून गाणारा पुरुषाचा आवाज, सायं-प्रार्थनेनंतर ऐकू आलेला 'शाब्बास!' हा एकच शब्द, झुआनाला लेखन सदनिकेतल्या हस्तलिखितात सापडलेली कविता तिनं म्हणून दाखवलेली असताना मुलीचे विस्फारलेले डोळे– 'छोट्याशा जोगिणी, मला सांग तुला ताप आलाय की तू प्रेमात आहेस?' या त्या ओळी होत्या!

देहाच्या या साऱ्या वासना सुरुवातीपासूनच तेथे अस्तित्वात होत्या. त्या वासनांची ओढ इतकी अनावर होती की, ती कोणताही धोका पत्करायला तयार झाली होती– बदनामी, वाळीत टाकलं जाणं, मृत्यूसुद्धा– फक्त तिला त्या वासनांची पूर्ती करायची होती.

झुआना तिच्याकडे बघत राहते. मुलीच्या कपाळावर एक लहानशी आठी उमटते. या साऱ्या दाहक वासनांचं ही मुलगी आता काय करेल? इतकी निराशा

आणि भग्न स्वप्नं यांच्याशी कसा लढा देईल?

प्रेम! प्रेमासारखा दुसरा रोग नाही आणि तिची सारी वनस्पतींची बाग किंवा तिच्या औषधाकृतींची वही यात या रोगावर इलाज नाही. हा रोग देवावरच सोपवला पाहिजे आणि त्यानं मारून टाकून किंवा तो रोग बरा करून योग्य वाटेल ते केलं पाहिजे. पण बरं वाटण्याऐवजी, या विचारानं तिचा थरकापच उडतोय! ती प्रार्थनेसाठी मान खाली घालते, पण योग्य त्या शब्दांची जुळवाजुळव करता येण्यापूर्वीच प्रार्थनेसाठी घंटा वाजते.

पटांगण ओलांडून जाताना तिला उमिलिआना दिसते. तिच्या नवागतांचा जथा तिच्यामागे चालला आहे. त्यातल्या काही जणी उघडउघड तिच्याकडे रोखून बघतात. त्यांच्या चेहऱ्यावर प्रसंशा आणि कुतूहल यांचं मिश्रण दिसतंय.

३२

“देवकृपेनं, आपण लेंटच्या पहिल्या प्रार्थनेसाठी आणि मितोपभोगाच्या सौंदर्याशी आणि शिस्तीशी ओळख करून घेण्यासाठी एकत्र जमलेलो आहोत. पण आपण कशाचा त्याग करणार, याबद्दल बोलण्यापूर्वी आपण आपल्यापाशी काय आहे त्याबद्दल आनंद साजरा करूया.”

ॲबेस कोरीवकाम केलेल्या सिंहाच्या डोक्यावर तिचे हात हलकेच टेकवून समोरच्या उत्सुक चेहऱ्यांच्या समुद्राकडे नजर टाकतेय. खोली खच्चून भरलीय : जोगिणी, नवागता, सेविका साऱ्याजणी आपापल्या जागी बसलेल्या आहेत. फक्त अतिशय वृद्ध किंवा आजारी असलेल्याच आलेल्या नाहीत. त्यात सर्वांत अनुपस्थिती जाणवतेय सर्वांत वृद्ध असलेली आणि अगदी अलीकडेच अतिशय आजारी पडलेली आहे, तिची.

“गेल्या काही दिवसात आपल्या अतिथ्याबद्दल आभार व्यक्त करणारी पत्रं माझ्याकडे आपल्या पाहुण्यांकडून आणि आश्रयदात्यांकडून आलेली आहेत. ती सारीच वाचून दाखवली,तर आपण अभिमानानं इतके फुलून जाऊ, की त्यातून बाहेर पडायला आपल्याला आणखी एका ‘लेंट’च्या प्रदीर्घ उपोषणाची गरज पडेल...” हा विनोद लोकांच्या डोक्यात शिरायला वेळ मिळावा, म्हणून ती हसते. “पण थोडक्या शब्दात सांगायला काहीच हरकत नसावी. हे पत्र मान्यवर ड्यूकच्या भगिनी लिओनोरा अशा बड्या असामीकडून आलेलं आहे. त्या आजारानं अंथरुणाला खिळलेल्या असतानाही त्यांच्या कुटुंबीयांबरोबर इथे उपस्थित राहिल्या होत्या.”

आपला घसा साफ करून ती खुर्चीत ताठ बसते. कार्निव्हलच्या वेळेस वेषभूषेत घेतलेलं थोडंसं स्वातंत्र्य आता बाजूला ठेवलं गेलं आहे : लांब पेटीकोट आता वापरत नाहीत. डोक्यावरचा रुमाल अगदी साधा आहे. त्याच्यावर अजिबात कलाकुसर केलेली नाही आणि रत्नखचित क्रूसाच्या जागी आता तिनं साधा चांदीचा क्रूस ठेवला आहे. आपल्या कळपाची या जगात काळजी वाहायला अत्यंत समर्थ अशी स्त्री म्हणून ती शोभते आहे.

“पत्रात लिहिलंय, ‘तुमच्या कार्निव्हलसाठीच्या संगीत कार्यक्रमामुळे आणि

नाट्य प्रयोगामुळे मला आणि माझ्या सोबत आलेल्यांना जो आनंद मिळाला आणि जे प्रगाढ आध्यात्मिक पोषण लाभलं त्याबद्दल आपण ज्यांची काळजी वाहता, त्या पवित्र जोगिणींना अवश्य सांगावंत. मठाच्या दरवाजातून बाहेर पडताना आम्हाला अगदी आश्वस्त वाटत होतं की, आपला प्रिय गाव अगदी योग्य हाती सोपवलेला आहे कारण अशा प्रेमळ आणि पवित्र स्त्रिया आमच्या वतीनं देवाची उपासना करत आहेत.' ''

''आणि या पत्रात अशाच आणखी उत्कट सद्भावना व्यक्त केल्या आहेत आणि शेवटी म्हटलं आहे : 'माझा आत्मा आनंदात विहरत असताना माझे ओठ अजूनही स्ट्रॉबेरीजच्या चवीनं गुलाबी राहिले आहेत ते मला सांगायलाच हवं. जर देवाबाबतच्या तुमच्या कर्तव्याकडे त्यामुळे दुर्लक्ष होणार नसेल, तर त्याची कृती कळवल्यास मी कृतज्ञ राहीन आणि मला माझ्या स्वत:च्या मुदपाकखान्यातून अशी मिष्टान्नं मिळू शकतील.' सुओरा फेडेरिका मला वाटतं की, हे तुम्हाला उद्देशून लिहिलेलं आहे.''

''पण स्वयंपाकघराची प्रमुखा मात्र नाराजच दिसतेय. आपण त्यांना सांगितलंच पाहिजे का? त्यांची भाची कॉर्पस डॉमिनीच्या मठात राहते. त्यांना आपण कृती सांगितली, तरी ती त्या मठापर्यंत पोहोचेल आणि पुढल्या वर्षी सारेजणच ती कृती मिळवतील.''

''तसं असेल तर तुम्ही त्यात थोडासा बदल करून, सांगा म्हणजे आपलं सर्वोच्च स्थान अढळ राहील.'' ॲबेस हळूच, मंजुळसं हसते आणि खोलीभर त्याला तसाच प्रतिसाद मिळतो. झुआनाचं लक्ष सुओरा उमिलिआनाकडे जातं. ती इतरांकडे बघतेय, पण स्वत: त्या हसण्यात सामील होत नाहीये. ती आब राखून वागतेय आणि तिची बेचैनी कळू देत नाहीये.

''दरम्यान, सुओरा स्कोलॅस्टिका, मी *'सँटा कॅटेरिनाचे हौतात्म्य'* याच्या दोन प्रती व्हेनिस आणि सिएनामधल्या आपल्या दोन मठांकडे पाठवल्या आहेत. आपण नव्या नाटकाचं सादरीकरण करणार ही बातमी त्यांच्यापर्यंत पोहोचली होती आणि सुओरा बेनेडिक्टा, मला रोमहून खुद्द कार्डिनल् इपोलिटो डी'एस्टे यांच्याकडून पत्र आलेलं आहे.''

दुसऱ्या ओळीत बसलेल्या समूहगान प्रमुखेचा चेहरा चांदणीप्रमाणे उजळतो.

''सेंट ॲग्नेसच्या मेजवानीच्या वेळेस आपण सादर केलेल्या स्वररचनांची बातमी त्यांच्यापर्यंत पोहोचली आहे आणि त्यांनी आपल्या मठाला भेट म्हणून खुद्द जिओव्हानी दा पॅलेस्ट्रिना या थोर असामीनं स्वरबद्ध केलेली *'लॅमेंटेशन्स ऑफ जेरेमी'* ही स्वररचना पाठवली आहे आणि ईस्टरच्या आठवड्यात आपण ती सादर करू अशी त्यांना आशा वाटतेय.''

बेनेडिक्टा आपली मान हलवते. पण ती अविश्वासामुळे की, नवीन स्वररचना

जुळवायच्या प्रयत्नामुळे हे सांगणं कठीण आहे.

"हाती आलेल्या आणि त्याबद्दल आश्वासन दिल्या गेलेल्या देणग्या पाहता, त्या वेळेवर हाती आल्या, तर मी खात्रीनं सांगू शकते की, भोजनालयाच्या मुख्य भिंतीवर 'लास्ट सपर'ची कलाकृती रंगवण्याचं काम पुढल्या हिवाळ्यापर्यंत आपण हाती घेऊ शकू."

कुणीतरी टाळ्या वाजवतं आणि काही तरुण जोगिणी तर आनंदानं जयजयकार करतात. जेवणानंतर जळत राहिलेल्या मेणबत्तीमुळे आग लागून आधीचं भित्तिचित्र नष्ट झाल्याला चाळीस वर्षं झाली आहेत. आता सध्याच्या परिपाठानुसार रंगवलेलं सुंदर भित्तिचित्र सँटा कॅटेरिना मठाला लाभेलच; पण त्याचबरोबर ते पूर्ण होईपर्यंत पडद्यांमागे एक लोकप्रिय कलाकार काम करत राहील, याचंही अप्रूप थोडं नाही. झुआनाला रंगवल्लींच्या नव्या लाटेचं फारसं प्रेम नाही. तिच्या मते आताचे कलाकार शरीरशास्त्राशी इमान राखून देह न रंगवता देहाची बीभत्स रूपंच रंगवण्यात धन्यता मानत असतात. पण तरीही तिला कौतुक वाटल्याशिवाय राहत नाही. अशी मोठाली कामं देणं खूप महागाचं असतं. तिच्या मनात विचार चमकून जातो, की सेराफिना उपचारांनी बरी झाली नसती, तरी तर काय झालं असतं? नवागतेनं शपथ ग्रहण करण्यापूर्वीच ती मृत्यू पावली, तर तिनं आणलेल्या देणगीपैकीचा काही भाग परत करावा लागू शकतो आणि तिनं यशस्वीपणे पळ काढला, तर ती सारीच्यासारी देणगी जप्त होते. या क्षणापर्यंत झुआनाच्या डोक्यात हा विचार आलेला नव्हता.

त्या मुलीची प्रकृती आणि नवीन भित्तिचित्र यातील परस्परसंबंध लक्षात आलेली झुआना ही काही एकटीच जोगीण नसणार, कारण इतरही एक-दोन जोगिणी बाजूच्या नवागतांच्या ओळीतल्या, सेराफिनाच्या अनुपस्थितीमुळे रिकाम्या राहिलेल्या जागेकडे वळून पाहत आहेत. ॲबेस आत्म्यांपेक्षा मनातले विचार वाचण्यात जास्त वाकबगार आहे. ती हात उंचावून सर्वांचं लक्ष वेधून घेते.

"अखेरीस, पुढे जाण्यापूर्वी, आपण आणखी एका सिस्टरचे विशेष आभार मानून तिचा गौरव केला पाहिजे. आतापर्यंत तुम्हा सर्वांना समजलंच असेल की गाण्याचा कार्यक्रम आणि नाटकाचं सादरीकरण यशस्वीरीत्या पूर्ण झाल्यावर आपली सर्वांत तरुण नवागता, सेराफिना, अचानक आकडी आणि ताप येऊन गंभीरपणे आजारी पडली. आपल्या औषधालयाच्या प्रमुखेनं उपचार करून, जागरूकतेनं शुश्रूषा केली नसती, तर आपण तिला कदाचित गमावलं असतं. लोकांना बरं करणं ही देवानं दिलेली सर्वांत मोठी देणगी आहे आणि सुओरा झुआनानं कौशल्यानं आणि समर्पिततेनं केलेली सेवा सँटा कॅटेरिनात राहणाऱ्या आपल्यासारख्या सर्वांची आयुष्यं समृद्ध करत आहे."

ही खरोखरच उल्लेखनीय बाब आहे आणि खोलीभर त्याला स्मितपूर्वक दुजोरा

दिला जातोय. झुआनाच्या ते सारं इतक्या अकल्पितपणे पुढे येतं, की हसून दृष्टी खाली वळवण्याखेरीज ती आणखी काही करू शकत नाही.

पण ॲबेसनं मात्र अगदी योग्य क्षणाची संधी साधली आहे. उपस्थित असलेल्या साऱ्याजणी– जोगिणी, नवागता, सेविका– त्यांच्या औषधालयाच्या प्रमुखेचं काम खुशीनं नावाजत आहेत. खरं तर कार्निव्हलच्या आधीपासूनच झुआनाची कीर्ती पसरत होती. तिनं आटोक्यात आणलेला सेराफिनाचा संताप आणि तिला समूहगायनासाठी तयार करणं, साथीचा आजार आटोक्यात आणणं– स्वत:चाही आजार बरा करणं– आणि आता या नवागतेच्या आजाराबद्दलचं नाट्य आणि तो इतका नाट्यमय रितीनं बरा होणं... या साऱ्यामुळे तिचं महत्त्व स्वाभाविकपणे वाढलं आहे. इतरांच्या लक्षातही न येता, अबोलपणे रुळून जाण्याच्या प्रयत्नात असलेली झुआना, एकाएकी मठाच्या आयुष्यातल्या नाटकात एक महत्त्वपूर्ण भूमिकेत प्रवेश करते आणि आता तर ती खुद्द ॲबेसचीच आवडती असल्याचं उघडपणे दिसतंय.

"तर मग, आता आपण लेंटच्या उपवासाच्या यादीकडे वळायला हरकत नाही. सुओरा उमिलिआना, काही सांगायचं?"

"मॅडोना चिआरा, सांगू का?"

दुसऱ्या रांगेच्या मधोमध उभी असलेली उमिलिआना उभी राहते, हात एकात एक गुंफून वळते आणि तिच्या पाठीमागे असलेल्या जोगिणींना सांगू लागते.

"आपण पुढल्या चर्चेला प्रारंभ करण्यापूर्वी आपण आणखी एका चमत्काराची अवश्य नोंद घ्यायला हवी. हा चमत्कार, इतर कशाहीपेक्षा, आपल्या समवेत असलेल्या ईश्वराची थोरवी सिद्ध करतोय..." प्रत्येकजण लक्षपूर्वक ऐकतंय याची खात्री होईपर्यंत ती थांबते. "मी सांगतेय सुओरा मॅगडालेनाच्या नवागतेच्या कोठडीत झालेल्या आगमनाबद्दल आणि नवागतेला चमत्कारानं पूर्णपणे बरं करण्यात तिनं बजावलेल्या कामगिरीबद्दल. आपल्यापैकी ज्या कुणी ते प्रत्यक्ष पाहिलं असेल, त्यांना वाटलं असेल की, प्रत्यक्ष आपला येशू ख्रिस्तच त्या कोठडीत येऊन त्या तरुण मुलीला जीवनाकडे परत येण्याचा मार्ग दाखवायला मदत करत होता."

संपूर्ण खोलीभर, आता शांतता आहे.

"मी पुढे बोलू?..." ती पुन्हा ॲबेसकडे बघून विचारते. ॲबेस कळेन्‌कळेसं डोकं हलवते.

उमिलिआना आता झुआनाकडे वळते, "सुओरा झुआना, तुम्ही तेथे आम्हा सर्वांच्या आधी पोहोचलात. तिथे काय झालं ते तुम्ही कदाचित आम्हाला सांगू शकाल."

झुआना पुन्हा एकदा मध्यवर्ती स्थान घेते. ती सुओरा उमिलिआनाच्या भेदक नजरेत नजर मिळवते.

"प्रिय सिस्टर, मला तुमच्यापेक्षा काही जास्त दिसलं, असं मी म्हणू शकत नाही. मी औषधालयात एक औषध बनवत होते आणि मी परत आले तेव्हा सुओरा मॅगडालेना स्वत:च्या कोठडीतून बाहेर पडली होती, आणि नवागतेच्या बिछान्यापाशी बसून प्रार्थना करत होती."

जरी हे शब्द अगदी खरे असले, तरी ते शब्द उमिलिआनाला अपेक्षित नव्हते हे स्पष्टपणे कळतंय.

"आणि तिच्याभोवती काहीतरी अलौकिकाचा भास झाला? तिला आणि त्या आजारी मुलीला देवाचा साक्षात्कार झाला असावा असं वाटलं?"

झुआना आता विशेष काळजी घेऊन शब्द निवडते. "नवागतेला तिच्या सान्निध्यामुळे नक्कीच बरं वाटत होतं. औषधामुळे झोप लागल्यानंतर तिनं प्रथमच डोळे उघडले होते."

नवागतांची प्रमखा आता तिच्याकडे एक थंडगार कटाक्ष टाकते. झुआनाच्या मनात येतं की, आपले शत्रू किती सहजपणे निर्माण होतात!

"ओ! पण ती मुलगी मरणाच्या दारात होती. तो चमत्कारच होता!" ते शब्द आत दाबून धरले, तर त्यांचा स्फोट होईल या धास्तीनं शब्द गिळणं अशक्य होऊन, सुओरा फेलिसिटाच्या तोंडून हे शब्द जोरानं बाहेर पडतात.

एक छोटासा, चकाकत्या स्तब्धतेचा क्षण येतो. जणूकाही साऱ्या सभेनंच आपला श्वास रोखून धरला आहे. ही चर्चासभा खरोखरच असाधारण महत्त्वाची वाटतेय.

"सुओरा फेलिसिटा–" ॲबेसचा आवाज अगदी सौम्य आणि संयत वाटतोय. फेलिसिटाच्या आवाजाशी अगदी पूर्णपणे विरुद्ध. "माझ्या माहितीप्रमाणे ती घटना तुम्ही डोळ्यांनी पाहिलेली नव्हती. असं असताना त्याचं वर्णन करायला हे शब्द फारच भडक वाटत आहेत."

"मी?... नाही. मी तिथे नव्हते."

आता ॲबेस झुआनाकडे नजर वळवते. तिची दृष्टी अगदी शांत, व्यावसायिक आहे. "सुओरा झुआना, तुम्ही नवागतेवर उपचार केलेत आणि तुम्ही तिच्याजवळ कोठडीत सारी रात्र आणि इतर कोणी येईपर्यंत होता. हे जाणणं अतिशय महत्त्वाचं आहे की तुम्हाला काही दिसलं किंवा लक्षात आलं– तुम्हाला या चर्चेतल्या 'दर्शनाची' किंवा 'साक्षात्काराची' काहीही जाणीव झाली?"

"मी... मला जे दिसलं..." ती योग्य शब्द शोधायची धडपड करते. जे शब्द तिच्या हृदयातलं तसंच डोक्यातलं सांगू शकतील अशा शब्दांचा ती शोध घेते.

"मला असं दिसलं की सुओरा मॅगडालेना तरुण मुलीसाठी प्रार्थना करत होती– अगदी पूर्ण श्रद्धेनिशी प्रार्थना करत होती आणि देवाबद्दल आणि तो तिथे तिच्यापाशी

कसा उपस्थित आहे याबद्दल बोलत होती–'' ती थांबते, ''मला स्वत:ला तेथे काहीही दिसलं नाही, पण देव तिची प्रार्थना ऐकत असावा असं मात्र मला वाटतंय.''

''अगदी खरं आहे,'' ॲबेस गंभीरपणानं म्हणते, ''आणि त्यानं आपणा सर्वांची भक्तिभावाची आळवणी नक्कीच ऐकली असणार. आभारी आहे.''

उमिलिआना बोलण्यासाठी सरसावते, पण ॲबेसचं बोलणं संपलेलं नाही.

''आणि आपण सकाळी बोललो ते मला बरोबर आठवत असलं, तर सुओरा उमिलिआना– आणि ही महत्त्वाची गोष्ट आहे– तुम्ही स्वत: जेव्हा त्या कोठडीत गेलात, तेव्हा तुम्हाला स्वत:लाही असा काही 'साक्षात्कार' अनुभवाला आला नाही.''

उमिलिआना आठ्या घालते. तिला सर्वांत जास्त कोणाचा राग आलाय हे सांगणं कठीण आहे : ॲबेसचा, झुआनाचा की सुओरा फेलिसिटाचा. की स्वत:चाच!

''मी सेराफिनाला बघितलं– ती केवळ काही तासांपूर्वीच्या अतिशय गंभीर आजारी होती – आणि ती आता बरी झाली होती आणि मी तिला सांगताना ऐकलं की तिला देखील 'तो' दिसला होता.''

पुन्हा खोलीत कुजबूज होते.

''पण तुम्ही स्वत: 'त्याला' पाहिलं नाहीत?''

नवागतांची प्रमुखा थोडी घुटमळते आणि मग नकारार्थी मान हलवते.

''आणि ज्या इतर सिस्टर्स त्या खोलीत नंतर उपस्थित होत्या, त्यांच्यापैकी कुणाला काही दिसलं?''

नवागता एकमेकींकडे घाबरलेले कटाक्ष टाकतात आणि जोगिणींपैकी पर्सेव्हेरान्झाला बोलायची तीव्र इच्छा होतेय, हे स्पष्टपणे जाणवतंय पण ती खोटं बोलू शकत नाही हेसुद्धा ती जाणून आहे. तिच्या पुढल्या ओळीतल्या जुळ्या बहिणींनी नकारार्थी मान हलवलेली झुआनाला दिसते. शांतता पसरते.

ॲबेस मान हलवते. ''तुम्हा सर्वांचे आभार आणि मुख्यत: तुमचे, सुओरा उमिलिआना. सुओरा मॅगडालेनाचा विषय काढून तुम्ही आम्हाला फारच उपकृत केलं आहे. मी त्याबद्दल नंतर बोलणार होते, पण मला वाटतं हाच क्षण योग्य ठरेल.''

''सुओरा मॅगडालेना हा वृद्ध आणि पवित्र असा पुण्यात्मा आहे, जो तरुण जोगिणींच्या भल्यासाठी आपला शेवटचा श्वासही आनंदानं खर्चेल. ती नेहमीच आपल्यापैकी अत्यंत विनयशील जोगीण होती आणि लक्ष वेधून घेण्याची तिची कधीच इच्छा नव्हती. खरं तर, अनेक वर्षं तिची आत्यंतिक इच्छा होती, की एकटीनं राहून, व्यत्यय न येता, देवाच्या आज्ञेनुसार त्याची तिला सेवा करता यावी. या मठातल्या काही ज्येष्ठ सिस्टर्स ग्वाही देऊ शकतील– सुओरा उमिलिआना, तुम्हीही अशांपैकीच एक आहात– की तिच्या या इच्छेला अनेक वर्षांपूर्वी, त्यावेळच्या

ॲबेसनं आणि बिशपनं मान दिला होता आणि तेव्हापासून त्या नियमांचंच आपला मठ पालन करत आला आहे.''

झुआना आता आकडेमोड करण्यात मग्न झालेली आहे. नवागतांची प्रमुखा ॲबेसपेक्षा किती वर्षांनी मोठी आहे? पाच– फार तर दहा. पण ती आपल्या रूपाबद्दल नेहमी उदासीन असल्यामुळे खात्रीनं सांगणं कठीण आहे. काहीही असलं तरी १५४० साली जेव्हा वादळ उठलं, तेव्हा ती एकतर नवागता किंवा तरुण जोगीण असणार आणि नेहमीच तरुण माणसं जास्त भारावून जातात.

''परंतु तुमच्या सांगण्यानुसार आता तिनं स्वत:नंच, स्वत: घेतलेली शपथ मोडलेली आहे. हे पाहता, मला असं वाटतं की, आपण आता तिच्या सुखाकडे लक्ष द्यायला हवं. ती अत्यंत कृश झालेली आहे आणि मदतीशिवाय एकटीनं मठात फिरण्याच्या दृष्टीनं ती अजिबात बऱ्या प्रकृतीची राहिलेली नाही. मला वाटतं आपण तिला रुग्णालयात हलवणं हा सर्वांत योग्य पर्याय ठरेल. तिथं आयुष्याच्या अखेरच्या काळात सुओरा झुआनाच्या वैयक्तिक देखरेखीली तिची योग्य ती काळजी घेतली जाईल.''

हे मतपरितर्वन इतकं संपूर्णत: योग्य आहे आणि ते इतक्या सच्चेपणानं व्यक्त केलं गेलंय की, क्षणभर झुआना अगदी अबोल होते.

पण उमिलिआनावर असा कोणताही परिणाम होत नाही.

''जर तिला आता कोठडी सोडायची असेल, जर मठानं ठरवलं असेल की तिच्या दृष्टीनं तोच सर्वोत्तम पर्याय आहे, तर तिला प्रार्थनामंदिरात येऊन प्रार्थना करायला आणि देवापुढे नमन करायलाही परवानगी द्यायला काहीच प्रत्यवाय नसावा. माझी अगदी खात्री आहे की, तिची तशी इच्छा असेल तर आपल्यातल्या काही सिस्टर्स तिला आनंदानं तिथवर उचलूनही घेऊन जातील.''

श्वास रोखल्याचा एक सामूहिक आवाज उठतो. वरवर पाहत ही ॲबेस आणि नवागतांची प्रमुखा यांच्यामधली चुरशीची लढत वाटतेय; पण इथे आणखीही काहीतरी चाललंय. काही वृद्ध जोगिणी, ज्या स्वाभाविकपणेच उमिलिआनाच्या पक्षात आहेत– ॲग्नेसिना, काँकाडिआ वगैरे– त्यांना नक्कीच स्मरत असेल की सुओरा मॅगडालेना प्रार्थनेला आलेली असताना येशूच्या जखमांतून रक्त वाहू लागलं होतं आणि सध्या मठात गरमागरम चर्चांच्या फैरी झडत असताना काही तरुण वयाच्या जोगिणींनीही आतापर्यंत त्याबद्दल ऐकलं असणार.

''सुओरा उमिलिआना, तुम्ही तर माझ्या विचारांनाच वाचा फोडलेली आहे. पण तिची परिस्थिती इतकी नाजूक झालेली आहे की ते शक्य होईल असं मला वाटत नाही,'' ॲबेस अगदी लाघवीपणानं म्हणते, ''वस्तुत: मी आधीच याबद्दल फादर रोमेरोंशी चर्चा कलेली आहे. ते नवागतेचा कबुलीजबाब घ्यायला आज सकाळी

आले होते, तेव्हा– ते मॅगडालेनालाही बघून आले.''

ते मॅगडालेनाकडे गेले असोत वा नसोत. या खोलीतलं कुणीही तिचं बोलणं खोडून काढू शकत नाही. कारण ते सारे कामाच्या तासादरम्यान कामात गुंतलेले होते आणि कुणीही त्यांच्या अॅबेसच्या बोलण्याबद्दल का शंका घ्यावी? परंतु, या क्षणी झुआनाच्या डोक्यात मात्र तीच शंका आलेली आहे. ''दुर्दैवानं ती बेशुद्ध होती आणि त्यामुळे तिला कबुलीजबाब देणं किंवा देवाबद्दल प्रवचन ऐकणं शक्य झालं नाही. पण त्यांनी पुन्हा येण्याचं आश्वासन दिलं आहे.''

''ओ! ती मृत्युमुखी पडतेय का? आत्ताच त्या पुण्यात्माची आपल्याला ओळख होते न होते तोच आपण तो पुण्यात्मा गमावणार आहोत का?''

सुओरा फेलिसिटाच्या आवाजात आता अश्रू जाणवत आहेत आणि त्यामुळे काही तरुण जोगिणी अगदी घाबरून गेलेल्या दिसत आहेत. उमिलिआना तिच्याकडे एक तीव्र कटाक्ष टाकते. तुम्ही मुरलेल्या प्रतिस्पर्ध्याशी लढत देणं ही एक गोष्ट झाली, पण तुमच्याच पक्षातल्या कुणी तुम्हाला खड्ड्यात लोटावं, ही सर्वथैव वेगळी गोष्ट झाली.

अॅबेस मार्दवानं म्हणते, ''सरते शेवटी आपणा सर्वांनाच मरायचं आहे, सुओरा फेलिसिटा आणि आपण स्वार्थीपणानं वागून चालणार नाही. देवाकडं जाणं ही मॅगडालेनाच्या दृष्टीनं अत्यंत आनंदाची गोष्ट असणार आहे.''

हे शब्द इतके नम्र आहेत की इतर वेळेस ते स्वत: नवागतांच्या प्रमुखेनंही उच्चारले असते. ते ऐकून खोलीत पूर्ण शांतता पसरते. व्यासपीठावरच्या तिच्या खुर्चीत अॅबेस अगदी ताठ आणि आकर्षकपणे बसलेली आहे.

''सुओरा झुआना, औषधालयाची प्रमुखा या नात्यानं तुम्ही आपल्या या प्रिय सिस्टरला आम्हा सर्वांहून अगदी नुकतंच पाहिलेलं आहेत. कदाचित तिच्या परिस्थितीबद्दल तुम्ही आम्हाला अधिक चांगलं मार्गदर्शन करू शकाल.''

ती झुआनाकडे वळून बघते आणि तिचे डोळे चकाकताना दिसत आहेत. तिच्याकडे पाहून तुम्हाला नक्कीच वाटेल की, तिला या साऱ्याची अतिशय मौज वाटते आहे. मनोरंजनाच्या वेळात, काही खोडसाळ जोगिणी कधीकधी मत व्यक्त करतात की अॅबेस कुणा थोर सरदाराला पूर्णपणे शोभणारी अशी पत्नी होऊ शकली असती. ती ज्या कुशलतेनं मठ सांभाळतेय, तेवढ्याच नेटकेपणानं तिनं त्यांचं कुटुंब आणि राजवाडा सांभाळला असता. झुआनाला वाटतं की, त्या तिची योग्यता नीटपणे ओळखत नाहीत. तिनं केवळ एका राजवाड्यावरच नव्हे, तर पूर्ण राज्यावर सत्ता गाजवली पाहिजे; कारण एक प्रकारे ती इथे तेच काम करते आहे. आपली सत्ता अबाधित राखायला ती हेर आणि हस्तकांच्या जाळ्याची मदत घेते आहे.

''मी तिला सकाळी बघितलं, तेव्हा ती बेशुद्धावस्थेत होती आणि अतिशय

अशक्त झालेली दिसली. तिला झोपून झोपून, अतिशय वेदना देणारी क्षतं पडली आहेत. माझ्यामते तिच्या सुखाच्या दृष्टीनं आपण तिला शक्य तेवढं कमी हलवणं योग्य ठरेल.''

ह्या हस्तकांच्या जाळ्यात आता झुआना खूपच अधिकाराच्या पदावर चढलेली दिसते आहे.

''आणि तसा निर्णय घेतला गेला, तर रुग्णालयात तुम्ही तिची काळजी घेण्याचं काम स्वीकाराल का?''

पण हे काम झुआनाला खरोखरच कितपत हवंय? या प्रश्नाचं उत्तर ती आत्ता देऊ शकत नाही. ती मान खाली घालते, ''जर मठाची अशी इच्छा असेल, तर ते काम करण्यात मी धन्यता मानेन.''

ॲबेस आपल्या स्कर्टच्या चुण्यांवरून हात फिरवते आणि बसलेल्या सर्वांकडे नजर टाकते.

''तर मग आपण याच्यावर मतं घेऊयात. आपण सँटा कॅटेरिनाच्या सिस्टरपुढे प्रस्ताव मांडतोय की, आपल्याला अत्यंत प्रिय असलेल्या आणि आता अतिशय वृद्ध झालेल्या सुओरा मॅगडालेनाला तिच्या कोठडीतून रुग्णालयात हलवावं का म्हणजे त्यांचा देवाकडे जाण्याचा मार्ग शक्य तेवढा सुखकर होईल.''

नवागता बघत राहतात आणि जोगिणी एकामागोमाग एक पुढे येतात– आणि इतरांकडे संपूर्ण पाठ करून, दिलेलं मत कळणार नाही याची काळजी घेऊन, टोपलीतला छोटासा लाकडी चेंडू उचलतात– होकार असेल तर पांढरा, नकार असेल तर काळा– आणि तो वरच्या भोकातून मतपेटीत टाकतात.

प्रत्येकानं मत दिल्यावर ती मतपेटी रिकामी करून त्यातल्या चेंडूंची गणना करण्याचं काम चर्चची कारकून जोगीण करते आणि त्याच्यावर दरवाज्यावर पहारा करणारी जोगीण नजर ठेवते. हा प्रस्ताव संमत झाल्याची घोषणा करण्यात येते. पण एक गोष्ट लक्षात आल्यावाचून राहत नाही की, जिंकण्याऱ्या पांढऱ्या चेंडूंमध्ये, नेहमीपेक्षा जास्त संख्येचे काळे चेंडू आहेत.

३३

ती आतून अगदी रिती रिती झालीय. गप्प. स्तब्ध. आयुष्यात कधीही नव्हती एवढी स्तब्ध. हा विषाचा परिणाम असावा. ती औषधालयात काम करत होती, तेव्हा तिनं हेलबोअरच्या परिणामाबद्दल कुतूहल बाळगलं असेल. आपलं पोट फाडलं जाऊन आपण मरणार, असं वाटेपर्यंत ते आतून खरवडलं जाणं. इतकं रिकामं होणं. इतकं साफ होणं. जणूकाही सारं सारं नव्यानं सुरू करायचंय असं वाटावं इतकं खरवडून निघणं. दुसऱ्या सेराफिनाचा जन्म. नवी, अधिक हलकी, अधिक निर्मळ, तिचं हृदय आणि आतडी पिळवटणाऱ्या हातांच्या तावडीतून मुक्त झालेली. ज्याच्यावर प्रेम करावं आणि ज्याचा ध्यास धरावा, असा कुणीही पुरुष जीवनात नसलेली. कारण सरतेशेवटी असं दिसलं, की खरोखर त्याचं तिच्यावर प्रेम नव्हतंच.

'त्याचं प्रेम आहे. तुम्ही पाहाल.'

त्याचं प्रेम नाही. पण हे कसं शक्य आहे? त्या साऱ्या कविता? संगीत? एकात एक सुरेलपणे विरणारे आवाज, ओठाला ओठ आणि देहाला देह भिडलेले असताना तारे फुटावेत असा वाटणारा गोडवा, आत्म्यांच्या मीलनामुळे त्याक्षणी त्यांना जाणवणारी निर्मळ, निर्भय भावना? आता फार उशीर झाला असला, तरी तिला जाणीव आहे की, तिनं त्याच्यावर खरंखुरं प्रेम केलं. त्या साऱ्या बंडखोरीत, उसळत्या रक्ताच्या तरुणाईत, एकत्र किंवा विरहात जिवंत राहण्यातला उन्माद जाणवत असताना ती जाणून होती की, जॅकोपो हा प्रेम करण्याजोगा माणूस होता, स्वत: उदार होता, संगीतानं भारून गेलेला होता आणि त्याच्या अंगी अंशमात्रही दुष्टावा नव्हता.

पण शेवटी, तो तसा नव्हता हे उघड झालं. त्याऐवजी तोही तिच्यासारखाच फसवेगिरीत वस्ताद निघाला. पण हे कसं खरं वाटावं?

इतर कोणत्याही वेळेस हे विचार तिला काट्यांसारखे डसले असते. पण आता डसण्याजोगं काही उरलेलंच नाही. ती इतकी थकून गेलीय. इतकी थकलीय की, तिला नीट विचारही करता येत नाही. ती नवी शुद्ध झालेली सेराफिना फार वेळ

कोणत्याही विचाराला धरून राहू शकत नाही. देहाएवढंच तिचं मस्तकही हलकं आणि रिकामं झालं आहे. हे एवढं काही भीषण नाही. थोडंसं घेरी आणणारं आहे. कितीही श्वास रोखून धरला, तरी त्याहूनही जास्त काळ तार सप्तकातला स्वर आळवला की तुमचा आवाज कसा थरथरेल, स्वर डोक्यात कसा घुमेल, तशी ही संवेदना वाटतेय.

कदाचित तिनं पापांचा कबुलीजबाब दिल्यामुळे तर तिला असं वाटू लागलं नसेल ना? त्यामुळे तिच्या पोटाप्रमाणेच तिचा आत्माही खरवडून धुतला गेला असेल. तिनं त्या वृद्ध धर्मगुरूला सारं सारं सांगितलं होतं. भोसकले गेलेल्यांचे आणि कापले गेलेल्यांचे आवाज अजूनही तिच्या मस्तकात निनादत असताना सांगितल्यावाचून कसं काय राहवेल? सारं सारं तिनं सांगितलं; हर्षोत्फुल्ल अवस्था, संताप, धास्ती, अवज्ञा, आत्मनाशसुद्धा; इतकी वेगानं वाहणारी पापांची नदी. त्यातलं त्यांनी कितीसं ऐकलं हे ती सांगू शकत नाही, कारण ती बोलत होती तेव्हा त्या दोघांनीही डोळे मिटून घेतले होते. पण सरतेशेवटी, त्यांनी तिच्यासाठी प्रार्थना केली होती आणि दोन आठवडे फक्त ब्रेड आणि पाण्याच्या आहारावर कोठडीत एकटीनं राहण्याची शिक्षा फर्मावली होती आणि त्यांनी तिला पापांबद्दल माफ केलं होतं.

दोन आठवडे कोठडीत बंदिवास आणि उपवास ही काही फार कठोर शिक्षा नव्हती. खरंतर मनातून तिला त्याचा आनंदच वाटला. डोळे उघडताक्षणी कोठडीभर जोगिणी दिसल्यापासून तिला एकटं राहावंसं वाटू लागलं होतं. ती लोकांना तोंड कसं दाखवू शकेल? राहता राहिला उपवास. आता तिची भुकेशी इतकी ओळख झाली आहे, तिला खावंसं वाटलं आणि तिनं खाणं टाळलं की, तिला जिंकल्यासारखं वाटतं. तिच्या पोटात तिनं दुःख, राग आणि धास्ती इतका दीर्घकाळ दाबून धरली आहे की, पोटात काहीही नसल्याचा तिला वेगळाच आनंद वाटू लागतो.

शांततेमुळे की थकव्यामुळे ते ठाऊक नाही, पण ती जास्त वेळ प्रार्थनेत घालवते. साध्यासाध्या शब्दातल्या साध्यासाध्या प्रार्थना. मला माफ कर. मला मदत कर. मला क्षमा कर. जवळ जवळ बालिश वाटतील अशा. दरवेळेस ती झोपेतून जागी झाली की, तिची नजर भिंतीवरच्या क्रूसावर पडते. पण बरेचदा त्या क्रूसावर बघताना तिला त्याऐवजी दलदलीतल्या माणसाची आकृती दिसू लागते, डोक्यामागे सूर्याचं तेजोवलय असलेली, तिच्याकडे चालत येणारी.

तो सर्वांत प्रथम दिसला, तेव्हा तिला तो जॅकोपोच वाटला. कारण त्याचेही कुरळे केस त्याच्या खांद्यांभोवती पसरले होते आणि तोसुद्धा लांब लांब ढांगा टाकत चालत होता. पण आता तिला ठाऊक आहे की, तो जॅकोपो नसून स्वत: येशूच होता आणि तो सुओरा मॅगडालेनाच्या माध्यमातून तिच्यापर्यंत पोहोचला होता. हे कसं आणि का घडलं याबद्दल ती सांगू शकत नाही. तिची नक्कीच तेवढी योग्यता नाही.

तरीही, त्याच्यामुळे तिला इतकी शांती लाभली, तेव्हाही आणि आताही. कारण तोसुद्धा उदार आहे, संगीतानं भरलेला आहे आणि त्याच्यातही अणूभरही दुष्टावा नाही.

राहता राहिला भविष्यकाळ! उद्या आणि उद्या आणि उद्या... असो. ती त्याबद्दल आता विचारच करत नाही. कसा करणार?

"सेराफिना."

तिला कळतंय की, ती खोलीत आलीय. तिनं तिला आत येताना ऐकलं, टेबलावर काहीतरी ठेवल्याचा आवाज ऐकला. पण डोळे उघडले की, तिला तिच्याशी बोलणं भाग पडेल आणि साऱ्या लोकांपैकी तीच त्या साऱ्या चक्राची पुन्हा सुरुवात करून देईल. तरीही...

"सेराफिना."

ती डोकं वळवून पापण्यांची उघडझाप करते.

झुआना पलंगाजवळच्या एका छोट्या खुर्चीवर बसलीय. तिच्याजवळ ब्रेड, चीज आणि गरम सूपचं भांडं ठेवलेली लाकडी थाळी आहे. तो चेहरा किती ओळखीचा आहे याचा सेराफिनाला विसरच पडलेला होता: भव्य, रुंद कपाळ, त्यावर विचारांमुळे उठलेल्या आठ्या आणि आता ओठांप्रमाणेच हसत असलेले ते निर्मळ, शांत डोळे. इथेही अजिबात दुष्टावा नाही. एवढं सारं काही घडूनही तिला पाहून झुआनाला आनंदच वाटतोय.

"तुला बरं करण्याबद्दल देवाचे आभार मानायला हवेत. तुझ्या पोटात, अजून दुखतंय का?"

"नाही."

"मळमळतंय?" ती वाकून मुलीची नाडी बघते. लाल डाग पडलेली बोटं बारीक, फिकट मनगटावर टेकलेली आहेत. शिजवलेल्या अन्नाच्या वासानं सेराफिनाच्या तोंडाला पाणी सुटतं. पण ती ते गिळून टाकते. फक्त जेव्हा मीच खायचं ठरवीन, तेव्हाच!

"नाही."

"स्वप्नांबद्दल काय? तुला वाईट स्वप्न पडतात का?"

"नाही." आणि तिला धुक्यातून तिच्याकडे भरभर चालत येणारा माणूस दिसू लागतो.

"नाही. आता पडत नाहीत."

"छान! मी तुझ्यासाठी थोडी ब्रेड, चीज आणि ताजं सूप आणलंय. घे."

"मला भूक नाहीये."

"पण तरीही तू खाल्लं पाहिजेस."

"मी खाऊ शकत नाही." ती मान हलवून म्हणते, "मला शिक्षा फर्मावण्यात आलेली आहे."

“शिक्षा?”

“फादर रोमेरो. त्यांनी माझा कबुली जबाब घेतला. मला दोन आठवडे कोठडीत राहून फक्त ब्रेड, आणि पाण्यावर राहायची शिक्षा फर्मावली गेलीय.”

झुआनाच्या कपाळावर आठी उमटते, “तू आजारी होतीस, हे कुणीच त्यांना सांगितलं नाही?”

“मला ठाऊक नाही.”

“तुझ्यानं बसवेल?”

ती स्वत:ला बसतं करायचा प्रयत्न करते, पण ते कष्टदायक आहे. झुआना तिला मदत करायला उठते आणि तिचा स्पर्श होताक्षणी सेराफिना त्या रात्रीच्या आठवणींच्या वावटळीत सापडते– तिची आतडी फाडून पोट आक्रोश करत असताना मजबूत हातांच्या आधारावर ती बसलेली होती त्याची तिला आठवण येते. आता अशा जवळिकेचा तिला संकोच वाटतो. जवळजवळ लाजच वाटते. ती दूर सरकून अंगाभोवती रजई गुंडाळून घेते.

“मी जे केलं, त्यामुळे तुम्हाला त्रास झाला असेल, तर मला माफ करा.” ती रजईवर दृष्टी खिळवून म्हणते.

झुआना मान हलवते, “माफी मागण्यासारखं काहीही घडलेलं नाही. तू तुझ्या पापांची कबुली दिलीस आणि तुला माफ करण्यात आलं.”

ती तिच्याकडे थेट पाहत म्हणते, “मी त्यांना सारं काही सांगितलं,” ते शब्द ती आव्हानासारखे फेकते. “सारं काही.”

झुआना हळुवारपणे म्हणते, “मला ऐकून आनंद वाटला.”

“ही शिक्षा पुरेशी आहे, असं तुम्हाला वाटतंय?”

“मी सांगू शकत नाही. पण इतके ढाळ झाल्यावर तू उपास करणं श्रेयस्कर नाही.”

“काही हरकत नाही. मला भूक नाहीये.” ती पुन्हा म्हणते. मग ती म्हणते, “सुओरा मॅगडालेनानं अनेक वर्षांत काहीही खाल्लेलं नाही.”

“हे खरं नाहीये. फक्त ती अतिशय कमी खाते आणि अनेक वर्षांच्या सवयीनं तिच्या देहाला त्याचीच सवय झालेली आहे. मला वाटतं की, याबाबतीत कुणीही तिचं अनुकरण न करणंच चांगलं. निदान सध्या तरी नाही.”

“पण सुओरा उमिलिआना असं म्हणत नाहीत.”

“आणखी ती काय म्हणते देव जाणे!” झुआना स्वत:शीच म्हणते. पण तिला त्याची कल्पना येऊ शकतेय. “तुला भेटायला आणखी कोण आलं होतं?”

“सुओरा फेडेरिका आली होती. तिनं माझ्यासाठी पेअर आणलं– हे पाहा.” ती ते तिच्या उशीखालून बाहेर काढते. हिरव्या मार्झिपानवर धुळीचे कण जमा होऊ

लागले आहेत. ''मला ते नकोय. ते तुम्हीच घ्या.''

झुआना मान हलवते. ''तुझ्या शिक्षेचा काळ संपेपर्यंत ते ठेवून दे. ते खाता येण्याची प्रतीक्षा करणंही आनंदाच वाटेल.'' प्रतीक्षेचा आनंद! किती सरळ-सोपी कल्पना. सकाळी सूर्य उगवण्याची प्रतीक्षा करावी तसंच! कुणाही नवागतेनं मठातनं पळून जाण्याचा प्रयत्न करणं हे एक घोर पाप आहे आणि तिला पळून जायला मदत करणं हेसुद्धा तेवढंच घोर पाप आहे. या मुलीनं आपलं पाप कबूल केलं आहे आणि तिला क्षमा करण्यात आलेली आहे. झुआनानं आता आपली आत्मपरीक्षा करायला हवी. ती या मुलीसाठी आणखी काहीही करू शकत नाही. तरीही...

''सेराफिना, माझं ऐक. खसखशीबरोबरच्या हेलबोअर घेण्यामुळे विषाच्या उताऱ्यामुळे पोट धुवून निघतं आणि मी तुला ते कमी मात्रेत दिलेलं नव्हतं. तुला काही काळ विचित्र वाटेल. जडपणा आल्यासारखं आणि दुःख झाल्यासारखं वाटेल. मनात थोडा गोंधळही उडू शकेल.

''मला तसं काहीही वाटत नाहीये.'' ती निक्षून म्हणते.

''तो त्याचाच भाग आहे. पण ही अवस्थाही जाईल.''

ती थांबते, कारण आणखी काय सांगावं हे तिला सुचत नाही.

ती मुलगी मागच्या भिंतीवर डोकं टेकवते, ''मला गोष्टी दिसल्या,'' ती शांतपणे म्हणते. ''भयानक गोष्टी दिसल्या.''

''तो औषधाचा परिणाम होता, हे लक्षात ठेव. ती फक्त औषधामुळे दिसलेली दृश्यं होती.''

''तुम्ही कधी अशा गोष्टी पाहिल्या आहेत?''

ती झुआनाकडे बघत असताना तिचे डोळे तिच्या चेहेऱ्यावर खूप मोठे वाटत आहेत आणि कोळशासारखे काळेभोर!

''हो. मी पाहिल्या आहेत.''

''आणि आश्चर्यकारक गोष्टीसुद्धा पाहिल्या आहेत?''

''हो... एका दृष्टीनं.''

''पण तुम्ही 'त्याला' कधीच पाहिलेलं नाही?''

झुआना यावर लगेच उत्तर देते, ''नाही.''

''का नाही? तुम्ही तर पुण्यवान जोगीण आहात.''

''नाही. मी... मी...''

''हो! आहातच! मला ठाऊक आहे.''

''हे पाहा... चांगुलपणाचे अनेक प्रकार असतात आणि अगदी थोड्यांनाच हे सद्भाग्य लाभतं.''

पण *'तिला'* हे भाग्य लाभलंय किंवा *'तिनं'* 'त्याला' पाहिलंय.

तिचं नाव उच्चारण्याची त्यांना गरज वाटत नाही. झुआनाला वाटतं की, याबद्दल बोलण्याची आम्हा दोघींनाही परवानगी नाही. हा निषिद्ध विषय आहे. पण गेल्या काही आठवड्यांमध्ये कितीतरी गोष्टी बदलल्या आहेत. मठातल्या गुपितांची यादी रोज मोठमोठी होत चालली आहे आणि तिनं इतर कोणापेक्षाही ते जास्त जवळून पाहिलेलं असल्यामुळे ही गोष्ट नाकारण्यात अर्थ नाही.

"हो. तिला 'तो' दिसतो."

"तिला 'तो' नेहमीच दिसत आला आहे, नाही का?"

"हो. असं वाटतंय खरं."

"तिलाच का? एका नवागतेनं मला सांगितलं की ती केवळ एका खेड्यातल्या शेतकरी कुटुंबात जन्मलेली होती. म्हाताऱ्या ड्यूकला ती कुठेतरी सापडली. कुटुंब नाही, शिक्षण नाही, काही नाही. ती जन्मत:च पवित्र होती? म्हणून ती प्रार्थना करू शकली? की तो उपासाचा परिणाम होता? त्यामुळे तिला ते करता आलं?"

"मला माहीत नाही."

"मला वाटतं मलासुद्धा 'तो' दिसला," ती मान हलवते.

"फक्त क्षणभर."

खसखस! त्यामुळे तुम्हाला काहीही दिसू शकतं. सारंकाही दिसू शकतं. "हासुद्धा औषधाचा परिणाम असणं शक्य आहे, सेराफिना." ती हळूवारपणे म्हणते.

"तुम्हाला कसं सांगता येईल?" तिच्या आवाजात आता कंप आहे. "जर आपणा सर्वांनाच 'तो' दिसला, तर इथंच राहून इथंच मरायला काहीही हरकत नाही."

हो! तिच्यात काहीतरी बदल नक्कीच घडलाय. झुआनाला वाटतं. पण तो कसा बरं घडणार नाही? देवा. कृपा करून तिला त्यामुळे शांती लाभू दे.

"मला वाटतं आपला देव नेहमीच इथे असतो. आपल्याला तो प्रत्यक्ष दिसत नसला, तरी तो इथेच असतो."

सेराफिना क्षणभर गप्प राहते. जणूकाही ती याबद्दल विचार करते आहे.

"तिचं त्याबद्दलचं मत चुकीचं होतं, बरं का!" ती अखेरीस म्हणते आणि तिचा आवाज बापुडवाणा येतो. त्यात आधीची धार किंवा ऊर्जा शिल्लक राहिलेली नाही. "ॲबेस म्हणाली की, त्याला माझी पर्वा नाही. पण हे खरं नाही. त्याचं माझ्यावर नक्कीच प्रेम होतं."

तिनं काहीतरी खाल्लं पाहिजे. निदान थोडासा ब्रेड तरी. त्याला तरी परवानगी आहे. झुआना ब्रेडचा एक छोटा तुकडा तोडते. तो पाण्यात बुडवते आणि तिच्यापुढे धरते, "हा घे."

ती मुलगी त्याच्याकडे पाहून मान हलवते.

"मला भूक नाहीये."

३४

झुआना या मुलीच्या कोठडीतून बाहेर पडत असतानाच कामकाजाच्या तासाची घंटा वाजू लागते. ती पदपथावर चालू लागते. तिच्या थेट समोरच तिच्या दिशेनं चालत येणारी सुओरा उमिलिआना दिसते. न बोलता तिच्यापुढून निघून जाता यावं म्हणून झुआना मान खाली घालते– नवागतांची प्रमुखा बोलण्याला बंदी नसते, तेव्हाही गप्पच राहत असते– पण त्याऐवजी ती ज्येष्ठ स्त्री तिच्या दृष्टीत दृष्टी मिळवते. तिचा आविर्भाव स्वागतशील, जवळजवळ आनंदी आहे.

"तुम्ही नवागतेजवळून येत आहात? तुम्हाला ती कशी वाटतेय? तिच्यात खूपच बदल घडून आलाय, नाही?"

"हो... ती, ती वेगळी वाटतेय."

"देवाची कृपा! त्यानं तिचा राग आणि तोरा धुवून टाकून त्याजागी नम्रतेचं बीज पेरलंय. त्याचे उपकार आहेत आणि औषध देऊन तिची काळजी घेतल्याबद्दल तुमचेसुद्धा!"

झुआना तिच्याकडे बघत राहते. चर्चासभेत त्यांची बोलाचाली झाली त्यानंतर तिनं शत्रुत्वाची अपेक्षा केली होती आणि त्यासाठी मनाची तयारीही केली होती. पण इथे शत्रुत्वाचा मागमूसही दिसत नाहीये. औषध द्यायची आवश्यकताच का पडली, हे कळल्यावर नवागतांची प्रमुखा काय म्हणेल, याचं झुआनाला कुतूहल वाटतं. अर्थात झुआना ते तिला सांगू शकत नाही. त्याचप्रमाणे, इतक्या आठवड्यांपूर्वी सुओरा मॅगडालेनाच्या कोठडीत काय घडलं, हेसुद्धा ती तिला सांगू शकत नाही. गुपिताच्या पोटात आणखी गुपितं– घाणेरड्या कोठारघरात बुरशीचा फैलाव व्हावा तशी ही गुपितं वाढतच जातात. पण त्यामुळे हा मठ वाईट ठरतो का? शांतता प्रस्थापित करण्यासाठी कितीशा भुलथापांना परवानगी मिळेल? तिच्या लक्षात येतं की, या प्रश्नाचं उत्तर काही तिला ठाऊक नाही!

"ती शांत झालीय, हे खरं आहे. पण मला तिच्या प्रकृतीची काळजी वाटतेय. औषधामुळे तिला अतिशय अशक्तपणा आलेला आहे. तिनं खायला हवं. उपास करता कामा नयेत."

"अस्थिर आत्म्यांच्या बाबतीत, आत्म्यांना जागा करून देण्यासाठी, देह जिंकून घेता आला पाहिजे. तिला काहीही धोका पोहोचणार नाही, सुओरा झुआना. मी त्याची काळजी घेईन. आपण सध्या सँटा कॅटेरिनात एका फारच सुंदर कालखंडात जगत आहोत, असं तुम्हाला नाही का वाटत? देवानं आपली प्रार्थना ऐकलीय आणि तो आपल्याकडे आलाय. वृद्ध तसंच तरुण माध्यमांद्वारा आलाय. मला वाटतंय की तुम्हाला ते अजून जाणवलेलं नाही, पण हा बदल नक्कीच घडून आलाय. पाण्यावर सूर्य चमकावा, इतक्या लख्खपणे तो जाणवतोय. सुओरा झुआना, तुम्ही स्वत:च्या आत्म्याकडे बघायला हवं. तुम्ही 'त्याला' शोधावत अशी 'त्याला' तळमळ वाटते आहे आणि तुम्ही शोधाल. तुम्ही फक्त..."

"तुमच्या सद्‌भावनांबद्दल मी तुमची आभारी आहे, सुओरा उमिलिआना." झुआना तिचे शब्द अर्ध्यातच तोडत म्हणते, "मलाही त्याची आस लागलेली आहे. पण तरीही माझं असं मत आहे की, या मुलीनं उपास करता कामा नये."

नवागतांची प्रमुखा हात एकत्र आणून टाळी वाजवते आणि ते तिच्या कफनीच्या आत घेते. "आपल्या कबुलीजबाब घेणाऱ्या फादरच्या निर्णयाबद्दल शंका उपस्थित करायचा अधिकार तुम्हालाही नाही किंवा मलाही नाही." तिच्या ठाम विधानातून पूर्वीच्या उमिलिआनाचं एकवार पुन्हा दर्शन घडतं. "मी तिची काळजी घेतेय आणि ती माझीच मुलगी असल्याप्रमाणे मी तिच्याकडे बघेन. देव तुमचं भलं करो, सिस्टर झुआना."

"आणि तुमचंसुद्धा." त्या एकमेकींजवळून दूर जात असताना झुआना उत्तर देते. तिच्या मनात येतं की, रोगाच्या जंतूंप्रमाणेच देवाच्या प्रेमाची बीजंही हवेतून उडत असती तर किती छान झालं असतं! मग आपल्याला सतत एवढी तपस्या करावी लागली नसती. तिच्या नास्तिक विचारांच्या धिटाईचं तिला आश्चर्य वाटतं. "मी थकलेय आणि माझ्या आत्म्याला नसली, तरी माझ्या देहाला ताज्या हवेची गरज आहे," असं तिच्या मनात येतं.

कामकाजाच्या तासाची घंटा अजूनही घणाणत आहे. ती कोट चढवते आणि वनस्पतींच्या बागेत जाते. सोबत ती काटे आणि इतर हत्यारं असलेली ज्यूटची पिशवीही घेऊन जाते. सतत मुसळधार कोसळणारा पाऊस अखेरीस थांबला आहे. आकाश पृथ्वीएवढंच स्वच्छ धुवून निघालं आहे आणि उगवलेला दिवस निरभ्र आणि जवळजवळ ऊबदार आहे. उन्हाळ्यात, असं वादळ येऊन गेल्यावर, सूर्य पाण्याची वाफ करू लागला की, मठात प्रचंड उकाडा जाणवू लागतो. आज तसं काही वाटत नाहीच, पण बागेत सतत पडणाऱ्या पावसामुळे जमीन खूपच ओली झालेली असणार आणि जमिनीखाली जी बीजं जीव धरू लागली होती, त्यांना

मातीतून आता डोकं वर काढता येऊ शकेल.

ती कोठारघरातल्या त्या रात्रीनंतर मठातून बाहेरच पडलेली नाही आणि मोकळ्या हवेत आल्यावर तिला किती बरं वाटलंय हे पाहून ती थक्क होते. माणसांऐवजी वृक्षवेलींच्या सहवासात बागेत काम करून तिला खूपच बरं वाटतं. ती भरभर चालत असताना ताज्या वाऱ्याची झुळूक तिला गालांवर जाणवते आणि ती झुळूक जाणवल्यावर तिला ती मुलगी, उमिलिआना आणि ॲबेस, गुंतागुंतीचं मठातलं राजकारण आणि डावपेच याबद्दलच्या चिंतांचा विसर पडतो आणि त्याऐवजी तिला तिच्या कर्तव्यांची जाणीव होते. तिला वाटतं की, एक चांगली औषधालयाची प्रमुखा, माणसांएवढीच वनस्पतींचीही काळजी घेत असते.

ती बाग ॲबेसच्या खोलीहून बहुधा फारशी मोठी नसावी (आणि औषधालयाची प्रमुखा या पदावर निवडून आल्यापासून झुआनानं ती दीडपटीनं तरी आणखी मोठी केली आहे.), पण तरीही त्यात शंभरएक औषधी वनस्पती आणि झुडुपं आनंदानं वाढत आहेत. वसंत आणि शरदऋतूंमधल्या काळात कधीकधी असेही दिवस येतात जेव्हा कामात ती इतकी व्यग्र असते की तिला मनातल्या मनात प्रार्थना करायलासुद्धा वेळ काढता येत नाही. निसर्गाची सुपीकता पाहून तिचं मन आश्चर्यानं आणि कृतज्ञतेनं ओतप्रोत भरतं पण झाडांची निगा राखताना जे लक्ष आणि ममता पुरवावी लागते, त्यामुळे प्रार्थनेचे शब्द हरवून जातात. झाडांसाठी केवढं काय काय करायचं असतं : तण काढणं, छाटणं, काठीनं आधार देणं, सुकलेली पानं खुडणं, अन्न पाणी पुरवणं, पीक घेणं, वाळक्या फांद्या तोडणं, त्यांच्या वतीनं कीटक आणि गोगलगायींचा समाचार घेणं आणि ओलावा आणि सडकी पानं यात फोफावणाऱ्या या किड्यांपासून तिची नाजूक आणि मोलाची झाडं-झुडुपं सुरक्षित ठेवणं.

हा हिवाळा तिच्या बोटांसाठी आणि झाडांसाठी फार त्रासदायक ठरला. पण आता कडक हिवाळा मागे पडला आहे. मोकळ्या जमिनीवर चालतानाच ते तिच्या लक्षात आलं आहे. तिच्या वनस्पतींच्या बागेच्या एका बाजूला छोट्या मठाची मागची बाजू येते तर दुसऱ्या बाजूला फळबागांची भिंत येते. असं दुहेरी संरक्षण लाभल्यामुळे इथं वसंताचं लवकर आगमन होतं. ऊबदार मार्च महिन्यात तिला सारी निरोगी आणि धाडसी झाडं मातीतून डोकं वर काढताना दिसतील. तिच्या लहानपणच्या विशेष आठवणींमध्ये झाडांचं हे सामुदायिक अंकुरणं अग्रस्थानी आहे. विश्वविद्यालयानं आपली स्वतःची औषधी वनस्पतींची बाग लावण्यापूर्वी (आणि ती बाग लागवण्यामागचं मुख्य कारण होतं की पदुआ आणि पीसा येथील विश्वविद्यालयांच्या औषधी बागा तोपर्यंत सुप्रसिद्ध झाल्या होत्या), तिच्या वडिलांच्या घराच्या अंगणात जुन्या बादल्या, भांडी आणि लाकडी थाळ्यांमध्ये लावलेल्या बियांची आणि रोपांची नुसती दाटी झालेली होती. हवा ऊबदार झाली की, ते कधीकधी तिला तेथे घेऊन जात

आणि तिथली शांतता कान देऊन ऐकायला सांगत.

“सध्याची आणि भूतकाळात होऊन गेलेली थोर माणसं आणि विद्वत्जन मानत असत की देवानं मानवाची निर्मिती केली, कारण फक्त मानवाच्या माध्यमाद्वाराच त्याच्या अफाट निर्मितीच्या यशाची थोरवी तो साजरी करू शकेल. याप्रकारे चमत्काराचे साक्षीदार बनणं हे आपलं कर्तव्य आहे आणि ते आनंददायीपण आहे. तुला ते ऐकू येत नाहीये, येतंय? पण आत्ता आपण इथं उभे असतानाच जमिनीखाली हजारो कंद, बीजं आणि मुळं रुजत, बीज फोडून बाहेर येत आणि अंकुरत आहेत. लहान लहान कोंब आणि तंतूंचं सैन्य मातीतून डोकं वर काढून सूर्याचा शोध घेतंय. त्यातला प्रत्येक तंतू आणि प्रत्येक कोंब इतका नाजूक आहे की बाहेर येताना त्यानं मातीच्या एवढ्या वजनातून वर कसा मार्ग काढला असेल, याचा तुला प्रश्न पडावा. कल्पना कर फॉस्टिना, दरवर्षी हाच चमत्कार पुन्हा पुन्हा घडत असतो...”

त्यांनी रंगवलेलं चित्र इतकं प्रभावी आहे– आणि सांगताना त्यांच्या आवाजात इतकं आश्चर्य जाणवतंय– की ती जेव्हा जेव्हा ‘सेकंड कमिंग’[१९]बद्दल विचार करते किंवा वाचते तेव्हा तिला स्मशानाच्या जागी प्रचंड औषधी बागच दिसू लागते आणि नव्या कोंबांसारखे कोवळे, मऊ देह शवपेट्यांच्या कुजलेल्या लाकडाला भेदून, तुताऱ्यांचे स्वर निनादत असताना देवाच्या तेजाला शोधत वर वर येत आहेत असा भास होऊ लागतो. नष्ट न होणारे देह! तिनं तिच्या वडिलांजवळ तिला झालेल्या या भासाबद्दल एकदा सांगितलं होतं आणि आपली मुलं त्यांच्या वयापेक्षा खूप शहाणी किंवा गोड आहेत असं वाटून आईवडील स्मित करतात, तसंच त्यांनी स्मित केलं होतं. पण तिला जाणवलं होतं की, निसर्गानं दाखवलेल्या देवाच्या चमत्कारापेक्षा त्यांना याचं काही जास्त अप्रूप वाटलेलं नव्हतं.

तिच्या आजूबाजूच्या जगातली गुंतागुंत पाहता, तिला आज अशा साध्याशा चमत्काराची गरज आहे.

सदाहरितपर्णी झाडांच्या पानांवरून कधीमधी खाली ठिबकणारा एखाददुसरा पावसाचा थेंब सोडला तर बाग आज अगदी शांत आहे. कोसळलेल्या पावसानं झोडून निघालेली लव्हेंडर आणि रोझमेरीची झुडुपं, त्यांच्या देठांवरून आणि पानांवरून तिनं बोटं फिरवली की, त्यांचा तीव्र दरवळ जाणवून देत आहेत. वाफ्यांमध्ये झेंडू, बडीशेप आणि हायपेरिकम तरारत आहेत. ती रोपांजवळची जागा साफ करून

---

१९. सेकंड कमिंग (Second Coming) – ख्रिस्ती धर्मशास्त्रात Second Coming of Christ म्हणजेच येशूनं स्वर्गातून पृथ्वीवर पुन्हा अवतार घेणं, मृत लोक जिवंत होऊन त्यांचा निवाडा होणं आणि देवाचं पृथ्वीवर राज्य प्रस्थापित होणं ही संकल्पना रूढ आहे.

जवळची माती सैल करते. म्हणजे मुळं फोफावू शकतील. त्यानंतर बहरतील बेलाडोना, बेटोनिका आणि कार्डिआका– हृदयासाठीची संजीवकं. ती एकदा वाढू लागली की, तणांसारखी फोफावतील आणि खाजकुयलीच्या झाडाएवढी जाड होतील. तिच्या मनात विचार येत असे की सुरुवातीलाच, फुलण्याचा ऋतू आणि मुळाक्षरं याची त्या निर्मात्यानं सांगड तर घातली नव्हती ना? कारण पहिल्याप्रथम फोफावणाऱ्या झाडांची नावं 'B' (बी) या अक्षरानं सुरू होत असत. त्यानंतर 'C' मग 'F' आणि 'H', पॉपी, व्हॅलेरियन आणि व्हर्बेना सर्वांत शेवटी. तोवर बाग इतकी बहरेल की, इंचभर जागाही रिकामी राहणार नाही.

नव्यानं उगवलेल्या बडिशेपेच्या पिसासारख्या, नक्षीदार पानांवर ती बोट फिरवते. तिला तिच्या वडिलांचं बोलणं पटतं. ज्याला हवेत डोकं वर काढून उभंही राहता येत नाही, ती वनस्पती भिजलेली, जड माती भेदून बाहेर येऊ शकते हा खरोखरच एक चमत्कारच म्हणायचा आणि त्याला आणखी काही आठवडे चांगली हवा लाभू द्या की त्याचं देठ रसभरानं जड होऊन अभिमानानं ताठ उभं राहील. जमीन, उजेड, पाणी आणि सूर्य. वाढ, मृत्यू, कुजणं आणि नवनिर्मिती. इथे पापांचे कबुलीजबाब, क्षमा किंवा मुक्ती यांची अजिबात गरज नसते. आत्म्यांशिवाय आयुष्य. इतकं सरळ, इतकं सोपं. झुआना, तुझा जन्म झाडांसाठीच आहे, मठाच्या राजकारणासाठी नाही!

"तू इथं सापडशील असं मला वाटलंच होतं."

झुआना चटकन वळून पाहते. झाडोऱ्यात जपून पावलं टाकत ॲबेस तिच्याकडे येतेय.

ती आजूबाजूच्या बागेकडे बोटानं निर्देश करत विचारते, "तर मग– तुझी नवी बाळं काय म्हणताहेत?"

"अजून सांगता येत नाही. पण मला वाटतं झेंडू छान फुलेल."

"तुझ्या गालांवरही तो उगवू पाहतोय."

झुआना गालांपाशी हात नेऊन, लागलेला चिखल पुसून टाकते. तिच्या विरुद्ध ॲबेस अगदी स्वच्छ, परीटघडीच्या कपड्यांमध्ये आहे आणि तिची कांती अगदी उठून दिसतेय. ज्या जोगिणी मठातच असतात त्या ॲपोलानिआची पावडर न वापरताच गोऱ्या, नितळ राहतात. पण ज्या उघड्यावर काम करतात त्यांची गालांवरची, नाकावरची त्वचा ऊन आणि हिवाळी वारे यामुळे खरखरीत होते. त्यायोगे त्यांचं नटवेपणाचं पाप किती कमी होतं, ते समजणं कठीण असलं तरी अशांच्या कोठड्यांमध्ये रुपेरी तबकांचा आरसा म्हणून कमी प्रमाणात वापर होतो.

"मी तुझ्याशी नवागतेसंदर्भात बोलायला आले आहे. त्या रात्री धक्क्यावर काय घडलं त्याबद्दल सांगायला."

"मॅडोना ॲबेस, तुम्ही कशाचंही स्पष्टीकरण द्यायची आवश्यकता नाही."

"नाही. आवश्यकता नाही हे खरं आहे. पण मला ते द्यायची इच्छा आहे." ती हसून आजूबाजूला बघते, "मला सांग, यातलं हेलबोअर कुठलं?" एका वाफ्याच्या मागच्या बाजूला असलेल्या एका सदाहरितपर्णी झुडुपाकडे झुआना निर्देश करते. ॲबेस आपला स्कर्ट वर उचलून तेथे चालू लागते.

"ते– ते इतकं निरुपद्रवी दिसतंय!"

"मुळात विष असतं, पानात नव्हे!"

ती मान हलवून त्याच्याकडे बघत राहते आणि एकीकडे बोलू लागते.

"मी तिच्या वडिलांना पत्र लिहिल्यावर, त्यांनी उत्तर द्यायला फारच वेळ लावला. त्यांचं उत्तर येईपर्यंत ती इथं रुळून गेली आहे असं वाटलं, म्हणून त्यांच्या उत्तराबद्दल सांगणं मला गरजेचं वाटलं नाही. मी ज्या मोकळेपणानं प्रश्न विचारले होते, तेवढ्याच मोकळेपणानं त्यांनी उत्तरं दिली हा त्यांचा चांगुलपणा म्हटला पाहिजे. त्यांनी मला सांगितलं की त्यांची मुलगी नेहमीच ठाम विचारांची, हुशार, अत्यंत ध्यास घेऊन सारं करणारी आणि सतत वेगवेगळ्या गोष्टींचा ध्यास धरणारी होती आणि तिच्या या चंचलतेमुळेच, त्यांनी जरी आधी तिचा विवाह करून द्यायचं योजलेलं होतं, तरी त्यांनी नंतर ठरवलं की नवऱ्यापेक्षा देवच तिला आटोक्यात ठेवू शकेल. दुर्दैवानं त्यांच्या या निर्णयाबद्दल त्यांनी तिला किंवा आपल्याला खूपच उशिरा सांगितलं."

झुआना झाडांच्या वाफ्यावर नजर फिरवते. ठाम विचारांच्या अशा वनस्पतीही असतात. कोणत्याही परिस्थितीत त्या तग धरू शकतात. हिम, पाऊस, ऊन, कीटक– तर मूठभर तशाच बीजातून उगवलेली दुसरी झाडं कोमेजून मरून जातात. अशा भक्कम झाडांचीच तुम्ही कलमं करून वाढ करायला हवीत. त्यांना भिंतीआड टाकून वांझोटं मरण येऊ देता कामा नये. "आणि तो तरुण?"

"संगीत मास्तर? दुर्दैवानं ते त्याच्याबद्दल मोकळेपणानं बोलले नाहीत. तोवर, देवदयेनं मला दुसरीकडून बातमी मिळाली होती. ती दोघं खूपच गुंतली होती, असं दिसतंय. त्याबद्दल इतरांना कळल्यावर दोषारोप केले गेले आणि हल्लकल्लोळ माजला. त्या माणसाला नोकरीवरून काढून टाकण्यात आलं. म्हणून मिलानमधल्या मठात तिला ठेवण्याऐवजी फेराराला पाठवण्याचा निर्णय घेतला गेला. त्यांना दूर ठेवलं की पुढली बदनामी टळेल या आशेनं! मलाा खूप उशिरा कळलं की, त्याचा तोच फेरारात येऊन पोहोचला होता म्हणजे त्यांनी आधी ठरवलेल्या रीतीनं ते एकमेकांच्या संपर्कात राहू शकले असते."

"तुम्ही खूपच शोधून काढलंत." झुआना म्हणते. कारण तिला कौतुक वाटणं अगदी स्वाभाविक आहे.

ॲबेस खांदे उडवते, "चांगल्या कुटुंबात नेहमीच कुणाला तरी बातमी काढणं

शक्य होतं. परक्या शहरात आलेला निर्धन माणूस सढळ हातानं खर्च करणाऱ्यांशी मोकळेपणानं बोलू लागतो आणि ज्या तरुणानं एवढं मोठं सावज गळाला लावलं असेल, त्याला शेखी मिरवायचा नक्कीच मोह पडतो.''

'हिला पुरुषांबद्दल केवढं सारं माहीत आहे,' झुआनाला त्याबद्दल कौतुकानं मनात येतं. पण हे कसं काय? तिनं कधीही एखादा गुत्ता आतून पाहिलेला नाही, कुणाही माणसाबरोबर बसून मद्य घेतलेलं नाही, मग अनुनय करणं आणि करून घेणं तर दूरचीच गोष्ट! पण तरीही ती या साऱ्याबद्दल बोलते, तेव्हा असं वाटतं की आईच्या दुधाबरोबरच तिनं हे सारं शहाणपण प्राशन केलं आहे. कदाचित तिच्या कुटुंबात यावरची एखादी उपदेशपर वही पिढ्यान्‌पिढ्या हस्तांतर करत आता तिच्या पेटीपर्यंत पोहोचलेली असेल. तिनं चर्चची झडती घ्यायला येणाऱ्या शंकेखोर तपासनिसांपासून ती वही लपवून सुरक्षित जागी ठेवायला हवी.

''आणि ते 'मित्र'? त्यांनीच त्याला पार्मामध्ये नोकरी मिळवून दिली का?''

''हो. तेच.'' ॲबेस मान डोलावून म्हणते. आता ती काहीतरी घाण किंवा किडा तिच्या स्कर्टवरून काळजीपूर्वक दूर करतेय, तिथंच तिचं लक्ष गुंतलंय. ''मी तुला हे यापूर्वीच सांगितलं असतं. पण तुझा त्या मुलीशी जुळलेला अनुबंध मला नासवायचा नव्हता. तुझी तिच्याशी एवढी... एवढी जवळीक झाली होती, की मला आशा वाटली होती की, एवढं सारं घडूनही ती तिचा विचार बदलेल. मी तुला त्यादिवशी तिच्यावर नजर ठेवायला सांगितलं, कारण त्यांच्यात काय नक्की झालंय हे मला कळलेलं नव्हतं आणि मी स्वत: तिच्यावर सारावेळ नजर ठेवू शकत नव्हते.''

''मला ते समजायला हवं होतं. ते डोळ्यापुढेच घडत होतं.''

''नाही. फसवणूक फार उच्च कोटीतली होती. मला आधीच ठाऊक नसतं, तर मलाही त्याची कल्पना आली नसती.''

झुआना आपली मान हलवते, ''औषधालयातल्या बाटलीतून गायब झालेल्या खसखशीच्या सिरपबद्दल मी विचार करतेय.''

''झुआना, तू नेहमीप्रमाणेच स्वत:चा फार कठोरपणे निवाडा करते आहेस. तू स्वत: आजारी होतीस आणि मठ कार्निव्हलमुळे वेडा झाला होता. स्वत:ला दोष देण्याचं काहीच कारण नाही.''

''मला एक गोष्ट कळत नाहीये. तिला शोधून तिच्याशी संपर्क साधण्यासाठी एवढी धडपड केल्यावर तिला अचानक सोडून जाताना त्याला काहीच कसं वाटलं नाही?''

ॲबेस हेलबोअरच्या झुडुपाचं एक पान तोडून ते हातात चुरडते. ''मी तुला आधीच म्हटलं नव्हतं का की, अशी माणसं स्वत:च्या सुखाखेरीज इतर कसलाही

विचार करत नाहीत म्हणून. त्याच्या मनाप्रमाणे घडलं असतं, तर त्यानं तिला नासवलं असतं आणि टाकून दिलं असतं. आपण देवाचे आभार मानायला हवेत, की त्यानं तुझ्या हस्ते तिला वाचवलं.''

झुआनाला धक्क्यावर उभ्या असलेल्या त्या दोघी पुन्हा दिसू लागतात, पाठीमागे काळंशार पाणी आणि सेराफिना बोटीच्या दोरांशी झगडत असलेली आणि ती स्वत: कोणताही अडथळा न आणता शांत उभी असलेली. ॲबेसला सारावेळ पूर्णपणे माहीत होतं की, तिला भेटायला तिथं कोणीही येणार नाही. तिला पळून जाऊ न देणं ही झुआनाची जबाबदारी कधी नव्हतीच. तिचं काम होतं की, फसवणूक झाल्याचं सेराफिनाला उमगल्यावर तिला परत आणून सावरणं! 'आभारी आहे.' त्या मुलीचा कुजबुजता आवाज झुआनाला आठवतो. ॲबेसच्या कानीसुद्धा नक्कीच काहीतरी पडलं असणार.

''मॅडोना चिआरा, मलादेखील तुम्हाला काहीतरी सांगायचंय.''

''झुआना, सत्य हे आहे की सांगण्यासारखं काहीही नाही.'' ती हातातलं पान खाली टाकून त्याचा हाताला लागलेला रस पुसून टाकते. ''माझ्या दृष्टीनं या प्रकरणात तुझ्या हातून ज्या काही चुका घडल्या असतील, त्याची भरपाई, त्या रात्री तिच्याबरोबर खोलीत तिची सेवा करून तू केलेली आहेस. त्याखेरीज तुला, इतर काही डाचत असेल, तर तू फादर रोमेरोंजवळ मन मोकळं कर''

तिच्या स्वरावरून स्पष्टपणे कळतंय की तिच्या लेखी हा अध्याय संपलेला आहे.

पण तरीही अजून कितीतरी धागे सुटलेलेच आहेत.

''आता काय होईल? त्या मुलीचं?''

''ती जोग घेईल आणि यथावकाश मठाला मोलाची वाटेल, अशी सिस्टर बनेल.''

''आणि ती अद्यापही नाखूष असली तर?''

''आता ती आणखी काही बंडखोरी करेल, असं मला वाटत नाही.''

संभाषण संपलंय. पण झुआनाची अजूनही चलबिचल होतेय.

''तिचं पोट इतकं धुवून निघाल्यावर ती फारच लवकर उपवास करू लागलीय याची मला काळजी वाटतेय.''

''आणि मला काळजी वाटतेय की, ती अजूनही तुझा आणि मठाचाही– फारच मौल्यवान वेळ वाया घालवतेय.'' तिचा आवाज आता कठोर होतो. ''जर तिला इथं स्थिरावायचं असेल, तर तिनंही आता सर्वसामान्य नवागता म्हणून जगायला सुरुवात केली पाहिजे आणि इतर सर्वांप्रमाणेच थोडंच कडवट फळ चाखलं पाहिजे. तिच्या पापाची खोली पाहता ही काही मोठीशी कठोर शिक्षा नव्हे आणि त्यायोगे

तिचं कोणतंही कायमचं नुकसान होणार नाही. तिच्या 'गरजांकडे' सध्या सुओरा उमिलिआना बघेल. तू बघू नकोस.''

ॲबेसनं उघडउघड व्यक्त केलला राग आणि झुआनाला मुलीपाशी जायला केलेली मनाई यावरून स्पष्टच होतंय की, त्या रात्री धक्क्यावर काय घडलं ते ॲबेसला दिसलं तरी आहे किंवा तिला त्याबद्दल शंका तरी आलेली आहे. झुआनाच्या मनात येतं की, नवागता इतकी बदलून गेल्याबद्दल उमिलिआनानं स्पष्टपणे दर्शवलेल्या आनंदाबद्दल ॲबेसला सांगावं. पण तिला कळतंय की ही त्यासाठीची योग्य वेळ नाही. कोणत्याही जोगिणीनं आयुष्यात प्रशंसेएवढंच टीकेलाही तेवढ्याच नम्रतेनं सामोरं जायला हवं.

''तू तुझ्याच आत्म्याकडे बघ, सुओरा झुआना.'' उमिलिआनाचे शब्द तिला आठवतात. कदाचित त्या दोघींच्याही बोलण्यात तथ्य असेल. तिनं या चंचल मुलीवर आपला फाच वेळ खर्च केलेला असेल. इतरांना तिची अधिक जरूर असेल.

''आणि एवीतेवी रुग्णालयात, सुओरा मॅगडालेनाकडे बघताना तू खूपच व्यग्र राहणार आहेस,'' ॲबेस अधिक मऊपणानं म्हणते, ''तुझ्या देखरेखीखाली राहणं तिच्या दृष्टीनं किती सुखाचं असेल, याबद्दल मी शब्दात सांगू शकत नाही– आपणा सर्वांच्याच दृष्टीनं ते सुखाचं असणार आहे.'' ती थांबते आणि आपले हात जोरानं एकमेकांवर चोळते. ''ओहऽ! इथं फारच गारठा आहे. तू इथं काम करताकरता आणखी एक त्वचेचं आवरण मिळवलं असणार. सहाव्या प्रार्थनेच्या घंटेपूर्वी मी आत जाऊन सुओरा फेडेरिकाची भेट घेते. दुसऱ्या मठापर्यंत आपण दोघी बरोबर चालत जाऊयात का?''

झुआना तिची कुदळ आणि फावडं पिशवीत भरते आणि त्या दोघी फळबागेच्या भिंतीजवळून चालत जाऊ लागतात. त्या जात असताना ॲबेस म्हणते, ''मी काल चर्चासभेत जे सांगितलं, ते मनापासून सांगितलं. तू मठात आम्हा सर्वांना अत्यंत प्रिय असलेली सिस्टर आहेस. तुझ्या कामामुळे आमची आयुष्यं श्रीमंत होताहेत आणि तुझ्या आज्ञाधारक आणि एकनिष्ठ स्वभावामुळेसुद्धा.'' पुढे बोलावं का नाही या विचारात पडल्याप्रमाणे ती थांबते. ''मला असं वाटतं, म्हणून मला मिळालेली एक बातमी तुला सांगावीशी वाटतेय. मनाला त्रासदायक वाटेल अशी बातमी आहे. असं कळलंय की बोलोनातल्या बिशप पॅलेओटीनं त्या शहरातल्या सर्व मठांना लेखी सूचना केली आहे, की यापुढे बाहेरच्या जगाच्या संपर्कामुळे जोगिणी दूषित होऊ नयेत या हेतूनं, जाहीर नाटकं करता येणार नाहीत आणि मिलानमधल्या कार्डिनल बोरोमिओंनी बाहेरच्या संगीतकारांकडून जोगिणींना संगीताचे धडे घेण्याला बंदी केली आहे आणि प्रार्थनामंदिरातल्या ऑर्गनखेरीज इतर साऱ्या वाद्यांना मज्जाव करण्याची धमकी दिली आहे.''

ही बातमी खरोखरच धक्कादायक आहे आणि जरी ती आत्ता सांगण्यामागे ॲबेसचा हेतू काय असावा, असा झुआनाला प्रश्न पडलेला असला, तरी त्यामागच्या खरेपणाबद्दल शंका घ्यायचं काहीच कारण नाही. त्यांच्या यशामुळे चमकणारे बेनेडिक्टा आणि स्कोलॅस्टिकाचे चेहरे झुआनाला आठवतात. आणखी नाटकंही नाहीत आणि आणखी संगीताचे कार्यक्रमही नाहीत, याचा विचारही करवत नाहीये... फक्त उमिलिआना चालवत असेल, त्याच मठात असं होऊ शकेल.

"तुम्हाला खरोखरच वाटतंय की अशा गोष्टी इथं घडतील?"

"आधीच हे हळूहळू घडू लागलं आहे. बेनेडिक्टा तिला भेट म्हणून मिळालेल्या *'लॅमेंटेशन्स'*च्या संगीताकडे पाहू लागली की, तिच्या लक्षात येणार आहे की तिच्या आत्म्यातून स्रवणाऱ्या संगीतापेक्षा रोममध्ये लोकांच्या पसंतीला उतरणारं संगीत खूपच कोरडं आहे. इतर बाबतीत मात्र आपली इतकी वाईट परिस्थिती असणार नाही. आपले बिशप सुधारक असतील, पण तेही एका नामवंत कुटुंबात जन्मलेले आहेत आणि इतरांच्या विनंतीकडे ते सहानुभूतीनंच बघतील. पण आपण त्यांना काळजी वाटेल असं काहीही करता कामा नये."

त्या थोडावेळ मूकपणे चालत राहतात. मठाच्या प्रवेशद्वारापाशी त्या थांबतात. ॲबेस तिच्याकडे वळून पाहते आणि स्मित करते, "माझी खात्री आहे, तुझ्या लक्षात येईल की, अशा परिस्थितीत मृत्यू येईपर्यंत सुओरा मॅगडालेनानं रुग्णालयातच वास्तव्य करणं हे सर्वांच्याच हिताचं कसं ठरेल!"

. . .सतत साक्षात्कार होत असताना पदपथांवर फिरण्यापेक्षा, नक्कीच श्रेयस्कर.

हे शब्द उच्चारले गेले नसले तरी ते अध्याहृत आहेत. झुआनाला रात्रीच्या वेळेस, बंधनांना हिसके देणारी क्लेमेंशिया आठवते. अपंग वृद्ध स्त्री, बेशुद्ध आणि क्षतांनी भरलेली, कैद्याप्रमाणे बांधून टाकली गेलेली. मॅगडालेनाच्या बाबतीत झुआनाकडून अशी अपेक्षा आहे? मठाच्या हितासाठी...

ती मान झुकवते पण बोलणं तिला शक्य होत नाही. देवा, ही वेळ येऊ देऊ नकोस!

३५

त्या सायंकाळी, कम्प्लाईनपूर्वी (रात्री साडेसातच्या प्रार्थनेपूर्वी), त्या सुओरा मॅगडालेनाला हलवतात. बागेतला बांबू गादीला बांधून झुआना तिला वाहून न्यायची सोय करते. ती आणि मठातल्या तीन सर्वांत धष्टपुष्ट सेविका त्या वृद्धेला काळजीपूर्वक बिछान्यातून उचलून त्यावर ठेवतात. तिला उचलून चालू लागल्यावर तिच्या जखमा गादीला घासल्या जाऊन तिच्या पापण्यांची किंचितशी उघडझाप होते, पण ती तक्रार करत नाही.

रुग्णालयात, नेहमीप्रमाणे क्लेमेंशियाची बडबड चालू आहे, पण त्यांनी प्रवेश केल्याबरोबर ती अचानक गप्प होते. त्या मॅगडालेनाला नव्यानं घातलेल्या बिछान्यावर ठेवतात आणि झुआना तिच्या त्रासदायक जखमांना झेंडूचं पोटीस बांधते. ॲबेस तिला बघायला येते आणि पाठोपाठ सुओरा उमिलिआना हजर होते. ती पलंगाजवळ गुडघे टेकून बसते आणि प्रार्थना करू लागते. खोलीच्या दुसऱ्या टोकावरून क्लेमेंशियाचा एकसुरी आवाज प्रार्थना करू लागतो.

त्यानंतर जेव्हा सारा मठ झोपी जातो, तेव्हा झुआना तिच्या बिछान्याजवळ थांबते. तिच्या अनुभवाप्रमाणे खूपसे आत्मे दिवसाऐवजी रात्रीच देवाकडे जातात. त्यामुळे रात्री रुग्णालयात राहणं धाडसाचंच असतं. कधीकधी मृत्यूच्या वेळेस रुग्णाला इतक्या यातना होतात की, त्या झुआनाच्या औषधांनीही कमी होत नाहीत आणि वेदीवरली मेणबत्तीही काळोख दूर करू शकत नाही. पण आज तसं वाटत नाहीये. आज ही खोली सुरक्षित वाटतेय. इथं गोड सुवास आहे. जणूकाही सुवासिक गोष्टींचा गंध आज आणखी तीव्रतेनं जाणवतोय. तिच्या सभोवतालच्या बिछान्यांवरच्या रुग्णांवर मॅगडालेनाच्या गाढ झोपेचा चांगला परिणाम होतोय. पण झुआना मात्र टक्क जागी आहे. जणूकाही ती सारा वेळ तिथंच बसू शकणार आहे. मॅटिन्सची– पहाटेची दोन वाजताची– घंटा होईपर्यंत ती तेथे थांबते आणि ती प्रार्थना संपल्यावर पुन्हा एकवार मॅगडालेनाला तपासून मगच झोप घेते. सकाळी काळोख गेला आणि उजाडले, तरीही तिचे सारे रुग्ण अजून झोपेतच आहेत. तेव्हापासून झुआना स्वत: चॅपेलमध्ये जाण्यापूर्वी तेथे लेटिझिआला बसवून ठेवते. म्हणजे ती वृद्धा कुणाचीही

नजर नसताना एकटी राहणार नाही. ती तिला बंधनात जखडणार नाही. काहीही परिणाम होवो. या निर्णयावर झुआना ठाम आहे.

वरवर पाहता तरी मठाचा नेहमीचा दिनक्रम चालू होतो. लेंटच्या प्रार्थनांना सुरुवात होते, तेव्हाच हवा निवळते. सर्वांच्या उपोषणाच्या आणि प्रायश्चित्ताच्या प्रार्थना सुरू होतात. इतक्या साऱ्या उत्तेजित धावपळीनंतर नेहमीच्या दिनक्रमाची शांत लय सर्वांना सुखाची वाटते.

ॲबेसच्या आज्ञेला मान देऊन, झुआना सेराफिनाला भेटत नाही. जरी तिला यामुळे काळजी वाटत राहिली, तरी ती ते सहन करते. ॲबेसच्या बोलण्यात खूपच तथ्य होतं. जर मुलीनं इथे आपलं आयुष्य घडवायचं असेल, तर इतर साऱ्या नवागतांप्रमाणेच तिनंही देवाकडे जाण्याचा आपला मार्ग निवडायला हवा आणि त्यासाठी तिनं मन:शांती मिळवायला हवी आणि उमिलिआना जरी खूप मृदू स्वभावाची गुरू नसली आणि ती ॲबेसची फार घनिष्ट मैत्रीणही नसली, तरी साऱ्या जोगिणींपैकी तिलाच नवागतेच्या आधीच्या ढोंगी चांगुलपणाबद्दल शंका आलेली होती आणि नम्रता आणि शिस्त यांचं व्रत घेतलेली उमिलिआना नक्कीच प्रामाणिकपणे एखाद्या तरुण आत्म्यावर सतत नजर ठेवेल.

राहता राहिली उपवासाची बाब. देवाकडे जाण्याच्या प्रवासात, त्या सर्वांनीच कधी ना कधी त्या मार्गाचा स्वीकार केलेला आहे आणि जोवर ही मुलगी प्रायश्चित्ताचं वाजवीहून जास्त पालन करत नाही, तोवर तिला त्याचा फारसा उपद्रव पोहोचू नये.

'देह जेवढा कृश होतो, तेवढाच आत्मा पुष्ट होतो.'

रोज सकाळी, तिच्या कोठडीत पावाचा तुकडा आणि काही चमचे मदिरा मिसळलेल्या पाण्याचा तांब्या आणून दिला जातो. इतर सर्व गोष्टींमध्ये ज्या संयततेला सँटा कॅटेरिना मठात उत्तेजन दिलं जातं, त्यालाच अनुसरून उपवासातही संयतता पाळण्याबद्दल सूचना असते आणि रोजच्या जेवणामुळे भूक खणखणून लागेल, पण उपासमार होणार नाही इतपत जेवण दिलं जातं.

पण सेराफिनाला संयत उपवास मंजूर नाही. तिच्या पोटात मोठ्या जंताप्रमाणे वेटोळं घालून बसलेली भूक अन्न येण्याची वाट पाहत बसलेली असते. ती पाण्याचे काही घोट अगदी हळूच घेते. ते पाणी घशातून हळूहळू आत उतरत असल्याची तिला जाणीव होते. त्यानंतर ती ब्रेडचे बारा लहानलहान तुकडे करते. ते तुकडे लाकडी थाळीत नीट मांडून ठेवते. मग ती एकच तुकडा खाते आणि त्यावर आणखी पाणी पिते आणि मग ती लाकडी थाळी कोठडीच्या मध्यभागी ठेवून देते म्हणजे ती हालचाल करेल त्या प्रत्येक वेळस तिला थाळीकडे बघून वाटणाऱ्या मोहाची आठवण होत राहील. दिवसा केव्हातरी ती कधीकधी त्यातला आणखी

एखादा तुकडा उचलते आणि त्याचे ती आणखी लहानलहान तुकडे करते आणि त्यातले थोडेसे तिच्या तोंडात टाकते. लाळेने ते पूर्णपणे भिजले, की ती ते गिळून टाकते. दिवसाच्या अखेरीला जे काही तुकडे उरले असतील ते ती कोठडीत कुठेतरी लपवून ठेवते, म्हणजे– दुसऱ्या दिवशीचं जेवण घेऊन येणाऱ्या जोगिणींच्या नजरेला ते पडणार नाहीत आणि गरज वाटली तर ते तिला खाता येतील. पण प्रत्यक्षात ती ते कधीच खात नाही. एवढं तरी ती स्वेच्छेनं ठरवू शकते.

हा बदल किती झटकन घडून आला हे खरोखरच विस्मयकारक आहे : ज्या पद्धतीनं, उपासाची कल्पना वास्तवात उतरवली गेली आणि तिचं तिथं आयुष्याचं ध्येय बनली. दिवसाच्या प्रत्येक क्षणी ती पोटात भूक वागवत असते. ती जेव्हा प्रार्थना करते तेव्हा ती भूक सहन करता यावी म्हणूनच प्रार्थना करत असते आणि जेव्हा भुकेमुळे फारच व्याकूळ वाटतं, तेव्हाच ती प्रार्थनेकडे वळते. फक्त ती झोपलेली असते तेव्हा तिला भूक जाणवत नाही आणि गंमतीची गोष्ट म्हणजे भुकेचा तिला अजिबात त्रास होत नाही. त्याउलट, न खाण्यावर तिचं चित्त ज्याप्रकारे केंद्रित होतं, मन गुंतून जातं, त्यामुळे तिला ज्यांचा त्रास झाला असता, अशा इतर भावना आणि विचारही पुसले जातात. आता कविता गाणाऱ्या आवाजांचा ध्यास धरायला किंवा त्याच्या हातांच्या स्पर्शाची ओढ वाटायला तिच्या मनात जागाच उरलेली नाही. कैदेबद्दल संताप वाटायला किंवा निराश वाटायला अवसरच मिळत नाहीये. तिच्या डोक्यातला सुन्नपणा हलका करणारं संगीत आता मूक झालंय. ती हातातल्या कामात, घ्याव्या लागणाऱ्या निर्णयांमध्ये पूर्णपणे व्यग्र असते : किती घोट पाणी प्यायचं, केव्हा आणि कितीदा शिळया पावाचे तुकडे चघळायचे, प्रत्येक घास खूप वेळ तोंडात राहावा म्हणून किती वेळा चावायचा, शेवटी तो गिळायचा की थुंकून टाकायचा आणि कधीकधी मोह जिंकता आला नाही तरी बरेचदा मोहावर विजय मिळालेला असतो. ती तोंडात घास घालणार की नाही, हे ठरवता येण्यामुळे तिला हाती सत्ता आल्यासारखं वाटतं. त्यामुळे तिला एकटेपणाही जाणवत नाही. कारण या रस्सीखेचीत आणखी एक आवाज जोरदार बनतो आहे.

'देह जेवढा कृश होईल, तेवढाच आत्मा पुष्ट होतो.'

नवागतांच्या प्रमुखेचे हे शब्द आता तिच्या लेखी एक काव्य बनले आहेत. जेव्हा सुओरा झुआना तिच्या तोंडात ब्रेड भरवायचा कसून प्रयत्न करत होती, तेव्हाच सुओरा उमिलिआना स्वत:च्या मोहावर विजय मिळवल्यावर वाटणाऱ्या सुखाबद्दल पूर्णपणे जाणून होती. सुओरा उमिलिआना, जी तिच्याशी नेहमीच फटकून वागत असे, तीच आता साक्षात दया बनलेली आहे. दररोज ती मनोरंजनचा तास तिच्याजवळ बसून प्रार्थना करण्यात घालवते. तिचं प्रवचन एकेकाळी अतिशय रटाळ वाटत असे, तेच आता अतिशय रसाळ आणि अर्थपूर्ण वाटू लागलं आहे.

"ते सारं त्याच्यावर सोपवा. धडपड, मोह. तुमचा कमकुवतपणा आणि तुमची अयोग्यता. कारण कुणीच एकट्यानं हे निभवू शकत नाही."

जणूकाही नवागतांची प्रमुखा, इतकी उमेद हरलेली आणि पराजित झालेली सेराफिना बघण्याचीच वाट पाहात होती, म्हणजे तिला सेराफिनाला नव्यानं घडवता यावं. उर्मिलिआनाचा आवाज एकेकाळी कठोर आणि बोचरा वाटत असे, तोच आता या नव्या नात्यात मृदू बनला आहे.

"तुझी भूक तशीच बाळग, त्याचं दुःख अनुभव, रितेपणाचा आस्वाद घे. सारं 'त्याला' समर्पण कर. त्यानं यापेक्षाही आणखी यातना भोगलेल्या आहेत. तू खरोखरच विनम्र भावानं त्याच्यापाशी गेलीस तर– तो तुला कधीही अव्हेरणार नाही. त्याच्यापाशी मदतीची याचना कर, 'माझी ती लायकी नाही, देवा. तरीही या लढ्यात माझ्यास पाठीशी राहा. माझ्यातला रितेपणा तसाच ठेव. कारण तूच माझं अन्न आहेस. माझं संजीवन आहेस. मला आतून धुवून काढ म्हणजे मी तुझ्यासाठी सज्ज राहीन.' "

'माझं तेवढंच अन्न.' 'माझं तेवढंच पोषण.' ती जेव्हा शिळ्या पावाचा विचार करत नसते, तेव्हा ती अधिकाधिक विचार देवाच्या कृपाप्रसादाचाच करत असते. त्या क्षणाबद्दल कल्पना करत असते. शुद्ध मन असताना तो देवाचा प्रसाद कसा लागेल याबद्दल विचार करत असते. लहान असतानासुद्धा ती जेव्हा चांगलं वागायचा प्रयत्न करत असे, तेव्हादेखील ती छोट्याछोट्या पापी विचारांनी विचलित होत असे. ते पापी विचार तिच्या आत्म्याला गांधिलमाशांप्रमाणे डसत असत. पण आता सारं काही बदललं आहे. आता आयुष्यात ध्यास धरण्याजोगं काहीही उरलेलंच नसताना तिला याचाच ध्यास लागला आहे : तो धार्मिक विधी तिला कल्पनेत हुबेहूब दिसतो, मदिरेची उग्र चव, प्रसादाची जिभेवरली विरघळती अपूर्व गोडी. पण तो प्रसाद ग्रहण करता यायला तिनं स्वतःला पवित्र राखायला हवं.

अशा प्रकारे दिवसामागून दिवस जातात आणि सुओरा उर्मिलिआनाच्या शिकवणीखाली ती देहानं कृश पण आत्म्यानं पुष्ट बनत जाते.

दरम्यान स्वागतकक्षात भेटीला आलेल्यांकडून दबत्या आवाजातल्या अफवा ऐकू येतात की, इतर शहरातील काही मठात अनेक बदल आणि त्रास आहेत. त्यामुळे अनेक जोगिणी प्रार्थनेत नतमस्तक होऊन देवाचे आभार मानतात की इथे, सँटा कॅटेरिनात त्यांचा असा छळ होत नाहीये.

अनेक जोगिणी... पण साऱ्याच नव्हेत!

३६

लेंटच्या उपवासाच्या तिसऱ्या रविवारी, दोन आठवडे बंदिवास आणि प्रायश्चित्त भोगून झाल्यावर, नवागता सेराफिनाला प्रवचन ऐकून येशूख्रिस्ताच्या भोजनोत्सवात सहभागी होऊन मठाच्या नेहमीच्या आयुष्याला प्रारंभ करायची परवानगी दिली जाते.

झुआना चॅपेलमध्ये लवकरच स्वत:च्या जागेवर जाऊन बसते. ती बरी झाली होती त्या सकाळपासून झुआनानं तिच्या पूर्वीच्या मदतनीस नवागतेला बघितलेलं नाही. ती तरुण सुओरा युजेनियाच्या हातांचा आधार घेत आत येतेय. इतक्या अंतरावरूनही जे काही नजरेला पडतं, त्यामुळे झुआना बेचैन होते. मुलगी कुबड काढून चालतेय, ती मिटून गेलेली आहे, तिचे डोळे जमिनीवर खिळलेले आहेत, प्रत्येक पाऊल ती तोलूनमापून लहानसंच टाकतेय. तिच्या जवळची युजेनिया सडपातळ आणि ताठ दिसतेय. अनेक तरुण जोगिणींप्रमाणेच तीसुद्धा तिचा आजार आणि त्यातून चमत्कारानंच ती बरी होणं, याची कथा ऐकून प्रभावित झालेली आहे आणि आता नवागतेची प्रतिस्पर्धी नव्हे तर तिची मदतनीस म्हणून काम करताना तिला काहीही प्रत्यवाय वाटत नाही. त्या दोघी लक्ष वेधून घेतात : मठाच्या दोन कोकिळकंठी गायिका, दोघीही आपापल्या परीनं अतिशय भावनाप्रधान आणि दोघीही जीवनाच्या धडपडीनं कृश झालेल्या. 'तरुणांना अशा भावनांच्या वादळांचा आणि नाट्याचा किती बरं त्रास होतो,' असा विचार झुआनाच्या मनात येऊन जातो. 'जणूकाही इतरांपेक्षा त्यांच्या हृदयाचे ठोके आणखी जलद पडत असतात.' त्या आपापल्या जागांवर बसल्या, तरी झुआना त्यांच्याकडेच बघत राहते. त्या दोघींनी नुसता प्रवेशच केलेला नाही, तर त्यांनी पदार्पण केलंय आणि हळूच त्यांच्याकडे पाहणारी झुआना काही एकटीच नाही.

"आता आणखी बंडखोरी ती नक्कीच करणार नाही." ॲबेसचे शब्द झुआनाच्या कानात घुमू लागतात. मॅडोना चिआरा सर्वांत शेवटी स्थानापन्न होईल, त्यामुळे हा क्षण डोळ्यांनी बघायला ती इथं उपस्थित नाही. ही दुर्दैवाची गोष्ट आहे, कारण त्यात पाहण्यासारखं खूपच आहे.

फक्त, फक्त... झुआनाच्या मनात येतं की, ही मुलगी जरी उच्च कोटीची

फसवेगिरी करण्यात वाकबगार असल्याचं मला ठाऊक आहे तरी आता आपल्याला जे दिसतंय, त्यात तरी नक्कीच अंशमात्रही खोटेपणा नाही? आणि असेल तरी कसा? तिच्या जागेवर बसल्यावर ती इतकी लहानशी, मिटून गेलेली, निस्तेज डोळ्यांची आणि स्वप्नात असल्याप्रमाणे वावरणारी दिसतेय! जर औषधामुळे कोठा पूर्णपणे रिकामा झाल्यावर ती सक्तीच्या प्रायश्चित्तापेक्षाही स्वत:ची आणखी उपासमार करत असली, तर तिच्यात फसवणूक करण्याएवढं त्राणच शिल्लक नसेल. याहून चांगल्या धर्मगुरूनं इतकी कठोर शिक्षा फर्मावली नसती. कारण, तरुण मुली उपासाच्या नाट्यमय घटनेबाबत ज्येष्ठांच्या मानाने जास्त संवेदनशील असतात.

तरीही यातून काहीतरी चांगलंच निष्पन्न होऊ शकेल. तिला बिछान्यात खारवलेल्या मासांच्या तुकड्यासारखी सुकून पडलेली सुओरा मॅगडालेना आठवते. जरी ती दुसऱ्या टोकाला गेलेली असली, तरी मठाच्या आयुष्यात थोडी उपासमार आवश्यक असते. कधीकधी उपयुक्तही ठरते. प्रसाद ग्रहण करण्याच्या तयारीनं, झुआनानं काल रात्रीपासून काहीही खाल्लेलं नाही आणि आता तिच्या पोटात ओळखीचा, जवळजवळ सुखकारक रितेपणा जाणवतोय. ज्यांचं चित्त, आजूबाजूच्या जगामुळे विचलित होतं, त्यांच्या दृष्टीनं उपवास हे फारच उत्तम साधन आहे आणि त्यासाठी वर्षांचा हाच काळ सर्वांत योग्य आहे. कार्निव्हलनंतर येणारा लेंट. कार्न व्हेल म्हणजे मांसाला निरोप देणं. बऱ्याचशा जोगिणींना येत्या सहा आठवड्यात पोटात भुकेचा डोंब उठलेला केव्हा ना केव्हा जाणवल्याखेरीज राहणार नाही. आत्मा मुक्त करण्यासाठी देहाला शिस्त लावणं! अजूनही मठात इतकी उलथापालथ जाणवत असताना काहीजणी शांत आयुष्य पुन्हा सुरू करण्यासाठी उपासाची आतुरतेनं वाटही पाहत असतील.

जेव्हा त्या साऱ्याजणी आपापल्या जागी बसतात, तेव्हा फादर रोमेरो आत प्रवेश करतात. त्यांच्या दोन्ही बाजूला चर्चची कारकून म्हणून कामकाज बघणारी जोगीण आणि प्रवचनात मदत करण्यासाठी निवड झालेली जोगीण चालत येत आहेत. सार्वजनिक चर्चमध्ये हा उत्सव साजरा होतो त्याच्या अगदी उलट प्रकारे, मठाच्या प्रार्थनामंदिरात ही साधीशी गोष्ट असते : मोठ्या क्रूसाखाली एक साधंसं व्यासपीठ उभारलेलं असतं आणि जवळच्या प्रार्थनांच्या बाकांवर जोगिणी बसलेल्या असतात; ही त्यांच्या दृष्टीनं फार मोठी सवलत आणि आनंदाची गोष्ट असते.

जर त्या प्रामाणिक असतील, तर त्या कबूल करतील की हा नेहमीच काही अलौकिक अनुभव नसतो. फादर रोमेरोंनी चढवलेला ख्रिस्ती धर्मोपदेशकाचा पांढरा झगा, जोगिणींनी स्वत:च त्यावर भरतकाम केल्यामुळे, जरीच्या वजनानं इतका जड झालेला आहे की, त्यांना त्या भाराखाली चालणंही अवघड जातंय. झुआना त्यांना वेदीवरल्या गोष्टींची हलवाहलव करताना पाहते. ती इथे आल्यापासूनच्या सोळा

वर्षांमध्ये फक्त एकच धर्मोपदेशक असा होता की, त्याच्या झग्यावरल्या जरीएवढंच त्याचं आत्मिक तेजही लखाखतं होतं. तो फक्त सात महिने टिकला आणि शहरात अचानक उसळलेल्या साथीला बळी पडला. त्यानंतरच्या वर्षात आलेले धर्मगुरू एकतर फार कडक तरी होते किंवा अतिशय दुर्बल तरी होते. मठात होऊन गेलेल्या संतिणींची आयुष्यं पाहिली, तर त्यांच्या आत्मिक उन्नतीत त्यांच्या धर्मोपदेशकाच्या सूज्ञपणाचा आणि क्षमाशीलतेचा खूपच वाटा असतो. सिएनाची कॅटेरिना जगापुढे इतक्या स्पष्टपणे बोलायला शिकली, कारण तिचं बोलणं ऐकणारा पहिला मानवी कान होता. रेमंड डी कपुआचा! पण इथे मात्र त्यांना स्वत:च्या आत्मिक उन्नतीसाठी स्वत:च धडपड करायला हवी. सुओरा उमिलिआना काय बरं म्हणाली होती?– 'भुकेनं बें बें करत पोषण देणाऱ्या कुरणाच्या शोधात असलेल्या मेंढराप्रमाणे.' जरी उमिअिलाना ज्या कडकपणे आणि कठोरपणे मठ चालवेल, अशा मठात राहण्याची झुआनाची इच्छा नसली, तरी कधीकधी तिचं बोलणं झुआनाच्या काळजाला भिडतं. इतर किती जोगिणींना असंच जाणवलं असेल?

प्रवचनाला प्रारंभ होतो. जरी फादर रोमेरोंचा आवाज कापतोय आणि त्यांना धाप लागतेय तरी जोगिणींची उत्तरं जोरात आणि आनंदानं येत आहेत आणि त्यांच्या उत्साही आवाजांनी चॅपेल दुमदुमत आहे.

''देव, तुमच्या पाठीशी राहो.'' फादर रोमरो म्हणतात.

''आणि तुमच्यादेखील.'' जोगिणी उत्तर देतात.

आणि फादर रोमेरोंची उपस्थिती असूनही देव खरोखरच पाठीशी उभा आहे.

झुआना आपली मान खाली घालते. ती जवळजवळ सतरा वर्षे या स्त्रियांच्या समवेत राहते आहे. आजकाल त्यांच्या आवाजापुढे तिच्या वडिलांचा आवाजही ऐकू येईनासा झालेला आहे. एकेकाळी ही जाणीव झाल्यावर तिला जशी भीती वाटे, तशी तिला आता वाटत नाही. ॲबेसचं म्हणणं बरोबर आहे : प्रार्थनेच्या लयीतून आणि शिस्तीतून अखेरीस आपण स्वीकार करू लागतो. त्यांच्यापैकी किती जणींबद्दल असं म्हणता येईल? ती बाकांवर नजर फिरवते आणि सुओरा उमिलिआनाची आपल्यावर असलेली नजर तिला जाणवते. तिला नेहमीच कळतं की, कुणाचं एकचित्त होत नाहीये!

झुआना वेदीकडे लक्ष वळवते. ते ख्रिस्ती धर्मातील प्रभुभोजनाबद्दल बोलू लागले आहेत.

''हा माझा देह आहे.''

''हे माझं रक्त आहे.''

ती त्या प्रचंड क्रूसाकडे नजर टाकते. त्याच्या जखमी देहातून लाल रिबीनीप्रमाणे रक्ताचा ओघळ वाहातो आहे आणि ती त्याकडे पाहत असतानाच तो देह खिळ्यांमधून

थरथरत पुढे आल्याचा तिला भास होतो. झुआना डोळे बारीक करून नीट पाहण्याचा प्रयत्न करते. मी दमलेय असं तिच्या मनात येतं. ती आजूबाजूला नजर टाकते. पण ॲग्नेसिनाच्या अधू डोळ्यांना जवळचंही नीट दिसत नाही आणि आता ती निश्चलपणे वर नजर लावून पाहते आहे. घंटा वाजते आणि त्या साऱ्याजणी प्रसाद वाटून घेण्यासाठी मान झुकवतात.

फादर रोमेरो जोगिणींकडे तोंड करतात. तो क्षण आलाय. जोगिणी आपापल्या जागेवरून उठून वेदीजवळ जाण्यासाठी रांगेत उभ्या राहतात. त्यांच्या पुढे ॲबेस आहे. ती अशा वेळेस फारच आब राखून वागते. हातांची घडी, ताठ पाठ आणि ती चालत नसून तरंगत पुढे चालली आहे असा भास होतो. तिच्या पाठोपाठ चालत येणाऱ्या तिचंच अनुकरण करण्याचा प्रयत्न करत असल्या, तरी वयोवृद्ध जोगिणी लवकरच फरफटत चालू लागतात. त्या वाकलेल्या धर्मगुरूसमोर एका मागोमाग एक गुडघे टेकून बसतात, मान मागे झुकवतात, तोंडाचा आ वासतात. जणूकाही भुकेली पक्षांची पिलं आईकडून अन्न मिळायचीच वाट पाहत आहेत. फादर रोमेरो मदिरेच्या पात्रावर घट्ट पकड ठेवून आहेत हे बरंच आहे, कारण काहीजणी मदिरेसाठी आसुसल्याप्रमाणे वागत आहेत. त्याचं रक्त. त्याचा देह. त्याची तुम्हाला ओढ न वाटणं कसं बरं शक्य आहे? झुआनाची पाळी आल्यावर झुआना हात घट्ट जोडते आणि मन रितं करते.

"येशूचा देह आणि रक्त स्वीकार."

"आमेन."

वेफर तिच्या जिभवेर ठेवली जाते. तिचा थंड स्पर्श, ओळखीचं वजन तिला जाणवतं. ती वेफर विरघळून तिच्या लाळेशी एकरूप होताना तिला जाणवते. देवाला स्वत:मध्ये सामावून घेणं. त्याच्या कृपेनं भरून जाणं. त्याचा त्याग. त्याचं प्रेम. त्याचा अतीव चांगुलपणा. याहून अधिक सरळसोपा किंवा अधिक थोर चमत्कारच असू शकत नाही.

ती प्रार्थनेच्या बाकावरच्या स्वत:च्या जागेवर परत येते. तिनं मस्तक लववलं आहे. आपल्या अस्तित्वाचा तिला विसर पडलेला आहे आणि त्याच अवस्थेत शक्य तेवढा वेळ राहण्याची तिची इच्छा आहे. वेदीपाशी सुओरा उमिलिआना गुडघे टेकून बसते. तिच्या पाठोपाठ प्रत्येक नवागता येते.

ते नेमकं कोणत्या क्षणी घडतं हे सांगणं कठीण आहे. त्यावेळेस सेराफिनाच्या तोंडात प्रसादाची वेफर ठेवली जात होती की, धर्मगुरू आधीच पुढल्या नवागतेजवळ पोहोचले होते हे लक्षात आलेलं नाही. पण प्रत्येकजणाचं एकमत एकाच गोष्टीवर आहे की प्रथम आवाज ऐकू आला. जोराचा, करकरून तुटल्याचा आवाज. जणूकाही चर्चच्या जमिनीचे दगड दुभंगत असावेत, असा आवाज. ज्यांनी आयुष्यात असे

भूकंप अनुभवले आहेत, त्यांना थरथरही जाणवते. पण जमीन एकसंध राहते. फक्त त्यावरचं जग बदललं आहे.

"आऽऽह!"

"येशू... आमचा देव!"

"क्रूस... क्रूस!"

त्यांच्या डोक्यावर, क्रूसाच्या आडव्या फळीवरून येशूचा डावा हात सुटून पुढे कलला आहे आणि धड पुढे झुकलं आहे. क्षणभर असं वाटतं की, पूर्ण देहच लाकडावरून निखळून पुढे पडेल, पण उजवा हात आणि पाय क्रूसाला खिळ्यानं जोडलेलाच राहतो. त्यामुळे येशू हवेत लटकत राहतो. त्याचा डावा हात हवेत लोंबकळत आहे. त्याच्या तळहातात खिळा अजून घुसलेलाच राहिला आहे. त्याचा व्यथित चेहरा वेदीकडे पाहत आहे. त्याच वेळेस उघड्या पडलेल्या भोकातून लाकडाचा बारीक भुसा बाहेर पडतोय. त्या भुशाचा फादर रोमेरोंच्या कपड्यांवर आणि डोक्यावर वर्षाव होतोय. त्यांनी एक दबती किंचाळी फोडली आहे आणि त्यांच्या हातातला धर्मग्रंथ आणि मद्याचं पात्र खाली पडलंय. या गोष्टी जमिनीवर गडगडतात आणि उरलेला वेफरचा प्रसाद आणि प्रसादाची मदिरा जमिनीवर सांडते आणि एकाएकी गडबड गोंधळ माजतो– एकाएकी सारेजण रडू, ओरडू लागतात आणि त्यामुळे जगाचा अंत जवळ आल्यासारखं वाटू लागतं. तो अंत तिथेच, सँटा कॅटेरिना मठाच्या प्रार्थना मंदिरात घडतोय असं वाटतं.

फादर रोमेरोंची गडबड उडल्यावर ॲबेस ताबडतोब सगळ्याची जबाबदारी घेते. ती मद्याचं पात्र उचलून वेदीवर ठेवते, पण ती प्रसादाच्या वेफरना मात्र स्पर्श करू शकत नाही. कारण, तीसुद्धा एवढी पुण्यवान नाही.

"भगिनींनो, शांत राहा, शांत राहा." तिचा आवाज स्पष्ट आणि जोरदार आहे. "काहीही धोका नाही. क्रूसावरचा एक खिळा सैल झालाय, एवढंच. पण येशूचा पुण्यवान देह आपल्यावर पडू नये म्हणून आपण काळजी घ्यायला हवी. तुम्ही साऱ्याजणी आपापल्या कोठड्यांमध्ये परत जा. सुओरा उमिलिआना तुम्ही नवागतांना चॅपेलमधून बाहेर घेऊन जाल का?"

पण उमिलिआना अजूनही गुडघे टेकून बसलेली आहे आणि ती अजिबात हलत नाही.

"सुओरा उमिलिआना, तुमच्या नवागतांची काळजी घ्या."

हे इथंच थांबू शकलं असतं; कारण गरज पडेल तेव्हा मॅडोना चिआरा फक्त मार्दवच दाखवत नाही तर अधिकारसुद्धा गाजवू शकते. पण ती हे शब्द उच्चारत असतानाच मठाचा दरवाजा उघडतो– आणि लेटिझिआ ही सेविका आत येते. तिच्या मागे सकाळच्या उजेडाची तिरीप आत येते.

झुआनानं इतरांपेक्षा आधी तिला पाहिलं असणं शक्य आहे. ती नक्कीच तिला सर्वांहून आधी ओळखते. तिला काय घडणार हे ओळखायला लेटिझिआच्या चेहऱ्यावरचे भाव वाचायचीही गरज वाटत नाही... ''हे देवा! आपल्यावर काय संकटं कोसळतंय?'' तिच्या मनात येतं.

''कुणीतरी कृपा करून येऊ शकेल का? वृद्ध सिस्टर, सुओरा मॅगडालेना मरण पावल्या आहेत. सुओरा झुआना, येता का?''

ॲबेस क्षणभर आपले डोळे मिटून घेते. जरी तिला या साऱ्याला तोंड देण्याचं बाळकडूच मिळालेलं असलं, तरी कधी कधी तिच्या सहनशीलतेची सत्त्वपरीक्षाच घेतली जाते. तिला विचार करायला फारसा वेळ मिळत नाही, कारण त्याचक्षणी, तिच्या पाठीमागे नवागता सेराफिना घेरी येऊन जमिनीवर कोसळते.

३७

चौदा दिवस आणि चौदा रात्री.

त्यात एकदा जॅकोपो तिच्या स्वप्नात येतो. त्याचा देह नदीच्या काळ्या पाण्यानं धुवून निघालेला आणि छोटेछोटे मासे, रंगीत स्वर तोंडातून बाहेर निघत असावेत त्याप्रमाणे त्याच्या तोंडात आणि तोंडाबाहेर उड्या मारत असलेले : ते स्वप्न पाहून ती इतकी घाबरते– त्या दृश्याच्या भीषणतेनं नव्हे तर त्याच्या विचारामुळे– की दुसऱ्या दिवशी ती काहीही खात नाही. फक्त दहा-बारा घोट पाण्यावरच भागवते आणि अन्नावर चित्त केंद्रित केल्यामुळे– किंवा उपोषणावर चित्त केंद्रित केल्यामुळे– तिच्या डोक्यातला विचार निघून जातो.

ती आता जवळजवळ सारा वेळ थकलेलीच असते आणि तिला तशी परवानगी दिली गेली, तर ती सारा दिवस झोपून राहील. कधीकधी ती जागी असते, तेव्हा तिला इतकं हलकं वाटतं आणि घेरी येत असते की, आपण जमिनीच्या वर तरंगत आहोत की काय अशी तिला शंका येऊ लागते. प्रवचनाचा दिवस जवळजवळ येतो, तसतशी तिला भीती वाटू लागते की तिनं काहीही खाल्लं तर प्रसादाचं पावित्र्य त्यामुळे कमी होईल. या प्रसंगाबद्दल तिला उमिलिआना सांगत असते– तिची अयोग्यता आणि 'त्याची' अपरिमित कृपा, त्याच्यापाशी पूर्ण विनम्रतेनं जाण्याची गरज, वगैरे वगैरे– तेव्हा कधीकधी तिला त्यावर चित्त एकाग्र करणं अवघड वाटतं आणि त्याबद्दल कसून प्रयत्न केला तर तिला रडू येऊ लागतं. असं घडतं तेव्हा ती भली जोगीण कडक शिक्षा करत नाही किंवा टीकाही करत नाही. त्यापेक्षा तिचे हात हातात घेणे अधिक पसंत करते आणि तिला आपल्या नजरेला नजर भिडवण्यास सांगते, म्हणजे ती पुन्हा जागरूक राहील.

माझा आत्मा देवासाठी तळमळतोय आणि घेरी येऊन पडतोय.
माझं हृदय आणि माझी काया मूर्तिमंत देवासाठी आक्रोश करतेय.
कारण ईश्वरच सूर्य आणि कवच आहे.
देव कृपावंत होईल आणि सुखी करेल.

आणि जे सचोटीनं वागतात त्यांच्या बाबतीत तो काहीही हातचं राखून ठेवणार नाही.

कधीकधी उमिलिआनाचे शब्द इतके प्रेमाचे असतात की, तिच्याजवळ सारं काही कबूल करून टाकायचा सेराफिनाला मोह होतो, पण तिच्या पापांची व्याप्ती पाहून उमिलिआना तिला झिडकारेल अशीही तिला भीती वाटते.

जरी सँटा कॅटेरिनाच्या नवागतांच्या प्रमुखेला कुतूहल वाटत असलं की, इतकी कठोर उपवासाची शिक्षा तिच्या तरुण नवागतेला का करण्यात आली असावी, तरी ती त्याबद्दल विचारत नाही. काहीकाही अत्यंत पुण्यवान प्रवासांचा प्रारंभ अवज्ञेपासूनच झालेला असतो आणि प्रायश्चित्त ही देवकृपाच आहे असं ती म्हणते. ती म्हणते की सेराफिनावर विशेष कृपादृष्टी झालेली आहे आणि तिनं त्याचं मोल जाणावं.

पण काही प्रश्न विचारायचं मात्र ती स्वातंत्र्य देते. तिला जाणून घ्यायची इच्छा आहे की, ही मुलगी अर्धमेली होऊन पडलेली असताना जेव्हा वृद्धा मॅगडालेना तिच्या खोलीत शिरली, तेव्हा काय घडलं. पवित्र मॅगडालेना तिला काय म्हणाली होती? तिला स्वत:ला काय दिसलं होतं? आणि त्यापूर्वी, व्हेस्पर्सच्या आधीच्या दुपारी घडलेल्या त्या घटनेबद्दल कुणीही बोलत नाही पण मठात प्रत्येकजण जाणून आहे की, मॅगडालेनाला साक्षात्कार झाला होता, तेव्हा काय घडलं होतं?

सेराफिना शक्य तेवढ्या प्रामाणिकपणे उत्तर देते. सेराफिना जेव्हा वर्णन करते की कोठडीत तिला कसं वाटलं होतं, त्या वृद्धेनं तिचा हात पकडून तिच्याशी बोलायला सुरुवात केल्यावर तिला पोटात कसा खड्डा पडल्यासारखं वाटलं होतं. जणूकाही कुणीतरी तिच्या पोटात सुरी फिरवून आतलं सारं स्वच्छ करतंय असा भास झाला होता, तेव्हा हे वर्णन ऐकून उमिलिआनाचा सुरकुतलेला चेहरा उजळतो आणि ती सेराफिनाला म्हणते की, हीच निशाणी समजायला हवी की तिची योग्यता नसूनही त्या वृद्धेला ती देवाच्या कृपाप्रसादाला पात्र वाटलेली होती आणि याच कारणासाठी, पवित्र होण्यासाठी, तिनं उपवास चालूच ठेवायला हवा. जरी देवकृपा म्हणजे काय हे सेराफिनाला माहीत नसलं, तरी तिला जाणीव आहे की तिची कुठेतरी योग्य जागी वाटचाल सुरू आहे कारण तिच्या उभ्या आयुष्यात तिला आजवर कधीही इतकं भारावलेलं, इतकं इतकं ठासून भरलेलं आणि तरीही इतकं हलकं वाटलेलं नव्हतं.

प्रवचनाच्या आदल्या रात्री ती सतत प्रार्थना करत राहते आणि अखेरीस गुडघे टेकलेल्या अवस्थेतच झोपी जाते. कुरतडणाऱ्या भुकेच्या जागी आता अगदी पुसटशी वेदनेची भावना जाणवतेय आणि तिच्या हातापायाच्या बोटांना झिणझिण्या येऊन बधिरता आली आहे. जरी हवा आता चांगली गरम झालेली असली, तरी

तिला खूपदा थंडी वाजते आणि तिला तिच्या कफनीखाली आणखी एखादा पेटीकोट किंवा शाल घालावी लागते. ती कपडे बदलते तेव्हा तिला वाटतं की तिचा देह किती विचित्र आणि प्रचंड दिसतो आहे; जणूकाही उपास करून ती बारीक होण्याऐवजी जाडच होतेय. तिनं आणखी प्रयत्न करायला हवा हेच तर देव तिला सुचवत नसावा? ती सुओरा मॅगडालेनाचा विचार करते आणि ती फक्त प्रसाद खाऊन जगत होती हे तिला आठवतं. आता तिला मॅगडालेनाबद्दल आणखी बातमी समजलीय कारण सेराफिना तिचं बोलणं मानू लागल्यामुळे उमिलिआना तिला माहीत असलेल्या मठामधल्या गोष्टी सांगू लागली आहे. ती वर्णन करते की सँटा कॅटेरिनामध्ये एकेकाळी खूपच चमत्कार घडत असत, मठात एक संतीण राहत होती; आणि तिच्या पुण्याईमुळे प्रत्येक प्रार्थना उजळून निघत होती आणि तिच्या स्वत:च्या हातापायांवरच्या खिळ्यांच्या जखमांमधून रक्त ठिबकत होतं. त्या अनुभवानं चकित झाली नाही आणि भारावून गेली नाही, अशी एकही नवागता किंवा तरुण जोगीण नव्हती. हे सांगत असताना उमिलिआनाचे डोळे अश्रूंनी चकाकू लागतात.

कोठडीतल्या काळोखानंतर मठातल्या पदपथांवरचा लख्ख उजेड खूपच दिपवणारा वाटतोय. सुओरा युजेनियाच्या आधारानं चॅपेलकडे चालत निघालेल्या सेराफिनाच्या पोटात अचानक पेटका येतो. पदपथ पाहिल्यावर आठवणींचा पूर लोटतो आणि तिच्या आयुष्यात जे जे घडलं त्याची धास्ती तिला ग्रासून टाकते. ती त्या तरुण जोगिणीच्या हातावरली तिच्या बोटांची पकड घट्ट करते आणि क्षणभर युजेनिया थांबते. सेराफिना तिच्याकडे नजर उचलून बघते. पूर्वी सेराफिनाला युजेनियाच्या डोळ्यात हेवा किंवा रागही दिसत असे. आता तिला त्यात थोडी सावधगिरी आणि थोडं आश्चर्यही जाणवतंय. 'मला काय होतंय,' सेराफिनाच्या मनात येतं. पाण्याच्या कारंजाप्रमाणे तिच्या मनात भीती उफाळून येते आणि मग शांत होते. त्या पुन्हा चालायला सुरुवात करतात.

चॅपेलमध्ये तिला सुओरा झुआनाची नजर जाणवते, पण ती तिला टाळते. ती खुर्चीत बसते आणि स्थिर राहता यावं म्हणून खुर्चीचा हात घट्ट धरून ठेवते. दुसऱ्या बाजूला बसलेल्या पर्सेव्हेरान्झा आणि फेलिसिटा तिच्या दिशेनं कुतूहलाचे कटाक्ष टाकतात तर अग्नेसिना बघत नसल्याचं ढोंगही न करता अगदी उघड उघड रोखून पाहते. त्या सर्वांना काय दिसतं? कदाचित त्यासुद्धा उपवास करत असतील आणि देवाचा प्रसाद भक्षण करण्यापूर्वी तिच्यासारख्याच उपाशीपोटी आल्या असतील. असे उपास किती काळ करता येतील? काही आठवडे? काही महिने? त्याहूनही जास्त? सुओरा मॅगडालेना प्रसादावरच अनेक वर्षं जगली. असंच नव्हतं का उमिलिआनानं तिला सांगितलं?

प्रवचनाचा प्रारंभ होतो. जेव्हा उत्तरं द्यायची वेळ येते, तेव्हा तिनं घेतलेल्या

श्वासामुळं तिला चक्कर येते आणि तिचा आवाज तिच्याच डोक्यात इतका घुमू लागतो की तो आवाज बाहेर ऐकू येतोय की नाही, याबद्दल तिला खात्री वाटत नाही. ते येशूच्या आशीर्वादापर्यंत पोहोचतात तेव्हा तो आवाज तिच्या संपूर्ण देहात घुमतोय असं तिला वाटू लागतं. खुर्चीपासून वेदीपर्यंतचं थोडंसं अंतर चालत जाण्यासाठी उभं राहणंही तिला कठीण पडतं. स्वत:चा तोल जाऊ नये म्हणून ती समोर गुडघे टेकून बसलेल्या उमिलिआनाच्या मूर्तीवर नजर केंद्रित करते. ती गुडघे टेकून बसते आणि प्रसाद ग्रहण करण्यासाठी डोकं मागे करते. तोंड उघडते आणि डोळे मिटून घेते. फक्त एकदम अंधारी आल्यामुळे आणि घेरी आल्यामुळे तिला डोळे पुन्हा उघडावे लागतात. तिचं डोकं ठणकतं आहे. ती अगदी शांत राहते, येणाऱ्या क्षणाची वाट पाहते, शब्द ऐकण्यासाठी लक्ष एकवटते. परंतु ते ऐकू यायला फारच वेळ लागतोय.

"येशूच्या देहाचा आणि रक्ताचा स्वीकार कर."

"आमेन."

आणि आता सरतेशेवटी, प्रसाद तिच्या जिभेवर आहे. त्याची गोडी जाणवायची ती आतुरतेनं वाट पाहतेय. आलेला करकर असा आवाज इतका मोठा आणि तीव्र आहे की ती डोकं पुन्हा मागे घेते आणि तसं करत असतानाच तिला जोराची घेरी येते. तिला येशूची मूर्ती क्रूसावरून सुटी होऊन थेट तिच्या रोखानंच पडू लागलेली दिसते. 'ओ! त्यानं माझं पाप ओळखलंय,' तिच्या मनात येतं, 'मला पुरेसा पश्चात्ताप झालेला नाही किंवा मी पुरेशी दोषमुक्त झालेली नाही हे त्याला कळलंय!' ती उठून उभं होण्याचा प्रयत्न करते आणि पायांवर उभी राहते. पण तिच्या भोवताली जग गोलगोल फिरू लागलेलं आहे आणि मग ती खाली खाली कोसळू लागते.

जेव्हा ती शुद्धीवर येते, तेव्हा ती चॅपेलच्या जमिनीवर पसरलेली आहे. सुओरा उमिलिआनाचा चेहरा तिच्या चेहऱ्याच्या अगदी जवळ आलेला आहे आणि तिच्या हनुवटीवरचे पांढरे केस प्राण्याच्या मिशांसारखे थरथरत आहेत.

"तुला काय दिसलं?" ती उतावीळपणे कुजबुजते.

"मॅगडालेना चॅपेलमध्ये तुला दिसली? मूर्ती पडत असताना तुला देव दिसला?"

३८

"वाळवी?"

दोन दिवसांनंतर ॲबेसनं चर्चासभा बोलावली आहे. सुओरा मॅगडालेनाचं दफन केलं गेलंय. चॅपेल सध्या बंद करण्यात आलेलं आहे आणि एका स्थानिक सुताराला आणि मूर्तिकाराला किती नुकसान झालंय, त्याचा अंदाज घेण्यासाठी बोलावण्यात आलं आहे. पण आठवड्याच्या अखेरीस स्वागतकक्षात लोक भेटीला येऊ लागतील. त्यामुळे प्रत्येकजण तीच कहाणी सांगेल याची काळजी घेणं अगत्याचं आहे.

"मूर्तीचा डावा हात आणि पाठ ज्या जागी खिळ्यानं मागच्या क्रूसाला जोडण्यात आली होती तिथलं खूपसं लाकूड वाळवीनं खाऊन टाकलं होतं. क्रूसाला शंभराहून जास्त वर्षं झालेली आहेत. वाळवीनं खाण्याच्या प्रक्रिया अनेक दशकं किंवा त्याहूनही जास्त काळ चालू आहे, असं सुताराचं म्हणणं आहे. फेरारासारख्या दमट आणि उष्ण हवेच्या ठिकाणी अशा गोष्टी नेहमीच घडत असतात."

ॲबेस जमलेल्या जोगिणींवर नजर फिरवते. त्यातल्या बऱ्याच जणींनी वाळवीमुळे होणारी हानी बघितलेली असणार. खोल्यांमध्ये महागाच्या डेस्कांचे आणि टेबलांचे पायच पाण्याच्या वाट्यांमध्ये ठेवून वाळवीला दूर ठेवण्याचा केलेला प्रयत्न त्यांनी बघितला असणार. पण आपल्या येशूनंच क्रूसावरून कोसळावं म्हणजे काय?

"पण ते रांगणारे किडे असतात. ते इतक्या उंचावर कसे पोहोचले?"

क्षणभर पूर्ण शांतता पसरते.

"त्यांच्या आयुष्याच्या विशिष्ट काळात त्यांना उडता येतं," झुआना अगदी शांतपणे म्हणते, कारण तेवढं खरं आहे याबद्दल तिची खात्री आहे. पण ती हेसुद्धा जाणून आहे की कुणाचीही हे ऐकण्याची इच्छा नाही आणि ही इच्छा नसण्याचं एकमेव कारण झुआना ॲबेसची लाडकी असल्यामुळे हवं ते बोलू शकते, हेसुद्धा नव्हे!

"त्यांना ही गोष्ट करायला शंभर वर्षांचा अवधी मिळाला होता, पण त्यांनी नेमका क्षण निवडला, जेव्हा आपली सर्वांत पवित्र जोगीण मृत्यू पावली तो!"

याबद्दल कुणीही काहीही म्हणू शकत नाही. त्यातल्या काहीजणी सेराफिनाकडे

कटाक्ष टाकतात. ती कुबड काढून, फिकुटलेल्या चेहऱ्यानं नवागतांबरोबर बसलेली आहे. चौदा दिवस उपवास केल्यावर उपाशीपोटी असल्यामुळेच, मृत्यूची बातमी ऐकत असताना ती घेरी येऊ पडली, असं बोलण्यात काहीही अर्थ नाही. जरी तिला असं वाटत असलं तरी झुआनाच्या लक्षात येतं की, तिची स्वत:चीसुद्धा त्याबद्दल पूर्ण खात्री नाही.

मधले दिवस खूप गडबडीचे जातात. मठात आणि कामाच्या जागी कुजबूज आणि वावड्या वाऱ्याप्रमाणे मोकाट सुटल्या आहेत. चॅपेलमध्ये मजूर काम करत असल्यामुळे, प्रथेनुसार, सुओरा मॅगडालेनाचा देह वेदीपुढे ठेवता येणार नाही आणि तिची एक साधीशी शवपेटिका औषधालयाच्या मागच्या छोट्याशा खोलीत ठेवण्यात आलेली आहे. गरज पडली की, या छोट्या खोलीचा शवागाराप्रमाणेही उपयोग केला जातो. मॅगडालेनाला स्वच्छ वस्त्र चढवून शुभ्र टोपी घालायला आणि तिचे सुरकुतलेले वेडेवाकडे अवयव शक्य तेवढ्या नीटपणे ठेवून, छातीवर तिच्या हातांची घडी घालून ठेवायला झुआनाला लेटिझिआ आणि सुओरा फेलिसिटा मदत करतात. तिचा देह इतका कृश झालेला आहे की या प्रसंगासाठी ठेवलेल्या जरीच्या कापडाखाली तो जाणवतही नाही. देहाचं दफन झालं की, हे कापड परत कपाटात ठेवण्यात येईल.

रात्रीच्या पहाऱ्याच्या जागरणाला सुरुवात करण्यापूर्वी एकदोन क्षण एकटीनं असताना झुआनाला त्या देहाचं आश्चर्य वाटतं. सुओरा मॅगडालेना अनेक वर्षांपूर्वीच मरून तिचा देह सांभाळून ठेवण्यात आला आहे, असा भास होतोय. ती अशा अवस्थेत इतकी वर्षं तगली; हा जर चमत्कार म्हणायचा नसेल, तर ती निसर्गाची किमया तरी नक्कीच म्हटली पाहिजे.

झुआना तशी परवानगी मागत नाही– कारण ती दिली जाणार नाही हे ती ओळखून आहे– पण या प्रेताची छाती आणि पोट फाडून आत तिच्या पावित्र्याच्या आणखी खुणा शोधायची तिची तीव्र इच्छा आहे. इतर ठिकाणी असं करण्यात आलेलं आहे. जेव्हा एखादी जोगीण मरण्यापूर्वी संतपदाला पोहोचल्याबद्दल खात्री असे, तेव्हा तिच्या देहातून संतपणाच्या निशाण्या दिसत आहेत का, हे बघण्यासाठी शवविच्छेदनाला परवानगी देण्यात येत असे. अडीचशे वर्षांमागे, मॉंटेफाल्को येथील थोर सुओरा चिआराच्या सुगंधी देहावर मुदपाकखान्याची सुरी फिरवणाऱ्या त्या जोगिणींबद्दल सुओरा झुआनानं अनेकदा विचार केलेला आहे. छातीच्या पिंजऱ्यात नेहमीच्या हृदयाच्या तिप्पट आकाराचं हृदय दिसल्यावर आणि त्यावर मांसाच्या गोळ्यांनी स्पष्टपणे दिसणारा क्रूस उमटवलेला पाहून त्यांना किती आश्चर्य वाटलं असणार! या जोगिणींपैकी एक जोगीण एका डॉक्टरची मुलगी होती. झुआनाच्या

वडिलांनीच तिला हे सांगितलं होतं. ओ! ती स्वत:च त्या जोगिणीच्या जागी असती, तर तिनं त्या शवविच्छेदनावर इतका सुंदर आणि तपशीलवार निबंध लिहिला असता की, तो कोणत्याही लायब्ररीच्या शेल्फवर विराजमान होऊ शकला असता.

पण त्याबद्दल विचारही करण्यात अर्थ नाही. सुओरा मॅगडालेनाची जी काही गुपितं असतील, ती तिच्याबरोबरच मठाच्या भल्यास्तव पुरली जातील. 'मठाच्या हितासाठी' हे वाक्य सामुदायिक प्रार्थनेसारखं वारंवार म्हटलं जाऊ लागलंय.

आणखी चमत्कारांऐवजी आता प्रत्यक्ष मृत्यूबद्दलच बोललं जाऊ लागलंय. जेव्हा शेवट आला, तेव्हा तो स्पष्टपणे जाणवला. मॅगडालेनानं आपले डोळे सताड उघडले, काही शब्द पुटपुटले आणि एक लांब, उथळ श्वासाबरोबरच प्राण सोडला. तिनं प्रत्यक्षात काय शब्द उच्चारले, हा विवादाचा मुद्दा बनला आहे. परंतु सुओरा उमिलिआनाबरोबर बोलणं झाल्यावर लेटिझिआ शपथेवर सांगू लागली आहे की, तिचे अखेरचे शब्द होते : 'मी तुझ्यापाशी येतेय, हे येशू! देव आपणा सर्वांचं भलं करो.'

जरी आठवडा संपेपर्यंत स्वागतकक्षातल्या भेटींना सुरुवात होणार नसली, तरी सुतारांच्या खिशात चिठ्ठ्या देऊन किंवा भिंतीतल्या विटांच्या गिलव्यामधल्या फटींमधून बातमी बाहेर पसरू लागलेली आहे. फेरारातील काही स्थानिक वयोवृद्ध नागरिकांना सुओरा मॅगडालेनाची चमत्कारांबद्दलची ख्याती अजून आठवते आहे आणि पहिल्या दिवसाच्या शेवटी मुख्य प्रवेशद्वाराबाहेर थोडी गर्दी जमा झालेली आहे. ॲबेस काही लेखी दुखवट्याचे निरोप स्वीकारते. परंतु (उमिलिआनाबरोबर लांबलचक खाजगीतलं संभाषण होऊनसुद्धा) जाहीरपणे देह दर्शनासाठी ठेवला जाणार नाही, या मुद्द्यांवर ठाम राहते. त्याऐवजी मठ शवपेटीजवळ जागत बसतो; पण फक्त जोगिणींनाच तेथे थांबायची परवानगी दिली जाते आणि त्यांचं नेतृत्व खुद्द ॲबेस करतेय. त्यामुळे वातावरण उदात्त आणि संयत राहतं. चोवीस तासांचा दर्शनासाठी देह ठेवण्याचा काळ संपल्याबरोबर, दुसऱ्या दिवशी सकाळी दफनविधी केला जातो : एक साधासा, हृदयस्पर्शी समारंभ, साश्रू नयनांनी प्रार्थना करत आणि ॲबेस आणि फादर रोमेरोंच्या तोंडून धीराचे आणि आश्वासनाचे शब्द ऐकत!

पण हे सारं अजून संपलेलं नाही...

"सुओरा उमिलिआना, मला तुमच्या बोलण्यातला अर्थ लक्षात येत नाहीये," ॲबेस अगदी शांतपणे म्हणते.

चर्चासभेत, इतर सर्वांप्रमाणेच झुआनाही एकाच वेळेस या दोन्ही स्त्रियांकडे बघण्याचा प्रयत्न करते.

"मला असं म्हणायचंय की, सुओरा मॅगडालेनाचा आत्मा देव नेत असल्याच्या

नेमक्या क्षणीच आपला येशू क्रूसावरून पडावा हा दैवी संकेतच आहे.'' ती थांबते, पण क्षणभरच. तिचा निश्चय झालेला आहे. ''मला खात्रीनं वाटतंय की, सँटा कॅटेरिनात पुरेसा भक्तिभाव नाही, असं आपल्याला सांगितलं जात आहे. आपल्या साऱ्या उत्सवांमध्ये आणि जाहीर कार्यक्रम आणि ख्यातीच्या ध्यासामध्ये आपण आपल्या मुख्य मार्गावरून भरकटत आहोत आणि आपला मुख्य मार्ग आहे प्रार्थना, विनय, शिस्त आणि आज्ञाधारकपणा.''

ती हे प्रभावीपणे बोलते. आजकाल तिच्या पावित्र्यातही एक स्वाभाविक सादरीकरण दृष्टीस पडतं. चर्चासभेत सर्वजणी श्वास रोखून ऐकत आहेत. त्या दोघींच्या इतके वर्षांच्या मुष्टियुद्धात तिनं एवढ्या थेटपणे आव्हान दिलेलं नव्हतं.

ह्याउलट ॲबेस अगदी मोकळं हसते. ''आणि तरीही मला माझ्यापुढे मनापासून देवाची भक्ती करणाऱ्या जोगिणींनी भरलेली खोली दिसते आहे. यापेक्षा एकही अधिक आनंदी किंवा सृजनशील मठ फेरारात सापडणार नाही.''

''अशाही काहीजणी आहेत, ज्यांचं याबाबत दुमत आहे.''

''खरं की काय?'' ती खोलीत दृष्टिक्षेप टाकते. जणूकाही अशा ज्या कोणी असतील त्या आत्ताच बोलू लागतील. सुओरा फेलिसिटा तोंड उघडते, पण उमिलिआना तिला नजरेनंच गप्प करते.

''जगात आपल्याहून किंवा फेरारा शहराहून अधिक श्रेष्ठ शक्ती आहेत, मॅडोना ॲबेस. मी आपल्याच पवित्र चर्चशी संबंधित शक्तींबद्दल बोलते आहे, ट्रेंटमधील धर्मगुरुंबद्दल बोलते आहे. त्यांना सँटा कॅटेरिना मठात अनेक दोष आढळतील.''

ॲबेसनं आता मार्दवानं घेणं थांबवलं आहे आणि ती तिच्याकडे एक थंड नजर टाकते. तिचे डोळे जमा झालेल्या जोगिणींवरून फिरतात आणि पाठीमागच्या अनेकजणी तिची नजर टाळतात. नक्कीच तिच्या मठात असे काही वार्तालाप झालेले आहेत की, इतकी चाणाक्ष असूनही मदर ॲबेसच्या कानी ते येऊ शकलेले नाहीत.

''ओ! तुम्हाला कदाचित बोलोनामध्ये राहणं जास्त आवडेल. किंवा मिलानमध्ये. तिथं त्यांना मठात वाद्यं वाजवता येत नाहीत आणि बाहेरच्या जगापुढे सादरीकरण करताना अगदी साध्यासुध्या चालींमधे गावं लागतं. तुम्ही या बदलांबद्दल ऐकलं असेल असं मी धरून चालते.''

बेनेडिक्टा ऐकू जाईल एवढ्या मोठ्यानं आश्चर्योद्गार काढते. *'लॅमेंटेशन्स ऑफ जेरेमी'*चे स्वर ऐकून तिची रात्रीची झोप उडली आहे आणि ती पहिल्यासारखी आनंदी दिसेनाशी झाली आहे.

नवागतांची प्रमुखा खांदे उडवते. ''त्या शहरातल्या काही जोगिणींना नक्कीच वाटत असेल की त्या देवाला ज्या सूक्तांनी आता आळवतात, त्यात, पूर्वी त्या

आकर्षक स्वरात पाहुण्यांचं मनोरंजन करत असत त्याहून नक्कीच जास्त भक्तिभाव असतो.''

जरी अनेक जोगिणींना आता उघडउघड धास्ती वाटू लागलेली आहे, तरी पाठीमागे बसलेल्या ओळींमधून तिला दुजोरा देणारे आवाज निघत आहेत.

झुआनाला वाटतंय की, ती एक पिकलेलं गळू बघतेय. ते पृष्ठभागाखाली वाढत असतं, फुगत असतं, कडक होत असतं आणि त्यात पू जमा होत असतो आणि त्यावर कितीही पोटिसं बांधली; तरी ते मऊ पडत नाही किंवा आपोआप बरंही होत नाही. मठाला जडलेली ही व्याधी त्याच स्वरुपाची आहे.

''ज्यांची इच्छा बाहेरच्या जगाशी असलेला सारा संपर्क तोडून टाकायची आहे, अशा नवागतांच्या प्रमुखा असूनही तुम्हाला बाहेरच्या जगात काय चाललंय, याची प्रचंड माहिती दिसतेय.''

ॲबेस एक निसटता कटाक्ष प्रवेश द्वारावरच्या आणि पर्यवेक्षिका असलेल्या जोगिणींवर टाकते. त्या आत येणारा आणि बाहेर जाणारा सारा पत्रव्यवहार वाचून तपासत असतात आणि आता त्या ॲबेसच्या नजरेला नजर देऊ शकत नाहीत.

पण उमिलिआना आपल्या मुद्द्यांला चिकटून राहते. ''ह्या इतर कोणत्याही मठाएवढाच सँटा कॅटेरिना मठही चांगला बनू शकेल. देवानं आपल्या मठाला त्याच्या प्रार्थना गाण्यासाठी आधीच उत्कृष्ट आवाज बहाल केलेले आहेत.''

आणि आता ती सेराफिनाकडे नजर वळवते आणि इतर जोगिणीही ताबडतोब सेराफिनाकडे बघू लागतात. पण ॲबेस मात्र बघत नाही.

''तर मग, सुओरा उमिलिआना, तुमच्या म्हणण्याचा असा अर्थ धरायचा का की, प्रार्थनामंदिरात लागलेली वाळवी हा आपण देवाबद्दलचा आपल्या कर्तव्यात चुकत आहोत, असा त्याचा संदेश समजायचा?''

झुआनाला पुन्हा एकवार गळवाची आठवण येते आणि अशा परिस्थितीत त्यामुळे कितीही घाण झाली किंवा यातना झाल्या, तरी ते गळू कापून टाकणं हाच एकमेव इलाज असतो असंही तीव्रतेने वाटतं.

''आपण आपली वर्तणूक सुधारायला हवी, असा तो संदेश होता असं मला वाटतंय. नक्कीच वाटतंय.'' उमिलिआना पुन्हा म्हणते.

''संदेश! संदेश! भाषा तर मोठी प्रभावी आहे.''

ॲबेस चर्चासभेसाठी जमलेल्या सर्वांवर दृष्टी फिरवते आणि तिचे डोळे अगदी निर्भय आहेत. त्यात भीतीचा लवलेशही नाही.

''मी सहा वर्षांची असल्यापासून या मठात देवाची उपासना करते आहे आणि त्या काळात मी बोध घेतलाय की, त्याची लीला अगाध आहे. तो वाळवींची भूक कमी करण्यासाठी लुडबूड करत नसला, कारण निसर्गाला त्याच्या नियमांनुसार वागू

द्यायला हवं, तरी तो त्याची इच्छा मात्र दर्शवू शकतो.''

''आता आणखी काय? तिला हे खरोखरच जमणार आहे?'' झुआनाच्या मनात येतं.

''आपल्या येशूचा देह क्रूसाला जोडून धरणाऱ्या त्याच्या डाव्या हातातला आणि पाठीतला खिळा एकाच वेळेस सैल झाला. जर क्रूसाच्या उजव्या बाजूचा खिळाही त्याच वेळेस सैल झाला असता, तर हे भव्य शिल्प नक्कीच जमिनीवर आदळलं असतं. तसं झालं असतं तर आपल्याला फक्त सुओरा मॅगडालेनाबद्दलच नव्हे, तर आपल्या अत्यंत गोड अशा काही नवागतांबद्दलही शोक करावा लागला असता. कदाचित प्रत्यक्ष सुओरा उमिलिआनाबद्दलही शोक करावा लागला असता. कारण त्या साऱ्याजणीच प्रसाद ग्रहण करायला त्यावेळेस वेदीच्या अगदी जवळ गेलेल्या होत्या.''

ती थांबते. झुआनाला वाटतं की, भाषणाचा अर्थ इतरांना कळावा म्हणून ती थोडावेळ स्तब्ध राहिली आहे. अशा सूक्ष्म गोष्टी परिणाम साधतात.

''माझ्या दृष्टीनं खरा संदेश हाच आहे. कारण, मी तुम्हाला सांगायलाच हवं की सुतारानं मला सांगितलं की उजव्या बाजूचं लाकूड वाळवीनं आणखी खाल्लेलं होतं. इतक्या वाईट स्थितीत होतं की, सुताराला आणि शिल्पकाराला अतिशय आश्चर्य वाटतंय की त्यानं एवढा भार कसा पेलला.''

खोलीत सर्वांना तिच्या बोलण्याचं गांभीर्य कळावं म्हणून ती पुन्हा थोडी थांबते.

''याबद्दल बाहेर अवाक्षरही न बोलण्याची मी कारागिरांकडून शपथ घेववली आहे. नाहीतरी चमत्काराबद्दल बडबड सुरू होऊन प्रसिद्धी मिळवण्यासाठी आपण विनयशीलपणा सोडला, अशी आपल्याबद्दल बाहेरच्या जगात समजूत व्हायची. परंतु मी याबद्दल बिशपना अर्थातच कळवलं आहे आणि मठातच देवाचे उपकार स्मरण्यासाठी छोटीशी प्रार्थना करण्याची परवानगी घेतली आहे.'' ती थांबते आणि पुन्हा आपल्या स्कर्टच्या चुण्या सारख्या करू लागते. प्रत्यक्षात एकही चुणी जागेवरून हललेली नाही किंवा हलणार नाही.

''परंतु, सुओरा उमिलिआना, जर तुम्हाला तुमचं वेगळं मत मांडायचं असेल, तर बिशप तुमचं म्हणणं नक्कीच ऐकून घेतील. तुम्ही पत्र लिहून दिलंत, तर ते त्यांच्याकडे पोहोचतं करायची मी तजवीज करीन.''

नवागतांची प्रमुखा ॲबेसकडे रोखून पाहू लागते. झुआनाला तिची हनुवटी किंचितशी थरथरताना दिसते.

''मी ते आजच लिहीन आणि भेटीच्या वेळात ते तुमच्यापाशी आणून देईन...'' ती म्हणते. ती पराजय अशा प्रकारे स्वीकारते की, जणूकाही त्यामुळे तिला आणखी बळच मिळणार आहे... ''आणि त्यावेळेस याबद्दल आणखी बोलायची मी परवानगी मागेन.''

खोलीत नीरव शांतता पसरते. ॲबेसचा निर्णय जाहीर सभेत दुसऱ्या जोगिणीनं अमान्य करणं ऐकिवातच नाही. मठ आता अनोळखी सागरात वाटचाल करू लागलेला आहे आणि त्यामुळे मौजेएवढीच भीती चाखायला मिळणार आहे.

वाचलेल्या गोड नवागता आता सेराफिनापाशी जातात. ती खोलीकडे पाहत अगदी निश्चल बसलेली आहे. ते खोल गेलेले डोळे कशावरच दृष्टी केंद्रित करताना दिसत नाहीत. मठाच्या आयुष्याला तिनं पुन्हा सुरुवात केल्याचा आज केवळ तिसरा दिवस आहे. पण तिच्याकडे लक्ष वेधलं जाण्यासाठी सुओरा उमिलिआनाच्या शेऱ्याची आवश्यकता नव्हती. तिच्या दांभिक पावित्र्याच्या अगदी विरुद्ध असं तिचं उपवासाचं प्रायश्चित्त इतरांवर इतका ठसा उमटवून गेलं की, ही तरुणी खरोखरच आहे तरी कोण असा इतर जोगिणींना प्रश्न पडू लागलेला आहे. राक्षसासारखा संताप आणि देवदूतासारखा आवाज असलेली नवागता अत्यंत विरळीच आणि त्याहूनही ती मठातल्या साक्षात्कारी जोगिणीनं खास म्हणून निवडलेली आणि वाचवलेली! आणि आता जर मॅडोना चिआराचं म्हणणं खरं असेल, तर पडत असलेला क्रूस ही देवाच्या रागाची नव्हे, तर देवाच्या कृपाचीच निशाणी धरायला हवी. असं असताना त्या निर्णायक क्षणीच नेमकी ती प्रसाद ग्रहण करत होती, याचा काय अर्थ घ्यायचा? वाचल्या गेलेल्या सर्व गोड अशा नवागतांपैकी ती नक्कीच सर्वांत गोड म्हणायला हवी!

याउलट झुआनाचं लक्ष त्या मुलीच्या आत्म्यावर नसून तिच्या देहावर आहे. झुआनाच्या मनात येतंय की, फार भरभर अतिशय उपासमार करून घेतली की, त्यामुळे मानसिकता अत्यंत तीव्र होते आणि योग्य मार्गदर्शन नसेल, तर त्याचा फार त्रास होऊ शकतो... कारण रितेपणामुळे आत्म्याचा शोध लागण्याचा जेवढा संभव असतो, तेवढाच भरकटण्याचाही असतो. झुआनाला असंही लक्षात आलंय की, प्रायश्चित्ताचा काळ संपल्याला तीन दिवस उलटून गेलेले असले, तरीही तेव्हापासून तिनं या मुलीला काहीही खाताना पाहिलेलं नाही आणि तिच्यावर नजर ठेवता यावी म्हणून भोजनालयातल्या टेबलावरची आपली जागा बदलून घ्यायचा ती निश्चय करते.

३१

आजच्या स्वागतकक्षातल्या भेटीच्या दिवशी ॲबेस कोणताही धोका पत्करायला तयार नाही. तिनं दोन जोगिणींना देखरेख करण्यासाठी सतत स्वागतकक्षात थांबायची सूचना केलेली आहे. यात वेगळं असं काहीच नाही. मठातल्या प्रथेप्रमाणे देखरेखीसाठी एक जोगीण स्वागतकक्षात नेहमीच उपस्थित असते. कारण बाहेरच्या जगाशी येणाऱ्या कोणत्याही संपर्काबाबत जागरूक राहायला हवं. पण सँटा कॅटेरिना मठातल्या इतर नियमांप्रमाणे हा नियमही फार कडकपणे लागू केला जात नाही, आणि जोगिणी नेहमी आपल्या नातेवाइकांशी मोकळेपणानं हसता-बोलतात आणि गप्पा-गोष्टी करतात. परंतु आज मात्र ॲबेसच्या कुटुंबीयांपैकी दोघा जोगिणींची उपस्थिती संभाषणाला वळण देणार आहे : मठाच्या आयुष्यात घडलेल्या दोन नाट्यमय प्रसंगांबद्दल संभाषण सुरू राहील. एक अत्यंत पुण्यात्मा अशी जोगीण मरण पावली आहे आणि तिच्याबद्दल शोक पाळला जातोय आणि जरी वाळवीनं चॅपेलमधल्या क्रूसाचं लाकूड खाल्लं असलं, तरी त्याद्वारे देवाची अवकृपा नव्हे, तर कृपादृष्टीच दर्शवली गेलीय. त्याशिवाय आज सकाळीच बातमी मिळालीय की, आता चॅपेलमधून हलवण्यात आलेला क्रूस काही आठवड्यातच दुरुस्त होऊन 'पाम संडे'[२०]च्या आधीच पुन्हा बसवला जाईल.

त्यादिवशी सकाळीच झुआना औषधालयात काम करत असताना, सुओरा येस्बेटा तिच्या भेटीला येते. ती अगदी हवालदिल झालेली आहे. तिनं रेशमी कापडात गुंडाळलेलं एक गाठोडं सोबत आणलं आहे. त्यात बसक्या नाकाचं, वाहत्या, अर्धमिटल्या डोळ्यांचं चिमुकलं कुत्रं नजरेला पडतं आहे.

"सुओरा झुआना, तो आजारी पडलाय. खूपच आजारी झालाय. तुम्ही त्याला तपासाल?"

---

२० पाम संडे (Palm Sunday) – ईस्टर पूर्वीचा रविवार. या दिवशी येशूचा जेरुसलेममध्ये प्रवेश झाला होता व त्याची आठवण मिरवणुका काढून साजरी केली जाते. या मिरवणुकात नारळाच्या झावळ्या घेतल्या जातात, म्हणून पाम-संडे हे नाव मिळाले आहे.

औषधालय जोगिणींसाठी आहे, प्राण्यांसाठी नव्हे हे तिला सांगण्यात काहीही अर्थ नाही. येस्बेटा हा प्रेमळ आणि श्रद्धाळू असा पुण्यात्मा आहे. दुसऱ्या कोणत्या तरी मठात तिला कठोर नियमांप्रमाणे वागावं लागलं असतं. फक्त तिचं प्राण्यांबद्दलचं प्रेम माणसांबद्दलच्या प्रेमाएवढंच विशाल आहे आणि ज्या मठात तिला पाळीव कुत्रा ठेवता येणार नाही, तिथे ती कोमेजून मरून जाईल. कुत्राही आत्ता मरणोन्मुख झालाय, त्याप्रमाणेच!

झुआना ते गाठोडं टेबलावर ठेवते आणि काळजीपूर्वक वरचं रेशमी कापड उलगडते. येणारा दर्पच तिला सारी बातमी पुरवतो. तो कुत्रा अगदी मरणोन्मुख अवस्थेला पोहोचलेला आहे. त्याचा इवलासा देह थरथरतोय. त्याचे नेहमी नीट विंचरलेले केस गुंतून निस्तेज पडले आहेत. ती त्याच्या पोटावरून काळजीपूर्वक हात फिरवते आणि त्याच्या जांघेजवळ तिला सुजलेली गाठ हाताला लागते. तो कुत्रा कण्हतो आणि भुंकून तक्रार करण्याचा एक क्षीणसा प्रयत्न करतो. परंतु त्याच्या अंगी आता तक्रार करायचं अजिबात त्राण उरलेलं नाही.

"त्याची तब्येत अजिबात नीट नाहीये. सेंट ॲग्नेसच्या मेजवानीच्या दिवसापासून तो बरा नाही. पण केवळ गेल्या काही दिवसातच... तुम्ही त्याच्यावर इलाज करू शकाल?"

"तो आता इलाज करण्याच्या पलीकडे अवस्थेला पोहोचला आहे. इथे काहीतरी वाढतंय गळवासारखं. एकच नसावं. त्यामुळे त्याची शक्ती क्षीण होऊन त्याला यातना होत आहेत."

"ओ! मी जाणून होते! इथे पाळीव प्राणीही आजारी पडताहेत."

झुआना काहीच बोलत नाही. ती त्या कुत्र्याला हळूवारपणे थोपटते. तो सुरुवातीला दात विचकतो, पण मग प्रयत्न सोडून देऊन तिच्या हातावर मान टाकतो.

"देव, आपल्याला अशी निष्ठूर शिक्षा करणार नाही!"

"तुम्हाला काय म्हणायचंय, सिस्टर?"

"फेलिसिटा म्हणते की सिएनातल्या एका मठात, चर्चची तपासणी झाल्यावर, तपासनिसांनी तिथल्या सिस्टरांचे कुत्रे ओढून नेले आणि पोत्यात भरून नदीत बुडवून टाकले."

चर्चासभेनंतर अशा बातम्यांना पेव फुटलं आहे.

"मला नाही वाटत, असं काही करतील."

"मला वाटतंय! मला वाटतंय की शक्य झालं, सुओरा फेलिसिटा स्वतःच असं करेल. गेल्या आठवड्यात पदपथावर तिनं याला लाथ घातली."

"माझी खात्री आहे की, तिचा तसा हेतू नसणार."

येस्बेटा हेसुद्धा ऐकून घ्यायला तयार नाही. "हो. तिनं घातलीच." ती जोरात मान हलवते, "ती आणि सुओरा उमिलिआना स्वत:वरच एवढ्या खूश आहेत. त्या सुखसोयींशिवाय जगू शकतात, म्हणून इतरांनीही तसंच जगावं, अशी त्यांची अपेक्षा असते."

येस्बेटाला एवढं भावनाविवश झालेलं झुआनानं यापूर्वी पाहिलेलं नाही. "असो! तिच्या लाथेमुळे काही हे झालेलं नाही. किंवा ही कोणत्या तरी पापांबद्दलची शिक्षा आहे असंही मला वाटत नाही. वस्तुस्थिती अशी आहे की, हे गळू त्याच्या देहात काही काळ वाढत असलं पाहिजे."

ती त्या छोट्याशा प्राण्याकडे थोडावेळ बघते, "तर मग तू काहीही करू शकणार नाहीस?"

"मी त्याला झोप येईल, असं काहीतरी प्यायला देऊ शकेन. त्यामुळे त्याला वेदना तितक्याशा जाणवणार नाहीत."

"त्या मुलीबद्दल काय वाटतं? ती त्याला वाचवू शकेल?"

"कोणती मुलगी?"

"नवागता. सेराफिना..." ती थोडी घुटमळते, "मी... त्या म्हणताहेत की सुओरा मॅगडालेनानं आपली शक्ती मरतेसमयी तिला देऊन टाकली. त्यामुळेच क्रूस तिच्या अंगावर पडला नाही आणि त्यामुळेच तिला नंतर घेरी आली."

खरं की काय? त्या असं बोलताहेत? मग गवतात इतकी खसखस पिकूनही माझ्या कानांवर पडू नये, अशी मी हेर तरी काय लायकीची आहे?

"असं कोण म्हणतंय?"

ती खांदे उडवते, "ओ! काही जोगिणी... तू तिला विचारशील? तिच्याशी तुझी जवळीक आहे."

झुआना मृदू स्मित करते, "सुओरा येस्बेटा, मला सांगायला खूप वाईट वाटतंय. पण ती किंवा इतर कुणालाही काहीही करता येणार नाही. तुमचा कुत्रा मरणोन्मुख अवस्थेला पोहोचलाय आणि ते निसर्ग नियमांनुसारच घडतंय."

ती वृद्ध जोगीण मान खाली घालते आणि डोकं किंचितसं हलवते. ती टेबलाजवळ येते आणि आजारी मुलाच्या आईच्या ममतेनं ती कुत्र्याचा थरथरता देह कापडात गुंडाळून घेऊ लागते. ते करताना ती त्याच्या पोटाला हात लागणार नाही याची काळजी घेते. झुआना तिच्याकडे पाहत राहते. येशूच्या बाहुल्या, पाळीव प्राणी, स्वागत कक्षातली बाळं... काही स्त्रियांना देवभक्तीतलं वैराण आयुष्य सोसणं किती कठीण जातं.

ती खसखशीचं सिरप काढू लागते.

ती कुत्र्याबद्दल आणि वावड्या ऐकून अस्थिर बनलेल्या मठाबद्दल विचार करत तिच्या औषधालयाच्या टेबलापाशी बसून त्याच दुपारी आणखी कोणती औषधं आणि अर्क लागतील, याची यादी करत असतानाच दरवाजावर थाप पडते.

"सुओरा झुआना, पहाऱ्यावरल्या सिस्टरनं मला पाठवलं आहे." लेटिझिआ नेहमीप्रमाणचे अगदी आनंदी आणि तत्पर दिसतेय. "तुम्हाला भेटण्यासाठी कुणीतरी स्वागतकक्षात आलं आहे."

"मला भेटायला?"

"हो. पहाऱ्यावरली सिस्टर म्हणाली की, तुम्ही आधी भेटला आहात अशा तुमच्या वडिलांच्या एका विद्यार्थ्याची ती पत्नी आहे. तिचा नवरा खूप आजारी पडलाय आणि त्याच्यासाठी तुम्ही देवाची आळवणी करावीत, अशी विनंती करण्यासाठी ती इथं आलेली आहे."

झुआना गोंधळात पडते. सुरुवातीला तिच्या वडिलांना ओळखणारे काही लोक तिला भेटायला आलेले होते. ज्यांच्या मुलांना किंवा नवऱ्यांना तिच्या वडिलांनी बरं केलं होतं, अशा दरबारातल्या स्त्रिया आलेल्या होत्या. पण गेली अनेक वर्षे कुणीही तिची भेट घ्यायला आलेलं नव्हतं आणि अशी स्त्री तिला आठवत नव्हती. पडणारे क्रूस, आजारी आणि मरणोन्मुख झालेली कुत्री, साक्षात्कारी संतिणी आणि आता जी जोगीण कुणालाही ओळखत नाही तिच्या भेटीला येणारी स्त्री. हा काळ खरोखरच विचित्र आहे.

स्वागतकक्ष बोलण्याच्या आवाजानं दुमदुमतो आहे. जरी कार्निव्हलच्या वेळेसारखी इथे सजावट केलेली नसली, तरी ती स्वागतकक्षाची जागा वाटतेय. कुणीतरी हिरवेगार अंकुर कापून मधल्या टेबलावरच्या फुलदाणीत ठेवले आहेत आणि ठिकठिकाणी घोळका करून बसलेल्या अतिथींसमोर बिस्किटांच्या थाळ्या, पाण्याची आणि मदिरेची पात्रं ठेवलेली आहेत. पहाऱ्यावरल्या जोगिणींखेरीज इथं वीस तरी जोगिणी उपस्थित आहेत. त्या अतिथींचं स्वागत करत आहेत. काहींपाशी थोडीच माणसं बसलेली आहेत. इतर काहीजणींभोवती कुटुंबाच्या कुटुंब जमा झालेलं आहे. आवाज वरच्या पट्टीत येतोय, कारण इथे मुलंही आहेत. निदान अर्धा डझन. त्यातली दोन तान्ही बाळं आहेत आणि इतर डुगडुगत चालू शकत आहेत. ती जोगिणींच्या मांडीवर चढायचा प्रयत्न करत आहेत, त्यांच्या गळ्यातल्या क्रूसांशी खेळताहेत किंवा चिकट बिस्किटं हातात धरून खोलीभर लुटलुटताहेत.

झुआनाला भेटायला आलेली स्त्री, एकटीच एका भिंतीपाशी बसलेली आहे. ती मध्यमवयाची आहे. तिचा पोशाख अगदी साधा आहे आणि ती अशा वातावरणात जरा बुजल्यासारखी वाटतेय. तिचा जन्म नक्कीच उच्चकुळात झालेला नाही, पण तिनं वेषभूषेबाबत काळजी घेतलीय, तिचे बूट स्वच्छ आहेत आणि विवाहित स्त्रीला

शोभेल असे तिनं केस उंच बांधले आहेत आणि एक साधा पण सुरेख बुरखा तिनं केसांवर टाचला आहे आणि तो तिच्या खांद्यावर विसावला आहे. झुआनानं तिला आधी कधीही बघितलेलं नाही.

"नमस्कार. मी सुओरा झुआना आहे."

"तुम्हाला भेटून आनंद झाला," ती उठून उभी राहू लागते आणि एकीकडे हात पुढे करते. जणूकाही उच्चकुलीन जोगिणीला कसं अभिवादन करावं, याबद्दल तिच्या मनात गोंधळ उडाला आहे.

"कृपा करून उभ्या राहू नका. मला माफ करा, पण आपण एकमेकींना ओळखतो का?'

"मी... नाही."

"पण तुम्ही तर माझ्या वडिलांच्या एका विद्यार्थ्याची पत्नी आहात ना?"

"अं? हो. असं म्हणता येईल."

"तुम्हाला खरोखरच मला भेटायचंय ना?"

"हो. हो. जर तुम्हीच सुओरा झुआना असलात तर. माझे पती तुमच्या वडिलांना ओळखत होते. आमचं शहराच्या पश्चिम दरवाजापाशी औषधांचं दुकान आहे. व्हिया अपोलोनिया रस्त्यावर. माझे पती लहान असताना अनेकदा तुमच्या वडिलांना भेटले आहेत. तुमचे वडील दुकानात येत असत. माझे पती म्हणतात की, ते फारच थोर व्यक्ती होते."

ती स्त्री घाबरलेली दिसतेय. ती हसते. ते निर्मळ हास्य आहे. त्यानं तिचे डोळे बारीक होतात आणि डोक्यावर जोगिणींसारखं वस्त्र घट्ट बांधलेलं नसल्यामुळे चेहरा त्या हास्यानं उजळून निघतो.

"तर मी काय मदत करू शकते? तुमचे पती आजारी आहेत असं मी ऐकते."

ती श्वास रोखून धरते, "आजार आहे. हो. पण मी एका सद्गृहस्थाच्या वतीनं आले आहे."

"तो तुमचा पती नाही?"

"नाही. माझे पती... ओ! तुम्हाला शंका आलीय तसं काहीही नाही! मी इथे आलेय हे माझ्या पतींना ठाऊक आहे. हा सद्गृहस्थ– तो आजारी आहे. माझ्या पतींना तो सापडला. त्याला इजा झाली होती. अतिशय गंभीर स्वरुपाची. आम्ही त्याची शुश्रूषा केली. आम्ही त्याची काळजी घेतली नसती, तर तो नक्कीच मेला असता."

ती घाबरलेली असली, तरी तिनं निग्रहही केला आहे. नियमांनुसार, झुआनानं आणखी काही ऐकता कामा नये, कारण इथे भेटीला यायला संयुक्तिक कारण दिसत नाहीये. पण त्या स्त्रीमधलं काहीतरी झुआनाला भावतं. किंवा या खोलीत

बसण्याचं नावीन्यही झुआनाला मोहात पाडत असेल. आजूबाजूला लोकांची गजबज. जणूकाही हा मठ नसून कुठल्यातरी थोरामोठ्यांच्या घरातला दिवाणखानाच आहे आणि लोक आनंदानं एकत्र गप्पागोष्टी करण्यासाठी जमलेले आहेत. पहाऱ्यावरल्या जोगिणी लोकांच्या जथ्यांमधून फेऱ्या घालत आहेत. त्यातली एक झुआनाकडे बघते. औषधालयातल्या जोगिणीला इथे पाहणं इतकं वेगळं वाटतंय. झुआना तिच्याकडे हसून पाहत मान हलवते. ती प्रत्युत्तराचं स्मित करून पुढे जाते.

"काय झालं ते तुम्ही मला सांगितलंत तर बरं होईल." झुआना त्या स्त्रीला म्हणते.

"हो. हो. आभारी आहे. काही आठवड्यांपूर्वी, खेड्यांमधून वनस्पती गोळा करून माझे पती शहरात परत येत होते. त्यांच्या घोड्याचा पाय मुरगळल्यामुळे त्यांना शेवटचं अंतर पायी यावं लागलं होतं आणि खूप रात्र झाली होती. त्यांना नदी किनारी ओरडल्याचा आवाज ऐकू आला आणि ते जवळ आल्यावर मारेकरी पळून गेले. पण एकजण जमिनीवर जखमी होऊन पडला होता. त्याला त्यांनी भोसकलं होतं आणि त्याचा गळा कापायचा प्रयत्न केला होता. माझ्या पतींनी जमेल तेवढं वाहणारं रक्त आटोक्यात आणलं. मारेकऱ्यांनी कोणतीही महत्त्वाची नस कापलेली नव्हती. त्यांनी त्याला आमच्या घरी आणलं. अनेक दिवस तो मरेल अशी आम्हाला धास्ती वाटत होती. कारण खूप रक्त वाहून गेलेलं होतं. पण माझ्या पतींनी जखमांवर केसवर्ट आणि यॅरो लावलं आणि तो बरा होऊ लागला."

"तुम्ही तुमच्या पतींना त्यांच्या कामात मदत करता?"

ती स्त्री लाजते. "हो. थोडीशी. आम्हाला मुलं नाहीत. मला... होऊ शकली नाहीत आणि मदतनीसापेक्षा ते स्वस्त पडतं."

"तुम्हाला ते काम आवडतं?"

ती थोडीशी हसते. "हो. हो. खूप आवडतं."

झुआना मान हलवते. वडील, पती, किंवा बहीण सुद्धा. गप्पा मारायला कुणीतरी. तुमच्याएवढाच त्या कामात रस घेणारं कुणीतरी. तिची स्वतःची नेहमीच एवढीच अपेक्षा होती. "आणि या गोष्टीत अशी कोणती गोष्ट आहे की, जिच्यामुळे तुम्ही इथं माझ्याकडे आलात?" झुआना सभ्यतेने विचारते.

"तो तरुण आम्हाला म्हणाला की, त्याला ठार करू पाहणारे लोक त्याचे मित्र होते. तो या शहरात आला तेव्हा त्याची त्यांच्याशी ओळख झाली, कारण तो या शहरात नव्यानं आलाय."

"मग त्यांनी त्याला मारायचा प्रयत्न का केला?"

"त्याला ते समजत नाहीये. माझे पती म्हणतात की, गावातल्या हवालदारांकडे त्यानं जावं, कारण तो हल्लेखोरांना ओळखतोय. पण तो म्हणतो की, त्यानं काहीही

साधणार नाही, कारण हल्लेखोर उच्चकुलीन आहेत आणि त्याला न्याय मिळणार नाही.''

झुआनाला बर्फाची लाट अंगावरून जात असल्याचा भास होतो. ''ह्या तरुणानं तुम्हाला त्याचं नाव सांगितलंय का?''

''हो. जॅकोपो ब्रासिओलिनी. तो गायक आहे. त्याचा चेहरा आणि मान कापल्यानंतर अजूनही तो गाऊ शकेल, याची मला खात्री वाटत नाहीये. पण तो मिलानमध्ये संगीत शिकवत असे.''

झुआना मान हलवते. तिनं याक्षणी उठून चालतं व्हायला हवं.

''त्यानं तुम्हाला इथं पाठवलं?'' ती आता कठोरपणे विचारते. ''नाही. त्याची कहाणी ऐकल्यावर मीच इथं यायची तयारी दाखवली. तो अत्यंत सज्जन माणूस आहे आणि मरणाच्या दारातून परत आला आहे,'' ती थांबते, ''त्यानं एक पत्र लिहिलंय आणि ते तुमच्यापाशी द्यायची विनंती केलीय. ते एका तरुण जोगिणीच्या नावे आहे. तिचं नाव आहे–''

''ते कुणासाठी आहे ते मला ऐकायंच नाहीये. मी त्या माणसाला ओळखत नाही आणि त्यानं पाठवलेलं काहीही मी स्वीकारू शकत नाही.'' ती आता उभी राहिलीय, ''नवागतेनं शपथा घेतल्या आहेत आणि लवकरच आणखी शपथ घेईल आणि तिला पत्रं स्वीकारायची परवानगी नाही.''

तिला खोलीच्या दुसऱ्या टोकाकडून तिच्याकडे पाहणारी पहाऱ्यावरली जोगीण दिसते. त्यांच्या संभाषणाच्या आवेगामुळे तिचं लक्ष वेधलं गेलंय. झुआना खाली बसते आणि नजर खाली झुकवते.

''पण तो बरा व्हावा म्हणून मी नक्कीच प्रार्थना करेन,'' ती अधिक शांतपणे म्हणते, ''आणि आल्याबद्दल धन्यवाद.''

''कृपा करा. कृपा करा...'' त्या स्त्रीचा आवाज हळू पण स्पष्ट आहे, ''हे सोपं नाही हे मी जाणते. पण हा अतिशय चांगला माणूस आहे. मी अनेक आठवडे त्याची शुश्रूषा केलीय. त्याची काहीही मागणी नाही. त्याला फक्त निरोप घ्यायचा आहे. तो दूर निघून जातोय आणि त्याला केवळ शुभेच्छा द्यायच्या आहेत. तो तिला परत कधीही उपद्रव पोहोचवणार नाही.''

झुआना आपलं डोकं हलवते. पण त्यामागचं थोडं कारण हे आहे की त्या बाईचे शब्द कानावर पडूच नयेत, अशी तिची इच्छा आहे. ती स्त्री बोलतेय त्यामागचा तिचा आत्मविश्वास उघडपणे जाणवतोय. जर ती तुमची शुश्रूषा करत असेल तर तिची इच्छाशक्ती आणि तिचा हळुवारपणा यामुळे तुम्हाला नक्कीच बरं वाटू लागेल. किंवा ही प्रेमकहाणी कदाचित तिच्या हृदयाला भिडली असावी. तिला प्रेमाची नक्कीच खूप किंमत वाटत असणार; कारण जर नवऱ्याला तिच्याबद्दल प्रेम

वाटत नसतं, तर त्यानं वांझोट्या पत्नीला बाजूला सारून सहजपणे दुसरी पत्नी शोधली असती.

"तुम्ही ते स्वतः वाचलंय?"

"नाही. पण तो अगदी भला माणूस आहे हे मी शपथेवर सांगते."

आता पहाऱ्यावरची जोगीण त्यांच्याजवळ येऊन पोहोचलेली आहे.

"प्रिय सिस्टर, तुम्ही कशा आहात?"

झुआना स्मित करते, "सुओरा इलेना, मी अगदी ठीक आहे. आभारी आहे आपली. फक्त ही एक दुःखद बातमी आलीय. या आहेत इझॉबेला... व्हेसालिओ. त्यांचे पती माझ्या वडिलांचे विश्वविद्यायातले एक अत्यंत हुशार विद्यार्थी होते. ते खूप आजारी आहेत आणि त्या माझा सल्ला मागायला आलेल्या आहेत. पण कोणत्याही औषधापेक्षा आपल्या प्रार्थनांनी त्यांना बरं वाटेल असं मला वाटतं."

सिस्टर त्या स्त्रीकडे रोखून बघते आणि तिचा साधासा पोशाख आणि चेहऱ्यावरचा विनम्र भाव तिला जाणवतो. "भल्या भगिनी, खात्रीनंच आम्ही त्यांच्याबद्दल प्रार्थना करू याबद्दल अगदी निःशंक राहा." ती हसून म्हणते आणि पुढे निघून जाते.

झुआना खरोखरच प्रार्थना करत असल्याप्रमाणे मान खाली घालते. तिच्या समोर बसलेल्या त्या स्त्रीनं तिच्या स्कर्टमध्ये हातांची घडी घालून ठेवली आहे. तिच्या तळहातातून झुआनाला घडी घातलेल्या कागदाची कड दिसतेय.

"माझ्यापाशीच का? तुम्ही माझ्यापाशीच का आलात?"

"कारण त्यानं मला सांगितलं की, तुम्ही एक भल्या आणि दयाळू जोगीण आहात."

"तो मला ओळखत नाही."

"तो ओळखतो असं दिसतंय आणि त्याची समजूत बरोबर आहे. तुम्ही दयाळू आणि भल्या आहात. तुमच्या वडिलांना मी ओळखत असते, तर किती चांगलं झालं असतं..." ती थांबते.

झुआना क्षणभर तिच्याकडे टक लावून पाहते. तिने मनाची तयारी केव्हा केली याचं तिलाच आश्चर्य वाटतं. कदाचित तिच्या देहानंच हा निर्णय घेतला असेल.

ती आपले हात लांबवते आणि त्या स्त्रीच्या हातांवर हात ठेवते. त्या दोघींचीही बोटं (औषधांमुळे) डागाळलेली आहेत हे पाहून झुआना आनंदित होते.

"देवा, इथे तुझी कृपादृष्टी वळव आणि या तरुणाला बरं कर म्हणजे तुझी प्रार्थना करण्यासाठी तो त्याचा आवाज वापरू शकेल." आणि झुआना हे शब्द उच्चारत असतानाच ती स्त्री त्या पत्रावरली तिच्या हातांची पकड सैल करते आणि झुआना ते पत्र अलगद पकडून हातात घेते.

"आमेन."

“आमेन.”

झुआना आपले हात मागे घेऊन स्कर्टमध्ये लपवते.

“आता तुम्ही गेलेलं बरं.” ती शांतपणे म्हणते.

“आभारी आहे.”

ती स्त्री उभी राहून झर्रकन निघून जाते.

“ओ... सिनोरा व्हॅसेलिओ...”

ती स्त्री वळते.

“तुमच्या पतींना मधात कोळ्याची जाळी आणि अंड्याचा पांढरा बलक मिसळून मानेवरल्या आणि चेहऱ्यावरल्या जखमांवर लावायला सांगा. त्यामुळं घावाच्या निशाण्या राहणार नाहीत.”

झुआना ताबडतोब निघून न जाता थोडा वेळ बसून राहते. तिनं हातात पत्र धरून ठेवलं आहे आणि तिची नजर खोलीभर फिरते आहे. तिला पर्सेव्हेरान्झा दिसते. कमरेभोवतीच्या पट्ट्यामुळे ती अगदी ताठ उभी आहे. तिच्याच तोंडावळ्याच्या आणि वयाच्या एका विवाहित स्त्रीबरोबर तिच्या आनंदात गप्पा सुरू आहेत. तिच्या पायांशी, तिच्या गुडघ्यांवर रेलून एक सोनेरी केसांचं गोंडस बाळ उभं आहे. त्या छोट्या मुलीच्या तोंडाला बिस्किटाचे कण लागून तोंड चिकट झालेलं आहे– आणि पर्सेव्हेरान्झाच्या कमरेवर लटकणाऱ्या लाकडी जपमाळेशी ती छोटुली मुलगी खेळते आहे. काय वय असेल तिचं? तीन? चार? पुढल्या पिढीतली त्या कुटुंबातली जोगीण होण्याच्या दृष्टीनं ती फारच सुंदर आहे. पण अजून वर्षं उलटायचीत. देवीची लागण झाली किंवा विद्रूप करणारा एखादा अपघात झाला किंवा बुद्धीचा मंदपणा हळूहळू लक्षात येऊ लागला की...

झुआना आपल्या रुंद बाह्यांमध्ये ते पत्र लपवते आणि हसण्यानं दुमदुमून गेलेल्या त्या खोलीबाहेर पडते.

४०

चॅपेलमध्ये रिकाम्या असलेल्या प्रार्थनांच्या बाकावर ती तिच्या नेहमीच्या जागी जाऊन बसते. तिचं हृदय धडधडतंय. ती डोळे मिटून घेते आणि लाकडाचा तिच्या पाठीला होणारा स्पर्श अनुभवते. कारागिरांच्या सुरीनं, अक्रोडाच्या लाकडातून घडवलेली वखार, महोगनी लाकडाच्या तुकड्यातून उभ्या केलेल्या नदीकाठावर उभी असलेली ती वखार तिच्या अंतश्चक्षूंपुढे दिसू लागते. इथे इतकं सारं काम इतक्या श्रद्धेनं केलं गेलंय. थोड्या वेळानं ती आपले डोळे उघडून आजूबाजूला भिंतींवरच्या चित्रांकडे बघू लागते. दिवसा मेणबत्त्या जाळून पैसे वाया न घालवता, दिवसा चॅपेलमध्ये केवळ नैसर्गिक उजेडच असतो. त्यामुळे भिंतीवरल्या वेगवेगळ्या चित्रांवर दिवसाच्या वेगवेगळ्या वेळेस उजेड पडत असतो. याच कारणासाठी झुआनाला दोन ऋतूंना जोडणारा काळ विशेष महत्त्वाचा वाटतो. कारण तेव्हा, दुपारच्या वेळेस दोन चित्रांवर विशेष उजेड पडतो. वर्षानुवर्षे ती चित्रं पाहत राहिल्यामुळे झुआनाला ती छान माहितीची झाली आहेत. आता त्यांच्याकडे बघत ती आपलं मन स्थिर करण्याचा प्रयत्न करतेय.

पहिल्या चित्रात जोसेफ आणि मेरी, बाळ येशूच्या जन्मानंतर जेरुसलेमला परत येत आहेत. मेरी गाढवावर बसून येते आहे, तर जोसेफ तिच्याजवळून चालत येतो आहे. बाळ येशू आतापर्यंत एक गुटगुटीत बाळ झालेला आहे आणि तो त्याच्या वडिलांच्या खांद्यावर बसलेला आहे आणि आईकडे बघून त्याचे हात पसरतो आहे. दैवी स्पर्शामुळे त्याच्यावर जे ओझं येऊन पडणार आहे, त्याचा त्याच्या आत्ताच्या निरागस हास्यांमध्ये अजून लवलेशही दिसत नाहीये. याच्या अगदी विरुद्ध प्रकारचं दृश्य त्यांच्या समोरच्या चित्रात दिसतं आहे. त्या चित्रात, ज्या क्रूसावर येशू मरण पावणार आहे, तो क्रूस आणि त्याला टेकवलेली शिडी रंगवलेली आहे. त्या शिडीवरून मोठा झालेला येशू चढून जातो आहे. त्याची पावलं उत्साहात पडत आहेत आणि तो क्रूसाच्या आडव्या तुळईकडे पायऱ्या चढून जातो आहे.

जेव्हा झुआना प्रथम मठात आली, तेव्हा त्यावेळच्या नवागतांच्या प्रमुखेनं ही दोन चित्रं झुआनाला दाखवली होती आणि म्हटलं होतं की, ही चित्रं सँटा कॅटेरिना

मठाच्या चैतन्याची, धैर्याची खरी निदर्शक आहेत. त्या चित्रात येशू प्रथम जीवनाला आणि नंतर मृत्यूला सामोरा जातोय. त्यावेळेससुद्धा ही चित्रं रंगवायला दोनशे वर्षं उलटून गेलेली होती आणि ही चित्रं खास स्वरुपाची समजली जात असत. कारण त्यांना माहीत आहे, इतर कोणत्याही मठात येशूने स्वतःच्या सर्वस्वाचा केलेला त्याग इतका सुंदर कोठेही रेखाटलेला नाहीये. ती नवागतांची प्रमुखा वर्षभरातच तापाला बळी पडली होती. (त्यावेळेस झुआनाला आजाऱ्यांवर औषधोपचार करण्याची परवानगी मिळालेली नव्हती.) पण त्या जोगिणीचा दयाळूपणा आणि या चित्रांकडे पाहून मिळणारं धैर्य झुआनाच्या मनावर कायमचं कोरलं गेलं आहे आणि कसोटीच्या वेळेस येथे बसलं की, झुआनाला शांत वाटू लागतं. ती आता बसून त्या चित्रांकडे बघतेय. तिच्या हातात पत्र आहे आणि छोट्याशा जांभळ्या मेणाच्या ठिपक्यानं ते बंद केलेलं आहे.

तर मग मॅडोना चिआराच्या कुटुंबीयांनी त्या तरुणाचा पूर्णपणे बंदोबस्त केलेला होता. तो नवागतेच्या आयुष्यातून खरोखरच निघून जाईल, अशी तजवीज केलेली होती. देवा रे! पण त्यांनी काय केलंय ते त्यांनी तिला सांगितलं असेल? ॲबेसला पहिल्यापासून माहीत असेल की पार्मायेथील नोकरीऐवजी तो डझनावारी जखमांतून रक्त गाळत नदीजवळ मरून पडणार आहे? नाही. नक्कीच नाही. तिला कसं ठाऊक असेल? फक्त... फक्त या साऱ्या कहाणीत केवळ या एकाच वागण्याचा अर्थ लागत नव्हता. तिच्याजवळ पोहोचण्यासाठी एवढे सारे धोके पत्करल्यावर त्यानं एकाएकी तिला सोडून द्यायचा निर्णय का घेतला असावा?

"कारण अशा तरुणांना स्वतःच्या सुखाखेरीज कशाचीही पर्वा वाटत नसते. त्याला जर इच्छेप्रमाणे वागता आलं असतं तर त्यानं तिला वापरून, बदनाम करून, टाकून दिलं असतं."

तिला खरोखरच असं वाटतं होतं? ती, जिनं सारं आयुष्य मठात काढलं असूनही जिला देवापेक्षा माणसाबद्दल जास्त कळतं अशी ती! झुआनाला ती वनस्पतींच्या बागेत कशी उभी होती ते आठवतं. तिच्या झग्याला न पडलेल्या चुण्या सारख्या करत ती उभी होती. त्या लकबीची झुआनाला पूर्णपणे माहिती आहे. पण ही स्त्री, जिनं मठाच्या भल्यासाठी आणि कुटुंबाच्या कीर्तीसाठी आपलं सारं आयुष्य वेचलं आहे, तिच्याबद्दल झुआनाला खरोखरच कितीशी माहिती आहे? आणि मठाचं भलं आणि कुटुंबाची कीर्ती या दोन गोष्टींमध्ये निवड करायची वेळ आली तर...?

चॅपेलमध्ये झुआना डोकं खाली लववून प्रार्थना करू लागते.

दुपारचा उजेड तिच्या भोवताली फिरतोय. शेवटी ती डोकं उचलते, पत्र हातात घेते आणि ते उघडते.

ती पटांगण ओलांडून नवागतेच्या कोठडीत शिरते, तेव्हा भेटीची वेळ संपत आलेली आहे. खरं पाहता नवागतेनं आत्ता वाचायला तरी हवं नाहीतर प्रार्थना तरी करायला हवी. त्याऐवजी, ती तिच्या बिछान्यावर आडवी पडून इतकी गाढ झोपलेली आहे की झुआना आत आल्याचं तिला कळलेलंही नाही. ती पूर्ण कपड्यांनिशी, लहानशा बाळाप्रमाणे पाय पोटाशी घेऊन, रजई पांघरून झोपून गेलेली आहे. तिचा चेहरा अगदी निस्तेज, फिकुटलेला दिसतोय. फक्त डोळ्यांखाली काळी वर्तुळं दिसत आहेत. तिची हनुवटी आता अगदी टोकदार दिसतेय. त्याचा शैशवाचा गुबगुबीतपणा नाहीसा झालेला आहे. तिला थंडी वाजत असणार. म्हणूनच तिनं पाय पोटाशी घेतले आहेत. आत्मा स्वतःच्या तेजानं तळपू लागण्यापूर्वी, उपासामुळं देहातली ऊब नष्ट होते.

पलंगाखाली झुआनाला एक छोटंसं गाठोडं दिसतं. ती ते बाहेर काढून उघडते. त्यात ब्रेडचा तुकडा गुंडाळून ठेवलेला आहे. ती ताजी ब्रेड आहे. दुपारच्या जेवणासाठी तिला मिळालेली असणार आणि ती तिनं कपड्यात लपवून आणली असणार. तिच्या आत्मिक उन्नतीकडे बघण्याची जबाबदारी उचलणाऱ्या सुओरा उमिलिआनानं, तिनं उपास थांबवून आता जेवायला सुरुवात केली आहे याकडे लक्ष द्यायला हवं आणि अवज्ञेकडे काकदृष्टीनं पाहणारी तिच्यासारखी दुसरी कोणीही जागरूक जोगीण मठात नसताना, ही लपवून आणलेली ब्रेड हा उघड पुरावाच आहे की उमिलिआना प्रायश्चित्ताच्या वेळेपलीकडे उपास करत राहायला तिला उत्तेजनच देतेय. जर वाचवली गेलेली ही गोड मुलगी देवाचं माध्यम बनली, तर उमिलिआनाच्या ते पथ्यावरच पडणार आहे! तिची स्वतःची अशी खास साक्षात्कारी नवागता!

पण देहावर ताबा मिळवायला किती काळ जावा लागतो? किती काळ उलटल्यावर मॅगडालेनाला उपासापासून खरोखरच आनंद लाभू लागला? आणि ज्याचा आत्मा स्वतेजानं तळपू शकत नाही, अशा भविष्यकाल दिसत नसलेल्या तरुणींचं काय होतं? त्यांना सरतेशेवटी त्या जगल्या की मेल्या यातच काही रस उरत नसेल! ते पत्र तिच्या झग्याच्या खिशात घडी घालून ठेवलेलं आहे. ती त्या मुलीच्या अंगावर रजई वरपर्यंत ओढून घेते आणि तिला शांतपणे झोपू देत, हळूच बाहेर निघून जाते.

मठात गेल्यावर ॲबेसच्या खोलीच्या बाहेरचा दरवाजा बंद दिसतोय. ती प्रार्थना तरी करतेय किंवा कुणाशी तरी बोलतेय याची ती निशाणी आहे. झुआना दरवाज्यावर थाप मारण्यासाठी हात उचलते आणि तेवढ्यात दाराआडचे अस्पष्ट आवाज तिला ऐकू येतात. ॲबेसचा मंजूळ आवाज लगेच ओळखू येतो आणि अलीकडे झुआनाची उमिलिआनाच्या करड्या, फुसफुसत्या आवाजाशी ओळख होऊ लागलेली आहे. ती वळून निघून जाणार, तोच तिला दरवाजाकडे भराभर चालत येणाऱ्या पावलांचा

आवाज ऐकू येतो. तिला मागे सरायला अवधी मिळायच्या आतच दरवाजा उघडतो– आणि नवागतांची प्रमुखा बाहेर पडते. त्या इतक्या अचानक, अकल्पितपणे समोरासमोर येतात, की त्या दोघींना भानावर यायला क्षण-दोन क्षण लागतात. चोरून ऐकत असल्याची कुणाला शंका येऊ शकेल, म्हणून वाटणारी बैचेनी लपवायला झुआनाला क्षणभर वेळ घ्यावा लागतो आणि डोळ्यात उघड दिसणारा विजयाचा आनंद लपवायला उमिलिआनाला थोडा वेळ लागतो.

"आपण काय करावं अशी तिची अपेक्षा आहे? आपल्या हातात खिळे ठोकून घ्यावेत अशी?"

तिच्या खोलीत ॲबेसला इतकी संतापलेली झुआनानं कधीच पाहिलेली नाही.

"तिला नम्रता आणि दारिद्र्याची एवढी भूक होती, तर तिनं गरीबांच्या क्लेअर्स मठात जायला हवं होतं. पण तिला तोसुद्धा पुरेशा शिस्तीचा वाटला नसता." ती कडवटपणे हसत इराणी गालिच्यावर पुढेमागे येरझाऱ्या घालत राहते. "ओ! कुणी अशी अपेक्षा केली असती? कार्डोलिनी कुटुंबातली धाकटी मुलगी महत्त्वकांक्षेपोटी इतकी पुण्याकडे झुकलेली?"

झुआनाला आता तिथून परत निघून जावंसं वाटतंय आणि ॲबेस शांत झाल्यावर परत यावं असं मनात येतंय, पण ती आधीच ॲबेसच्या रागाच्या वर्तुळात खेचली गेलीय. तिच्याकडे ॲबेस तिची विश्वासू मदतनीस आणि हेर अशा दृष्टीनं बघतेय हे उघड आहे. "ती काय म्हणाली?" झुआना विचारते.

"देवानं तिला मनातलं बोलण्याचं धैर्य दिलंय आणि ती आता गप्प राहू शकणार नाही किंवा गप्प राहणार नाही." ती आपलं डोकं हलवून म्हणते, "पण देवाचा दृष्टान्त होवो किंवा न होवो! ती मला कधीही गप्प बसलेली आठवत नाही."

"कदचित आता जास्तजणी तिच्याशी सहमत आहेत असं तिला वाटत असेल." झुआना म्हणते.

"हो? आणि त्या कोण बरं आहेत? ॲग्नेसिना आणि कॉंकर्डिआ आणि ओबेडिएन्झा, पर्सेव्हेरान्झा, स्टेफाना, कदाचित तेरेसा आणि एकदोन नवागता आणि तरुण जोगिणी. यापूर्वी चरिताला हलाखीत जगण्याबाबत एवढा उत्साह दाखवताना मी पाहिलेली नव्हती. तरीही पंधरा ते वीस जणींहून तिला पाठिंबा देणाऱ्या कुणी नसणार. पासष्ट जोगिणींपैकी वीस जणी. याला संपूर्ण मठ नक्कीच म्हणता येत नाही. शहरातल्या अत्यंत उच्चकुलीन स्त्रियांपैकी काहीजणी सँटा कॅटेरिनात राहतात. त्यांनी भिकाऱ्यांसारखं जगत चोवीस तास उपासात आणि प्रार्थनेत घालवावेत म्हणून त्यांच्या कुटुंबीयांनी मठापाशी रक्कम मोजलेली नाही!"

ती डेस्कपाशी जाऊन काचेची सुरई उचलते आणि दोन चषकांमध्ये मदिरा ओतून घेते. झुआना विनातक्रार एक चषक उचलते. आपण केव्हा बोलू, आणि काय

बोलू हे तिला अजूनही ठाऊक नाही. पण आश्चर्याची गोष्ट म्हणजे त्याची तिला अजिबात काळजी वाटत नाहीये.

"हा! ती विस्तवाशी खेळतेय. बाहेर काय चाललंय त्याची तिला अजिबात कल्पना नाही. एकदा बिशपचा किंवा कार्डिनलचा निर्धार झाला की, पूर्वसूचनेशिवाय केव्हाही तपास पथकं झडतीसाठी येऊ शकतात. ते स्वत:ला पोपचे दूत म्हणतात आणि ते परत गेले की, ताबडतोब गवंडी आणि लोहारांचा ताफा मठात येतो आणि जिथे मोकळी हवा दिसेल, तिथं ते ताबडतोब भिंती बांधतात आणि लोखंडी जाळ्या आणि दरवाजे उभे करतात. मला एक जागा माहीत आहे. तिथं स्वागतकक्षाचं तुरुंगात रूपांतर केलं गेलंय. त्यामुळे जोगिणींना त्यांच्या कुटुंबीयांकडे केवळ पडद्यानं बंद केलेल्या जाळ्यांमधूनच पाहता येतं. तिला असं व्हायला हवंय? शहरातले अर्धे वडील ड्यूकचे दरवाजे ठोठावत तक्रार करू लागतील की, त्यांच्या मुलींना वाईट तऱ्हेनं वागवलं जातंय."

"तसं झालं, तर शहरातली कुटुंबं आपलं रक्षण करतील, नाही का?"

"ती प्रयत्न करतील पण एकूण असं दिसतंय की, रोम कुटुंबांची सत्ताही दूर करू बघतंय. ट्रेंटचे अलीकडचे नियम ॲबेसच्या पदासाठी दर चार वर्षांनी निवडणूक घेण्यात यावी अशी मागणी करत आहेत."

हा कायदा आतापर्यंत क्वचितच पाळला जात असे आणि त्यामुळे अनेक ॲबेसना आणि त्यांच्या कुटुंबांना आयुष्यभर सत्ता गाजवता येत असे. आता या कायद्याची अंमलबजावणी केली गेली तर सँटा कॅटेरिनात नव्या ॲबेससाठी निवडणूक होईल.

"आणि झाली तर काय झालं? तुम्ही तरीही पुन्हा निवडून याल."

"काय? तिच्या पाठीशी असलेली कुमक लक्षात घेऊनही?"

"मी असं म्हटलं नाही की–"

"तू म्हणायची गरजच नव्हती. ते तुझ्या चेहऱ्यावर लख्ख दिसत होतं."

"मला एवढंच म्हणायंचय की, तिच्या पाठीशी विसापेक्षा थोड्या जास्त असू शकतील."

"त्या कोण आहेत?"

"मला नावं ठाऊक नाहीत," ती शांतपणे म्हणते. कारण, यापुढे ती कुणाचीही हेर असणार नाहीये. "मला असं आतून वाटतंय."

"याचा त्या मुलीशी केवढा संबंध आहे?"

"तुम्हाला काय म्हणायचंय?"

"झुआना, वेड पांघरू नकोस. तिनं आल्यापासून मठाला हादरे देण्याखेरीज दुसरं काहीही केलेलं नाही. प्रथम संताप, मग आज्ञाधारकपणा, मग सुटण्याचा

प्रयत्न, मग मॅगडालेनाबरोबरचं नाट्य आणि आता हे उपासाचं स्तोम आणि योग्य क्षण साधून चॅपेलमध्ये मूर्च्छित होणं. ती चोरून खातेय असं तुला वाटतंय?''

''नाही. मला असं अजिबात वाटत नाहीये. खरं तर मला वाटतंय की, उपासमारीमुळं ती आजारी पडतेय.''

ॲबेस क्षणभर गप्प बसते आणि मग एक सुस्कारा सोडते.

''आऽ! सुओरा उमिलिआना. मला वाटतं तिला एकटीला तिच्या ताब्यात सोडून मी एक घोडचूक केलीय. तरीही त्या वेळी...'' ती झुआनाकडे रोखून बघते, ''असो. आता आपण तिला मरू देता कामा नये. तू तिला भेट आणि तिला पुन्हा खायला लाव.''

झुआनाची क्षणभर चलबिचल होते. हाच तो क्षण आहे अशी संधी पुन्हा येणार नाही.

''मला वाटतं, तिला तिच्या प्रेमिकाची थोडी बातमी दिली तर फायदा होईल.''

''त्यानं काय फायदा होणार? त्यानं परिस्थिती आणखी बिघडेल.''

''तिला सोडून दिल्याचं तिनं जिवाला फारच लावून घेतलंय. त्यामुळे तिची निराशा थोडी कमी होईल.''

ॲबेस खांदे उडवते. ''माझ्या माहितीप्रमाणे सांगण्याजोगं काहीही नाही. तो खुशाल आहे. सुंदरींच्या ताफ्यांपुढे गाणी गातोय.''

''मॅडोना चिआरा, तुमच्यासारखी असामान्य ॲबेस साऱ्या जगात सापडणार नाही, असं मला वाटतं.'' झुआना शांतपणे म्हणते. ''तुम्हाला केवढं सारं ठाऊक असतं.''

ती श्रेय नाकारते तरी तिला आनंद झालेला स्पष्टपणे कळतोय.

''मठाच्या हितासाठी आवश्यक तेवढीच मी बातमी काढते.''

''तर मग तो तिचा हात मागण्यासाठी शपथविधीच्यावेळेस हजर होईल, अशी तुम्हाला भीती वाटत नाही?''

''अजिबात नाही.''

''असो. पण ती वाटायला हवी, कारण तो मरण पावलेला नाही.''

ॲबेस चेहऱ्यावरली रेषाही न हलवता तिच्याकडे ज्या प्रकारे ताबडतोब रोखून पाहते ते अद्वितीय कौशल्यच म्हणायला हवं! ''मेलेला?'' ती अगदी सहजपणे म्हणते, ''तो नक्कीच मरण पावलेला नाही!''

''परंतु त्याच्या चेहऱ्यावरच्या आणि गळ्यावरच्या सुरीच्या वारांमुळे त्याला पार्मातली नोकरी स्वीकारणं अवघड होऊ शकेल. जर ती कधी दिली गेलेली असली तर!''

झुआनाला आपलं तोंड कोरडं पडलेलं जाणवतं. ती चषक उचलून मदिरेचा एक घोट घेते. तिचा हात अगदी स्थिर आहे. खोलीच्या दुसऱ्या टोकाला असलेल्या

ॲबेसचा चेहरा अगदी शांत आहे. मग एकाएकी ती नि:श्वास टाकते; अगदी हलकासा आणि जवळजवळ खेळकर वृत्तीनं.

"नेहमीप्रमाणेच तू स्वत:वर अन्याय करते आहेस, झुआना. मी असामान्य नसून तू स्वत:च असामान्य आहेस. मला खात्री आहे की, तुझा जन्म जर आणखी उच्च कुळात झाला असता, तर तूच आत्ता मठावर सत्ता गाजवत असतीस."

"मला तसं अजिबात वाटत नाही."

"अशा गोष्टी काही अशक्य कोटीतल्या नव्हेत." ती क्षणभर थांबते. "खरोखरच, पाठीशी योग्य लोक उभे राहिले, तर ते अजूनही घडू शकेल. मग तू केवढं भव्य औषधालय उभारशील त्याचा विचार कर."

"जे औषधालय आत्ता माझ्यापाशी आहे, त्याबद्दल मी पूर्णपणे समाधानी आहे." झुआना अगदी शांतपणे म्हणते.

"हो. तू समाधानी आहेस यावर माझा विश्वास आहे."

हे अतर्क्य असलं, तरी खोलीत शांततेचं वातावरण जाणवतंय. किती आश्चर्याची गोष्ट आहे, झुआनाला वाटतं. स्वत:पुढे एवढं संकट उभं असताना ही स्त्री इतकी शांत, आत्मविश्वासानं भरलेली कशी राहू शकते? ती नेहमीच अशी असते? प्रार्थना करत असताना? अपराधांचा कबुलीजबाब देत असताना? या अपराधाची कबुली देत असताना, फादर रोमेरो झोपेतच असतील याची खात्री वाटण्यासाठी तिला त्यांच्यापाशी किती लवकर पोहोचायला हवं?

"मला वाटतं, की *तुला* बातमी कुठून लागली, हे मला आता कळायला हवं."

"मला भेटायला कुणीतरी आलं होतं."

"हे माझ्या कानावर आलंय. ती कोण होती?"

"ती गोष्ट महत्त्वाची नाही."

"ही गोष्ट नक्कीच अत्यंत महत्त्वाची आहे. माझ्या जोगिणी वाट्टेल त्याला भेटू शकत नाहीत."

"काय? तुमचे निर्बंध आता उमिलिआनाच्या निर्बंधाहूनही आणखी कठोर झाले की काय?"

ॲबेस तिच्याकडे रोखून पाहते आणि जडपणे तिच्या खुर्चीत बसते. क्षणभर नेहमीचा डौल सोडून जातो. यावेळेस ती स्कर्टच्या चुण्या सारख्या करत नाही की त्यावरचा धागा काढून टाकत नाही.

"माझा या गोष्टीशी काहीही संबंध नाही." ती सरतेशेवटी म्हणते. "असं कधीही..." ती थांबते. "माझा हेतू... असो. कधीकधी आपण कशाला सुरुवात करून देतोय, त्यावर आपला ताबा उरत नसतो. पण माझी अशी कधी कधीच इच्छा नव्हती."

झुआना आपला मदिरेचा चषक खाली ठेवते. तिच्यावर आपला विश्वास आहे की नाही, हे तिला कळत नाहीये.

''नवागतेवर औषधोपचार करायची तुम्ही मला परवानगी देणार का?''

''तू उपचार केलेस, तर तू तिला काय सांगशील?''

''की तो तिला सोडून निघून गेला नव्हता.'' ती थांबते, ''मला खात्री वाटतेय की, हे कळलं की, तिची निराशा कमी होईल.''

''नाही. नाही. मी याला परवानगी देऊ शकत नाही.''

कदाचित ती मुलगी सोडली, तर तिच्यापुढे बसलेली ही स्त्रीच झुआनाच्या आयुष्यात मैत्रिणीच्या स्थानी होती. झुआनाला या स्त्रीचं कौतुक वाटत होतं, तिच्याबद्दल आदर वाटत होता, तिच्या सहवासात आनंद वाटत होता, कधीकधी तर झुआनानं तिचं अनुकरण करण्याचाही प्रयत्न केला होता. सर्वांत महत्त्वाची गोष्ट म्हणजे झुआनानं नेहमीच तिची आज्ञा पाळली होती. कारण बेनेडिक्ट संप्रदायाचा पहिला आणि सर्वांत महत्त्वाचा नियम आहे की, साऱ्या बाबतीत तुमच्या ॲबेसची आज्ञा पाळणं हे तुमचं आद्य कर्तव्य आहे.

''आणि ती खायला नकारच देत राहिली, तर?''

''तर तिनं आणलेला अर्धा पैसा गमावावा लागू नये, म्हणून ती मरण्यापूर्वीच आपण तिला शपथ घ्यायला लावायला हवी.''

झुआनाचं आश्चर्य पाहून ॲबेस हसते, ''तुला धक्का बसलेला दिसतोय! पण मी हेच शब्द उच्चारीन, अशीच तुझी अपेक्षा होती ना? तुझी ॲबेस फक्त पैशांच्या मागेच आहे, आत्म्यांच्या मागे नाही याचा पुरावा म्हणून? ओ झुआना, तू मला इतकं कमी ओळखतेय का? उमिलिआनाला पाठिंबा देणारी छोटी सेना माझ्याबद्दल असंच बोलते का? की मला मुक्तीपेक्षा कीर्तीचा हव्यास आहे म्हणून? असंच ना?''

झुआना उत्तर देत नाही. खोट्या सांत्वनानं आता काहीही साध्य होणार नाहीये.

''अर्थात, काही बाबतीत त्यांची समजूत बरोबर आहे. कधीकधी माझं वागणं निष्ठुरपणाचं वाटत असेल. पण तुला काहीही विश्वासार्ह वाटत असलं, तर यावर विश्वास ठेव. आपण जी लढाई सध्या लढतोय, ती केवळ मठाच्या इभ्रतीसाठी किंवा एका कुटुंबाचं दुसऱ्या कुटुंबावर वर्चस्व प्रस्थापित करण्यासाठी नाहीये. जर उमिलिआनाची सरशी झाली, जर तिनं पुरेसा आवाज उठवून बंड पुकारलं आणि तपासनिसांची फौज आणली, तर त्याची झळ प्रत्येकाला लागणार आहे.''

''त्यांनी आपले उत्पन्नाचे मार्ग बंद केले, आपल्याला उंच भिंतींआड कैदेत ठेवलं, आपल्या स्वागतकक्षातही तशाच भिंती उभारल्या, त्यांनी स्कोलॅस्टिकाच्या नाटकांवर निर्बंध आणले आणि समूहगायनाच्या वेळची वाद्यं ते घेऊन गेले, की

तुझ्याकडे त्यांचा मोर्चा वळेल. तुला अनपेक्षितपणे या भिंतीआड जो आसरा लाभला आहे, त्याकडे त्यांची नजर वळेल. त्यांना तुझी औषधं आणि तुझ्या वनस्पतींबद्दल काडीचं कौतुक नसेल. ते तुझ्या औषधालयातल्या बाटल्या फोडून टाकतील, तुझ्या वाचनालयातलं प्रत्येक पुस्तक जप्त करतील आणि त्यानंतर तू जी पुस्तकं पेटीत लपवून ठेवलेली आहेस, तीसुद्धा ते हुडकून काढतील. माझा 'निष्ठुरपणा' हे सारं टाळण्याच्या दृष्टीनं प्रयत्न करतोय; लहान असो की मोठं असो, इथं असं सारं पणाला लागलेलं आहे.''

झुआनाला फासळ्यांवर हृदयाच्या ठोक्यांची धडधड जाणवतेय. ती एवढा पुढचा विचार करणार नाही. उमिलिआनानं चालवलेल्या मठात ती तिची पुस्तकं आणि औषधं यांच्याशिवाय जगू शकणार नाही. परंतु देवाची सेवा करत राहणं शक्य व्हावं, म्हणून आपण त्याचा उपमर्द तरी कसा करू शकतो? झुआनाला देहाबाबतच्या सर्वांत अवघड कोड्यांची उत्तरं येत असली, तरी या प्रश्नाचं उत्तर मात्र तिला सापडत नाहीये.

''झुआना, मी अजूनही या मठाची ॲबेस आहे आणि मी ॲबेस असेपर्यंत तुला माझं म्हणणं ऐकावंच लागेल. नाहीतर मी तुला प्रायश्चित्त घ्यायला लावीन.'' ती थांबते. ''मी आधीच उमिलिआनाला प्रायश्चित्ताची शिक्षा ठोठावलीय. अर्थात मी तसंच करावं अशी तिची इच्छा होती.'' ती सुस्कारा सोडते, ''डोळ्यांपुढे आण : ॲबेसची शत्रू आणि ॲबेसची लाडकी, दोघीही भोजनालयाच्या दारात आडव्या पडून इतर जोगिणींकडून तुडवून घेत आहेत. तिला याचा केवढा आनंद होईल.

पण जी जोगीण तिच्या अत्यंत विश्वासातली होती, तिचं केलेलं हे आर्जव फार विलंबानं केलं गेलंय आणि ते फारच तुटपुंजं आर्जव आहे.

''मॅडोना ॲबेस, तुमची परवानगी असेल, तर मला आता औषधालयात परत गेलं पाहिजे.''

ती उठून दरवाजाकडे चालू लागते. ॲबेस ती जात असताना तिच्याकडे पाहत असते.

ती दरवाजापर्यंत पोहोचल्यावर ॲबेस म्हणते, ''झुआना, ती केवळ एक तरुण मुलगी आहे, जिची जोगीण बनण्याची इच्छा नव्हती. जग अशा मुलींनी भरलेलं आहे.''

४१

रात्रीच्या जेवणाच्या वेळेस अन्नावर वर्मवुडचा जाड थर पसरलेली थाळी उमिलिआना स्वीकारते. ती ते जेवण टेबलापाशी घेऊन जात असताना इतर जोगिणी आणि नवागता धास्तावून तिच्याकडे पाहत असतात. एकदा तेथे पोहोचल्यावर ती प्रत्येक घास इतका चवीनं खाते की, जणूकाही त्यात मधच भरलेला आहे. तिच्या ओठांवर सूक्ष्म स्मित विराजमान झालेलं आहे. जेवताना आपल्या ताटाखेरीज इतर कुठेही बघण्याची परवानगी नसते, पण तरीही इतरांना तिच्यावरची दृष्टी हलवणं अशक्य होतंय. सेराफिनाला अन्न लपवून ठेवताना आज काळजी करायची, अजिबात जरूरी नाही, कारण कोणाचंच तिच्याकडे लक्ष नाही. फक्त झुआनाचं तिच्याकडे लक्ष आहे.

जेवताना वाचन करण्यासाठी खणखणीत आवाजाच्या स्कोलॅस्टिकाची नियुक्ती झालेली असली तरी, आज तिच्या वाचनाकडे किंवा जेवणाकडे कुणाचंच लक्ष नाहीये. जेवण आणि वाचन अखेरीस संपतं आणि नवागतांची प्रमुखा उठते आणि ॲबेसच्या पायांपाशी गुडघे टेकून बसते. त्यानंतर ती दरवाजापुढे आडवी पडते. जमिनीवर आडवं पडायला तिला थोडा त्रास होतो. तिला जरी गुडघे टेकायची सवय असली, तरी साष्टांग लोटांगण घालणं तिला कठीण पडतंय. कारण आता ती काही एक तरुण स्त्री राहिलेली नाही आणि या वयात हाडं मोडली, तर ती लवकर सांधली जात नाहीत.

ॲबेस सर्वांत आधी खोलीबाहेर पडते. ती नेहमीप्रमाणेच डौलदारपणे चालतेय. ती तिचा डावा पाय उमिलिआनाच्या झग्यावर टेकवते, पण तिच्या अंगावर पाय पडू नये याची काळजी घेते. तिच्या पाठोपाठ प्रत्येक जोगीण आणि नवागता काळजीपूर्वक आडव्या पडलेल्या या वृद्धेला पाय न लावता तिला ओलांडून जातात. पण त्यांचं हे वागणं आदरापोटी आहे की धास्तीपोटी आहे, हे सांगणं कठीण आहे. काहीही असो. मठात हौतात्म्य मिळवू पाहणारीच्या दृष्टीनं ही सोपी शिक्षा ठरलीय. आता युद्ध पुकारलं गेलंय आणि पुढे काय होणार याची प्रत्येकीलाच धास्ती वाटतेय.

त्या रात्री मठात शांतता प्रस्थापित व्हायला खूप वेळ लागतो. आपल्या कोठडीत झुआना वाळूचं घड्याळ उलटं करते– आणि वाळू खाली गळताना पाहत

राहते. दिवसाच्या आठवणी पुसून टाकून झोपण्यापूर्वीच्या प्रार्थनेची तयारी करायला ती आयुष्यात इथे, अशी किती वेळा बसली होती बरं? ज्या जोगिणी जगात अशा सहजतेनं वावरतात आणि देवाच्या प्रेमाच्या शांत स्तब्धतेत सहजपणे तल्लीन होऊ शकतात अशांचा झुआनाला नेहमीच हेवा वाटतो. तिला देवाच्या प्रेमाच्या शांतीची आज अत्यंत गरज आहे. कारण त्याच्या मार्गदर्शनाशिवाय ती आयुष्यातलं हे महत्त्वाचं पाऊल कशी बरं उचलू शकेल?

तिला चॅपेलमधली भित्तिचित्रं दाखवणारी नवागतांची तेव्हाची प्रमुखा, तिची पहिली आध्यात्मिक गुरू होती. तिनं स्वत:च्या कामात इतकं गुंगून जाण्यातल्या धोक्यांबद्दल झुआनाला लगेचच सावध केलं होतं. "तुझ्या ज्ञानामुळे तुला खूपच समाधान लाभतं. पण फक्त ज्ञान हे पुरेसं नाही, झुआना. आपला संस्थापक, थोर संत बेनेडिक्ट हे पूर्णपणे जाणून होता. *'तुमचं हृदय थोरपणामुळे फुगू देऊ नका. जो कोणी गर्व बाळगेल, त्याला पाणउतारा होऊन नम्र व्हावंच लागेल आणि जो नम्र असेल तो थोर पदाला पोहोचेल.'* "

आणि तिनं तसा प्रयत्न केला होता. खरोखरीचाच आणि प्रामाणिक प्रयत्न केला होता. तिनं इतका प्रयत्न केला होता की, त्या जोगिणीनं दयाळूपणानं आणि सहनशीलतेनं वागवूनही त्या प्रयत्नांमुळे आपल्याला वेड लागेल, असं झुआनाला वाटत असे. अखेरीस तिनं हार मानली होती. थापा मारण्यात काय अर्थ होता? देवाला थापा उमगल्याच असत्या. *'देव माणसाकडे स्वर्गातून सतत लक्ष ठेवून असतो आणि देवदूत त्याला दर तासाला बातम्या पोहोचवत असतात.'*

जेव्हा ती वृद्ध, दयाळू नवागतांची प्रमुखा मरण पावली आणि झुआनाला तिच्या साहाय्यक जोगिणीचा, सुओरा चिआराचा सहवास लाभला, तेव्हा झुआनाला सारं सोपं जाऊ लागलं. सुओरा चिआराची मृदू त्वचा, बोलके डोळे, देवाशी आणि जगाशी तिनं जोडलेलं आनंदी, विश्वासपूर्ण नातं! चिआरा देवाचा रोष ओढवून न घेता भावनांचा आणि आत्म्याचा समतोल साधू शकत होती आणि त्यावेळेसही तिला मठात फार मोठा मान मिळत होता, हीदेखील एक विलक्षणच गोष्ट होती. तिच्याच वयाच्या इतर जोगिणींहून तिला अधिक मान मिळत होता आणि पाठिंबा द्यायला मावशी, बहिणी, भाच्या नसतानादेखील तिनं तो मिळवला होता.

तरीही हातीची सत्ता तिनं उदारपणानं वापरली होती. सुओरा चिआरानं तिची बाजू उचलून धरली नसती, तर झुआना अनेक वर्षं लेखन-सदनिकेतच अडकून पडली असती. शब्दांभोवती झेंडूची पाने किंवा नेचासारख्या पानाने यांची चित्रं रेखाटत ती सडत राहिली असती. तिनंच झुआनाला औषधालयात काम करायला परवानगी मिळवून दिली होती. तिनंच तिला औषधालायाची प्रमुखा म्हणून निवडून देण्यासाठी निवडणुकीचं आयोजन करून तिला निवडून आणायला मदत केली होती

आणि ती स्वत: ॲबेस झाल्यावर तिनं रुग्णालयाकडे बघण्याचं कामही झुआनावरच सोपवलं होतं. ती म्हणाली होती, ''सेंट बेनेडिक्टाच्या नियमांमध्ये लिहिलेलं आहे की, आजाऱ्यांची हेळसांड होऊ नये, याची काळजी प्रत्येक ॲबेसनं घ्यायलाच हवी.'' मॅडोना चिआराशिवाय बिशपना त्यांच्या आजारासाठी औषधं पोहोचती झाली नसती आणि त्यांच्यामार्फत बाहेरच्या गोष्टीही मठाकडे आल्या नसत्या. मॅडोना चिआराशिवाय झुआनाला औषधं बनवायची भट्टी मिळाली नसती, औषधी वनस्पतींची एवढी मोठी बाग लावता आली नसती, शेल्फवर कमी बाटल्या मिळाल्या असत्या आणि फाडायला औषधांच्या कृतींच्या कमी वह्या सापडल्या असत्या.

मॅडोना चिआरा नसती तर...,

झुआनानं नजर वर उचलल्यावर तिला टेबलावर तिची दोन पुस्तकं दिसतात. तिच्या पेटीत, इतकी सारी वर्षं तिनं प्रेमानं जपून ठेवलेली, आणखीही पुस्तकं आहेत. त्यांचा विनाश ओढवून घेण्यासाठी कारणीभूत ठरायची, तिची स्वत:ची तयारी आहे का? आणि कशासाठी? एका उच्छृंखल नवागतेचं दु:ख आणि तिची उपासमार कमी करण्यासाठी? 'ती केवळ एक तरुण मुलगी आहे, जिची जोगीण बनण्याची अजिबात इच्छा नव्हती. जग अशांनी भरलेलं आहे.'

सत्य तर हे आहे की, ही मुलगी तिला एवढी महत्त्वाची का वाटावी, हे खुद्द झुआनालादेखील उमजत नाहीये. कधी कधी तिला शंका येते की, ही गर्भाशयाची एखादी व्याधी तर नसावी? तिनं इतरांमध्ये अशा गोष्टी बघितल्या आहेत. एखाद्या ज्येष्ठ जोगिणीला मूल झालं असतं, तर ते ज्या वयाचं असतं, अशा वयाची नवागता, जोगीण म्हणून शपथ ग्रहण करू इच्छिणारी कुणी मुलगी किंवा मठात राहत असलेली एखादी विद्यार्थिनी अशा जोगिणी शोधून काढतात, हे झुआनानं पाहिलेलं होतं. अशा जवळिकतेबरोबर त्यांची अवास्तव काळजी घेऊन त्यांच्याकडे लक्ष पुरवणं, हे ओघानंच येतं आणि जरी लाडकं-दोडकं करणं निषिद्ध असलं, तरी ते थांबवणंही कठीण असतं.

पण तिला अशा भावनेचा कधीही अनुभव आलेला नव्हता. लहानपणी भाऊ-बहीण नसल्यामुळे तिला एकटेपणाची सवय झालेली होती. ती स्वत:च आत्मनिर्भर बनली होती आणि तरीही, तरीही... ही संतापलेली आणि अन्यायामुळे रागावलेली तरुण मुलगी झुआनाच्या आयुष्यात महत्त्वाची बनली होती. झुआनाला ती प्रिय वाटते यात शंकाच नाही. बंडखोर आणि निर्दय असूनही ती झुआनाला प्रिय वाटते. किंवा त्यामुळेही प्रिय वाटत असेल. तिला नक्कीच त्या मुलीत आपली छबी जाणवत असली पाहिजे. तशीच चौकस बुद्धी, तसाच दृढनिश्चय आणि झुआनानं विवाह केला असता, ती जोगीण बनण्याऐवजी कुणाची पत्नी बनली असती, तर– तिचं स्वत:चं मूलही आता सेराफिनाच्याच वयाचं झालं असतं. त्या मुलाबद्दल तिला

काय वाटलं असतं? हा अवघड प्रश्न आहे. जरी सँटा कॅटेरिनात तिला स्वतःला चांगला निवारा लाभलेला असला, तरी ती स्वतःच्या मुलीला अशा आयुष्यात लोटेल? आणि तसं लोटायचं नसलं, तर तिला मदत करण्यासाठी ती मठाला संकटात लोटेल?

ॲबेसच्या म्हणण्यात तथ्य आहे. जग अशांनी भरलेलं आहे : ज्या मुली लहान, फार मोठ्या, फार आजारी, फार कुरूप, फार हट्टी, फार मूर्ख, जादा शहाण्या असतात, अशांना सडू देणं. हद्दपार करणं. जिवंत पुरून टाकणं. प्रथा पाळणं. पद्धतच अशी आहे. ती त्याबद्दल काय करू शकणार? आणि बाहेर राहूनही फार सुख लाभणार आहे, अशातली गोष्ट नाही. स्वातंत्र्य? कसलं स्वातंत्र्य? आज्ञा केली जाईल त्याच माणसाशी लग्न करण्याचं, इतर कुणाशीही लग्न न करण्याचं स्वातंत्र्य? जरी सेराफिना आज मठाच्या भिंतीबाहेर राहत असती, तरीही तिला तिचा प्रियकर कुठल्यातरी नदीकिनारी अर्धमेल्या अवस्थेत सापडू शकला असता, फक्त सुरीचे वार तिच्या वडिल्यांच्या नातेवाइकांनी केले असते; ॲबेसच्या नातेवाइकांनी केले नसते! प्रेम ही बाजारात मिळणारी वस्तू नव्हे. जे मिळालंय त्याचाच तुम्हाला स्वीकार करावा लागतो. जर तुमच्या नवऱ्याला तुम्हाला मारहाण करून, देखण्या रखेल्यांच्या पोटी त्याची मुलं जन्माला घालावीशी वाटली, तर तेही तुम्हाला स्वीकारावं लागतं. जगरहाटी अशीच असते. त्याच्या विरुद्ध आरडाओरडी करून काय साधणार आहे? आणि इतर साऱ्या मुलींमधून या एकाच लाडावलेल्या मुलीची कणव यायचं, तरी कारण काय?

वाळू आता घड्याळाच्या खालच्या कप्प्यात पूर्णपणे जमा झालेली आहे. ती त्याच्याकडे नजर टाकते आणि ते पुन्हा उलटं करते.

'देवाचा आवाज शक्तिशाली आहे. मी एकचित्तानं देवाला आळवीन.'

ती डोळे मिटून घेते आणि विचार न करण्याचा प्रयत्न करते.

'देवाचा आवाज भव्यदिव्य आहे.'

एखाद्या औषधाएवढेच हे शब्द झुआनाला तोंडपाठ आहेत.

'त्याची कृपा चिरंतन असते आणि ते त्याचा महिमा पिढ्यान्‌पिढ्या गातील.'

त्या शब्दांचा अर्थही न लागेपर्यंत ती तेच तेच शब्द उच्चारत राहते. जेव्हा वाळू दुसऱ्यांदा– की तिसऱ्यांदा– पूर्णपणे खाली येते, तेव्हा ती उठते आणि औषधालयाकडे जाऊ लागते. तेथून ती यू डी व्हायची बाटली उचलते आणि ती पदपथावर चालू लागते. तिथे पटांगणात मधोमध असलेली विहिर अर्धचंद्राच्या उजेडात पांढुरकी दिसतेय. ती चिडलेल्या, ओरडत असलेल्या नवागतेला इतक्या महिन्यांमागे भेटायला गेलेली होती, तेव्हाही ही विहीर अशीच पांढुरकी दिसत होती.

ती असं का करतेय, हा प्रश्न तिनं आत्ता स्वतःला विचारला, तर इतकं ध्यान

आणि प्रार्थना यानंतरही तिला त्याचं उत्तर देता येणार नाही. सत्य तर हे आहे की तिला देवाचा कधीही साक्षात्कार झालेला नाही. ती जो आज्ञाभंग करणार आहे, त्याचं पापाच्या कबुलीजबाबाच्या वेळेस समर्थन करण्याजोगी कोणतीही दैवी सूचना तिला करण्यात आलेली नाही. ती काही शब्द वापरू शकेल. तिचा ज्यांच्यावर विश्वास आहे असे शब्द. करुणा-आस्था. यातना कमी करण्याचा प्रयत्न करणं. सहानुभूती दाखवणं. पण हे शब्द एखाद्या वैद्याच्या तोंडी शोभतील, जोगिणीच्या नव्हे.

ती हे जाणून आहे. पण तरीही ती थांबत नाही. उलट ती आणखीच खेचली जातेय.

दाराबाहेर सोबत आणलेल्या मशालीनं ती झग्यात दडवलेली मेणबत्ती पेटवते. ती कोठडीत शिरते, तेव्हा त्या मेणबत्तीच्या प्रकाशात तिला बिछाना रिकमा दिसतो. क्षणभर, सेराफिनाची पूर्वीची अनुपस्थिती आठवून ती घाबरून जाते. परंतु लवकरच तिला ती दिसते. ती भिंतीला पाठ टेकवून जमिनीवर बसलेली आहे. पहिल्या रात्री झुआनाला ती जिथे सापडली होती, त्याच जागेवर ती आताही बसलेली आहे. फक्त आता तिच्यात बंडाचा अंशही उरलेला नाही, राग नाही, आवाज नाही, केवळ कफनीत बुडून गेलेली इवलीशी मूर्ती, कुबड काढून बसलेली. गुडघ्यांभोवती हात घट्ट लपेटून घेतलेली, मान खाली घालून पुढे-मागे डुलणारी.

झुआना तिच्या शेजारी बसते. जरी त्या मुलीनं झुआनाला बघितलेलं असलं तरी ती ते कोणत्याही प्रकारे दर्शवत नाही. इथे येऊन झुआनानं अवज्ञेच्या पापावर शिक्कामोर्तब केलेलंच आहे. आता मौनाच्या वेळेस बोलून त्या पापात ती भर टाकणार आहे. "बेनेडिक्टस (देव दयाळू आहे)." ती हळूच म्हणते. पण क्षमेचं उत्तर येणार नाही, हे ती जाणून आहे. "डिओ ग्रासियास (देवाची कृपा आहे)." हे प्रत्युत्तर तिला ऐकू येत नाही. ठीक आहे!

ती मेणबत्ती आणखी जवळ आणते. "तू जागं असायला हवंस, तेव्हा तू झोपतेस आणि ते झोपायला हवंस, तेव्हा तू जागी असतेस."

पाय पोटाशी घेऊन बसलेली ती मूर्ती काहीही बोलत नाही. तिनं झुआनाला बघितलं असल्याची किंवा तिचं बोलणं ऐकलं असल्याची कोणतीही निशाणी ती दाखवत नाही.

"ये. मी तुला बिछान्यावर झोपवते."

"मी प्रार्थना करतेय," ती अखेरीस म्हणते. तिचा आवाज अगदी मलूल आणि भावरहित आहे.

"तू गुडघे टेकून बसलेली नाहीस."

"तुम्ही विनम्र भाव बाळगलात, तर तुम्ही कुठेही असलात तरी त्याला ऐकू जातं."

"तू आज काय खाल्लं आहेस?" पलंगाखाली ब्रेडचं गाठोडं न उष्टावता तसंच पडलेलं आहे. "सेराफिना, माझ्याकडे बघ. तू आज काय खाल्लं आहेस?"

मुलगी हळूच डोकं वर उचलते. जवळून पाहिल्यावर तिचा चेहरा टोकेरी दिसतोय. मास निपटून काढलेल्या खोल खोबणीत तिचे डोळे काळे दिसताहेत. गुडघ्यांवर टेकवलेली तिची मनगटं काडीसारखी दिसत आहेत. त्या ढगळ कपड्यांच्या आत कितीसा देह शिल्लक आहे? मास झडून जाऊन कातडी जांभळी पडायला अजून कितीसा वेळ लगणार आहे? थंडगार हात आपला गळा दाबत असावेत असा झुआनाला भास होतो. ती धास्तावून जाते. तिच्या देवाच्या शोधात उमिलिआना या मुलीची केवढी हानी करते आहे याची तिला जाणीव तरी आहे का?

"मला एकटीला सोडा." ती मंदपणे म्हणते.

"नाही. मी तुला एकटी सोडणार नाही. तुझ्या प्रायश्चित्ताचा काळ संपलेला आहे. तू आजारी आहेस. तू खाल्लंच पाहिजेस."

"मी अजूनही उपास करतेय."

"नाही. तू उपासमार करून घेते आहेस."

"हो! तुम्ही त्याबद्दल काय जाणता!"

"मी जाणते, की अन्नाशिवाय माणूस मरतो."

ती मुलगी आपली मान हलवते, "कसं वाटतं, ते तुम्हाला ठाऊक नाही. कसं असणार! तुम्हाला कधीही देव दिसलेला नाही."

"हो. तू खरं बोलते आहेस. नाही दिसलेला."

"पण मला दिसलाय. मी देवाला बघितलंय." आणि प्रथमच कसला तरी स्फुल्लिंग जाणवतो. ती मान उडवते, "आणि मला देव पुन्हा दिसेल." त्यानंतर त्या हालचालीनं शिणून गेल्यासारखी ती भिंतीला टेकून बसते. "सुओरा उमिलिआना म्हणते, की मी पवित्र झाले, तर तो माझ्याकडे येईल."

"आणि उरलेल्या मठाचं काय? तुझ्या पावित्र्याच्या शोधात आमचा समावेश आहे की नाही? देवाची स्तुतिस्तोत्रं आळवायला तुझा आवाज वापरण्याबद्दल काय विचार आहे? सुओरा बेनेडिक्टा दररोज तुझी वाट पाहते. किंवा औषधालयात मदत करणं. मी... आम्ही, आजारी लोक तुझ्या मदतीची वाट पाहतोय."

"पवित्र आवाजाला श्रोते लागत नाहीत," ती जोरात मान हलवून पुढे म्हणते, "आणि तुम्ही तर फक्त देहाचीच काळजी घेता, आत्म्याची नाही."

"मी आता कोणाशी बोलतेय? सेराफिनाशी की उमिलिआनाशी?" आपल्या आवाजातला राग जाणवून झुआनाला आश्चर्य वाटतं.

ती खांदे उडवते. "चांगल्या मठात औषधांची गरजच पडणार नाही. कारण देवच आपली काळजी घेईल."

“ओ ! तुला असं जगायची इच्छा आहे की काय? की तुला असं मरायची इच्छा आहे?”

“आऽऽह! मला एकटीला सोडा.” ती झुआनाचे शब्द दूर सारायला डोक्यापाशी हात नेते.

“नाही. मी तुला एकटीला सोडणार नाही. सेराफिना, तू कुठं आहेस? तो सारा त्वेष आणि उर्मटपणा कुठे गेला?”

“मी तुम्हाला आधीच सांगितलंय ना? मला काहीच जाणवत नाही.”

“माझा यावर विश्वास नाही. मला असं वाटतंय की काहीही जाणवू नये, असा तू प्रयत्न करते आहेस. कारण त्यामुळे फार दुःख होतंय. मला वाटतं, म्हणूनच तू खाणं थांबवलं आहेस. पण त्यानं काहीही साध्य होणार नाही!”

पण ती पुन्हा ऐकेनाशी झालीय. ती हातावर मस्तक टेकवून पुढे मागे झुलतेय. अंधारात, शून्यात दृष्टी लावून बसलेली आहे. थोड्या वेळानं ती हळूच, डगमगत उठून उभी राहते. नव्यानं जन्मलेलं वासरू पायांवर उभं राहू शकत नाही, त्याची आठवण होतेय. झुआना तिथं नसल्याप्रमाणे ती तिच्या अंगावरून निघून जाते आणि पलंगावर, पोटाशी पाय घेऊन, भिंतीकडे तोंड करून झोपते आणि रजई पांघरून घेते.

खोली अगदी शांत आहे. बाहेर सारा मठ झोपी गेलाय. पलीकडलं शहरही झोपी गेलंय.

“अन्नाशिवाय कुणीही जगू शकत नाही, सेराफिना.”

ती उत्तर देत नाही किंवा स्नायूही हलवत नाही. पण तरीही ती झोपी गेलेली नाही. झुआनाची त्याबद्दल खात्री आहे.

“म्हणून मी तुझ्यासाठी काहीतरी आणलंय.”

झुआना कफनीत लपवलेलं पत्र बाहेर काढते आणि ते उघडते.

४२

"परमप्रिय इझाँबेट्टा,

हे पत्र जर तुझ्यापर्यंत पोहोचलं आणि ते वाचू नये असं तुला वाटलं, तर ते मी समजू शकतो. तरीही, एकेकाळी आपल्यामध्ये जो अनुबंध होता त्यासाठी, कृपया तू हे वाच."

त्याचं हस्ताक्षर अगदी नेटकं आहे आणि शब्द जवळजवळ लिहिलेले आहेत. जणूकाही लेखणीच्या प्रत्येक फटकाऱ्यात त्यानं आपला जीव ओतलेला असावा. मेणबत्तीच्या प्रकाशात शब्द नृत्य करत कागदावर पुढे सरकत आहेत, असा भास होतोय. कोठडीच्या भिंतीबाहेर आपला आवाज जाईल या भीतीनं झुआना अगदी हळू आवाजात वाचतेय. कधीकधी ती एखाद्या शब्दावर अडखळते आणि मग थांबून पहिल्यापासून वाचते. पण यामुळे काहीही बिघडत नाही. एकदा सुरुवातीचे शब्द उच्चारल्यावर...

"त्या रात्री तू जर कुलूपबंद दरवाजे उघडून धक्क्यावर पोहोचली असलीस तर तुला कळलंच असेल की, तुला भेटायला मी तेथे नव्हतो. मी आमरण तुला न सोडण्याची शपथ घेऊन सांगितलं होतं की मी तेथे येईन, पण मी तुला दगा दिला होता. पण तुला हे मात्र ठाऊक नाही की केवळ मृत्यूमुळेच– किंवा मृत्यूच्या अतिशय जवळ पोहोचल्यामुळेच– मी तुझ्याजवळ येऊ शकलो नव्हतो. आपण भेटायचं ठरवलं होतं त्याच्या आधी काही रात्री, माझ्या पूर्वीच्याच काही मित्रांनी माझ्यावर हल्ला चढवला, खंजिरांचे वार केले आणि मी मेलोय असं समजून नदीकिनारी मला सोडून दिलं. तेव्हापासून असे अनेक क्षण आले की जेव्हा मी मेलो असतो तरच बरं झालं असतं असं मला वाटून गेलं. पण देव माझ्या पाठीशी होता आणि मी वाचलो."

"ज्या दोन भल्या लोकांना मी दिसलो, ज्यांनी मला आपल्या घरी नेऊन माझी शुश्रूषा केली, त्यांच्या घरून मी हे पत्र लिहित आहे. तू एकदा म्हणाली होतीस, की आपल्या प्रेमाबद्दल देवानं केलेली शिक्षा म्हणजेच तुझा हा बंदिवास आहे. अगदी नाउमेद मन:स्थितीत असताना मलाही वाटून गेलं की, देवानं केलेली शिक्षाच तर

मी भोगत नाही ना! मला ठाऊक होतं की जरी मी जगलो-वाचलो तरी मी तुला पुन्हा कधीही भेटू शकणार नाही. पण आता तो क्षण येऊन ठेपल्यावर शेवटी फक्त एकदा तुझ्याशी संपर्क साधल्याशिवाय जाणं मला अशक्य झालं आहे. मला तुला सांगायचंय की, जाणीवपूर्वक मी तुला सोडलं नव्हतं किंवा कधीही सोडणार नाही...''

झुआना थांबते. प्रेमपत्रांच्या कलेबाबत ती अनभिज्ञ आहे. ज्यावेळेस इतर तरुण मुली सुनीतं आणि दरबारातली प्रेमगीतं ऐकून उसासे टाकत होत्या, तेव्हा झुआना बियाण्यांची काळजी घेत होती आणि शरीरातल्या इंद्रियांची नावं घोकत होती. त्याबद्दल तिला अजिबात खेद वाटत नाही. कारण ज्याबद्दल काही ठाऊकच नाही ते न मिळाल्याबद्दल काय दुःख वाटणार? आणि तरीही, तरीही... हा तरुण किती प्रामाणिकपणे आणि किती मनधरणी करत लिहितो आहे! ॲबेस नक्कीच म्हणेल की, या साऱ्या थापा आहेत आणि शेणावर घोंगावणाऱ्या माशांसारख्या वासनेपोटी हे लिखाण जन्माला आलंय. पण तिला तरी काय ठाऊक असणार? झुआना पान उलटते.

''मी फार कठीण परिस्थितीत सापडलो आहे. माझ्यापाशी अजिबात पैसा नाही. (जे सारं माझ्यापाशी होतं आणि जे सारं आपल्या सहजीवनासाठी मी एकत्र साठवलं होतं ते त्या रात्री माझ्या अंगावरच होतं.) आणि मला इतकं विद्रूप करण्यात आलेलं आहे की, मला कोणतीही सभ्य प्रकारची नोकरी मिळणं अशक्य आहे. तरीही मी प्रयत्न करणार आहे. मी फेरारा सोडून दक्षिणेला नेपल्सला जाणार आहे. मी असं ऐकून आहे की, तिथे संगीताचे खूपच चाहते आहेत आणि तिथे मी गात असताना डोळे मिटून ऐकणारं कुणीतरी मला भेटू शकेल.

आपल्या अनुबंधाबद्दल मी कुणाजवळ कधीही अवाक्षरही काढणार नाही. तू एकदा मला म्हणली होतीस की, पुरुष अशा गोष्टी नेहमी करतात. तुझ्या अंगी तुझ्या वयापलीकडला शहाणपणा होता. पण तरीही तू सारं काही जाणत नाहीस. मी कधीही आणखी कोणावर प्रेम करू शकणार नाही किंवा इतर कुणाशी विवाह करू शकणार नाही. मी जगलो-वाचलो, तर या शब्दांना जागेन असं मी देवाजवळ कबूल केलं होतं आणि या शब्दांना जगण्यातच मला आनंद वाटेल. मी दररोज रात्री झोपी जाण्यापूर्वी तुझ्या आवाजाची स्मृती जागवतो. त्या आवाजाची माधुरी शांततेलाही बोलकं करते आणि जागं झाल्यावर मला पहिली आठवण त्या आवाजाचीच येते. याउपर मी कशाचीही अभिलाषा धरत नाहीये.

तू ज्या सिस्टरबद्दल मला सांगितलं होतंस आणि जिच्या मदतीमुळे हे पत्र तुला पोहोचेल अशी मी आशा करतोय, तीच तुला जीवनाची दिशा दाखवो अशी मी प्रार्थना करतोय. माझ्यामुळे तुला ज्या यातना सोसाव्या लागल्या असतील, त्याबद्दल

मला माफ कर. माझ्या प्रिय इझॉबेट्टा, माझ्या वतीनं देवाची प्रार्थना कर.

सदैव तुझाच, जॅकोपो.''

कोठडीतली शांतता आणखीच वाढते. ती मुलगी अगदी निश्चल आहे. तिचा चेहरा तिनं भिंतीकडे वळवलेला आहे. पण तिच्या आत काहीतरी हललंय. जणूकाही समुद्राच्या तळावरच्या कोणत्या तरी अगदी खोलवरच्या जागेवरून ती हळूहळू वर येऊ लागलेली आहे; पाण्यावरच्या जगाच्या चाहुलीनं ती त्या अंधार डोहातून वर वर खेचली जाऊ लागलीय...

ती पाण्यातून वर येते तेव्हा तिला धूसर उजेडातून तिच्याकडे चालत येणाऱ्या, काळ्याभोर लांब केसाच्या आणि रुंद, मनमोकळ्या चेहऱ्याच्या तरुणाची छबी दिसते.

''तो मला सोडून गेला नाही,'' ती इतक्या हळू आवाजात म्हणते की, झुआनाला ते जेमतेम ऐकू येतं.

''नाही. तो सोडून गेला नाही.''

''त्याचं माझ्यावर प्रेम होतं.''

''आणि असं दिसतंय की, तो अजूनही प्रेम करतोय...''

आता, अखेरीस ती कूस पालटते. झुआना तिच्यापुढे ते पत्र धरते आणि तिचा हात रजईतून बाहेर येतो. बोटं फिकुटलेली, मनगट काडीसारखं. ती ते पत्र खेचून घेते आणि मग ते अंथरुणावर पडू देते. जणूकाही ते पकडायला फार जड वाटत असावं.

झुआना कपड्यात लपवलेली छोटीशी बाटली बाहेर काढते आणि त्या बाटलीचं बूच उघडते. यू डी व्हायचा उग्र वास हवेत पसरतो. ती लाकडी थाळीत त्यातला थोडा द्रव ओतते आणि पलंगाखालून ब्रेडचा तुकडा बाहेर काढते आणि त्याचा छोटा तुकडा तोडून तो त्या द्रवात बुडवून मऊ करते, ''तर मग? आता तू जेवशील ना?''

मी मुलगी दृष्टी स्थिर करायला कष्ट पडत असावेत, अशा तऱ्हेनं आठ्या पाडून तिच्याकडे बघते.

झुआना भिजलेला ब्रेड तिच्यासमोर धरते.

''मी... मी... मला नको... '' ती डोकं हलवते, ''मी खाऊ शकत नाही...''

''हे का? त्याच्या आवाजापेक्षाही उमिलिआनाचा आवाज जास्त महत्त्वाचा वाटतोय की काय?''

तो... त्याचा. पण 'तो' कोणता? कल्पनेनंच ती भांबावून जाते. ''मी सांगितलं ना की मला ते शक्य होणार नाही? मला एकटीला सोडा.'' आणि अचानक तिचा आवाज कठोर बनतो. त्यात विषारी द्वेष आणि राग ओतप्रोत भरलेला आहे.

झुआना अजिबात हलत नाही. तिनं अनेक वर्षांपूर्वी हीच गोष्ट घडताना

बघितलेली आहे. एका दुःखी, वेड्या जोगिणीनं उपाशी राहून जवळजवळ मृत्यू ओढवून घेतला होता : एका टप्प्यानंतर रिकामं पोट वेगळंच सामर्थ्य प्राप्त करून घेतं आणि एखाद्या भोवऱ्याप्रमाणे, जे कुणी त्याच्या वर्चस्वाला आव्हान देईल, त्याला ते खेचून नष्ट करू बघतं. जर ही उपासमार पावित्र्य मिळवण्याच्या हेतूनं केली गेली नसती, तर त्यामागे सैतानाचा हात असल्याची शंका येऊ शकली असती. कारण स्वत:ची हानी घडवून आणण्यात यात एक विकृत सैतानी आनंदच दिसून येतोय.

"इझॉबेट्टा, इझॉबेट्टा..."

ती हे नाव उच्चारते, 'तिचं' नाव, दोनदा, मग पुन्हा पुन्हा! कारण वैद्यकशास्त्रात प्रत्येक विद्यार्थ्याला ठाऊक असतं की काही शब्द स्वत:च एखाद्या ताइताचं काम करतात आणि त्या शब्दांमध्ये बरं करण्याची शक्ती असते.

"इझॉबेट्टा, माझं बोलणं ऐक. मी दैवी साक्षात्कार होणारी जोगीण नसेन, पण मला एक गोष्ट माहीत आहे. देव हा मृतांप्रमाणेच जीवितांनाही भेटू शकतो आणि खरीखुरी भक्ती नसली, तर केवळ उपासमार करून तो कधीही भेटत नाही."

ती मुलगी निषेधार्थ मान हलवते आणि म्हणते, "सुओरा उमिलिआना म्हणते..."

"सुओरा उमिलिआनावर विश्वास ठेवू नकोस. ती ॲबेसच्या अधिकारावर हल्ला चढवून मठ ताब्यात घेऊ पाहतेय आणि उपासमारीनं तू मिळवलेलं पावित्र्य तिला आता अतिशय उपयुक्त ठरणार आहे. तू जर आणखी थोडं जेवत असतीस किंवा जर तुझं डोकं ठिकाणावर असतं, तर सर्वांत आधी ते तुझ्या लक्षात आलं असतं."

इतका ठाम विश्वास. इतकी पक्की खात्री! हे शब्द उच्चारत असताना झुआनाला वाटतं की, ती किती ॲबेसप्रमाणे बोलते आहे. फक्त जेव्हा तिला आठवतं की, त्या वृद्ध नवागतांच्या प्रमुखेनं क्रूसाखाली घेरी येऊन पडलेल्या मुलीला कसं अलगद उचललं होतं किंवा मॅडोना चिआराच्या खोलीबाहेर भेट झाली असता तिच्या चेहऱ्यावर विजयाचा भाव कसा जाणवला होता, तेव्हा आपण खरंच बोलतोय याबद्दल तिची खात्री पटते. ॲबेसचंच म्हणणं बरोबरच होतं. ज्यांना जोगिणी बनण्याची इच्छा नाही, अशा तरुणींनी जग भरलेलं आहे. पण एकाबाबतीत मात्र ॲबेसची चूक होत होती. कारण ती तरुण मुलगी आता केवळ अशांपैकी एक राहिलेली नाही. या चर्चच्या आणि मठाच्या राजकारणाच्या बुद्धिबळाच्या खेळात ती अचानकपणे– एक महत्त्वाचं प्यादं बनलेली आहे; तिच्या लायकीहून अधिक महत्त्वाचं प्यादं पण वापरून बळी दिलं जाण्याचा खूपच धोका असलेलं!

आणि फक्त तीच नव्हे. कारण या मुलीजवळ ते पत्र आणून दिल्यानंतर झुआनाही या खेळात सामील झालेली आहे. आता सोंगटी हलवण्याची तिची पाळी आहे.

"पण दरम्यान– तुझं माझ्या बोलण्याकडे लक्ष आहे का इझॉबेट्टा– दरम्यान या भिंतीबाहेर कुणीतरी असा आहे, जो तुझ्यावर खरंखुरं प्रेम करतोय. ज्या तरुणानं खूप धोका पत्करून तुझ्याशी संपर्क साधण्याचा प्रयत्न केलेला आहे– आणि ज्याला उत्तर मिळायला हवं."

ती मुलगी झुआनाकडे टक लावून बघते आणि डोक्यातला गोंधळ झटकत असल्याप्रमाणे डोकं हलवते. "उत्तर म्हणजे काय? तुम्ही कशाबद्दल बोलताय? ते सारं संपलंय. मी तुरुंगात आहे आणि तो अर्धमेला होऊन निघून गेलाय." आणि ती आता मंदसा विलापाचा आर्तस्वर काढते. त्या शब्दांनी स्मृती जागी केलीय आणि स्मृतीमुळे निराशा जागी झालीय.

"उगी उगी बेटा. तू सारा मठ जागा करून ठेवशील. हो! तू तुरुंगात आहेस. पण त्यातला काही भाग तूच ओढवून घेतलेला आहेस आणि माझ्या कानांवर जे आलंय, त्याप्रमाणे त्याच्या जखमा गंभीर स्वरुपाच्या असल्या, तरी तो त्यामुळे मरण पावणार नाहीये, किंवा तो नेपल्सच्या मार्गानं जायला निघणारही नाही– निदान अजून तरी नाही. पत्राच्या उजव्या कडेला खाली नजर टाक. कुणीतरी तेथे पत्ता लिहिला आहे."

पत्र पुन्हा वाचत असतानाच तिला तो उशिरा दिसला होता. अक्षर लहान होतं आणि वेगळं होतं. औषधाच्या दुकानदाराच्या पत्नीला नक्कीच लिहिता येत असायला हवं. निदान बाटल्यांवर लेबलं लावता येण्याइतपत तरी!

ती मुलगी उठून बसते आणि पत्र मेणबत्तीच्या उजेडात धरते. ती पत्ता पाहते आणि मग तिचे डोळे पुन्हा पत्राकडे वळतात. ती शाईच्या रेघांवर बोट फिरवते आणि मग तो कागद नाकापाशी नेते. जणूकाही ती त्याचा गंध पिऊन टाकू बघतेय.

माणसाचा गंध त्याच्या हस्ताक्षरातून जाणवतो?

ज्या गोष्टी झुआनाला कधीही समजणार नाहीत, त्यातली एक ही गोष्ट आहे. ती पुन्हा हातात धरलेला ओला पाव त्या मुलीपुढे धरते.

सरतेशेवटी ती मुलगी तो पावाचा तुकडा हातात घेते. तो हळूहळू आपल्या तोंडाजवळ नेते. तोंडाजवळ नेते पण पुढे नेत नाही. तिच्या दातांची चौकट घट्ट बंदच राहते. हवेत तणावाची रस्सीखेच जाणवतेय. हृदयातले शब्द आणि बाहेरचे शब्द. या उपवासानं अर्धमेल्या झालेल्या तरुण मुलीला कोणत्या शब्दांवर विश्वास ठेवावा हे कसं उमजणार?

"इझॉबेट्टा, जेव. तोच योग्य मार्ग आहे."

तिचे दात उघडतात आणि ती हळूहळू, नेटानं चावायला सुरुवात करते. लाळेची एक छोटीशी धार तिच्या तोंडातून खाली ठिबकू लागते.

"छान. छान."

ती गिळते आणि आणखी एक घास घेते.

“ओ! तू अगदी नीट खाते आहेस. शहाणी मुलगी ती!” आणि आता अश्रू ओघळू लागतात. नि:शब्दपणे अश्रू तिच्या गालांवरून खाली ओघळू लागतात. जणूकाही जेवणं हे जगातलं सर्वांत दु:खद काम असावं.

“इतक्या भरभर नाही. हे घे. थोडंस पी. हे अगदी शक्तीवर्धक आहे.” ती मुलीच्या हातात ती कुपी ठेवते. “अगदी थोडं थोडं घे सुरुवातीला. छान. आता थोडी विश्रांती घे.”

ती आपलं डोकं भिंतीवर टेकवते, डोळे मिटून घेते. अश्रू ओघळतच असतात. त्या दोघीजणी थोडावेळ मूकपणे बसतात. त्यांच्याभोवती रात्र विळखा घालून बसलेली आहे.

झुआना आणखी एक भिजवलेला तुकडा तिच्या हातात ठेवते. “मला मळमळतंय,” ती म्हणते, “मला मळमळतंय...”

“त्याचं कारण असं आहे की, अन्नाचा तुझ्या देहाला विसरच पडलेला आहे. तो हळूहळू चाव. प्रत्येक घास हळूहळू चाव.”

पण ती काहीही चावायला असमर्थ आहे. कारण, अचानक तिला जोराचं रडू फुटतंय. जणू हृदय फटून जातंय, असं गुदमरलेले हुंदके येत आहेत आणि उपासमारीनं देह सुकून गेलेला असला, तरी आसवांना मात्र वाण नाही.

“मला भीती वाटतेय. मला भीती वाटतेय.” ती बोटांमधली ब्रेड चुरगळून टाकतेय.

“घाबरण्याजोगं काहीही नाही.”

“हो आहे! तुम्हाला कळत नाहीये. सुओरा उमिलिआना माझा धिक्कार करेल. ॲबेस माझा तिरस्कार करेल आणि तो बाहेर असेल आणि मी इथंच मरून जाईन.”

झुआना तिच्याकडे बघतेय. ती काय बोलू शकणार? ती खोटं तर बोलू शकत नाही कारण त्या मुलीचं बोलणं खरंच आहे : तिचं भविष्य तेच असणार आहे. जिची जोगीण बनण्याची इच्छा नव्हती, अशी आणखी एक मुलगी! ती जेव्हा नंतर याबाबत विचार करते, तेव्हा तिनं निश्चय नेमका केव्हा केला, ते तिला आठवत नाही. तिला जाणवते ती केवळ मृत्यूकडून तो देह जीवनाकडे खेचून आणण्याची तिच्या मनातली तीव्र इच्छा.

देव तिचा अशा कृतीसाठी नक्कीच धिक्कार करणार नाही.

“मी पुन्हा पत्र वाचून दाखवते तोवर ब्रेड खात राहा, इझॉबेट्टा. मला असं वाटतंय की, त्यात त्यानं घातलेली लग्नाची मागणी तुझ्या लक्षात आलेली नाही.”

ती मुलगी तिच्याकडे रोखून बघतेय. “काय? तुम्ही कशाबद्दल बोलताय?”

“हे बघ, मला अशा गोष्टींबद्दल खूपच थोडी माहीत आहे. पण ज्या माणसानं

देवाला वचन दिलंय की, तो इतर कोणत्याही मुलीवर प्रेम करणार नाही किंवा इतर कुणाशीही विवाह करणार नाही, त्याला कुणाबरोबर आयुष्य घालवायची इच्छा आहे, याबद्दल नक्कीच खात्री वाटत असणार आणि तुझीही तीच इच्छा आहे, नाही का?''

''देवा रे! हे तुम्ही काय बोलताय? तुम्हाला वेड तर लागलं नाही?''

''जर मला वेड लागलेलं असलं, तर मला बरं करण्यासाठी तू स्वतःची प्रकृती लवकर सुधार!''

आणि ती त्या मुलीजवळ ओल्या ब्रेडचा आणखी एक तुकडा देते.

■

भाग चौथा

४३

मॅटिन्सची, पहाटेच्या दोन वाजताच्या प्रार्थनेची घंटा वाजू लागण्यापूर्वी झुआना जेमतेम स्वत:च्या कोठडीत शिरते.

ती आणि सेराफिना एकमेकींकडे अजिबात कटाक्ष न टाकता, चॅपेलमधल्या आपापल्या जागी जाऊन बसतात. पण जमिनीवर दृष्टी खिळवलेली असतानासुद्धा झुआनाला तिच्यावरची ॲबेसची नजर जाणवल्यावाचून राहत नाही. त्या दोघींवरची. नवागतेला तिनं दिलेल्या भेटीबद्दल तिला आधीच समजलं असेल का? असो आणि जरी समजलं नसलं, तरी तिला ते लवकरच समजेल; कारण पहाऱ्यावरची जोगीण ॲबेसशी एकनिष्ठ आहे आणि ती बहिरीही नाही किंवा काहीजणांना वाटतंय तशी ती मूर्खही नाही.

आपल्या कोठडीत परत गेल्यावर, झुआना अंधारात थोडावेळ गुडघे टेकून बसते आणि मग उठून आपल्या बिछान्यावर आडवी होते. प्रार्थनेचा एक मर्यादेपर्यंतचा फायदा होणार आहे. तिला आता वेगळ्या प्रकारच्या मध्यस्थीची गरज पडणार आहे.

"बाबा, या मठात एका रोगाची लागण झालेली आहे." ती हळूच म्हणते, "खूप गंभीर प्रकारची व्याधी. एका तरुण मुलीची इथून सुटका करणं आवश्यक आहे– पण ती अशा प्रकारे करता यायला हवी की, त्यायोगे मठाचा विनाश न ओढावता, मठ वाचवता आला पाहिजे. यावर कोणता इलाज आहे?"

यानंतरच्या शांततेत– ती आता त्यांच्या उत्तराची अपेक्षा करत नाही, पण त्यांच्या अनुपस्थितीमुळे या जागी एक प्रकारची पोकळी जाणवत आहे– ती हळूहळू एक योजना आखायला सुरुवात करते. व्याधी अत्यंत गुंतागुंतीची असल्यामुळे इलाजांसाठी वेगवेगळे घटक एकत्र करावे लागतील. वेगवेगळे एकेकटे घटक, योग्य प्रमाणातच नव्हे, तर योग्य वेळेससुद्धा एकत्र आणून एकसंध करावे लागतील. थकलेली असूनही तिला चैतन्य जाणवतं. जवळजवळ उत्तेजित झाल्यासारखं वाटतं. जेव्हा सरतेशेवटी ती डोळे मिटून घेते, तेव्हा तिला अगदी गाढ आणि शांत झोप लागते.

दुसऱ्या दिवशी सकाळी, ती पहिला घटक तयार करते. हे अगदी सरळ पण

अवघड काम आहे : एका औषधालयाच्या मालकाच्या पश्चिमी दरवाजाजवळच्या घरात राहत असलेल्या तरुणाला शहर सोडून जाण्यापासून रोखणं. जरी या मुलीच्या अंगी शक्ती आणि डोक्यात पत्र लिहिण्याएवढी अक्कल असती, तरी नवागतेनं लिहिलेलं पत्र ॲबेसची आधी परवानगी मिळाल्याखेरीज मठातल्या पर्यवेक्षिकेनं अजिबात बाहेर जाऊ दिलं नसतं. परंतु झुआना इथं अनेक वर्षं राहणारी एक प्रतिष्ठित जोगीण आहे आणि जोवर आतला मजकूर अयोग्य नाही, तोवर ती कुणालाही पत्र पाठवू शकते. सकाळच्या खाजगी प्रार्थनेच्या वेळात ती कागद घेते आणि डोक्यामध्ये आधीच योजना केलेलं पत्र लिहिते.

''बरं करणाऱ्या प्रिय भगिनी,

शरीरावर आणि मानेवर गंभीर स्वरुपाच्या जखमा झालेल्या तुमच्या ज्या रुग्णाबद्दल आपण यापूर्वी बोललो होतो, त्याच्याबद्दल मी आणखी लिहित आहे. माझी टिपणं वाचल्यावर, मी असे सुचवू शकते की जरी केसवर्ट आणि यॅरोमुळे कातडी जुळून आली, तरी व्रण जाण्यासाठी मधात कोळ्याची जाळी आणि अंड्याचा पांढरा बलक कालवून लेप लावावा. परंतु सर्वांत महत्त्वाची गोष्ट आहे की, रुग्णाला तुमच्या देखरेखीखाली, तुमच्या घरातच सध्या ठेवावं. विशेषत: त्यानं कोणताही प्रवास करू नये, कारण धडाला बसलेल्या हादऱ्यांमुळे जखमा पूर्णपणे बऱ्या होण्यापूर्वीच पुन्हा उकलतील. त्याच्या छातीत, हृदयाच्या जवळपास त्याला ज्या वेदना होत आहेत त्यासाठी मी यथावकाश इलाज शोधून काढीन आणि शोधून काढल्यावर तो तुम्हाला कळवीन.

ईशकृपा आणि सँटा कॅटेरिना मठाचं पावित्र्य इच्छिणारी आपली...''

झुआनाला दरवाजाजवळच्या कोठडीमागच्या लहानशा खोलीत सुओरा मॅटिल्डा सापडते.

मठाच्या पर्यवेक्षिकेचे स्थान जबाबदारीचं आहे, कारण ते काम करणाऱ्या जोगिणीच्या हाती अधिकार असला पाहिजे, तसाच गाठीशी अनुभवही असायला हवा. (बाहेरच्या जगाच्या संपर्कात येणारी, चाळीसाहून जास्त वयाची असायला हवी.) शिवाय तिची दृष्टीही उत्तम असायला हवी आणि या साऱ्या गोष्टी एकत्र सापडणं सोपं नाही. जरी ती मॅडोना चिआराच्या स्वत:च्या कुटुंबातली नसली, तरी आतापर्यंत मॅटिल्डा ही ॲबेसची एकनिष्ठ सेविका होती. परंतु चर्चासभेत नुकतंच उघड झालं, त्यानुसार तिची निष्ठा डळमळीत होत असणं शक्य आहे.

नशिबानं झुआनाचा तिच्याशी दृढ अनुबंध आहे. ती आणखी तरुण होती, तेव्हा मॅटिल्डाला लघवीच्या वेळेस खाजणं आणि झोंबणं याचा बरेच दिवस त्रास होत होता. अशा नाजूक दुखण्याबद्दल ती बरेच दिवस बोलली नव्हती (ती अशी एकटीच नव्हती– फेरारातल्या कडक उन्हाळ्यात या दुखण्यानं अनेक जणींना वेड लागायची

वेळ येऊ शकते.) परंतु व्हॅसिनिअमच्या रसाचा झुआनानं तिच्यावर इलाज केल्यावर तिला खूपच उतार पडला आणि तेव्हापासून तिला झुआनाबद्दल प्रेम वाटू लागलं.

“तुम्ही बाहेरच्या जगाशी फारच क्वचित संपर्क साधता, सुओरा झुआना.”

“नाही. पण अलीकडेच मला भेटायला एकजण आली होती.”

“हो. मला माहीत आहे. तुमच्या वडिलांच्या विद्यार्थ्याची पत्नी होती ती, नाही का?”

झुआना स्मित करते. अशी घटना गुप्त कशी बरं राहू शकेल?

“ती आता एका औषधालयाच्या मालकाची पत्नी आहे आणि तिच्या पतीवर काय इलाज करावा, याबद्दल सल्ला घेण्यासाठी ती आलेली होती. तिला त्वरेने उत्तर हवं होतं आणि तिला ताबडतोब ते देणं आवश्यक आहे.”

अशा तऱ्हेने काय बाहेर पाठवायचं आहे याची पूर्वपीठिका तयार करून दिली गेल्यानंतर सिस्टर मॅटिल्डा ते पत्र उघडते आणि वाचू लागते. वाचताना तो कागद तिला हातभर लांब धरावा लागतो. चॅपेलमध्ये प्रार्थनेच्या पुस्तकातल्या रोजच्या प्रार्थना वाचताना तिला कधीकधी डोळे बारीक करावे लागतात हे झुआनाच्या आधीच लक्षात आलेलं आहे.

लहान आकाराचं अक्षर वाचता आल्यामुळे मॅटिल्डाला सुटल्यासारखं वाटलेलं दिसतंय. “कोळ्याची जाळी आणि मध का?” ती विचारते. पत्र बंद करून ती त्यावर आपला शिक्का मारते.

“मी लहान असताना माझी आजी नेहमी म्हणत असे की, कोळ्याचं जाळं मोठं संजीवक असतं. ती नोकरांना तळघरातली कोळ्याची जाळी जमा करायला सांगत असे. ते पाहून मला अगदी शिसारी येत असे.”

“तुझ्या आजीला औषधींची माहिती होती का?”

“ते काही मला ठाऊक नाही. मला ती मोठी कजाग वाटत असे.” ती क्षणभर थांबून पुढे म्हणते, “परंतु हल्ली मला वाटू लागलंय की, ती इतकी कडक होती तेच बरं होतं. कडक नियमांनुसार जगणंच बरं असतं, नाही का?”

“हो. अगदी नक्कीच.” झुआना हसते आणि तिच्या कफनीतून एक छोटीशी कुपी काढून टेबलावर ठेवते. “तुम्ही मठाच्या सेवेत सतत तुमचे डोळे शिणवत असता. विचहेलचे थोडे थेंब टाकलेत की, आमची सेवा करण्याजोगी तुमची दृष्टी स्वच्छ राहील.”

सिस्टर क्षणभर द्विधेत पडते– नियमांबद्दल विचार करते– मग ती कुपी हातात घेते. “मी तुमची ऋणी आहे. तुम्ही म्हणता की हे पत्र लगेच पोहोचणं महत्त्वाचं आहे, तेव्हा ते आज दुपारीच पोहोचवण्याची मी व्यवस्था करेन.”

जरी पहिला दिवस नीटपणे पार पडतो, तरी ती रात्र आणि त्यानंतरच्या रात्री इतक्या सरळपणे पार पडत नाहीत. कम्प्लाईननंतर– रात्री साडेसातच्या, झोपण्यापूर्वीच्या प्रार्थनेनंतर मठ अखेरीस निद्राधीन होतो. झुआना त्यावेळेस मुलीच्या कोठडीत पोहोचते. स्वत:च्या जेवणातून वाचवलेलं अन्न आणि स्वयंपाकघरातून मिळवलेले खाद्यपदार्थ ती सोबत घेऊन जाते. ते सारं सेराफिनाला खायला लावेपर्यंत तिला तेथेच थांबावं लागतं. खाणं ही खरंतर किती सहजसुलभ प्रक्रिया आहे. पण इथे ते एक दिव्य बनलेलं आहे. पण उपासमारीचीसुद्धा एक लक्ष्मणरेषा असते. ती ओलांडल्यावर नुसता देहच नव्हे, तर मनही विकल बनतं.

"मला आणखी जात नाही. मी खूप जेवलेय."

"तू अगदीच थोडं खाल्लं आहेस."

"तुम्ही असं कसं म्हणता? माझं पोट फुटायची वेळ आलीय."

"त्याचं कारण असं आहे की, तुझं पोट अतिशय आक्रसून गेलंय. तू एवढं संपवलंच पाहिजेस."

"मी ते नंतर खाईन."

"नाही. ते तू आत्ताच खाणार आहेस."

"आई गं!"

जर हे सारं झुआनाला अवघड वाटत असलं, तर ते त्या मुलीला त्याहूनही कठीण वाटतंय. दररोज रात्री तिच्यापुढे थिजलेल्या जेवणाचा डोंगर असतो. दाट. घाणेरडं. सैतानाच्या वांतीसारखं दिसणारं. पहिला चमचाभर अन्न तोंडात घालण्यापूर्वीच तिचा देह बंड पुकारतो. उलटी आल्यासारखं वाटतं. अन्नाकडे पाहूनच तिचा घसा आक्रसून जातो. प्रत्येक घास अत्यंत बेचव लागतो. जणूकाही तिला कच्चं मांस खायला लागतंय आणि विष प्यावं लागतंय. ती मोठ्या प्रयासानं ते अन्न थुंकून टाकायची इच्छा दाबून टाकते.

"इझॉबेट्टा, खा." झुआना म्हणत असते.

"सेराफिना खाऊ नकोस," उमिलिआनाच्या तंबीची तिला आठवण होते.

काही रात्री तर अशाही असतात की आपल्याला वेड लागेल असं तिला वाटू लागतं. अशा वेळेस उमिलिआनाचा स्वर टिपेला पोहोचून झुआनाच्या स्वराला दाबून टाकत असतो. तो इतकी तीव्र असतो की तो स्वत:चाच आवाज तर नाही, अशी तिला शंका येते. अश वेळेस जॅकोपोच्या आठवणीनंसुद्धा तिला तोंड उघडावंसं वाटत नाही. झुआना नसती तर तिनं प्रयत्न सोडून दिला असता. ती आशा-निराशेच्या रस्सीखेचीत अडकलेली आहे. रडतारडता मधूनच ती टोकाचा विरोध करते, संतापते किंवा ठाम नकार देते. विरोधाचा विषारी नाग किती फुसफुसतोय, किती फणा काढतोय आणि तिला किती हटवादी बनवतोय, हे पाहून मोठा विस्मय वाटतो.

मात्र अखेरीस भुकेमुळे आलेला थकवा तिला आज्ञाधारक बनवतो. ती रडत रडत शरण जाते.

“परमप्रिय इझॉबेट्टा, मी कधीही जाणूनबुजून तुला सोडून गेलो नव्हतो आणि कधीही सोडून जाणार नाही,” पत्रातली अशी वाक्यं वाचून दाखवता दाखवता झुआना तिला तोंड उघडायला लावते.

“प्रिय इझॉबेट्टा!...”

तिला त्या नावानं कुणीही हाक मारल्याला किती दिवस झाले बरं? इझॉबेट्टा! तिचं स्वत:चंच नाव तिला आता परकं झालंय. या नावाला ओ देणारी ती कोणती तरुणी होती बरं? आणि तिच्यावर एकेकाळी कोणता तरुण प्रेम करत होता?

“मी दररोज रात्री झोपण्यापूर्वी तुझा आवाज मनातच ऐकतो. त्याच्या गोडव्यानं मूर्तिमंत शांतताही मोहित होते आणि जागा होतो, तेव्हा सर्वप्रथम मला तो आवाजच आठवतो. मी आणखी कशाचीही अभिलाषा धरत नाहीये.”

एखाद्या लहान मुलानं, आपल्याला पूर्वी आवडत असलेली गोष्ट लक्षपूर्वक ऐकावी, त्याप्रमाणे ती अगदी लक्षपूर्वक ऐकते आणि कधीकधी ती भूतकाळात पोहोचते आणि तिला त्याचा चेहरा, त्याचा स्पर्श, त्याच्या आवाजाचा प्रतिध्वनी स्पष्टपणे आठवू लागतो. फक्त या साऱ्या गोष्टी केव्हा आणि कशा घडल्या ते मात्र स्मरत नाही.

“मी पुन्हा कधीही आणखी कोणावर प्रेम करू शकणार नाही किंवा इतर कुणाशी कधीही विवाह करणार नाही. मी जगलो वाचलो तर असं वागण्याची देवापुढे शपथ घेतलेली आहे आणि त्याप्रमाणे वागण्यानं मला समाधान लाभेल... माझ्या वतीनं देवाला आळव, इझॉबेट्टा, माझ्या प्रिये.”

पण ती पुन्हा कधीही इझॉबेट्टा म्हणून जगू शकणार आहे का? थोड्या वेळानं, हाच प्रश्न स्वत:ला विचारत राहण्यामुळे अतिशय शीण जाणवू लागतो. भविष्याचा विचार करताना जाणिवेच्या सुखद पोकळीतून बाहेर पडावं लागतं, ते नकोसं वाटतं. तिचं फक्त शरीरच नव्हे, तर तिच्या भोवतीचं संपूर्ण जगच आक्रसून गेलं आहे.

जेव्हा जेवणाचं दिव्य पार पडतं, तेव्हा पचनाला मदत व्हावी म्हणून दिलेला यू डी व्हायचा डोस ती निमूटपणे गिळून टाकते. तिच्या देहाची झीज भरून काढायला त्याची फारशी मदत होत नाही, कारण थोड्याच दिवसात तिची आतडी बंड पुकरतात आणि अन्न आत गेलं तरी मळमळणं आणि पोटात पेटके येणं सुरू होतं. कधीकधी त्या वेदना सहन करणं तिला फार दु:सह होतं. पूर्वी ती थंडी वाजली की पाय पोटाशी घेत असे, आता ती पोटातल्या वेदना सहन करता याव्यात म्हणून पाय पोटाशी घेते.

दरम्यान, तिला खायला घालणं हे जसं एक दिव्य होऊन बसलंय, तेवढंच ते

लपवणंही एक दिव्यच बनलं आहे. ती कितीही थकलेली किंवा गोंधळून गेलेली असली, तरी कोठडीबाहेर पडल्यावर सेराफिनाला सावधगिरीनं वागावं लागतं आणि चतुराईनं भोजनालयात, प्रत्येक जेवणाच्या वेळेस, मठाला तर ती जेवताना दिसायला हवी, परंतु तिच्या जेवणाच्या लकबीवरून उमिलिआनाला तर स्पष्टपणे समजायला हवं की ते जेवण ती तोंडात न घालता, उपास चालू ठेवण्यासाठी कपड्यातच लपवतेय आणि तिच्या सर्वांत प्रिय अशा नवागतेच्या प्रगतीकडे उमिलिआनाचं बारीक लक्ष आहे.

जेवणानं तिच्या अंगात थोडी शक्ती येऊ लागते, त्याचबरोबर बद्धकोष्ठालाही सुरुवात होते. दिवसागणिक मोठ्या आणि कडक होणाऱ्या खड्यांनी तिचं आतडं भरून जातं. या साऱ्या टाकाऊ विषामुळे आपला देह सुजलाय असं तिला वाटू लागतं. तिला मुळव्याधीमुळे त्रस्त झालेल्या बिशपची आठवण होऊ लागते. माझी तशीच अवस्था होणार आहे का अशी तिला भीती वाटू लागते. उपासमारीमुळे दुर्बल झालेला देह घेऊनच मला जगावं लागणार की काय असा तिला प्रश्न पडतो. ती स्वत:कडे बघते. तिच्या कपड्यांखाली कातडी काळवंडलीय. त्या खालच्या शिरा वठलेल्या डहाळ्यांसारख्या दिसत आहेत. कुरूप. ती अत्यंत कुरूप दिसतेय. कुणीही माणूस तिच्यावर कसं बरं प्रेम करू शकेल?

झुआना तिला पुन्हा पुन्हा समजावून सांगते की, देहाला पुन्हा जेवणाची सवय व्हायला वेळ लागतो. हळूहळू ती अवस्था दूर होऊन गोष्टी सोप्या होतील. पण त्या तशा झाल्या नाहीत, तर? जर ती केवळ फुगत जाऊन एक दिवस फुटून गेली, तर? झुआना आता तिला यू डी व्हायच्या बरोबरच सोनामुखी देऊ लागते. सोनामुखीनं शरीर शुद्ध होतं, यकृत आणि प्लीहा आणि हृदय स्वच्छ होतं आणि एवढ्या प्रमाणात दिलं, तर घोड्याचं पोटही साफ होतं. पण उपासमार झालेल्या नवागतेचं पोट मात्र त्याला दाद देत नाही.

सहाव्या दिवशी, प्रात:प्रार्थनेच्या वेळेस त्या वेदना इतक्या असह्य होतात, की ती जवळजवळ मूर्च्छित होते. चॅपेलमध्ये, नेहमीप्रमाणेच युजेनिया तिच्या जवळच आहे– आणि तिला बरं वाटेपर्यंत ती तिला आधार देते. वेदनांमुळे तिच्या त्वचेवर घामाचे थेंब उभे राहिले आहेत. ती सरळ होऊन उभी राहते, तेव्हा समोरच्या बाकांवरच्या जोगिणी आणि नवागता तिच्याकडे रोखून पाहत असलेल्या तिला दिसतात. ती अजूनही उभी राहू शकतेय, हे पाहून त्यांच्या चेहऱ्यावर जवळजवळ निराश भाव दिसतो. तिच्या प्रत्येक हालचालीकडे मठ कुतूहलानं पाहत असतो, असं दिसतंय. परंतु देवाचा शोध घेताना, देह इतका झिजवताना नेहमीच कुणी इतरांच्या दृष्टीस पडत नसतं!

दरम्यान, सुओरा उमिलिआनाला अजिबात दु:ख वाटत नाहीये. उलट ती अगदी उत्तेजित अवस्थेत गेलीय. तिच्या स्तोत्रांएवढीच तिला उपासमारीच्या परिणामांची माहिती आहे आणि कधीकधी वेदना आणि साक्षात्कार यातला फरक कळणं खूप अवघड होतं, हेसुद्धा ती जाणून आहे आणि साक्षात्कार होण्याच्या दृष्टीनं हा मोठासा चांगला काळ नाहीये. अजून चॅपेल रिकामंच आहे. कारागीर अजून येशूच्या मूर्तीवर काम करत आहेत. जर– नव्हे जेव्हा– देव या तरुण आत्म्याला साक्षात्कार घडवेल, तेव्हा ते बघायला येशूची मूर्ती इथं हजर असायला हवी.

कारण उमिलिआनानंसुद्धा काहीतरी योजना आखलेली आहे. या अंधारात तिला उमेद देणारं एक स्वप्नं तिनं रंगवलेलं आहे. तिनं अनेक नवागतांना शिकवण दिलेली आहे– पर्सेव्हेरान्झा, ओबेडिएन्झा, स्टेफाना किंवा लहानशी चॅरिटा. या साऱ्याजणी येशूच्या विनम्र आणि समर्पित सेविका बनल्या आहेत. ती स्वत:सुद्धा त्यांच्यासारखीच एक आहे. गेली अनेक वर्षं तिनं येशूची निष्ठेनं उपासना केलेली आहे, कष्ट केलेले आहेत, उपवास केलेत, प्रार्थना केलीय, आपलं आयुष्यच सँटा कॅटेरिना मठाला अर्पण केलंय आणि तरीही... तरीही... कशाची तरी उणीव आहे असं तिला प्रकर्षानं जाणवतंय.

दैवयोगानं ती एकोणीस वर्षांची भावूक जोगीण असताना ती याच चॅपेलमध्ये उभी होती आणि त्याच वेळेस एका जित्या जागत्या, बारक्या कुडीच्या, विनम्र आणि गूढ अशा संतिणीनं प्रात:प्रार्थनेच्या वेळेस तिचे तळहात उघडून दाखवले होते आणि त्यातून येशूच्या तळहातावरच्या भळभळत्या जखमेप्रमाणे रक्त वाहत होते! उरलेल्या संपूर्ण प्रार्थनेदरम्यान, उपासना गीतं गाणाऱ्यांचं सारं लक्ष तिच्यावरच केंद्रित झालं होतं. परंतु हा पुण्यात्मा मात्र प्रार्थना करण्यात मग्न होता. तिच्या गालांवरून आसवं वाहत होती आणि प्रार्थना संपल्यावर ती लंगडत तिच्या कोठडीत परत गेली, तेव्हा तिच्या रक्ताळलेल्या पावलांच्या निशाण्या उमटल्या होत्या.

लहानपणी उमिलिआनानं अशा आश्चर्यांबद्दल ऐकलं होतं आणि त्यांनी तिच्यावर खोल ठसा उमटविला होता. तिनं नेहमीच असं पावित्र्य मिळवायची आस धरली होती. असाच साक्षात्कार घडावा, अशी तिनं प्रार्थना केली होती. ते अशांना 'जिवंत संतिणी' असं म्हणत असत. पाखंडी लोकांनी धुमाकूळ घालण्यापूर्वी अशा कितीतरी जिवंत संतिणी होऊन गेल्या : नार्नी येथील लुसिया, फोलिग्नो येथील अँजेला, ब्रोडी येथील कॅमिला. तिच्या आईनं तिला जागरूकतेनं या सर्वांच्या कहाण्या ऐकवल्या होत्या. पक्षिणी पिलाच्या चोचीत अन्न भरवते, त्या प्रमाणे तिनं उमिलिआनाला यांच्या जीवनकथा ऐकवल्या होत्या. जर साऱ्याच तरुण मुलींना अशाच कोवळ्या वयात अशी शिकवण दिली गेली तर...!

तिची आई इतकी देवभोळी नसती, तरीही उमिलिआनानं जोग घेण्याचीच आस

धरली असती. ती लहान असताना, तिनं स्वत:ला फार देहदंड देऊ नये, म्हणून तिला आवरावं लागत असे आणि जरी त्यांचं कुटुंब शहरातल्या अत्यंत प्रबळ कुटुंबांपैकी एक नव्हतं, तरीही तिला सँटा कॅटेरिना मठात प्रवेश मिळण्याइतपत त्यांना मान्यता होती. बाराव्या वर्षी तिनं मठात प्रवेश केला, त्यावेळेस तिच्या गुडघ्यांना (प्रार्थनेसाठी गुडघे टेकल्यामुळे) आधीच घट्टे पडलेले होते आणि तिला बरोबरीच्या बऱ्याचशा नवागता उथळ आणि दिखाऊ वाटत असत. फक्त योग्य काळ उलटून पुरेसा देहदंड देण्याचीच काय ती उणीव होती आणि तिला साक्षात्कार घडलाच असता.

...परंतु तो घडला नाही. इतकी उपासना करून आणि इतकी श्रद्धा ठेवूनही तिला दैवी स्पर्शाची अनुभूती जाणवली नव्हती आणि ती तेवढ्या योग्य पदाला कधीच पोहोचणार नाही, अशी तिला मनातून भीती वाटू लागली होती. त्या रात्री जेव्हा तिला सुओरा मॅगडालेनाच्या हातून रक्त ठिबकताना दिसलं होतं, तेव्हा तिला सत्य उमगलं होतं : ती स्वत: कधीही अशा कृपाप्रसादाला पात्र ठरणार नव्हती.

जेव्हा तुमची कुणावर तरी एवढी निष्ठा असते, तेव्हा कृपाप्रसादाला पारखं होणं अत्यंत क्लेशदायक असतं. पण येशू वेगवेगळ्या आत्म्यांपुढे वेगवेगळी आव्हानं ठेवतो आणि उमिलिआनानं आपल्या प्राक्तनाचा न कुरकुरता स्वीकार केलेला होता. ती शिवणकाम, लेखन, स्वयंपाक, बागकाम हे सारं न कुरकुरता अगदी शक्य तेवढ्या लीनपणे करत होती. अखेरीस तिला असं एक स्थान मिळालं, जेथून ती तिच्या समर्पित भक्तीद्वारा तरुण आत्म्यांना दिशा दाखवू शकत होती. ती एक प्रामाणिक आणि न्यायानं वागणारी नवागतांची प्रमुखा आहे, याबद्दल दुमत असणं शक्यच नव्हतं आणि तिच्या देखरेखीखालच्या अनेक नवागता सुरुवातीला तिचा तिरस्कार करत असल्या, तरी अखेरीस तिच्यावर तेवढीच माया करू लागल्या होत्या. पण सारावेळ, त्यांच्यावर नजर ठेवताना ती कायम शोध घेत होती की, साक्षात्काराचा क्षण पुन्हा कधी येईल की नाही आणि आता तर त्याला फारच महत्त्व प्राप्त झालेलं होतं, कारण सगळीकडे अफवांचं पीक उठलं होतं आणि चर्चनंच सवलती कमी करून शिस्त वाढवण्याचं ठरवलं होतं.

अगदी प्रामाणिकपणे सांगायचं, तर तिला सेराफिनाबद्दल ठाम खात्री वाटत नव्हती. (पण आता हेसुद्धा बदललं नव्हतं का?) सुरुवातीला तिला ती फक्त लाडावलेली, चिडखोर आणि बंडखोर मुलगी वाटली होती. आढ्यतेखोर आणि शारीरिक सुखाला हपापलेली. पण नंतर बदल घडत गेले. प्रथम ती सुओरा मॅगडालेनाच्या सहवासात आली, त्यानंतर तिचा आवाज परत आला. त्या आवाजात अगदी दैवी निर्मळपणा होता. फक्त त्याला मनोरंजनाकडे न वळवता त्या आवाजाला ईशस्तुतीकडे वळवणं आवश्यक होतं. मग ती अचानक पावित्र्याचा देखावा करू

लागली होती. पण देवाला त्यामागचं ढोंग उमगलं होतं आणि त्यानं तिला आजारी पाडून मृत्यूच्या अगदी जवळ नेऊन आणलं होतं आणि त्यावेळेस, मॅगडालेना नसती, तर ती नक्कीच मरण पावली असती. त्याक्षणी उमिलिआनाची खात्री पटली होती. इतरही जोगिणी आणि नवागता होऊन गेल्या. त्यातल्या काहीजणी तर अत्यंत पवित्र होत्या. पण त्यासुद्धा वेदना भोगत, एकेकट्या मरणाला सामोऱ्या गेल्या होत्या. पण सँटा कॅटेरिना मठातली जिवंत संतीण या मुलीसाठी मात्र तिच्या कोठडीबाहेर निघाली होती. तिनं या मुलीठायी पश्चात्ताप आणि उपवासाची ज्योत तेवती ठेवली होती. अखेरीस शंकेला जागा उरू नये, म्हणून नेमक्या ज्या क्षणी क्रूसावर येशू अर्धा खाली ढळला होता आणि सेराफिना प्रसाद ग्रहण करत होती, त्याचक्षणी मॅगडालेना मृत्यू पावली होती.

हो. या तरुणीच्या ठायी कोणती तरी शक्ती होती. ती शक्ती कुणीतरी तेथे तिच्या इच्छेविरुद्ध ओतलेली होती. ती मुलगी निराश मन:स्थितीत असतानासुद्धा उमिलिआनाला त्या मुलीमधली शक्ती जाणवली होती. तिनं त्या शक्तीचं संवर्धन केलं होतं. तिचा देह सुकत असला तरी तिचा आत्मा जागृत होतोय, हे उमिलिआनाला जाणवलेलं होतं. मठाचं शुद्धीकरण करता यावं, म्हणून अशी शक्ती लाभावी अशी उमिलिआनानं प्रार्थना केलेली होती आणि आता ती शक्ती या मुलीकरवी तिला लाभली होती.

जेवणानंतर रात्रीच्या प्रार्थने दरम्यानच्या वेळात उमिलिआना नेहमी सेराफिनाबरोबर प्रार्थना करण्यासाठी तिच्या कोठडीत येते. त्याप्रमाणेच ती त्या संध्याकाळीसुद्धा तेथे आली. तिच्या पंखाखालच्या या तरुणीची प्रत्येक भावना कळावी, याची तिला नेहमीच उत्सुकता वाटत असते. तशीच उत्सुकता वाटून तिनं तिला सकाळच्या प्रार्थनेच्या वेळेस आलेल्या घेरीबद्दल विचारलं. तिला वेदना जाणवली होती? तिला काय वाटलं होतं? तिला काही ऐकू आलं होतं? तिला कानांमध्ये आवाज घुमलेले जाणवले होते का? दृष्टीला काही वेगळं पडलं होतं?

सेराफिना तिला जी उत्तरं अपेक्षित आहेत, तीच उत्तर देते.

त्या साऱ्याच काही थापा नाहीत. झुआना तिच्यापाशी येऊ लागण्यापूर्वीच्या उपासमारीच्या ज्या लांबलचक रात्री असत, तेव्हा काही वेळा तिला काही गोष्टी अगदी नक्कीच दिसल्या होत्या : सावल्यातून वेगवेगळे आकार निर्माण झालेले दिसले होते. दृष्टीच्या टप्प्याच्या भोवती अचानक तेजोवलयं किंवा उजेडाचा लोळ दिसल्याचा भास झाला होता. तिनं काळोखाकडे खूप वेळ टक लावून बघितलं, तर त्या काळोखातून नारंगी, तेजस्वी पिवळे रंग उसळताना दिसत असत. काळ्या दगडात सोनसळी रेषा दिसाव्यात, तसे ते वाटत असत. एकदा जागृती आणि

निद्रेच्या सीमारेषेवर असताना तिला अंधारातून तिच्याकडे एक चेहरा येताना दिसला होता. 'त्याचा' चेहरा, दाढी असलेल्या, काळ्याभोर केसांच्या महिरपीमधला, डोळ्यात करुणेची आसवं दाटून आलेला! 'हे ईश्वरा, ते अश्रू माझ्यासाठी असोत,' तिनं आळवणी केली होती. परंतु तिच्या स्वप्नांत असं काहीच येत नसे. फक्त कधीकधी जागी होत असताना तिला संगीत – आवाज – ऐकू येत असत. ते कंपन पावत असलेले आवाज मानवी स्वरापेक्षा खूप वरच्या पट्टीतले असत आणि ते ऐकून तिला भ्रमल्यासारखं आणि अगदी हलकं वाटत असे. ती कोणत्याही क्षणी अंथरुणावरून उचलली जाऊन त्या आवाजाच्या दिशेनं तरंगत जाऊ लागेल, असं तिला वाटत असे.

शब्द जुळवत, हळूहळू ती जेव्हा हे सारं उमिलिआनाला सांगते, तेव्हा तर ती वृद्धा आनंदानं वेडावूनच जाते.

ह्या मुलीला आता असे अनुभव येईनासे झाले आहेत. अन्नाच्या वजनानं स्थिरावून आता ती पृथ्वीकडे ओढली जाऊ लागलीय. तिच्या देहाच्या जडत्वामुळे तिच्या सभोवतालच्या हवेतील कंपनांना बाधा पोहोचू लागलीय. जर तिनं प्रामाणिकपणे कबूल केलं, तर अशा साधारणशा आयुष्यामुळे तिला एक प्रकारचं दुःखच जाणवू लागलंय. आपण काय गमावलं असेल, हा विचार त्रास देऊ लागलाय. पण ती त्याबद्दल विचार करणं कटाक्षानं टाळतं. ती ही जागा सोडून निघून जाणार आहे. इथलं अद्‌भुत आणि भीषण असं दोन्हीही सोडून देऊन बाहेर पडणार आहे आणि त्यासाठी जे काही करावं लागेल, ते करायची तिची तयारी आहे.

''देवा मला मदत कर. मला तुझी किती आस लागलीय म्हणून सांगू! कृपा करून मला मदत कर.'' या ओळी तिला तोंडपाठ आहेत.

''सेराफिना, प्रार्थना आणि देहदंड! केवळ हाच एक मार्ग आहे. तू अंतर्बाह्य पूर्णपणे रिती होशील, तेव्हाच हे घडेल. तो येईल. आज तुला झालेल्या वेदना ही त्याची पूर्वसूचना होती. मॅटिन्सचा– प्रात:प्रार्थनेचा– समय त्यासाठी पूर्णपणे अनुकूल असतो. तो तेव्हा आपल्या अगदी समीप आलेला असतो. तुम्ही त्याचं फक्त जवळ येण्यासाठी स्वागत करायचं असतं. त्याच्या स्वागतासाठी तू सिद्ध आहेस. मठही तयार आहे.''

काही बाबतीत उमिलिआनाच्या बोलण्यात तथ्य आहे. अन्नामुळे तिच्या पोटाप्रमाणेच तिच्या बुद्धीचंही पोषण होऊ लागल्यावर, सेराफिनाला तिच्या आजूबाजूच्या जगात प्रचंड बदल झालेला जाणवतोय. अनेक जोगिणींनी उपवास करायला प्रारंभ केलेला आहे. त्या इतक्या उत्साहानं उपवास करत आहेत की त्या चॅपेलमध्ये जमा झाल्या की त्यांच्या रिकाम्या पोटांचे गुरगुरणारे आवाज स्पष्टपणे ऐकू येतात. कामाच्या

वेळेस, समूहगान करणाऱ्या 'लॅमेंटेशन्स ऑफ जेरेमी' (जेरेमीचे विलाप) या काव्याच्या गायनाचा सराव करत असतात. नेहमीच्या संगीताच्या तुलनेनं याचे स्वर फारच गंभीर आहेत आणि वेगवेगळ्या आवाजांची कल्पक योजना सुओरा बेनेडिक्टानं केल्यानंतरही ती स्वररचना अधिक आकर्षक वाटत नाहीये.

जेरुसलेमच्या हातून घोर अपराध घडलाय.

हे शब्द पदपथांवर घुमू लागतात.

तिनं रात्री अश्रू ढाळले आणि ते अजून तिच्या गालांवर आहेत.

आणि काहीजणींना हे शब्द सँटा कॅटेरिना मठाला उद्देशून लिहिले गेले आहेत, असं वाटतं.

जे सारे तिला मान देत असत, तेच आता तिचा तिरस्कार करतात,
कारण त्यांनी तिचा अपराध बघितला आहे.

संध्याकाळी आजकाल फारसं कुणीच अपोलोनियाच्या कोठडीत जात नाही. त्या साऱ्याजणी आपापल्या कोठड्यांमध्ये गुडघे टेकून प्रार्थना करण्यात मग्न असतात. मठ एका विलक्षण जड अशा, गुदमरवून टाकणाऱ्या स्तब्धतेत गुरफटून जातो. ही स्तब्धता वादळापूर्वीच्या शांततेची आठवण करू देते. पुढली चर्चासभा कोणताही बखेडा न माजता पार पडते. जरी वातावरण चैतन्याचे आहे, तरी कुणाच्याही अंगी आणखी विवाद उभा करण्याएवढं त्राण नाही. मोठा क्रूस दुरुस्त झाला आहे आणि तो आठवड्याभरात मठात बसवला जाईल असं सांगण्यात येतं. या बातमीचंही थंडंच स्वागत होतं. उमिलिआना ही मुरब्बी राजकारणी आहे, पण तीसुद्धा काहीही बोलत नाही. पण जास्त ताणलेल्या तंबोऱ्याच्या तारेप्रमाणे तिचा आत्मा तणावग्रस्त आहे आणि दररोज संध्याकाळी ती आपली उत्कट इच्छा सेराफिनाजवळ व्यक्त करते. ती वाट पाहतेय. त्या साऱ्याजणीच वाट पाहत आहेत.

४४

जरी तिच्या देहात लक्षात येण्याजोगा फरक पडायला अजून निदान एखादा महिना लागणार असला, तरी तिला खायला लावल्यावर दोन आठवड्यात तिचा चेहरा थोडासा बदलू लागला आहे. तिच्या डोळ्यांखालची वर्तुळं आता कमी काळी दिसत आहेत. तिच्या गालांमध्ये थोडा रंग भरू लागला आहे. आता पुढला घटक या औषधात मिसळण्याचा समय येऊन ठेपला आहे. ॲबेसला आता योजनेत ओढून घेण्याची वेळ आलेली आहे.

हे काम किती कठीण आहे, याची झुआनाला पूर्ण कल्पना आहे. ती किती संतापेल याची तिला पुरी जाणीव आहे. ती आधीच संतापलेली आहे. त्यांची शेवटची भेट झाली, तेव्हापासून मॅडोना चिआरा अधिकाधिक वेळ स्वत:च्या कक्षात काढू लागलेली आहे. ती आलेल्यांच्या भेटी घेत असते किंवा पत्रं लिहित असते. चाणाक्षांच्या लक्षात येऊ शकेल की, ती थकल्यासारखी दिसतेय. झुआनाला साऱ्याची पूर्ण कल्पना आहे. ज्या स्त्रीला आजूबाजूचं जग तिच्या ताब्यात असण्याची सवय होती, ती त्यावरची पकड ढिली करणं अजिबात शक्य नाही. त्यामुळे तिची खात्री पटवणं आणखीच महत्त्वाचं होऊन बसलेलं आहे.

त्या रात्री, नेहमीच्या जेवणाबरोबरच झुआना त्या मुलीच्या कोठडीत आणखी दोन पुड्या घेऊन येते. तिचं जेवण आटोपल्यावर झुआना तिला पहिली पुडी देते.

"काळजीनं वापर," झुआना म्हणते.

अपोलोनियानं चेहऱ्याला लावायची तिची पावडर मोठ्या उदारपणे बहाल केलीय. "माझ्या बहिणीसाठी तुम्ही जे काही केलंत, त्याची स्वल्पशी परतफेड म्हणून तुम्ही याचा स्वीकार करा," ती म्हणाली होती. "परंतु तुम्हाला अशा गोष्टींची आवश्यकता भासेल, अशी माझी अपेक्षा नव्हती. परंतु आपल्यापैकी खूपजणींचं वर्तन बदलू लागलंय. तुम्ही एखाद्या संध्याकाळी संगीताच्या मैफिलीत सामील व्हा. त्या कदाचित फार काळ चालू राहणार नाहीत."

सेराफिना– किंवा इझॉबेट्टा, कारण अन्नानं टुकटुकी आल्यावर ती आता स्वत:ला इझॉबेट्टा म्हणूनच ओळखू लागली आहे– ती पुडी उघडते आणि त्यात

आपलं बोट बुडवून पांढरी पावडर गालांवर चोळते.

"तू ती बेतानंच वापर. विशेषत: उमिलिआनाला प्रार्थनामंदिरात खूप लांबूनही रंगरंगोटी केलेली ओळखू येते."

झुआना दुसरी पिशवी पलंगावर ठेवते.

"ह्यात मी बरोब्बर मोजून कण ठेवलेत. त्यात किती पटीनं पाणी मिसळायचं ते तुझ्या लक्षात आहे ना?"

ती होकारार्थी मान हलवते.

"छान! फक्त खूण केल्यावरच तू प्रारंभ करायचा आहेस आणि त्यात आपण आधी ठरवल्याप्रमाणेच तू बोला-वागायचं आहेस. तुझ्या लक्षात राहील ना?"

"हो."

"अधिक-उणं काहीही करायचं नाही. पुन्हा अशी संधी मिळणार नाही."

"हो. हो. मला ते ठाऊक आहे," ती आज अस्वस्थ आहे. त्या दोघीही अस्वस्थ आहेत. "तुम्हाला वाटतंय की ही वेळ येईल?"

"मला खात्री नाही. पण जर तशी वेळ आलीच, तर तिची खात्री पटायला हवी की तुझ्यात पुढली लढत द्यायची इच्छा आणि धाडस दोन्हीही आहेत!"

ज्या धारदार सुरीनं झुआनानं एकेकाळी फिगवर्टचं मूळ तासलं आणि कापलं होतं, तीच सुरी झुआना आता सेराफिनाला देते. त्या गोष्टीला किती दिवस झाले होते?

"तू हे करू शकशील याबद्दल तुला खात्री वाटतेय ना?" झुआना तिला विचारते.

"हो. हो. माझी पक्की खात्री आहे." आणि गालांवर चढलेल्या लालीबरोबरच आता तिचे डोळेही उल्हासानं चकाकत आहेत. "माझ्या पोटात दुखतंय, त्याहून त्यामुळे नक्कीच फार जास्त दुखणार नाही."

दुसऱ्या दिवशी सकाळी झुआना ॲबेसकडे जाते. यावेळेस त्यांच्यात काहीही सुसंवाद घडत नाही : मदिरा दिली जात नाही की, शेकोटीजवळ बसायचा प्रेमळ आग्रहही होत नाही.

"मी आज्ञाभंग केल्याची कबुली देण्यासाठी आले आहे, मॅडोना चिआरा. तुमच्या इच्छेविरुद्ध मी रात्री नवागतेजवळ जाते आहे आणि तसं करताना मी रात्रीच्या मौनाचा वारंवार भंग केला आहे."

"अस्सं! तर मग तू मला माहीत नसलेली बातमी पुरव. ती कितीसं अन्न खातेय? प्रात:प्रार्थनेच्या वेळेस ती अर्धमेली दिसत होती."

"तो बद्धकोष्ठाचा परिणाम होता. पुन्हा जेवू लागल्यावर तसं होणं अपेक्षितच

होतं. उपास आता थांबले आहेत आणि त्याबरोबरच तिच्यावरचा उमिलिआनाचा पगडाही दूर झालेला आहे.''

''हे ऐकून मला आनंद वाटला.''

झुआना एक दीर्घ श्वास घेते. तिला उभ्या आयुष्यात आताएवढी भीती कधीही वाटलेली नव्हती, ''मॅडोना चिआरा, हा मठ वाचवण्यासाठी मी कोणताही त्याग आनंदानं करीन. या मठामुळे मला आणि माझ्यासारख्या अनेक स्त्रियांना जो आधार आणि जे सुख लाभलं आहे, त्याची मला पूर्णपणे जाणीव आहे...'' ती बोलायला सुरुवात तर शांतपणे करते, पण त्यानंतर तिचे शब्द भराभर बाहेर पडू लागतात. ती थांबून स्वत:ला थोडा आवर घालते.

''नवागताही तुमच्याशी माझ्याएवढीच एकनिष्ठ आहे. ती जरी हट्टी असली तरी ती दुष्ट नाही. ती निराशेपोटी उमिलिआनाजवळ खेचली गेलेली आहे. पण आपण जर तिला मदत केली, तर ती उमिलिआनाकडे पाठ फिरवेल आणि मरेपर्यंत ती गुप्तता पाळेल. या भिंतीआड किंवा या भिंतीबाहेर जे जे घडलं ते ती पूर्णत: विसरून जाईल.'' ती आता थांबते. तिला कपाळावर घाम जमा झालेला जाणवतो. ॲबेस तिच्याकडे शांतपणे, थोड्याशा थंड दुराव्याने बघतेय.

''केवढं भावविभोर वक्तव्य हे सुओरा झुआना! नेहमीपेक्षा पूर्णपणे वेगळं. तर मग तिनं गप्प राहावं, म्हणून आपण तिला कोणती 'मदत' करणं अपेक्षित आहे? तुझ्या म्हणण्याचा तोच अर्थ आहे ना? कारण मला तर स्पष्ट दिसतंय की तिला अन्न मिळतंय, तिची शुश्रूषा केली जातीय आणि अर्धा मठ तिची काळजी घेतोय. याहून आणखी कोणती 'मदत' तिला हवीय?''

झुआना अजिबात न डगमगता म्हणते, ''तिला इथून बाहेर पडून, त्या तरुणाबरोबर इथून कुठेतरी दूर जाऊन, नवं आयुष्य सुरू करायची परवानगी हवी आहे.''

ॲबेस क्षणभर झुआनाकडे रोखून पाहते, ''वा! तिचं डोकं बरंच लवकर काम करू लागलेलं दिसतंय. की ही कल्पना तिची स्वत:ची नसून...''

''मी याबाबत खूप विचार केला आहे, मॅडोना चिआरा आणि एक मार्ग दिसतोय–''

''ओहो! मार्ग तर अनेक आहेत.'' ती तिचं बोलणं अर्ध्यावर तोडत म्हणते,''मी आज संध्याकाळीच तिच्यासाठी मठाचे दरवाजे उघडू शकते. किंवा तिला बिशपपुढे अर्ज करण्याची परवानगी देऊन मठावर तपासपथकांद्वारा तपासणी ओढवून आणू शकते. मला ओळखू दे... आणखी एखादा मार्ग! तुझ्यात सँटा कॅटेरिना मठाचा देह तपासून इलाज शोधण्याचं धारिष्ट्य होतं की, तुझ्या वडिलांनी याबाबत मार्गदर्शन केलं होतं?'' तिच्या आवाजाला उपरोधाची विषारी धार चढते.

''माझे वडील माझ्याशी आता बोलत नाहीत,'' झुआना अगदी शांतपणे

म्हणते, "हे विचार केवळ माझेच आहेत."

"तसं असेल तर तुझा गुन्हा अधिकच गंभीर स्वरुपाचा आहे की, इतकं वय होऊनही तुलाच तारुण्यज्वराची (ग्रीन सिकनेस) बाधा झालीय? तिनं तुझीही मती भ्रष्ट केलीय? इतरांप्रमाणे तुलाही वश करून घेतलंय की, तिच्या खातर तू मठाचा विनाश ओढवून आणायला तयार झाली आहेस?"

"नाही. तसं अजिबात नाही." झुआनाचा आवाज अगदी स्पष्टपणे येतोय. त्यात थरथर किंवा भीती अजिबात दिसत नाही.

"तुमच्याएवढंच माझंही या मठावर प्रेम आहे."

"त्याबद्दल मला शंका आली, तर ती क्षम्य असायला हवी."

"मी काहीही..."

"चूप बसऽऽ!" तिच्या आवाजात खराखुरा संताप आहे. झुआना आज्ञेनुसार गप्प बसते. ॲबेस क्षणभर अगदी गप्प बसते. तिच्या हातांची घडी घालून तिनं ते हात तिच्या मांडीवर ठेवले आहेत. जणूकाही आपण मर्यादा सोडून वागलो आहोत, याची तिला जाणीव झालेली आहे. सरतेशेवटी ती आपलं डोकं वर उचलते.

"आपलं बोलणं संपलंय. तुझं प्रायश्चित्त–"

"मॅडोना चिआरा–"

"तू यापुढे मी बोलताना अडथळा आणू नकोस!" तिला आता सगळीकडेच शत्रू दिसत आहेत आणि ती काहीही ऐकून घ्यायला तयार नाही. "तुझं प्रायश्चित्त असं आहे की, या क्षणापासून तू कोठडीतच थांबायचंस. तुझं काय करायचं याचा मी निर्णय घेईपर्यंत तू कोठडीबाहेर पडायचं नाहीस."

झुआना आणखी काहीही करू शकत नाही. आज्ञापालन करतेय हे दर्शवण्यासाठी तिनं मान खाली झुकवली आहे.

"आणि नवागता?" ती शांतपणे विचारते.

"तिला आणखी काही मदत लागली तर ती मी देईन."

कम्प्लाईनपर्यंत– रात्रीच्या साडेसातच्या प्रार्थनेपर्यंत– झुआनाला काहीतरी झालंय हे स्पष्ट होतं. सहाव्या प्रार्थनेपासून प्रार्थनामंदिरातली तिची जागा रिकामी आहे. जर ती आजारी असती, तर रात्रीच्या मौनापूर्वी ॲबेस नक्कीच त्याबद्दल काहीतरी म्हणाली असती आणि त्या सर्वांनी तिच्यासाठी प्रार्थना केली असती. त्याऐवजी ती तिच्या अनुपस्थितीकडे संपूर्ण दुर्लक्ष करते आणि ते आश्चर्यजनक आहे.

जमलेल्या जोगिणी आपापल्या जागेवर बसतात, तेव्हा इझॉबेट्टा झुआनाच्या रिकाम्या जागेकडे नजर टाकते. तिचा चेहरा ओढलेला आणि संधिप्रकाशात अगदी पांढरा फटफटीत दिसतोय. तो पांढरा फटफटीत काही फक्त पावडरमुळे दिसत नाहीये.

झुआनानं अगदी स्पष्ट सूचना दिल्या होत्या. ''जर मी तेथे असले, तर प्रार्थना सुरू होण्यापूर्वी मी माझा उजवा हात कपाळापाशी नेऊन तेथेच ठेवीन, जणूकाही मला वेदना होत आहेत, असं दर्शवत. योजनेनुसार तू वागावंस, याची ती सूचना असेल.''

''आणि तुम्ही तिथे नसलात तर?''

''जर मी तेथे नसले... तर माझी अनुपस्थितीच तू ठरल्याप्रमाणे वागावंस याची खूण समज.''

बेनेडिक्टा सुरुवातीचे स्वर आळवते आणि इझॉबेट्टा तिच्याबरोबर गाऊ लागते. जेव्हा ती अगदी अशक्त झालेली होती, तेव्हा तिला प्रार्थना म्हणणं अतिशय अवघड पडत होतं. तिचे विचार खूपदा मेणबत्तीच्या ज्योतीजवळच्या काळोखाकडे वळत असत. त्याबद्दल उमिलिआनानं रसभरित कहाण्या सांगितल्या होत्या : धुरातून आत बाहेर नाचणारे देवदूत, तरुण जोगिणीला दिसलेला देव, त्यांच्या देखत तिचे अश्रू आणि रक्त एकत्र होणं वगैरे वगैरे! तिला कधीकधी स्वत:च्याच तळहातात झिणझिण्या आल्याचाही भास होत असे. परंतु नंतर तिला समजत असे की, ती स्वत:चीच नखं स्वत:च्या तळहातात खुपसून लाल व्रण पाडत असे.

परंतु आता मात्र तिला प्रार्थनामंदिर ही केवळ जोगिणींची प्रार्थनेची जागा वाटते आणि प्रार्थना म्हणजे पोकळ शब्द वाटतात. आता तिला पक्की खात्री वाटतेय की फक्त सुरी खुपसूनच तिच्या तळहातातून रक्त निघू शकेल. समोर तिला ॲबेस दिसतेय– ताठ उभी असलेली. निश्चयी दिसणारी. तिच्याकडे एकदा पाहा! या स्त्रीला मनासारखं घडावं, म्हणून सुऱ्यांचा प्रयोग करता येतो!! सेराफिना तिचा किती तिरस्कार करते बरं? आजपर्यंत तिनं याबाबत विचार करणं टाळलं होतं. पण आता तो तिरस्कार तिला जाणवतोय आणि त्या जाणिवेनं तिचं डोकं भ्रमतंय.

हो! ती हे करू शकेलच शकेल!!

कोठडीत परत गेल्यावर, ठरलेल्या वेळेस ती पुडी उघडते. जमिनीचा अंधारा कोपरा ताटलीसारखा वापरून ती कणांच्या छोट्याशा ढिगावर पाणी ओतते. मग ती सुरी बाहेर काढते. ती क्षणभर विचलित होते आणि मग ती सुरी तळहातात उभी खुपसते. कातडी फाडून सुरी आत घुसल्यावर वेदनेचा शूळ उठतो. ती जखमी झालेल्या हातात सुरी घेऊन, दुसऱ्या तळहातात पुन्हा सुरी खुपसते. यावेळेस सुरी खुपसताना तिला त्रास पडतो. मेणबत्तीच्या प्रकाशात रक्त भळभळ वाहताना दिसतं. ते लालभडक आहे. ती सुरी लपवते आणि कोपऱ्यातल्या ओल्या मिश्रणात तळहात बुडवते. ते वर येतात तेव्हा लाल-जर्द दिसतात.

ती बाहेरच्या खोलीत येते, मेणबत्ती विझवून टाकते आणि किंचाळायला

सुरुवात करते.

मठ अगदी गाढ झोपेत आहे. फक्त तीन व्यक्ती आपापल्या कोठड्यांमतून झपाट्यानं बाहेर पडत आहेत. पहाऱ्यावरची जोगीण सर्वांत आधी पोहोचते. पण ती दारापाशी पोहोचेपर्यंत ॲबेसनं अर्धा पदपथ पार केलेला आहे. ती सुओरा उमिलिआनाच्या आधी पोहोचलेली आहे. सुओरा उमिलिआनाला तिची थकलेली गात्रं ज्या वेगानं येऊ शकतील, तेवढ्याच वेगानं चालता येतंय.

पहाऱ्यावरची जोगीण सेराफिनाच्या कोठडीच्या दरवाजापाशी उभी आहे, पण ती तो उघडत नाही किंवा काही बोलतही नाही. रात्रीचं दीर्घ मौन पाळणं अतिशय महत्त्वाचं आहे. मग कोणी कितीही किंचाळत असो!

"बेनेडिक्टस– (देव दयाळू आहे)." उमिलिआना धापा टाकत, ॲबेसकडे बघून मस्तक झुकवत पहिल्यांदा बोलते.

"डिओ ग्रासियास (देवाची कृपा आहे)." ॲबेस प्रत्युत्तर देते.

"आपण तसदी घेऊ नका, मॅडोना ॲबेस. मी तिच्याकडे बघते." सुओरा उमिलिआना म्हणते.

"नाही, सुओरा उमिलिआना."

"ती माझ्या हाताखाली शिकणारी नवागता आहे. माझं कर्तव्यच–"

"*मी* तिच्याकडे बघेन."

"परंतु–"

"परंतु बिरंतु काही नाही! तुम्ही हा मठ अजून चालवत नाही आहात, सुओरा उमिलिआना! हा माझाच अधिकार आहे आणि ही माझीच जबाबदारी आहे." ती निर्णायक स्वरात म्हणते. "आता तुम्ही तुमच्या कोठडीत परत जा." आणि तिला ढकलून पुढे जाण्यावाचून दुसरा कोणताही मार्ग दिसत नसल्यामुळे उमिलिआना माघारी वळते. पहाऱ्यावरची जोगीण बाजूला होऊन जागा करून देते आणि ॲबेस आत जाते.

आता ती मुलगी ॲबेसकडे पाठ करून कोपऱ्यात उभी आहे. तिची किंचाळी आता एकाच उंच सुरात थरथरत बाहेर फुटते आहे.

मॅडोना चिआरा अंधारात आपल्या हातातली मेणबत्ती उंच धरते. "तर मग सेराफिना? हा वेडपटपणा काय आहे? रात्रीच्या दीर्घ मौनाचा तू कशासाठी भंग करते आहेस?"

एका क्षणभराच्या शांततेनंतर इझॉबेट्टा तिच्याकडे वळते आणि हात उंचावून तळहात उघडे करून तिच्या ज़खमा दाखवते. लालभडक रक्ताचे थेंब तिच्या आजूबाजूला जमिनीवर जेवढ्या शांतपणे ठिपकत आहेत, तेवढ्याच शांत स्वरात, अजिबात उन्माद किंवा द्वेष न दाखवता ती ठरल्याप्रमाणे बोलू लागते.

"मॅडोना चिआरा, मला माझ्या इच्छेविरुद्ध या मठात ठेवलं गेलं होतं आणि इच्छेविरुद्धच मी अजूनही इथे राहते आहे. मला तुम्हाला अजिबात त्रास द्यायची इच्छा नाही आणि जर तुम्ही मला जाऊ दिलंत, तर मी मरेपर्यंत त्याबद्दल मौन पाळेन. पण जर मला इथे जबरदस्तीनं ठेवलं गेलं, तर मी तुम्हा सर्वांना हैराण करीन."

ती हे शब्द उच्चारत असताना, ॲबेस झपाट्यानं मागचं दार बंद करून घेते म्हणजे ते शब्द इतर कुणाच्याही कानी पडणार नाहीत.

४५

"तुम्हाला ॲबेसनी भेटायला बोलावलं आहे."

लेटिझिका अतिशय अस्वस्थ मन:स्थितीत आहे. झुआना रात्री अजिबात झोपली नव्हती. ती अनेक तास वाट पाहत होती आणि बोलावणं येण्याच्या अपेक्षेने तयारच होती. त्या पटांगण ओलांडून जात असताना झुआना कटाक्षानं सेराफिनाच्या कोठडीकडे बघायचं टाळते, पण तिला भरतकामाच्या खोलीच्या खिडकीजवळची आकृती दिसल्याशिवाय राहत नाही. जेव्हा फारश्या वावड्या उठत नसतात, तेव्हासुद्धा सुओरा फ्रान्सेस्काला जोगिणींच्या गप्पांना आळा घालता येत नाही. आता तर वावड्यांचं पेवच फुटलेलं असणार! उपास करणारी नवागता रात्री किंचाळू लागली होती आणि ॲबेस– स्वत: ॲबेस– तिला बघायला गेली होती. ही बातमी कानावरआलेली असताना, त्या शांतपणे, आणखी एका उशीच्या अभ्रावर आणखी एका E या अक्षराचं भरतकाम कशा बरं करू शकतील? परंतु साध्यासुध्या उशीच्या अभ्रांनासुद्धा या बुद्धिबळाच्या खेळात महत्त्वाचं स्थान प्राप्त झालेलं आहे. झुआनानं बातमी काढली आहे की डी'एस्टे कुटुंबाच्या खालच्या पातीतल्या तरुण मुलीसाठीच्या वधूवस्त्रांमधल्या शेवटल्या कपड्यावर त्यांचं काम सुरू आहे. ती वधूवस्त्रं लवकरच पोहोचती व्हायला हवी आहेत म्हणजे ईस्टरनंतर दहा दिवसांनी होणाऱ्या विवाहसोहळ्यापूर्वी ती घालून बघून त्यात बारीकसारीक बदल करता येतील. साऱ्या घटकांची जुळवाजुळव होत आली आहे.

लेटिझिआ न थांबता ॲबेसच्या दारावरून पुढे गेल्यावर खिडकीतलं डोकं मागे सरतं.

"आपण कुठे चाललो आहोत?"

"त्यांनी मला तुम्हाला चॅपेलमध्ये घेऊन यायला सांगितलयं."

झुआना मठात आल्यापासून या मुलीला ओळखतेय. तिला माहीत असलेली बातमी काढून घेण्याचा झुआनाला आत्ता विलक्षण मोह होतोय. पण लेटिझिआ खूपच घाबरलेली दिसतेय आणि त्या चॅपेलपाशी पोहोचताक्षणी ती निघून जाते.

आत शिरल्याबरोबर ॲबेसच्या तिथल्या उपस्थितीचं कारण उघड होतं. वेदीखालच्या

रुंद फरशीवर नव्यानं दुरुस्त केलेला प्रचंड क्रूस जागेवर उभा करण्याच्या तयारीनं ठेवलेला आहे. प्रार्थनांच्या बाकाच्या मधोमध एक उंच मनोरा, पाळणा आणि चाक (पुली) या गोष्टी कामासाठी तयार ठेवलेल्या आहेत.

ॲबेस क्रूसाच्या एका बाजूला गुडघे टेकून लोटांगण घातलेल्या अवस्थेत प्रार्थना करते आहे. तिचे हात येशूच्या देहाकडे प्रार्थनेत झुकलेले आहेत. त्याची मूर्ती तिच्या इतकी जवळ आहे, की तिनं हात लांब केला तर तिचा त्या मूर्तीला स्पर्श होईल.

झुआना संभ्रमात पडते. तिनं ॲबेसला अनेकदा चॅपेलमध्ये प्रार्थना करताना बघितलेलं आहे. ती त्या स्थितीत नेहमीच अतिशय साजिरीगोजिरी दिसत असते. पण आज तिला या अवस्थेत पाहून मात्र असं वाटतंय की, ती तन्मयतेनं प्रार्थना करते आहे. तिला अशा तन्मय अवस्थेत बघताना झुआना संकोचून जाते.

थोड्या वेळानं ती दरवाजाकडे जायला वळत असताना तिला आवाज ऐकू येतो, ''झुआना, बस. मी थोड्याच वेळात तुझ्यापाशी येतेय.'

कदाचित वाटलं तेवढ्या तन्मयावस्थेत ती नसणार.

समोर बसून झुआनाला आता येशूच्या शिल्पाकडे नीट बघता येतंय. जमिनीवरची त्याची मूर्ती नेहमीपेक्षा मोठी वाटतेय. क्रूसाच्या आडव्या पट्ट्या आणि येशूचे हात दुरुस्त केल्यानंतर, कारागिरांनी शिल्प स्वच्छ करून त्याला रंगरोपण केलं आहे. शतकभर मेणबत्तीच्या धुरानं आणि धुळीनं जमलेली घाण दूर केली आहे. त्यामुळे मूर्ती लखलखत आहे.

सरतेशेवटी ॲबेस सरळ होते. ती टाचांवर उकिडवी बसून येशूच्या मूर्तीकडे बघते आणि मग पुढे वाकून क्रूसावर ओठ टेकल्यावर उठून उभी राहते.

''तुला ठाऊक आहे का, मी इथे लहानपणी आले तेव्हा अशी वदंता होती की, हे शिल्प घडवणाऱ्या शिल्पकारानं मारामारीत मरण पावलेल्या त्याच्या मुलाच्या देहानुरूप हे शिल्प घडवलं होतं?''

तिचा आावाज अगदी संयत आहे. जणूकाही ती शिळोप्याच्या गप्पाच करते आहे. ''असं म्हटलं जात असे की, त्याचं दुःख अत्यंत तीव्र होतं आणि हातात छिन्नी घेतल्यावर ते त्याच्या हातांपर्यंत पोहोचलं. त्याचा मुलगा देखणा होता, असं ऐकिवात होतं. तरुण स्त्रियांचा तो लाडका होता. त्याचाच देह येशूच्या जागी यावा, याचं मला मोठं आश्चर्य वाटत असे. कारण त्याच्याच देहावरून ही मूर्ती घडवली गेलेली आहे यात काहीच संशय नाही.''

ती औषधालयाच्या प्रमुखेजवळ बसण्यासाठी जागा शोधते. तिचा स्कर्ट पसरून ती बसते.

''वर्षानुवर्षाच्या अनुभवानं मी शिकले आहे की, आपणा जोगिणींना ज्यावर

विश्वास आहे तेच दिसत असतं.''

ज्या रागानं ती झुआनापासून एक दिवसापूर्वी– नव्हे त्याहूनही नुकतीच– दूर झालेली होती, त्या रागाचा आता तिच्या वागण्यात मागमूसही दिसत नाहीये. अशा बाबतीत त्यांच्या धर्माची आज्ञा अगदी स्पष्ट आहे. बेनेडिक्टिन पंथाच्या जोगिणीनं रागाच्या आहारी जाता कामा नये आणि सूडाची इच्छाही धरता कामा नये. सूर्य मावळण्यापूर्वी तिनं शत्रूशी सलोखा करून प्रेमसंबंध प्रस्थापित केले पाहिजेत आणि तिनं कधीही देवाच्या कृपेबद्दल निराशा बाळगता कामा नये. ही यादी मोठी अवघड आहे आणि ॲबेसनं आपल्या वागुणकीनं इतरांपुढे आदर्श घालून द्यायला हवेत.

जेव्हा झुआनाचं तिच्याशी एकमत होत नसे, तेव्हासुद्धा झुआनाला इतर कोणत्याही ॲबेसपेक्षा तिच्याबद्दल अधिक आदर वाटत असे. तिला तसाच आदर पुन्हा वाटू शकेल?

''तिनं स्वत:ला मॅटिन्सच्या (प्रात:प्रार्थना, पहाटे दोन वाजता) दरम्यान भोसकून घेतलं नाही, याबद्दल मला तुझे आभार मानायला हवेत.''

''मॅडोना चिआरा, हे केवळ माझ्यामुळे घडलं नाही. तिची स्वत:चीसुद्धा तुम्हाला किंवा मठाला उपद्रव पोहोचवण्याची अजिबात इच्छा नाही.''

''बरोबर आहे. ते तिनं स्पष्टपणे सांगितलं. तरीही ती माझा तिरस्कारच करते. शब्दांहून डोळे जास्त बोलके असतात,'' ती क्षणभर थांबून पुढे म्हणते, ''अर्थात तिच्या जागी असते, तर मीसुद्धा तेच केलं असतं. देखावा उठून दिसावा म्हणून जास्तीचं रक्त तू पुरवलंस, असं मी धरून चालते.''

झुआना क्षणभर घुटमळते आणि मग रुकार देते.

''देखावा फारच नामी होता! फेडेरिकाच्या केक्ससाठी तू पुरेसा रंग वाचवला असशील, अशी मी आशा करतेय. अर्थात पुढल्या वर्षी कार्निव्हलची मेजवानी नसण्याचीच शक्यता भरपूर आहे.''

''नाही,'' झुआना शांतपणे म्हणते, ''मेजवानी होईल. तुम्हीच ॲबेस असाल आणि आताप्रमाणेच तेव्हाही तुम्ही सर्वांना प्रिय आणि आदरणीय असाल.''

''झुआना, कृपा कर. खोटी स्तुती न करण्याची माझ्यावर कृपा कर! आपण आता त्यापलीकडे आलो आहेत, नाही का? तर त्याला सुरुवात करू या.''

''इथे?'' झुआनाचे डोळे क्रूसावर वळतात.

''का नाही? याहून चांगला साक्षीदार आपल्याला इतरत्र कुठेही मिळणार नाही आणि आपण त्याच्यापासून काहीही लपवायचा प्रयत्न केलाय, असं मला अजिबात म्हटलं जायला नकोय.''

म्हणून झुआना बोलायला सुरुवात करते. प्रथम रोगाबद्दल नंतर त्यावरल्या इलाजाबद्दल. ती अगदी स्पष्ट आणि सोपे शब्द वापरते. एक उत्कृष्ट डॉक्टर किंवा

पंडितानं सखोल अभ्यास करून इलाजाच्या उपयुक्ततेबद्दल इतरांना पटवताना शब्द वापरावेत, तसेच शब्द झुआना वापरते. ॲबेस स्वत: तिचं बोलणं लक्षपूर्वक ऐकते. ऐकत असताना ती एकदासुद्धा झुआनाच्या चेहऱ्यावरची आपली नजर हटवत नाही.

चॅपेलच्या जमिनीवर क्रूसावरच्या येशूचा चेहरा या दोघी जोगिणींच्या विरुद्ध दिशेला वळलेला आहे. त्याचं झुकलेलं मस्तक वेदना सहन करत असलेच्या माणसाऐवजी मृत्यूसमीप पोहोचलेल्या माणसाचंच निदर्शक आहे. त्याच्या दृष्टीनं भीषण यातना संपून आता स्वर्गात जायचा समय ज़वळ आलेला आहे.

''इच्छेविरुद्ध स्त्रिया जेव्हा मठात येतात, तेव्हा त्यांना सर्वांत जास्त कशाची धास्ती वाटत असली पाहिजे, हे तुला ठाऊक आहे?''

ॲबेस अखेरीस विचारते. ''मला वाटतं ऐकून तुला आश्चर्य वाटेल, कारण बरेचदा त्यांनाही त्याचं कारण उमगत नसतं. ती धास्ती मुलांबद्दल नसते, नवनवीन पोशाखांबद्दल नसते, विवाहसुखाच्या कहाण्यांबद्दलही नसते. नाही. ती भीती असते देवाच्या उपासनेत जीव रमला नाही, तर त्या इथे कंटाळून मरून जातील याची! कंटाळून...!'' ती डोकं हलवते ,''मला कबूल केलंच पाहिजे की मी मठाची ॲबेस झाल्यापासून 'कंटाळणं' मला कधीही अनुभवाला आलेलं नाही.''

''झुआना, तुझी योजना अत्यंत चतुराईची आहे. प्रश्न काय आहे हे समजून घेऊन त्यावरचा उपाय शोधण्याच्या बाबतीत तुझी बुद्धी नेहमीच तल्लखपणे काम करते. तरीही मला हा उपाय वाटत नाहीये. मला ही धमकीच वाटतेय.''

''नाही. तसा अजिबात हेतू नाहीये.''

''नाही? आणि जर मी तरीही नकार दिला, तर? मग पुढे काय अजून बऱ्याचशा प्रार्थनांमध्ये व्यत्यय आणता येण्याएवढा रंग तिच्यापाशी अजूनही शिल्लक असला पाहिजे. तू तिचे हात पाहिलेले नाहीस. तिनं मोठ्या आनंदानं सुरीचा वापर केलेला होता. जरी ती तन्मयावस्थेत गेलेली नव्हती, तरी सुओरा उमिलिआना (ते पाहून) नक्कीच तन्मयावस्थेत गेली असती. पण बाकीचं तर तुला ठाऊक आहेच.'' ती नाटकीपणानं एक खोल नि:श्वास सोडते. ''मला सांग, हे 'औषध' तू पूर्वी कधी वापरलं आहेस?''

''मी...? नाही. ते स्वत:वर वापरून पाहणं कठीण आहे.''

''त्याबद्दल मला संशय नाही.''

''पण मी वेगवेगळ्या लोकांचे अहवाल वाचले आहेत.''

''वैद्यांचे की लोककथा सांगणाऱ्यांचे?''

''हा प्रश्न मला...''

''ओ झुआना!'' ॲबेसचे ओठ स्मितानं विलग झालेले असले, तरी तिचे डोळे

हसत नाहीत. "इतकं ज्ञान असूनही तू अजून अडाणीच राहिली आहेस. मॅरिओटो आणि जिआनेझ्झा... ज्युलिएट आणि रोमिओ... त्यांना अनेक नावांनी ओळखलं जातं. त्यांची दुःखद कहाणी तू ऐकलेली नाहीस? असो. आता त्याला फार उशीर झाला आहे. ट्रेंटच्या धर्मगुरूंनी सॅलर्निटोच्या कथांची पुस्तकं जाळून टाकलेली आहेत. अर्थात, असं केल्यामुळे त्यांची लोकप्रियता आणखीनच वाढणार आहे."

"तुमचं म्हणणं खरं आहे." झुआना अगदी शांत स्वरात म्हणते.

"मला अशा कथांबद्दल माहितीही नाही आणि ती करून घेण्याची इच्छाही नाही. मला औषधाबद्दलची माहिती पूर्वेकडल्या प्रवाशाकडून आणि माझ्या वडिलांकडून मिळालेली आहे."

"...आणि त्यांची पुस्तकं आपण सांभाळून ठेवायला हवीत."

ॲबेस स्कर्टच्या चुण्या सरळ करत म्हणते. या लकबीवरून स्पष्ट होतंय की, ती गंभीरपणे मुद्द्यांकडे वळलीय. "तर तू आता मला उरलेली माहीत द्यावीस, हे बरं. तिच्या आजारी, तरुण प्रियकराला कसं कळेल की, त्यानं काय करायला हवंय?"

"ती त्याला पत्र पाठवेल."

"काय? त्याचा पत्ता तुला ठाऊक आहे?"

झुआना नजर खाली वळवते.

"आणि तो उत्तर पाठवेल याची तुला खात्री वाटतेय?"

"हो. मला खात्री वाटतेय."

"आणि काही गडबड झाली तर? औषधाचा परिणाम झाला नाही तर? ते फार कमी दिलं गेलं तर? ते जास्त मात्रेत दिलं जाऊन ती मरण पावली, तर?"

"ती मरणार नाही." झुआनाचा स्वर अगदी ठाम आहे. "परंतु..." ती क्षणभर थांबते. "परंतु तसं घडलं, तर तुम्हाला काळजी करण्याचं कारणच उरणार नाही कारण तिची गुपितं तिच्याबरोबरच नष्ट होतील."

"वा! तू खरोखरच प्रत्येक बाबीचा विचार केलेला आहेस. फक्त एक गोष्ट राहिली. तुझ्या या योजनेमुळे मठाचा मात्र तोटाच होणार आहे. अनिच्छेनं आलेली कोकिळकंठी नवागता आणि तिनं आणलेल्या मोठ्या हुंड्यापैकी बराचसा भाग गमवावा लागेल, पण आपला होणारा लाभ काय बरं असेल...?"

झुआना काही बाबतीत अडाणी असली, तरी या प्रश्नाची तिनं अपेक्षा केलेली होती. यावेळेस तिचं बोलणं संपल्यानंतर ॲबेसच्या मनात कोणताही संदेह उरत नाही.

आता अखेरीस सारे घटक एकत्र मिसळण्याची वेळ येऊन ठेपलेली आहे.

झुआनाच्या मार्गदर्शनाखाली ती तरुणी त्या तरुणाला पत्र लिहिते. त्यानं तिच्याखेरीज इतर कुणाशीही विवाह न करण्याची शपथ घेतलेली आहे. जरी पत्रात तिच्या भावना व्यक्त होतील अशी उत्कट इच्छा व्यक्त करणारी वाक्यं असली तरी या पत्राचा मुख्य हेतू आहे, त्याला सूचना करणं आणि सूचना देणारे शब्द झुआनाचे स्वत:चे आहेत, कारण त्याबाबतीत कोणतीही गफलत होऊन चालणार नाही. पत्र लिहून झाल्यावर, पर्यवेक्षिकेऐवजी स्वत: ॲबेस ते पत्र वाचते आणि खाजगीरीत्या ते रवाना करते.

त्या तरुणाच्या निष्ठेबद्दल काहीही शंका असली, तरी ती काही तासातच दूर होते. बंद केलेलं पत्र घेऊन जाणाऱ्या माणसाला तेथेच थांबून ताबडतोब उत्तर घेऊन यायची सूचना देण्यात आली होती. जणूकाही तो तरुण त्या पत्राच्या प्रतीक्षेतच होता आणि ते काहीदृष्ट्या खरंही होतं. हे उत्तर थेट ॲबेसच्या हाती दिलं जातं. तीच सर्वांत आधी त्या तरुणाच्या भावपूर्ण प्रेमाच्या आणाभाका वाचते. हाच माणूस तिच्या एका नवागतेला पळून जायला मदत करणार आहे. परिस्थितीतला विनोद सर्वांनाच जाणवतो.

दुसऱ्या दिवशी ॲबेस शिवणाच्या खोलीत अचानक पोहोचते. तिथल्या नवागता आणि जोगिणी बडबड कमी आणि काम जास्त करताहेत की नाही, याकडे तिची नजर आहे. नववधूचा पोशाख तयार होऊन आठवड्यात पाठवता यायला हवाय.

झुआना पुस्तकं वाचून औषध बनवण्यात गुंतलेली आहे. ती दोन अहवाल पुन्हापुन्हा पडताळून पाहते आहे : एक आहे तिच्या वडिलांची टिपणवही. दुसरं आहे एक पुस्तक. निसर्गाचे चमत्कार आणि गुपितं शोधण्यासाठी आपण जगभर हिंडलो आहोत, असा दावा करणाऱ्या एका ॲलेसिओ-पिमोन्टेसेनं ते पुस्तक लिहिलं आहे. जरी या दोघांनी दिलेल्या औषधाच्या कृतीत तेच घटक वापरले असले, तरी त्यांच्या प्रमाणात फरक आहे. शेवटी ती तिच्या वडिलांनी दिलेली प्रमाणं स्वीकारते. त्या प्रमाणांबरोबर एक सावधगिरीची सूचनाही त्यांनी देऊन ठेवलेली आहे. 'मी हे वापरून पाहिलेलं नाही, पण इतरांनी दिलेल्या तोंडी माहितीवरून ही प्रमाणं घेतली आहेत.' या ओळी पानाच्या कडेवर त्यांनी लिहून ठेवलेल्या आहेत.

हे काही दिवस इझाबेट्टा मात्र काहीही करत नाही आणि तेच सर्वांत अवघड जातंय. आजकाल तर ती टेबलाजवळ बसलेली असताना जे अन्न खात नाहीये, ते लपवण्याचासुद्धा प्रयत्न करत नाही. त्यामुळे ती किती कडक उपास करतेय हे सर्वांनाच स्पष्टपणे कळतंय. एरवी ती अगदी देखावा करत गाते आणि प्रार्थना करते. हात जोडलेले तरी असतात किंवा झग्यात दडवलेले तरी असतात. तिचा चेहरा पांढरा फटफटीत दिसत असतो. ती नवागतांच्या प्रमुखेपाठोपाठ चालत असते, तेव्हा ती इवल्याशा कोकरासारखी नाजूक दिसते आणि पोक काढून चालत असते.

पाम संडेच्यापूर्वी, कबूल केल्याप्रमाणे, क्रूस उभारला जातो. जोगिणी मठात मिरवणूक काढून चॅपेलमध्ये पोहोचतात. तेथे सामुदायिक प्रार्थना आणि प्रवचन होणार आहे. हे सारं काहीही गडबड न होता, शांतपणे पार पडतं.

त्या दिवशीची मॅटिन्सची प्रार्थना (पहाटे दोन वाजताची प्रार्थना) खूपच थाटामाटात पार पडते. येशूची मूर्ती प्रार्थना मंदिरात पुर्नस्थापित झाल्याच्या समारंभासाठी जोगिणी खूप मोठाल्या मेणबत्त्या पेटवतात. सगळीकडे चकचकाट असतो. प्रत्येकजण उत्सुक मनोवृत्तीनं आलंय. ज्या जोगिणी कडक उपास करून आणि प्रार्थना करून मलूल झाल्या आहेत, त्यासुद्धा आज प्रार्थनेसाठी वेळेवर हजर होतात.

उमिलिआना नेहमीपेक्षा लवकरच आपल्या जागेवर येऊन बसली आहे. ही प्रार्थना दीर्घकाळ लक्षात राहील असा तिला ठाम विश्वास वाटतोय. तिच्या डोक्याच्या वरची येशूची मूर्ती मेणबत्त्यांच्या प्रकाशात लखलखते आहे. त्याचा यातना भोगणारा पवित्र देह आज वेगळाच भासतोय. त्याचं मांस आणि हाता-पायांतून ठिबकणारं लालभडक रक्त अगदी खरंच वाटतंय. ती जेव्हा तरुण होती, तेव्हा तापाच्या भरात ती कल्पना करत असे की, ती त्याला हातात घेऊन जोजवतेय, त्याच्या जखमी देहाचा तिच्या गुडघ्यांवर भार पडला आहे. तिनं आयुष्यभर या परिपूर्ण, दयाळू, शक्तिमान, सुंदर पूर्णपुरुषावर प्रेम केलं आहे. त्याच्या तुलनेने कुणीही इतर नवरदेव अगदी थिटाच वाटला असता. ती बसलेली आहे. तिनं हात मांडीवर ठेवलेले आहेत. नवागतांबरोबर सेराफिना आत येत असताना ती तिच्याकडे बघत राहते.

ती किती बारीक आणि पांढरी फटफटीत दिसतेय. देहापेक्षा आत्म्याचंच तेज जास्त आहे. फक्त डोळे वेगळे आहेत. गेले काही दिवस तिचे डोळे इतके तेजस्वी दिसत आहेत! जणूकाही त्यांच्यामागे कोणतातरी दैवी उजेड तळपतो आहे. ती ज्या रात्री किंचाळत उठली होती, तेव्हा जर उमिलिआना तिच्या कोठडीत सर्वांच्या आधी पोहोचली असती तर! दुसऱ्या दिवशी त्या मुलीनं वर्णन करून सांगितलेलं होतं की, तीन काळ्याकुट्ट सैतानांनी तिला प्रार्थना करताना सतत लाथा घालून जमिनीला खिळवून ठेवलं होतं. सेराफिनानं लाल वळ दाखवून ते सिद्धही केलं होतं. केवढं हे आश्चर्य! ती मुलगी घाबरली ते अगदी स्वाभाविक होतं. अशा हल्ल्यामुळे, ती ईश्वरकृपेला पात्र नसल्याची तिनं समजूत करून घेतलेली होती. परंतु तिला माहीत नसलं तरी उमिलिआनाला ठाऊक आहे की, ईशकृपा होण्यापूर्वी बरेचदा अशी कठोर परीक्षा घेतली जाते. नम्र साक्षात्कारी लोकांच्या अहवालांमध्ये वर्णन केलेलं असतं की अत्याचारी आणि टोमणे देणाऱ्या सैतानांबरोबर त्यांनी शारीरिक झटापट कशी केली होती. उमिलिआनाला आयुष्यात असे अनुभव क्वचित कधीतरी आले होते. पण संतांप्रमाणे आणि आता या तरुण मुलीप्रमाणे त्या माराचे वळ तिच्या देहावर कधीही उमटले नाहीत.

सुरुवातीचं मंत्रपठण सुरू होतं. उमिलिआना येशूच्या मूर्तीवर नजर लावते. तो आपल्याकडे बघतोय. तो इथं आहे आणि त्याच्या अस्तित्वाची जाणीव करून देणार आहे.

परंतु तो तसं काहीही करत नाही.

मेणबत्त्यांच्या उबदार उजेडात आनंदी प्रार्थनांनी मॅटिन्सची प्रार्थना संपते. नवागता इतकी थकलेली दिसतेय की, तिच्यानं तोंडही उघडवत नाहीये. प्रार्थना संपल्यावर उमिलिआना प्रार्थनेत चित्त गुंतवते, निराशा गिळून टाकते आणि आयुष्यात अनेक वेळा तिनं जशी देवाची इच्छा नम्रपणे आणि बधिर मनानं स्वीकारलेली आहे, तशीच ती आजही देवाची इच्छा स्वीकारते.

जोगिणी बाहेर पडत असताना ती नवागतांना बाहेर जाताना बघत उभी असते. तिला सेराफिनाचा पाय झग्यात अडकून ती अडखळलेली दिसते. ती झग्याखालचा हात काढून पडू नये, म्हणून तो बाकावर घट्ट धरते. तसं करताना तिच्या चेहऱ्यावर अचानक जी वेदना उमटते, ती पाहून उमिलिआनाचं काळीज धडधडू लागतं.

४६

दुसऱ्या दिवशीच्या चर्चासभेत इतक्या आवश्यक गोष्टींवर चर्चा होते की, कंटाळा येऊ लागतो.

ईस्टर अगदी जवळ आलेला आहे. त्याबरोबरच येशूचा छळ, त्याचा मृत्यू आणि त्याचं पुनरुत्थान साऱ्याजणी पुन्हा एकदा अनुभवणार आहेत. नवागता आणि तरुण जोगिणींना वाटणारी उत्कंठा स्पष्टपणे जाणवत असली– लेंटचा उपवास संपतच नाहीये असं त्यांना वाटतंय– तरी ज्येष्ठ जोगिणींना वर्ष किती भरभर उलटलंय असंच वाटतंय. ज्येष्ठांना वर्षं भरभर उलटली जाताहेत, असं वाटतंय याचाच अर्थ असा की, मठातलं आयुष्य वैराण नाही. खरं तर ते सामुदायिक प्रार्थना आणि मेजवान्या, शहरात साजरे होणारे उत्सव, देणगीदारांसाठी आणि संतदिन साजरे करण्यासाठी विशेष प्रवचनं यांनी भरगच्च भरलेलं असतं. ईस्टरसाठी खूपच तयारी करावी लागते आणि सूक्तांना लावायच्या चाली आणि मठातल्या प्रचंड चांदीच्या क्रूसापाठोपाठ पदपथांवरली गुडफ्रायडेची मठातली मिरवणूक अशा संदर्भातल्या प्रश्नांवर वेगवेगळी मतं असू शकतात. कदाचित यामुळेच सभेच्या सुरुवातीच्या साऱ्याजणी एकमेकींशी अतिशय सौजन्यानं वागत आहेत. जणूकाही त्यांना भीती वाटतेय की, कुणीही थोडासाही विरोध दर्शवला की वादळाला तोंड फुटेल.

ईस्टर संडेच्या मेजवानीला लेंटच्या उपवासाची समाप्ती होते. त्याबद्दल चर्चा चालू असताना, मध्येच बोलायची परवानगी सुओरा झुआना मागते आणि तिला तशी परवानगी देण्यात येते.

"मॅडोना ॲबेस, नवागतांवर उपवासाची सक्ती नसल्यामुळे, ज्या नवागतांनी उपवास धरला आहे, त्यांना ईस्टर संडेपूर्वीच खायला परवानगी देता येईल का? औषधालयाची प्रमुखा या नात्यानं, या उपासांचा, त्यांच्या देहावर होणारा परिणाम पाहून मला काळजी वाटतेय."

खोलीत एकाएकी तणावाचं वातावरण निर्माण होतं. किंवा असं म्हणणं योग्य ठरेल, की उमिलिआनाला पाठिंबा देणाऱ्या जोगिणी चपापतात. तिचं काय प्रत्युत्तर येतंय, म्हणून कान टवकारतात. पुढल्या ओळीत बसलेली सुओरा बेनेडिक्टा उत्साहानं टेकू देत मान डोलावते. समुहगानाला सर्वोत्तम आवाज– साथ देत

नसल्यामुळे त्या आवाजाची उणीव जाणवतेय. परंतु सर्वांत आधी ॲबेसच उत्तर देते.

"जरी तुला वाटत असलेली काळजी मी समजू शकते, तरी सुओरा झुआना, मला वाटतंय की, हा प्रश्न तुझ्या नव्हे, तर नवागतांच्या प्रमुखेच्या अखत्यारीतला आहे."

"मी... म..." अनपेक्षितपणे हा पाठिंबा मिळालेला पाहून क्षणभर सुओरा उमिलिआना गडबडून जाते. "औषधालयाची प्रमुखा कशाबद्दल बोलतेय हे मला समजत नाहीये. नवागतेनं केवळ प्रायश्चित्त म्हणून उपवास केलेला होता आणि तो थांबवूनही पुष्कळ दिवस झाले आहेत."

"अवज्ञेबद्दल माफ करा, सुओरा उमिलिआना, पण हे खरं आहे, असं मला वाटत नाही. ही नवागता गेले अनेक आठवडे आणखी आणखी सुकत चाललेली आहे आणि तिच्या ताटात जेवण वाढलं जात असलं, तरी ती ते अजिबात खात नसते. ती ते लपवते आणि नंतर टाकून देते. इतक्या तरुण देहाला अशी उपासमार सोसणार नाही."

नवागतांच्या बाकाकडे काही एकटी झुआनाच बघत नाहीये. आतापर्यंत सर्वांच्याच लक्षात आलेलं आहे की, जेवणाच्या वेळेस सेराफिना किती वेंधळेपणानं वागत असते आणि अन्न जमिनीवर सांडत असते किंवा उघडपणे लपवून ठेवत असते. तरीही आजवर कुणीही त्याबद्दल अवाक्षरही काढलेलं नाही. कुणीतरी इतक्या झपाट्यानं बारीक होत असलं, तर काळजीऐवजी लोकांना कुतूहलच जास्त वाटत असतं.

"तुमच्या निरीक्षणाबद्दल मी तुमची ऋणी आहे. परंतु जर माझ्या नवागतेची प्रकृती खरोखरच काळजी करण्याजोगी असती, तर मला ते आतापर्यंत नक्कीच कळलं असतं."

"अगदी बरोबर!" पुन्हा एकदा ॲबेस सर्वांचा अपेक्षाभंग करत उमिलिआनाला टेकू देते. "जर काळजी करण्याजोगं काहीही असतं, तर खात्रीनं ते सुओरा उमिलिआनाला समजलं असतं."

अगदी क्षणाची शांतता असते. काहीजणांना नवागतेच्या अलीकडल्या किंकाळ्या आठवत असणार. "काही रात्रींपूर्वी तिनं मठाची शांतता ढवळून काढली, हे मला ठाऊक आहे. पण तिला पडलेल्या वाईट स्वप्नांमुळे तसं घडलं, असं मला वाटतं..."

चर्चेनं अगदी वेगळं वळण घेतलंय, अंतर्मनाबद्दल चर्चा चालल्यासारखंच ते वाटतंय. याचं एक कारण असं आहे जिच्याबद्दल ही चर्चा चाललीय, त्या सेराफिनाकडे कुणाचंच लक्ष नाहीये. ती नवागतांच्या बाकावर अंग चोरून, थकून भागून बसलेली आहे. तिच्या आजूबाजूला बसलेल्यांना काही वेळ जाणवतंय की तिचा श्वास भरभर होतोय आणि ती मधूनमधून कण्हतेय. छोटासा प्राणी बिळात आसऱ्याला घुसू पाहत असावा, असा तिच्याकडे पाहून भास होतोय.

"दरम्यान आपल्याला अजून खूप गोष्टींवर चर्चा करायचीय आणि आपण हे

बोलणं थांबवलं पाहिजे. सुओरा उमिलिआना, खात्री बाळगा की तुमच्या म्हणण्यावर मठाचा पूर्ण विश्वास आहे–''

परंतु ॲबेसला वाक्य पुरं करता येत नाही.

नवागतेच्या तोंडून निघणारा आवाज अचानक मोठा झाला आहे. इतका सुरेल आवाज असणाऱ्या तरुणीच्या तोंडून उठणारी भेसूर किंकाळी फार भीतीदायक आहे. ''आऽऽऽई गं!''

उमिलिआना तिच्यावर नजर ठेवून आहे आणि तिला साक्षात्काराची घटका जवळ आलेली जाणवतेय. हे ईश्वरा! तिनं आणखी पवित्र जागा शोधायला हवी होती पण देवाची इच्छा अगम्य असते... ती जागेवरून उठते पण बाकं भरलेली आहेत आणि तिला हलता येत नाहीये.

नवागता मात्र आता पुढच्या ओळीतून उठून जमिनीवर मधोमध उभी आहे.

''आऽईई!'' ती हात डोक्यावर नाचवते आणि दोन जखमी तळहात दाखवते. त्यातून वाहणारं रक्त तिच्या हातांवरून वाहत जमिनीवर ठिबकतं आहे आणि लोकांना हे सारं स्पष्टपणे दिसत असतानाच ती आपला स्कर्ट उचलून वर करते. वाजवीपेक्षा जास्तच वर उचलते आणि रक्ताळलेली पावलं दाखवते. पण त्यातून तिच्या हातांएवढं रक्त गळत नाहीये.

खोलीत नीरव शांतता पसरते.

ती उड्या मारत थयथय नाचू लागते. जणूकाही ती पावलांवरचा देहाचा भारच दूर टाकू पाहतेय. तिचा विलाप आता मोठ्यांदा ओरडण्यात परिवर्तित झालाय. जणूकाही कुणीतरी तिल तीव्र वेदना पोहोचवतंय. दरम्यान तिचा स्कर्ट ती जांघेपर्यंत वर उचलते. जर ही तन्मयावस्था असेल, तर त्या मुलीकडे पाहून तसं अजिबातच वाटत नाहीये. इथे कोणताही दैवी आनंद दिसतनाहीये. दिसतीय केवळ धास्ती आणि प्रचंड भीती– आणि उन्माद!

ॲबेस सर्वांच्या आधी तिच्याजवळ पोहोचते, ''तू काय करून घेतलं आहेस? नवागता सेराफिना, हे काय चाललंय?''

आणि सेराफिना ॲबेसकडे वळते आणि आपले हात जवळ जवळ तिच्या चेहऱ्यावर नेत ती ओरडते, ''तो आलाय. तो आलाय. तिनं मला सांगितलं होतं की, तो येईल.''

''कुणी सांगितलं होतं?''

आता ती नवागतांच्या प्रमुखेच्या दिशेनं आपले हात हलवते. तसे हलवताना वाटेतल्या जोगिणींच्या डोक्यावर रक्ताचे थेंब उडू लागतात. ''पाहा. सुओरा उमिलिआना, पाहा! मी प्रार्थना केली आणि तो आला. येशूच्या जखमा! पण हे प्रेमळ ईश्वरा! इतक्या वेदना का व्हाव्यात? आई गं!''

तिच्या पाठीमागच्या इतर नवागताही आता कण्हताहेत. त्या जेवढ्या घाबरल्या आहेत; तेवढाच त्यांना विस्मय वाटतोय. उमिलिआना जमिनीला खिळल्यासारखी उभी आहे. तिला पोटात खड्डा पडलेला जाणवतोय. तिनं या क्षणाची किती दीर्घकाळ प्रतीक्षा केली होती, पण तिलासुद्धा कोणताही आनंद जाणवत नाहीये. अजिबात नाही. तिनं चंचल तरुणींना वळण लावण्यात इतकी वर्षं घालवली आहेत की उन्मादाची लहर ओळखणं तिला अजिबात अवघड वाटत नाही. हा नक्कीच दैवी साक्षात्कार नाही. नवागतेला दुसरी कोणती तरी व्याधी पीडा देत आहे.

हे कबूल न करण्याएवढी ती गर्विष्ठ नाही. पण ती त्या मुलीजवळ जाण्यासाठी रेटारेटी करत असताना आणखी काहीतरी घडतं. ती मुलगी घाबरून गरगर फिरत, ओरडत असताना तिच्या कपड्यातून काहीतरी खाली पडतं आणि दगडी फरशीवर खण्णकन आवाज करत गडगडत जातं.

त्या मुलीजवळ बसलेल्या जोगिणींना ते ताबडतोब दिसतं. पण ॲबेसनं ते उचलून उंच धरल्यावर त्याचा खरा अर्थ सर्वांच्या लक्षात येतो. लहानशी चकचकीत सुरी आणि त्याच्या पात्यावरचे रक्ताचे फराटे.

''माझी वनस्पतींची सुरी!'' झुआनाचा आवाज कलकलाट भेदून वर चढतो. ''ही माझी झाडांची सुरी आहे. अनेक आठवड्यांपूर्वी ती औषधालयातून नाहीशी झाली होती. मी तेव्हा आजारी होते. ओ! तेव्हाच तिनं ती पळवली असावी.''

यानंतर कुणीही काहीही बोलणं किंवा करणं अशक्य होतं. कारण, सर्वत्र हाहाकार माजलाय. त्या सर्वांच्या मधोमध ती मुलगी गिरक्या घेत ओरडतेय. तिच्या जवळ येऊ पाहणाऱ्या सर्वांवर ती आपले हात उगारतेय. त्यामुळे खोलीभर रक्ताचे थेंब उडत आहेत. अखेरीस ॲबेस तिला पकडून धरते आणि पहाऱ्यावरची जोगीण आणि इतर एक-दोन धीट जोगिणी तिला मदत करतात. त्या तिला जमिनीवर दाबून धरतात; तेव्हासुद्धा तिची बडबड आणि धडपड चालूच असते. मग अचानक तिचं अवसान ओसरतं. ती लुळी पडल्याप्रमाणे स्तब्ध होते आणि पाय पोटाशी घेऊन मुटकुळ्यासारखी पडून राहते. ती माणसाऐवजी चिरगुटांच्या गाठोड्यासारखीच दिसू लागते. ''मला माफ करा. मला माफ करा.'' ती कण्हत पुटपुटते, ''मला इतकी भूक लागलीय. कृपा करून मला खायची परवानगी द्या. मला जेवू द्या. कुणीतरी माझ्या मदतीला धावा.''

ॲबेसच्या आज्ञेनुसार पहाऱ्यावरची जोगीण तिला उचलते आणि खोलीबाहेर नेते. औषधालयाची प्रमुखा तिच्यावर देखरेख करतेय. ''तिला रुग्णालयात नेऊन बांधून घाला. शक्य होईल तेव्हा परत या.'' ॲबेस त्यांना सांगते.

बाहेर जात असताना उभ्या जागीच गुडघ्यांवर कोसळत हातात डोकं लपवणारी उमिलिआना झुआनाच्या दृष्टीस पडते.

४७

रुग्णालयात त्या दरवाजाजवळचा पलंग निवडतात. क्लेमेंशिया आनंदानं नुसती फुलून गेलेली आहे. ''आहा! देवदूत आलाय पाहा! देवदूत आलाय! बिच्चारी मुलगी. ती किती सुकून गेलीय. नको, नको. तिला त्या पलंगावर झोपवू नका! तिथे ठेवलेल्या साऱ्याजणी मरून जातात.''

परंतु कोणीही तिच्या बोलण्याकडे लक्ष देत नाहीये. तिला बांधून घातलं जात असताना ती मुलगी अजिबात विरोध करत नाही. जणूकाही ती अगदी थकून गेलीय, जवळजवळ बेशुद्ध पडतेय. पहाऱ्यावरली जोगीण तिच्याकडे टक लावून पाहतेय, ''तिच्यामुळे काहीही शुभ घडणार नाही, हे मला ठाऊकच होतं,'' ती चिडून म्हणते, ''तरीही, सुओरा उमिलिआनाची इतकी फसगत व्हावी म्हणजे काय!''

''तुम्ही आता गेलात तरी चालेल.'' झुआना म्हणते.

''मी तिला झोपेचं औषध पाजते आणि शक्य तेवढ्या लवकर परत येते.''

पहाऱ्यावरची जोगीण मठ झोपी गेलेला असताना, अगदी कंटाळून गेलेली असते. ती आता चर्चासभेत रंगलेल्या नाटकाकडे घाईघाईनं परत जाते.

ती बाहेर जाऊन दरवाजा बंद होईपर्यंत झुआना थांबते. पण ती पलंगावर ओणवी होऊन कुजबुजते, ''तू कामगिरी फत्ते केलीस.''

ती मुलगी डोळे उघडते आणि म्हणजे, ''माझे तळहात झोंबताहेत.''

''ठाऊक आहे. पण आत्ता तू शांतपणे पडून राहा. मी त्यासाठी नंतर काहीतरी घेऊन येईन.''

दरवाजा उघडतो. थबडका चेहरा आणि थबडके हात असलेली ऑगस्टिना दरवाजात उभी आहे. ''मला बोलावलंय?'' ती विचारते.

''हो. तू या नवागतेसोबत थांब. कुणालाही तिच्याजवळ येऊ देऊ नकोस आणि काळजी घे. ती खरोखरच बरी नाहीये.''

''सुओरा झुआना,'' नवागतेचा आवाज इतका हळू येतोय की, झुआनाला तिचं बोलणं ऐकू येण्यासाठी तिच्या ओठांजवळ डोकं न्यावं लागतं.

''मला... मला भीती वाटतेय.''

"मला ठाऊक आहे," झुआना स्मित करून म्हणते, "पण सारं काही ठीक होईल," झुआना उठून उभी राहते तोवर तिचा चेहरा पुन्हा गंभीर बनतो.

चर्चासभेत साऱ्याजणी गुडघे टेकून बसलेल्या आहेत. "ह्या वादळातून आमची नौका किनाऱ्याला लाव रे प्रभो! आम्ही तुझ्या कृपेला पात्र नसलो, तरी आम्ही तुझे सच्चे आणि नम्र सेवक आहोत."

डोळ्याच्या कोपऱ्यातून अॅबेसला दरवाजापाशी आलेली झुआना दिसते आणि ती प्रार्थना आटोपती घेते. ती त्या सर्वांनी उठून जागेवर बसावं, अशी खूण करते.

"प्रिय, प्रिय भगिनींनो, आपण खरोखरच भयानक वादळात सापडलो आहोत आणि तुमची अॅबेस या नात्यानं मी स्वत:ला त्याबद्दल जबाबदार धरते. सुओरा झुआना कृपा करून आम्हाला सांगा– ती मुलगी आता कशी आहे?"

"तिला आम्ही बांधून ठेवलं आहे."

"छान! तुम्ही तिला तपासलंत का?"

"मला फक्त एवढंच कळलं की, तिनं स्वत:ला गंभीररीत्या जखमी करून घेतलं आहे आणि उपासमारीमुळं ती अतिशय खंगून गेली आहे."

"त्यामुळेच तिला वेडाचा झटका आला असावा," देवाची कृपा लाभावी म्हणून आळवणी केल्याप्रमाणे, अॅबेस आपलं मस्तक खाली झुकवते. मग डोकं वर उचलून ती पुढे म्हणते, "तरीही आपण सर्वांनी लक्षात घ्यायला हवं की, ही दु:खीकष्टी तरुणी मठात आली, तेव्हा फार विक्षिप्तपणे वागत होती."

चौथ्या ओळीत बसलेली सुओरा उमिलिआना पांढरी फटफटीत पडलेली आहे. तिनं दृष्टी जमिनीवर खिळवलेली आहे. खोलीत नीरव शांतता पसरते. ती उठून उभी राहू लागते...

"मॅडोना अॅबेस, मी–"

"सुओरा उमिलिआना," अॅबेस मृदू आवाजात तिचं वाक्य अर्ध्यावरच तोडत म्हणते, "तुम्हाला आम्हा सर्वांपेक्षा याचं अधिक दु:ख वाटत असणार, हे मी जाणते. तुम्ही आपला इतका वेळ खर्चून तिला उपदेश केला आहेत. त्यामुळे कोणतेही दोषारोप न करता आम्ही देवाची विनवणी करू की, त्यानं ते समजून घ्यावं आणि दोषारोप करायचाच, तर तो माझ्यावर करायला हवा, कारण मी अॅबेस आहे. प्रिय सिस्टर, कृपा करून खाली बसा आणि स्वत:ला दोष देऊ नका."

कोणत्याही फटकळ प्रत्युत्तरापेक्षा या क्षमाशीलतेमुळे उमिलिआना जास्त चटकन गप्प बसते. त्यामुळे चिआराच आता पुढे बोलू शकते. ती ताठ होते, तिच्या खुर्चीच्या हातांवर कोरलेल्या सिंहांच्या मस्तकावर आपले हात टेकवते. हे त्या सर्वांच्या चांगल्याच परिचयाचं नित्याचं आश्वासक दृश्य आहे. ते पाहून त्या सर्वांना

हलकं वाटू लागतं.

"तुम्हाला ठाऊकच आहे की, आजच्या दु:खद घटनेपूर्वीपासून मला मठाबद्दल काळजी वाटत होती. आपण फार खळबळजनक काळातून जात आहोत. सगळीकडे बदल आणि वादविवाद चाललेले आहेत आणि त्याबद्दलची थोडी काळजी या मठाच्या भिंतींमधून झिरपून आत आली आणि आपण जोगिणी म्हणून कसं जगावं याबद्दल दुमत आणि गोंधळ माजला, तर आपण ते समजू शकतो. अनेक वेगवेगळ्या शहरांमध्ये इतरजणी असेच प्रश्न विचारत आहेत– आणि काहींवर बदल करण्याची भीषण सक्ती केली जात आहे." ॲबेस सुस्कारा सोडते, "गेले अनेक आठवडे मी प्रार्थनेत व्यतीत केले आहेत. देवाचा सल्ला मागितला आहे की, मी माझ्या भगिनींची कशी काळजी घ्यायला हवी आणि माझं दु:ख पाहून दयाळूपणे तो मदतीला धावून आला आहे. त्याच्यामुळे मला अनेक गोष्टी उमगल्या आहेत आणि त्यानं दाखवून दिलेली सर्वांत महत्त्वाची गोष्ट अशी आहे की या तरुणीच्या उपस्थितीमुळेच काही अंशी आपण एका भीषण वादळातून जात होतो–"

ती क्षणभर थांबते. खोली अगदी शांत आहे. तिच्या पुढच्या शब्दांच्या प्रतीक्षेत आहे.

"प्रिय भगिनींनो, देवानं मला जे दाखवून दिलं त्याबद्दल तुम्ही आता विचार करा. नवागता सेराफिना अनेक महिन्यांपूर्वी इथे आली. तिचा संताप, तिनं केलेला आज्ञाभंग, तिच्या आवाजामुळे मठाला लाभलेली कीर्ती आणि यश, एकाएकी तिनं दाखवलेली प्रचंड नाट्यमय प्रायश्चित्तं, उपासमार होईल असे तिनं केलेले उपास-तापास, आणि आता तिनं केलेलं हे ढोंग आणि ही वेडाची लहर... या तिच्या साऱ्या वागण्याचा मठातल्या शांतीसुखावर परिणाम झालेला आहे. जरी आपण तिची काळजी घेण्याचा आणि तिचं मन रमवण्याचा आटोकाट प्रयत्न केला असला– सुओरा झुआनांनी औषधालयात, सुओरा बेनेडिक्टांनी समूहगानात आणि सुओरा उमिलिआनांनी निरपेक्षपणे तिची काळजी घेऊन तिला वळण लावण्यात– तरीही इतके प्रयत्न केल्यानंतरसुद्धा ही तरुणी अधिकच दु:खीकष्टी दिसते आहे. कदाचित याचं आश्चर्य वाटू नये."

"वर्तनाचे हे सारे टप्पे, चंद्राच्या वेगवेगळ्या कलांमधून होत असलेला तिचा प्रवास– मानसिकता आणि चंद्राच्या कला यांचा परस्पर संबंध असतो– यात एकच गोष्ट दिसून येतेय. ती म्हणजे त्याखातर आपण सर्वांना तिच्याकडे खूप लक्ष पुरवावं लागतंय. ही तीव्र यौवनज्वराची– (ग्रीन सिकनेसची)– लक्षणं आहेत. या व्याधीनं तिच्या वयाच्या तरुण मुली कधीकधी पछाडल्या जातात आणि त्याचं सर्वांत वाईट फलित असतं, संपूर्ण वेड! आजपर्यंत सँटा कॅटेरिना मठ या व्याधीपासून मुक्त होता. ही मुलगी इथं आल्यावर, पहिल्याच दिवशी मला याची शंका आलेली होती.

सुओरा झुआनांना नक्कीच आठवत असेल की, आम्ही दोघींनी चर्चाही केलेली होती की ही मुलगी नुसती बंडखोर नसून एखाद्या व्याधीनं पछाडलेली असू शकेल का. मी त्यानंतर अधिक माहिती मिळवण्यासाठी तिच्या वडिलांनाही पत्र लिहिलं होतं. त्यांचं उत्तर आश्वासक होतं. पण ते खरं ठरलं नाही. तेव्हापासून तिचा आजार कमी होण्याऐवजी बळावतच गेलेला आहे. इतका, की कोणत्या ना कोणत्या प्रकारे आपणा सर्वांनाच त्याची झळ लागलेली आहे. कारण आपण या वेड्या तरुणीच्या समवेत जगत आहोत, आणि तिनं धर्मनिष्ठेऐवजी ढोंगाचा विडा उचललेला आहे.''

हे सारं ॲबेस अगदी सावकाश बोलतेय. तिच्या बोलण्यातून तिची ठाम खात्री जाणवतेय. ती बोलताना अधूनमधून नाट्यमय रीतीनं थांबते. जणूकाही तिचे शब्द अत्यंत मौल्यवान आणि नाजूक आहेत आणि ते काळजीपूर्वक हाताळायला हवेत; किंवा ते इतके अर्थपूर्ण आहेत की, त्यांचा अर्थ लागण्यासाठी ते थोडा वेळ कानात साठवून घ्यायला हवेत.

तिनं पोहोचवलेला संदेश समजायला अगदी सोपा आहे. धर्मनिष्ठेऐवजी फसवणुकीला आयुष्य वाहून घेऊन, या तरुणीनं मठाचं संतुलन बिघडवून टाकलेलं आहे. हा संदेश अगदी सरळ सोपा आहे आणि तरीही त्याचा अर्थ उपस्थित असलेल्यांपैकी अनेक जोगिणींनाही लागू पडतोय.

झुआना चेहऱ्यांच्या समुद्राकडे नजर टाकते. खोलीच्या डाव्या बाजूला नवागता बसलेल्या आहेत. या साऱ्या तरुणींकडे सेराफिनामुळे दीर्घकाळ दुर्लक्ष झालं होतं. परंतु त्यांना कधीमधी वाटत असलेला मत्सर आणि दुस्वास अकारण नव्हता, हे आता सिद्ध झालं आहे. ती ढोंग करतेय हे समजण्याएवढ्या धर्मनिष्ठ त्या नेहमीच होत्या का? जवळच बसलेल्या सुओरा युजेनियाला नक्कीच आठवत असणार की, सेराफिनानं सायंप्रार्थनेसाठी तोंड उघडेपर्यंत ती मठाची कोकिळकंठी गायिका म्हणून किती आनंदानं जगत होती आणि त्यानंतर तिला किती हरवल्यासारखं आणि दुःखीकष्टी वाटत आलं आहे.

सेविकांच्या बाकावर लेटिझिआला त्या मुलीचा तोडून बोलणारा रागीट आवाज आठवतो. त्या दोघी पदपथावरून जोडीनं चालत जाऊन प्रमुख सेविकेच्या कोठडीत तिच्यावर उपचार करायला जाताना सेराफिनानं वापरलेला स्वर आणि तिचे शब्द तिच्या दिखाऊ धर्मनिष्ठेपेक्षा किती वेगळे होते! तर कँडिडाला तिचे केस विंचरत घालवलेल्या संध्याकाळच्या वेळा आठवताहेत. त्यांनी तसं दर्शवलं नाही, तरी कोणाला स्पर्शाची ओढ वाटते, ते तिला बरोबर कळतं.

जोगिणींपैकी जुळ्या बहिणींना अनेक दिवस दुर्लक्षित आयुष्य जगण्याची सवयीच झालेली आहे. तरीही त्यांना आठवण होते की, एकदा घाईघाईनं चॅपेलमध्ये जात असताना सेराफिनाचा त्यांच्या पायावर पाय पडला होता आणि तिनं माफी

मागायचं सौजन्यही दाखवलं नव्हतं. सुओरा बेनेडिक्टाच्या मनात येतं की, ती ईशस्तुतीसाठी स्वररचना करत असली, तरी या तरुणीला स्वत:च्या आनंदासाठीच गावंसं वाटत असे. तर सुओरा फेडेरिकाला जाणवतं की, तिला सेराफिना कधीच विशेष आवडली नव्हती. तिनं तिला पहिली मार्झिपान स्ट्रॉबेरी दिली असली, तरी ते दडपणाखातर होतं आणि आता तिला वाटतंय की, तिच्या प्रायश्चित्ताच्या अन्नात तिनं आणखी कडूझार वर्मवूड मिसळलं असतं, तर बरं झालं असतं. श्रद्धाळू, वृद्ध सुओरा ॲग्नेसिना स्वत:लाच आठवण करून देते की, तिला कधीच सेराफिनाबद्दल खात्री वाटलेली नव्हती. सुओरा उमिलिआना तिच्या पावित्र्याची जोरदार तरफदारी करत होती तेव्हासुद्धा तिची स्वत:ची खात्री पटलेली नव्हती. दरम्यान, या उथळ नवागतेकडे, तिच्यासारख्या इतर लायक भगिनींपेक्षा, अधिक लक्ष पुरवण्याबाबत सुओरा फेडेरिकाला उमिलिआनाचा जो राग येत असे, त्याबद्दल आता तिला तितकंसं अपराधी वाटत नाही.

आणि सुओरा उमिलिआना? तिला तर अनेक गोष्टींचा विचार पडला आहे आणि अनेक गोष्टी आठवत आहेत.

"धर्मनिष्ठेऐवजी दिखाऊपणा. नम्रपणे देवाच्या भक्तीत रंगून जाण्याऐवजी स्वत:कडे लक्ष खेचून घेण्याची इच्छा. याच गोष्टींबद्दल तुम्हाला मनोमन काळजी लागलेली होती, हे मी जाणते, सुओरा उमिलिआना! आणि ही तुमची काळजी सार्थच होती असं म्हणायला हवं." ॲबेस मोठ्या उदारपणे असं म्हणते, खरी पण त्यामुळे या साऱ्या गलिच्छ प्रकरणातला उमिलिआनाचा स्वत:चा भोळसटपणा आणि स्वभावाची पारख करण्यात तिची झालेली फसगत याकडेच लक्ष वेधलं जातं.

"आपण आपल्या वहिवाटीच्या रस्त्यानं मार्गक्रमण करायला प्रारंभ करायला हवा : *भांडण टाळा. अभिमान त्यागा. मत्सर करू नका आणि हेवाही करू नका. मोह टाळा. स्वत:एवढंच आपल्या शेजाऱ्यावर प्रेम करा आणि–"*

इथे ॲबेसला पुढे बोलायची गरज पडत नाही, कारण सेंट बेनेडिक्टचा प्रत्येक नियम प्रत्येक जोगिणीला अगदी तोंडपाठ आहे– *'आणि ॲबेसची आज्ञा प्रत्येक बाबतीत पाळा.'*

"असं आचरण ठेवलं, तर आपण या वादळातून सुखरूप बाहेर पडू आणि आपला मठ पूर्वी जसा होता, तसाच पुन्हा बनवू. आपला मठ होता एक खेळीमेळीची जागा आणि शुद्ध उपासनेचं स्थान."

खोलीत पूर्ण शांतता आहे. ॲबेसचं वक्तव्य असाधारण आहे आणि त्यामुळे सर्वांहून जास्त झुआना भारावून गेलीय.

ह्या योजनेचा कच्चा आराखडा, मध्यवर्ती कल्पना झुआनाची स्वत:ची होती.

'पण हे विस्तृत मनमोहक सादरीकरण हे ॲबेसच्या बुद्धीतून स्फुरलेलं आहे आणि त्यातलं कौशल्य आणि हुशारी पाहून झुआना स्तिमित झालीय. या स्त्रीला मठाच्या लौकिकाबद्दल इतकी काळजी वाटत होती की, त्यांच्याबद्दल लोकापवाद उठू नये म्हणून ती एका तरुणाला मरू द्यायलासुद्धा तयार होती; पण मठात शांती आणि एकोपा पुन्हा नांदावा, म्हणून याच स्त्रीनं तिच्या सर्वांत बलाढ्य प्रतिस्पर्ध्यावर सूड उगवायची संधीही राजीखुशीनं सोडून दिलीय. कारण तिला पूर्णपणे ठाऊक आहे की, बाहेरचा हस्तक्षेप होऊ न देण्याचा तोच एक मार्ग आहे.'

झुआना पुन्हा बेनेडिक्ट पंथाच्या नियमांची उजळणी करते, ''ॲबेस अशी व्यक्ती आहे, जिच्यावर खूप जबाबदारी सोपवण्यात आलेली आहे, जिच्याकडून खूप गोष्टी अपेक्षित आहेत; आत्म्यांना मार्गदर्शन करण्याचं अवघड आणि कष्टाचं काम, वेगवेगळ्या स्वभावांशी जुळवून घेण्याची गरज, मार्दव आणि कठोरपणा यांचं मिश्रण करण्याची आवश्यकता! म्हणजे तिच्या अनुयायांच्या संख्येत घट न होता त्यात लायक लोकांची भर पडण्याचं सौख्य ती अनुभवेल.''

ह्या खोलीतल्या आणखी कोणाला हे तिच्याएवढं साधेल? ती हळूच आपला हात उंच करते.

''काय आहे, सुओरा झुआना? तुम्हाला बोलायची परवागनी आहे.''

''मी... मला प्रश्न पडलाय की, आपण नवागतेबद्दल आता काय करावं?''

ॲबेस सुस्कारा सोडून म्हणते, ''तिचं उपासाचं खूळ बंद करून आपण तिची प्रकृती सुधारण्याचा कसोशीनं प्रयत्न करायला हवा आणि त्यानंतर तिच्या आत्मिक उन्नतीकडे लक्ष द्यायला हवं. यातली पहिली जबाबदारी तुमची आहे.''

''मी प्रयत्नांची शिकस्त करीन,'' ती डोकं खाली लववून म्हणते, ''पण नुकतंच तिला रुग्णालयात तपासल्यावर मला सांगायलाच हवं की, तिची परिस्थिती गंभीर आहे. वेडाच्या भरात तिनं वाटेल तशी सुरी चालवून स्वतःला गंभीर जखमा करून घेतलेल्या आहेत.''

''प्रिय भगिनी झुआना, या मठातल्या प्रत्येकीला ठाऊक आहे की, शक्य ते सारं तुम्ही कराल. मी फादर रोमेरोंना तिच्यापाशी जाण्याची आता विनंती करेन. बाकी सारं देवाच्या हाती! आपण देवाचं मार्गदर्शन लाभावं म्हणून प्रार्थना करूया.''

सँटा कॅटेरिना मठातल्या जोगिणी प्रार्थनेसाठी आणि ध्यान लावण्यासाठी आपापल्या कोठड्यात परत जातात, तेव्हा त्यांना अनपेक्षितपणे शांती आणि ऐक्य जाणवतं आणि त्या अंधारात, दीर्घकाळ गुडघे टेकून प्रार्थना करत असतात तेव्हा त्यांच्यापैकी काहीजणी अगदी शपथेवर सांगतात की, त्यांना रुग्णालयातून आवाज ऐकू आला. तो त्या तरुणी कोकिळकंठी गायिकेच्या सुरेल स्वरावलीचा होता.

काहीजणींना जरी ती वेडाची आणखी एक लहर वाटलेली असली, तरी त्या आवाजाच्या निर्मळपणानं सर्वचजण मोहून जातात. त्यांना आशा वाटू लागते की, त्यांची प्रार्थना ऐकून देवानं या प्रक्षुब्ध तरुणीला अखेरीस क्षमा केली असावी.

त्याच रात्रीच्या अगदी काळोख्या काळात, सुओरा झुआनानं रुग्णांना शुभरात्र चिंतून निरोप दिल्यानंतर खूप वेळानं, क्लेमेंशिआ जागी होते. तिला खोलीत एक आकृती दिसते. क्लेमेंशिआ शपथेवर सांगते की, ती आकृती कुमारी मातेची– मेरीची होती. कारण ती अगदी मंद पावलं टाकत आली आणि तिच्या चेहऱ्यावर पांढरा बुरखा होता. तिच्या अंगाला फुलांचा गंध दरवळत होता. ती मुलीच्या अंथरुणापाशी उभी राहते आणि ताबडतोब ती मुलगी उठून बसते आणि मरणाच्या दारात नसल्याप्रमाणे तिच्याबरोबर प्रार्थना करू लागते. मग ती कुमारी माता पुढे वाकून त्या मुलीचं चुंबन घेते आणि तिच्यापुढे प्रसादाचा पेला धरते. ती मुलगी त्या पेल्यातला प्रसाद प्राशन करते. ती मुलगी पुन्हा पलंगावर आडवी होते आणि तिच्याजवळ बसून थोडा वेळ प्रार्थना केल्यानंतर ती आकृती उठून आली, तशीच मंद पावलं टाकत निघून जाते.

क्लेमेंशिया ठार वेडी आहे हे सर्वांना माहीत आहे, तरीही जेव्हा सूर्योदयाच्या वेळेस लक्षात येते की, ती मुलगी रात्रीच शांतपणे मृत्यू पावली आहे, तेव्हा क्लेमेंशिआची ही बातमी वाऱ्यासारखी मठात पसरते. ती ऐकणाऱ्या सर्वांनाच मनातून आश्चर्य आणि आशा वाटू लागते.

४८

मृत्यू घडलेला असला, तरीही आयुष्याचा प्रवाह पुढे जायलाच हवा आणि ईस्टरपूर्वीचा काळ हा मठासाठी गडबडीचा काळ असतो.

लेटिझिआ आणि झुआना या दोघींनाच प्रथम जाणवलं होतं की, मुलीची नाडी लागत नाहीये आणि जिवंतपणाचं कोणतंही इतर चिन्ह दिसत नाहीये. औषधालयामागच्या छोट्याशा शवागाराच्या खोलीत त्या तिचा देह हलवतात. तिथे त्या तिचा देह स्वच्छ करून दफनविधीसाठी त्यावर कपडे चढवतात. बाहेर तिचा देह ठेवण्याऐवजी चॅपेलमध्येच तिच्यासाठी प्रार्थना म्हटल्या जातात. जरी प्रत्येकाला तो देह बघण्याची अतिशय उत्सुकता वाटत असली, तरी मठाचं जीवन लवकरात लवकर पूर्वपदाला आणण्याची जबाबदारी ॲबेसची आहे आणि तिचा अधिकार आता पूर्वीप्रमाणेच सर्वमान्य झाल्यामुळे साऱ्याजणी नि:शंकपणे तिच्या आज्ञेचा मान ठेवतात.

त्याच दिवशी उमरावांघरच्या विवाहासाठी वधूवस्त्रं तयार करून दुसऱ्या दिवशी पाठवण्यासाठी बांधून ठेवली जायला हवी आहेत. हे काम विशेष महत्त्वाचं असल्यामुळे ॲबेस जातीनं त्याकडे लक्ष पुरवतेय. सामान भरण्यासाठीचा पेटारा रुग्णालयाजवळच्या खोलीत आणला जातोय आणि तेथून तो त्याच दुपारी नदीकाठच्या कोठारघरात हलवला जाईल.

झुआना आणि लेटिझिआ या मुलीचा देह एका ओबडधोबड लाकडी शवपेटीत ठेवतात. देहावर पांढरं कापड पसरतात (शपथ ग्रहण केलेल्यांसाठीच जरीचं सोनेरी कापड वापरलं जातं.) झुआना त्यानंतर लेटिझिआला जायला सांगते. लेटिझिआ त्या मुलीचा काडीसारखा सुकलेला देह पाहून अनपेक्षितपणे गहिवरून रडू लागल्यामुळे झुआना तिला जायला सांगते आणि एकटीच त्या देहापाशी पहारा करत थांबते.

थोड्याच वेळात नवागतांची प्रमुखा तेथे येऊन पोहोचते. तिनं ॲबेसपाशी जाऊन नम्र विनंती केली आहे की, तिला त्या मुलीसाठी प्रार्थना करायला परवानगी देण्यात यावी.

ह्या दोघी स्त्रिया शवपेटीजवळ गुडघे टेकून शेजारी शेजारी बसतात. जेव्हा सुओरा इंबेरसागा मृत्यू पावली होती, तेव्हा त्या दोघींनी अशीच प्रार्थना केली होती.

त्यावेळेस नवागतांच्या प्रमुखेला झालेली साक्षात्काराची अनुभूती पाहून झुआना फारच प्रभावित झाली होती. आता तिच्याजवळच्या या जोगिणीच्या मनात उसळलेलं भावनांचं वादळ झुआनाला जाणवल्याशिवाय राहत नाही– या अजब तरुणीच्या मृत्यूसाठी ती वृद्धा काही अंशी कारणीभूत होती आणि त्याबद्दल ती स्वत:ला क्षमा करू शकत नाहीये आणि क्षमा करणारही नाहीये.

अखेरीस, खूप वेळ प्रार्थना केल्यानंतर ती वृद्ध जोगीण हळूहळू उठून उभी राहते आणि मूकपणे दरवाजाकडे जाऊ लागते.

''सुओरा उमिलिआना?''

ती थांबून वाट पाहते.

''एकदा तुम्ही मला म्हणाला होता की, तुम्ही माझी नवागत-प्रमुखा असतात तर बरं झालं असतं. मलाही तसंच वाटतंय आणि तुम्ही परवानगी दिलीत, तर मला अधूनमधून तुमच्यापाशी येऊन, देवाच्या अधिक समीप कसं पोहोचावं, याबद्दल तुमच्याकडून मार्गदर्शन घ्यायची इच्छा आहे.''

त्या वृद्धेचा थरकाप होतो. ''तुम्ही माझ्यापाशी येऊ नका.'' ती कठोरपणे म्हणते, ''माझी तेवढी लायकी नाही.''

''पण मला वाटतं की तुमची तेवढी योग्यता नक्कीच आहे. कृपा करा. माझा खरोखरच विश्वास आहे की, तुम्ही मला मदत करू शकाल.''

आणि जरी या खोलीतल्या काही गोष्टी पूर्णपणे फसवणूक करणाऱ्या असल्या, तरी ही त्यातली एक नव्हे. उमिलिआना तिच्याकडे रोखून पाहत हळूच मान हलवते. तिचे शुभ्र केस आणि खळगा असलेली हनुवटी थरथरते आणि अश्रू वाहू लागतात.

''मी प्रयत्नांची पराकाष्ठा करेन.'' ती म्हणते.

व्हेस्पर्सच्या आधी– सूर्यास्तापूर्वी, पाच वाजताच्या सायंप्रार्थनेच्या आधी– ॲबेसनं प्रमुख सेविकेला आपल्या कक्षात बोलावून घेतलं आणि तिला सांगितलं की रात्रीचं जेवण संपेपर्यंत तो पेटारा नदीकाठच्या कोठारघरात हलवू नये, कारण तिला स्वत:ला शेवटी एकदा आतल्या गोष्टी तपासून बघायच्या आहेत.

जेव्हा साऱ्या जोगिणी खाजगी प्रार्थनेसाठी आपापल्या कोठड्यात जातात, तेव्हा झुआना आणि ॲबेस एकमेकींना शवागारात भेटतात. दोघीजणी मिळून अगदी सहजपणे त्या मुलीचा देह शवपेटीमधून उचलतात आणि तो शेजारच्याच खोलीत, कुलूप उघडलेल्या दारातून नेतात. त्या खोलीत वधूवस्त्रांचा पेटारा ठेवलेला आहे. त्या दोघीजणी तो देह त्या पेटाऱ्यात, भरतकाम केलेल्या रेशमी वधूवस्त्रांच्या ढिगाखाली ठेवत असतात, तेव्हा झुआना त्या मुलीची नाडी बघते. नाडीचे ठोके नीट पडताहेत. फक्त ते अत्यंत पुसटसे जाणवत आहेत. मरण पावणार असलेल्या

माणसाचे ठोके असेच पुसट होतात. या दोन्हीही अहवालांचं या औषधाबद्दल एकमतच होतं की, या औषधामुळे देह चोवीस तास मरणाच्या जवळ पोहोचल्यासारख्या अवस्थेत राहतो आणि त्यानंतर तो पूर्ववत होतो. पण पहिला अहवाल आहे लेव्हांटामधल्या कोणत्या तरी रानटी टोळीचा आणि दुसरा आहे झुआनाच्या वडिलांचा; पण त्यांनी तो वर्णन वाचून लिहिलेला आहे आणि प्रत्यक्षात पडताळून पाहिलेला नाही. त्यांना आशा करण्याखेरीज दुसरं काहीही करता येत नाहीये. झोपलेली असताना ही मुलगी अगदी नाजूक दिसतेय. मांसापेक्षा हाडंच दिसत आहेत. तिचे हात मलम लावून नीट बांधून टाकले आहेत. ती प्रथम मठात आली तेव्हा पिकलेल्या पीचसारखी रसरशीत दिसत होती, त्यापेक्षा आता केवढा फरक पडलाय! पण त्याचा अर्धा गळा फाडून टाकल्यावर, तिचा भावी नवरदेवही फार देखणा दिसत नसणार.

त्या दोघींनी पेटाऱ्याचं झाकण बंद करण्यापूर्वी, ॲबेस आपल्या कोटाखालचं एक पुडकं काढते आणि ते त्या मुलीच्या मलमपट्टी केलेल्या हाताखाली ठेवून देते. तो एक रत्नजडित क्रूस आहे. ॲबेस खास मेजवान्यांच्या दिवशी वापरते, त्याहून कमी मौल्यवान आहे, पण नवा संसार वसवायच्या दृष्टीनं पुरेसा किंमती आहे. तिनं आधीच अगदी स्पष्ट सूचना दिलेल्या आहेत. कोणत्याही परिस्थितीत, त्या मुलीनं तो क्रूस, फेरारा शहरात किंवा त्याच्या अधिपत्याखालील भागात विकता कामा नये. पण एकदा ती– ते दोघे– पुरेसे दूर निघून गेले की, त्यांनी त्या क्रूसाचं काहीही करावं. तो कुठून आला असं कुणीही विचारणार नाही आणि समजा कुणी विचारलंच, तरी फेरारातल्या कोणत्याही मठातून काहीही चोरीला गेल्याची कुठेही नोंद नसेल किंवा तो चोरून कोणीही निसटून गेलंय अशीही नोंद नसेल. कागदोपत्री, नवागता सेराफिना तोवर मृत्यू पावून तिचं दफनही केलं गेलं असेल. मठातल्या नोंदवहीतला, सुओरा स्कोलॅस्टिकानं काळजीपूर्वक लिहिलेला सेराफिनाचा मृत्युलेख शेकडो इतर मृत्युलेखांसारखाच असेल आणि तिनं आणलेला हुंडा मठाच्या ताब्यात आला असेल.

त्या मुलीनं हे सारं ऐकून आणि समजून घेतलं आहे. ती म्हणाली होती, ''माझी तेवढी योग्यता नाही,'' आणि डोळे विस्फारून तिनं त्या क्रूसाकडे बघितलं होतं.

''ते काही मला सांगता येत नाही, पण त्याच्याशिवाय जगणं तुला कठीण जाईल.''

झुआना आणि ॲबेस त्या मुलीकडे बघत उभ्या असताना, आता नक्की हेच विचार त्या दोघींच्याही डोक्यात आले असणार.

''ती इतकी अशक्त झालेली आहे, म्हणून मी तिला औषध खूप कमी मात्रेत दिलंय,'' झुआना शांत आवाजात म्हणते. ''ती मात्रा योग्य असो, अशीच मी प्रार्थना करतेय.''

तिच्या या शब्दांमुळे त्या दोघींच्या हालचालींना वेग येतो आणि त्या पेटाऱ्याचं झाकण बंद करतात (त्या पेटाऱ्याच्या लाकडात गाठी आहेत आणि त्या फटींमधून हवा आता जाऊ शकेल म्हणून त्यांनी या पेटाऱ्याची निवड केली होती.) आणि त्या दोघी शवागारात परत जातात. आता इथे त्यांच्यापुढचा प्रश्न आहे की, शवपेटीचं वजन पुरेसं वाटेल, याची तजवीज कशी करायची. म्हणजे दुसऱ्या दिवशी सकाळी ती शवपेटी चॅपेलमध्ये आणि तेथून दफनभूमीत नेत असताना कुणालाही शंका येणार नाही.

झुआनानं मार्ग आधीच शोधून काढलाय. औषधालयातून ती खूपशी पुस्तकं आणते आणि पेटीच्या तळाशी ठेवून देते.

ॲबेस तिच्याकडे डोळे विस्फारून बघते, "आपण दोघींनीही आपापल्या रत्नांचा त्याग केलेला दिसतोय."

झुआना डोकं हलवते, "ती फारशी जड नाहीये आणि तुमच्याप्रमाणेच माझ्यापाशीही अधिक चांगली रत्नं आहेत. या पुस्तकातल्या खूपशा कृती मी करून पाहिल्या होत्या आणि त्या परिपूर्ण नव्हत्या. चांगल्या कृती मी आधीच तोंडपाठ केल्या आहेत."

"छान!" ॲबेस म्हणते, "तू आणखी कृती तोंडपाठ केल्यास तर बरं होईल."

हे ऐकून झुआनाच्या पोटात खड्डा पडतो, "केव्हा? केव्हा असे नियम येतील?"

"मला खात्रीनं सांगता येणार नाही. ती निघून गेल्यावर काही काळ इथे स्थैर्य राहील. पण अखेरीस नवे नियम येतीलच, कारण सरते शेवटी ते आपल्या हाती नाहीत. जर ते या बिशपने आणले नाहीत, तर त्याच्या पुढचा किंवा त्याच्याही पुढचा बिशप ते आणेल." ती स्मितहास्य करते, "मला वाईट वाटतंय."

पण अर्थात झुआनाला ते मनातून जाणवलेलंच आहे. नवे नियम किती वाईट असतील? जरी तिनं माहिती डोक्यात साठवून ठेवली, तरी त्यांनी तिच्या औषधांची तोडफोड केली, तर त्या माहितीचा ती उपयोग तरी काय करणार? तिला भविष्यकाळातली मठाची दफनभूमी दिसू लागते– दोन नवे खड्डे खणलेली. कदाचित इतकी वाईट परिस्थिती येण्यापूर्वीच देव त्यांना घेऊन जाईल.

"चल," ॲबेस घाई करत म्हणते, "आपण हे काम पुरं करून टाकू."

त्या दोघीजणी मिळून ॲबेसच्या जुन्या कफन्यांना मानवी आकार देतात आणि त्यांनी पुस्तकं झाकून टाकतात. शेवटी सर्वांत वर त्या जाड सुती कापडाचं आच्छादन घालतात. ॲबेसनं फादर रोमेरोंची आधीच परवानगी घेतली आहे की, ते सकाळी मृताजवळ मंत्र म्हणायला येतील, तोपर्यंत शवपेटी खिळे ठोकून बंद केलेली असणार आहे. तोवर झुआना किंवा ती स्वतः त्या देहा (!) जवळ बसून राहील.

आता करण्याजोगं आणखी काहीही उरलेलं नाही.

"देव तुमच्या पाठीशी राहो, सिस्टर झुआना."

"आणि तुमच्या देखील, मॅडोना ॲबेस."

आणि पुस्तकांनी भरलेल्या शवपेटीजवळ झुआनाला बसवून मॅडोना चिआरा प्रमुख सेविकेला बोलावते आणि चार तरुण, धट्ट्याकट्ट्या सेविका वधूवस्त्रांचा पेटारा गाडीवर चढवून, मावळत्या उजेडात बागेतून खेचत नेत नदीकाठच्या कोठारघरात नेत असताना त्यांच्यावर नजर ठेवते. त्या कोठारघरात तो बाहेरच्या खोलीत ठेवला गेला आहे, म्हणजे दुसऱ्या दिवशी सकाळी आलेल्या नावाड्यांना तो तराफ्यावर चढवता येईल.

४९

तिचे तळहात वेदनेनं ठुसठुसत आहेत. तिचा घसा दुखतोय. तिचा घसा दुखत असल्यामुळे तिला नीट श्वासही घेता येत नाहीये. ती डोळे उघडून पाहते, तेव्हा तिला काहीच दिसत नाही. ती कुठे आहे आणि काय झालंय, हे तिला आठवून उमगेपर्यंत क्षण दोन क्षण ती भयंकर धास्तावून जाते. ती हालचाल करताना तिला गुदमरवून टाकणाऱ्या जड कापडाच्या थरांएवढीच ही भीतीची लाटही तिचा श्वास कोंडून टाकते आहे.

ती स्वत:चा देह सैल सोडते आणि शांतपणे श्वास घ्यायचा प्रयत्न करते. हवा आहे पण तिला नाकपुड्या कोंदल्यासारख्या वाटत आहेत आणि जिवंतपणीच दफनावल्याबद्दल ज्या हजारो कथा तिनं ऐकल्या आहेत, त्यावरून तिला ठाऊक आहे की अशा अवस्थेत फार काळ जिवंत राहता येत नाही.

पण त्यांनी तिला पुरलेलं नाही. ती वधूवस्त्रांनी भरलेल्या पेटाऱ्यात आहे. कोठारघरात आणि दाराबाहेर कुठेतरी एक बोट नदीतून या क्षणीही बाहेर थांबायच्या तयारीत असू शकेल...

हो. हो. असंच घडतंय. झुआना आणि तिनं याची निदान शंभरवेळा तरी उजळणी केलेली होती. मठ झोपी गेला की, झुआना बागेतून कोठारघरापाशी कशी येईल, ॲबेसची किल्ली वापरून ती आधी बाहेरचं आणि मग दुसरं दार कसं उघडेल. ती पेटाऱ्याचं झाकण उघडेल, तिला बाहेर काढेल आणि त्या दोघीजणी बाहेरचा दरवाजा उघडून धक्क्यावर पोहोचतील आणि वाट बघतील आणि मग...

ती फारच लवकर जागी झालेली असणार. "औषधांचा अंमल किती वेळ राहील याची मी खात्री देऊ शकत नाही. तू उशिराऐवजी लवकरच शुद्धीवर आलीस तर चांगलं, कारण तू औषधाच्या प्रभावाखाली असताना तुला हलवणं अवघड पडेल."

तिनं हा प्रत्येक शब्द ऐकला होता. झुआनानं एकदा, मग दुसऱ्यांदा हेच सारं शांतपणे समजावून सांगितलं, तेव्हा तिनं झुआनाच्या चेहऱ्यावरून दृष्टी अजिबात हलवली नव्हती. तिचा झुआनावर संपूर्ण विश्वास आहे आणि तिची अगदी खात्री

आहे की, ही स्त्री कधीही तिच्या अहिताचं काहीही करणार नाही. पण झुआनानं जरी तिला स्पष्टपणे सांगितलं नसलं, तरी तिला ठाऊक आहे की ती हे औषध पहिल्यांदाच वापरणार आहे त्यामुळे त्याची मात्रा किंवा त्याचा किती वेळ अंमल राहील याबद्दल तिला खात्रीपूर्वक काहीही सांगता येणार नाही...

झुआनानं तिला पुरेसं औषध दिलं नसलं तर? ती अर्ध्यातूनच जागी झालेली असली, तर? कदाचित ती अजून कोठारघरात पोहोचलीसुद्धा नसेल. कदाचित या खोलीत अजूनही सेविका असतील. त्यांना अजून तो पेटारा उचलून, जिन्याखाली नेऊन पटांगणातून वाहून न्यायचा असेल. ती स्वत:लाच सांगते, "इझॉबेट्टा, शांत राहा. आवाज करू नकोस. तू आता अजिबात आवाज करता कामा नयेस किंवा हात-पाय हलवता कामा नयेस."

ती प्रार्थना करू लागते, की ती एक चांगली पत्नी बनेल. इतकं सारं सहन केल्यानंतर ती दोघं एकमेकांची नीट काळजी घेतील, एकमेकांवर प्रेम करतील आणि देवाच्या नियमांनुरूप वागतील. ती देवाला आळवते की, मठातल्या ज्या साऱ्यांना ती मागे सोडून जाणार आहे, त्या सर्वांची त्यानं काळजी घ्यावी. ती अनेक अवज्ञांबद्दल देवाची माफी मागते आणि तिच्याशी वाईट वागलेल्यांनासुद्धा ती आनंदानं क्षमा करते. सुओरा उमिलिआनाची तशी इच्छा नसूनही तिच्यामुळे इझॉबेट्टाला त्रास झाला. ॲबेसनं तिची कर्तव्य पुरी करण्यासाठी तसं वर्तन केलं. पण आज तिच्याशिवाय इझॉबेट्टाची सुटका होणं अशक्य होतं आणि सुओरा झुआना... आणि सुओरा झुआना... तिच्यासाठी देवाकडे काय बरं मागावं? पण हे शब्द शोधत असताना तिची शांती ढळू लागते, कारण कपड्यांचं वजन तिला चेहऱ्यावर असह्य वाटू लागतं. तिला गावंसं वाटतं. आपल्याच आवाजाची आपल्याला सोबत द्यावीशी वाटते– पण तसलं धाडस तिला करता येणार नाही.

ती किती वेळ जागी आहे बरं? नक्कीच खूप खूप वेळ झालाय. तिचं डोकं ठणकतं. हो. औषधाची मात्रा भरपूर असली पाहिजे. पण तसं असेल तर झुआना एव्हाना यायला हवी होती. ती कशी आली नाही बरं? जर... जर... हे दोन शब्द तिच्या मनात अशी भीतीची लाट उसळवतात की, तिच्या आजूबाजूची सारी हवा नाहीशी होऊन ती धापा टाकू लागते.

जर कुणीतरी रात्री आजारी पडलं आणि झुआना इथं येऊ शकली नाही, तर?

जर या योजनेचा इतरांना सुगावा लागला असला, तर? किंवा खरी योजना अशीच असली... तर?

जर हा ॲबेसनं उगवलेला अखेरचा सूड असला आणि तिनं गप्प राहावं, म्हणून तिला कोठारघरात न आणता शवागारातच ठेवलेलं असलं तर?

किंवा त्याहूनही भीषण म्हणजे तसंच करून त्यांनी तिला आधीच पुरून

टाकलेलं असलं, तर? आणि आतासुद्धा तिनं मठावर जवळजवळ ओढवून आणलेल्या नामुष्कीची सजा म्हणून, तिला दफनभूमीत पुरून टाकण्यात आलेलं असलं, तर? इतकं सारं करून अखेरीस ती मरणारच असली, तर?

एकदा असे विचार डोक्यात आले की, ते तिथून हटवता येत नाहीत. पराकोटीची भीती दाटून आल्यावर ती तिचे मलमपट्टी केलेले हात रेशमी कापडाच्या थरांमधून वर उचलते आणि तिची बोटांची हाडं वरच्या झाकणावर आपटतात. ती धडक देत असताना तिच्या हातावरच्या जखमा ठणकू लागतात. पण लाकूड फारच जड आहे. ते खिळ्यांनी ठोकून बंद केलेलं दिसतंय. ती उरलीसुरली हवा फुप्फुसात भरून घेते आणि ओरडायला सुरुवात करते. या साऱ्याची जशी सुरुवात झाली, तसाच त्याचा शेवट होणार आहे– भीती, अश्रू आणि रात्री लाकडावर केलेली निष्फळ ठोकाठोक.

"मदत करा– मदत करा मला–"

आणि आता तिला ऐकू येतं. वर ठोकल्याचा, घासल्याचा आवाज आणि कुलूपात किल्ली फिरवल्याचा आवाज, कुलूप उघडल्याचा आणि झाकण उघडून मागे ढकल्याचा आवाज.

"चुप्प. उगी उगी बेटा. आवाज करू नकोस. मी आलेय."

कापडाचे थरच्या थर वर उचलले जातात आणि इझॉबेट्टा एक खोल श्वास घेते. अंधारात तिला झुआनाचा हसरा, रुंद चेहरा दिसतो.

"मला वाटलं..."

"हो. हो. मला कळतंय. पण आता अजिबात वेळ नाहीये. ऊठ. ऊठ. पहाऱ्यावरली जोगीण आज वाघिणीसारखी फिरत होती. मला तिच्या नकळत यायला खूप वेळ लागला."

झुआनाच्या उत्तेजन देणाऱ्या, समजूत घालणाऱ्या आवाजानं आजवर तिला जसं आश्वस्त वाटत असे, तसंच आताही वाटलं.

"हे घे. हे पी. यू डी व्हाय. थोडासा घोट घे. त्यानं तुला थोडी शक्ती येईल. मी पिशवीत थोडंसं आणखी दिलंय. मला तो क्रूस दे. आहे कुठे तो? तू तो हातातून पाडलास की काय? नाही. इथं दिसतोय. मी तोसुद्धा पिशवीत ठेवतेय. मी औषधानं दोन कुप्या भरलेल्या आहेत. एक त्या वैद्यासाठी आहे. चांगल्या औषधालयात त्याची नेहमीच गरज पडते. दुसरी कुपी विकून गावाबाहेर जाण्याएवढे पैसे तुम्हाला मिळू शकतील. पाय उचल, इझॉबेट्टा. तुला चालता येतंय ना?"

त्या खोलीत चालत जात असतात, तेव्हा त्यांना तो आवाज ऐकू येतो. धक्क्याच्या लाकडावर बाहेर काहीतरी आदळत असल्याचा आवाज.

झुआना दरवाजाच्या कुलुपाशी झटापट करते. ते दार मोठ्यानं करकर आवाज

करत उघडतं. वाऱ्यामुळं आणि पावसामुळं, गेल्यावेळेपेक्षा, त्याचं लाकूड फुगून वाकडं झालंय.

तिच्या आठवणीपेक्षा धक्का जास्त लांबलचक दिसतोय. एका बाजूनं तो काळ्या पाण्याखाली उतरता होत जातोय. पण दुसऱ्या टोकाला, मठाच्या वल्ह्यांच्या बोटीजवळ, दुसरी लहानशी बोट धक्क्याजवळ येतेय. मागच्या बाजूच्या नाळेवर मेणबत्तीचा कंदील आहे. बोटीत दोन माणसं आहेत. दोन? क्षणभर झुआना धास्तावते. पण मदतीसाठी त्यानं आणखी कोणाला तरी आणलं असणार. कदाचित तो एकनिष्ठ वैद्यच आलेला असेल.

बोटीच्या नाळेजवळ बसलेला माणूस चढून धक्क्यावर येतो. झुआना हातातला कंदील उंच धरून त्याला भेटायला पुढे येते. तेवढ्या उजेडात तिला दिसू शकतंय की तो उंच, सडपातळ आहे आणि त्यानं मानेभोवती स्कार्फ गुंडाळलेला आहे आणि त्याच्या चेहऱ्यावर एका बाजूला सुजकट काळी रेषा दिसतेय.

इझॉबेट्टाचंसुद्धा त्याच्याकडे लक्ष जातं. ती जागेवरच खिळल्यासारखी उभी राहते. इतकी खिळून उभी राहते की, झुआनाला तिला ढकलावं लागतं.

ती हळूहळू, लंगडत त्याच्याकडे जाते. जवळ येऊन ते थांबतात. ते एकमेकांना मिठी घालतील, असं कुणालाही वाटलं असतं. पण त्याऐवजी ते एकमेकांना नीट ओळखतच नाहीत असं वाटतंय. क्षणभर थांबल्यावर, तो आपला हात तिच्या दिशेनं लांब करतो आणि ती तिचा मलमपट्टी केलेला हात त्याच्या हातात देते. तो अत्यंत हळुवारपणे तिचा हात हातात घेतो. अशा स्थितीत ते खूप वेळ थांबले आहेत, हा क्षण संपतच नाही असं वाटतं.

"आता तुम्हाला निघायला हवं. आता चला." झुआना त्यांना घाई करत म्हणते.

ती मुलगी वळून झुआनाकडे हसून बघते आणि ते दोघे निघून जातात; ते दोघे बोटीत बसतात, धक्क्याला बांधलेले दोर सोडले जातात, दुसरा माणूस बोट वल्हवत मागे नेतो, वळतो आणि भराभर वल्हवत नेतो. अंधारात बोट लुप्त होते. फक्त वल्ह्यांनी पाणी कापल्याचा आवाज ऐकू येतो.

झुआना थोडा वेळ ऐकत उभी राहते, मग ती आत जाऊन दरवाजाला कुलूप घालते. ती वधूवस्त्रं सारखी ठेवून वरची चादर नीट पसरते. त्याच्या सुरकुत्या शक्य तेवढ्या काढून टाकते आणि पेटाऱ्याचं झाकण पुन्हा लावून टाकते. त्यानंतर ती आतल्या खोलीत आणि तेथून मठाच्या पटांगणात जाते. आतल्या प्रत्येक दरवाजाला ती काळजीपूर्वक कुलूप घालते.

ती फळबागेतून आणि बागांमधून झपझप पावलं उचलत दुसऱ्या मठापाशी येते. ती तिची वनस्पतींची बाग ओलांडून जात असताना तिला झेंडू फुलला आहे

की नाही, याबद्दल कुतूहल वाटतं. दुसऱ्या दिवशी कामाच्या वेळेस त्याकडे नजर टाकण्याचा ती निश्चय करते. अलीअलीकडे तिनं औषधालयाच्या कामांकडे बरंच दुर्लक्ष केलं आहे आणि लवकरच वसंत ऋतूचं आगमन होईल.

आपल्या कोठडीत पोहोचल्यावर झुआना प्रार्थना करते की, त्या दोघांचं वैवाहिक जीवन शुचितेचं असो. त्यानंतर ती मठातल्या इतरांच्या आत्मिक उन्नतीसाठी प्रार्थना करते. त्यांच्या आश्रयदात्यांसाठी आणि शहराच्या जिवंत आणि मृत राज्यकर्त्यांसाठी प्रार्थना करते आणि मग अखेरीस आडवी पडून झोपी जाते.

उद्या दफनभूमीत शवपेटीतली तिची जी पुस्तकं पुरली जाणार आहेत, त्यातल्या काही औषधी कृतींची ती मनातल्या मनात उजळणी करते. आजपासून, दररोज रात्री, ती आणखी थोड्या कृती पाठ करेल. अर्थात तिच्या वाचनालयातली सारीच्या सारी पुस्तकं तिला पाठ करता येणं शक्य नाही. ती अशक्य कोटीतलीच गोष्ट आहे. तिच्या वडिलांनाही एवढं जमलेलं नव्हतं.

"फॉस्टिना, देवाची गुपितं निसर्गातून शोधून काढणं, हे काही सोपं काम नाही. तू हिप्पोक्रेटसचे शब्द लक्षात ठेव : 'आयुष्य छोटं आहे आणि हा अभ्यास प्रदीर्घ आहे, संधी ओझरतीच येते, प्रयोग दगा देणारे असतात आणि सारं शोधणं अवघड असतं.' येशूच्याही इतक्या पूर्वी जन्मलेल्या या माणसाच्या ठायी एवढी नम्रता होती. आपण कितीही ज्ञान मिळवलं, तरी त्याची बरोबरी कधीही करू शकणार नाही!"

तरीही ती शक्य तेवढे प्रयत्न करेल. पण तिनं नवागतांमधून एखादी मदतनीस शोधली तर गोष्टी सोप्या होतील. एखादी उत्साही आणि कुशल तरुण मदतनीस मिळाली, तर त्या दोघीजणी मिळून तिनं मिळवलेलं ज्ञान इतरांपर्यंत पोहोचवू शकतील.

उद्याच ती याबाबत ॲबेसशी बोलेल.

ती डोळे मिटून घेते आणि झोपी जाते आणि तिच्या भोवतीचा मठही शांतपणे झोपी गेलेला आहे.

■